ਅੰਮ੍ਰਿਤ ਧਾਰਾ

ਅੰਮ੍ਰਿਤ ਧਾਰਾ

ਦਲਬਾਰਾ ਸਿੰਘ

ਆਰਸੀ ਪਬਲਿਸ਼ਰਜ਼, ਦਿੱਲੀ

AMRIT DHARA (Discovery of Truth & Purity)
by **Dalbara Singh**
B-290, Bahjan Pura
Gall No. 12, DELHI-110053
Mobile : 9891121151, 9911545250

Arsee Publishers, 51 Parda Bagh, Darya Ganj, New Delhi-2
Website : www.arseepublishers.com
E-mail : arseepublishers@rediffmail.com

ISBN-978-81-8299-379-2

ਪੰਜਾਬੀ ਅਕੈਡਮੀ ਦੀ
ਸਹਾਇਤਾ ਨਾਲ ਛਪੀ

© 2016

ਪ੍ਰਕਾਸ਼ਕ : ਆਰਸੀ ਪਬਲਿਸ਼ਰਜ਼, 51 ਪਰਦਾ ਬਾਗ, ਦਰਿਆ ਗੰਜ,
ਨੇੜੇ ਪੈਟਰੋਲ ਪੰਪ, ਨਵੀਂ ਦਿੱਲੀ-110002
ਫ਼ੋਨ : 23280657, 65966481
Email:arseepublishers@rediffmail.com

ਪ੍ਰਿੰਟਰ : ਆਰਸੀ ਪ੍ਰਿੰਟਿੰਗ ਏਜੰਸੀ, ਨਵੀਂ ਦਿੱਲੀ-110002

ਟਾਈਪਸੈਟਿੰਗ : ਜਨਤਕ ਪ੍ਰੈੱਸ
ਪਲੱਈਅਰ ਗਾਰਡਨ ਮਾਰਕੀਟ, ਚਾਂਦਨੀ ਚੌਕ, ਦਿੱਲੀ-110006
ਫ਼ੋਨ : 23281350,23283518

ਮੁੱਲ : 325/- ਰੁਪਏ
200/- ਰੁਪਏ (P.B.)

ਸਵਰਗਵਾਸੀ ਧਰਮ-ਪਤਨੀ

ਗੁਰਪਾਲ ਕੌਰ ਜੀ

ਦੇ ਨਾਂ

ਦੋ ਸ਼ਬਦ

ਇਸ ਨਜ਼ਰ ਆ ਰਹੇ ਸੰਸਾਰ ਅਤੇ ਸਰੀਰ ਦੀ ਬਣਤਰ ਦਾ ਮੂਲ ਆਧਾਰ ਇਕ ਹੀ ਅਦੁੱਤੀ ਸ਼ਕਤੀ ਹੈ। ਜਿਸ ਨੇ ਇਸ ਸੰਸਾਰ ਦੀ ਰਚਨਾ ਕਰ ਕੇ ਨਜ਼ਰ ਆ ਰਹੀ ਹਰ ਕ੍ਰਿਤ ਨੂੰ, ਆਪਣੀ ਕਲਾ ਨਾਲ ਆਪਣੇ ਨਾਲ ਹੀ ਨੱਥਿਆ ਹੋਇਆ ਹੈ। ਉਸ ਅਦੁੱਤੀ ਨਿਰ-ਆਕਾਰੀ ਸ਼ਕਤੀ ਦੀ ਮੌਜੂਦਗੀ ਦਾ ਅਹਿਸਾਸ ਕਰਨ ਵਾਲਿਆਂ ਆਪਣੇ ਰਿਸ਼ੀਆਂ-ਮੁਨੀਆਂ, ਸੰਤਾਂ ਭਗਤਾਂ, ਬ੍ਰਹਮ-ਗਿਆਨੀਆਂ ਨੇ ਸਾਨੂੰ ਇਹ ਸਮਝਾਉਣ ਦੀ ਹਮੇਸ਼ਾਂ ਤੋਂ ਹੀ ਇਹ ਕੋਸ਼ਿਸ਼ ਕੀਤੀ ਹੈ ਕਿ ਜੋ ਸ਼ਕਤੀ ਹਰ ਜ਼ਰੇ - ਹਰ ਕ੍ਰਿਤ ਅੰਦਰ ਸਮਾਈ ਹੋਈ ਹੈ, ਕਣ ਕਣ 'ਚ ਮੌਜੂਦ ਹੀ ਹੈ, ਉਸ ਅਦੁੱਤੀ ਸ਼ਕਤੀ ਦਾ ਅੰਸ਼ ਸਾਡੇ ਸਰੀਰ ਦੀ ਬਣਤਰ ਦਾ ਆਧਾਰ ਸਾਡਾ ਸਾਖਸ਼ੀ ਭਾਵ ਮਿਟਣ ਵਾਲਾ ਨਹੀਂ ਹੈ। ਉਸ ਅਮਰ ਆਤਮਾ ਨੇ ਹੀ ਸਾਡੇ ਸਰੀਰ ਦੀ ਬਣਤਰ ਬਣਾਈ ਹੈ। ਉਹ ਸਾਖਸ਼ੀ ਭਾਵ ਹੀ ਸਾਡੇ ਸਰੀਰ ਅੰਦਰ ਸਮਾਇਆ ਹੋਇਆ, ਛੁਪਿਆ ਹੋਇਆ ਸੱਚ ਹੈ। ਇਹ ਹੀ ਇਕ ਅਸਚਰਜ ਕਰ ਦੇਣ ਵਾਲੀ ਗੱਲ ਹੈ ਕਿ ਕਿਸ ਤਰ੍ਹਾਂ ਨਿਰ-ਆਕਾਰੀ ਸ਼ਕਤੀਆਂ ਜਿਨ੍ਹਾਂ ਦੀ ਮੌਜੂਦਗੀ ਤੇ ਵਿਸ਼ਵਾਸ ਕਰਨਾ ਵੀ ਮੁਸ਼ਕਲ ਹੈ। ਕਿਵੇਂ ਨਜ਼ਰ ਆ ਰਹੇ ਸੰਸਾਰ ਅਤੇ ਸਰੀਰਾਂ ਨੂੰ ਚਲਾ ਰਹੀਆਂ ਹਨ। ਕਿਵੇਂ ਠੋਸ ਆਕਾਰਾਂ ਅੰਦਰ ਨਜ਼ਰ ਨਾ ਆਉਣ ਵਾਲਾ ਸੱਚ ਸਮਾਇਆ ਹੋਇਆ ਹੈ। ਇਸ ਪ੍ਰਤੱਖ ਸੰਸਾਰ ਦੀ ਤਾਂ ਰਚਨਾ ਹੀ ਅਨੰਤ ਹੈ। ਅਨੰਤ ਨੂੰ ਜਾਣ ਲੈਣਾ ਤਾਂ ਅਸੰਭਵ ਹੈ, ਸੰਭਵ ਨਹੀਂ ਹੈ।

ਜਿਸ ਅਲੌਕਿਕ ਸ਼ਾਖਸੀ ਭਾਵ ਨੇ ਸਾਡੇ ਸਰੀਰ ਅੰਦਰ ਸਮਾਏ ਹੋਏ ਨੇ ਸਾਡੇ ਸਰੀਰ ਦੀ ਰਚਨਾ ਰਚੀ ਹੋਈ ਹੈ। ਉਸ ਸੱਚ ਦੀ ਮੌਜੂਦਗੀ ਦਾ ਅਸੀਂ ਆਸਾਨੀ ਨਾਲ ਅਹਿਸਾਸ ਵੀ ਨਹੀਂ ਕਰ ਸਕਦੇ। ਇਸ ਸੱਚ ਨੂੰ ਜਾਣਨ ਦੀ ਇੱਛਾ ਹਰ ਵਿਅਕਤੀ ਦੇ ਮਨ ਅੰਦਰ ਉੱਠਦੀ ਹੀ ਨਹੀਂ ਹੈ।

ਕਹਿ ਨਾਨਕ ਇਹ ਖੇਲ ਕਠਨ ਹੈ।
ਕਿਨ ਹੀ ਵਿਰਲੇ ਜਾਤਾ॥

ਸੰਸਾਰ ਅੰਦਰ ਰਹਿੰਦੇ ਹੋਇਆਂ ਸੰਸਾਰੀਆਂ ਦੀ ਰੀਸ ਕਰਨੀ ਹੀ ਪੈਂਦੀ ਹੈ। ਇਸ ਵਾਸਤੇ ਵਾਰ ਵਾਰ ਸਾਡਾ ਧਿਆਨ ਠੋਸ ਆਕਾਰਾਂ ਅਤੇ ਪ੍ਰਤੱਖ ਵਲ ਜਾਂਦਾ ਹੀ ਰਹਿੰਦਾ ਹੈ। ਲੱਗਾ ਰਹਿੰਦਾ ਹੈ। ਅਪ੍ਰਤੱਖ ਨਿਰ-ਆਕਾਰੀ ਸ਼ਕਤੀਆਂ ਦੀ ਮੌਜੂਦਗੀ 'ਤੇ ਸਾਡਾ ਧਿਆਨ ਟਿਕਦਾ ਹੀ ਨਹੀਂ ਹੈ।

ਹਰੇ-ਭਰੇ ਦਰਖਤ ਦੀ ਛਾਂ ਦਾ ਆਨੰਦ ਮਾਣਦੇ ਹੋਏ ਕਿਸੇ ਵਿਰਲੇ ਮੁਸਾਫਿਰ ਦੀ ਸੋਚ ਹੀ ਦਰਖਤ ਦੀਆਂ ਜੜ੍ਹਾਂ ਵੱਲ ਜਾਂਦੀ ਹੈ ਕਿ ਵੇਖੋ ਕੁਦਰਤ ਦੇ ਰੰਗ ! ਜਿਨ੍ਹਾਂ ਜੜ੍ਹਾਂ ਰਾਹੀ ਖ਼ੁਰਾਕ ਅਤੇ ਪਾਣੀ ਦਰਖਤ ਦੇ ਪੱਤੇ ਪੱਤੇ ਤਕ ਪਹੁੰਚ ਰਿਹਾ ਹੈ। ਉਹ ਜੜ੍ਹਾਂ ਜ਼ਮੀਨ ਅੰਦਰ ਹੀ ਛੁਪੀਆਂ ਹੋਈਆਂ ਹਨ। ਇਨ੍ਹਾਂ ਜੜ੍ਹਾਂ ਤੋਂ ਕੱਟਿਆ ਦਰਖਤ ਕਿਵੇਂ ਸੁੱਕ ਜਾਂਦਾ ਹੈ। ਇਹ ਅਪ੍ਰਤੱਖ ਜੜ੍ਹਾਂ ਹੀ ਦਰਖਤ ਦਾ ਜੀਵਨ ਹਨ। ਦਰਖਤ ਨੂੰ ਹਰਾ-ਭਰਾ ਰੱਖ ਰਹੀਆਂ ਹਨ।

ਇਸੇ ਤਰ੍ਹਾਂ ਹੀ ਸਾਡੇ ਸਰੀਰ ਅੰਦਰ ਮੌਜੂਦ ਸੱਚ ਨੇ ਹੀ ਸਾਨੂੰ ਜੀਵਤ ਰਖਿਆ ਹੋਇਆ ਹੈ। ਸਾਡੇ ਸਰੀਰ ਅੰਦਰ ਸਮਾਇਆ ਹੋਇਆ ਸੱਚ ਹੀ ਇਸ ਗੱਲ ਦੀ ਗਵਾਹੀ ਦਿੰਦਾ ਹੈ, ਹਾਮੀ ਭਰਦਾ ਹੈ ਕਿ ਕਿਵੇਂ ਸਰੀਰ ਪਲ ਪਲ ਬਦਲ ਰਿਹਾ ਹੈ। ਇਸ ਸਰੀਰ ਬਾਰੇ ਜਾਨਣ ਵਾਲੀ ਸਮਰੱਥਾ ਦੀ ਮੌਜੂਦਗੀ ਸਰੀਰ ਤੋਂ ਅਲੱਗ ਹੈ। ਇਹ ਸਮਰੱਥਾ ਜਨਮ ਤੋਂ ਹੀ ਸਾਡੇ ਮੂੰਹੋਂ ਹਾਂ-ਹੂੰ ਦਾ ਹੁੰਗਾਰਾ ਦੇਣ ਲਗ ਜਾਂਦੀ ਹੈ। ਅਸੀਂ ਇਸ ਦੀ ਸ਼ਰਣ 'ਚ ਜਾ ਸਕਦੇ ਹਾਂ। ਪਹਿਚਾਣ ਕਰ ਸਕਦੇ ਹਾਂ।

ਸਮਾਜ ਅੰਦਰ ਰਹਿੰਦੇ ਹੋਇਆਂ ਸਾਨੂੰ ਆਪ ਹੀ ਆਪਣੇ ਅੰਦਰ ਛੁਪੇ ਸੱਚ ਵਲ ਪਿੱਠ ਕਰਨੀ ਪੈਂਦੀ ਹੈ। ਆਪਣੇ ਹੀ ਅੰਦਰੋਂ ਆਪਣੀ ਆਤਮਾ ਦੀ ਧੀਮੀ ਆਵਾਜ਼ ਨੂੰ ਸੁਣਨ ਵਾਸਤੇ ਸਾਨੂੰ ਹੋਸ਼ਪੂਰਵਕ ਆਪਣਾ ਧਿਆਨ ਆਪਣੇ ਹੀ ਅੰਦਰ ਇਕਾਗਰ ਕਰਨਾ ਪੈਂਦਾ ਹੈ, ਬਾਹਰੋਂ ਹਟਾਉਣਾ ਪੈਂਦਾ ਹੈ।

ਆਪਣੇ ਹੀ ਅੰਦਰ ਵੇਖਣ 'ਚ ਪ੍ਰਪੱਕ ਹੋਏ ਆਪਣੇ ਰਿਸ਼ੀ ਮੁਨੀ, ਬ੍ਰਹਮ-ਗਿਆਨੀ, ਕਿੰਨੀ ਨਿਰਭੈਤਾ ਅਤੇ ਨਿਡਰਤਾ ਨਾਲ ਕਹਿੰਦੇ ਆਏ ਹਨ :

ਤੇਰਾ ਸਾਈ ਤੁਝ ਮਾਹਿ, ਕਿਉਂ ਢੂੰਡੇ ਜਗ ਮਾਹਿ॥

ਨਾ ਤਾਂ ਸਾਡਾ ਮਨ ਹੀ ਆਪਣੇ ਅੰਦਰੋਂ ਉਠ ਰਹੀ ਧੀਮੀ ਆਵਾਜ਼ ਨੂੰ ਸੁਣਨਾ ਚਾਹੁੰਦਾ ਹੈ ਅਤੇ ਨਾ ਹੀ ਪ੍ਰਚਾਰਕ ਤਹਿ-ਦਿਲੋਂ ਇਹ ਚਾਹੁੰਦੇ ਹਨ ਕਿ ਆਪਣੇ ਅੰਦਰ ਛੁਪੇ ਹੋਏ ਸੱਚ ਦੀ ਧੀਮੀ ਆਵਾਜ਼ ਵੱਲ ਲੋਕ ਧਿਆਨ ਦੇਣ ਲੱਗ ਜਾਣ। ਇਸ ਵਾਸਤੇ ਹੀ ਝੂਠੇ ਫਰੇਬੀਆਂ ਦਾ ਫਰੇਬ ਚੱਲ ਰਿਹਾ ਹੈ। ਫਰੇਬੀ ਆਪਣੀ ਰੋਜ਼ੀ-ਰੋਟੀ ਚਲਾਉਣ ਦੀ ਤਾਂਘ 'ਚ ਵੱਧ ਤੋਂ ਵੱਧ ਲੋਕਾਂ ਨੂੰ ਗੁਮਰਾਹ ਕਰਕੇ ਆਪਣੀਆਂ ਤਿਜੋਰੀਆਂ ਭਰਨ 'ਚ ਰੁੱਝੇ ਹੋਏ ਹਨ। ਐਸ਼ੋ-ਆਰਾਮ ਦੀ ਜ਼ਿੰਦਗੀ ਬਤੀਤ ਕਰ ਰਹੇ ਹਨ। ਉਹ ਆਪਣੇ ਅੰਦਰ ਛੁਪੇ ਸੱਚ ਨੂੰ ਜਾਨਣ ਦੀ ਇੱਛਾ ਵੀ ਕਰਦੇ ਨਹੀਂ ਹਨ।

ਜਿਨ੍ਹਾਂ ਵਿਹਲੇ ਬ੍ਰਹਮ-ਗਿਆਨੀਆਂ ਨੂੰ ਆਪਣੇ ਬ੍ਰਹਮ, ਆਪਣੇ ਅੰਦਰ ਛੁਪੇ ਸੱਚ ਦੀ ਮੌਜੂਦਗੀ ਦਾ ਅਹਿਸਾਸ ਹੋਣ ਲੱਗ ਪੈਂਦਾ ਹੈ। ਉਹ ਇਕੱਲੇ ਹੀ ਆਪਣੇ ਅੰਦਰ ਮੌਜੂਦ ਸੱਚ ਵਲ ਝੁਕ ਜਾਂਦੇ ਹਨ। ਉਹ ਆਪਣੇ ਨਿੱਜ ਸਰੂਪ ਦੀ ਪਹਿਚਾਣ ਕਰ ਕੇ ਦ੍ਰਿੜ੍ਹਤਾ ਨਾਲ ਇਕ ਦੀ ਮੌਜੂਦਗੀ ਦਾ ਹੋਕਾ ਦਿੰਦੇ ਰਹਿੰਦੇ ਹਨ ਕਿ ਸਾਰੇ ਪਸਾਰੇ ਅੰਦਰ ਇਕ ਅਦੁੱਤੀ ਸ਼ਕਤੀ ਮੌਜੂਦ ਹੈ। ਸਾਡਾ ਖੇਲ੍ਹ ਇਕ ਹੀ ਸ਼ਕਤੀ ਖੇਲ੍ਹ ਰਹੀ ਹੈ।

ਅਸੀਂ ਆਮ ਸਾਧਾਰਣ ਲੋਕ ਤਾਂ ਪ੍ਰਤੱਖ ਸੰਸਾਰ ਅਤੇ ਸਰੀਰਾਂ ਤਕ ਹੀ ਵੇਖਣ ਦੇ ਆਦੀ ਹੋਏ ਹੋਏ ਹਾਂ। ਅਸੀਂ ਤਾਂ ਆਪਣੇ ਪੇਟ ਦੀ ਭੁੱਖ, ਸਰੀਰਕ ਲੋੜਾਂ ਤੇ ਲੋਕ-ਲਾਜ ਵੱਲ ਵੇਖਦੇ ਹੋਇਆਂ ਆਪਣਾ ਜੀਵਨ ਬਤੀਤ ਕਰਦੇ ਰਹਿੰਦੇ ਹਾਂ।

ਸਾਡੇ ਆਪਣੇ ਧਾਰਮਿਕ ਗ੍ਰੰਥ ਸਾਨੂੰ ਇਹ ਹੀ ਸਿੱਖਿਆ ਦਿੰਦੇ ਹਨ। ਸਮਝਾਉਂਦੇ ਹਨ ਕਿ ਸਰੀਰ ਅੰਦਰੋਂ ਸਰੀਰ ਨੂੰ ਨਿਰਦੇਸ਼ ਦੇ ਰਹੀਆਂ ਨਿਰ-ਆਕਾਰੀ ਸ਼ਕਤੀਆਂ ਅਮਰ ਹਨ। ਉਨ੍ਹਾਂ ਦੀ ਮੌਜੂਦਗੀ ਸਰੀਰ ਤੋਂ ਅਲੱਗ ਹੀ ਹੈ। ਉਹ ਨਿਰ-ਆਕਾਰੀ ਸ਼ਕਤੀਆਂ ਸਰੀਰ ਅੰਦਰ ਹੀ ਮੌਜੂਦ ਹਨ। ਅਸਲ 'ਚ ਉਹ ਸ਼ਕਤੀਆਂ ਹੀ ਸਰੀਰ ਦੀ ਵਰਤੋਂ ਕਰ ਰਹੀਆਂ ਹਨ।

ਉਨ੍ਹਾਂ ਨਿਰ-ਆਕਾਰੀ ਸ਼ਕਤੀਆਂ ਦਾ ਸਾਡੇ ਨਾਲ ਕੀ ਸੰਬੰਧ ਹੈ ?

ਸਾਡਾ ਮੂਲ ਆਧਾਰ ਕੀ ਹੈ ?

ਇਹ ਨਿਰ-ਆਕਾਰੀ ਸ਼ਕਤੀਆਂ ਕਿਵੇਂ ਅਮਰ ਹਨ ?

ਅਸੀਂ ਇਨ੍ਹਾਂ ਸ਼ਕਤੀਆਂ ਦੀ ਮੌਜੂਦਗੀ ਦਾ ਕਿਵੇਂ ਅਹਿਸਾਸ ਕਰ ਸ਼ਕਦੇ ਹਾਂ ? ਇਨ੍ਹਾਂ ਸ਼ਕਤੀਆਂ ਦੀ ਮੌਜੂਦਗੀ ਦਾ ਅਹਿਸਾਸ ਕਰ ਲੈਣ ਦੀ ਸਾਡੇ ਮਨ ਅੰਦਰ ਕਿਵੇਂ ਇੱਛਾ ਜਾਗ ਸਕਦੀ ਹੈ ? ਇਹ ਥੋੜ੍ਹੀ ਸੋਚ-ਵਿਚਾਰ ਕਰਨ ਵਾਲੀ ਗੱਲ ਹੈ। ਆਪਣੇ ਹੀ ਬ੍ਰਹਮ ਨੂੰ ਜਾਣਨ ਦੀ ਇੱਛਾ ਤਾਂ ਵਿਰਲੇ ਵਿਅਕਤੀਆਂ ਦੇ ਮਨ ਅੰਦਰ ਹੀ ਉੱਠਦੀ ਹੈ। ਬ੍ਰਹਮ-ਗਿਆਨੀ ਆਪਣੇ ਅੰਦਰੋਂ ਆਪਣੇ ਬ੍ਰਹਮ ਦੀ ਮੌਜੂਦਗੀ ਦਾ ਅਹਿਸਾਸ ਕਰਕੇ ਆਪਣੇ ਨਿਰਾਲੇ ਨਿੱਜੀ ਅਨੁਭਵ ਦੇ ਸਕਦਾ, ਸਰਲ ਭਾਸ਼ਾ, ਸਰਲ ਬੋਲੀ 'ਚ ਆਪਣੇ ਸਮਕਾਲੀਨ ਲੋਕਾਂ ਨੂੰ ਸਮਝਾਉਣ ਲੱਗ ਜਾਂਦੇ ਹਨ ਕਿ ਸਾਡਾ ਇਹ ਸਰੀਰ ਤਾਂ ਯੋਜਨਾਬੱਧ ਤਰੀਕੇ ਨਾਲ ਪੰਜਾਂ ਤੱਤਾਂ ਦੇ ਮਿਸ਼ਰਣ ਨਾਲ ਬਣਿਆ ਹੋਇਆ ਹੈ। ਸਾਡੇ ਸਰੀਰ ਦੀ ਹਰ ਕ੍ਰਿਆ ਨੂੰ ਜਾਣ ਰਹੀ ਸਮਰੱਥਾ ਸਾਡੇ ਸਰੀਰ ਅੰਦਰ ਹੀ ਸਮਾਈ ਹੋਈ ਹੈ। ਇਸ ਬਿਦੇਹੀ ਸ਼ਕਤੀ ਦਾ ਅਕਸ ਸਾਡਾ ਚੇਤ ਮਨ ਹੈ। ਸਾਡਾ ਚੇਤ ਮਨ ਤਾਂ ਸਿਰਫ ਦਸਵਾਂ ਹਿੱਸਾ ਹੈ। ਬਾਕੀ ਨੌਂ ਹਿੱਸੇ ਅਚੇਤਨ ਹੈ। ਇਹ ਸਾਡੇ ਚੇਤਨ ਮਨ ਦੀ ਪਕੜ ਤੋਂ ਬਹੁਤ ਦੂਰ ਹੈ। ਅਤਿ ਸੂਖਸ਼ਮ ਆਤਮਾ ਦੀ ਮੌਜੂਦਗੀ ਦਾ ਸਾਡੇ ਚੇਤ ਮਨ ਨੂੰ

ਕੋਈ ਗਿਆਨ ਨਹੀਂ ਹੈ। ਮਨ ਦੀ ਕਰਤਾ ਹੋਣ ਦੀ ਝੂਠੀ ਦਾਅਵੇਦਾਰੀ ਨੇ ਹੀ ਅਚੇਤਨ ਆਤਮਾ ਦੀ ਮੌਜੂਦਗੀ ਨੂੰ ਢੱਕਿਆ ਹੋਇਆ ਹੈ। ਅੱਖ ਅੰਦਰ ਪਈ ਰਾਈ ਨੇ ਹੀ ਪਹਾੜ ਨੂੰ ਢੱਕਿਆ ਹੋਇਆ ਹੈ। ਅੱਖੋਂ ਓਹਲੇ ਕੀਤਾ ਹੋਇਆ ਹੈ। ਮਨ ਦੇ ਅਹੰਕਾਰ ਨੇ ਹੀ ਸਚਾਈ ਨੂੰ ਢੱਕਿਆ ਹੋਇਆ ਹੈ।

ਅੰਦਰ ਛੁਪੇ ਨੂੰ ਬਾਹਰ ਢੂੰਡਦੇ ਦਲਬਾਰੇ ਉਹ ਕਿੱਥੋਂ ਲੱਭੇ ? ਜੋ ਬੜਾ ਢੰਗੀ ਹੈ।

ਜਦੋਂ ਸੱਯਦ ਬੁੱਲ੍ਹੇ ਸ਼ਾਹ ਜੀ ਨੂੰ ਆਪਣੇ ਅੰਦਰ ਛੁਪੀ ਹੋਈ ਸਚਾਈ ਦਾ ਅਹਿਸਾਸ ਹੋਇਆ ਤਾਂ ਉਹਨਾਂ ਨੇ ਸਾਫ਼ ਇਹ ਮੰਨ ਲਿਆ ਕਿ ਜੋ ਸ਼ਕਤੀ ਮੇਰੀ ਭੁੱਖ ਪਿਆਸ ਨੂੰ ਜਾਣ ਰਹੀ ਹੈ, ਮੈਨੂੰ ਆਪਣੀ ਇਸ ਜਾਨਣ ਵਾਲੀ ਸਮਰੱਥਾ ਦੀ ਮੌਜੂਦਗੀ ਦਾ ਅਹਿਸਾਸ ਹੋ ਰਿਹਾ ਹੈ। ਇਹ ਸ਼ਕਤੀ ਮੇਰੇ ਮਨ ਅੰਦਰ ਉਠ ਰਹੇ ਹਰ ਵਿਚਾਰ ਨੂੰ ਜਾਣ ਰਹੀ ਹੈ। ਇਸ ਸ਼ਕਤੀ ਨੂੰ ਮੈਂ ਪਹਿਚਾਣਿਆ ਹੀ ਨਹੀਂ ਸੀ।

ਬੁੱਲ੍ਹਾ ਕੀ ਜਾਣੇ ਮੈਂ ਕੌਣ !

ਇਹ ਕਹਿਣਾ ਉਚਿਤ ਹੈ ਕਿ ਸਾਡੀ ਇਹ ਨਿਰ-ਆਕਾਰੀ ਆਤਮਾ ਹੀ ਉਹ ਨਿਰ-ਆਕਾਰੀ ਧੁਰਾ ਹੈ ਜਿਸ ਦੇ ਆਧਾਰ ਤੇ ਸਾਡੇ ਸਰੀਰ ਦੀ ਬਣਤਰ ਟਿਕੀ ਹੋਈ ਹੈ।

ਜਿਮੀ ਅਸਮਾਨ-ਸਮਸਤ ਏਕ ਜੋਤਿ ਹੈ॥
ਨਾ ਵਾਧ ਹੈ ਨਾ ਘਾਟ ਹੈ, ਨਾ ਘਾਟ ਵਾਧ ਹੋਤ ਹੈ॥

ਇਹ ਤਾਂ ਇਕ ਸਰਬ-ਵਿਆਪੀ ਸ਼ਕਤੀ ਹੈ। ਇਹ ਕਦੇ ਬਦਲਦੀ ਹੀ ਨਹੀਂ ਹੈ।

ਹਰਿ ਅੰਦਰਿ ਇਹ ਸਰੀਰ ਹੈ।
ਗਿਆਨੁ ਰਤਨੁ ਪਰਗਟ ਹੋਇ॥

ਸਾਡੇ ਹੀ ਸਰੀਰ ਅੰਦਰ ਸੱਚ ਸਮਾਇਆ ਹੋਇਆ ਹੈ। ਸਾਨੂੰ ਨਜ਼ਰ ਨਹੀਂ ਆਉਂਦਾ ਹੈ। ਇਸ ਸਚਾਈ ਦੀ ਮੌਜੂਦਗੀ ਦਾ ਅਹਿਸਾਸ ਮਨੁੱਖਾ ਸਰੀਰ ਦੁਆਰਾ ਹੀ ਕੀਤਾ ਜਾ ਸਕਦਾ ਹੈ। ਭਾਵ ਸਾਡਾ ਇਹ ਮਨੁੱਖਾ ਸਰੀਰ ਹੀ ਇਕ ਅਜਿਹਾ ਅਦਭੁਤ ਉਪਕਰਣ ਹੈ ਜਿਸ ਦੁਆਰਾ ਅਸੀਂ ਉੱਚ ਅਸਰੀਰੀ ਨਿਰ-ਆਕਾਰੀ ਸ਼ਕਤੀਆਂ ਦੀ ਮੌਜੂਦਗੀ ਦਾ ਅਹਿਸਾਸ ਕਰ ਸਕਦੇ ਹਾਂ। ਆਪਣੇ ਬ੍ਰਹਮ ਗਿਆਨੀ ਦੀ ਮੌਜੂਦਗੀ ਦਾ ਅਹਿਸਾਸ ਕਰਕੇ ਬ੍ਰਹਮ ਗਿਆਨ ਪ੍ਰਾਪਤ ਕਰ ਸਕਦੇ ਹਾਂ।

ਬ੍ਰਹਮ ਗਿਆਨੀ ਹੀ ਸਾਨੂੰ ਇਹ ਸਮਝਾਉਂਦੇ ਹਨ ਕਿ ਸਰੀਰ ਅਲੱਗ ਹੈ। ਬ੍ਰਹਮ ਇਕ ਅਲੱਗ ਸ਼ਕਤੀ ਹੈ। ਆਪਣੇ ਬ੍ਰਹਮ ਦੀ ਪਹਿਚਾਣ ਕਰਨ ਵਾਲੇ

ਆਪਣੇ ਸਰੀਰਕ ਮੋਹ ਤੋਂ ਉੱਚੇ ਉਠ ਜਾਂਦੇ ਹਨ। ਇਸ ਤਰ੍ਹਾਂ ਆਪਣੇ ਮਨ ਦੀ ਸੀਮਾ ਤੋਂ ਪਾਰ ਪਹੁੰਚਣ ਵਾਲੇ ਆਪਣੀ ਮਨਮਾਨੀ ਅਵਸਥਾ 'ਚ ਪਹੁੰਚ ਅਮਰ ਹੋ ਜਾਂਦੇ ਹਨ। ਅਲੌਕਿਕ ਜਗਤ ਨਾਲ ਸੰਬੰਧਿਤ ਹੋ ਕੇ 84 ਦੇ ਚੱਕਰ 'ਚੋਂ ਨਿਕਲ ਜਾਂਦੇ ਹਨ। ਉਨ੍ਹਾਂ ਦਾ ਜਨਮ-ਮਰਨ ਦਾ ਚੱਕਰ ਸਮਾਪਤ ਹੋ ਜਾਂਦਾ ਹੈ। ਉਹ ਆਪਣੇ ਮਨ ਤੋਂ ਮੁਕਤ ਹੋ ਜਾਂਦੇ ਹਨ।

ਮੇਰਾ ਜਨਮ ਇਕ ਸਾਧਾਰਣ ਜਿਹੇ ਸਿੱਖ ਪਰਿਵਾਰ ਅੰਦਰ ਹੋਇਆ ਹੈ, ਇਸ ਵਾਸਤੇ ਮੇਰੀ ਸੋਚ ਦਾ ਕੇਂਦਰ ਗੁਰੂ ਗ੍ਰੰਥ ਸਾਹਿਬ ਜੀ ਦੀ ਬਾਣੀ ਤੇ ਹੀ ਆਧਾਰਿਤ ਹੈ। ਗੁਰਬਾਣੀ ਸਾਨੂੰ ਆਤਮਾ ਦੀ ਮੌਜੂਦਗੀ ਤੇ ਵਿਸ਼ਵਾਸ ਕਰਦੇ ਹੋਏ ਜੀਵਨ ਬਤੀਤ ਕਰਨ ਦੀ ਪ੍ਰੇਰਨਾ ਦਿੰਦੀ ਹੈ। ਕਿ ਅੰਸ਼ ਨੂੰ ਜਾਣ ਕੇ ਹੀ ਅਸੀਂ ਅੰਸ਼ੀ ਨੂੰ ਜਾਣ ਸਕਦੇ ਹਾਂ। ਆਤਮਾ ਦੀ ਮੌਜੂਦਗੀ ਦਾ ਅਹਿਸਾਸ ਹੀ ਸਾਨੂੰ ਸੰਸਾਰ ਦੇ ਕਣ ਕਣ ਅੰਦਰ ਮੌਜੂਦ ਪ੍ਰਮਾਤਮਾ ਦੀ ਮੌਜੂਦਗੀ ਦਾ ਅਹਿਸਾਸ ਕਰਵਾ ਸਕਦਾ ਹੈ।

ਜਦੋਂ ਮੈਂ ਮੇਰੀ ਦੀ ਯਾਤਰਾ ਸਮਾਪਤ ਹੋ ਕੇ ਤੂੰ ਹੀ ਤੂੰ ਦੀ ਯਾਤਰਾ ਸ਼ੁਰੂ ਹੋ ਜਾਂਦੀ ਹੈ ਤਾਂ ਫਿਰ ਸਹਿਜੇ ਹੀ ਸਾਡਾ ਬੜਬੋਲਾ ਮਨ ਸ਼ਾਂਤ ਹੋਣ ਲੱਗ ਜਾਂਦਾ ਹੈ।

ਹਰ ਵਿਅਕਤੀ ਆਪਣੀ ਆਪਣੀ ਆਸਥਾ ਮੁਤਾਬਿਕ ਪੂਜਾ-ਪਾਠ ਹਰ ਰੋਜ਼ ਹੀ ਕਰਦਾ ਹੈ। ਇਸ ਤਰ੍ਹਾਂ ਦੋਚਿੱਤੀ ਜਿਹੀ ਵਿਚ ਹੀ ਹਰ ਵਿਅਕਤੀ ਇਹ ਤਾਂ ਮੰਨਦਾ ਹੀ ਹੈ ਕਿ ਕੋਈ ਅਮਰ ਨਿਰ-ਆਕਾਰੀ ਸ਼ਕਤੀ ਇਸ ਸੰਸਾਰ ਨੂੰ ਚਲਾ ਰਹੀ ਹੈ। ਜਿਸ ਨੇ ਆਪਣੀ ਹਰ ਕ੍ਰਿਤ ਨੂੰ ਆਪਣੇ ਹੀ ਅਧੀਨ ਰੱਖਿਆ ਹੋਇਆ ਹੈ। ਇਸ ਤਰ੍ਹਾਂ ਹਰ ਵਿਅਕਤੀ ਆਪਣੇ ਢੰਗ ਨਾਲ ਉਸ ਇਕ ਅਦੁੱਤੀ ਸ਼ਕਤੀ ਦਾ ਹਰ ਰੋਜ਼ ਹੀ ਧੰਨਵਾਦ ਵੀ ਕਰਦਾ ਹੀ ਹੈ।

ਸਵੇਰ ਵੇਲੇ ਨੀਂਦ ਤੋਂ ਜਾਗਣ ਤੋਂ ਬਾਅਦ ਹਰ ਵਿਅਕਤੀ ਹੱਥ-ਮੂੰਹ ਧੋਣ ਲੱਗਿਆਂ ਭਾਵ ਪਾਣੀ ਨੂੰ ਛੂੰਹਦੇ ਸਾਰ ਹੀ ਮੂੰਹੋਂ ਰਾਮ-ਰਾਮ, ਅੱਲਾ-ਅੱਲਾ ਜਾਂ ਵਾਹਿਗੁਰੂ-ਵਾਹਿਗੁਰੂ ਕਹਿਣ ਲੱਗ ਜਾਂਦਾ ਹੈ। ਜਿਸ ਬਾਰੇ ਕੋਈ ਨਿਰ-ਆਕਾਰੀ ਸ਼ਕਤੀ, ਭਾਵ ਸਾਡੇ ਸਰੀਰ ਅੰਦਰ ਛੁਪਿਆ ਹੋਇਆ ਸੱਚ ਇਹ ਗਵਾਹੀ ਦੇਣ ਲੱਗ ਜਾਂਦਾ ਹੈ ਕਿ ਹਾਂ ਹੁਣ ਤਾਂ ਮੇਰਾ ਮਨ ਸ਼ਾਂਤ ਹੈ। ਕੋਈ ਕਲਪਨਾ ਹੀ ਨਹੀਂ ਕਰ ਰਿਹਾ ਹੈ। ਨਿਰ-ਵਿਚਾਰ ਹੈ, ਸ਼ਾਂਤ ਹੈ, ਇਹੋ ਜਿਹੀ ਮਨੋ-ਅਵਸਥਾ ਨੂੰ ਹੀ ਬ੍ਰਹਮ-ਗਿਆਨੀ ਅਨਮਨੀ ਅਵਸਥਾ ਕਹਿੰਦੇ ਹਨ ਕਿ ਹੁਣ ਮਨ ਨਿਰਮਲ ਹੋ ਗਿਆ ਹੈ।

ਇਸ ਵਾਸਤੇ ਹੀ ਆਪਣੇ ਰਿਸ਼ੀ-ਮੁਨੀ ਬ੍ਰਹਮ-ਗਿਆਨੀ ਇਹ ਹੀ ਕਹਿੰਦੇ ਆਏ ਹਨ ਕਿ ਅਗਰ ਸਾਡਾ ਹੀ ਚੇਤ ਮਨ ਸ਼ਾਂਤ ਹੋ ਜਾਵੇ ਤਾਂ ਫਿਰ ਚੇਤ ਅਤੇ

ਅਚੇਤ ਮਨ ਇਕ ਹੀ ਹੋ ਜਾਂਦੇ ਹਨ। ਇਹ ਘਟਨਾਵਾਂ ਸਾਡੇ ਹੀ ਚਿੱਤ-ਰੂਪੀ ਆਕਾਸ਼ ਅੰਦਰ ਘਟਦੀਆਂ ਹਨ।

ਸਾਡਾ ਚੇਤ ਮਨ ਤਾਂ ਸਰੀਰਕ ਮੋਹ ਦੇ ਕਾਰਣ ਸੀਮਿਤ ਸੋਚ, ਸਰੀਰਕ ਲੋੜਾਂ ਤਕ ਹੀ ਸਿਮਟਿਆ ਰਹਿੰਦਾ ਹੈ। ਸੀਮਿਤ ਸੋਚਾਂ 'ਚ ਹੀ ਉਲਝਿਆ ਰਹਿੰਦਾ ਹੈ। ਇਨ੍ਹਾਂ ਸੋਚਾਂ ਦਾ ਕੋਈ ਅੰਤ ਨਹੀਂ ਹੈ। ਹਾਂ, ਇਨ੍ਹਾਂ ਅਨੰਤ ਸੋਚਾਂ ਨੂੰ ਜੋ ਜਾਣ ਰਿਹਾ ਹੈ, ਉਸ ਦੀ ਮੌਜੂਦਗੀ ਵੱਲ ਸਾਡਾ ਧਿਆਨ ਜਾਂਦਾ ਹੀ ਨਹੀਂ ਹੈ। ਸਾਡੇ ਸਰੀਰ ਅੰਦਰ ਮੌਜੂਦ ਸੱਚ ਸਾਡੀ ਅਮਰ ਆਤਮਾ ਤਾਂ ਅਨੰਤ ਬ੍ਰਹਿਮੰਡਾਂ ਤਕ ਵੇਖ ਸਕਦੀ ਹੈ, ਜਾਣ ਸਕਦੀ ਹੈ। ਇਹ ਅਚੇਤਨ ਆਤਮਾ ਸਾਰੇ ਬੰਧਨਾਂ ਤੋਂ ਮੁਕਤ ਹੈ, ਆਜ਼ਾਦ ਹੈ। ਇਸ ਵਾਸਤੇ ਹੀ ਆਪਣੇ ਨਿੱਜੀ ਅਨੁਭਵ ਦੀ ਚਰਚਾ ਕਰਦੇ ਹੋਏ ਕਬੀਰ ਸਾਹਿਬ ਜੀ ਕਹਿ ਗਏ ਹਨ :

ਕਬੀਰਾ ਲਿਖਾ ਲਿਖੀ ਦੀ ਹੈ, ਨਹੀਂ ਦੇਖਾ ਦੇਖੀ ਬਾਤ।

ਅਸਲ 'ਚ ਆਪਣੀ ਆਤਮਾ ਦੀ ਮੌਜੂਦਗੀ ਦੇ ਅਹਿਸਾਸ ਨੂੰ ਹੀ ਕੁੰਡਲਨੀ ਸ਼ਕਤੀ ਦਾ ਜਾਗ ਜਾਣਾ ਕਿਹਾ ਜਾਂਦਾ ਹੈ। ਇਸ ਵਾਸਤੇ ਹੀ ਆਪਣੇ ਬ੍ਰਹਮ ਦੀ ਮੌਜੂਦਗੀ ਦਾ ਅਹਿਸਾਸ ਕਰ ਰਹੇ ਬ੍ਰਹਮ ਗਿਆਨੀ ਦਾ ਨਿਰਾਲਾ ਹੀ ਵਿਓਹਾਰ ਕਰਨ ਲੱਗ ਜਾਂਦੇ ਹਨ। ਉਨ੍ਹਾਂ ਦਾ ਨਿਰਾਲਾ ਵਿਓਹਾਰ ਹੀ ਉਨ੍ਹਾਂ ਨੂੰ ਸੰਸਾਰ ਅੰਦਰ ਪ੍ਰਗਟ ਕਰ ਦਿੰਦਾ ਹੈ।

ਬ੍ਰਹਮ-ਗਿਆਨੀਆਂ ਨੂੰ ਆਪਣੇ ਹੀ ਅੰਦਰੋਂ ਵਰਤਮਾਨ ਕਾਲ 'ਚ ਰਹਿਣ ਦੀ ਜੁਗਤੀ ਮਿਲ ਜਾਂਦੀ ਹੈ। ਉਨ੍ਹਾਂ ਦੇ ਮਨ ਅੰਦਰ ਭੂਤ ਭਵਿੱਖ ਬਾਰੇ ਵਿਚਾਰ ਉੱਠਣੇ ਬੰਦ ਹੋ ਜਾਂਦੇ ਹਨ।

ਭੁੱਲ ਜਾਣ ਦੀ ਆਦਤ ਦੇ ਕਾਰਣ ਹੀ ਸਾਡੇ ਚੇਤ ਮਨ ਅੰਦਰੋਂ ਆਪਣੇ ਜਨਮਾਂ-ਜਨਮਾਂਤਰਾਂ ਦੇ ਪੱਕੇ ਸਾਥੀ ਦੀ ਯਾਦ ਹੀ ਭੁੱਲ ਜਾਂਦੀ ਹੈ। ਆਪਣੇ ਸਮਾਜ ਅੰਦਰ ਬਹੁਤ ਸਤਿਸੰਗ ਚਲਦੇ ਰਹਿੰਦੇ ਹਨ। ਆਪਣੇ ਆਪਣੇ ਢੰਗ ਨਾਲ ਲੋਕ ਪ੍ਰਮਾਤਮਾ ਦਾ ਗੁਣਗਾਨ ਕਰਦੇ ਰਹਿੰਦੇ ਹਨ। ਆਪਣੀ ਕਾਲੀ-ਪੀਲੀ ਟੈਕਸੀ ਚਲਾਉਂਦੇ ਹੋਇਆਂ ਮੇਰਾ ਵਾਹ ਹਰ ਧਰਮ ਦੇ ਵਿਅਕਤੀਆਂ ਨਾਲ ਪਿਆ ਹੈ। ਆਪਣੇ ਅੰਦਰੋਂ ਆਪਣੇ ਸਾਖਸ਼ੀ ਭਾਵ ਦੀ ਯਾਦ ਨੂੰ ਭੁੱਲੇ ਹੋਏ ਲੋਕ ਬਾਹਰੀ ਦਿਖਾਵੇ ਤਾਂ ਇਹ ਹੀ ਕਰ ਰਹੇ ਹਨ ਕਿ ਅਸੀਂ ਪ੍ਰਮਾਤਮਾ ਦਾ ਧੰਨਵਾਦ ਕਰ ਰਹੇ ਹਾਂ। ਲੋਕਾਂ ਦੇ ਝੂਠੇ ਵਿਓਹਾਰ ਨੂੰ ਮੇਰਾ ਮਨ ਅਸਚਰਜਤਾ ਨਾਲ ਭਰ ਜਾਂਦਾ ਹੈ।

ਫਿਲਮੀ ਤਰਜ਼ਾਂ ਵਾਲੀਆਂ ਤੇਰੀਆਂ ਮਾਂ ਸਿਫਤਾਂ
ਲੋਕੀਂ ਹੈ ਸੁਣਦੇ, ਮੈਂ ਵਿਚਾਰ ਵੇਖਾਂ।
ਤੇਰਾ ਕੋਈ ਰੂਪ ਰੰਗ ਨਜ਼ਰ ਨਾ ਆਏ,

ਅੰਮ੍ਰਿਤ ਧਾਰਾ

ਬੇ-ਮਾਤਾ ਤੂੰ ਲਿਖਦੀ ਹੈਂ, ਮੱਥੇ ਦੇ ਲੇਖਾ।
ਆਦਿ ਸ਼ਕਤੀ ਜੁਗਾਦਿ ਸ਼ਕਤੀ ਅਪ੍ਰਤੱਖ ਸ਼ਕਤੀ,
ਤੇਰੇ ਰੰਗ ਨਿਆਰੇ – ਰੰਗਾਂ ਨੂੰ ਵੇਖਾਂ।
ਰੰਗ ਦਾਤੀਏ, ਤੂੰ ਹੀ ਲਾਉਂਦੀ ਹੈਂ,
ਰੰਗਾਂ 'ਚ ਲੋਕਾਂ ਨੂੰ ਭੁੱਲਦਿਆਂ ਨੂੰ ਵੇਖਾਂ।
ਮੈਂ ਮੇਰੀ ਬੁਲੰਦ ਰੰਗਾਂ 'ਚ ਹੁੰਦੀ,
ਰੰਗਾਂ 'ਚ ਬੰਦਾ ਮਾਰਦਾ ਰਹਿੰਦਾ ਸ਼ੇਖਾਂ।
ਸ਼ੇਖੀਆਂ ਮਾਰਨ ਮਨ ਨਾ ਮਾਰਨ ਲੋਕੀਂ,
ਮਨ ਜਿੱਤਾ 'ਬਖਸ਼' ਮੈਂ ਮੇਹਰਾਂ ਵੇਖਾਂ।
ਮਨ ਜੀਤੇ ਜਗ ਜੀਤ ਮੇਰੀਏ ਮਾਏ,
ਮੇਹਰ ਕਰੀ ਮਨ ਮਾਰ ਜਿੱਤ ਵੇਖਾਂ।
ਹਰ ਦਿਲ ਅੰਦਰ ਹੈ ਸ਼ਕਤੀ ਤੇਰੀ,
ਬਿਨ ਬੁੱਝੇ ਤੇਰੀ ਸ਼ਕਤੀ ਸ਼ਾਂਤ ਹਮੇਸ਼ਾਂ।
ਕੁੰਡਲ ਮਾਰ ਸ਼ਕਤੀ ਤੇਰੀ ਸ਼ਾਂਤ ਰਹਿੰਦੀ,
ਤੇਰਾ ਸੰਸਾਰ ਚਲਦਾ ਰਹਿੰਦਾ ਬਿਨਾਂ ਬਰੇਕਾਂ।
ਕੁੰਡਲਨੀ ਜਾਗਰਣ ਤੇ ਆਤਮਿਕ ਗਿਆਨ ਹੁੰਦਾ,
'ਦਲਬਾਰੇ' ਹਰ ਕਣ ਅੰਦਰ ਪਹਿਚਾਣ ਕਰ ਲੈ,
ਜਗ ਜਣਨੀ ਮੌਜੂਦ ਹਰ ਥਾਂ ਹਮੇਸ਼ਾਂ।

– ਦਲਬਾਰਾ ਸਿੰਘ

ਅੰਮ੍ਰਿਤ ਧਾਰਾ

ਜਨਮ ਸਮੇਂ ਤੋਂ ਹੀ ਨਜ਼ਰ ਨਾ ਆਉਣ ਵਾਲੀਆਂ ਨਿਰ-ਆਕਾਰੀ ਸ਼ਕਤੀਆਂ ਸਾਨੂੰ ਆਪਣੇ ਨਿਰਦੇਸ਼ - ਆਪਣੀ ਆਪਣੀ ਪ੍ਰੇਰਣਾ ਦੇਣੀ ਸ਼ੁਰੂ ਕਰ ਦਿੰਦੀਆਂ ਹਨ। ਬੱਚੇ ਨੂੰ ਪੇਟ ਦੀ ਭੁੱਖ ਬਾਰੇ ਪ੍ਰੇਰਿਤ ਕਰਕੇ ਬੱਚੇ ਨੂੰ ਰੋਣ ਵਾਸਤੇ ਉਕਸਾਉਣ ਲੱਗ ਜਾਂਦੀਆਂ ਹਨ। ਇਸ ਤਰ੍ਹਾਂ ਜਨਮ ਸਮੇਂ ਤੋਂ ਹੀ ਪੇਟ ਦੀ ਭੁੱਖ ਦਾ ਸਿਲਸਿਲਾ ਸ਼ੁਰੂ ਹੋ ਜਾਂਦਾ ਹੈ। ਆਕਾਰ ਅਤੇ ਨਿਰ-ਆਕਾਰ ਦਾ ਲੁਕਾ-ਛਿਪੀ ਦਾ ਖੇਲ੍ਹ ਸ਼ੁਰੂ ਹੋ ਜਾਂਦਾ ਹੈ। ਇਸ ਤਰ੍ਹਾਂ ਸਾਡੇ ਚਿੱਤ ਅੰਦਰ ਦੋਚਿੱਤੀ ਪੈਦਾ ਹੋ ਜਾਂਦੀ ਹੈ। ਦੋ ਤਰ੍ਹਾਂ ਦੇ ਵਿਚਾਰ ਸਾਡੇ ਚਿੱਤ ਰੂਪੀ ਆਕਾਸ਼ 'ਚ ਚੱਲਣ ਲੱਗ ਜਾਂਦੇ ਹਨ। ਪਹਿਲਾਂ ਤਾਂ ਸਾਡੇ ਚਿਤ ਅੰਦਰ ਪ੍ਰਤੱਖ ਸਰੀਰ ਬਾਰੇ ਸੋਚ ਚੱਲਣ ਲੱਗ ਜਾਂਦੀ ਹੈ। ਸਾਡੇ ਚਿੱਤ ਅੰਦਰ ਕੁੱਲੀ, ਗੁੱਲੀ, ਜੁੱਲੀ ਦੇ ਵਿਚਾਰ ਘੁੰਮਣ ਲੱਗ ਜਾਂਦੇ ਹਨ। ਪ੍ਰਬਲ ਹੋ ਜਾਂਦੇ ਹਨ। ਸਰੀਰਕ ਲੋੜਾਂ ਪੂਰੀਆਂ ਹੁੰਦੀਆਂ ਰਹਿੰਦੀਆਂ ਹਨ। ਜਦੋਂ ਪੇਟ ਦੀ ਭੁੱਖ ਪੂਰੀ ਹੋ ਜਾਂਦੀ ਹੈ ਸਾਡੇ ਅੰਦਰਲਾ ਸੱਚ ਇਹ ਹੁੰਗਾਰਾ ਦੇ ਦਿੰਦਾ ਹੈ ਕਿ ਹੁਣ ਬਸ ! ਫਿਰ ਸਾਡੇ ਚਿੱਤ ਅੰਦਰ ਕਲਪਨਾਵਾਂ ਸ਼ੁਰੂ ਹੋ ਜਾਂਦੀਆਂ ਹਨ। ਜਦੋਂ ਮਨ ਬਹੁਤ ਹੀ ਚਿੰਤਤ ਹੋ ਜਾਂਦਾ ਹੈ ਤਾਂ ਇਹ ਕੁਦਰਤ ਸਾਨੂੰ ਸੁਝਾਅ ਦਿੰਦੀ ਹੈ। ਮਨ ਸ਼ਾਂਤ ਹੋ ਜਾਂਦਾ ਹੈ। ਜਦੋਂ ਤਨ ਮਨ ਦੋਵੇਂ ਸੌਂ ਜਾਂਦੇ ਹਨ ਤਾਂ ਸਾਡਾ ਬ੍ਰਹਮ, ਸਾਡੀ ਅਚੇਤਨ ਆਤਮਾ ਸਰੀਰ ਅੰਦਰੋਂ ਹੀ ਸਰੀਰ ਬਾਰੇ ਜਾਣ ਰਹੀ ਹੁੰਦੀ ਹੈ। ਇਸ ਅਪ੍ਰਤੱਖ ਅਚੇਤਨ ਆਤਮਾ ਬਾਰੇ ਚੇਤ ਮਨ ਕੁਝ ਵੀ ਜਾਣਦਾ ਹੀ ਨਹੀਂ ਹੈ।

ਸਾਇੰਸ ਵਾਲੇ ਪ੍ਰਤੱਖ ਸਰੀਰ ਦੀਆਂ ਬਿਮਾਰੀਆਂ ਸਰੀਰਕ ਬਣਤਰ ਬਾਰੇ ਜਾਣਨ ਦੀ ਕੋਸ਼ਿਸ਼ ਕਰਦੇ ਹੋਏ ਸਰੀਰ ਅੰਦਰ ਪੈਦਾ ਹੋਣ ਵਾਲੀਆਂ ਬਿਮਾਰੀਆਂ ਦਾ ਇਲਾਜ ਕਰਨ ਵਾਸਤੇ ਆਪਣੀ ਖੋਜ ਕਰਦੇ ਰਹਿੰਦੇ ਹਨ। ਬ੍ਰਹਮ-ਗਿਆਨੀ ਸਰੀਰ ਅੰਦਰ ਮੌਜੂਦ ਬ੍ਰਹਮ ਅਤੇ ਕਣ-ਕਣ 'ਚ ਮੌਜੂਦ ਪ੍ਰਾਮਤਮਾ ਬਾਰੇ ਸਾਨੂੰ ਦੱਸਣ ਲੱਗ ਜਾਂਦੇ ਹਨ। ਦੱਸਦੇ ਰਹਿੰਦੇ ਹਨ ਕਿ ਸਰੀਰ ਤਾਂ ਨਾਸ਼ਵਾਨ ਹੈ। ਸਰੀਰ ਦੀ ਵਰਤੋਂ ਕਰ ਰਹੀਆਂ ਸ਼ਕਤੀਆਂ ਅਮਰ ਹਨ :

ਮਾਇਆ ਮਰੇ ਨਾ ਮਨ ਮਰੇ, ਮਰ ਮਰ ਗਏ ਸਰੀਰ।
ਆਸਾ ਤ੍ਰਿਸਨਾ ਨਾ ਮਿਟੇ, ਕਹਿ ਗਏ ਭਗਤ ਕਬੀਰ।

ਆਪਣੇ ਪੁਰਖੇ, ਆਪਣੇ ਬਜ਼ੁਰਗ ਇਸ ਵਾਸਤੇ ਹੀ ਕਹਿ ਗਏ ਹਨ। ਤੇ ਕਹਿੰਦੇ ਰਹਿੰਦੇ ਹਨ :

ਦਿਲ ਦਰਿਆ ਸਮੁੰਦਰੋਂ ਡੂੰਘੇ, ਕੌਣ ਦਿਲਾਂ ਦੀਆਂ ਜਾਣੇ।

ਪ੍ਰਤੱਖ ਦਾ ਵਰਣਨ ਤਾਂ ਹੁੰਦਾ ਹੀ ਰਹਿੰਦਾ ਹੈ। ਅਪ੍ਰਤੱਖ ਸ਼ਕਤੀਆਂ ਦੀ ਮੌਜੂਦਗੀ ਦਾ ਵਰਣਨ ਕਰਨਾ ਅਸੰਭਵ ਹੀ ਹੁੰਦਾ ਹੈ। ਜਿਵੇਂ ਹਰਿਆ-ਭਰਿਆ ਦਰਖਤ ਤਾਂ ਸਭ ਨੂੰ ਨਜ਼ਰ ਆਉਂਦਾ ਹੈ। ਮੁਸਾਫਰ ਹਰੇ ਦਰਖਤਾਂ ਦੀਆਂ ਛਾਂਵਾਂ ਦਾ ਆਨੰਦ ਮਾਣਦੇ ਰਹਿੰਦੇ ਹਨ। ਕਿਸੀ ਵਿਰਲੇ ਮੁਸਾਫਰ ਦਾ ਹੀ ਧਿਆਨ ਦਰਖਤ ਦੀਆਂ ਜੜ੍ਹਾਂ ਵੱਲ ਜਾਂਦਾ ਹੈ। ਇਸ ਤਰ੍ਹਾਂ ਸਰੀਰਕ ਲੋੜਾਂ ਵੱਲ ਤਾਂ ਸਾਡਾ ਧਿਆਨ ਸਹਿਜੇ ਹੀ ਲੱਗ ਜਾਂਦਾ ਹੈ। ਸਰੀਰਕ ਲੋੜਾਂ ਦੀ ਪੂਰਤੀ ਤਾਂ ਸਾਨੂੰ ਕਰਨੀ ਹੀ ਪੈਂਦੀ ਹੈ। ਇਸ ਵਾਸਤੇ ਆਮ ਲੋਕ ਤਾਂ ਪ੍ਰਤੱਖ ਬਾਰੇ ਹੀ ਸੋਚਾਂ ਸੋਚਦੇ ਰਹਿੰਦੇ ਹਨ।

ਪ੍ਰਮਾਤਮਾ ਨੇ ਸਾਡੇ ਸਰੀਰ ਅੰਦਰ ਇਕ ਅਜਿਹੀ ਸਮਰੱਥਾ ਪੈਦਾ ਕੀਤੀ ਹੋਈ ਹੈ। ਸਰੀਰ ਅੰਦਰ ਛੁਪਾਈ ਹੋਈ ਹੈ ਜੋ ਸਰੀਰ ਬਾਰੇ ਅਤੇ ਮਨ ਦੀਆਂ ਕਲਪਨਾਵਾਂ ਨੂੰ ਜਾਣਦੀ ਹੈ। ਬ੍ਰਹਮ ਕਹਿੰਦੇ ਹਾਂ। ਸਾਖਸ਼ੀ ਭਾਵ ਕਹਿੰਦੇ ਹਾਂ :

ਨੌਂ ਦਰਵਾਜ਼ੇ ਪ੍ਰਗਟ ਕੀਏ, ਦਸਵਾਂ ਗੁਪਤ ਰਖਾਇਆ॥

ਆਪਣੇ ਆਪਣੇ ਮਨ ਦੀਆਂ ਕਲਪਨਾਵਾਂ 'ਚ ਹੀ ਸਾਰੇ ਲੋਕ ਖੋਏ ਰਹਿੰਦੇ ਹਨ। ਇਨ੍ਹਾਂ ਕਲਪਨਾਵਾਂ ਕਾਰਨ ਹੀ ਸਾਡੀ ਅਮਰ ਆਤਮਾ ਦੀ ਧੀਮੀ-ਮੱਧਮ ਆਵਾਜ਼ ਦੱਬੀ ਰਹਿ ਜਾਂਦੀ ਹੈ। ਕਿਸੇ ਪਾਸ ਵੀ ਇੰਨੀ ਵੇਹਲ ਨਹੀਂ ਹੈ ਕਿ ਉਹ ਆਪਣੇ ਮਨ ਦੀਆਂ ਕਲਪਨਾਵਾਂ ਨੂੰ ਜਾਣ ਰਹੇ ਬ੍ਰਹਮ ਦੀ ਮੌਜੂਦਗੀ ਦਾ ਅਹਿਸਾਸ ਕਰਨ ਦੀ ਇੱਛਾ ਕਰਨ ਲੱਗ ਜਾਵੇ। ਮਨ ਅੰਦਰ ਚੱਲ ਰਹੀਆਂ ਸੋਚਾਂ ਵੱਲ ਸਾਡਾ ਧਿਆਨ ਕਦੇ ਜਾਂਦਾ ਹੀ ਨਹੀਂ ਹੈ। ਅਸੀਂ ਆਪ ਹੀ ਆਪਣੇ ਮਨ ਅੰਦਰ ਚੱਲ ਰਹੀਆਂ ਸੋਚਾਂ ਵੱਲ ਵੇਖ ਸਕਦੇ ਹਾਂ ਪਰ ਮਨ ਹੈ ਕਿ ਮਾਨਤਾ ਹੀ ਨਹੀਂ ਹੈ।

ਵਹਿਣ ਪਏ ਦਰਿਆਓ ਨਹੀਂ ਰੁਕਦੇ।

ਇਹ ਪ੍ਰਮਾਤਮਾ ਦੀ ਹੀ ਇੱਛਾ ਹੈ ਕਿ ਕਿਸੀ ਵਿਹਲੇ ਵਿਅਕਤੀ ਦਾ ਮਨ ਠਹਿਰ ਜਾਂਦਾ ਹੈ, ਕਲਪਨਾਵਾਂ ਕਰਨੀਆਂ ਛੱਡ ਦਿੰਦਾ ਹੈ। ਅਜਿਹਾ ਵਿਹਲਾ ਵਿਅਕਤੀ ਆਪਣਾ ਕਰਤਾ ਹੋਣ ਦਾ ਦਾਅਵਾ ਹੀ ਛੱਡ ਦਿੰਦਾ ਹੈ। ਅਜਿਹੇ ਵਿਹਲੇ ਵਿਅਕਤੀ, ਬ੍ਰਹਮ ਗਿਆਨੀ ਨੂੰ ਆਪਣੇ ਸਰੀਰ ਅੰਦਰ ਮੌਜੂਦ ਸੱਚ ਦੀ ਮੌਜੂਦਗੀ ਦਾ ਅਹਿਸਾਸ ਹੋਣ ਲੱਗ ਜਾਂਦਾ ਹੈ। ਅਜਿਹਾ ਬ੍ਰਹਮ-ਗਿਆਨੀ ਨਿਰਾਲਾ ਹੀ ਵਿਓਹਾਰ ਕਰਨ ਲੱਗ ਜਾਂਦਾ ਹੈ। ਉਸ ਨੂੰ ਸੰਸਾਰ ਦੇ ਕਣ-ਕਣ

ਅੰਦਰ ਪ੍ਰਮਾਤਮਾ ਦੀ ਮੌਜੂਦਗੀ ਨਜ਼ਰ ਆਉਣ ਲੱਗ ਜਾਂਦੀ ਹੈ ਕਿ ਪ੍ਰਮਾਤਮਾ ਕੋਈ ਵਿਅਕਤੀ ਨਹੀਂ ਹੈ। ਪ੍ਰਮਾਤਮਾ ਇਕ ਅਸੀਮ ਸ਼ਕਤੀ ਹੈ ਜਿਸ ਦੀ ਇਕ ਕਿਰਣ ਆਤਮਾ ਦੇ ਰੂਪ ਵਿਚ ਹਰ ਕ੍ਰਿਤ ਦੇ ਅੰਦਰ ਸਮਾਈ ਹੋਈ ਹੈ। ਇਕ ਹੀ ਅਸੀਮ ਸ਼ਕਤੀ ਨੇ ਅਨੰਤ ਰਚਨਾ ਰਚ ਕੇ ਹਰ ਕ੍ਰਿਤ ਨੂੰ ਆਪਣੇ ਨਾਲ ਹੀ ਨੱਥਿਆ ਹੋਇਆ ਹੈ। ਪ੍ਰਮਾਤਮਾ ਦੇ ਇਸ ਖੇਲ੍ਹ ਨੂੰ ਵਿਰਲੇ ਬ੍ਰਹਮ ਗਿਆਨੀ ਹੀ ਸਮਝਦੇ ਹਨ। ਉਨ੍ਹਾਂ ਨੂੰ ਹੀ ਆਪਣੇ ਅਪ੍ਰਤੱਖ ਬ੍ਰਹਮ ਦੀ ਮੌਜੂਦਗੀ ਦਾ ਅਹਿਸਾਸ ਹੋਣ ਲੱਗਦਾ ਹੈ।

ਇਕ ਵਾਰ ਮੈਂ ਆਪਣੀ ਇਕ ਸਵਾਰੀ ਨਾਲ ਜੈਪੁਰ ਗਿਆ ਸੀ। ਉਸ ਸਵਾਰੀ ਨਾਲ ਮੈਂ ਪੁਤਲੀਘਰ 'ਚ ਪੁਤਲੀਆਂ ਦਾ ਨਾਚ ਵੇਖਿਆ। ਜਿਸ ਤਰ੍ਹਾਂ ਕਹਾਵਤ ਹੈ ਕਿ ਸਾਉਣ (ਸਾਵਣ) ਦੇ ਮਹੀਨੇ ਅੰਨ੍ਹੇ ਹੋਏ ਵਿਅਕਤੀ ਨੂੰ ਹਰ ਤਰਫ ਹਰਾ ਹੀ ਹਰਾ ਨਜ਼ਰ ਆਉਣ ਲੱਗਦਾ ਹੈ। 'ਜੈਸੀ ਦ੍ਰਿਸ਼ਟੀ ਵੈਸੀ ਸ੍ਰਿਸ਼ਟੀ।' ਭਾਵ ਜਿਸ ਤਰ੍ਹਾਂ ਦੀ ਸਾਡੇ ਮਨ ਅੰਦਰ ਸੋਚ ਚੱਲ ਰਹੀ ਹੁੰਦੀ ਹੈ ਸਾਨੂੰ ਸਭ ਕੁਝ ਓਹੋ ਜਿਹਾ ਹੀ ਨਜ਼ਰ ਆਉਣ ਲੱਗ ਜਾਂਦਾ ਹੈ। ਆਮ ਲੋਕ ਤਾਂ ਪ੍ਰਤੱਖ ਬਾਰੇ ਸੋਚਾਂ ਹੀ ਸੋਚਦੇ ਰਹਿੰਦੇ ਹਨ। ਮੇਰੇ ਮਨ ਅੰਦਰ ਆਪਣੇ ਬ੍ਰਹਮ ਨੂੰ ਜਾਨਣ ਦੀ ਸੋਚ ਚੱਲਦੀ ਰਹਿੰਦੀ ਹੈ। ਮੈਂ ਇਹੋ ਜਿਹੀਆਂ ਸੋਚਾਂ ਸੋਚਦੇ ਹੋਏ ਪੁਤਲੀਆਂ ਦਾ ਨਾਚ ਦੇਖਣ ਲੱਗ ਪਿਆ। ਹੋਰ ਸਾਰੇ ਲੋਕ ਤਾਂ ਪੁਤਲੀਆਂ ਨੂੰ ਨੱਚਦੇ-ਟੱਪਦੇ ਹੋਏ ਵੇਖ ਆਨੰਦਿਤ ਹੋ ਰਹੇ ਸਨ ਪਰ ਮੇਰੀ ਨਜ਼ਰ ਉਨ੍ਹਾਂ ਬਰੀਕ ਬਰੀਕ ਤੰਦਾਂ ਤੇ ਅਟਕ ਗਈ ਜੋ ਉੱਚੇ ਥੜ੍ਹੇ ਤੇ ਬੈਠੇ ਵਿਅਕਤੀ ਦੀਆਂ ਉਂਗਲੀਆਂ ਨਾਲ ਬੰਨ੍ਹੀਆਂ ਹੋਈਆਂ ਸਨ। ਜਿਨ੍ਹਾਂ ਨਾਲ ਉਹ ਪੁਤਲੀਆਂ ਨੂੰ ਨਚਾ-ਟਪਾ ਰਿਹਾ ਸੀ। ਉਸ ਦੀ ਕਲਾ ਤੇ ਹੁਨਰ ਵਲ ਵੇਖ ਮੇਰਾ ਮਨ ਅਸਚਰਜਤਾ ਨਾਲ ਭਰ ਗਿਆ। ਮੇਰਾ ਮਨ ਅਟਕ ਗਿਆ। ਉਸ ਦੀ ਕਾਰਾਗਿਰੀ ਵੇਖ ਮੇਰੇ ਮੂੰਹੋਂ ਸਹਿਜੇ ਨਿਕਲ ਗਿਆ - ਬੱਲੇ ਓਏ ਕਾਰੀਗਰਾ ਤੇਰੀ ਕਾਰਾਗਿਰੀ !

ਪ੍ਰਮਾਤਮਾ ਦੀ ਕਾਰਾਗਿਰੀ ਨੂੰ ਵੀ ਅਸੀਂ ਸਮਝ ਸਕਦੇ ਹਾਂ। ਜਿਸ ਨੇ ਸਾਡੇ ਸਰੀਰ ਦੀ ਰਚਨਾ ਰਚ ਕੇ ਸਰੀਰ ਦੀ ਸੰਭਾਲ ਕਰਨ ਵਾਸਤੇ ਆਪਣੇ ਅੰਸ਼ ਆਤਮਾ ਨੂੰ ਸਰੀਰ ਅੰਦਰ ਹੀ ਛੁਪਾਇਆ ਹੋਇਆ ਹੈ। ਸਰੀਰ ਅਤੇ ਮਨ ਦੀਆਂ ਹਰਕਤਾਂ ਨੂੰ ਜਾਣ ਰਿਹਾ ਸੱਚ ਜਾਨਣ ਵਾਲੀ ਸਮਰੱਥਾ ਸਰੀਰ ਅੰਦਰ ਹੀ ਛੁਪਾਈ ਹੋਈ ਹੈ। ਜਿਸ ਦੀ ਮੌਜੂਦਗੀ ਨੂੰ ਸਮਝਿਆ ਜਾ ਸਕਦਾ ਹੈ। ਪਰੰਤੂ ਇਸ ਸਚਾਈ ਨੂੰ ਜਾਨਣ ਦੀ ਇੱਛਾ ਆਮ ਕਰ ਕੇ ਮਨ 'ਚ ਉਠਦੀ ਹੀ ਨਹੀਂ।

ਅਸੀਂ ਆਪ ਹੀ ਆਪਣੇ ਮਨ ਦੀਆਂ ਕਲਪਨਾਵਾਂ ਵੱਲ ਵੇਖ ਸਕਦੇ ਹਾਂ। ਮਨ ਨੂੰ ਕਲਪਨਾਵਾਂ ਕਰਦੇ ਹੋਏ ਵੇਖ ਸਕਦੇ ਹਾਂ। ਸਾਡਾ ਮਨ ਹੀ ਸ਼ੇਖਚਿੱਲੀ ਹੈ।

ਹਰ ਪਲ ਵਿਅਰਥ ਹੀ ਸੋਚਾਂ ਸੋਚਦਾ ਰਹਿੰਦਾ ਹੈ। ਇਸ ਵਾਸਤੇ ਹੀ ਸ਼ੇਖਚਿੱਲੀ ਦੀਆਂ ਕਹਾਣੀਆਂ ਆਪਣੇ ਸਮਾਜ 'ਚ ਅੱਜ ਵੀ ਚਲ ਰਹੀਆਂ ਹਨ। ਇਹ ਕਹਾਣੀਆਂ ਸਾਨੂੰ ਆਪਣੇ ਮਨ ਦੀ ਮੌਜੂਦਗੀ ਦਾ ਅਹਿਸਾਸ ਕਰਵਾਉਣ ਵਾਸਤੇ ਹੀ ਘੜੀਆਂ ਹੋਈਆਂ ਹਨ ਕਿ ਜਦੋਂ ਸ਼ੇਖਚਿੱਲੀ ਨੂੰ ਕਿਸੇ ਸੇਠ ਨੇ ਘੀ ਦੀ ਭਰੀ ਹੋਈ ਚਾਟੀ ਚੁਕਵਾ ਦਿੱਤੀ ਤਾਂ ਸ਼ੇਖਚਿੱਲੀ ਦਾ ਮਨ ਆਪਣੀਆਂ ਕਲਪਨਾਵਾਂ ਕਰਨ ਲੱਗ ਪਿਆ ਕਿ ਸੇਠ ਤੋਂ ਮਜਦੂਰੀ ਦੇ ਪੈਸੇ ਲੈ ਕੇ ਮੈਂ ਅੰਡੇ ਵੇਚਣਾ ਸ਼ੁਰੂ ਕਰ ਦੇਵਾਂਗਾ। ਫਿਰ ਆਪਣਾ ਵਿਆਹ ਕਰਵਾਊਂਗਾ, ਤੇ ਮੇਰਾ ਪਰਿਵਾਰ ਵਧੇ-ਫੁੱਲੇਗਾ। ਮੈਂ ਇਲਾਕੇ 'ਚ ਆਪਣੀ ਧਾਂਕ ਜਮਾ ਲਵਾਂਗਾ। ਲੋਕੀਂ ਆਖਣਗੇ - ਵਾਹ ਬਈ ਸ਼ੇਖਚਿੱਲੀ ਨੇ ਕਮਾਲ ਕਰ ਵਿਖਾਇਆ ਹੈ। ਬੇਧਿਆਨੇ ਚੱਲਦੇ ਹੋਇਆਂ ਸ਼ੇਖਚਿੱਲੀ ਦਾ ਪੈਰ ਉੜਕ ਗਿਆ ਤੇ ਘੀ ਦੀ ਚਾਟੀ ਫੁੱਟ ਗਈ। ਸਾਰਾ ਘੀ ਮਿੱਟੀ 'ਚ ਮਿਲ ਗਿਆ।

ਆਪਣਾ ਨੁਕਸਾਨ ਵੇਖ ਸੇਠ ਨੇ ਸ਼ੇਖਚਿੱਲੀ ਨੂੰ ਡਾਂਟਣਾ ਸ਼ੁਰੂ ਕਰ ਦਿੱਤਾ। ਅੱਗਿਓਂ ਸ਼ੇਖਚਿੱਲੀ ਆਖਣ ਲੱਗਾ, ਸੇਠ ਜੀ ਤੁਹਾਡੇ ਨੁਕਸਾਨ ਤੋਂ ਵੱਡਾ ਤਾਂ ਮੇਰਾ ਨੁਕਸਾਨ ਹੋ ਗਿਆ ਹੈ। ਮੇਰਾ ਤਾਂ ਵਸਿਆ-ਵਸਾਇਆ ਘਰ ਹੀ ਉੱਜੜ ਗਿਆ ਹੈ।

ਸਾਡੇ ਪ੍ਰਤੱਖ ਠੋਸ ਸਰੀਰ ਦੇ ਚਿੱਤ੍ਰ ਰੂਪੀ ਆਕਾਸ਼ ਅੰਦਰ ਇਹੋ ਜਿਹੀਆਂ ਫਜ਼ੂਲ ਕਲਪਨਾਵਾਂ ਹਰ ਵੇਲੇ ਚਲਦੀਆਂ ਰਹਿੰਦੀਆਂ ਹਨ। ਸਾਡੇ ਘਰ ਅੰਦਰ ਮੌਜੂਦ ਸੱਚ ਇਨ੍ਹਾਂ ਕਲਪਨਾਵਾਂ ਨੂੰ ਜਾਣ ਰਿਹਾ ਹੁੰਦਾ ਹੈ। ਪਰੰਤੂ ਸਾਡੇ ਮਨ ਹੀ ਮਨ ਅੰਦਰ ਕਦੇ ਇਹ ਖ਼ਿਆਲ ਉਠਦਾ ਹੀ ਨਹੀਂ ਕਿ ਕੋਈ ਸੂਖਸ਼ਮ ਨਿਰ-ਆਕਾਰੀ ਸ਼ਕਤੀ ਮੇਰੀਆਂ ਕਲਪਨਾਵਾਂ ਨੂੰ ਵੇਖ ਰਹੀ ਹੈ, ਜਾਣ ਰਹੀ ਹੈ। ਉਹ ਸਰੀਰ ਅੰਦਰ ਮੌਜੂਦ ਹੈ। ਅਮਰ ਹੈ।

ਆਪਣੀ ਆਪਣੀ ਆਤਮਾ ਆਪਣੇ ਅੰਦਰ ਛੁਪੇ ਹੋਏ ਸੱਚ ਵੱਲ ਵੇਖਣ ਵਾਲੇ ਬ੍ਰਹਮ-ਗਿਆਨੀ, ਪਰਾ-ਵਿਗਿਆਨਕ, ਜਿਥੇ ਤਕ ਸਾਡੇ ਸਾਇੰਸਦਾਨਾਂ ਦੀ ਸੋਚ ਪਹੁੰਚ ਹੀ ਨਹੀਂ ਸਕਦੀ, ਉਸ ਨਿਰ-ਆਕਾਰੀ ਜਗਤ ਦੀ ਜਾਣਕਾਰੀ ਕਰਵਾਉਣ ਦੀਆਂ ਕੋਸ਼ਿਸ਼ਾਂ ਕਰਦੇ ਰਹਿੰਦੇ ਹਨ ਕਿ ਉਸ ਨਿਰ-ਆਕਾਰੀ ਅਲੌਕਿਕ ਨਿਰ-ਆਕਾਰੀ ਜਗਤ ਦੀ ਇਕ ਕਿਰਣ। ਭਾਵ ਅਮਰ ਆਤਮਾ ਸਰੀਰ ਨਾਲ ਸੰਬੰਧਤ ਹੈ। ਸਰੀਰ ਅੰਦਰ ਹੀ ਸਮਾਈ ਹੋਈ ਹੈ :

ਸੰਤਾਂ ਮਾਖਣ ਖਾਇਆ ਛਾਛ ਪੀਏ ਸੰਸਾਰ।

ਕੋਈ ਵਿਰਲਾ ਵਿਅਕਤੀ ਹੀ ਸਰੀਰ ਅੰਦਰ ਸਮਾਈ ਹੋਈ ਨਿਰ-ਆਕਾਰੀ ਸ਼ਕਤੀ ਦੀ ਮੌਜੂਦਗੀ ਨੂੰ ਮੰਨਦੇ ਹੋਏ ਆਪਣਾ ਜੀਵਨ ਬਤੀਤ ਕਰਨ ਲਗਦਾ ਹੈ। ਆਮ ਲੋਕ ਤਾਂ ਪ੍ਰਤੱਖ ਸਰੀਰਕ ਲੋੜਾਂ ਪੂਰੀਆਂ ਕਰਨ 'ਚ ਹੀ ਰੁੱਝੇ ਰਹਿੰਦੇ

ਹਨ। ਉਪਰਲੀ ਸੱਤਾ ਤਕ ਹੀ ਸੀਮਿਤ ਸੋਚ ਸੋਚਣ 'ਚ ਰੁੱਝੇ ਰਹਿੰਦੇ ਹਨ। ਮਨ ਕੀ ਚਿਤਵ ਰਿਹਾ ਹੈ ? ਇਥੋਂ ਤਕ ਵੇਖਿਆ ਜਾ ਸਕਦਾ ਹੈ। ਸਾਡੇ ਮਨ ਅੰਦਰ ਕੀ ਕੀ ਵਿਚਾਰ ਉੱਠ ਰਹੇ ਹਨ। ਇਥੋਂ ਤਕ ਵੇਖਣਾ ਥੋੜ੍ਹਾ ਮੁਸ਼ਕਿਲ ਕੰਮ ਹੈ। ਇਸ ਵਾਸਤੇ ਹੀ ਮੁਸ਼ਕਿਲਾਂ ਪੇਸ਼ ਆ ਰਹੀਆਂ ਹਨ। ਸਾਡੇ ਹੀ ਚਿੱਤ ਰੂਪੀ ਆਕਾਸ਼ ਅੰਦਰ ਜੋ ਵਿਚਾਰ ਉੱਠਦੇ ਰਹਿੰਦੇ ਹਨ ਇਸ ਚਿੱਤ੍ਰ ਨੂੰ ਹੀ ਦਸਵਾਂ ਦਰ, ਗੁਪਤ ਦਰਵਾਜ਼ਾ ਕਿਹਾ ਜਾਂਦਾ ਹੈ। ਕਿਉਂਕਿ ਜੋ ਵਿਚਾਰ ਸਾਡੇ ਮਨ ਅੰਦਰ ਚੱਲਦੇ ਰਹਿੰਦੇ ਹਨ ਇਹ ਵਿਚਾਰ ਸਾਡੇ ਅੰਦਰ ਮੌਜੂਦ ਸੱਚ ਨੂੰ ਜਾਨਣ ਵਾਲੀ ਸਮਰੱਥਾ, ਜਾਨਣ ਵਾਲੇ ਬ੍ਰਹਮ, ਜਾਨਣ ਵਾਲੀ ਆਤਮਾ ਦੀ ਧੀਮੀ ਆਵਾਜ਼ ਨੂੰ ਦਬਾਈ ਰੱਖਦੇ ਹਨ। ਇਸ ਤਰ੍ਹਾਂ ਸਾਡੇ ਮਨ ਅੰਦਰ ਹਮੇਸ਼ਾ ਹੀ ਦੋਚਿੱਤੀ ਜਿਹੀ ਬਣੀ ਰਹਿ ਜਾਂਦੀ ਹੈ। ਅਸੀਂ ਅਗਿਆਨਤਾ 'ਚ ਹੀ ਆਪਣੇ ਮਨੋਂ ਆਪਣੇ ਬ੍ਰਹਮ ਨਾਲ ਸਲਾਹ-ਮਸ਼ਵਰਾ ਵੀ ਕਰਦੇ ਰਹਿੰਦੇ ਹਾਂ। ਸਾਡੇ ਅੰਦਰ ਹਾਂ-ਨਾਂਹ ਦਾ ਹੁੰਗਾਰਾ ਉਠਦਾ ਰਹਿੰਦਾ ਹੈ।

ਆਪਣੇ ਸਰੀਰ ਨਾਲ ਹੀ ਅਸੀਂ ਆਪਣੀ ਆਤਮਾ ਦੀ ਮੌਜੂਦਗੀ ਦਾ ਅਹਿਸਾਸ ਵੀ ਕਰ ਸਕਦੇ ਹਾਂ। ਪੂਰੀ ਪੂਰੀ ਸੰਭਾਵਨਾ ਹੈ ਕਿ ਅਸੀਂ ਆਪਣੀ ਦੋਚਿੱਤੀ ਤੋਂ ਬਾਹਰ ਨਿਕਲ ਸਕਦੇ ਹਾਂ :

ਉਹ ਵੀ ਚੰਦਨ ਹੋਇ ਰਹੇ, ਵਸੇ ਜੋ ਚੰਦਨ ਪਾਸ।
ਚੰਦਨ ਵਿਸ ਵਿਆਪਤ ਨਾਹੀਂ, ਲਿਪਟੇ ਰਹਿਣ ਭੁਝੰਗ।

(ਕਬੀਰ ਜੀ)

ਮਾਨੋ ਤੋ ਮੈਂ ਗੰਗਾ ਮਈਆ, ਨਹੀਂ ਤੋ ਬਹਿਤਾ ਪਾਨੀ।

ਸਾਡਾ ਧਿਆਨ ਜ਼ਿਆਦਾ ਕਰਕੇ ਤਾਂ ਸਾਡੇ ਸਰੀਰ ਉਤੇ ਹੀ ਕੇਂਦਰਤ ਹੋਇਆ ਰਹਿੰਦਾ ਹੈ। ਕਦੇ ਕਦੇ ਸਾਡਾ ਧਿਆਨ ਆਪਣੇ ਹੀ ਚਿੱਤ ਰੂਪੀ ਆਕਾਸ਼ 'ਚ ਚੱਲ ਰਹੇ ਵਿਚਾਰਾਂ ਵੱਲ ਵੀ ਜਾਂਦਾ ਹੈ। ਜਦੋਂ ਸਾਡਾ ਧਿਆਨ ਪ੍ਰਤੱਖ ਸੰਸਾਰ ਅਤੇ ਸਰੀਰਕ ਲੋੜਾਂ, ਸੰਸਾਰਕ ਜਿੰਮੇਦਾਰੀਆਂ, ਲੋਕ-ਲਾਜ ਵੱਲ ਲੱਗਾ ਰਹਿੰਦਾ ਹੈ ਤਾਂ ਸਾਡਾ ਧਿਆਨ ਸੂਖਸ਼ਮ ਚਿੱਤ ਰੂਪੀ ਆਕਾਸ਼ 'ਚ ਤੈਰ ਰਹੇ ਵਿਚਾਰਾਂ ਵੱਲ ਜਾਂਦਾ ਹੀ ਨਹੀਂ ਹੈ। ਇਹ ਹੀ ਉਲਝਣ ਹੈ। ਇਹ ਹੀ ਪ੍ਰਮਾਤਮਾ ਦੀ ਕਰਾਮਾਤ ਵੀ ਹੈ ਕਿ ਇਸ ਤਰ੍ਹਾਂ ਸਾਡਾ ਪੂਰਾ ਧਿਆਨ ਇਕ ਨੁਕਤੇ ਤੇ ਟਿਕਦਾ ਹੀ ਨਹੀਂ ਹੈ। ਆਪਣੇ ਅਜਿਹੇ ਅੰਦਰੂਨੀ ਅਨੁਭਵ ਦੇ ਆਧਾਰ ਤੇ ਹੀ ਬੁੱਲ੍ਹੇ ਸ਼ਾਹ ਜੀ ਸਪੱਸ਼ਟ ਕਰ ਗਏ ਹਨ :

ਬੁੱਲ੍ਹਿਆ ਰੱਬ ਦਾ ਕੀ ਪਾਉਣਾ,
ਇਧਰੋਂ ਪੁੱਟਣਾ ਤੇ ਉਧਰ ਲਾਉਣਾ।

ਸਾਡਾ ਬ੍ਰਹਮ ਅਮਰ ਹੈ। ਸਾਡਾ ਬ੍ਰਹਮ ਅਤਿ ਸੂਖਸ਼ਮ ਹੈ। ਸਾਡਾ ਬ੍ਰਹਮ

ਸਾਡੇ ਹੀ ਸਰੀਰ ਅੰਦਰ ਸਮਾਇਆ ਹੋਇਆ ਹੈ। ਅਸੀਂ ਆਪਣੀਆਂ ਇਨ੍ਹਾਂ ਦੋ ਅੱਖਾਂ ਨਾਲ ਜੋ ਕੁਝ ਸਰੀਰ ਤੋਂ ਬਾਹਰ ਵੇਖਦੇ ਹਾਂ, ਉਸ ਬਾਰੇ ਅਤਿ ਸੂਖਸ਼ਮ ਬ੍ਰਹਮ ਜਾਣ ਰਿਹਾ ਹੁੰਦਾ ਹੈ। ਇਸ ਜਾਨਣ ਵਾਲੀ ਸਮਰੱਥਾ ਵੱਲ ਸਾਡਾ ਧਿਆਨ ਟਿਕਦਾ ਹੀ ਨਹੀਂ ਹੈ। ਇਸ ਤਰ੍ਹਾਂ ਸੂਖਸ਼ਮ ਸ਼ਕਤੀਆਂ ਆਪਣਾ ਖੇਲ੍ਹ ਖੇਲ੍ਹ ਰਹੀਆਂ ਹਨ। ਪ੍ਰਤੱਖ ਵਲ ਅਤੇ ਅਪ੍ਰਤੱਖ ਵਿਚਾਲੇ ਸਾਡਾ ਧਿਆਨ ਡੋਲਦਾ ਰਹਿੰਦਾ ਹੈ। ਕੁਝ ਸਾਡੇ ਆਪਣੇ ਵੱਸ ਹੁੰਦਾ ਹੈ, ਕੁਝ ਸਾਡੇ ਆਪਣੇ ਵੱਸ ਹੁੰਦਾ ਹੀ ਨਹੀਂ ਹੈ। ਸਾਡੇ ਵੱਸ ਅਤੇ ਬੇਵਸੀ ਨੂੰ ਜਾਨਣ ਵਾਲੀ ਸ਼ਕਤੀ ਇਕ ਹੈ। ਇਸ ਇਕ ਦੀ ਮੌਜੂਦਗੀ ਤੇ ਵਿਸ਼ਵਾਸ ਕਰਨਾ ਹੀ ਔਖਾ ਹੈ। ਜਦੋਂ ਕੋਈ ਵਿਰਲਾ ਵਿਅਕਤੀ ਇਸ ਇਕ ਤੇ ਵਿਸ਼ਵਾਸ ਕਰ ਕੇ ਆਪਣਾ ਜੀਵਨ ਬਤੀਤ ਕਰਨ ਲੱਗ ਜਾਂਦਾ ਹੈ, ਉਸ ਦਾ ਧਿਆਨ ਹੀ ਬਾਹਰੋਂ ਹਟ ਜਾਂਦਾ ਹੈ। ਉਸ ਦੇ ਮਨ ਅੰਦਰ ਇਹ ਵਿਸ਼ਵਾਸ ਪੱਕਾ ਹੋ ਜਾਂਦਾ ਹੈ ਕਿ ਸਰੀਰ ਤਾਂ ਨਾਸ਼ਵਾਨ ਹੈ। ਇਸ ਨਾਸ਼ਵਾਨ ਸਰੀਰ ਨੂੰ ਪ੍ਰੇਰਨਾ ਦੇਣ ਵਾਲਾ ਮਿਟਣ ਵਾਲਾ ਨਹੀਂ ਹੈ।

ਜਦੋਂ ਅਸੀਂ ਚੱਲਣਾ ਸ਼ੁਰੂ ਕਰਦੇ ਹਾਂ ਤਾਂ ਸਾਡੀ ਮਰਜ਼ੀ ਹੁੰਦੀ ਹੈ ਕਿ ਅਸੀਂ ਭਾਵੇਂ ਆਪਣਾ ਸੱਜਾ ਪੈਰ ਅੱਗੇ ਵਧਾਈਏ ਭਾਵੇਂ ਖੱਬਾ ਪੈਰ ਅੱਗੇ ਵਧਾਈਏ। ਬੱਸ ਜਦੋਂ ਅਸੀਂ ਇਕ ਵਾਰ ਆਪਣੀ ਮਰਜ਼ੀ ਕਰ ਲੈਂਦੇ ਹਾਂ ਤਾਂ ਸਾਡੀ ਮਰਜ਼ੀ ਵੀ ਸਮਾਪਤ ਹੋ ਜਾਂਦੀ ਹੈ। ਅਸੀਂ ਇਕ ਵਾਰ ਜਿਹੜਾ ਪੈਰ ਅੱਗੇ ਵਧਾ ਲੈਂਦੇ ਹਾਂ ਅਸੀਂ ਦੁਬਾਰਾ ਆਪਣੇ ਉਸ ਪੈਰ ਨੂੰ ਅੱਗੇ ਨਹੀਂ ਵਧਾ ਸਕਾਂਗੇ। ਇਹੋ ਜਿਹੀ ਮੁਸ਼ਕਲ ਸਾਨੂੰ ਪ੍ਰਤੱਖ ਅਤੇ ਅਪ੍ਰਤੱਖ ਵੱਲ ਵੇਖਣ ਸਮੇਂ ਪੇਸ਼ ਆਉਂਦੀ ਹੈ। ਵੇਖਣ ਵਾਲੀ ਸ਼ਕਤੀ ਤਾਂ ਇਕ ਹੀ ਹੈ। ਇਸ ਇਕ ਦੀ ਮੌਜੂਦਗੀ ਸਾਡੇ ਸਰੀਰ ਅੰਦਰ ਇਸ ਤਰ੍ਹਾਂ ਸਮਾਈ ਹੋਈ ਹੈ। ਜਦੋਂ ਅਸੀਂ ਪ੍ਰਤੱਖ ਵੱਲ ਵੇਖ ਰਹੇ ਹੁੰਦੇ ਹਾਂ ਤਾਂ ਅਪ੍ਰਤੱਖ ਦੀ ਮੌਜੂਦਗੀ ਬਾਰੇ ਸਾਡਾ ਮਨ ਭੁੱਲ ਹੀ ਜਾਂਦਾ ਹੈ। ਜਦੋਂ ਅਸੀਂ ਅਪ੍ਰੱਤਖ ਵੱਲ ਵੇਖਣ ਲੱਗ ਜਾਂਦੇ ਹਾਂ ਤਾਂ ਸਾਡਾ ਧਿਆਨ ਪ੍ਰਤੱਖ ਵੱਲੋਂ ਹਟ ਜਾਂਦਾ ਹੈ। ਇਸ ਵਾਸਤੇ ਪ੍ਰਤੱਖ ਅਤੇ ਅਪ੍ਰਤੱਖ ਵਿਚਾਲੇ ਹੀ ਸਾਡੇ ਮਨ ਅੰਦਰ ਖ਼ਿਆਲ ਚੱਲਦੇ ਰਹਿੰਦੇ ਹਨ।

ਪ੍ਰਮੇਸ਼ਰ ਤੋਂ ਭੁੱਲਿਆਂ ਵਿਆਪਣ ਸਭੇ ਰੋਗ।

ਜਦੋਂ ਬੱਚੇ ਦਾ ਜਨਮ ਹੁੰਦਾ ਹੈ ਉਸ ਸਮੇਂ ਅਮਰ ਆਤਮਾ ਸਾਡਾ ਸਾਖਸ਼ੀ ਭਾਵ ਸਾਡੇ ਸਰੀਰ ਦੀ ਬਣਤਰ ਦਾ ਆਧਾਰ ਸਦੀਵੀ ਸੱਚ ਆਪ ਹੀ ਬੱਚੇ ਦੇ ਮੂੰਹੋਂ ਹਾਂ ਨਾਂਹ ਦਾ ਹੁੰਗਾਰਾ ਭਰਵਾਉਂਦਾ ਹੈ ਜਦੋਂ ਬੱਚਾ ਸੰਤੁਸ਼ਟ ਹੁੰਦਾ ਹੈ। ਬੱਚਾ ਹੱਸਦਾ ਖੇਡਦਾ ਹੈ ਤਾਂ ਬਜ਼ੁਰਗ ਔਰਤਾਂ ਇਹ ਕਹਿਣ ਲੱਗ ਜਾਂਦੀਆਂ ਹਨ ਕਿ ਬੇਮਾਤਾ ਬੱਚੇ ਨੂੰ ਹਸਾ ਰਹੀ ਹੈ, ਖਿਡਾ ਰਹੀ ਹੈ। ਭਾਵ ਬਜ਼ੁਰਗ ਔਰਤਾਂ ਸਾਨੂੰ ਇਹ ਅਹਿਸਾਸ ਕਰਵਾਉਣ ਦੀ ਕੋਸ਼ਿਸ਼ ਕਰਨ ਲੱਗ ਜਾਂਦੀਆਂ ਹਨ ਕਿ

ਕੋਈ ਅਦ੍ਰਿਸ਼ ਨਿਰ-ਆਕਾਰੀ ਸ਼ਕਤੀ ਸਰੀਰਾਂ ਦੀ ਰਚਨਾ ਕਰ ਕੇ ਆਪ ਹੀ ਸਰੀਰ ਅੰਦਰ ਸਮਾਈ ਹੋਈ ਹੈ।

ਕੁਝ ਬਜ਼ੁਰਗ ਇਹ ਵੀ ਕਹਿੰਦੇ ਹਨ ਕਿ ਜਦੋਂ ਬੱਚੇ ਨੂੰ ਆਪਣੇ ਤਨ ਦੀ ਕੋਈ ਸੁਧ ਨਹੀਂ ਹੁੰਦੀ ਤਾਂ ਉਸ ਸਮੇਂ ਬੱਚੇ ਨੂੰ ਆਪਣੇ ਪਿਛਲੇ ਜਨਮ ਦੀ ਯਾਦ ਤਾਜ਼ਾ ਹੁੰਦੀ ਹੈ। ਬੱਚੇ ਨੂੰ ਆਪਣੇ ਪਿਛਲੇ ਸਰੀਰ ਦਾ ਗਿਆਨ ਹੁੰਦਾ ਹੈ। ਜੋ ਸਮਰੱਥਾ ਕਦੇ ਬਦਲਦੀ ਹੀ ਨਹੀਂ ਹੈ। ਉਹ ਆਪਣਾ ਖੇਲ੍ਹ ਖੇਲ੍ਹਦੀ ਰਹਿੰਦੀ ਹੈ। ਉਸ ਸਮਰੱਥਾ ਦੀ ਯਾਦ ਭੁੱਲਣ ਲੱਗ ਜਾਂਦੀ ਹੈ। ਮਨ ਨਵੇਂ ਸਰੀਰ ਤੇ ਆਪਣੀ ਦਾਅਵੇਦਾਰੀ ਸ਼ੁਰੂ ਕਰ ਦਿੰਦਾ ਹੈ। ਮਨ ਅੰਦਰ ਪ੍ਰਤੱਖ ਬਾਰੇ ਖ਼ਿਆਲ ਭਾਰੂ ਹੋਣ ਲੱਗ ਜਾਂਦੇ ਹਨ। ਖ਼ਿਆਲਾਂ ਦਾ ਦੌਰ ਸ਼ੁਰੂ ਹੋ ਜਾਂਦਾ ਹੈ। ਇਹ ਹੈ ਕੁਦਰਤ ਦਾ ਵਚਿੱਤਰ ਖੇਲ੍ਹ।

ਰਮਈਆ ਕੇ ਗੁਣ ਚੇਤ ਪ੍ਰਾਣੀ,
ਕਵਣੁ ਮੂਲ ਤੇ ਕਵਣੁ ਦ੍ਰਿਸਟਾਨੀ॥ (ਸੁਖਮਨੀ ਸਾਹਿਬ)

ਜੋ ਸਚਾਈ ਸਾਡੇ ਸਰੀਰ ਅੰਦਰ ਸਮਾਈ ਹੋਈ ਹੈ, ਛੁਪੀ ਹੋਈ ਹੈ, ਉਹ ਨਜ਼ਰ ਨਹੀਂ ਆਉਂਦੀ। ਉਸ ਬਾਰੇ ਸਾਡੇ ਮਨ ਅੰਦਰ ਖ਼ਿਆਲ ਠਹਿਰਦੇ ਹੀ ਨਹੀਂ ਹਨ। ਪਰੰਤੂ ਉਸ ਦੀ ਧੀਮੀ ਆਵਾਜ਼ ਕਦੇ ਦੱਬਦੀ ਵੀ ਨਹੀਂ ਹੈ। ਉਸ ਦੀ ਹੋਂਦ ਬਾਰੇ ਸਾਡਾ ਮਨ ਮੰਨਦਾ ਵੀ ਰਹਿੰਦਾ ਹੈ।

ਮਨ ਜਾਣੇ ਸਭ ਬਾਤ, ਜਾਣਤ ਹੀ ਅਵਗੁਣ ਕਰੇ॥

ਮਨ ਦੇ ਹਉਮੈ ਭਾਵ ਨੇ ਹੀ ਸਾਡੇ ਸਾਖਸ਼ੀ ਦੀ ਆਵਾਜ਼ ਨੂੰ ਢੱਕਿਆ ਹੋਇਆ ਹੈ। ਦਬਾਇਆ ਹੋਇਆ ਹੈ।

ਜਿਥੋਂ ਨਿਰ-ਆਕਾਰੀ ਸ਼ਕਤੀਆਂ ਦੀ ਮੌਜੂਦਗੀ ਦੀ ਚਰਚਾ ਸ਼ੁਰੂ ਹੋ ਜਾਂਦੀ ਹੈ ਉਥੇ ਹੀ ਪ੍ਰਤੱਖ ਆਕਾਰ ਪ੍ਰਤੱਖ ਸਰੀਰ ਬਾਰੇ ਚਿੱਤ ਰੂਪੀ ਆਕਾਸ਼ 'ਚ ਵਿਚਾਰ - ਅਤਿ ਸੂਖਸ਼ਮ ਵਿਚਾਰ ਸ਼ੁਰੂ ਹੋ ਜਾਂਦੇ ਹਨ। ਜਿਥੋਂ ਤਕ ਖ਼ਿਆਲ ਪਹੁੰਚ ਜਾਂਦੇ ਹਨ ਉਥੇ ਤਕ ਸਾਡੀ ਸੋਚ ਪਹੁੰਚਦੀ ਹੀ ਨਹੀਂ ਹੈ। ਪਰੰਤੂ ਸਾਡਾ ਸਾਖਸ਼ੀ ਭਾਵ, ਸਾਡੀ ਅਮਰ ਆਤਮਾ ਨਾਮ ਦੀ ਗੱਲ ਨਹੀਂ ਹੈ। ਸਾਡੇ ਅੰਦਰ ਜੋ ਸਚਾਈ ਸਮਾਈ ਹੋਈ ਹੈ ਉਹ ਮਨ ਨੂੰ ਕਲਪਨਾਵਾਂ ਕਰਦੇ ਹੋਏ ਚੁੱਪਚਾਪ ਵੇਖਦੀ ਰਹਿੰਦੀ ਹੈ ਜਿਵੇਂ ਸਮੁੰਦਰ ਦਾ ਪਾਣੀ ਗਹਿਰਾਈ ਅੰਦਰ ਤਾਂ ਸ਼ਾਂਤ ਹੀ ਰਹਿੰਦਾ ਹੈ ਪਰ ਲਹਿਰਾਂ 'ਚ ਉੱਚਾ ਉਠਿਆ ਹੋਇਆ ਪਾਣੀ ਅਤੇ ਉਪਰਲੀ ਸਤਾਹ ਤੇ ਤੇਜ਼ੀ ਨਾਲ ਵਹਿ ਰਿਹਾ ਪਾਣੀ ਸ਼ੋਰ ਮਚਾਉਣ ਲੱਗ ਜਾਂਦਾ ਹੈ।

ਇਸ ਤਰਜ਼ 'ਚ ਹੀ ਸਰੀਰ ਦੀ ਬਣਤਰ ਦਾ ਆਧਾਰ ਨਿਰ-ਆਕਾਰੀ ਆਤਮਾ ਤਾਂ ਸਤਿ ਚਿੱਤ ਆਨੰਦ ਹੈ। ਸ਼ਕਤੀ ਤਾਂ ਇਕ ਹੀ ਹੈ ਜਿਸ ਨੂੰ ਅਸੀਂ ਚੇਤਨ ਅਤੇ ਅਚੇਤਨ ਸ਼ਕਤੀ ਕਹਿਣ ਲੱਗ ਜਾਂਦੇ ਹਾਂ। ਚੇਤਨ ਸ਼ਕਤੀ ਦਸਵਾਂ

ਹਿੱਸਾ ਹੈ। ਅਚੇਤਨ 9 ਹਿੱਸੇ ਹਨ, ਚੇਤਨ ਦਾ ਆਧਾਰ ਅਚੇਤਨ ਹੈ। ਅਚੇਤਨ ਅਤੇ ਚੇਤਨ ਦੋ ਨਜ਼ਰ ਆ ਜਾਂਦੇ ਹਨ। ਚੇਤਨ ਮਨ ਚਿੰਤਾ 'ਚ ਪਿਆ ਰਹਿੰਦਾ ਹੈ। ਅਚੇਤਨ ਮਨ ਚੇਤਨ ਨੂੰ ਚਿੰਤਾ 'ਚ ਪਏ ਹੋਏ ਜਾਣ ਲੈਂਦਾ ਹੈ। ਪਰੰਤੂ ਇਸ ਜਾਨਣ ਵਾਲੀ ਸ਼ਕਤੀ ਦੀ ਆਵਾਜ਼ ਬਹੁਤ ਹੀ ਮੱਧਮ ਹੈ। ਇਸ ਆਧਾਰ ਤੇ ਆਪਣੇ ਰਿਸ਼ੀ-ਮੁਨੀ, ਬ੍ਰਹਮ ਗਿਆਨੀ ਇਸ ਅਵਸਥਾ ਨੂੰ, ਅਜਿਹੀ ਅਵਸਥਾ ਨੂੰ ਕੁੰਡਲਨੀ ਸ਼ਕਤੀ ਦਾ ਸੌਂ ਜਾਣਾ, ਸਿਮਟ ਕੇ ਇਕ ਥਾਂ ਬੈਠ ਜਾਣਾ ਕਹਿੰਦੇ ਆਏ ਹਨ। ਕਿ ਜੋ ਸਚਾਈ ਹੈ ਜੋ ਸ਼ਕਤੀ ਹੈ, ਉਸ ਨੂੰ ਅਸੀਂ ਜਾਣ ਸਕਦੇ ਹਾਂ ਉਸ ਨੂੰ ਜਗਾ ਸਕਦੇ ਹਾਂ। ਅਸੀਂ ਆਪਣੇ ਵਲੋਂ ਜਿੰਨੀਆਂ ਮਰਜ਼ੀ ਕਲਪਨਾਵਾਂ ਕਰਦੇ ਰਹੀਏ, ਮਨ ਦੀਆਂ ਅਨੰਤ ਇੱਛਾਵਾਂ, ਅਨੰਤ ਕਲਪਨਾਵਾਂ ਵੱਲ ਅਗਰ ਅਸੀਂ ਧਿਆਨ ਨਾਲ ਵੇਖਣ ਲੱਗ ਜਾਈਏ ਤਾਂ ਸਾਡਾ ਮਨ ਸ਼ਾਂਤ ਹੋ ਜਾਵੇਗਾ। ਸਾਡਾ ਮਨ ਨਿਰ-ਵਿਚਾਰ ਹੋ ਜਾਵੇਗਾ। ਪਰੰਤੂ ਇਹ ਕੰਮ ਆਸਾਨ ਨਹੀਂ ਹੈ, ਅਸੰਭਵ ਵੀ ਨਹੀਂ ਹੈ। ਇਸ ਵਾਸਤੇ ਕਰੋੜਾਂ 'ਚੋਂ ਕੋਈ ਇਕ-ਅੱਧ ਵਿਅਕਤੀ ਹੀ ਆਪਣੇ ਅਸਲੇ ਨੂੰ ਪਛਾਣਦਾ ਹੈ। ਆਮ ਲੋਕ ਇਹ ਮੰਨਦੇ ਹੀ ਨਹੀਂ ਹਨ ਕਿ ਸਰੀਰ ਅਤੇ ਸਰੀਰ ਅੰਦਰ ਸਮਾਇਆ ਹੋਇਆ ਸੱਚ ਅਲੱਗ ਅਲੱਗ ਹਨ। ਮੁਸ਼ਕਲ ਇਹ ਹੀ ਹੈ ਕਿ ਅਸੀਂ ਸਰੀਰ ਅੰਦਰ ਸਮਾਏ ਹੋਏ ਸੱਚ ਨੂੰ ਸਰੀਰ ਤੋਂ ਅਲੱਗ ਕਰ ਕੇ ਵੇਖ ਨਹੀਂ ਸਕਾਂਗੇ। ਜਿਵੇਂ ਨੱਚ ਰਹੇ ਨਚਾਰ ਕਾਰਣ ਹੀ ਨਾਚ ਚੱਲਦਾ ਹੈ। ਅਸੀਂ ਨਾਚ ਨੂੰ ਨਚਾਰ ਤੋਂ ਅਲੱਗ ਕਰ ਕੇ ਕਦੇ ਵੇਖ ਨਹੀਂ ਸਕਾਂਗੇ।

ਪ੍ਰਤੱਖ ਬਾਰੇ ਸਾਡੇ ਮਨ ਅੰਦਰ ਖ਼ਿਆਲ ਚੱਲਦੇ ਰਹਿੰਦੇ ਹਨ। ਅਪ੍ਰਤੱਖ ਬਾਰੇ ਸਾਡੇ ਮਨ ਅੰਦਰ ਖ਼ਿਆਲ ਠਹਿਰਦਾ ਹੀ ਨਹੀਂ ਹੈ। ਅਮਰ ਸ਼ਕਤੀ ਅਮਰ ਆਤਮਾ ਸਰੀਰ ਨੂੰ ਜੀਵਤ ਰੱਖ ਰਹੀ ਹੈ। ਸਰੀਰ ਅੰਦਰ ਸਮਾਈ ਹੋਈ ਸ਼ਕਤੀ ਬਾਰੇ ਮਨ ਅੰਦਰ ਖ਼ਿਆਲ ਨਾਂ ਉੱਠਣ ਕਾਰਨ ਹੀ ਇਸ ਸ਼ਕਤੀ ਨੂੰ ਅਚੇਤਨ ਕਹਿਣਾ ਪੈਂਦਾ ਹੈ ਕਿ ਜੋ ਚੇਤਨ ਹੈ ਉਹ ਤਾਂ ਨਾਂ-ਮਾਤਰ ਹੀ ਹੈ। ਦਸਵਾਂ ਹਿੱਸਾ ਹੀ ਹੈ। ਪ੍ਰਤੱਖ ਬਾਰੇ ਤਾਂ ਸਾਡੇ ਚਿੱਤ ਅੰਦਰ ਖ਼ਿਆਲ ਉੱਠਦੇ ਰਹਿੰਦੇ ਹਨ। ਜਿਸ ਬਾਰੇ ਸਾਡੇ ਮਨ ਅੰਦਰ ਖ਼ਿਆਲ ਹੀ ਨਹੀਂ ਹਨ। ਉਹ ਅਣਜਾਣਿਆ ਹੈ। ਉਸ ਬਾਰੇ ਸਾਡੇ ਮਨ ਅੰਦਰ ਇਕ ਵੀ ਖ਼ਿਆਲ ਉੱਠਦਾ ਨਹੀਂ ਹੈ। ਇਹ ਹੈ ਸਾਡੇ ਮਨ ਦੀ ਗਹਿਰਾਈ। ਇਸ ਗਹਿਰਾਈ 'ਚ ਉਤਰਨ ਵਾਲੇ ਸਰੀਰਕ ਮੋਹ ਤੋਂ ਉੱਚੇ ਉੱਠ ਜਾਂਦੇ ਹਨ। ਪਰੰਤੂ ਇਸ ਗਹਿਰਾਈ ਤੋਂ ਪੈਦਾ ਹੋਈ ਲਹਿਰ ਭਾਵ ਸਾਡੇ ਹੀ ਚੇਤੰਨ ਮਨ ਅੰਦਰ ਜਿਸ ਅਮਰ ਸ਼ਕਤੀ ਬਾਰੇ ਕੋਈ ਵਿਚਾਰ ਨਹੀਂ ਉਠਦਾ ਹੈ, ਉਸ ਦੀ ਮੌਜੂਦਗੀ ਨੂੰ ਮੰਨਦੇ ਹੋਇਆਂ ਉਸ ਨੂੰ ਹੀ ਅਸੀਂ ਅਚੇਤਨ ਕਹਿਣ ਲੱਗ ਪੈਂਦੇ ਹਾਂ ਕਿ ਕੋਈ ਮਹਾਂ-ਸ਼ਕਤੀ ਜੋ ਸਰੀਰ ਅੰਦਰ ਮੌਜੂਦ ਹੈ,

ਸਮਾਈ ਹੋਈ ਹੈ, ਉਹ ਸਾਡੇ ਚੇਤ ਮਨ ਨੂੰ ਭੀ ਸੰਭਾਲਦੀ ਹੈ ਜਦੋਂ ਸਾਡਾ ਚੇਤ ਮਨ ਅਤੇ ਸਰੀਰ ਸੌਂ ਜਾਂਦੇ ਹਨ ਤਾਂ ਇਹ ਸ਼ਕਤੀ ਸਰੀਰ ਬਾਰੇ ਜਾਣ ਰਹੀ ਹੁੰਦੀ ਹੈ। ਇਹ ਸ਼ਕਤੀ ਸਾਡੀਆਂ ਭਾਵਨਾਵਾਂ ਨੂੰ ਅਤੇ ਸਰੀਰਕ ਜ਼ਰੂਰਤਾਂ ਨੂੰ ਜਾਣਦੀ ਵੀ ਹੈ। ਜਦੋਂ ਤਨ ਅਤੇ ਮਨ ਸੌਂ ਜਾਂਦੇ ਹਨ ਉਦੋਂ ਵੀ ਇਹ ਸ਼ਕਤੀ ਜਾਗਦੀ ਰਹਿੰਦੀ ਹੈ। ਇਸ ਵਾਸਤੇ ਸੌਣ ਤੋਂ ਬਾਅਦ ਅਗਰ ਸਰੀਰ ਅੰਦਰ ਕੋਈ ਘਾਟ ਹੋ ਜਾਵੇ ਅਤੇ ਚੇਤ ਮਨ ਦਾ ਜਾਗਣਾ ਜ਼ਰੂਰੀ ਹੋ ਜਾਵੇ ਤਾਂ ਸਾਡੀ ਇਹ ਅਚੇਤਨ ਸ਼ਕਤੀ ਜਿਸ ਬਾਰੇ ਸਾਡਾ ਚੇਤ ਮਨ ਕੁਝ ਜਾਣਦਾ ਹੀ ਨਹੀਂ ਹੈ ਉਹ ਚੇਤ ਮਨ ਨੂੰ ਕੋਈ ਡਰਾਉਣਾ ਸੁਪਨਾ ਵਿਖਾ ਕੇ ਜਗਾ ਦਿੰਦੀ ਹੈ। ਇਹ ਅੰਦਰਲਾ ਖੇਲ੍ਹ ਹੈ ਜੋ ਸਹਿਜੇ ਹੀ ਗੁਪ-ਚੁਪ ਚੱਲਦਾ ਰਹਿੰਦਾ ਹੈ ਜੋ ਸ਼ਕਤੀ ਸਰੀਰ ਅੰਦਰ ਹੀ ਸਮਾਈ ਹੋਈ ਹੈ, ਉਸ ਨੂੰ ਅਸੀਂ ਸਰੀਰ ਅੰਦਰੋਂ ਹੀ ਜਾਣ ਸਕਦੇ ਹਾਂ। ਜਾਨਣ ਦੀ ਸਮਰੱਥਾ ਨੂੰ ਵੀ ਅਸੀਂ ਆਪ ਹੀ ਜਾਣ ਸਕਦੇ ਹਾਂ। ਮਹਿਸੂਸ ਕਰ ਸਕਦੇ ਹਾਂ।

ਮੁਸ਼ਕਿਲ ਤਾਂ ਇਹ ਹੈ ਕਿ ਸਾਡੇ ਮਨ ਅੰਦਰ ਪ੍ਰਤੱਖ ਬਾਰੇ ਚੱਲ ਰਹੀ ਸੋਚ, ਚੱਲ ਰਹੀਆਂ ਕਲਪਨਾਵਾਂ ਕਦੇ ਸਮਾਪਤ ਨਹੀਂ ਹੁੰਦੀਆਂ ਹਨ। ਸਾਡੇ ਮਨ ਅੰਦਰ ਚਲਣ ਵਾਲੀ ਖ਼ਿਆਲਾਂ ਦੀ ਲੜੀ ਕਦੇ ਟੁੱਟਦੀ ਹੀ ਨਹੀਂ ਹੈ। ਸਮੁੰਦਰ ਤਾਂ ਆਪਣੀ ਇਸੇ ਧਰਤੀ ਤੇ ਮੌਜੂਦ ਹੈ। ਸਾਇੰਸ ਵਾਲਿਆਂ ਨੇ ਅਤਿ ਆਧੁਨਿਕ ਮਸ਼ੀਨਾਂ (ਉਪਰਕਣਾਂ) ਉਪਗ੍ਰਹਿਆਂ ਨਾਲ ਜ਼ਮੀਨ ਦਾ ਚੱਪਾ ਚੱਪਾ ਛਾਣ ਮਾਰਿਆ ਹੈ। ਪ੍ਰਤੱਖ ਬਾਰੇ ਜਾਣਨ ਵਾਸਤੇ ਸਾਇੰਸ ਵਾਲੇ ਬਹੁਤ ਸਾਰੀਆਂ ਕੋਸ਼ਿਸ਼ਾਂ ਕਰਦੇ ਰਹਿੰਦੇ ਹਨ।

ਸਾਡਾ ਜੋ ਚਿੱਤ ਰੂਪੀ ਆਕਾਸ਼ ਹੈ ਸਾਡੇ ਚਿੱਤ ਰੂਪੀ ਆਕਾਸ਼ ਅੰਦਰ ਕੀ ਹੋ ਰਿਹਾ ਹੈ ? ਇਸ ਬਾਰੇ ਬ੍ਰਹਮ-ਗਿਆਨੀ ਸਾਨੂੰ ਸਮਝਾਉਂਦੇ ਰਹਿੰਦੇ ਹਨ ਕਿ ਜੋ ਕੁਝ ਚਿੱਤ ਅੰਦਰ ਘਟ ਰਿਹਾ ਹੈ, ਇਸ ਵੱਲ ਵੇਖਣ ਦੀ ਲੋੜ ਹੈ। ਇਸ ਅਚੇਤਨ ਮਨ ਬਾਰੇ ਵੀ ਅਸੀਂ ਜਾਣ ਸਕਦੇ ਹਾਂ। ਇਹ ਆਧਿਆਤਮਿਕਤਾ ਦਾ ਰਸਤਾ ਬਹੁਤ ਸੂਖਸ਼ਮ ਹੈ। ਕਿਉਂਕਿ ਸਾਡਾ ਧਿਆਨ ਤਾਂ ਪ੍ਰਤੱਖ ਵੱਲ ਹੀ ਲੱਗਾ ਰਹਿੰਦਾ ਹੈ। ਇਸ ਵਾਸਤੇ ਅਚੇਤ ਸੂਖਸ਼ਮ ਚਿੱਤ ਅੰਦਰ ਬੇਧਿਆਨੇ ਹੀ ਮਨ ਆਪਣੀਆਂ ਕਾਲਪਨਿਕ ਉਡਾਰੀਆਂ ਮਾਰਦਾ ਰਹਿੰਦਾ ਹੈ। ਅਨੰਤ ਬ੍ਰਹਿਮੰਡਾਂ ਤਕ ਪਹੁੰਚ ਜਾਣ ਦੇ ਸੁਪਨੇ ਵੇਖਦਾ ਰਹਿੰਦਾ ਹੈ। ਇਸ ਵਾਸਤੇ ਜੇ ਇਹ ਕਿਹਾ ਜਾਵੇ ਕਿ ਦਿਲ ਦਰਿਆ ਸਮੁੰਦਰੋਂ ਡੂੰਘੇ। ਸਾਡਾ ਮਨ ਕੀ ਕਲਪਨਾਵਾਂ ਕਰ ਰਿਹਾ ਹੈ। ਇਨ੍ਹਾਂ ਕਲਪਨਾਵਾਂ ਨੂੰ ਕੌਣ ਜਾਣ ਰਿਹਾ ਹੈ ? ਉਹ ਤਾਂ ਸਾਡੇ ਸਰੀਰ ਦੇ ਅੰਦਰ ਹੀ ਮੌਜੂਦ ਹੈ। ਇਸ ਜਾਨਣ ਵਾਲੇ ਸ਼ਖ਼ਸੀ ਭਾਵ ਨੂੰ ਹੀ ਬ੍ਰਹਮ-ਗਿਆਨੀ ਅਚੇਤਨ ਕਹਿੰਦੇ ਹਨ। ਚੇਤਨ ਅਤੇ ਅਚੇਤਨ ਦੋ ਨਹੀਂ ਹਨ, ਇਹ ਤਾਂ ਇਕ ਹੀ ਸ਼ਕਤੀ ਹੈ ਇਹ ਸ਼ਕਤੀ ਕਦੇ ਬਦਲਣ ਵਾਲੀ ਨਹੀਂ ਹੈ।

ਨਾਨਕ ਪੂਰਾ ਪਾਇਆ ਪੂਰੇ ਕੇ ਗੁਣ ਗਾਓ॥

(ਸੁਖਮਨੀ ਸਾਹਿਬ)

ਸਹਿਜੇ ਹੀ ਕਠਿਨ ਬਣਿਆ ਹੋਇਆ ਹੈ। ਸਹਿਜਤਾ ਨਾਲ ਅਸੀਂ ਆਪਣੇ ਮਨੋ-ਸੰਕਲਪ ਕਰਦੇ ਹਾਂ ਕਿ ਹੁਣ ਮੈਂ ਇਹ ਕੰਮ ਇਸ ਤਰ੍ਹਾਂ ਕਰਾਂਗਾ। ਛੋਟੀ ਜਿਹੀ ਉਦਾਹਰਣ ਹੈ ਕਿ ਜਦੋਂ ਕੋਈ ਵਿਅਕਤੀ ਏਕਾਂਤ 'ਚ 'ਕੱਲਾ ਬੈਠਾ ਹੋਵੇ ਤਾਂ ਉਹ ਆਪਣੇ ਆਪੇ ਨਾਲ ਹੀ ਗੱਲਾਂ ਕਰਨ ਲੱਗ ਜਾਂਦਾ ਹੈ। ਇਹ ਹੀ ਗੱਲ ਸੰਕਲਪ ਦੀ ਹੈ ਕਿ ਜਦੋਂ ਚੇਤਨ ਮਨ ਤੋਂ ਅਸੀਂ ਚਾਰ ਵਜੇ ਉੱਠਣ ਦਾ ਸੰਕਲਪ ਕਰ ਕੇ ਸੌਂ ਜਾਈਏ ਤਾਂ ਅਚੇਤਨ ਮਨ ਸਾਨੂੰ ਮਿਥੇ ਸਮੇਂ ਤੇ ਜਗਾ ਦਿੰਦਾ ਹੈ :

ਅੱਲਾ ਸ਼ਾਹ ਰਗ ਦੇ ਨਜ਼ਦੀਕ।

ਜਦੋਂ ਚੇਤਨ ਅਤੇ ਅਚੇਤਨ ਇਕ ਹੋ ਜਾਂਦੇ ਹਨ ਤਾਂ ਫਿਰ ਮਨ ਨੂੰ ਸ਼ਾਂਤ ਹੋਇਆ ਵੇਖਣ ਵਾਲਾ ਦ੍ਰਿਸ਼ਟਾ, ਵੇਖਣ ਵਾਲੀ ਸ਼ਕਤੀ ਉੱਭਰ ਆਉਂਦੀ ਹੈ। ਭਾਵ ਸਾਡੇ ਬ੍ਰਹਮ ਦੀ ਕਾਰਗੁਜ਼ਾਰੀ ਸ਼ੁਰੂ ਹੋ ਜਾਂਦੀ ਹੈ। ਆਪਣੇ ਬ੍ਰਹਮ ਦੀ ਮੌਜੂਦਗੀ ਦਾ ਅਹਿਸਾਸ ਕਰ ਰਹੇ ਬ੍ਰਹਮ-ਗਿਆਨੀਆਂ ਬਾਰੇ ਗੁਰੂ ਅਰਜਨ ਦੇਵ ਜੀ ਆਪਣੀ ਬਾਣੀ ਸੁਖਮਨੀ ਸਾਹਿਬ 'ਚ ਆਪਣਾ ਅਨੁਭਵ ਦੱਸਦੇ ਹਨ :

ਬ੍ਰਹਮ ਗਿਆਨੀ ਦੇ ਸਗਲ ਮਨ ਮਾਹਿ॥

ਕਿੰਨੀ ਅਸਚਰਜਤਾ ਦੀ ਮਨ ਨੂੰ ਹੈਰਾਨ ਕਰ ਦੇਣ ਵਾਲੀ ਗੱਲ ਹੈ ਕਿ ਆਪਣੇ ਹੀ ਬ੍ਰਹਮ ਦੀ ਮੌਜੂਦਗੀ ਤੇ ਸਾਡਾ ਮਨ ਵਿਸ਼ਵਾਸ ਨਹੀਂ ਕਰਦਾ ਹੈ। ਸਾਡੇ ਮਨ ਅੰਦਰ ਤਾਂ ਵਿਅਰਥ ਖ਼ਿਆਲ ਘੁੰਮਦੇ ਰਹਿੰਦੇ ਹਨ :

ਚਿੱਤ ਮੇਰਾ ਕੁਰਾਲੀ, ਮੈਂ ਕਿਥੇ ਲੈ ਆਣ ਬੈਠਾਲੀ।

ਗੱਲ ਤਾਂ ਚਿੱਤ ਅੰਦਰ ਤੈਰ ਰਹੇ ਖ਼ਿਆਲਾਂ ਵੱਲ ਵੇਖਣ ਦੀ ਹੈ। ਆਪਣੇ ਹੀ ਅੰਦਰ ਮੌਜੂਦ ਵੇਖ ਰਹੀ ਸ਼ਕਤੀ ਨੂੰ ਪਹਿਚਾਨਣ ਦੀ ਹੀ ਹੈ।

ਚੁਪੈ ਚੁਪ ਨਾ ਹੋਵਈ ਜੇ ਲਾਏ ਰਹਾ ਲਿਵ ਤਾਰ॥

(ਜਪੁਜੀ ਸਾਹਿਬ)

ਬ੍ਰਹਮ-ਗਿਆਨੀ ਤਾਂ ਗੱਲਾਂ-ਗੱਲਾਂ 'ਚ ਹੀ ਸਾਨੂੰ ਸੁਚੇਤ ਕਰਦੇ ਰਹਿੰਦੇ ਹਨ ਕਿ ਮਨ ਅੰਦਰ ਚੱਲ ਰਹੇ ਵਿਚਾਰਾਂ ਦੀ ਲੜੀ ਨੂੰ ਤੋੜਨ ਵਾਸਤੇ ਤਾਂ ਆਪਣੇ ਬ੍ਰਹਮ ਦੀ ਮੌਜੂਦਗੀ ਦਾ ਸਿਰਫ ਖ਼ਿਆਲ ਹੀ ਮਨ ਅੰਦਰ ਟਿਕਾਉਣਾ ਪੈਂਦਾ ਹੈ। ਸਾਡਾ ਮਨੁੱਖਾ ਸਰੀਰ ਹੀ ਇਕ ਅਜਿਹਾ ਅਦਭੁਤ ਉਪਰਕਣ ਹੈ ਜਿਸ ਦੁਆਰਾ ਅਸੀਂ ਆਪਣੇ ਬ੍ਰਹਮ - ਆਪਣੀ ਆਤਮਾ ਦੀ ਮੌਜੂਦਗੀ ਦਾ ਅਹਿਸਾਸ ਕਰ ਸਕਦੇ ਹਾਂ। ਸਾਡੀ ਹੀ ਆਤਮਾ ਸਾਡੇ ਸਰੀਰ ਦੀ ਭੁੱਖ ਪਿਆਸ ਬਾਰੇ ਸਾਨੂੰ ਦੱਸਦੀ ਰਹਿੰਦੀ ਹੈ। ਭੁੱਖ ਪਿਆਸ ਨੂੰ ਵੇਖਦੀ ਹੈ। ਆਤਮਾ ਨੂੰ ਹੀ ਕਬੀਰ ਸਾਹਿਬ ਜੀ ਆਪਣਾ ਹਰੀ ਕਿਹਾ ਕਰਦੇ ਸਨ :

ਕਹਿ ਕਬੀਰ ਅਬ ਮਨ ਮਾਨਿਆ,
ਮਨ ਮਾਨਿਆ ਤਾਂ ਹਰਿ ਜਾਨਿਆ॥

ਆਪਣੀ ਹੀ ਆਤਮਾ ਦੀ ਮੌਜੂਦਗੀ ਤੇ ਦ੍ਰਿੜ੍ਹ ਵਿਸ਼ਵਾਸ ਰਖਦਿਆਂ ਜੀਵਨ ਬਤੀਤ ਕਰਦੇ ਹੋਇਆਂ ਅਸੀਂ ਆਪਣੀ ਆਤਮਾ - ਆਪਣੇ ਸਾਖਸ਼ੀ ਭਾਵ ਦੀ ਮੌਜੂਦਗੀ ਦਾ ਅਹਿਸਾਸ ਕਰ ਸਕਦੇ ਹਾਂ :

ਰੱਸੀ ਆਵਤ ਜਾਤ ਹੈ, ਸਿਲ ਤੇ ਪੜਤ ਨਿਸਾਨ।

ਜਦੋਂ ਸਾਡੇ ਮਨ ਅੰਦਰ ਸਾਖਸ਼ੀ ਭਾਵ ਦੀ ਮੌਜੂਦਗੀ ਦਾ ਖ਼ਿਆਲ ਠਹਿਰਨ ਲੱਗ ਜਾਂਦਾ ਹੈ ਤਾਂ ਫਿਰ ਸਾਡੇ ਮਨ ਅੰਦਰ ਚੱਲ ਰਹੇ ਖ਼ਿਆਲ ਸ਼ਾਂਤ ਹੋਣ ਲੱਗ ਜਾਂਦੇ ਹਨ ਤਾਂ ਫਿਰ ਸਾਡਾ ਮਨ ਉਸੇ ਕੰਮ 'ਚ ਰਮਣ ਲੱਗ ਜਾਂਦਾ ਹੈ ਜੋ ਕੰਮ ਅਸੀਂ ਕਰ ਰਹੇ ਹੁੰਦੇ ਹਾਂ। ਇਸ ਤਰਜ਼ 'ਚ ਸਾਡੀ ਦੋਚਿੱਤੀ ਸਮਾਪਤ ਹੋਣ ਲੱਗ ਜਾਂਦੀ ਹੈ। ਸਾਡਾ ਮਨ ਵਰਤਮਾਨ ਕਾਲ 'ਚ ਰਹਿਣ ਲੱਗ ਜਾਂਦਾ ਹੈ। ਜਿਸ ਤਰ੍ਹਾਂ ਕਿ ਨਿਪੁੰਨ ਮੂਰਤੀਕਾਰ। ਮੂਰਤੀ ਬਣਾਉਂਦੇ ਹੋਏ ਖਾਣਾ-ਪੀਣਾ ਤੱਕ ਵੀ ਭੁੱਲ ਜਾਂਦਾ ਹੈ। ਉਸ ਦਾ ਮਨ ਮੂਰਤੀ ਬਣਾਉਣ 'ਚ ਹੀ ਰਮ ਜਾਂਦਾ ਹੈ।

ਆਮ ਕਰ ਕੇ ਤਾਂ ਸਾਡਾ ਮਨ ਭੂਤਕਾਲ ਦੀਆਂ ਅਸਫਲਤਾਵਾਂ ਅਤੇ ਭਵਿੱਖ 'ਚ ਪ੍ਰਾਪਤੀਆਂ ਕਰਨ ਵਾਸਤੇ ਹੀ ਸੋਚਾਂ ਸੋਚਦਾ ਰਹਿੰਦਾ ਹੈ। ਇਸ ਤਰ੍ਹਾਂ ਮਨ ਦੀ ਚੰਚਲਤਾ ਕਾਰਣ ਸਾਡਾ ਧਿਆਨ ਆਪਣੇ ਸਾਖਸ਼ੀ ਭਾਵ ਦੀ ਮੌਜੂਦਗੀ ਉਤੇ ਕਦੇ ਵੀ ਕੇਂਦਰਤ ਹੁੰਦਾ ਹੀ ਨਹੀਂ ਹੈ। ਇਸ ਵਾਸਤੇ ਹੀ ਕਿਹਾ ਜਾਂਦਾ ਹੈ ਕਿ ਮਨ ਦੇ ਇਹ ਫਾਲਤੂ ਜਿਹੇ ਵਿਚਾਰ ਬਹੁਤ ਖ਼ਤਰਨਾਕ ਹੁੰਦੇ ਹਨ। ਇਨ੍ਹਾਂ ਵਿਚਾਰਾਂ ਦੇ ਚੱਲਣ ਕਾਰਨ ਹੀ ਸਾਡੇ ਹਰ ਕੰਮ 'ਚ ਖਾਮੀਆਂ ਰਹਿ ਜਾਂਦੀਆਂ ਹਨ। ਸਾਡੇ ਕੰਮ ਅਧੂਰੇ ਰਹਿ ਜਾਂਦੇ ਹਨ। ਜੋ ਵੀ ਕੰਮ ਅਸੀਂ ਆਪਣੇ ਅੰਦਰਲੀ ਦੋਚਿੱਤੀ ਤੋਂ ਬਾਹਰ ਨਿਕਲ ਕੇ ਕਰਦੇ ਹਾਂ। ਉਹ ਕੰਮ ਹੀ ਚੰਗਾ ਹੁੰਦਾ ਹੈ, ਉਹ ਕੰਮ ਨਿਰਾਲਾ ਨਜ਼ਰ ਆਉਣ ਲੱਗ ਜਾਂਦਾ ਹੈ। ਕਬੀਰ ਸਾਹਿਬ ਜੀ ਕਪੜੇ ਬੁਣਦੇ ਹੋਏ ਆਪਣਾ ਪੂਰਾ ਧਿਆਨ ਕਪੜਾ ਬੁਣਨ 'ਚ ਹੀ ਇਕਾਗਰ ਕਰ ਲੈਂਦੇ ਸਨ। ਸਾਰੇ ਲੋਕ ਉਨ੍ਹਾਂ ਦੇ ਹੱਥੀਂ ਬੁਣੇ ਕਪੜੇ ਨੂੰ ਪਸੰਦ ਕਰਦੇ ਸਨ। ਨਾ ਤਾਂ ਸਾਡਾ ਮਨ ਕਿਸੇ ਇਕ ਪ੍ਰਾਪਤੀ ਨੂੰ ਪ੍ਰਾਪਤ ਕਰਕੇ ਖੁਸ਼ ਹੁੰਦਾ ਹੈ। ਨਾ ਹੀ ਸਾਡਾ ਪੂਰਾ ਮਨ ਪੂਰਾ ਧਿਆਨ ਕਿਸੇ ਇਕ ਕੰਮ 'ਚ ਲੀਨ ਹੁੰਦਾ ਹੈ।

ਪ੍ਰਮਾਤਮਾ ਨੇ ਇਸ ਸੰਸਾਰ ਦੀ ਅਜੀਬੋ-ਗਰੀਬ ਸਿਰਜਣਾ ਕਰਕੇ, ਰਚਨਾ ਰਚ ਕੇ ਇਸ ਸੰਸਾਰ ਅੰਦਰ ਅਨੰਤ ਰੰਗ ਭਰੇ ਹੋਏ ਹਨ। ਅਨੰਤਤਾ ਪੈਦਾ ਕੀਤੀ ਹੋਈ ਹੈ। ਸਾਡਾ ਮਨ ਤਾਂ ਇਸ ਅਨੰਤਤਾ 'ਚ ਹੀ ਰਮਿਆ ਰਹਿੰਦਾ ਹੈ। ਇਕ ਨੂੰ ਜਾਨਣ ਵਾਸਤੇ ਸਾਨੂੰ ਆਪਣਾ ਧਿਆਨ ਆਪਣੇ ਹੀ ਅੰਦਰ ਮੌਜੂਦ ਸੱਚ ਵੱਲ ਲਗਾਉਣਾ ਪੈਂਦਾ ਹੈ ਕਿ ਕਿਵੇਂ ਸਰੀਰ ਅੰਦਰ ਹੀ ਮਨ ਦੇ ਖ਼ਿਆਲਾਂ ਨੂੰ ਵੇਖਣ

ਵਾਲੀ ਸਮਰੱਥਾ ਮੌਜੂਦ ਹੈ। ਸਾਡਾ ਮਨ ਵੀ ਬਹੁਤ ਢੋਂਗੀ ਹੈ। ਮਨ ਹੀ ਹਰ ਤਰ੍ਹਾਂ ਦੇ ਢੋਂਗ ਕਰਦਾ ਰਹਿੰਦਾ ਹੈ ਕਿ ਮੈਂ ਹੀ ਸਭ ਤੋਂ ਵੱਡਾ ਗਿਆਨੀ ਹਾਂ। ਮੈਂ ਹੀ ਸਭ ਤੋਂ ਵੱਡਾ ਪ੍ਰਮਾਤਮਾ ਦਾ ਭਗਤ ਹਾਂ। ਮਨ ਤਾਂ ਇਕ ਨੂੰ ਜਾਣ ਲੈਣ ਦੀਆਂ ਝੂਠੀਆਂ ਸ਼ੇਖੀਆਂ ਮਾਰਨ ਲੱਗ ਜਾਂਦਾ ਹੈ। ਇਸ ਤਰ੍ਹਾਂ ਮਨ ਦੀ ਮੌਜੂਦਗੀ ਨੂੰ ਪਹਿਚਾਨਣਾ ਹੀ ਔਖਾ ਹੋਇਆ ਹੋਇਆ ਹੈ। ਸਾਡਾ ਹੀ ਸਾਖਸ਼ੀ ਭਾਵ ਚੁੱਪ-ਚੁਪੀਤੇ ਮਨ ਨੂੰ ਨੱਚਦੇ ਹੋਏ ਵੇਖਦਾ ਰਹਿੰਦਾ ਹੈ। ਜਾਣ ਰਿਹਾ ਹੈ। ਇਸ ਜਾਨਣ ਵਾਲੀ ਸਮਰੱਥਾ ਦੀ ਮੌਜੂਦਗੀ ਨੂੰ ਵਿਰਲੇ ਬ੍ਰਹਮ-ਗਿਆਨੀ ਹੀ ਸਮਝਦੇ ਹਨ। ਆਪਣੇ ਨਿਰਾਲੇ ਸੱਚ ਦੀ ਮੌਜੂਦਗੀ ਦਾ ਅਹਿਸਾਸ ਭਰਨ ਤੋਂ ਬਾਅਦ ਹੀ ਸੰਸਾਰ ਦੇ ਕਣ ਕਣ ਅੰਦਰ ਪ੍ਰਮਾਤਮਾ ਦੀ ਮੌਜੂਦਗੀ ਨਜ਼ਰ ਆਉਣ ਲੱਗਦੀ ਹੈ।

ਮਨ ਤੋ ਬੰਧਨ, ਮਨ ਤੋ ਮੁਕਤੀ।

ਅਹੰਕਾਰ ਨਾਲ ਭਰ ਕੇ ਅਸੀਂ ਸੰਸਾਰ ਨਾਲ ਜੁੜਦੇ ਹਾਂ। ਜੁੜੇ ਰਹਿੰਦੇ ਹਾਂ। ਨਿਰ-ਅਹੰਕਾਰ ਹੋ ਕੇ ਅਸੀਂ ਆਪਣੇ ਅਤਿ ਸੂਖਸ਼ਮ ਸਾਖਸ਼ੀ ਭਾਵ ਦੀ ਮੌਜੂਦਗੀ ਦਾ ਅਹਿਸਾਸ ਕਰਨ ਲੱਗ ਜਾਂਦੇ ਹਾਂ। ਸਾਡਾ ਧਿਆਨ ਬਾਹਰੋਂ ਸਿਮਟ ਜਾਂਦਾ ਹੈ। ਆਪਣੇ ਹੀ ਅੰਦਰ ਟਿਕ ਜਾਂਦਾ ਹੈ। ਫਿਰ ਸਾਨੂੰ ਹਰ ਕ੍ਰਿਤ ਪ੍ਰਮਾਤਮਾ ਨਾਲ ਨੱਥੀ ਹੋਈ ਨਜ਼ਰ ਆਉਣ ਲੱਗ ਜਾਂਦੀ ਹੈ। ਇਸ ਤਰ੍ਹਾਂ ਆਪਣੇ ਅੰਦਰ ਮੌਜੂਦ ਨਿਰ-ਆਕਾਰੀ ਸਾਖਸ਼ੀ ਭਾਵ ਦੀ ਮੌਜੂਦਗੀ ਦਾ ਅਹਿਸਾਸ ਸਾਨੂੰ ਆਤਮਿਕ ਰੰਗ 'ਚ ਰੰਗ ਦਿੰਦਾ ਹੈ :

ਬਹੁ ਰੰਗੀ ਹੈ

ਰੰਗੀ ਹੈ. ਬਹੁ ਰੰਗੀ ਹੈ
ਉਹਦੀ ਦੁਨੀਆਂ ਬਹੁ ਰੰਗੀ ਹੈ।
ਰੰਗ ਦਾਤਾ ਹੀ ਲਾਉਂਦਾ ਹੈ,
ਰੰਗਾਂ 'ਚ ਦਾਤਾ ਭੁੱਲ ਜਾਂਦਾ ਹੈ,
ਯਾਦ ਰੱਖਣ ਵਾਲਾ ਸਤਿ-ਸੰਗੀ ਹੈ।
ਸਤਿ ਸੰਗਤ ਇਹ ਹੀ ਕਹਿੰਦੀ ਹੈ,
ਔਖੇ ਸਮੇਂ ਉਹ ਹੀ ਸੰਗੀ ਹੈ।
ਰੰਗ ਸਭੇ ਫਿੱਕੇ ਹੋ ਜਾਂਦੇ,
ਜਦ ਜਮ ਘੁੱਟਦੇ ਸੰਘੀ ਹੈ।
ਨਿੱਤ ਅਰਦਾਸ ਰੰਗ ਲਈ ਕਰਦੇ,
ਮੰਗ ਦਰਸਣ ਨਾ ਮੰਗੀ ਹੈ।
ਉਸ ਵੇਲੇ ਦਾਤਾ ਯਾਦ ਆਉਂਦਾ,
ਜਦੋਂ ਫਸੀ ਹੁੰਦੀ ਘੜੰਗੀ ਹੈ।

ਕਾਲੀ ਕਰਤੂਤ ਜੋ ਬੰਦਾ ਕਰਦਾ,
ਆਖਿਰ ਹੋ ਜਾਂਦੀ ਨੰਗੀ ਹੈ।
ਦਾਤਾ ਦੁਨੀਆਂ ਬਣਾ ਖੇਡਣ ਲਾ,
ਅਭੇਦ ਬਣਿਆ ਜੋ ਸੰਗੀ ਹੈ।
ਕਿਥੇ ਛੁਪੀ ਹੈ ਸ਼ਕਤੀ ਓਹ,
ਸ਼ਾਹ ਰਗ ਪਾਸ ਬਸੰਦੀ ਹੈ।
ਘਟਿ ਘਟਿ ਅੰਦਰ ਬ੍ਰਹਮ ਛੁਪਾਇਆ,
ਉਹਦੀ ਮਾਇਆ ਬਣੀ ਜੰਦੀ ਹੈ।
ਅੰਦਰ ਛੁਪੇ ਨੂੰ ਬਾਹਰ ਢੂੰਡਦੇ,
ਬਾਹਰੋਂ ਕਿਥੋਂ ਲੱਭੇ ਜ਼ੋ ਸੰਗੀ ਹੈ।
'ਦਲਬਾਰੇ' ਨੂੰ ਲਿਖਣ ਲਾ ਦਿੱਤਾ,
ਮਾਲਕ ਜੋ ਸਭ ਦਾ ਸੰਗੀ ਹੈ।
ਕਲਮ ਉਸ ਨੇ ਹੀ ਚਲਵਾਈ ਹੈ,
ਜੋ ਚਿੱਤ ਸਦਾ ਅਨੰਦੀ ਹੈ।

ਸਾਡਾ ਬ੍ਰਹਮ - ਸਾਡਾ ਸਾਖਸ਼ੀ ਭਾਵ ਸਾਡੀ ਅਮਰ ਆਤਮਾ। ਨਾਮ ਕੁਝ ਵੀ ਕਹਿ ਲਓ। ਨਾਮ ਦੀ ਕੋਈ ਮਹੱਤਤਾ ਨਹੀਂ ਹੈ। ਨਾਮ ਦਾ ਕੋਈ ਮਹੱਤਵ ਨਹੀਂ ਹੈ। ਸਾਡੇ ਸਰੀਰ ਅੰਦਰ ਮੌਜੂਦ ਉਹ ਨਿਰ-ਆਕਾਰੀ ਸ਼ਕਤੀ ਜੋ ਇਹ ਜਾਣ ਰਹੀ ਹੈ ਕਿ ਕਿਵੇਂ ਸਰੀਰ ਪਲ ਪਲ ਬਦਲਿਆ ਹੈ। ਉਹ ਸ਼ਕਤੀ ਸਾਡੇ ਮਨ ਅੰਦਰ ਉੱਠ ਰਹੇ ਹਰ ਫੁਰਨੇ ਨੂੰ ਵੀ ਜਾਣ ਰਹੀ ਹੈ। ਜਦੋਂ ਸਾਡੇ ਮਨ ਅੰਦਰ ਇਸ ਸ਼ਕਤੀ ਦੀ ਮੌਜੂਦਗੀ ਬਾਰੇ ਖ਼ਿਆਲ ਟਿਕਣ ਲੱਗ ਜਾਂਦੇ ਹਨ ਤਾਂ ਫਿਰ ਸਾਡੇ ਮਨ ਅੰਦਰ ਸੰਸਾਰ ਪ੍ਰਤੀ ਵੈਰਾਗ ਪੈਦਾ ਹੋਣ ਲੱਗ ਪੈਂਦਾ ਹੈ। ਸਾਡੇ ਮਨ ਦੀ ਅਜਿਹੀ ਵੈਰਾਗਮਈ ਸਥਿਤੀ ਤੇ ਸਮਰੱਥਾ ਤੇ ਸਾਡਾ ਧਿਆਨ ਲੱਗਣ ਲੱਗ ਜਾਂਦਾ ਹੈ ਕਿ ਓਹ-ਹੋ ! ਮੇਰਾ ਮਨ ਤਾਂ ਬਹੁਤ ਅਗਿਆਨੀ ਹੈ। ਇਸ ਤਰ੍ਹਾਂ ਸਾਡੇ ਮਨ ਅੰਦਰ ਚੱਲ ਰਹੇ ਵਿਚਾਰਾਂ ਦੀ ਲੜੀ ਟੁੱਟਣ ਲੱਗ ਜਾਂਦੀ ਹੈ। ਮਨ ਦੇ ਇਸ ਤਰ੍ਹਾਂ ਨਿਰ-ਵਿਚਾਰ ਹੋ ਜਾਣ ਨੂੰ ਹੀ ਮਨ ਦੀ ਨਿਰਮਲਤਾ ਕਿਹਾ ਜਾਂਦਾ ਹੈ ਕਿਉਂਕਿ ਇਸ ਤਰ੍ਹਾਂ ਮਨ ਨੂੰ ਨਿਰ-ਵਿਚਾਰ ਹੋਇਆ ਵੇਖਣ ਵਾਲਾ ਜਾਨਣ ਵਾਲੀ ਸਮਰੱਥਾ ਇਹ ਗਵਾਹੀ ਦੇਣ ਲੱਗ ਜਾਂਦੀ ਹੈ ਕਿ ਹੁਣ ਮਨ ਸ਼ਾਂਤ ਹੈ। ਹੁਣ ਮਨ ਮੌਨ ਹੈ। ਅਜਿਹੇ ਅਨੁਭਵ - ਅਜਿਹੇ ਅਹਿਸਾਸ ਨੂੰ ਹੀ ਆਪਣੀ ਅਣਮਨੀ ਅਵਸਥਾ 'ਚ ਪਹੁੰਚ ਜਾਣਾ ਕਿਹਾ ਜਾਂਦਾ ਹੈ। ਅਸੀਂ ਆਮ ਲੋਕ ਅਣਮਨੀ ਅਵਸਥਾ ਨੂੰ ਐਵੇਂ ਹੀ ਹਊਆ ਸਮਝਦੇ ਰਹਿੰਦੇ ਹਾਂ :

ਕਹਿ ਕਬੀਰ ਮਨ ਨਿਰਮਲ ਭਇਆ, ਜੈਸੇ ਗੰਗਾ ਨੀਰ।
ਪਾਛੇ ਲਾਗਤ ਹਰਿ ਫਿਰੇ, ਕਹੇ ਕਬੀਰ ਕਬੀਰ।

ਕਿ ਹੁਣ ਮੈਂ ਆਪਣੀ ਅੰਦਰੂਨੀ ਦੋਚਿੱਤੀ ਤੋਂ ਪਾਰ ਹੋ ਗਿਆ ਹਾਂ। ਹੁਣ ਮੇਰਾ ਮਨ ਨਿਰ-ਵਿਚਾਰ ਹੋ ਗਿਆ ਹੈ। ਮਨ ਨੂੰ ਨਿਰ-ਵਿਚਾਰ ਹੋਇਆ ਵੇਖਣ ਵਾਲਾ ਉੱਭਰ ਆਇਆ ਹੈ। ਹੁਣ ਮੇਰਾ ਮਨ ਕਲਪਨਾਵਾਂ ਕਰਨ ਤੋਂ ਹਟ ਗਿਆ ਹੈ। ਮਨ ਅੰਦਰ - ਸਰੀਰ ਅੰਦਰ ਮੌਜੂਦ ਸੱਚ ਦੀ ਮੌਜੂਦਗੀ ਦਾ ਅਹਿਸਾਸ ਹੋਣ ਲੱਗ ਪਿਆ ਹੈ।

ਜਦੋਂ ਕੋਈ ਵਿਰਲਾ ਵਿਅਕਤੀ ਆਪਣੀ ਅਣਮਨੀ ਅਵਸਥਾ 'ਚ ਪਹੁੰਚ ਜਾਂਦਾ ਹੈ ਤਾਂ ਫਿਰ ਉਸ ਦੇ ਮਨ ਦੀ ਬੇਫਿਕਰੀ ਉਸ ਦੇ ਸਹਿਜ ਬੋਲਾਂ 'ਚ ਝਲਕਾਰੇ ਮਾਰਦੀ ਹੋਈ ਨਜ਼ਰ ਆਉਣ ਲੱਗ ਜਾਂਦੀ ਹੈ। ਗੁਰੂ ਨਾਨਕ ਦੇਵ ਜੀ ਨੇ ਆਪਣੇ ਮਨ ਦੀ ਬੇਫਿਕਰੀ ਕਾਰਣ ਹੀ ਬਾਬਰ ਨੂੰ ਉਸ ਦੇ ਮੂੰਹ 'ਤੇ ਹੀ ਜਾਬਰ ਕਹਿ ਦਿੱਤਾ ਸੀ ਕਿ ਤੂੰ ਤਾਂ ਹਕੂਮਤ ਦੇ ਨਸ਼ੇ 'ਚ ਅੰਨ੍ਹਾਂ ਹੋ ਕੇ ਜਾਬਰ ਬਣ ਗਿਆ ਹੈ। ਤੇਰੇ ਮਨ ਅੰਦਰੋਂ ਤਾਂ ਅੱਲਾ ਦੀ ਯਾਦ ਹੀ ਭੁੱਲ ਗਈ ਹੈ। ਅਗਰ ਤੇਰੇ ਮਨ ਅੰਦਰ ਅੱਲਾ ਦੀ ਯਾਦ ਹੁੰਦੀ ਤਾਂ ਤੂੰ ਆਪਣੀ ਪ੍ਰਜਾ ਤੇ ਇਸ ਤਰ੍ਹਾਂ ਜ਼ੁਲਮ ਨਹੀਂ ਕਰ ਸਕਦਾ ਸੀ।

ਜਦੋਂ ਸੱਯਦ ਬੁੱਲ੍ਹੇ ਸ਼ਾਹ ਜੀ ਦਾ ਮਨ ਸ਼ਾਂਤ ਹੋਇਆ ਤਾਂ ਫਿਰ ਆਪਣੇ ਸਾਖਸ਼ੀ ਭਾਵ ਦੀ ਮੌਜੂਦਗੀ ਦਾ ਅਹਿਸਾਸ ਕਰ ਕੇ ਲੋਕਾਂ ਨੂੰ ਬਾਹਰੋਂ-ਬਾਹਰ ਪੂਜਾ-ਪਾਠ ਕਰਦੇ ਹੋਇਆਂ ਵੇਖ ਉਨ੍ਹਾਂ ਨੇ ਆਪਣੇ ਸਮਕਾਲੀਨ ਲੋਕਾਂ ਨੂੰ ਸਮਝਾਉਣਾ ਸ਼ੁਰੂ ਕਰ ਦਿੱਤਾ ਕਿ ਇਹ ਤੁਸੀਂ ਕੀ ਕਰ ਰਹੇ ਹੋ ? ਕੀ ਢੋਂਗ ਕਰ ਰਹੇ ਹੋ ? ਤੁਹਾਡਾ ਅੱਲਾ, ਤੁਹਾਡਾ ਰਾਮ ਤਾਂ ਤੁਹਾਡੇ ਸਰੀਰ ਦੇ ਅੰਦਰ ਮੌਜੂਦ ਹੈ। ਬਾਹਰ ਤੁਸੀਂ ਕੀ ਕਰ ਰਹੇ ਹੋ ?

ਕੰਕਰ ਪੱਥਰ ਜੋੜ ਕੇ ਮਸਜਿਦ ਲਈ ਬਨਾਏ,
ਉਚੇ ਚੜ੍ਹ ਮੁੱਲਾਂ ਬਾਂਗ ਦੇਹ, ਕਿਆ ਬਹਿਰਾ ਹੂਆ ਖੁਦਾਏ।

ਆਪਣੇ ਨਿੱਜ ਸਰੂਪ ਦੀ ਪਹਿਚਾਣ ਕਰ ਲੈਣ ਵਾਲਿਆਂ ਦੀ ਮਾਨਸਿਕਤਾ ਨੂੰ ਨਾਪਣ ਵਾਸਤੇ ਤਾਂ ਸਾਰੇ ਹੀ ਦੁਨੀਆਵੀ ਪੈਮਾਨੇ ਛੋਟੇ ਸਾਬਤ ਹੋ ਜਾਂਦੇ ਹਨ ਜਿਨ੍ਹਾਂ ਵਿਰਲੇ ਬ੍ਰਹਮ-ਗਿਆਨੀਆਂ ਦੇ ਮਨ ਹੀ ਅਫੁਰ ਅਵਸਥਾ 'ਚ ਪਹੁੰਚ ਜਾਂਦੇ ਹਨ। ਜਿਨ੍ਹਾਂ ਦਾ ਧਿਆਨ ਹੀ ਅਧਿਆਤਮਿਕ ਮੰਡਲਾਂ 'ਚ ਪਹੁੰਚ ਜਾਂਦਾ ਹੈ। ਉਨ੍ਹਾਂ ਦਾ ਧਿਆਨ ਮਨ ਤੋਂ ਹਟ ਹੀ ਜਾਂਦਾ ਹੈ। ਉਨ੍ਹਾਂ ਦੀ ਦ੍ਰਿਸ਼ਟੀ ਉੱਚ ਆਤਮਿਕ ਮੰਡਲਾਂ ਤਕ ਪਹੁੰਚ ਜਾਂਦੀ ਹੈ। ਭਾਵ ਉਹ ਆਪਣੇ ਮਨ ਦੀ ਸੀਮਾ ਤੋਂ ਪਾਰ ਵੇਖਣ ਲੱਗ ਜਾਂਦੇ ਹਨ। ਉੱਚ ਮੰਡਲਾਂ ਦਾ ਵਰਣਨ ਕਰਨ ਲੱਗ ਜਾਂਦੇ ਹਨ। ਉੱਚ ਮੰਡਲਾਂ ਦਾ ਵਰਣਨ ਕਰਦੇ ਹੋਇਆਂ ਮੂੰਹੋਂ ਤਾਂ ਮੈਂ ਕਰ ਕੇ ਹੀ ਬੋਲਣਾ ਪੈਂਦਾ ਹੈ। ਪਰੰਤੂ ਮੈਂ ਕਹਿਣ ਦੇ ਬਾਵਜੂਦ ਵੀ ਮੈਂ ਕਹਿਣ ਦਾ ਭਾਵ ਹੀ

ਹੋਰ ਹੁੰਦਾ ਹੈ। ਜਦੋਂ ਸ੍ਰੀ ਕ੍ਰਿਸ਼ਨ ਜੀ ਗੀਤਾ ਦਾ ਉਪਦੇਸ਼ ਕਰਦੇ ਹੋਏ ਇਹ ਕਹਿੰਦੇ ਹਨ ਕਿ ਇਕ ਮੇਰੀ ਸਰਣ 'ਚ ਆ। ਉਨ੍ਹਾਂ ਦਾ ਭਾਵ ਇਹ ਹੀ ਸੀ ਕਿ ਤੁਸੀਂ ਆਪਣੀ ਅੰਦਰਲੀ ਦੋ-ਚਿੱਤੀ ਤੋਂ ਬਾਹਰ ਨਿਕਲ ਆਓ। ਹੁਣ ਮੇਰੇ ਮਨ ਅੰਦਰ ਇਹ ਸਪੱਸ਼ਟ ਹੋ ਗਿਆ ਹੈ ਕਿ ਮਨ ਅਧੀਨ ਵਿਅਕਤੀ ਕਿਉਂ ਅਸੰਤੁਸ਼ਟ ਰਹਿੰਦੇ ਹਨ।

ਜਦੋਂ ਤਕ ਮਨ ਨਹੀਂ ਮੰਨੇਗਾ ਅਸੀਂ ਆਪਣੀ ਦੋਚਿੱਤੀ ਤੋਂ ਬਾਹਰ ਨਿਕਲ ਹੀ ਨਹੀਂ ਸਕਾਂਗੇ। ਮਨ ਅਧੀਨ ਮਨ ਦੀ ਸੀਮਾ ਅੰਦਰ ਰਹਿੰਦੇ ਹੋਇਆਂ ਸਾਡੇ ਮਨੋ ਅਸੰਤੁਸ਼ਟੀ ਦੇ ਭਾਵ ਝਲਕਦੇ ਹੀ ਰਹਿੰਦੇ ਹਨ। ਜਦੋਂ ਖ਼ਿਆਲਾਂ ਦਾ, ਭਾਵਨਾਵਾਂ ਦਾ ਖੇਲ੍ਹ ਸ਼ੁਰੂ ਹੋ ਜਾਂਦਾ ਹੈ। ਇਨ੍ਹਾਂ ਖ਼ਿਆਲਾਂ ਦਾ ਸੰਸਾਰ ਹੀ ਬਹੁਤ ਵਚਿੱਤਰ ਹੈ। ਸੰਤੁਸ਼ਟੀ ਅਤੇ ਅਸੰਤੁਸ਼ਟੀ ਦੇ ਖ਼ਿਆਲਾਂ ਨੂੰ ਬਰੀਕੀ ਨਾਲ ਜਾਨਣਾ ਪੈਂਦਾ ਹੈ। ਇਨ੍ਹਾਂ ਸੰਤੁਸ਼ਟੀ ਅਤੇ ਅਸੰਤੁਸ਼ਟੀ ਦੀਆਂ ਭਾਵਨਾਵਾਂ ਨੂੰ ਜਾਨਣ ਵਾਲਾ ਇਕ ਹੈ। ਇਸ ਇਕ ਨੂੰ ਜਾਨਣ ਨਾਲ ਹੀ ਸੰਤੁਸ਼ਟੀ ਅਤੇ ਅਸੰਤੁਸ਼ਟੀ ਦੀਆਂ ਭਾਵਨਾਵਾਂ ਨੂੰ ਵੇਖਣ ਲੱਗ ਜਾਂਦਾ ਹੈ। ਮਨ ਦੀ ਅਸੰਤੁਸ਼ਟੀ ਦੀ ਚਰਚਾ ਕਰਦੇ ਹੋਏ ਗੁਰੂ ਨਾਨਕ ਦੇਵ ਜੀ ਸਪਸ਼ੱਟ ਕਰ ਗਏ ਹਨ :

ਭੁੱਖਿਆ ਭੁੱਖ ਨਾ ਉਤਰੈ ਜੇ ਬੰਨਾ ਪੂਰੀਆ ਭਾਰ॥

(ਜਪੁਜੀ ਸਾਹਿਬ)

ਜਦੋਂ ਮਨ ਅੰਦਰ ਸੰਤੁਸ਼ਟੀ ਦੀਆਂ ਭਾਵਨਾਵਾਂ ਉੱਠਣ ਲੱਗ ਜਾਂਦੀਆਂ ਹਨ ਤਾਂ ਫਿਰ ਜਾਨਣ ਵਾਲਾ ਹੀ ਬਾਕੀ ਰਹਿ ਜਾਂਦਾ ਹੈ। ਅਜਿਹੇ ਅਨੁਭਵ ਨੂੰ ਹੀ ਇਕ ਦੀ ਸ਼ਰਣ ਮਿਲ ਜਾਣਾ ਕਿਹਾ ਜਾਂਦਾ ਹੈ। ਅਜਿਹਾ ਵਿਰਲਾ ਵਿਅਕਤੀ ਫਿਰ ਕਿਸੀ ਭੀ ਪਰੰਪਰਾ ਨਾਲ ਮਿਲ ਕੇ ਨਹੀਂ ਚੱਲ ਸਕੇਗਾ। ਇਸ ਵਾਸਤੇ ਉਹ ਨਿਰਾਲਾ ਹੀ ਵਿਓਹਾਰ ਕਰਨ ਲੱਗ ਜਾਂਦਾ ਹੈ।

ਪਰੰਤੂ ਇਹ ਕੋਈ ਆਸਾਨ ਕੰਮ ਨਹੀਂ ਹੈ ਸਾਡੇ ਮਨ ਦਾ ਸੂਖਸ਼ਮ ਅਹੰਕਾਰ ਇੰਨੀ ਜਲਦੀ ਪਿੱਛਾ ਨਹੀਂ ਛੱਡਦਾ ਹੈ। ਆਪਣੇ ਮਨ ਅਧੀਨ ਰਹਿ ਰਹੇ ਵਿਅਕਤੀਆਂ ਦੇ ਮਨ ਦੀ ਚਿੰਤਾ ਛੁਪਾਇਆਂ ਛੁਪਦੀ ਨਹੀਂ ਹੈ। ਮਹਾਤਮਾ ਬੁੱਧ ਜੀ ਦੇ ਪਰਮ ਸੇਵਕ ਸ਼ਰਧਾਲੂ ਅਨੰਦ ਦੇ ਮਨ ਅੰਦਰ ਇਹ ਖ਼ਿਆਲ ਪ੍ਰਬਲ ਹੋ ਗਏ ਕਿ ਮੈਨੂੰ ਤਾਂ ਬ੍ਰਹਮ-ਗਿਆਨ ਦੀ ਪ੍ਰਾਪਤੀ ਹੋ ਗਈ ਹੈ। ਜਦੋਂ ਤਕ ਕਿਸੀ ਦੇ ਅੰਦਰ ਇਕ ਆਧਾਰ ਨਾ ਪੈਦਾ ਹੋ ਜਾਵੇ ਮਨ ਇਹੋ ਜਿਹੀ ਦਾਅਵੇਦਾਰੀ ਕਰਦਾ ਹੀ ਰਹਿੰਦਾ ਹੈ। ਸਾਡੇ ਅੰਦਰ ਦੋਚਿੱਤੀ ਬਣੀ ਹੀ ਰਹਿੰਦੀ ਹੈ। ਊਣੇ ਘੜੇ ਤਾਂ ਹਮੇਸ਼ਾਂ ਹੀ ਛਲਕਦੇ ਰਹਿੰਦੇ ਹਨ। ਭਰੇ ਘੜੇ ਹੀ ਨਿਰਛਲ ਰਹਿੰਦੇ ਹਨ। ਆਤਮਾ ਪ੍ਰਮਾਤਮਾ ਦੀਆਂ ਸਿਰਫ ਗੱਲਾਂ ਕਰਨ ਵਾਲੇ ਕਦੇ ਅਡੋਲ ਰਹਿੰਦੇ ਹੀ ਨਹੀਂ ਹਨ। ਉਨ੍ਹਾਂ ਦੇ ਮਨ ਡੋਲਦੇ ਹੀ ਰਹਿੰਦੇ ਹਨ। ਇਹ ਅੰਦਰੂਨੀ ਖੇਲ੍ਹ

ਦੀਆਂ ਗੱਲਾਂ ਹਨ ਕਿ ਸਾਡੇ ਸੂਖਸ਼ਮ ਚਿੱਤ ਰੂਪੀ ਆਕਾਸ਼ ਅੰਦਰ ਕੀ ਕੀ ਹੋ ਰਿਹਾ ਹੈ।

ਅਨੰਦ ਨੂੰ ਤਾਂ ਅਜੇ ਤਕ ਆਪਣੇ ਸਾਖਸ਼ੀ ਭਾਵ ਆਪਣੀ ਅਮਰ ਆਤਮਾ ਦੀ ਮੌਜੂਦਗੀ ਤੇ ਪੱਕਾ ਵਿਸ਼ਵਾਸ ਤਕ ਨਹੀਂ ਸੀ ਹੋਇਆ। ਉਸ ਦੇ ਮਨ ਦੀ ਚੰਚਲਤਾ ਨੇ ਜ਼ੋਰ ਫੜ ਲਿਆ। ਉਹ ਆਪਣੇ ਮਨੋ-ਮਨ ਆਪਣੇ ਆਪੇ ਨਾਲ ਗੱਲਾਂ ਕਰਨ ਲੱਗ ਪਿਆ। ਜਿਵੇਂ ਕਿ ਅਕਸਰ ਇਕਾਂਤ 'ਚ ਅਸੀਂ ਆਪ ਹੀ ਅਜਿਹੀ ਗੱਲਬਾਤ ਕਰਦੇ ਹੀ ਕਹਿੰਦੇ ਹਾਂ ਕਿ ਮੇਰੇ ਪਿਛੋਂ ਆਉਣ ਵਾਲੇ ਸ਼ਰਧਾਲੂਆਂ ਨੂੰ ਤਾਂ ਮਹਾਤਮਾ ਜੀ ਨੇ ਆਪਣੇ ਪ੍ਰਚਾਰਕ ਬਣਾ ਕੇ ਦੂਰ ਦੂਰ ਭੇਜ ਦਿੱਤਾ ਹੈ। ਪਤਾ ਨਹੀਂ ਉਹ ਮੈਨੂੰ ਆਪਣਾ ਪ੍ਰਚਾਰਕ ਕਿਉਂ ਨਹੀਂ ਬਣਾ ਰਹੇ ਹਨ। ਸ਼ਾਇਦ ਮਹਾਤਮਾ ਜੀ ਮੈਨੂੰ ਅਜੇ ਵੀ ਅਧੂਰਾ ਹੀ ਸਮਝ ਰਹੇ ਹਨ। ਮੈਂ ਕੀ ਨਹੀਂ ਜਾਣਦਾ ਹਾਂ। ਸੰਸਾਰ ਅਤੇ ਸਰੀਰ ਤਾਂ ਪਲ ਪਲ ਬਦਲ ਰਹੇ ਹਨ। ਸਰੀਰ ਤਾਂ ਨਾਸ਼ਵਾਨ ਹੈ। ਆਤਮਾ ਅਮਰ ਹੈ। ਆਤਮਾ ਬਦੇਹੀ ਸ਼ਕਤੀ ਹੈ।

ਅਨੰਦ ਨੇ ਆਪਣੇ ਮਨ ਦੀ ਗੱਲ ਮਹਾਤਮਾ ਜੀ ਨੂੰ ਕਹਿ ਹੀ ਦਿੱਤੀ। ਮਹਾਤਮਾ ਜੀ ਤੁਸੀਂ ਮੇਰੇ ਨਾਲ ਵਿਤਕਰੇ ਕਿਉਂ ਕਰਦੇ ਹੋ ? ਮੈਨੂੰ ਆਪਣਾ ਪ੍ਰਚਾਰਕ ਕਿਉਂ ਨਹੀਂ ਬਣਾ ਰਹੇ ਹੋ ?

ਅਨੰਦ ਨੂੰ ਆਪਣੇ ਮਨ ਦੇ ਖ਼ਿਆਲਾਂ ਅੰਦਰ ਘਿਰੇ ਹੋਏ ਵੇਖ ਅਨੰਦ ਨੂੰ ਸੱਚ ਤੋਂ ਜਾਣੂ ਕਰਵਾਉਣ ਵਾਸਤੇ ਆਪਣੇ ਨਿਰਾਲੇ ਢੰਗ ਨਾਲ ਸਮਝਾਉਣ ਲੱਗੇ। ਮਹਾਤਮਾ ਜੀ ਕਹਿਣ ਲੱਗੇ, ਅਨੰਦ ਅੱਜ ਮੇਰਾ ਮਨ ਯਮੁਨਾ ਦਾ ਪਾਣੀ ਪੀਣ ਨੂੰ ਕਰ ਆਇਆ ਹੈ। ਤੂੰ ਮੇਰਾ ਪਰਮ ਸੇਵਕ ਤੇ ਸ਼ੁਭਚਿੰਤਕ ਹੈਂ। ਤੂੰ ਮੇਰਾ ਖ਼ਿਆਲ ਰੱਖ ਰਿਹਾ ਹੈਂ। ਇਸ ਵਾਸਤੇ ਹੀ ਮੈਂ ਤੈਨੂੰ ਆਪਣੇ ਤੋਂ ਦੂਰ ਨਹੀਂ ਭੇਜਣਾ ਚਾਹੁੰਦਾ ਹਾਂ। ਜਾਓ ਯਮੁਨਾ ਦੇ ਘਾਟ ਤੋਂ ਪਾਣੀ ਲੈ ਕੇ ਆਓ। ਪਰ ਇਕ ਗੱਲ ਦਾ ਖ਼ਿਆਲ ਰੱਖਣਾ ਕਿ ਪਾਣੀ ਘਾਟ ਤੋਂ ਹੀ ਲੈ ਕੇ ਆਉਣਾ।

ਹਰ ਗੁਰੂ ਆਪਣੇ ਚੇਲਿਆਂ ਨੂੰ ਸਮਝਾਉਣ ਵਾਸਤੇ ਕੋਈ ਨਾ ਕੋਈ ਨਵਾਂ ਹੀ ਢੰਗ ਵਰਤਦਾ ਹੈ। ਕਿਉਂਕਿ ਸਾਰੇ ਪੁਰਾਣੇ ਢੰਗਾਂ ਨੂੰ ਜਾਨਣ ਵਾਲੇ ਐਵੇਂ ਹੀ ਢੌਂਗ ਕਰ ਲੈਂਦੇ ਹਨ। ਕੋਈ ਵੀ ਪੁਰਾਣਾ ਢੰਗ ਸਾਨੂੰ ਸਾਡੇ ਅੰਦਰਲੀ ਮੰਜ਼ਲ ਤੇ ਪਹੁੰਚਣ ਵਾਸਤੇ ਕੰਮ ਆਉਂਦਾ ਹੀ ਨਹੀਂ ਹੈ। ਕਿਉਂਕਿ ਸਚਾਈ ਤਾਂ ਸਾਡੇ ਅੰਦਰ ਹੀ ਛੁਪੀ ਹੋਈ ਹੈ। ਆਪਣੇ ਅਸਲੇ ਨੂੰ ਜਾਨਣ ਵਾਸਤੇ ਤਾਂ ਸਾਨੂੰ ਬਾਹਰੀ ਸਾਰੇ ਹੀ ਸਹਾਰੇ ਛੱਡਣੇ ਪੈਂਦੇ ਹਨ। ਇਹ ਸਹਾਰੇ ਵੀ ਤਾਂ ਹੀ ਛੁੱਟਣ ਲੱਗਦੇ ਹਨ ਜਦੋਂ ਸਾਡੇ ਮਨ ਦੇ ਖ਼ਿਆਲਾਂ 'ਚ ਆਤਮਾ ਦੀ ਮੌਜੂਦਗੀ ਦੇ ਖ਼ਿਆਲ ਬਣੇ ਰਹਿਣ ਲੱਗ ਜਾਂਦੇ ਹਨ। ਆਪਣੇ ਸਰੀਰ ਅੰਦਰ ਸਮਾਏ ਹੋਏ ਸੱਚ ਨੂੰ ਤਾਂ ਅਸੀਂ ਆਪਣੇ ਸਰੀਰ ਅੰਦਰੋਂ ਹੀ ਜਾਣ ਸਕਦੇ ਹਾਂ। ਨਿਰ-ਆਕਾਰੀ ਸ਼ਕਤੀਆਂ

ਦੀ ਮੌਜੂਦਗੀ ਦੇ ਚਰਚੇ ਸਾਨੂੰ ਆਪਣੇ ਸਮਾਜ ਅੰਦਰੋਂ ਹੀ ਸੁਣਨ ਨੂੰ ਮਿਲਦੇ ਹਨ।

ਮਹਾਤਮਾ ਜੀ ਦੀ ਪਾਣੀ ਪੀਣ ਦੀ ਇੱਛਾ ਪੂਰੀ ਕਰਨ ਵਾਸਤੇ ਅਨੰਦ ਕਮੰਡਲ ਲੈ ਕੇ ਯਮੁਨਾ ਦੇ ਘਾਟ ਵੱਲ ਚੱਲ ਪਿਆ। ਮਨੁੱਖਾ ਮਨ ਤਾਂ ਸਵੈਚਾਲਕ ਮਸ਼ੀਨ ਵਾਂਗ ਆਪ ਹੀ ਚਾਲੂ ਹੋ ਜਾਂਦਾ ਹੈ। ਆਪਣੀਆਂ ਹੀ ਸੋਚਾਂ ਦੇ ਵਹਿਣ 'ਚ ਰੁੜ੍ਹਨ ਲੱਗ ਜਾਂਦਾ ਹੈ। ਅਨੰਦ ਦੇ ਮਨ ਅੰਦਰ ਵਿਚਾਰ ਹੀ ਵਿਚਾਰ ਉਠਣ ਲੱਗ ਪਏ। 'ਆਪ ਤਾਂ ਡੁੱਬੀ ਬਾਹਮਣੀ ਲੈ ਡੁੱਬੀ ਜਜਮਾਨ।' ਮੈਂ ਕੀ ਸਵਾਲ ਪੁੱਛਿਆ ਹੈ। ਮੇਰੇ ਸਵਾਲ ਦਾ ਜਵਾਬ ਦੇਣ ਦੀ ਬਜਾਏ ਮਹਾਤਮਾ ਜੀ ਨੇ ਮੈਨੂੰ ਹੋਰ ਹੀ ਚੱਕਰਾਂ 'ਚ ਫਸਾ ਦਿੱਤਾ ਹੈ। ਨਵਾਬ ਨੇ ਅੱਜ ਯਮੁਨਾ ਦੇ ਘਾਟ ਦਾ ਹੀ ਪਾਣੀ ਪੀਣਾ ਹੈ। ਟੰਗਾਂ ਤੋੜਨ ਵਾਲਾ ਗੁੱਸਾ ਆਇਆ। ਯਮੁਨਾ ਘਾਟ ਕਿਹੜਾ ਨਜ਼ਦੀਕ ਹੀ ਹੈ। ਇਥੋਂ ਘੱਟੋ ਘੱਟ ਦੋ ਕੁ ਕੋਹ ਤਾਂ ਹੋਣਾ ਹੀ ਹੈ। ਭਲਿਆ ਮਾਣਸਾ ਪਿਆਸ ਹੀ ਲੱਗੀ ਹੈ, ਪਾਣੀ ਹੀ ਤਾਂ ਪੀਣਾ ਹੈ। ਖੂਹ ਦਾ ਪਾਣੀ ਤੈਨੂੰ ਕੀ ਡੰਗ ਮਾਰਨ ਲੱਗਾ ਹੈ। ਇਹੋ ਜਿਹੀ ਸਾਡੇ ਮਨ ਦੀ ਧਾਰਨਾ ਬਣੀ ਰਹਿੰਦੀ ਹੈ। ਇਹੋ ਜਿਹੀਆਂ ਸੋਚਾਂ ਹਰ ਵਿਅਕਤੀ ਦੇ ਮਨ ਅੰਦਰ ਚੱਲਦੀਆਂ ਹਨ।

ਜੋ ਕੁਝ ਕਿਸੀ ਦੇ ਮੂੰਹ ਤੇ ਕਹਿਣਾ ਔਖਾ ਹੁੰਦਾ ਹੈ, ਉਸ ਦੀ ਭੜਾਸ ਮਨ ਇਸ ਤਰ੍ਹਾਂ ਕੱਢਣ ਲੱਗ ਜਾਂਦਾ ਹੈ। ਜਿਵੇਂ ਕਿ ਕੋਈ ਵਿਅਕਤੀ ਉਸ ਦੇ ਸਾਹਮਣੇ ਬੈਠਾ ਸੁਣ ਰਿਹਾ ਹੋਵੇ। ਅਸਲ 'ਚ ਇਸ ਤਰ੍ਹਾਂ ਦੀਆਂ ਗੱਲਾਂ ਤਾਂ ਸਾਡਾ ਹੀ ਚੇਤ ਮਨ ਅਚੇਤ ਮਨ ਨਾਲ ਕਰ ਰਿਹਾ ਹੁੰਦਾ ਹੈ। ਇਹ ਹੀ ਇਕ ਉਲਝਣ ਹੈ ਕਿ ਜਿਸ ਅਚੇਤ ਆਤਮਾ ਦੀ ਮੌਜੂਦਗੀ ਨੂੰ ਅਗਿਆਨਤਾ 'ਚ ਹੀ ਮੰਨ ਰਿਹਾ ਹੁੰਦਾ ਹੈ। ਉਸ ਦੀ ਮੌਜੂਦਗੀ ਦਾ ਅਹਿਸਾਸ ਸਾਨੂੰ ਆਮ ਕਰ ਕੇ ਹੁੰਦਾ ਹੀ ਨਹੀਂ ਹੈ। ਸਾਡਾ ਚੇਤ ਮਨ ਅਚੇਤ ਮਨ ਦੀ ਮੌਜੂਦਗੀ ਨੂੰ ਪਹਿਚਾਣਦਾ ਹੀ ਨਹੀਂ ਹੈ। ਜਦੋਂ ਚੇਤ ਮਨ ਅੰਦਰ ਇਹ ਸਪੱਸ਼ਟ ਹੋ ਜਾਂਦਾ ਹੈ ਕਿ ਮੇਰੀਆਂ ਕਲਪਨਾਵਾਂ ਨੂੰ ਕੋਈ ਵੇਖ ਰਿਹਾ ਹੈ ਤਾਂ ਫਿਰ ਸਾਡੇ ਚਿੱਤ ਰੂਪੀ ਆਕਾਸ਼ 'ਚ ਤੈਰ ਰਹੇ ਖ਼ਿਆਲ ਸ਼ਾਂਤ ਹੀ ਹੋ ਜਾਂਦੇ ਹਨ। ਚੇਤ ਮਨ ਅਤੇ ਅਚੇਤ ਮਨ ਇਕ ਹੀ ਹੋ ਜਾਂਦੇ ਹਨ। ਇਸ ਤਰ੍ਹਾਂ ਸਾਡੇ ਅੰਦਰ ਦੀ ਦੋਚਿੱਤੀ ਸਮਾਪਤ ਹੋ ਜਾਂਦੀ ਹੈ। ਖੈਰ ਇਥੇ ਤਾਂ ਮੈਂ ਅਨੰਦ ਦੀ ਦਸ਼ਾ ਬਾਰੇ ਹੀ ਲਿਖ ਰਿਹਾ ਹਾਂ ਕਿ ਅਨੰਦ ਆਪਣੇ ਮਨੋ ਮਨ ਹੀ ਮਹਾਤਮਾ ਜੀ ਨੂੰ ਕੋਸਣ ਲੱਗਾ ਹੋਇਆ ਸੀ ਕਿ ਮਹਾਤਮਾ ਜੀ ਨੇ ਮੈਨੂੰ ਐਵੇਂ ਹੀ ਕਿਉਂ ਘੁੰਮਣ-ਘੇਰੀ 'ਚ ਫਸਾ ਦਿੱਤਾ ਹੈ। ਮੈਨੂੰ ਐਵੇਂ ਹੀ ਭਾਜੜਾਂ ਪੁਆ ਦਿੱਤੀਆਂ ਹਨ। ਆਪਣੇ ਮਨੋ ਮਨ ਆਪਣੇ ਮਨ ਦੇ ਘੋੜੇ ਭਜਾਉਂਦਾ ਹੋਇਆ ਯਮੁਨਾ ਦੇ ਘਾਟ ਤੇ ਪਹੁੰਚ ਗਿਆ। ਘਾਟ ਦੇ ਗੰਧਲੇ ਪਾਣੀ ਨੂੰ ਵੇਖ ਅਨੰਦ ਮਨੋ ਮਨ ਸੋਚਣ ਲੱਗ ਪਿਆ ਕਿ ਅਨੰਦ, ਮਹਾਤਮਾ ਜੀ ਤਾਂ ਸ਼ਾਇਦ ਮੇਰਾ ਇਮਤਿਹਾਨ ਲੈਣਾ ਚਾਹੁੰਦੇ ਹਨ ਕਿ ਅਨੰਦ ਮੇਰੇ ਨਾਲ ਕਿੰਨੀ ਹਮਦਰਦੀ ਕਰ ਰਿਹਾ ਹੈ। ਮੇਰੇ ਤੇ

ਸ਼ਰਧਾ ਰੱਖ ਰਿਹਾ ਹੈ। ਮੈਂ ਤਾਂ ਮਹਾਤਮਾ ਜੀ ਦੀ ਮਨੋਂ ਬਹੁਤ ਇੱਜ਼ਤ ਕਰਦਾ ਹਾਂ। ਅਜਿਹਾ ਗੰਦਾ ਪਾਣੀ ਮੈਂ ਗੁਰੂ ਜੀ ਨੂੰ ਕਿਵੇਂ ਪਿਲਾ ਸਕਦਾ ਹਾਂ। ਸ਼ਾਇਦ ਗੁਰੂ ਜੀ ਨੇ ਇਸ ਵਾਸਤੇ ਹੀ ਮੈਨੂੰ ਘਾਟ ਦਾ ਪਾਣੀ ਲਿਆਉਣ ਦੀ ਹਦਾਇਤ ਵੀ ਕੀਤੀ ਹੈ ਕਿ ਤੂੰ ਘਾਟ ਤੋਂ ਹੀ ਪਾਣੀ ਲੈ ਕੇ ਆਵੀਂ। ਅਨੰਦ ਨੇ ਮਹਾਤਮਾ ਜੀ ਪਾਸ ਖਾਲੀ ਹੱਥ ਪਹੁੰਚਣ ਦਾ ਫੈਸਲਾ ਕਰ ਲਿਆ। ਮਹਾਤਮਾ ਜੀ ਪਾਸ ਪਹੁੰਚ ਅਨੰਦ ਕਹਿਣ ਲੱਗਾ, "ਮਹਾਤਮਾ ਜੀ ਮੁਆਫ਼ ਕਰਨਾ। ਘਾਟ ਦਾ ਪਾਣੀ ਤਾਂ ਬਹੁਤ ਗੰਦਾ ਹੈ। ਪੀਣ ਦੇ ਯੋਗ ਨਹੀਂ ਹੈ। ਮੈਂ ਤੁਹਾਨੂੰ ਖੂਹ ਦਾ ਪਾਣੀ ਪਿਲਾ ਦਿੰਦਾ ਹਾਂ।"

ਮਹਾਤਮਾ ਜੀ ਕਹਿਣ ਲੱਗੇ, "ਅਨੰਦ ਕੁਝ ਗੱਲਾਂ ਅਜਿਹੀਆਂ ਹੁੰਦੀਆਂ ਹਨ ਜਿਨ੍ਹਾਂ ਨੂੰ ਮੂੰਹੋਂ ਬੋਲ ਕੇ ਨਹੀਂ ਕਿਸੀ ਹੋਰ ਢੰਗ ਨਾਲ ਸਮਝਾਉਣਾ ਉਚਿਤ ਹੁੰਦਾ ਹੈ। ਤੂੰ ਅਜੇ ਆਪਣੇ ਅੰਦਰੋਂ ਦੋ ਟੁੱਕ ਫੈਸਲਾ ਕਰ ਲੈਣ ਦੇ ਯੋਗ ਨਹੀਂ ਏਂ। ਜਾਓ ਜਦੋਂ ਤੇਰੇ ਮਨ ਅੰਦਰੋਂ ਇਹ ਗਵਾਹੀ ਉੱਠ ਪਵੇ ਕਿ ਹੁਣ ਪਾਣੀ ਪੀਣ ਯੋਗ ਹੈ, ਸਵੱਛ ਹੈ ਤਾਂ ਉਦੋਂ ਪਾਣੀ ਲੈ ਆਉਣਾ। ਵਰਨਾ ਘਾਟ ਉਤੇ ਹੀ ਬੈਠੇ ਰਹਿਣਾ। ਮੈਨੂੰ ਇਹ ਪਤਾ ਹੈ ਕਿ ਦੋ ਟੁੱਕ ਫੈਸਲਾ ਕਰ ਲੈਣ ਦੀ ਯੋਗਤਾ ਤੇਰੇ ਅੰਦਰ ਮੌਜੂਦ ਹੈ। ਤੂੰ ਆਪਣੇ ਅੰਦਰਲੀ ਇਸ ਸਮਰੱਥਾ ਨੂੰ ਅਜੇ ਤਕ ਪਹਿਚਾਣਦਾ ਹੀ ਨਹੀਂ ਹੈਂ।"

ਅਨੰਦ ਨਾ ਚਾਹੁੰਦੇ ਹੋਏ ਫਿਰ ਘਾਟ ਵੱਲ ਚੱਲ ਪਿਆ। ਸਾਡੇ ਭੁਲੱਕੜ ਮਨ ਦੀ ਇਹ ਪੱਕੀ ਹੋਈ ਆਦਤ ਹੈ ਕਿ ਮਨ ਤਾਂ ਕਿਸੇ ਦੂਸਰੇ ਦੀ ਮੌਜੂਦਗੀ ਨੂੰ ਮੰਨਦਾ ਹੀ ਨਹੀਂ ਹੈ। ਆਪਣੀ ਹੀ ਮਨਮਰਜ਼ੀ ਕਰਦਾ ਰਹਿੰਦਾ ਹੈ। ਜਦੋਂ ਕਿ ਮਨ ਨੂੰ ਕਲਪਨਾਵਾਂ ਕਰਦੇ ਹੋਏ, ਸੋਚਾਂ ਸੋਚਦੇ ਹੋਏ ਜਾਨਣ ਵਾਲੀ ਵੇਖਣੇ ਵਾਲੀ ਸਮਰੱਥਾ ਹੀ ਸਰੀਰ ਦੀ ਬਣਤਰ ਦਾ ਆਧਾਰ ਹੈ। ਇਹ ਸਮਰੱਥਾ ਹੀ ਉਹ ਨਿਰ-ਆਕਾਰੀ ਧੁਰਾ ਹੈ ਜੋ ਕਦੇ ਬਦਲਦਾ ਹੀ ਨਹੀਂ ਹੈ। ਇਸ ਨੂੰ ਜਾਣ ਲੈਣਾ ਹੀ ਸਾਡੇ ਮਨੁੱਖਾ ਸਰੀਰ ਦਾ ਮਕਸਦ ਹੈ। ਇਹ ਕੰਮ ਬਹੁਤ ਹੀ ਪੇਚੀਦਾ ਹੈ। ਮੁਸ਼ਕਿਲ ਬਣਿਆ ਹੋਇਆ ਹੈ।

ਖੰਨਿਓਂ ਤਿੱਖੀ ਵਾਲੋਂ ਨਿੱਕੀ, ਏਤਿ ਮਾਰਗ ਜਾਣਾ।
ਘਰਿ ਮਹਿ ਘਰ ਵਿਖਾਏ ਦੇ ਸੋਈ ਪੁਰਖੁ ਸੁਜਾਣ।

ਅਨੰਦ ਸੋਚਾਂ ਸੋਚਦੇ ਹੋਏ। ਮਹਾਤਮਾ ਜੀ ਵਾਸਤੇ ਉਂਝ ਤਾਂ ਪਾਣੀ ਲੈ ਜਾਣ ਵਾਸਤੇ ਹੀ ਜਾ ਰਿਹਾ ਸੀ ਪਰੰਤੂ ਉਸ ਦੇ ਮਨ ਅੰਦਰ ਇਹ ਗੱਲ ਵੀ ਬੈਠ ਗਈ ਸੀ ਕਿ ਉਹ ਕਿਹੜੀ ਸਮਰੱਥਾ ਹੈ ਜਿਸ ਦੀ ਮਹਾਤਮਾ ਜੀ ਮੈਨੂੰ ਜਾਣਕਾਰੀ ਕਰਵਾਉਣਾ ਚਾਹ ਰਹੇ ਹਨ। ਜਦੋਂ ਵੀ ਅਨੰਦ ਦੇ ਮਨ ਅੰਦਰ ਮਹਾਤਮਾ ਜੀ ਬਾਰੇ ਕਈ ਵਿਚਾਰ ਆਏ। ਅਨੰਦ ਦੀ ਆਤਮਾ ਦੇ ਤਲ ਤੇ ਉਸ ਵਿਚਾਰ ਤੇ

ਵਿਚਾਰਨਾ ਸ਼ੁਰੂ ਹੋ ਗਈ। ਅਨੰਦ ਦੇ ਮਨ ਅੰਦਰ ਇਹ ਗੱਲ ਸਮਝ ਆਉਣ ਲੱਗ ਪਈ ਕਿ ਮੇਰੇ ਮਨ ਅੰਦਰ ਜੋ ਮਹਾਤਮਾ ਜੀ ਦੀ ਨਿੰਦਾ ਦੇ ਵਿਚਾਰ ਉੱਠ ਰਹੇ ਹਨ ਇਨ੍ਹਾਂ ਵਿਚਾਰਾਂ ਨੂੰ ਮੇਰੇ ਹੀ ਅੰਦਰੋਂ ਕੋਈ ਸ਼ਕਤੀ ਜਾਣ ਰਹੀ ਹੈ। ਇਹੋ ਜਿਹੇ ਖ਼ਿਆਲਾਂ ਦੇ ਉਠ ਆਉਣ ਕਰਕੇ ਅਨੰਦ ਦਾ ਮਨ ਸਹਿਜ ਹੋਣ ਲੱਗ ਪਿਆ। ਨਿਰ-ਵਿਚਾਰ ਹੋਣ ਲੱਗ ਪਿਆ। ਅਨੰਦ ਨੂੰ ਆਪਣੇ ਸਾਖਸ਼ੀ ਭਾਵ ਦੀ ਮੌਜੂਦਗੀ ਦਾ ਅਹਿਸਾਸ ਹੋਣਾ ਸ਼ੁਰੂ ਹੋ ਗਿਆ ਕਿ ਮੇਰੇ ਮਨ ਅੰਦਰ ਉਠ ਰਹੇ ਵਿਚਾਰਾਂ ਨੂੰ ਕੋਈ ਮਹਾਂ-ਸ਼ਕਤੀ ਜਾਣ ਰਹੀ ਹੈ ਜਿਸ ਦੀ ਮੌਜੂਦਗੀ ਨੂੰ ਅਜੇ ਤਕ ਪਹਿਚਾਣਿਆ ਹੀ ਨਹੀਂ ਹੈ। ਅਜਿਹੇ ਖਿਆਲਾਂ 'ਚ ਹੀ ਅਨੰਦ ਘਾਟ ਤੇ ਪਹੁੰਚ ਗਿਆ। ਅਨੰਦ ਦੇ ਮਨ ਅੰਦਰਲੀ ਦੋਚਿੱਤੀ ਸਮਾਪਤ ਹੋ ਗਈ।

ਅਨੰਦ ਨੂੰ ਵੇਖ ਘਾਟ ਤੇ ਮੌਜੂਦ ਜੰਗਲੀ ਜਾਨਵਰ ਖਿਸਕਣ ਲੱਗ ਪਏ। ਉਨ੍ਹਾਂ ਦੇ ਖੁਰਾਂ ਨਾਲ ਉਠੀ ਗਾਦ ਨਾਲ ਘਾਟ ਦਾ ਪਾਣੀ ਹੋਰ ਵੀ ਗੰਦਾ ਨਜ਼ਰ ਆਉਣ ਲੱਗ ਪਿਆ। ਅਨੰਦ ਨੂੰ ਆਪਣੇ ਅੰਦਰੋਂ ਉੱਠ ਰਹੀ ਪ੍ਰੇਰਨਾ ਸਪੱਸ਼ਟ ਸੁਣਨ ਲੱਗ ਪਈ - ਅਨੰਦ ਕੁਝ ਕਰਨ ਦੀ, ਕੋਈ ਚਿੰਤਾ ਕਰਨ ਦੀ ਕੋਈ ਜ਼ਰੂਰਤ ਨਹੀਂ ਹੈ। ਨੀਝ ਲਾ ਪਾਣੀ ਵੱਲ ਸਿਰਫ ਵੇਖਦੇ ਰਹੋ। ਪਾਣੀ 'ਚ ਉੱਠੀ ਗਾਦ ਪਾਣੀ ਦੇ ਵਹਾਉ ਨਾਲ ਆਪ ਹੀ ਅੱਗੇ ਨਿਕਲ ਜਾਣੀ ਹੈ। ਜਿਵੇਂ ਕਿ ਤੇਰੇ ਮਨ ਦੇ ਵਿਚਾਰ ਹੁਣ ਸਮਾਪਤ ਹੋ ਗਏ ਹਨ। ਆਪਣੇ ਮਨ 'ਚ ਚਲ ਰਹੇ ਵਿਚਾਰਾਂ ਨੂੰ ਵੇਖਣ ਦੀ ਕਲਾ ਮਹਾਤਮਾ ਜੀ ਨੇ ਤੈਨੂੰ ਸਮਝਾ ਦਿੱਤੀ ਹੈ। ਜਾਓ ਮਹਾਤਮਾ ਜੀ ਨੂੰ ਪਾਣੀ ਪਿਲਾਓ। ਮਹਾਤਮਾ ਜੀ ਦਾ ਧੰਨਵਾਦ ਕਰੋ। ਜਿਨ੍ਹਾਂ ਨੇ ਤੈਨੂੰ ਤੇਰੀ ਅੰਦਰਲੀ ਮੰਜ਼ਲ ਦੀ ਸੋਝੀ ਕਰਵਾ ਦਿੱਤੀ ਹੈ।

ਇਸ ਤਰ੍ਹਾਂ ਕਿਸੇ ਵਿਰਲੇ ਵਿਅਕਤੀ ਦੇ ਮੂੰਹੋਂ ਹੀ ਧੰਨਵਾਦ ਦੇ ਬੋਲ ਨਿਕਲਦੇ ਹਨ। ਕਮੰਡਲ 'ਚ ਪਾਣੀ ਭਰ ਅਨੰਦ ਮਹਾਤਮਾ ਜੀ ਦੇ ਆਸ਼ਰਮ ਵੱਲ ਚੱਲ ਪਿਆ। ਆਪਣੇ ਅੰਦਰਲੀ ਦੋਚਿੱਤੀ ਤੋਂ ਬਾਅਦ ਨਿਕਲ ਜਾਣ ਦੇ ਕਾਰਣ। ਅਨੰਦ ਦੇ ਚੇਹਰੇ ਤੇ ਸ਼ਾਂਤੀ ਦੇ ਭਾਵ ਉੱਭਰ ਆਏ। ਬੇ-ਗ਼ਮ ਹੋਇਆ ਅਨੰਦ ਮਹਾਤਮਾ ਜੀ ਪਾਸ ਪਹੁੰਚਿਆ। ਦੋਨਾਂ ਵਿਚਕਾਰ ਮੌਨ ਪ੍ਰਵਚਨ ਸ਼ੁਰੂ ਹੋ ਗਏ। ਅਤਿ ਸੂਖਸ਼ਮ ਭਾਵਨਾਵਾਂ ਦਾ ਖੇਲ੍ਹ ਸ਼ੁਰੂ ਹੋ ਗਿਆ। ਦੋਨੋਂ ਇਕ ਦੂਜੇ ਦੀਆਂ ਭਾਵਨਾਵਾਂ ਨੂੰ ਸਮਝਣ ਲੱਗ ਪਏ। ਅਨੰਦ ਦੇ ਮੁੱਖ ਮੰਡਲ ਤੇ ਛਾਈ ਖੁਸ਼ੀ ਦੀਆਂ ਭਾਵਨਾਵਾਂ ਨੂੰ ਵੇਖ ਮਹਾਤਮਾ ਜੀ ਕਹਿਣ ਲੱਗੇ - ਅਨੰਦ ਆਤਮਿਕ ਤਲ ਤੇ ਅਸੀਂ ਹੁਣ ਇਕਮਿਕ ਹੋ ਗਏ ਹਾਂ। ਜਿਸਮਾਨੀ ਤੌਰ ਤੇ ਹੁਣ ਮੇਰੇ ਪਾਸੋਂ ਭਾਵੇਂ ਜਿੰਨੀ ਮਰਜ਼ੀ ਦੂਰ ਚਲੇ ਜਾਓ। ਸੂਖਸ਼ਮ ਆਤਮਿਕ ਤਲ ਤੇ ਆਤਮਿਕ ਤਲ ਪਹੁੰਚਾ ਸਮੇਂ ਸਥਾਨ ਦੀ ਸੀਮਾ ਸਮਾਪਤ ਹੋ ਜਾਂਦੀ ਹੈ। ਅਨੰਤਤਾ ਇਕ ਹੀ ਡੋਰ ਨਾਲ ਬੰਨ੍ਹੀ ਹੋਈ ਨਜ਼ਰ ਆਉਣ ਲੱਗ ਜਾਂਦੀ ਹੈ। ਘਰ 'ਚ ਘਰ ਦਾ ਮਾਲਕ

ਨਜ਼ਰ ਆਉਣ ਲੱਗ ਜਾਂਦਾ ਹੈ। ਭਾਵ ਸਾਖਸ਼ੀ ਭਾਵ। ਦ੍ਰਿਸ਼ਟਾ ਭਾਵ ਉੱਭਰ ਆਉਂਦਾ ਹੈ। ਸਰੀਰ ਬਾਰੇ ਜਾਨਣ ਵਾਲੀ ਸਰੀਰ ਦੀ ਭੁੱਖ ਪਿਆਸ ਬਾਰੇ ਜਾਣ ਰਹੀ ਸ਼ਕਤੀ ਅਨੰਤਤਾ 'ਚ ਇਕ ਦੀ ਮੌਜੂਦਗੀ ਦਾ ਅਹਿਸਾਸ ਕਰਨ ਲੱਗ ਜਾਂਦੀ ਹੈ। ਇਸੇ ਤਰ੍ਹਾਂ ਸਾਡੀ ਕੁੰਡਲਨੀ ਸ਼ਕਤੀ ਜਾਮ ਹੋ ਜਾਂਦੀ ਹੈ।

ਸਰੀਰ ਤਾਂ ਬਣਦੇ-ਮਿਟਦੇ ਰਹਿੰਦੇ ਹਨ। ਪਰੰਤੂ ਇਸ ਮਨੁੱਖਾ ਸਰੀਰ ਦੇ ਜ਼ਰੀਏ ਹੀ ਅਸੀਂ ਉੱਚ ਆਤਮਿਕ ਮੰਡਲਾਂ 'ਚ ਪ੍ਰਵੇਸ਼ ਕਰ ਸਕਦੇ ਹਾਂ। ਭਾਵ ਆਤਮਾ ਦੇ ਤਲ ਤਕ ਉੱਚੇ ਉੱਠ ਸਕਦੇ ਹਾਂ।

ਅਨੰਦ ਤੇਰੇ ਸਰੀਰ ਅੰਦਰ ਮੌਜੂਦ ਜਿਸ ਸ਼ਕਤੀ ਨੇ ਤੈਨੂੰ ਪਾਣੀ ਵੱਲ ਵੇਖਦੇ ਹੋਏ ਵੇਖਿਆ ਹੈ ਉਹ ਹੀ ਤੇਰੀ ਆਤਮਾ ਹੈ। ਸਾਖਸ਼ੀ ਭਾਵ ਹੈ। ਇਹ ਹੀ ਤੇਰਾ ਬ੍ਰਹਮ ਹੈ। ਅਜਿਹੇ ਅਨੁਭਵ ਨੂੰ ਵੀ 'ਦਿੱਬ-ਦ੍ਰਿਸ਼ਟੀ ਪ੍ਰਾਪਤ ਹੋ ਜਾਣਾ' ਕਿਹਾ ਜਾਂਦਾ ਹੈ। ਸ਼ਿਵ ਨੇਤ੍ਰ ਦਾ ਖੁੱਲ੍ਹ ਜਾਣਾ ਕਿਹਾ ਜਾਂਦਾ ਹੈ। ਇਹ ਹੀ ਬ੍ਰਹਮ-ਗਿਆਨ ਹੁੰਦਾ ਹੈ। ਬ੍ਰਹਮ-ਗਿਆਨ ਪ੍ਰਾਪਤ ਹੋ ਜਾਣ ਦਾ ਮਤਲਬ ਹੁੰਦਾ ਹੈ ਆਪਣੇ ਸਰੀਰ ਅੰਦਰ ਆਪਣੇ ਬ੍ਰਹਮ ਦੀ ਮੌਜੂਦਗੀ ਨਜ਼ਰ ਆ ਜਾਣਾ। ਆਪਣੀ ਅਨਮਨੀ ਅਵਸਥਾ 'ਚ ਪਹੁੰਚ ਬੇ-ਗਮ ਹੋ ਜਾਣਾ। ਬ੍ਰਹਮ-ਗਿਆਨੀ ਦੇ ਚੇਹਰੇ ਤੇ ਹਮੇਸ਼ਾ ਖੁਸ਼ੀ ਦੇ ਭਾਵ ਨਜ਼ਰ ਆਉਣ ਲੱਗ ਜਾਂਦੇ ਹਨ। ਅਜਿਹੇ ਨਿਰਾਲੇ ਅਨੁਭਵ ਨੂੰ ਹੀ ਆਪਣੇ ਰਿਸ਼ੀ ਮੁਨੀ-ਬ੍ਰਹਮ ਗਿਆਨੀ ਕਮਲ ਦਾ ਖਿਲ ਜਾਣਾ, ਹਿਰਦੇ ਕੌਲ ਦਾ ਖਿਲ ਜਾਣਾ ਕਹਿੰਦੇ ਆਏ ਹਨ।

ਆਪਣੇ ਅੰਦਰੋਂ ਆਪਣੇ ਸਾਖਸ਼ੀ ਭਾਵ ਦੀ ਮੌਜੂਦਗੀ ਦਾ ਅਹਿਸਾਸ ਕਰ ਕੇ ਆਪਣੇ ਅਨੁਭਵ ਦੇ ਆਧਾਰ ਤੇ ਹੀ ਲੋਕ-ਲਾਜ ਦੀ ਪਰਵਾਹ ਕਰਨੀ ਛੱਡ ਕੇ ਮੀਰਾਂ ਨੱਚਣ ਗਾਉਣ ਲੱਗ ਗਈ ਸੀ। ਆਪਣੇ ਨਿਰਾਲੇ ਅਨੁਭਵ ਦਾ ਪ੍ਰਗਟਾਵਾ ਕਰਨ ਲੱਗ ਪਈ ਸੀ। ਆਮ ਕਰ ਕੇ ਆਪਣੇ ਸਮਾਜ ਅੰਦਰ ਅਸੀਂ ਆਮ ਲੋਕਾਂ ਨੂੰ ਮੰਗਾਂ ਮੰਗਦੇ ਹੋਏ, ਅਸੰਤੁਸ਼ਟ ਹੋਏ ਵੇਖਦੇ ਹਾਂ। ਇਹ ਹੀ ਇਕ ਨਿਸ਼ਾਨੀ ਹੁੰਦੀ ਹੈ ਕਿ ਅਸੰਤੁਸ਼ਟ ਨਜ਼ਰ ਆ ਰਹੇ ਲੋਕ ਅਜੇ ਆਪਣੇ ਆਪਣੇ ਮਨ ਦੇ ਅਧੀਨ ਹੁੰਦੇ ਹਨ। ਸੰਤੁਸ਼ਟ ਨਜ਼ਰ ਆਉਣ ਵਾਲੇ ਆਪਣੀ ਅਨਮਨੀ ਅਵਸਥਾ 'ਚ ਪਹੁੰਚੇ ਹੁੰਦੇ ਹਨ, ਉਹ ਆਪਣੇ ਅਨੁਭਵ ਦੀ ਚਰਚਾ ਕਰਨ ਲੱਗ ਜਾਂਦੇ ਹਨ ਕਿ ਆਮ ਲੋਕ ਆਪਣੇ ਆਪਣੇ ਬ੍ਰਹਮ-ਗਿਆਨ ਦੀ ਮੌਜੂਦਗੀ ਨੂੰ ਪਹਿਚਾਨਣ ਲੱਗ ਜਾਣ। ਇਹ ਉਨ੍ਹਾਂ ਦੇ ਮਨ ਦੀ ਨਿਰਮਲਤਾ ਦੀ ਹੀ ਨਿਸ਼ਾਨੀ ਹੁੰਦੀ ਹੈ। ਉਹ ਆਪਣੇ ਤਨ ਮਨ ਦੀਆਂ ਚਿੰਤਾਵਾਂ ਕਰਦੇ ਹੀ ਨਹੀਂ ਹਨ।

ਮਾਈ ਮਹਾ ਲਿਆ ਗੋਬਿੰਦਾ ਮੋਲ।
ਤਨ ਵਾਰਾ ਮਨ ਵਾਰਾ, ਵਾਰਾ ਅਮੋਲਕ ਮੋਲ।

ਕਿ ਮੈਂ ਆਪਣਾ ਤਨ ਮਨ ਅਰਪਣ ਕਰ ਕੇ ਗੋਬਿੰਦ ਨੂੰ ਖਰੀਦਿਆ ਹੈ ਕਿ ਜਿਸ

ਗੋਬਿੰਦ ਨੇ ਆਪਣੀ ਕਿਰਪਾ ਕਰ ਕੇ ਮੈਨੂੰ ਇਹ ਅਣਮੁੱਲਾ ਮਨੁੱਖਾ ਸਰੀਰ ਦਿੱਤਾ ਹੈ। ਮੈਂ ਤਾਂ ਹੁਣ ਉਸੇ ਗੋਬਿੰਦ ਦਾ ਧੰਨਵਾਦ ਕਰ ਰਹੀ ਹਾਂ ਕਿ ਮੇਰੀ ਤਾਂ ਕੋਈ ਪਾਤਰਤਾ ਹੀ ਨਹੀਂ ਹੈ। ਕੋਈ ਔਕਾਤ ਹੀ ਨਹੀਂ ਹੈ। ਉਸੇ ਗੋਬਿੰਦ ਦੀ ਮਰਜ਼ੀ ਹੈ। ਮੈਂ ਗੋਬਿੰਦ ਦੀ ਗੁਲਾਮ ਹਾਂ। ਗੋਬਿੰਦ ਦਾ ਹੀ ਧੰਨਵਾਦ ਕਰ ਰਹੀ ਹਾਂ।

ਜਦੋਂ ਕਿਸੀ ਵਿਰਲੇ ਬ੍ਰਹਮ-ਗਿਆਨੀ ਦਾ ਮਨ ਇਹ ਮੰਨ ਲੈਂਦਾ ਹੈ ਕਿ ਆਤਮਾ ਅਮਰ ਤੱਤ ਹੈ ਉਸ ਨੂੰ ਆਪਣੇ ਸਮਕਾਲੀਨ ਲੋਕਾਂ ਦੀ ਵਿਰੋਧਤਾ ਦਾ ਸਾਹਮਣਾ ਕਰਨਾ ਪੈਂਦਾ ਹੈ।

ਐਸੀ ਲਾਗੀ ਲਗਨ ਮੀਰਾਂ ਹੋ ਗਈ ਮਗਨ।

ਬੱਸ ਅਸਲ ਗੱਲ ਤਾਂ ਇਹ ਹੀ ਹੈ ਕਿ ਸਾਡੇ ਮਨ ਅੰਦਰ ਜੋ ਲਗਨ ਲੱਗ ਜਾਂਦੀ ਹੈ, ਮਨ ਉਸ ਲਗਨ ਤੇ ਕੇਂਦਰਤ ਹੋ ਜਾਂਦਾ ਹੈ। ਇਕਾਗਰ ਹੋ ਜਾਂਦਾ ਹੈ। ਅਗਰ ਮਨ ਕੋਈ ਇਕ ਵਸਤੂ ਪ੍ਰਾਪਤ ਕਰ ਲੈਣ ਦੀ ਲਗਨ ਹੀ ਨਾ ਹੋਵੇ ਤਾਂ ਸਾਡਾ ਮਨ ਅਨੰਤ ਵਸਤੂਆਂ ਪ੍ਰਾਪਤ ਕਰ ਲੈਣ ਦੀਆਂ ਇੱਛਾਵਾਂ 'ਚ ਹੀ ਡੋਲਦਾ ਰਹਿੰਦਾ ਹੈ। ਕਦੇ ਵੀ ਕਿਸੇ ਵੀ ਇਕ ਕੰਮ ਤੇ ਕੇਂਦਰਤ ਹੁੰਦਾ ਹੀ ਨਹੀਂ ਹੈ।

ਬੁੱਲ੍ਹੇ ਨੂੰ ਸਮਝਾਵਣ ਆਈਆਂ ਭੈਣਾਂ ਤੇ ਭਰਜਾਈਆਂ।
ਤੂੰ ਬੁੱਲ੍ਹਿਆ ਕਿਉਂ ਸੱਯਦ ਹੋ ਕੇ ਕੁਲ ਨੂੰ ਲੀਕਾਂ ਲਾਈਆਂ।

ਆਪਣੇ ਤਨ ਮਨ ਦੇ ਪਿਆਰ ਤੋਂ ਉੱਚੇ ਉੱਠਣ ਵਾਲੇ ਆਪਣੇ ਬ੍ਰਹਮ ਦੀ ਮੌਜੂਦਗੀ ਨੂੰ ਪਹਿਚਾਣ, ਸਾਨੂੰ ਨਿਰ-ਆਕਾਰੀ ਜਗਤ, ਬ੍ਰਹਮ ਦੇ ਦੇਸ ਦੀਆਂ ਗੱਲਾਂ ਸੁਨਾਉਣ ਵਾਲੇ ਜਦੋਂ ਇਹ ਕਹਿਣ ਲੱਗ ਜਾਂਦੇ ਹਨ ਕਿ ਜੋ ਸਚਾਈ ਤੁਹਾਡੇ ਸਰੀਰ ਅੰਦਰ ਸਮਾਈ ਹੋਈ ਹੈ ਉਸ ਦੀ ਹਸਤੀ ਸਰੀਰ ਤੋਂ ਅਲੱਗ ਹੈ। ਉਨ੍ਹਾਂ ਦਾ ਆਪਣਾ ਧਿਆਨ ਤਾਂ ਆਪਣੇ ਹੀ ਬ੍ਰਹਮ ਤੇ ਕੇਂਦਰਤ ਹੋ ਜਾਂਦਾ ਹੈ। ਉਨ੍ਹਾਂ ਦਾ ਧਿਆਨ ਪ੍ਰਤੱਖ ਵੱਲ ਲੱਗਦਾ ਹੀ ਨਹੀਂ ਹੈ। ਇਸ ਵਾਸਤੇ ਉਹ ਕਦੇ ਵੀ ਲੋਕ- ਲਾਜ ਦੀ ਪ੍ਰਵਾਹ ਕਰਦੇ ਹੀ ਨਹੀਂ ਹਨ। ਉਨ੍ਹਾਂ ਦੇ ਮਨ ਉਤੇ ਤਾਂ ਅਲੱਗ ਹੀ ਤਰ੍ਹਾਂ ਦਾ ਰੰਗ ਚੜ੍ਹ ਜਾਂਦਾ ਹੈ ਜੋ ਕਦੇ ਫਿੱਕਾ ਹੁੰਦਾ ਹੀ ਨਹੀਂ ਹੈ।

ਅੱਕ ਧਤੂਰੇ ਨਾਨਕਾ, ਸਭ ਉਤਰੈ ਪ੍ਰਭਾਤ,
ਨਾਮੁ ਖੁਮਾਰੀ ਨਾਨਕਾ ਚੜ੍ਹੀ ਰਹੇ ਦਿਨ ਰਾਤ।

ਇਕ ਹੀ ਰੰਗ ਵਿਚ ਰੰਗੇ ਹੋਏ ਵਿਰਲੇ ਵਿਅਕਤੀਆਂ ਦੇ ਨਿਰਾਲੇ ਵਿਓਹਾਰ ਨੂੰ ਵੇਖਣ ਵਾਲੇ, ਉਨ੍ਹਾਂ ਦੇ ਨਾਵਾਂ ਨਾਲ ਕਰਾਮਾਤ ਹੋ ਜਾਣ ਦੀਆਂ ਗੱਲਾਂ ਬਣਾਉਣ ਲੱਗ ਜਾਂਦੇ ਹਨ।

ਸਾਧੂ ਬੋਲੇ ਸਹਿਜ ਸੁਭਾਏ,
ਸਾਧੂ ਦਾ ਬੋਲਿਆ ਬ੍ਰਿਥਾ ਨਹੀਂ ਜਾਏ।

ਕਿ ਫਲਾਣਾ ਵਿਅਕਤੀ ਤਾਂ ਫੱਕਰ ਹੈ। ਉਸ ਦੇ ਮੂੰਹੋਂ ਨਿਕਲ ਰਹੇ ਬੋਲ ਸੱਚੇ

ਸਾਬਤ ਹੋ ਜਾਂਦੇ ਹਨ। ਇਸ ਨੂੰ ਤਾਂ ਦੁਨੀਆਂਦਾਰੀ ਦੀ ਕੋਈ ਸਮਝ ਹੀ ਨਹੀਂ ਹੈ। ਖਬਰ ਹੀ ਨਹੀਂ ਹੈ। ਇਹ ਕੋਈ ਸਾਧਾਰਣ ਵਿਅਕਤੀ ਨਹੀਂ ਹੈ। ਇਹ ਤਾਂ ਹੁਣ ਕਿਸੇ ਹੋਰ ਹੀ ਅਲੌਕਿਕ ਜਗਤ ਦੀਆਂ ਸਾਨੂੰ ਖਬਰਾਂ ਸੁਨਾਉਣ ਲੱਗਾ ਹੋਇਆ ਹੈ। ਇਹ ਤਾਂ ਆਪਣੇ ਆਪੇ 'ਚ ਹੀ ਮਗਨ ਹੋਇਆ ਹੋਇਆ ਹੈ। ਇਹ ਤਾਂ ਬੇਪ੍ਰਵਾਹ ਹੈ। ਬੇ-ਗਮ ਹੈ। ਜਿਸ ਨੂੰ ਸਰੀਰ ਅੰਦਰੋਂ ਆਪਣੇ ਸਾਖਸ਼ੀ ਭਾਵ ਦੀ ਮੌਜੂਦਗੀ ਨਜ਼ਰ ਆਉਣ ਲੱਗ ਜਾਂਦੀ ਹੈ। ਉਸ ਦੀ ਹਰ ਗੱਲ ਨਿਰ-ਆਕਾਰੀ ਸ਼ਕਤੀਆਂ ਦੀ ਮੌਜੂਦਗੀ ਬਾਰੇ ਹੀ ਨਿਕਲਣ ਲੱਗ ਜਾਂਦੀ ਹੈ। ਉਸ ਦਾ ਪੂਰਾ ਧਿਆਨ ਆਪਣੇ ਹੀ ਬ੍ਰਹਮ ਦੀ ਮੌਜੂਦਗੀ ਵੱਲ ਵੇਖਣ ਤੇ ਹੀ ਕੇਂਦਰਤ ਹੋ ਜਾਂਦਾ ਹੈ :

ਕੋਈ ਗੱਲ ਨਹੀਂ

ਕੋਈ ਗੱਲ ਨਹੀਂ - ਕੋਈ ਗੱਲ ਨਹੀਂ।
ਜੇ ਇਹ ਦੁਨੀਆਂ ਤੇਰੇ ਵੱਲ ਨਹੀਂ।
ਦੁਨੀਆਂ ਮਤਲਬ ਦੀ, ਮਤਲਬ ਦਾ ਸੰਸਾਰ।
ਮਤਲਬੀਆਂ ਸੰਗ ਸਾਡੀ ਕੋਈ ਗੱਲ ਨਹੀਂ।
ਉਹ ਮਰਜ਼ੀ ਨਾਲ ਦਿੰਦਾ ਹੈ ਦਾਤਾਂ,
ਜ਼ੋਰਾ ਜਬਰੀ ਦੀ ਕੋਈ ਗੱਲ ਨਹੀਂ।
ਦਾਤਾ ਦੇਵੇ ਦਾਤਾਂ ਕਰਨਾ ਸੱਲ ਨਹੀਂ,
ਜਲ੍ਹਣ ਬੁਝਣ ਦੀ ਕੋਈ ਗੱਲ ਨਹੀਂ।
ਕਰ ਸੱਚੇ ਨਾਲ - ਸੱਚੇ ਦਿਲੋਂ ਪਿਆਰ,
ਸੱਚਾ ਨਾ ਸੁਣੇ ਇਹ ਗੱਲ ਨਹੀਂ।
ਟਾਲ ਮਟੋਲ ਕਰਨਾ ਅੱਜ ਕਲ੍ਹ ਨਹੀਂ।
ਭਾਵੇਂ ਦਰ ਦਾਤੇ ਦੇ ਦੇਰ ਹੈ,
ਪਰ ਬੇਇਨਸਾਫ਼ੀ 'ਦਲਬਾਰੇ' ਕੋਈ ਗੱਲ ਨਹੀਂ।
ਕੋਈ ਗੱਲ ਨਹੀਂ - ਕੋਈ ਗੱਲ ਨਹੀਂ।
ਜੇ ਇਹ ਦੁਨੀਆਂ ਤੇਰੇ ਵੱਲ ਨਹੀਂ।
ਇਸ ਦੁਨੀਆਂ ਦਾ ਮਾਲਕ ਸੱਚਾ ਹੈ।
ਸੱਚਾ ਹੈ ਇਨਸਾਫ ਝੂਠੀ ਗੱਲ ਨਹੀਂ।
ਉਮੀਦ ਆਸ ਸਹਾਰੇ ਸੰਸਾਰ ਹੈ ਚੱਲਦਾ,
ਆਸ਼ਾਵਾਦੀਓ ਸਜਣੋਂ,
ਬੇਆਸੀ ਦੀ ਕੋਈ ਗੱਲ ਨਹੀਂ।

ਅਸੀਂ ਇਹ ਤਾਂ ਸੁਣਦੇ ਰਹਿੰਦੇ ਹਾਂ ਕਿ ਆਤਮਾ ਪ੍ਰਮਾਤਮਾ ਦੀ ਅੰਸ਼ ਹੈ।

ਆਤਮਾ ਹਮੇਸ਼ਾ ਸੱਚੀ ਪ੍ਰੇਰਣਾ ਦਿੰਦੀ ਹੈ। ਮਨ ਬ੍ਰਹਮਾ ਦੀ ਅੰਸ਼ ਹੈ। ਮਨ ਹਮੇਸ਼ਾ ਹੀ ਝੂਠੀਆਂ ਫੜ੍ਹਾਂ ਮਾਰਦਾ ਰਹਿੰਦਾ ਹੈ। ਮਨ ਸਾਨੂੰ ਝੂਠੇ ਸੰਸਾਰ ਨਾਲ ਜੋੜੀ ਰੱਖਣ ਦੀਆਂ ਕੋਸ਼ਿਸ਼ਾਂ ਕਰਦਾ ਰਹਿੰਦਾ ਹੈ। ਆਤਮਾ ਸਾਨੂੰ ਪ੍ਰਮਾਤਮਾ ਨਾਲ ਜੋੜਨ ਦੀ ਕੋਸ਼ਿਸ਼ ਕਰਦੀ ਰਹਿੰਦੀ ਹੈ। ਆਤਮਾ ਸਰੀਰ ਅੰਦਰ ਸਮਾਈ ਹੋਈ ਹੈ। ਇਹ ਕਿਵੇਂ ਸੰਭਵ ਹੋਇਆ ਹੈ ਕਿ ਸਾਡੇ ਠੋਸ ਪ੍ਰਤੱਖ ਸਰੀਰ ਦੀ ਅਗਵਾਈ ਇਹ ਨਿਰ-ਆਕਾਰੀ ਸ਼ਕਤੀਆਂ ਕਰ ਰਹੀਆਂ ਹਨ। ਆਪਣੇ ਸਾਖਸ਼ੀ ਭਾਵ ਦੀ ਮੌਜੂਦਗੀ ਦਾ ਅਹਿਸਾਸ ਕਰਨ ਵਾਲੇ ਤਾਂ ਹਮੇਸ਼ਾ ਹੀ ਸੱਚ ਕਹਿੰਦੇ ਆਏ ਹਨ। ਇਨ੍ਹਾਂ ਸੱਚ ਕਹਿਣ ਵਾਲਿਆਂ ਦੀ ਨਕਲ ਫਰੇਬੀ ਲੋਕ ਹੀ ਕਰਦੇ ਰਹਿੰਦੇ ਹਨ। ਉਨ੍ਹਾਂ ਦੀ ਅਗਵਾਈ ਉਨ੍ਹਾਂ ਦਾ ਮਨ ਹੀ ਕਰਦਾ ਰਹਿੰਦਾ ਹੈ ਜੋ ਅੰਦਰੋਂ ਉੱਠ ਰਹੀ ਆਤਮਾ ਦੀ ਧੀਮੀ ਆਵਾਜ਼ ਨੂੰ ਦਬਾਈ ਹੀ ਰੱਖਦਾ ਹੈ। ਇਸ ਤਰ੍ਹਾਂ ਅਨੁਭਵਹੀਨ ਪ੍ਰਚਾਰਕ ਐਵੇਂ ਹੀ ਲੋਕਾਂ ਦੀ ਵਾਹੋਵਾਹੀ ਸੁਣਨ ਦੀ ਇੱਛਾ ਕਰਦੇ ਹੋਏ ਲੋਕਾਂ ਨੂੰ ਭ੍ਰਮਿਤ ਕਰਦੇ ਰਹਿੰਦੇ ਹਨ। ਮੈਂ ਜਪੁਜੀ ਸਾਹਿਬ ਦੀ ਵਿਆਖਿਆ ਕਰਨ ਵਾਲੇ ਇਕ ਪ੍ਰਚਾਰਕ ਨੂੰ ਕਥਾ ਕਰਦੇ ਹੋਇਆਂ ਸੁਣਿਆ ਹੈ। ਉਹ ਨਿਰਾਲੇ ਢੰਗ ਨਾਲ ਲੋਕਾਂ ਨੂੰ ਆਪਣੇ ਮਨੋਂ ਘੜੀਆਂ ਕਹਾਣੀਆਂ ਸੁਣਾ ਰਿਹਾ ਸੀ। ਅਣਭੋਲ ਲੋਕ ਉਸ ਦੀ ਬਹੁਤ ਮਾਨਤਾ ਕਰਦੇ ਹੋਏ ਉਸ ਦਾ ਬਹੁਤ ਹੀ ਸਤਿਕਾਰ ਕਰ ਰਹੇ ਸਨ।

ਉਹ ਲੋਕਾਂ ਨੂੰ ਪ੍ਰਭਾਵਤ ਕਰ ਰਿਹਾ ਸੀ। ਮੈਨੂੰ ਵੀ ਉਸ ਦੀ ਕਥਾ ਬਹੁਤ ਅੱਛੀ ਲੱਗੀ। ਉਹ ਬਹੁਤ ਹੀ ਠਰ੍ਹੰਮੇ ਨਾਲ ਕਹਿ ਰਿਹਾ ਸੀ ਕਿ ਯੁਗਾਂ ਦੀ ਗਿਣਤੀ- ਮਿਣਤੀ ਸ਼ੁਰੂ ਹੋਣ ਤੋਂ ਪਹਿਲਾਂ ਚਾਰੋਂ ਤਰਫ ਇਕ ਸੰਨਾਟਾ ਛਾਇਆ ਹੋਇਆ ਸੀ, ਪਸਰਿਆ ਹੋਇਆ ਸੀ। ਇਸ ਸੰਨਾਟੇ ਤੋਂ ਬਾਅਦ ਪ੍ਰਮਾਤਮਾ ਨੇ ਆਪਣੀ ਇੱਛਾ ਕਰ ਕੇ ਬ੍ਰਹਮਾ ਜੀ ਨੂੰ ਪੈਦਾ ਕਰ ਦਿੱਤਾ। ਬ੍ਰਹਮਾ ਜੀ ਆਪਣੇ ਆਪ 'ਚ ਹੀ ਮਸਤ ਹੋਏ ਹੋਏ ਸਨ। ਫਿਰ ਪ੍ਰਮਾਤਮਾ ਨੇ ਆਪਣੀ ਇੱਛਾ ਨਾਲ ਵਿਸ਼ਨੂੰ ਜੀ ਨੂੰ ਪੈਦਾ ਕਰ ਦਿੱਤਾ। ਇਕ ਦੂਜੇ ਨੂੰ ਵੇਖ ਵੇਖ ਦੋਨੋਂ ਹੈਰਾਨ ਹੋਣ ਲੱਗੇ। ਫਿਰ ਦੋਨੋਂ ਆਪਸ 'ਚ ਵਿਚਾਰ-ਵਟਾਂਦਰਾ ਕਰਨ ਲੱਗ ਪਏ। ਚਰਚਾ ਕਰਦੇ ਹੋਏ ਦੋਵੇਂ ਇਕ ਦੂਜੇ ਨੂੰ ਨੀਚਾ ਦਿਖਾਉਣ ਦੀਆਂ ਕੋਸ਼ਿਸ਼ਾਂ ਕਰਨ ਲੱਗ ਪਏ। ਦੋਵਾਂ ਨੂੰ ਬਹਿਸ ਕਰਦੇ ਹੋਏ ਵੇਖ ਪ੍ਰਮਾਤਮਾ ਨੇ ਉਨ੍ਹਾਂ ਦੇ ਸਾਹਮਣੇ ਇਕ ਅਜੀਬ ਜਿਹਾ ਦ੍ਰਿਸ਼ ਪੈਦਾ ਕਰ ਦਿੱਤਾ। ਨਿਰ-ਆਕਾਰੀ ਅਸਰੀਰੀ ਉੱਚ ਸ਼ਕਤੀਆਂ ਠੋਸ ਪ੍ਰਤੱਖ ਸੀਨ ਨੂੰ ਵੇਖ ਹੈਰਾਨ ਹੋ ਗਈਆਂ ਕਿ ਇਹ ਕੀ ਹੋਇਆ ਹੈ ? ਦੋਨਾਂ ਨੇ ਫੈਸਲਾ ਕਰ ਲਿਆ ਕਿ ਬ੍ਰਹਮਾ ਜੀ ਇਸ ਥੰਮ੍ਹ ਦਾ ਅੰਤਲਾ ਸਿਰਾ ਵੇਖਣ ਵਾਸਤੇ ਆਕਾਸ਼ ਵੱਲ ਜਾਣਗੇ ਤੇ ਵਿਸ਼ਨੂੰ ਜੀ ਪਤਾਲ ਪੁਰੀ ਵੱਲ ਜਾਣਗੇ। ਉਹ ਪਤਾਲ ਪੁਰੀ ਦਾ ਅੰਤਲਾ ਸਿਰਾ ਵੇਖ ਕੇ ਆਉਣਗੇ। ਜਿਹੜਾ ਪਹਿਲਾਂ

ਵਾਪਸ ਆਵੇਗਾ ਉਹ ਗੁਰੂ ਮੰਨਿਆ ਜਾਏਗਾ। ਜੋ ਬਾਅਦ 'ਚ ਪਹੁੰਚੇਗਾ ਉਹ ਸੇਵਕ ਹੋਵੇਗਾ। ਦੋਨੋਂ ਆਪਣੀ ਆਪਣੀ ਮੰਜ਼ਿਲ ਵੱਲ ਚੱਲ ਪਏ। ਕਹਿੰਦੇ ਹਨ ਕਿ ਚੱਲਦਿਆਂ ਚੱਲਦਿਆਂ ਇਕ ਹਜ਼ਾਰ ਸਾਲ ਬਤੀਤ ਹੋ ਗਏ। ਬ੍ਰਹਮਾ ਜੀ ਦੇ ਮਨ ਅੰਦਰ ਝੂਠ ਬੋਲਣ ਦਾ ਫੁਰਨਾ ਫੁਰਿਆ। ਮਨਾਂ ਐਵੇਂ ਹੀ ਕਿਉਂ ਫਜ਼ੂਲ ਦੀ ਨੱਠ-ਭੱਜ ਮਚਾਈ ਹੋਈ ਹੈ। ਮੈਨੂੰ ਕੌਣ ਵੇਖ ਰਿਹਾ ਹੈ ? ਝੂਠ ਬੋਲਣਾ ਵੀ ਕਈ ਵਾਰੀ ਵਰਦਾਨ ਸਿੱਧ ਹੋ ਜਾਂਦਾ ਹੈ। ਬ੍ਰਹਮਾ ਜੀ ਨੇ ਗਵਾਹੀ ਵਲੋਂ ਕੇਤਕੀ ਦਾ ਫੁੱਲ ਲੈ ਲਿਆ ਅਤੇ ਝੂਠ ਬੋਲਣ ਦੀ ਗੱਲ ਸੋਚ ਵਾਪਸ ਚੱਲਣਾ ਸ਼ੁਰੂ ਕਰ ਦਿੱਤਾ ਕਿ ਅਗਰ ਝੂਠ ਦਾ ਸਹਾਰਾ ਲੈ ਮੈਂ ਵਿਸ਼ਨੂੰ ਤੋਂ ਪਹਿਲਾਂ ਪਹੁੰਚ ਗਿਆ ਤਾਂ ਮੈਂ ਵਿਸ਼ਨੂੰ ਜੀ ਨੂੰ ਆਪਣਾ ਚੇਲਾ ਬਣਾ ਲਵਾਂਗਾ। ਮੈਂ ਗੁਰੂ ਬਣ ਜਾਵਾਂਗਾ।

ਉੱਧਰ ਵਿਸ਼ਨੂੰ ਜੀ ਨੇ ਵੀ ਇਹ ਵਿਚਾਰ ਕਰ ਲਿਆ ਕਿ ਜਦੋਂ ਮੈਂ ਇਸ ਥੰਮ੍ਹ ਦਾ ਅੰਤਲਾ ਸਿਰਾ ਵੇਖ ਹੀ ਨਹੀਂ ਸਕਾਂਗਾ ਤਾਂ ਹਾਰ ਮੰਨ ਲੈਣਾ ਹੀ ਉਚਿਤ ਹੈ। ਠੀਕ ਹੈ। ਵਿਸ਼ਨੂੰ ਜੀ ਵੀ ਵਾਪਸ ਚੱਲ ਪਏ। ਸਮੇਂ ਦੀ ਤਾਂ ਸੀਮਾ ਹੈ। ਜਿਸ ਦੀ ਕੋਈ ਸੀਮਾ ਹੈ ਉਹ ਤਾਂ ਸਮਾਪਤ ਹੋ ਜਾਂਦੀ ਹੈ। ਦੋਨਾਂ ਨੂੰ ਵਾਪਸ ਆਉਂਦੇ ਹੋਏ ਹਜ਼ਾਰ ਸਾਲ ਬਤੀਤ ਹੋ ਗਏ। ਬ੍ਰਹਮਾ ਜੀ ਨੇ ਝੂਠ ਬੋਲਿਆ, ਵਿਸ਼ਨੂੰ ਜੀ ਨੇ ਸੱਚ ਬੋਲਿਆ। ਇਹ ਹੈ ਅਮਰ ਨਿਰ-ਆਕਾਰੀ ਸ਼ਕਤੀਆਂ ਦੀ ਕਹਾਣੀ। ਲੋਕ ਉਸ ਪ੍ਰਚਾਰਕ ਦੀ ਵਾਹ ਵਾਹ ਕਰਨ ਲੱਗ ਪਏ। ਮਹਾਤਮਾ ਜੀ ਤੁਸੀਂ ਤਾਂ ਬਹੁਤ ਪਹੁੰਚੇ ਹੋਏ ਹੋ। ਆਪਣੇ ਗਿਆਨ ਨਾਲ ਤੁਸੀਂ ਲੋਕਾਂ ਦੀਆਂ ਅੱਖਾਂ ਖੋਲ੍ਹ ਰਹੇ ਹੋ।

ਬਜ਼ੁਰਗ ਕਹਿੰਦੇ ਹਨ ਕਿ ਲੋਕ ਤਾਂ ਐਵੇਂ ਹੀ ਫੰਗ ਤੋਂ ਕਾਂ ਬਣਾਉਣ ਦੇ ਆਦੀ ਹਨ। ਬਾਤ ਦਾ ਬਤੰਗੜ ਬਣਾ ਲੈਂਦੇ ਹਨ। ਮੈਂ ਇਹ ਮੰਨਦਾ ਹਾਂ ਕਿ ਅਗਰ ਰਾਈ ਜਿੰਨੀ ਸਚਾਈ ਹੈ ਤਾਂ ਪਹਾੜ ਜਿੰਨਾ ਝੂਠ ਬੋਲਿਆ ਜਾ ਰਿਹਾ ਹੈ। ਆਪਣੇ ਪੀਰਾਂ ਪੈਗੰਬਰਾਂ ਰਿਸ਼ੀਆਂ-ਮੁਨੀਆਂ ਦੇ ਚੇਹਰਿਆਂ ਦੁਆਲੇ ਤਸਵੀਰਾਂ ਬਣਾਉਂਦੇ ਹੋਏ ਅਸੀਂ ਆਭਾ ਮੰਡਲ ਬਣਾਉਂਦੇ ਹਾਂ। ਇਹ ਆਭਾਮੰਡਲ ਇਸ ਗੱਲ ਦਾ ਸੂਚਕ ਹਨ ਕਿ ਇਨ੍ਹਾਂ ਮਹਾਂਪੁਰਖਾਂ ਦੀ ਦ੍ਰਿਸ਼ਟੀ ਉੱਚੇ ਅਧਿਆਤਮਕ ਮੰਡਲਾਂ ਤੱਕ ਪਹੁੰਚੀ ਹੋਈ ਸੀ। ਜੋ ਕੁਝ ਸਾਨੂੰ ਆਪਣੀਆਂ ਇਨ੍ਹਾਂ ਦੋ ਅੱਖਾਂ ਨਾਲ ਨਜ਼ਰ ਨਹੀਂ ਆਉਂਦਾ ਹੈ, ਉਨ੍ਹਾਂ ਦੀ ਦ੍ਰਿਸ਼ਟੀ ਉਹਨਾਂ ਅਦ੍ਰਿਸ਼ੀਆਂ ਨਿਰ-ਆਕਾਰੀ ਸ਼ਕਤੀਆਂ ਤੱਕ ਪਹੁੰਚੀ ਹੋਈ ਸੀ। ਉਨ੍ਹਾਂ ਨੇ ਆਪਣੀ ਪਹੁੰਚ ਮੁਤਾਬਿਕ ਆਪਣੇ ਨਿੱਜੀ ਅਨੁਭਵ ਦੇ ਆਧਾਰ ਤੇ ਸਾਨੂੰ ਇਹ ਵਿਸ਼ਵਾਸ ਕਰਵਾਉਣ ਦੀ ਕੋਸ਼ਿਸ਼ ਕੀਤੀ ਹੈ ਕਿ ਸਾਮ੍ਹਣੇ ਇਨ੍ਹਾਂ ਦੋ ਅੱਖਾਂ ਨਾਲ ਜੋ ਨਜ਼ਰ ਆ ਰਿਹਾ ਹੈ। ਇਹ ਤਾਂ ਸਭ ਕੁਝ ਪਲ ਪਲ ਬਦਲਦਾ ਰਹਿੰਦਾ ਹੈ। ਇਹ ਥਿਰ ਨਹੀਂ ਏ। ਇਹ ਤਾਂ ਮਰਨੇ ਮਿਟਣੇ ਵਾਲਾ ਹੈ। ਹਾਂ ਜੋ ਸਰੀਰ ਨੂੰ ਬਦਲਦੇ ਹੋਏ ਵੇਖ ਰਿਹਾ ਹੈ ਇਹ ਬਦਲਣ

ਵਾਲਾ ਨਹੀਂ ਹੈ ਜੋ ਕਦੇ ਬਦਲਦਾ ਵੀ ਨਹੀਂ ਹੈ। ਉਹ ਆਪਣੇ ਨਿਰਾਲੇ ਢੰਗ ਨਾਲ ਇਹ ਜਾਣ ਰਿਹਾ ਹੈ ਕਿ ਕਿਵੇਂ ਸਾਡੇ ਸਰੀਰ ਤੇ ਆਪਣੀ ਮਾਲਕੀ ਕਰਨ ਵਾਲਾ ਮਨ ਝੂਠ ਬੋਲ ਰਿਹਾ ਹੈ। ਇਹ ਝੂਠ ਬੋਲਣ ਵਾਲਾ ਅਤੇ ਇਹ ਜਾਨਣ ਵਾਲਾ ਇਹ ਗਵਾਹੀ ਦੇਣ ਵਾਲਾ ਕਿ ਹਾਂ ਮਨ ਝੂਠਾ ਹੈ। ਝੂਠੀ ਦਾਅਵੇਦਾਰੀ ਕਰ ਰਿਹਾ ਹੈ। ਕਹਾਣੀਆਂ ਪੜ੍ਹਨ ਵਾਲਿਆਂ ਦਾ ਮਤਲਬ ਤਾਂ ਸਾਨੂੰ ਇਹ ਸਮਝਾਉਣਾ ਹੁੰਦਾ ਹੈ ਕਿ ਉੱਚ ਅਸਰੀਰੀ ਸ਼ਕਤੀਆਂ ਦੀ ਮੌਜੂਦਗੀ ਦਾ ਅਹਿਸਾਸ ਕਰਨ ਵਾਸਤੇ ਹੀ ਪ੍ਰਮਾਤਮਾ ਨੇ ਸਾਨੂੰ ਇਹ ਮਨੁੱਖੀ ਸਰੀਰ ਦਿੱਤਾ ਹੈ। ਮਨੁੱਖੀ ਸਰੀਰ ਨਾਲ ਹੀ ਅਸੀਂ ਇਹ ਸਮਝ ਸਕਦੇ ਹਾਂ ਕਿ ਸਾਡੇ ਸੂਖਸ਼ਮ ਚਿੱਤ ਰੂਪੀ ਆਕਾਸ਼ 'ਚ ਕਿਹੋ ਜਿਹੇ ਵਿਚਾਰ ਚੱਲ ਰਹੇ ਹਨ। ਇਨ੍ਹਾਂ ਵਿਚਾਰਾਂ ਬਾਰੇ ਕੌਣ ਜਾਣ ਰਿਹਾ ਹੈ।

ਇਸ ਤਰਜ਼ 'ਚ ਮੇਰੀ ਆਪਣੀ ਸੋਚ ਮੁਤਾਬਿਕ ਸਾਡਾ ਇਹ ਸਰੀਰ ਹੀ ਉਹ ਥੰਮ੍ਹ ਹੈ, ਉਹ ਪਿੱਲਰ ਹੈ। ਜਿਸ ਬਾਰੇ ਨਿਰ-ਆਕਾਰੀ ਮਨ ਅਤੇ ਆਤਮਾ ਦੀ ਮੌਜੂਦਗੀ ਦਾ ਸਾਨੂੰ ਅਹਿਸਾਸ ਕਰਵਾਉਣ ਦੀਆਂ ਕੋਸ਼ਿਸ਼ਾਂ ਹੋ ਰਹੀਆਂ ਹਨ। ਮਨ ਝੂਠ ਬੋਲਦਾ ਹੈ। ਝੂਠੀ ਦਾਅਵੇਦਾਰੀ ਕਰਦਾ ਰਹਿੰਦਾ ਹੈ। ਆਤਮਾ ਚੁੱਪਚਾਪ ਸੱਚੀ ਗਵਾਹੀ ਦਿੰਦੀ ਰਹਿੰਦੀ ਹੈ।

ਉਹ ਵੇਖੈ ਓਨ੍ਹਾਂ ਨਦਰਿ ਨ ਆਵੈ ਬਹੁਤਾ ਏਹੁ ਵਿਡਾਣੁ॥

(ਜਪੁਜੀ ਸਾਹਿਬ)

ਕਿ ਜੋ ਸਚਾਈ ਸਾਡੇ ਹੀ ਸਰੀਰ ਦੇ ਅੰਦਰ ਮੌਜੂਦ ਹੈ ਉਹ ਤਾਂ ਸਾਨੂੰ ਨਜ਼ਰ ਨਹੀਂ ਆ ਰਹੀ ਹੈ। ਉਹ ਜਾਨਣ ਵਾਲੀ ਸਮਰੱਥਾ ਸੱਚ ਹੈ। ਜੋ ਮਿਥਿਆ ਹੈ ਝੂਠਾ ਹੈ। ਜੋ ਸਿਰਫ ਆਤਮਾ ਦਾ ਅਕਸ ਮਾਤਰ ਹੈ ਉਹ ਬੜਬੋਲਾ ਹੈ। ਉਹ ਕਲਪਨਾਵਾਂ ਕਰਦਾ ਰਹਿੰਦਾ ਹੈ। ਇਹ ਸਰੀਰ ਦੀ ਬਣਤਰ ਬਾਰੇ ਕੁਝ ਜਾਣਦਾ ਹੀ ਨਹੀਂ ਹੈ। ਇਹ ਤਾਂ ਇਸ ਗੱਲੋਂ ਵੀ ਅਨਜਾਣ ਹੈ ਕਿ ਸਰੀਰ ਦੀ ਬਣਤਰ ਕਿਵੇਂ ਬਣੀ ਹੈ ? ਹਾਂ ਜਦੋਂ ਇਹ ਮੰਨਣ ਲੱਗ ਜਾਵੇ ਕਿ ਮੈਂ ਅਨਿਆਈ ਹਾਂ ਤਾਂ ਫਿਰ ਮਨ ਅੰਦਰ ਚੱਲਣ ਵਾਲੇ ਵਿਚਾਰ ਬੰਦ ਹੋਣ ਲੱਗਦੇ ਹਨ। ਵੈਸੇ ਆਮ ਕਰਕੇ ਸਾਡੇ ਮਨ ਅੰਦਰ ਵਿਚਾਰ ਹੀ ਵਿਚਾਰ ਚੱਲਦੇ ਰਹਿੰਦੇ ਹਨ। ਜਦੋਂ ਕਿਸੇ ਵਿਰਲੇ ਵਿਅਕਤੀ ਦਾ ਮਨ ਸਚਾਈ ਨੂੰ ਮੰਨ ਲੈਂਦਾ ਹੈ ਤਾਂ ਉਸ ਨੂੰ ਇਹ ਸਮਝ ਆ ਜਾਂਦੀ ਹੈ ਕਿ ਸਰੀਰ ਦੀ ਰਚਨਾ ਰਚਣ ਵਾਲੀ ਸ਼ਕਤੀ ਤਾਂ ਸਰੀਰ ਅੰਦਰ ਹੀ ਮੌਜੂਦ ਹੈ ਜੋ ਸ਼ਕਤੀ ਮੇਰੇ ਸਰੀਰ ਨੂੰ ਚਲਾ ਰਹੀ ਹੈ। ਇਹ ਤਾਂ ਹਰ ਕਿਰਤ ਅੰਦਰ ਮੌਜੂਦ ਹੀ ਹੈ। (ਸਭ ਮੈਂ ਜੋਤਿ ਜੋਤ ਹੈ ਸੋਇ)

ਅੱਵਲ ਅੱਲਾ ਨੂਰ ਉਪਾਇਆ ਕੁਦਰਤ ਕੇ ਸਭ ਬੰਦੇ॥
ਏਕ ਨੂਰ ਤੇ ਸਭ ਜਗ ਉਪਜਿਆ ਕੌਣ ਭਲੇ ਕੌਣ ਮੰਦੇ॥

ਜਦੋਂ ਮਨ ਇਸ ਸਚਾਈ ਨੂੰ ਮੰਨ ਲੈਂਦਾ ਹੈ, ਇਹ ਸਵੀਕਾਰ ਕਰਨ ਲੱਗ

ਜਾਂਦਾ ਹੈ ਕਿ ਅਤਿ ਸੂਖਸ਼ਮ ਸਾਖਸ਼ੀ ਭਾਵ ਤੋਂ ਮੈਂ ਆਪਣੇ ਕਿਸੇ ਵਿਚਾਰ ਤੱਕ ਨੂੰ ਵੀ ਛੁਪਾ ਨਹੀਂ ਸਕਦਾ ਹਾਂ। ਇਸ ਦੇ ਸਾਹਮਣੇ ਮੇਰੀ ਤਾਂ ਔਕਾਤ ਹੀ ਨਹੀਂ ਹੈ ਤਾਂ ਫਿਰ ਮਨ ਆਪਣੀ ਪ੍ਰੇਰਨਾ ਦੇਣੀ ਬੰਦ ਕਰ ਦਿੰਦਾ ਹੈ।

ਕਬੀਰਾ ਸਤਿਗੁਰੂ ਸੂਰਮੇ ਵਾਹਿਆ ਬਾਣ ਜੋ ਏਕ,
ਲਾਗਤ ਹੀ ਭੂਇ ਡਿਗਿਓ ਪਰਾ ਕਲੇਜੇ ਛੇਕ।

ਆਪਣੇ ਰਿਸ਼ੀ-ਮੁਨੀ, ਬ੍ਰਹਮ-ਗਿਆਨੀ, ਅਨੁਭਵੀ ਲੋਕ ਤਾਂ ਸਾਨੂੰ ਹਮੇਸ਼ਾਂ ਤੋਂ ਇਹ ਸਮਝਾਉਂਦੇ ਆਏ ਹਨ ਕਿ ਤੁਸੀਂ ਸਿਰਫ ਸਰੀਰ ਹੀ ਨਹੀਂ ਹੋ। ਜਿਹੜੀ ਕੁੰਡਲਨੀ ਸ਼ਕਤੀ, ਜਿਹੜਾ ਸਾਖਸ਼ੀ ਭਾਵ ਤੁਹਾਡੇ ਸਰੀਰ ਅੰਦਰ ਸਮਾਇਆ ਹੋਇਆ ਹੈ, ਛੁਪਿਆ ਹੋਇਆ ਹੈ, ਉਸ ਨੂੰ ਜਮਾਇਆ ਜਾ ਸਕਦਾ ਹੈ ਉਸ ਦੀ ਮੌਜੂਦਗੀ ਦਾ ਹਰ ਵਿਅਕਤੀ ਆਪਣੇ ਅੰਦਰੋਂ ਹੀ ਅਹਿਸਾਸ ਵੀ ਕਰ ਸਕਦਾ ਹੈ।

ਇਹ ਤਾਂ ਉਹ ਸ਼ਕਤੀ ਹੈ ਜੋ ਸਾਡੇ ਮਨ ਨੂੰ ਆਪਣੇ ਖ਼ਿਆਲਾਂ 'ਚ ਘਿਰੇ ਹੋਏ ਵੇਖਦੀ ਹੈ। ਸਾਡਾ ਮਨ ਕਦੇ ਗੁੱਸੇ 'ਚ ਭਰਿਆ ਹੁੰਦਾ ਹੈ। ਸਾਡੇ ਮਨ ਅੰਦਰ ਕਦੇ ਕੋਈ ਤਰੰਗ ਜ਼ੋਰ ਫੜ ਲੈਂਦੀ ਹੈ, ਕਦੇ ਕੋਈ ਤਰੰਗ ਜ਼ੋਰ ਫੜ ਲੈਂਦੀ ਹੈ। ਮਨ ਉਸੇ ਤਰੰਗ ਨੂੰ ਫੜ ਕੇ ਮਗਨ ਹੋ ਜਾਂਦਾ ਹੈ। ਇਹ ਛੋਟੀ ਜਹੀ ਗੱਲ ਹੈ ਕਿ ਮਨ ਮਗਨ ਹੋ ਜਾਂਦਾ ਹੈ। ਕਿਤੇ ਨਾ ਕਿਤੇ ਰਮ ਜਾਂਦਾ ਹੈ।

ਜਦੋਂ ਸਾਡਾ ਸਾਖਸ਼ੀ ਭਾਵ ਮਨ ਨੂੰ ਮਗਨ ਹੋਇਆ ਸਿਰਫ ਵੇਖਣ ਲੱਗ ਜਾਏ ਤਾਂ ਕ੍ਰਾਂਤੀ ਹੋ ਜਾਂਦੀ ਹੈ, ਪਾਸੇ ਪਲਟ ਜਾਂਦੇ ਹਨ। ਇਸੇ ਵਾਸਤੇ ਹੀ ਬ੍ਰਹਮ ਗਿਆਨੀ ਅਕਸਰ ਸਾਨੂੰ ਇਹ ਸੁਝਾਉ ਦਿੰਦੇ ਰਹਿੰਦੇ ਹਨ ਕਿ ਘੱਟੋ ਘੱਟ ਆਪਣੇ ਮਨ ਅੰਦਰ ਆਪਣੇ ਸਾਖਸ਼ੀ ਭਾਵ ਦੀ ਮੌਜੂਦਗੀ ਦਾ ਖ਼ਿਆਲ ਲਿਆਉਣਾ ਸ਼ੁਰੂ ਕਰ ਦਿਓ। ਇਹ ਖ਼ਿਆਲ ਹੀ ਉਹ ਕੁੰਜੀ ਹੈ ਜੋ ਸਾਡੇ ਮਨ ਦੇ ਬੰਦ ਬੱਜਰ ਕਪਾਟ ਖੋਲ੍ਹ ਸਕਦੀ ਹੈ। ਸਾਡਾ ਮਨ ਨਿਰ-ਆਕਾਰੀ ਹੈ। ਸਾਡਾ ਇਹ ਨਿਰ-ਆਕਾਰੀ ਮਨ ਹੀ ਸਾਡੇ ਨਿਰ-ਆਕਾਰੀ ਸਾਖਸ਼ੀ ਭਾਵ ਦੀ ਪਹਿਚਾਣ ਕਰ ਸਕਦਾ ਹੈ। ਸਾਖਸ਼ੀ ਭਾਵ ਦੀ ਸ਼ਰਣ ਪਹੁੰਚ ਸਕਦਾ ਹੈ। ਇਸ ਵਾਸਤੇ ਆਪਣੇ ਸਾਖਸ਼ੀ ਭਾਵ ਦੀ ਮੌਜੂਦਗੀ ਦਾ ਖ਼ਿਆਲ, ਸਾਖਸ਼ੀ ਭਾਵ ਨੂੰ ਜਾਣ ਲੈਣ ਦੀ ਪਰਮ ਇੱਛਾ, ਪਰਮ ਜਗਿਆਸਾ ਹੀ ਉਹ ਬੀਜ ਹੈ ਜੋ ਉੱਗਰ ਸਕਦਾ ਹੈ, ਉੱਭਰ ਸਕਦਾ ਹੈ। ਭਾਵ ਸਾਡੇ ਇਨ੍ਹਾਂ ਖ਼ਿਆਲਾਂ ਦਾ ਸਾਡੇ ਅਚੇਤ ਮਨ ਆਪ ਹੀ ਪਹਿਚਾਣ ਕਰ ਲੈਂਦਾ ਹੈ। ਸਾਡਾ ਅਚੇਤ ਮਨ ਆਪ ਹੀ ਸਾਡੇ ਚੇਤ ਮਨ ਨੂੰ ਸ਼ਾਂਤ ਕਰ ਦਿੰਦਾ ਹੈ। ਸਾਡਾ ਅਚੇਤ ਮਨ ਹੀ ਸਾਡੇ ਚੇਤ ਮਨ ਨੂੰ ਸ਼ਾਂਤ ਕਰਨ ਦੇ ਸਮਰੱਥ ਹੈ। ਸਖਸ਼ੀ ਭਾਵ ਦੀ ਮੌਜੂਦਗੀ ਦਾ ਖ਼ਿਆਲ ਮਨ ਅੰਦਰ ਹਰ ਪਲ ਬਣੇ ਰਹਿਣ ਦੇ ਸਦਕਾ ਮਨ ਅੰਤਰ-ਮੁਖੀ ਹੋਣ ਲੱਗ ਜਾਂਦਾ ਹੈ, ਮਨ ਮੌਨ ਹੋਣ ਲੱਗ

ਜਾਂਦਾ ਹੈ। ਮਨ ਝੁਕਣ ਲੱਗ ਜਾਂਦਾ ਹੈ। ਮਨ ਸੇਵਕ ਬਣਨਾ ਸਵੀਕਾਰ ਕਰਨ ਲੱਗ ਜਾਂਦਾ ਹੈ। ਮਨ ਦੇ ਮੌਨ ਹੋ ਜਾਣ ਦੀ ਹੀ ਦੇਰ ਹੁੰਦੀ ਹੈ। ਮਨ ਨੂੰ ਮੌਨ ਹੋਇਆ ਵੇਖਣ ਵਾਲਾ ਉੱਭਰ ਆਉਂਦਾ ਹੈ। ਇਸ ਤਰਜ਼ 'ਚ ਕੁੰਡਲਨੀ ਸ਼ਕਤੀ ਜਾਮ ਹੋ ਜਾਂਦੀ ਹੈ। ਸਾਡੇ ਮਨ ਅੰਦਰਲੀ ਦੋਚਿੱਤੀ ਸਮਾਪਤ ਹੋ ਜਾਂਦੀ ਹੈ। ਮਨ ਆਤਮ ਦੇ ਸਨਮੁਖ ਹੋ ਆਤਮ-ਸਮਰਪਣ ਕਰ ਦਿੰਦਾ ਹੈ :

ਚਰਣੁ ਸਰਣੁ ਗੁਰਦੇਵ ਸੇਵਕ ਏਕ ਪੈਂਡਾ ਜਾਏ ਚਲ,
ਸਤਿਗੁਰੂ ਕੋਟ ਪੈਂਡਾ ਆਗੇ ਹੋਇ ਲੇਤ ਹੈ॥

ਇਹ ਝੁਕਣ-ਝੁਕਾਉਣ, ਅਹੰਕਾਰ ਨਾਲ ਭਰੇ ਰਹਿਣਾ ਨਿਰ-ਅਹੰਕਾਰ ਹੋ ਜਾਣ ਦੀਆਂ ਘਟਨਾਵਾਂ ਸਾਡੇ ਚਿੱਤ ਰੂਪੀ ਆਕਾਸ਼ 'ਚ ਵਾਪਰਦੀਆਂ ਹਨ। ਇਸ ਚਿੱਤ ਰੂਪੀ ਆਕਾਸ਼ ਤੱਕ ਅਸੀਂ ਆਪ ਹੀ ਵੇਖ ਸਕਦੇ ਹਾਂ। ਜਦੋਂ ਸਾਡਾ ਮਨ ਹੀ ਅਫੁਰ ਅਵਸਥਾ 'ਚ ਪਹੁੰਚ ਜਾਂਦਾ ਹੈ ਤਾਂ ਫਿਰ ਸਾਡਾ ਸਾਖਸ਼ੀ ਭਾਵ, ਸਾਡਾ ਅਚੇਤਨ ਮਨ ਆਪਣੀ ਮੌਜੂਦਗੀ ਦਰਸਾਉਂਦਾ ਹੈ। ਪਰੰਤੂ ਅਜਿਹੀ ਅਨਮਨੀ ਅਵਸਥਾ ਦਾ ਵਰਣਨ ਕਰਨ ਵਾਸਤੇ ਮਨ ਮੌਜੂਦ ਹੀ ਨਹੀਂ ਹੁੰਦਾ।

ਜਪਾਨੀ ਜ਼ੇਨ ਫਕੀਰ ਆਪਣੇ ਅਜਿਹੇ ਅਨੁਭਵ ਨੂੰ ਹੀ ਇਕ ਹੱਥ ਦੀ ਤਾੜੀ ਕਹਿੰਦੇ ਆਏ ਹਨ ਕਿ ਜਦੋਂ ਮਨ ਹੀ ਸ਼ਾਂਤ ਹੋ ਜਾਵੇ ਤਾਂ ਹੀ ਸਾਨੂੰ ਆਪਣੀ ਆਤਮਾ ਦੀ ਸਪੱਸ਼ਟ ਆਵਾਜ਼ ਸੁਣਨ ਲੱਗਦੀ ਹੈ :

ਗੁਪਤੀ ਬਾਣੀ ਪਰਗਟੁ ਹੋਇ॥

ਅਜੇ ਤਾਂ ਅਸੀਂ ਆਪਣਾ ਘੜਾ ਹੀ ਉਲਟਾ ਰੱਖਿਆ ਹੋਇਆ ਹੈ। ਅਸੀਂ ਤਾਂ ਸਿਰਫ ਆਪਣੇ ਮਨ ਦੀ ਪ੍ਰੇਰਣਾ ਲੈ ਕੇ ਆਪਣਾ ਜੀਵਨ ਬਤੀਤ ਕਰ ਰਹੇ ਹਾਂ। ਬਾਹਰੋਂ ਭਾਵੇਂ ਅਸੀਂ ਜਿੰਨੀਆਂ ਮਰਜ਼ੀ ਕਹਾਣੀਆਂ ਸੁਣਦੇ ਰਹੀਏ। ਸਚਾਈ ਸਾਨੂੰ ਸਮਝ ਨਹੀਂ ਆਏਗੀ। ਬਾਹਰ ਭਾਵੇਂ ਜਿੰਨੀ ਮਰਜ਼ੀ ਬਰਸਾਤ ਪੈਂਦੀ ਰਹੇ ਅਗਰ ਘੜਾ ਹੀ ਉਲਟਾ ਰੱਖਿਆ ਹੋਵੇ, ਉਹ ਭਰ ਨਹੀਂ ਸਕੇਗਾ। ਘੜੇ ਅੰਦਰ ਪਾਣੀ ਦੀ ਇਕ ਬੂੰਦ ਵੀ ਨਹੀਂ ਜਾ ਸਕੇਗੀ। ਭਾਵ ਮਨ ਦੀਆਂ ਕੋਸ਼ਿਸ਼ਾਂ ਨਾਲ ਸਾਨੂੰ ਆਪਣੇ ਸਰੀਰ ਅੰਦਰ ਸਮਾਏ ਹੋਏ ਸੱਚ ਦੀ ਮੌਜੂਦਗੀ ਤੇ ਵਿਸ਼ਵਾਸ ਤੱਕ ਵੀ ਨਹੀਂ ਹੋ ਸਕੇਗਾ।

ਉਂਝ ਵਿਖਾਵੇ ਵਾਸਤੇ ਬਾਹਰ ਭਾਵੇਂ ਅਸੀਂ ਜਿੰਨੇ ਮਰਜ਼ੀ ਸਤਿਸੰਗਾਂ 'ਚ ਹਾਜ਼ਰੀ ਭਰਦੇ ਰਹੀਏ ਸਾਨੂੰ ਆਪਣੇ ਸਰੀਰ ਅੰਦਰ ਮੌਜੂਦ ਸਚਾਈ ਦਾ ਅਹਿਸਾਸ ਨਹੀਂ ਹੋ ਸਕੇਗਾ। ਜਦੋਂ ਤਕ ਆਪਣੇ ਸਾਖਸ਼ੀ ਭਾਵ ਦੀ ਮੌਜੂਦਗੀ ਦਾ ਖ਼ਿਆਲ ਮਨ ਅੰਦਰ ਠਹਿਰੇਗਾ ਹੀ ਨਹੀਂ। ਅਸੀਂ ਕੂੜਾ ਇਕੱਠਾ ਕਰਨ 'ਚ ਹੀ ਆਪਣਾ ਜੀਵਨ ਬਤੀਤ ਕਰਦੇ ਰਹਾਂਗੇ। ਸਾਡੇ ਮਨ ਦੀ ਇਸ ਤਰ੍ਹਾਂ ਭਟਕਣਾ ਖ਼ਤਮ ਨਹੀਂ ਹੋ ਸਕੇਗੀ।

ਕਹਾਣੀ ਹੈ - ਇਕ ਬ੍ਰਹਮ-ਗਿਆਨੀ ਸੰਤ ਨੇ ਆਪਣੇ ਸੇਵਕਾਂ ਨੂੰ ਸਰੀਰ ਅੰਦਰ ਸਮਾਈ ਹੋਈ ਸ਼ਕਤੀ ਦੀ ਮੌਜੂਦਗੀ ਦਾ ਅਹਿਸਾਸ ਕਰਵਾਉਣ ਦੇ ਇਰਾਦੇ ਨਾਲ ਕਿ ਸਚਾਈ ਤਾਂ ਤੁਹਾਡੇ ਸਰੀਰ ਦੇ ਅੰਦਰ ਹੀ ਛੁਪੀ ਹੋਈ ਹੈ। ਉਸ ਨੇ ਆਪਣੇ ਸੇਵਕਾਂ ਤੋਂ ਤਿੰਨ ਕਬੂਤਰ ਮੰਗਵਾਏ। ਸਭ ਸੇਵਕ ਹੈਰਾਨ ਹੋ ਗਏ ਕਿ ਮਹਾਤਮਾ ਜੀ ਅੱਜ ਕੀ ਕੌਤਕ ਕਰ ਰਹੇ ਹਨ। ਕਬੂਤਰਾਂ ਨੂੰ ਵੇਖ ਸੇਵਕਾਂ ਅੰਦਰ ਚਰਚਾ ਸ਼ੁਰੂ ਹੋ ਗਈ। ਕੁਝ ਸੇਵਕ ਕਹਿਣ ਲੱਗ ਪਏ ਕਿ ਇਹ ਕੋਈ ਸਾਧੂ ਹੈ ? ਇਹ ਤਾਂ ਮੁਸ਼ਟੰਡਾ ਹੈ। ਅੱਯਾਸ਼ ਹੈ। ਚੋਰੀ-ਛਿਪੇ ਤਾਂ ਮੀਟ-ਮੁਰਗਾ ਖਾਂਦਾ ਹੀ ਹੋਵੇਗਾ। ਅੱਜ ਵੇਖੋ ਇਸ ਨੇ ਇਹ ਕਬੂਤਰ ਕਿਉਂ ਮੰਗਵਾਏ ਹਨ ?

ਉਸ ਸਾਧੂ ਨੇ ਆਪਣੇ ਸੇਵਕਾਂ ਨੂੰ ਪ੍ਰਵਚਨ ਸੁਨਾਉਣੇ ਸ਼ੁਰੂ ਕਰ ਦਿੱਤੇ ਕਿ ਇਹ ਕੁਦਰਤ ਨੇ ਕਰਾਮਾਤ ਕੀਤੀ ਹੋਈ ਹੈ ਕਿ ਸਾਡੇ ਪ੍ਰਤੱਖ ਨਜ਼ਰ ਆ ਰਹੇ ਸਰੀਰ ਅੰਦਰ ਆਪਣੀ ਅਪ੍ਰਤੱਖ ਅੰਸ਼ ਆਤਮਾ ਨੂੰ ਛੁਪਾਇਆ ਹੋਇਆ ਹੈ। ਇਸ ਸਚਾਈ ਤੋਂ ਜਾਣੂ ਕਰਵਾਉਣ ਵਾਸਤੇ ਮਹਾਤਮਾ ਬੁੱਧ ਜੀ ਬਹੁਤ ਸਰਲ ਸਪੱਸ਼ਟ ਢੰਗ ਨਾਲ ਇਹ ਸਮਝਾ ਗਏ ਹਨ ਕਿ ਜੋ ਸਚਾਈ ਤੁਹਾਡੇ ਸਰੀਰ ਅੰਦਰ ਸਮਾਈ ਹੋਈ ਹੈ ਉਸ ਨੂੰ ਤੁਸੀਂ ਆਸਾਨੀ ਨਾਲ ਪਹਿਚਾਣ ਸਕਦੇ ਹੋ ਪਰੰਤੂ ਹਰ ਵਿਅਕਤੀ ਦੁਨੀਆਵੀ ਕੰਮ ਕਰਦੇ ਹੋਏ ਉਲਝਣਾਂ 'ਚ ਹੀ ਫਸਿਆ ਰਹਿੰਦਾ ਹੈ। ਹਰ ਵਿਅਕਤੀ ਦਾ ਮਨ ਹਰ ਪਲ ਹੀ ਨਵੀਆਂ ਨਵੀਆਂ ਸੋਚਾਂ 'ਚ ਉਲਝਿਆ ਰਹਿੰਦਾ ਹੈ। ਇਨ੍ਹਾਂ ਸੋਚਾਂ ਕਾਰਣ ਅਸੀਂ ਭੁੱਲ ਹੀ ਜਾਂਦੇ ਹਾਂ ਕਿ ਸਾਨੂੰ ਸੰਸਾਰ ਅੰਦਰ ਭੇਜਣ ਵਾਲੀ ਸ਼ਕਤੀ ਨੇ ਆਪਣੀ ਅੰਸ਼ ਆਤਮਾ ਦੇ ਜ਼ਰੀਏ ਸਾਡੇ ਮਨ ਨੂੰ ਐਵੇਂ ਹੀ ਟੱਪਣ ਲਾਇਆ ਹੋਇਆ ਹੈ। ਮਨ ਨੂੰ ਕਰਤਾ ਹੋਣ ਦਾ ਭੁਲੇਖਾ ਪਾਇਆ ਹੋਇਆ ਹੈ। ਉਸ ਪ੍ਰਮਾਤਮਾ ਦੀ ਯਾਦ ਭੁੱਲ ਜਾਣ ਕਰ ਕੇ ਅਸੀਂ ਨਰਕ ਦੀ ਜ਼ਿੰਦਗੀ ਬਤੀਤ ਕਰਦੇ ਰਹਿੰਦੇ ਹਾਂ। ਜਿਵੇਂ ਕਿਹਾ ਜਾਂਦਾ ਹੈ ਕਿ ਦੀਵੇ ਥੱਲੇ ਹਮੇਸ਼ਾਂ ਹੀ ਹਨੇਰਾ ਹੁੰਦਾ ਹੈ। ਆਤਮਾ ਦੀ ਲੋਅ ਸਾਨੂੰ ਰਸਤਾ ਵਿਖਾਉਂਦੀ ਹੈ ਪਰੰਤੂ ਇਸ ਅਮਰ ਆਤਮਾ ਦੀ ਆਵਾਜ਼ ਹੀ ਸਾਡੇ ਮਨ ਦੇ ਫੁਰਨਿਆਂ ਅੰਦਰ ਦੱਬੀ ਹੋਈ ਹੈ। ਸ਼ਕਤੀ ਨੂੰ ਜਗਾਉਣ ਵਾਸਤੇ ਮਹਾਤਮਾ ਬੁੱਧ ਜੀ ਇਹ ਕਹਿ ਗਏ ਹਨ ਕਿ ਜੋ ਵੀ ਕੰਮ ਤੁਸੀਂ ਕਰ ਰਹੇ ਹੁੰਦੇ ਹੋ ਤੁਹਾਡੀ ਆਤਮਾ - ਤੁਹਾਡੀ ਚੇਤਨਾ ਉਸੇ ਕੰਮ ਤੇ ਲੱਗ ਜਾਣੀ ਚਾਹੀਦੀ ਹੈ। ਤੁਹਾਡਾ ਧਿਆਨ ਉਸੇ ਕੰਮ ਤੇ ਕੇਂਦਰਤ ਹੋਣਾ ਚਾਹੀਦਾ ਹੈ। ਬੱਸ ਇਹ ਇਕ ਛੋਟੀ ਜਿਹੀ ਗੱਲ ਹੈ ਕਿ ਜਦੋਂ ਤੁਸੀਂ ਪੈਦਲ ਚੱਲ ਰਹੇ ਹੋਵੋ ਤੁਹਾਡਾ ਮਨ ਇਸ ਕੰਮ 'ਚ ਰਮ ਜਾਣਾ ਚਾਹੀਦਾ ਹੈ ਕਿ ਹੁਣ ਮੇਰਾ ਕਿਹੜਾ ਪੈਰ ਅੱਗੇ ਵਲ ਵਧਿਆ ਜਾ ਰਿਹਾ ਹੈ। ਭਾਵ ਚਲਦੇ ਸਮੇਂ ਤੁਹਾਡਾ ਮਨ ਕੋਈ ਕਲਪਨਾ ਨਾ ਕਰੇ। ਮਨ ਅੰਦਰ ਕੋਈ ਫੁਰਨਾ ਨਾ ਉਠੇ। ਇਸ ਤਰ੍ਹਾਂ ਤੁਹਾਡਾ ਧਿਆਨ ਸਿਰਫ ਪੈਰਾਂ

ਵੱਲ ਹੋਣਾ ਚਾਹੀਦਾ ਹੈ। ਪਰੰਤੂ ਉਲਝਣ ਤਾਂ ਇਹ ਹੀ ਹੈ ਕਿ ਸਾਡਾ ਧਿਆਨ ਹੀ ਖੰਡ ਖੰਡ ਹੋਇਆ ਰਹਿੰਦਾ ਹੈ। ਅਗਰ ਅਸੀਂ ਬੇਧਿਆਨੇ ਹੀ ਚੱਲਦੇ ਰਹਾਂਗੇ ਤਾਂ ਕਿਤੇ ਨਾ ਕਿਤੇ ਸਾਡਾ ਪੈਰ ਉੱਖੜ ਹੀ ਜਾਵੇਗਾ। ਠੇਡਾ ਖਾ ਕੇ ਡਿੱਗ ਜਾਣ ਤੇ ਹੀ ਸਾਨੂੰ ਇਹ ਸਮਝ ਆਏਗੀ ਕਿ ਮੇਰਾ ਧਿਆਨ ਤਾਂ ਕਿਧਰੇ ਹੋਰ ਲੱਗ ਗਿਆ ਸੀ। ਆਪਣੇ ਮਨ ਨੂੰ ਜਿੱਤ ਲੈਣਾ ਬਹੁਤਾ ਔਖਾ ਕੰਮ ਹੈ। ਅੱਜ ਮੇਰਾ ਮਨ ਕਬੂਤਰਾਂ ਦਾ ਮੀਟ ਖਾਣ ਨੂੰ ਕਰ ਆਇਆ ਹੈ। ਬਜ਼ੁਰਗ ਕਹਿੰਦੇ ਹਨ ਕਿ ਕਬੂਤਰਾਂ ਦਾ ਮੀਟ ਬੜਾ ਗਰਮ ਹੁੰਦਾ ਹੈ। ਬੰਦ ਰੋਮ ਖੋਲ੍ਹ ਦਿੰਦਾ ਹੈ। ਵਾਈ-ਬਾਦੀ ਦੀਆਂ ਸਭ ਬਿਮਾਰੀਆਂ ਨੂੰ ਦੂਰ ਭਜਾ ਦਿੰਦਾ ਹੈ। ਕਹਿੰਦੇ ਹਨ ਕਿ ਆਪਣੇ ਮਨਮਰਜ਼ੀ ਦੀ ਖੁਰਾਕ ਖਾ ਕੇ ਸਾਡਾ ਆਤਮਾਰਾਮ ਪ੍ਰਸੰਨ ਰਹਿੰਦਾ ਹੈ।

ਖਾਈਏ ਮਨ-ਭਾਉਂਦਾ, ਪਹਿਨੀਏ ਜੱਗ ਭਾਉਂਦਾ।
ਉੱਠੋ ਮੇਰੇ ਤਿੰਨ ਸੇਵਕੋ, ਮੇਰੇ ਸਾਹਮਣੇ ਆਓ।

ਜੱਕਾਂ-ਤੱਕਾਂ ਜਿਹੀਆਂ ਕਰਦੇ ਹੋਏ ਤਿੰਨੇ ਸੇਵਕ ਆਪਣੇ ਗੁਰੂ ਦੇ ਸਨਮੁਖ ਹੋ ਕੇ ਕਹਿਣ ਲੱਗੇ, "ਹੁਕਮ ਮਹਾਰਾਜ ! ਧੰਨਭਾਗ ਸਾਡੇ। ਜਿਨ੍ਹਾਂ ਨੂੰ ਗੁਰੂ ਦੀ ਸੇਵਾ ਕਰਨ ਦਾ, ਹੁਕਮ ਮੰਨਣ ਦਾ ਸੁਭਾਗ ਪ੍ਰਾਪਤ ਹੋ ਰਿਹਾ ਹੈ। ਤੁਹਾਡੇ ਇਕ ਹੁਕਮ ਨਾਲ ਅਸੀਂ ਆਪਣਾ ਤਨ-ਮਨ-ਧਨ ਸਭ ਨਿਛਾਵਰ ਕਰਨ ਵਾਸਤੇ ਤਿਆਰ ਹਾਂ।"

ਸੰਤ ਜੀ ਨੇ ਤਿੰਨੋਂ ਸੇਵਕਾਂ ਨੂੰ ਆਪਣਾ ਇਕ ਇਕ ਕਬੂਤਰ ਦੇ ਦਿੱਤਾ। ਤਿੰਨਾਂ ਨੂੰ ਆਪਣੀ ਆਗਿਆ, ਆਪਣਾ ਹੁਕਮ ਸੁਣਾ ਦਿੱਤਾ ਕਿ ਜਾਓ ਤਿੰਨੋਂ ਤਿੰਨ ਅਲੱਗ ਅਲੱਗ ਦਿਸ਼ਾਵਾਂ ਵੱਲ ਚੱਲ ਪਉ। ਅੱਜ ਮੈਂ ਤੁਹਾਡਾ ਇਮਤਿਹਾਨ ਲੈਣ ਲੱਗਾ ਹਾਂ। ਤੁਸੀਂ ਇਕ ਗੱਲ ਦਾ ਧਿਆਨ ਰੱਖਣਾ ਹੈ ਕਿ ਤੁਸੀਂ ਬੜੀ ਹੁਸ਼ਿਆਰੀ ਨਾਲ ਆਪਣੇ ਆਪਣੇ ਕਬੂਤਰ ਦੀ ਗਰਦਨ ਮਰੋੜਨੀ ਹੈ। ਤੁਹਾਨੂੰ ਇਹ ਕੰਮ ਕਰਦੇ ਹੋਇਆਂ ਕੋਈ ਵੇਖ ਨਾ ਰਿਹਾ ਹੋਵੇ। ਤੁਹਾਡੇ ਖਿਲਾਫ ਕੋਈ ਇਹ ਗਵਾਹੀ ਨਾ ਦੇ ਸਕੇ ਕਿ ਮੈਂ ਇਸ ਨੂੰ ਅਣਭੋਲ ਪੰਛੀ ਦੀ ਗਰਦਨ ਮਰੋੜਦੇ ਹੋਏ ਵੇਖਿਆ ਹੈ।

ਅਗਰ ਕਿਸੀ ਗਵਾਹ ਨੇ ਇਹ ਗਵਾਹੀ ਦੇ ਦਿੱਤੀ ਕਿ ਹਾਂ ਮੈਂ ਇਸ ਨੂੰ ਆਪਣੇ ਅਨਭੋਲ ਪੰਛੀ ਦੀ ਗਰਦਨ ਮਰੋੜਦੇ ਹੋਇਆਂ ਵੇਖਿਆ ਹੈ ਤਾਂ ਮੈਂ ਉਸ ਸੇਵਕ ਨੂੰ ਫਾਂਸੀ ਤੇ ਲਟਕਾ ਦੇਵਾਂਗਾ। ਖੂਨ ਦਾ ਬਦਲਾ ਖੂਨ ਨਾਲ ਹੀ ਲਵਾਂਗਾ। ਆਪਣੇ ਆਪਣੇ ਮਨੋਂ ਬਹੁਤ ਹੁਸ਼ਿਆਰੀ ਨਾਲ ਤੁਸੀਂ ਇਹ ਕੰਮ ਕਰਨਾ ਹੈ। ਕੋਈ ਚੂਕ ਕੋਈ ਭੁੱਲ-ਚੁੱਕ ਨਹੀਂ ਹੋਣੀ ਚਾਹੀਦੀ।

ਆਪਣੇ ਮਨੋਂ ਸੋਚਾਂ ਸੋਚਦੇ ਹੋਏ ਤਿੰਨੋਂ ਅਲੱਗ-ਅਲੱਗ ਦਿਸ਼ਾਵਾਂ ਵੱਲ ਚੱਲ

ਪਏ। ਅਲੱਗ-ਅਲੱਗ ਹੋ ਗਏ। ਪਹਿਲਾ ਸੇਵਕ ਜਿਸ ਦੇ ਮਨ ਅੰਦਰ ਸਿਰਫ ਇਕ ਹੀ ਖ਼ਿਆਲ ਪ੍ਰਬਲ ਹੋਇਆ ਕਿ ਮੈਂ ਕਿਵੇਂ ਆਪਣਾ ਕੰਮ ਪੂਰਾ ਕਰਕੇ ਆਸ਼ਰਮ ਪਹੁੰਚ ਜਾਵਾਂ। ਇਧਰ-ਉਧਰ ਝਾਤੀ ਮਾਰੀ ਅਤੇ ਆਪਣੇ ਕਬੂਤਰ ਦਾ ਕੰਮ ਮੁਕਾ ਦਿੱਤਾ। ਕਬੂਤਰ ਦੀ ਗਰਦਨ ਮਰੋੜ ਦਿੱਤੀ। ਆਪਣੇ ਗੁਰੂ ਦੀ ਆਗਿਆ ਦਾ ਪਾਲਣ ਕਰ ਕੇ ਆਪਣੇ ਗੁਰੂ ਦੇ ਆਸ਼ਰਮ ਵੱਲ ਚੱਲ ਪਿਆ। ਉਹ ਆਪਣੇ ਮਨੋ-ਮਨ ਸੋਚਣ ਲੱਗਾ ਕਿ ਗੁਰੂ ਜੀ ਮੈਨੂੰ ਸ਼ਾਬਾਸ਼ੀ ਦੇਣਗੇ ਕਿ ਮੈਂ ਸਭ ਤੋਂ ਪਹਿਲਾਂ ਉਨ੍ਹਾਂ ਦੇ ਹੁਕਮ ਦੀ ਪਾਲਣਾ ਕਰ ਆਇਆ ਹਾਂ। ਵੈਸੇ ਉਸ ਦੇ ਮਨ ਅੰਦਰ ਆਪਣੇ ਗੁਰੂ ਦੀ ਨਿੰਦਾ ਦੇ ਵਿਚਾਰ ਚੱਲਣ ਲੱਗ ਪਏ ਕਿ ਵੇਖ਼ ਲਓ ਅੱਜਕਲ੍ਹ ਦੇ ਪਾਖੰਡੀ ਬਾਬਿਆਂ ਦੇ ਕਾਰਨਾਮੇ ! ਭਲਿਆ ਮਾਣਸਾ ! ਅਗਰ ਮੀਟ ਹੀ ਖਾਣਾ ਹੈ ਤਾਂ ਫਿਰ ਇੰਨੇ ਢੌਂਗ ਕਰਨ ਦੀ ਕੀ ਜ਼ਰੂਰਤ ਪਈ ਸੀ। ਕੌਣ ਕਹਿ ਸਕਦਾ ਹੈ - ਰਾਣੀ ਆਪਣਾ ਅੱਗਾ ਢੱਕ ! ਆਪਣੇ ਹੀ ਮਨ ਦੇ ਵਿਚਾਰਾਂ 'ਚ ਘਿਰਿਆ ਹੋਇਆ ਉਹ ਆਪਣੇ ਗੁਰੂ ਦੇ ਆਸ਼ਰਮ ਪਹੁੰਚ ਗਿਆ। "ਲਓ ਗੁਰੂ ਜੀ ! ਮੈ ਆਪਣਾ ਕੰਮ ਸਭ ਤੋਂ ਪਹਿਲਾਂ ਨਬੇੜ ਆਇਆ ਹਾਂ।"

ਦੂਸਰੇ ਸੇਵਕ ਨੇ ਆਪਣੇ ਮਨ ਦੇ ਘੋੜੇ ਦੁੜਾਉਣੇ ਸ਼ੁਰੂ ਕਰ ਦਿੱਤੇ ਕਿ ਅੱਜਕਲ੍ਹ ਤਾਂ ਜ਼ਮਾਨਾ ਬਹੁਤ ਤਰੱਕੀ ਕਰ ਗਿਆ ਹੈ। ਅੱਗੇ ਨਿਕਲ ਗਿਆ ਹੈ। ਇਥੇ ਲਾਗ-ਪਾਸ ਕੋਈ ਕੈਮਰਾ ਹੀ ਨਾ ਫਿੱਟ ਕੀਤਾ ਹੋਵੇ। ਪਾਖੰਡੀ ਸਾਧੂ ਨੇ ਮੇਰੇ ਪਿੱਛੇ ਕੋਈ ਤੋਤਾ ਹੀ ਨਾ ਛੱਡਿਆ ਹੋਵੇ। ਜੋ ਇਨਸਾਨੀ ਬੋਲੀ ਸਮਝ ਅਤੇ ਬੋਲ ਸਕਦਾ ਹੋਵੇ। ਆਪਣੀ ਅਕਲ ਦੇ ਘੋੜੇ ਦੁੜਾਉਂਦੇ ਹੋਏ ਵੀ ਹਨੇਰਾ ਹੋਣ ਦੀ ਉਡੀਕ ਕੀਤੀ। ਹਨੇਰਾ ਹੋ ਜਾਣ ਤੋਂ ਬਾਅਦ ਵੀ ਉਸ ਨੇ ਬਹੁਤ ਹੁਸ਼ਿਆਰੀ ਨਾਲ ਕਾਲੇ ਕੰਬਲ ਦੀ ਬੁੱਕਲ ਮਾਰ ਆਪਣੀ ਬੁੱਕਲ 'ਚ ਛੁਪਾਉਂਦੇ ਹੋਏ ਆਪਣੇ ਕਬੂਤਰ ਦੀ ਗਰਦਨ ਮਰੋੜ ਦਿੱਤੀ। ਉਹ ਆਪਣੇ ਮਨ ਨਾਲ ਗੱਲਾਂ ਕਰਨ ਲੱਗ ਪਿਆ। ਮਨੋਂ ਮਨ ਖੁਸ਼ ਹੋਣ ਲੱਗ ਪਿਆ ਕਿ ਮੈਂ ਤਾਂ ਬਹੁਤ ਹੁਸ਼ਿਆਰ ਆਦਮੀ ਹਾਂ। ਮੇਰੇ ਖ਼ਿਲਾਫ਼ ਹੁਣ ਕੋਈ ਗਵਾਹ ਵੀ ਨਹੀਂ ਹੈ। ਕੋਈ ਝੂਠੀ ਗਵਾਹੀ ਕਿਵੇਂ ਦੇ ਸਕਦਾ ਹੈ ? ਆਪਣੇ ਮਨ ਦੀਆਂ ਸੋਚਾਂ 'ਚ ਉਲਝਿਆ ਉਹ ਵੀ ਗੁਰੂ ਦੇ ਆਸ਼ਰਮ ਵੱਲ ਚੱਲ ਪਿਆ। ਕਿ ਬਜ਼ੁਰਗ ਤਾਂ ਇਹ ਕਹਿੰਦੇ ਆਏ ਹਨ : 'ਦੁਨੀਆਂ ਜਿੱਤੀ ਜਾਂਦੀ ਹੈ ਮਕਰ ਨਾਲ। ਖਾਣਾ ਖਾਈ ਚੱਲੋ ਘੀ-ਸ਼ੱਕਰ ਨਾਲ।' ਅੱਜਕਲ੍ਹ ਦੇ ਬਾਬਿਆਂ ਪਾਸ ਤਾਂ ਕਿਸੀ ਗੱਲ ਦੀ ਕੋਈ ਕਮੀ ਹੁੰਦੀ ਹੀ ਨਹੀਂ ਹੈ। ਅੱਜਕਲ੍ਹ ਦੇ ਬਾਬੇ ਤਾਂ ਉਲਟੇ-ਸਿੱਧੇ ਸਾਰੇ ਕੰਮਾਂ 'ਚ ਸਭ ਤੋਂ ਅੱਗੇ ਨਿਕਲੇ ਹੋਏ ਹਨ। ਸਾਡੇ ਬਾਬੇ ਪਾਸ ਕਿਆ ਨਹੀਂ ਹੈ ! ਅੱਜ ਸਾਡੇ ਬਾਬੇ ਦਾ ਮਨ ਕਬੂਤਰ ਦਾ ਮੀਟ ਖਾਣ ਨੂੰ ਕਰ ਆਇਆ ਹੈ। ਕੱਲ੍ਹ-ਵੱਲ੍ਹ ਨੂੰ ਬਾਬੇ ਦਾ ਮਨ ਕਿਸੀ ਧੀ-ਭੈਣ ਤੇ ਫਿੱਟ ਜਾਏਗਾ। ਬੱਲੇ ਓਏ ਨਵੇਂ ਜ਼ਮਾਨੇ ਦਿਓ ਬਾਬਿਓ ! ਅਜੇ ਕੱਲ੍ਹ ਦੀ

ਹੀ ਤਾਂ ਗੱਲ ਹੈ ਕਿ ਨਿਊਜ਼ ਚੈਨਲ ਵਾਲਿਆਂ ਨੇ ਇਕ ਮਸ਼ਹੂਰ ਬਾਬੇ ਦੀਆਂ ਕਰਤੂਤਾਂ ਦਾ ਭੰਡਾ ਫੋੜ ਦਿੱਤਾ ਹੈ। ਸਾਲਾ ਵੱਡਾ ਭਗਤ ਹੋਣ ਦੇ ਵਿਖਾਵੇ ਕਰ ਕੇ ਕਿਵੇਂ ਸੈਕਸ ਦਾ ਅੱਡਾ ਚਲਾ ਰਿਹਾ ਸੀ।

ਕਹਿਣੀ ਅਤੇ ਕਰਨੀ 'ਚ ਕਿੰਨਾ ਫਰਕ ਹੁੰਦਾ ਹੈ। ਪ੍ਰਚਾਰ ਕੀ ਕਰਦਾ ਸੀ ਤੇ ਕਰਤੂਤ ਸਾਲੇ ਦੀ ਕੀ ਨਿਕਲੀ ! ਲੋਕਾਂ ਨੂੰ ਤਾਂ ਉਹ ਕਿਹਾ ਕਰਦਾ ਸੀ ਕਿ ਜਦੋਂ ਮਨ ਅੰਦਰ ਇਹ ਵਿਸ਼ਵਾਸ ਪੱਕਾ ਹੋ ਜਾਂਦਾ ਹੈ ਕਿ ਸਰੀਰ ਨਾਸ਼ਵਾਨ ਹੈ ਤਾਂ ਹੀ ਸਾਨੂੰ ਆਪਣੀ ਆਤਮਾ ਦੀ ਮੌਜੂਦਗੀ ਤੇ ਵਿਸ਼ਵਾਸ ਹੋ ਸਕੇਗਾ। ਛੱਡ ਮਨਾ ਕਿਉਂ ਐਵੇਂ ਹੀ ਕਿਸੀ ਦੀ ਨਿੰਦਾ-ਚੁਗਲੀ ਕਰ ਰਿਹਾ ਹੈਂ। ਬਾਬਾ ਖਾਏ ਖਸਮਾਂ ਨੂੰ ! ਉਸ ਨੇ ਵੀ ਆਪਣਾ ਮ੍ਰਿਤਕ ਕਬੂਤਰ ਬਾਬੇ ਨੂੰ ਦੇ ਦਿੱਤਾ।

ਤੀਸਰੇ ਸੇਵਕ ਦੇ ਮਨ ਅੰਦਰ ਜਦੋਂ ਵੀ ਕਬੂਤਰ ਦੀ ਗਰਦਨ ਮਰੋੜਨ ਦਾ ਖ਼ਿਆਲ ਆਏ ਉਸ ਨੂੰ ਆਪਣੇ ਹੀ ਅੰਦਰੋਂ ਉੱਠ ਰਹੀ ਆਵਾਜ਼ ਸੁਣਨ ਲੱਗ ਜਾਏ। ਬੱਚੂ ਬਚ ਕੇ ! ਤੇਰੇ ਵਿਚਾਰਾਂ ਨੂੰ ਮਨ 'ਚ ਉੱਠਣ ਤੋਂ ਪਹਿਲਾਂ ਹੀ ਮੈਂ ਜਾਣ ਰਹੀ ਹਾਂ। ਆਪਣੇ ਅੰਦਰੋਂ ਉੱਠ ਰਹੀ ਆਵਾਜ਼ ਨੂੰ ਸੁਣ ਕੇ ਉਸ ਸੇਵਕ ਦਾ ਮਨ ਭੈਭੀਤ ਹੋ ਗਿਆ। ਡਰਨ ਲੱਗ ਪਿਆ। ਉਸ ਦੇ ਮਨ ਅੰਦਰ ਘਟਨਾ ਘਟ ਗਈ। ਉਸ ਨੂੰ ਆਪਣੀ ਅਮਰ ਆਤਮਾ ਦੀ ਮੌਜੂਦਗੀ ਦਾ ਉਸੇ ਪਲ ਹੀ ਅਹਿਸਾਸ ਹੋਣ ਲੱਗ ਪਿਆ। ਉਸ ਦਾ ਮਨ ਠਹਿਰ ਗਿਆ। ਆਪਣੇ ਗੁਰਾਂ ਦਾ ਧੰਨਵਾਦ ਕਰਨ ਵਾਸਤੇ ਉਹ ਆਪਣੇ ਗੁਰੂ ਦੇ ਆਸ਼ਰਮ ਵੱਲ ਚੱਲ ਪਿਆ। ਆਸ਼ਰਮ ਪਹੁੰਚ ਉਸ ਨੇ ਆਪਣੇ ਗੁਰੂ ਦਾ ਧੰਨਵਾਦ ਕੀਤਾ। ਗੁਰੂ ਜੀ ਤੁਹਾਡੀ ਸਿੱਖਿਆ ਨੇ ਮੇਰੇ ਗਿਆਨ ਚਖਸ਼ੂ ਖੋਲ੍ਹ ਦਿੱਤੇ ਹਨ। ਮੇਰਾ ਮਨੁੱਖਾ ਜਨਮ ਸਫਲਾ ਕਰ ਦਿੱਤਾ ਹੈ। ਮੇਰਾ ਚੁਰਾਸੀ ਦਾ ਚੱਕਰ ਸਮਾਪਤ ਕਰ ਦਿੱਤਾ ਹੈ। ਮੈਨੂੰ ਆਪਣੇ ਸਰੀਰ ਅੰਦਰ ਮੌਜੂਦ ਬ੍ਰਹਮ ਦੀ ਸ਼ਰਣ ਮਿਲ ਗਈ ਹੈ। ਜੋ ਸਰੀਰਾਂ ਨੂੰ ਇਸ ਤਰ੍ਹਾਂ ਛੱਡ ਜਾਂਦੀ ਹੈ। ਜਿਵੇਂ ਸੱਪ ਆਪਣੀ ਪੁਰਾਣੀ ਕੁੰਜ ਨੂੰ ਛੱਡ ਕੇ ਅੱਗੇ ਨੂੰ ਸਰਕ ਜਾਂਦਾ ਹੈ।

ਹੁਣ ਮੇਰੀ ਦ੍ਰਿਸ਼ਟੀ ਆਪਣੇ ਹੀ ਬ੍ਰਹਮ ਤੇ ਲੱਗ ਗਈ ਹੈ। ਮੇਰੇ ਅੰਦਰੋਂ ਮੇਰਾ ਦ੍ਰਸ਼ਟਾ - ਵੇਖਣ ਵਾਲਾ ਜਾਗ ਪਿਆ ਹੈ। ਮੈਨੂੰ ਸਫਲ ਦਰਸ਼ਨ ਹੋਣ ਲੱਗ ਪਏ ਹਨ। ਜਿਸ ਸ਼ਕਤੀ ਦੀ ਮੌਜੂਦਗੀ ਦਾ ਅਹਿਸਾਸ ਕਰ ਲੈਣ ਵਾਸਤੇ ਮੈਨੂੰ ਬਾਹਰੋਂ ਇਸ਼ਾਰੇ ਮਿਲ ਰਹੇ ਸਨ, ਉਨ੍ਹਾਂ ਇਸ਼ਾਰਿਆਂ ਨੇ ਮੈਨੂੰ ਆਪਣੀ ਮੰਜ਼ਲ ਤੇ ਪਹੁੰਚਾ ਦਿੱਤਾ ਹੈ। ਹੁਣ ਮੇਰੇ ਚੇਤ ਅਤੇ ਅਚੇਤ ਮਨ ਇਕ ਹੋ ਗਏ ਹਨ। ਮੈਂ ਆਪਣੇ ਅੰਦਰਲੀ ਦੁਬਿਧਾ ਤੋਂ ਬਾਹਰ ਨਿਕਲ ਆਇਆ ਹਾਂ। ਹੁਣ ਮੈਨੂੰ ਕ੍ਰਿਤ ਅੰਦਰ ਪ੍ਰਮਾਤਮਾ ਦੀ ਮੌਜੂਦਗੀ ਦਾ ਅਹਿਸਾਸ ਹੋਣ ਲੱਗ ਪਿਆ ਹੈ। ਹੁਣ ਤਾਂ ਮੈਨੂੰ ਆਪਣਾ ਹੀ ਮਨ ਸ਼ਾਂਤ ਹੋਇਆ ਹੋਇਆ ਨਜ਼ਰ ਆਉਣ ਲੱਗ ਪਿਆ ਹੈ।

ਅੰਮ੍ਰਿਤ ਧਾਰਾ

ਕਿਸੀ ਨੇ ਸੱਚ ਹੀ ਕਿਹਾ ਹੈ ਕਿ ਢੋਂਗੀ ਬਾਬੇ ਤਾਂ ਲੋਕਾਂ ਨੂੰ ਬੇਵਕੂਫ ਬਣਾ ਕੇ ਆਪਣੀਆਂ ਰੋਟੀਆਂ ਸੇਕਦੇ ਰਹਿੰਦੇ ਹਨ। ਉਹ ਤਾਂ ਲੋਕਾਂ ਦੇ ਮਨਾਂ ਦੀਆਂ ਇੱਛਾਵਾਂ ਨੂੰ ਭਾਂਪਦੇ ਹੋਏ ਲੋਕਾਂ ਦੀ ਹੀ ਬੋਲੀ ਬੋਲਣ ਲੱਗ ਜਾਂਦੇ ਹਨ। ਲੋਕਾਂ ਨੂੰ ਦੁੱਧ-ਪੁੱਤ ਦੀ ਦਾਤ ਦੇ ਦੇਣ ਦੀਆਂ ਗੱਲਾਂ ਕਰਨ ਲੱਗ ਜਾਂਦੇ ਹਨ। ਲੋਕਾਂ ਨੂੰ ਧਨ-ਦੌਲਤ ਪ੍ਰਾਪਤ ਹੋ ਜਾਣ ਦੀਆਂ ਗੱਲਾਂ ਦੱਸਦੇ ਹੋਏ ਆਪਣੇ ਪਾਸ ਧਨ ਦੇ ਅੰਬਾਰ ਇਕੱਠੇ ਕਰਕੇ ਮਾਇਆ ਦੀ ਸ਼ਕਤੀ ਨਾਲ ਅਣਹੋਈਆਂ ਗੱਲਾਂ ਕਰਨ ਲੱਗ ਜਾਂਦੇ ਹਨ। ਇਸ ਵਾਸਤੇ ਆਪਣੇ ਅੰਦਰੋਂ ਆਪਣੇ ਅਸਲੇ ਨਾਲ ਜੁੜਨ ਵਾਲੇ ਇਕੱਲੇ ਰਹਿ ਜਾਂਦੇ ਹਨ। ਇਕੱਲੇ ਚਲਦੇ ਰਹਿੰਦੇ ਹਨ। ਕੜਵਾ ਸੱਚ ਲੋਕਾਂ ਦੇ ਮੂੰਹ ਤੇ ਹੀ ਕਹਿਣ ਲੱਗ ਜਾਂਦੇ ਹਨ : "ਤੇਰਾ ਸਾਈਂ ਤੁਝ ਮਾਹਿ - ਕਿਉਂ ਢੂੰਡੇ ਜਗ ਮਾਹਿ।" ਕਿ ਅਸੀਂ ਬਾਹਰੋਂ ਕੀ ਲੈਣਾ ਹੈ ? "ਇਸ ਗੁਫਾ ਮਹਿ ਅਖੁਟ ਭੰਡਾਰਾ।" ਕਿ ਜਦੋਂ ਸਚਾਈ ਸਾਡੇ ਇਸੇ ਸਰੀਰ ਅੰਦਰ ਸਮਾਈ ਹੋਈ ਹੈ। ਮੌਜੂਦ ਹੈ। ਜਦੋਂ ਮਨੋਂ ਇਸ ਸਚਾਈ ਨੂੰ ਸੱਚ ਮੰਨਦੇ ਹੋਏ ਅਸੀਂ ਆਪਣਾ ਜੀਵਨ ਬਤੀਤ ਕਰਨਾ ਸ਼ੁਰੂ ਕਰ ਦਿੰਦੇ ਹਾਂ ਤਾਂ ਹਰ ਪਲ ਹੀ ਸੰਤੁਸ਼ਟ ਨਜ਼ਰ ਆਉਣ ਲੱਗ ਜਾਂਦੇ ਹਾਂ।

ਜਿਸ ਦੇ ਮਨ ਅੰਦਰ ਇਕ ਵਾਰ ਇਹ ਗੱਲ ਬੈਠ ਜਾਂਦੀ ਹੈ ਕਿ ਮੇਰੇ ਤਨ ਮਨ ਦੀਆਂ ਹਰਕਤਾਂ-ਕਲਪਨਾਵਾਂ ਨੂੰ ਜਾਨਣ ਵਾਲੀ ਸਮਰੱਥਾ ਸਰੀਰ ਅੰਦਰ ਹੀ ਮੌਜੂਦ ਹੈ। ਉਹ ਤਾਂ ਫਿਰ ਆਪਣੇ ਸਰੀਰ ਅੰਦਰ ਹੀ ਵੇਖਣ ਲੱਗ ਜਾਂਦਾ ਹੈ :

ਕਿਤ ਜਾਈਏ ਰੇ ਘਰ ਲਾਗੋ ਰੰਗ।

(ਕਬੀਰ ਸਾਹਿਬ ਜੀ)

ਜਦੋਂ ਕਬੀਰ ਸਾਹਿਬ ਆਪਣੇ ਸਰੀਰ ਅੰਦਰੋਂ ਹੀ ਆਪਣੇ ਸਾਖਸ਼ੀ ਭਾਵ ਦੀ ਮੌਜੂਦਗੀ ਦਾ ਸਪੱਸ਼ਟ ਅਹਿਸਾਸ ਹੋਣ ਲੱਗਾ ਤਾਂ ਫਿਰ ਆਪਣੇ ਅਜਿਹੇ ਨਿਰਾਲੇ ਅਨੁਭਵ ਦੇ ਸਦਕੇ ਸਰਲ ਭਾਸ਼ਾ 'ਚ ਲੋਕਾਂ ਨੂੰ ਸਮਝਾਉਣ ਲੱਗ ਪਏ :

ਰਾਮ ਪਦਾਰਥ ਪਾਇ ਕੇ ਕਬੀਰਾ ਗਾਠ ਨਾ ਖੋਲ੍ਹ।

ਜਿਸ ਨੂੰ ਇਹ ਲਗਨ ਲੱਗ ਜਾਂਦੀ ਹੈ ਕਿ ਮੈਂ ਆਪਣੀ ਨਿੱਜਤਾ ਆਪਣੇ ਸੱਚੇ ਸਰੂਪ ਦੀ ਪਹਿਚਾਣ ਕਰਨੀ ਹੀ ਹੈ, ਉਹ ਆਮ ਸੰਸਾਰੀ ਲੋਕਾਂ ਦੀ ਰੀਸ ਕਰਨੀ ਛੱਡ ਦਿੰਦੇ ਹਨ। ਉਹ ਆਪਣੇ ਅੰਦਰੋਂ ਅਲੱਗ ਹੀ ਰੰਗ 'ਚ ਰੰਗੇ ਜਾਂਦੇ ਹਨ ਕਿ ਜਦੋਂ ਸਾਡੀ ਮੰਜ਼ਿਲ ਸਾਡੇ ਸਰੀਰ ਅੰਦਰ ਹੀ ਮੌਜੂਦ ਹੈ। ਆਪਣੇ ਸਾਖਸ਼ੀ ਭਾਵ ਦੀ ਮੌਜੂਦਗੀ ਦਾ ਅਹਿਸਾਸ ਕਰ ਲੈਣਾ ਹੈ। ਇਹ ਹੀ ਉਨ੍ਹਾਂ ਦਾ ਇਕ ਜੀਵਨ ਦਾ ਮਨੋਰਥ ਬਣ ਜਾਵੇ ਤਾਂ ਉਨ੍ਹਾਂ ਦੇ ਚੇਤ ਮਨ ਅਤੇ ਅਚੇਤ ਮਨ ਇਕ ਹੋ ਜਾਂਦੇ ਹਨ। "ਕਬੀਰਾ ਸੁਪਨੇ ਜਿਉ ਬਰੜਾਇਕੇ ਜੇ ਮੁਖ ਤੇ ਨਿਕਲੇ ਰਾਮ"
ਤਾਂ ਫਿਰ ਹੋਰ ਕੋਈ ਇੱਛਾ ਮਨ ਅੰਦਰ ਬਾਕੀ ਰਹਿੰਦੀ ਹੀ ਨਹੀਂ।

ਬ੍ਰਹਮ-ਗਿਆਨੀ ਤਾਂ ਹਰ ਪਲ ਰਾਮਮਈ ਹੋਏ ਰਹਿੰਦੇ ਹਨ ਕਿ ਤੂੰ ਹੀ ਮੇਰਾ ਮੀਤ ਹੈ। ਤੂੰ ਹੀ ਮੇਰਾ ਸੱਜਣ ਹੈਂ। ਤੂੰ ਹੀ ਮੇਰੇ ਸਰੀਰ ਦੀ ਰਚਨਾ ਰਚੀ ਹੈ। ਤੂੰ ਹੀ ਮੇਰੇ ਸਰੀਰ ਅਤੇ ਸੰਸਾਰ ਦੇ ਕਣ-ਕਣ ਅੰਦਰ ਮੌਜੂਦ ਹੈ। ਤੂੰ ਆਪ ਹੀ ਮੇਰੇ ਮੂੰਹੋਂ ਬੋਲ ਰਿਹਾ ਹੈ। ਬੋਲ ਕਢਵਾ ਰਿਹਾ ਹੈ। ਮੈਂ ਆਪਣੀ ਮਨੋਸਥਿਤੀ ਦਾ ਵਰਣਨ ਕਰਨ ਦੀ ਕੋਸ਼ਿਸ਼ ਕੀਤੀ ਹੈ ਕਿ ਸਮਾਜ ਅੰਦਰ ਰਹਿੰਦੇ ਹੋਏ ਆਪਣੇ ਸਮਕਾਲੀਨ ਲੋਕਾਂ ਨਾਲ ਮਿਲਦੇ ਵਰਤਦੇ ਹੋਇਆਂ ਆਪਣੇ ਹੀ ਸਾਖਸ਼ੀ ਭਾਵ ਦੀ ਮੌਜੂਦਗੀ ਦਾ ਖ਼ਿਆਲ ਆਪਣੇ ਮਨ ਅੰਦਰ ਹਰ ਪਲ ਬਣਾਈ ਰੱਖਣਾ ਕਿੰਨਾ ਔਖਾ ਹੈ। ਖ਼ਿਆਲਾਂ ਦਾ ਸੰਸਾਰ ਕਿੰਨਾ ਵਚਿੱਤਰ ਹੈ। ਜਦੋਂ ਪ੍ਰਤੱਖ ਦੇ ਖ਼ਿਆਲ ਹੀ ਨਾ ਖਹਿੜਾ ਛੱਡ ਰਹੇ ਹੋਣ, ਅਪ੍ਰਤੱਖ ਦਾ ਖ਼ਿਆਲ ਮਨ ਅੰਦਰ ਕਿਵੇਂ ਟਿਕ ਸਕਦਾ ਹੈ ? ਪਰੰਤੂ ਕੋਈ ਵੀ ਕੰਮ ਅਸੰਭਵ ਨਹੀਂ ਹੈ। ਸੰਭਵ ਹੈ। ਬੱਸ ਮਨ ਦੇ ਖ਼ਿਆਲਾਂ ਵੱਲ ਸਿਰਫ ਵੇਖਣ ਦੀ ਹੀ ਦੇਰ ਹੈ :

ਸੱਜਣਾ

ਸੱਜਣਾ ਵੇ ਸੱਜਣਾ ਤੇਰੀ ਦੀਦ ਬਾਝੋਂ,
ਕਦੋਂ ਹੈ ਅਸੀਂ ਰੱਜਣਾ ਨਹੀਂ ਰੱਜਣਾ।
ਝੂਠੇ ਲਾਲਚ ਦਿੰਦਾ ਹੈਂ ਝੂਠੇ ਲਾਲਚੀ,
ਲਾਲਚੀ ਨਹੀਂ ਰੱਜਣਾ ਅਸੀਂ ਨਹੀਂ ਲੱਗਣਾ।
ਦੁਨੀਆਂ ਸੋਹਣੀ ਹੈ ਕਿੰਨੇ ਦਿਨ,
ਚਾਰ ਦਿਨਾਂ ਇਹ ਲਾਰਾ ਨਹੀਂ ਫੱਬਣਾ।
ਪਰਦਾ ਪਾਇਆ ਹੈ ਪਰਦਾ ਕਿਹੜੀ ਗੱਲੋਂ,
ਜਚਦਾ ਨਹੀਂ ਲਾਲੀ ਵੇਖ ਅਸੀਂ ਰੱਜਣਾ।
ਮਿੰਨਤਾਂ ਤਰਲੇ ਪਾਵਾਂ ਭੁੱਲਾਂ ਬਖਸਾਉਂਦਾ ਹਾਂ,
ਛੱਡ ਪਰਦੇ ਨਾਲ ਆਪਣਾ ਮੂੰਹ ਕੱਜਣਾ।
ਬਾਝੋਂ ਦਰਸ਼ਣਾਂ ਦੇ ਇਹ ਜੱਗ ਰੁੱਖਾ,
ਤੇਰੇ ਬਾਝੋਂ ਨਾ ਹੁਣ ਦਿਲ ਲੱਗਣਾ।
ਮਿੰਨਤਾਂ ਰਹੂ ਕਰਦਾ ਰਹੂ ਵਾਸਤੇ ਪਾਉਂਦਾ,
ਅਸੀਂ ਹੋਰ ਕਿਤੇ ਨਹੀਂ ਹੁਣ ਭੱਜਣਾ।
ਸੂਹ ਲੱਗ ਗਈ ਸੂਹ ਲੱਗ ਗਈ,
ਆਪਣੇ ਅੰਦਰੋਂ ਹੀ ਹੈ ਤੈਨੂੰ ਲੱਭਣਾ।
ਮਿੰਨਤਾਂ ਤਰਲੇ ਮਨਜ਼ੂਰ ਕਰੀਂ ਸੋਹਣੇ ਸੱਜਣਾ,
ਲੱਭਣਾ, ਦਰਸ਼ਨ ਰੱਜ ਰੱਜ ਕਰਨੇ ਨੇ,
ਅਸੀਂ ਹੋਰ ਕਿਤੇ ਨਹੀਂ ਹੁਣ ਭੱਜਣਾ।

ਨੂਰੀ ਕਿਰਨ ਹੈ ਮੌਜੂਦ ਸਭਨਾਂ ਅੰਦਰ,
ਆਪਣੇ ਅੰਦਰੋਂ ਨੂਰੀ ਕਿਰਣ ਨੂੰ ਲੱਭਣਾ।
ਐਦਾਂ ਨਹੀਂ ਬਿਨਾਂ ਵੇਖਿਆਂ ਨਹੀਂ ਰੱਜਣਾ।
ਅਰਦਾਸ ਕਬੂਲ ਕਰੀਂ ਬੇਨਤੀ ਮਨਜ਼ੂਰ ਕਰੀਂ,
ਚਰਨ ਫੜੇ ਨੇ ਨਹੀਂ ਚਰਨਾਂ ਨੂੰ ਛੱਡਣਾ।
ਅਸੀਂ ਦਰਸ਼ਨ ਕਰੇ ਬਿਨਾਂ ਨਹੀਂ ਰੱਜਣਾ,
ਦਰਸ਼ਨੀ ਭੁੱਖ ਦਰਸ਼ਣਾਂ ਬਿਨਾਂ ਨਹੀਂ ਰੱਜਣਾ।
ਲੱਭਣਾ, ਦਰਸ਼ਨ ਰੱਜ ਰੱਜ ਕਰਨੇ ਨੇ,
ਹੁਣ 'ਦਲਬਾਰੇ' ਦਰਸ਼ਨਾਂ ਬਿਨਾਂ ਨਹੀਂ ਰੱਜਣਾ।

ਸੱਜਣ ਅਸੀਂ ਆਮ ਕਰਕੇ ਤਾਂ ਉਸ ਨੂੰ ਕਹਿੰਦੇ ਹਾਂ ਜੋ ਸਾਡੇ ਦੁੱਖ-ਸੁੱਖ ਦਾ ਪੱਕਾ ਸਾਥੀ ਹੋਵੇ। ਆਮ ਜੀਵਨ ਬਤੀਤ ਕਰਦੇ ਹੋਇਆਂ ਸਹਿਜ ਜੀਵਨ ਬਤੀਤ ਕਰਦੇ ਹੋਇਆਂ ਤਾਂ ਇਹ ਹੀ ਵੇਖਣ ਨੂੰ ਮਿਲਦਾ ਹੈ ਜਦੋਂ ਕਿਸੇ ਪਾਸ ਚਾਰ ਪੈਸੇ ਹੋਣ ਤਾਂ ਉਸ ਦੇ ਦੁਆਲੇ ਤਾਂ ਸੱਜਣ-ਮਿੱਤਰ ਇਕੱਠੇ ਹੋਣ ਲੱਗ ਜਾਂਦੇ ਹਨ। ਅਗਰ ਆਦਮੀ ਨਿਰਧਨ ਹੋ ਜਾਵੇ ਤਾਂ ਸਾਕ-ਸੰਬੰਧੀ ਸਾਰੇ ਹੀ ਸਾਥ ਛੱਡਣ ਲੱਗਣ ਜਾਂਦੇ ਹਨ। ਮੈਂ ਜਿਸ ਸੱਜਣ ਦੀ ਇਥੇ ਚਰਚਾ ਕਰ ਰਿਹਾ ਹਾਂ। ਜਿਸ ਬਾਰੇ ਮੈਂ ਲਿਖਣ ਦੀ ਕੋਸ਼ਿਸ਼ ਕਰ ਰਿਹਾ ਹਾਂ ਇਸ ਦਾ ਸੰਬੰਧ ਨਾ ਤਾਂ ਅਮੀਰੀ-ਗਰੀਬੀ ਤਕ ਸੀਮਤ ਹੈ। ਨਾ ਨਾਸ਼ਵਾਨ ਸਰੀਰ ਤਕ ਸੀਮਤ ਹੈ। ਮੈਂ ਗੱਲ ਕਰ ਰਿਹਾ ਹਾਂ ਸਦੀਵੀ ਸੱਚ ਦੀ। ਜੋ ਸੱਚ ਹੈ ਉਹ ਕਦੇ ਮਿਟਦਾ ਨਹੀਂ ਹੈ। ਜੋ ਕਦੇ ਬਦਲਦਾ ਹੀ ਨਹੀਂ ਹੈ। ਜੋ ਸਮਾਂਤੀਤ ਹੈ ਜੋ ਸਮੇਂ ਦੇ ਬਦਲਣ ਨਾਲ ਬਦਲਦਾ ਨਹੀਂ ਹੈ। ਜੋ ਅਦ੍ਰਿਸ਼ ਹੈ। ਉਹ ਹੀ ਸਾਡਾ ਪੱਕਾ ਸਾਥੀ ਹੈ।

ਭੀਖਣ ਭੀ ਭੁੱਖਾ ਕੋ ਨਹੀਂ ਸਭ ਕੀ ਗਠੜੀ ਲਾਲ।

ਗੱਲ ਤਾਂ ਆਪਣੇ ਬ੍ਰਹਮ ਦੀ ਮੌਜੂਦਗੀ ਨੂੰ ਆਪ ਹੀ ਸਮਝ ਲੈਣ ਦੀ ਹੀ ਹੈ। ਆਪਣੇ ਅਸਲੇ ਨੂੰ ਸਮਝਣ ਵਾਸਤੇ ਤਾਂ ਸਾਨੂੰ ਸਵਾਰਥੀ ਬਣਨਾ ਪੈਂਦਾ ਹੈ ਕਿ ਅਸੀਂ ਵੇਖ ਲਈਏ ਕਿ ਕਿਹੜੀ ਸਮਰੱਥਾ ਸਾਡੇ ਸਰੀਰ ਅੰਦਰੋਂ ਸਿਰਫ ਵੇਖਦੀ ਹੈ। ਉਸ ਦੀ ਮੌਜੂਦਗੀ ਨੂੰ ਲੋਕਾਂ ਨੂੰ ਸਮਝਾਉਣ ਦੀਆਂ ਕੋਸ਼ਿਸ਼ਾਂ ਤਾਂ ਬਹੁਤ ਹੁੰਦੀਆਂ ਰਹਿੰਦੀਆਂ ਹਨ। ਜਿਨ੍ਹਾਂ ਨੂੰ ਆਪਣੇ ਸਾਖਸ਼ੀ ਭਾਵ ਦੀ ਮੌਜੂਦਗੀ ਨਜ਼ਰ ਆਉਣ ਲੱਗ ਜਾਂਦੀ ਹੈ। ਉਹ ਅੰਤਰ-ਮੁਖੀ ਹੋ ਜਾਂਦੇ ਹਨ। ਆਪਣੇ ਅੰਦਰ ਹੀ ਰਮ ਜਾਂਦੇ ਹਨ। ਆਪਣੇ ਹੀ ਮਨ ਅੰਦਰ ਜਦੋਂ ਇਹ ਵਿਸ਼ਵਾਸ ਪੱਕਾ ਹੋ ਜਾਂਦਾ ਹੈ ਕਿ ਸਰੀਰ ਅਲੱਗ ਹੈ। ਸਰੀਰ ਅੰਦਰ ਸਮਾਇਆ ਹੋਇਆ ਸੱਚ ਅਲੱਗ ਹੈ ਤਾਂ ਫਿਰ ਅਜਿਹੇ ਅਨੁਭਵ ! ਅਜਿਹੇ ਅਹਿਸਾਸ ਦੇ ਸਦਕਾ ਸਾਡੇ ਮਨ ਅੰਦਰ ਬਹੁਤ ਕਾਹਲ ਪੈਦਾ ਹੋ ਜਾਂਦੀ ਹੈ ਕਿਉਂਕਿ ਮਨ ਚੰਚਲ ਹੈ। ਇਸ ਵਾਸਤੇ ਮਨ

ਆਪਣੀ ਚੰਚਲਤਾ ਵਿਖਾਉਣ ਲੱਗ ਜਾਂਦਾ ਹੈ ਕਿ ਮੈਂ ਸਭ ਤੋਂ ਪਹਿਲਾਂ ਆਪਣੇ ਬ੍ਰਹਮ ਦੀ ਮੌਜੂਦਗੀ ਦਾ ਅਹਿਸਾਸ ਕਰਕੇ ਲੋਕਾਂ ਤੋਂ ਆਪਣੀ ਵਾਹ ਵਾਹ ਕਰਵਾਉਣ ਲੱਗ ਜਾਵਾਂ। ਇਹੋ ਜਿਹੀ ਕਾਹਲ ਦੇ ਕਾਰਣ ਹੀ ਸੱਯਦ ਬੁੱਲ੍ਹੇ ਸ਼ਾਹ ਜੀ ਸਚਾਈ ਨੂੰ ਸੱਚ ਮੰਨਦੇ ਹੋਏ ਕਿ ਕੋਈ ਸ਼ਕਤੀ ਮੇਰੇ ਸਰੀਰ ਅੰਦਰ ਮੌਜੂਦ ਹੈ। ਉਨ੍ਹਾਂ ਨੇ ਉਸ ਸ਼ਕਤੀ ਨੂੰ ਆਪਣੇ ਸਾਹਮਣੇ ਮੌਜੂਦ ਸਮਝਦੇ ਹੋਏ ਇਸ ਤਰ੍ਹਾਂ ਕਹਿਣਾ ਸ਼ੁਰੂ ਕਰ ਦਿੱਤਾ ਕਿ ਬੱਸ ਬਹੁਤ ਦੇਰ ਹੋ ਚੁੱਕੀ ਹੈ। ਹੁਣ ਮੇਰੇ ਕੋਲੋਂ ਇਹ ਜੁਦਾਈ ਝੱਲੀ ਨਹੀਂ ਜਾ ਰਹੀ ਹੈ ਕਿ ਜਦੋਂ ਤੂੰ ਮੇਰੇ ਮਨ ਦੀ ਜਗਿਆਸਾ ਨੂੰ ਜਾਣ ਹੀ ਰਿਹਾ ਹੈਂ ਤਾਂ ਫਿਰ ਹੁਣ ਕਿਹੜੀ ਗੱਲ ਦੀ ਢਿੱਲ ਹੈ ?

ਬੱਸ ਕਰ ਜੀ, ਹੁਣ ਬੱਸ ਕਰ ਜੀ,
ਇਕ ਬਾਤ ਅਸਾਂ ਨਾਲ ਹੱਸ ਕਰ ਜੀ।

ਇਸ ਤਰ੍ਹਾਂ ਜਦੋਂ ਕਿਸੀ ਵਿਰਲੇ ਵਿਅਕਤੀ ਦੇ ਮਨ ਅੰਦਰ ਆਪਣੇ ਸਾਖਸ਼ੀ ਭਾਵ ਦੀ ਮੌਜੂਦਗੀ ਦਾ ਅਹਿਸਾਸ ਕਰ ਲੈਣ ਦੀ ਕਾਹਲ ਪੈਦਾ ਹੋ ਜਾਂਦੀ ਹੈ ਤਾਂ ਫਿਰ ਸਾਡੇ ਸਰੀਰ ਅੰਦਰੋਂ ਹੀ ਮਨ ਨੂੰ ਕਾਹਲੀ ਕਰਦੇ ਹੋਏ ਵੇਖਣ ਵਾਲੀ ਸ਼ਕਤੀ ਉੱਭਰ ਆਉਂਦੀ ਹੈ ਜਿਸ ਦੇ ਵੇਖਣ ਸਾਰ ਹੀ ਮਨ ਨਿਰ-ਵਿਚਾਰ ਹੋ ਜਾਂਦਾ ਹੈ। ਨਿਸ-ਤਰੰਗ ਹੋ ਜਾਂਦਾ ਹੈ। ਇਹੋ ਜਿਹੀ ਮਨੋਸਥਿਤੀ ਬਾਰੇ ਸਾਨੂੰ ਸਮਝਾਉਣ ਵਾਸਤੇ ਸ੍ਰੀ ਕ੍ਰਿਸ਼ਨ ਜੀ ਗੀਤਾ ਵਿਚ ਉਪਦੇਸ਼ ਕਰਦੇ ਹੋਏ ਇਹ ਹੀ ਸਿੱਖਿਆ ਦੇ ਗਏ ਹਨ ਕਿ ਕਿਉਂ ਐਵੇਂ ਹੀ ਵਿਅਰਥ ਦੀ ਚਿੰਤਾ ਕਰ ਰਹੇ ਹੋ। ਥੋੜਾ ਸੋਚ-ਵਿਚਾਰ ਕਰਕੇ ਵੇਖ ਲਓ ਕਿ ਤੁਸੀਂ ਕੀ ਨਾਲ ਲਿਆਏ ਸੀ ? ਤੁਹਾਡਾ ਕੀ ਗਵਾਚ ਸਕਦਾ ਹੈ ? ਆਤਮਾ ਅਮਰ ਤੱਤਵ ਹੈ। ਆਤਮਾ ਨੂੰ ਨਾ ਪਾਣੀ ਨਿਗਲ ਸਕਦਾ ਹੈ, ਨਾ ਆਸਮਾਨ ਨਿਗਲ ਸਕਦਾ ਹੈ।

ਜਿਸ ਸ਼ਕਤੀ ਦੀ ਮੌਜੂਦਗੀ ਦਾ ਅਹਿਸਾਸ ਕਰ ਲੈਣ ਵਾਸਤੇ ਆਪਣੇ ਸਾਰੇ ਧਰਮ ਗ੍ਰੰਥ ਇਸ਼ਾਰੇ ਕਰ ਰਹੇ ਹਨ ਕਿ ਇਕ ਅਦੁੱਤੀ ਸ਼ਕਤੀ ਸੰਸਾਰ ਦੇ ਕਣ-ਕਣ ਅੰਦਰ ਮੌਜੂਦ ਹੈ। ਉਸ ਮਹਾਂ-ਸ਼ਕਤੀ ਦੀ ਇਕ ਕਿਰਣ ਮਾਤਰ ਸਾਡੇ ਸਰੀਰ ਅੰਦਰ ਮੌਜੂਦ ਹੈ। ਇਹ ਪ੍ਰਮਾਤਮਾ ਦੀ ਅੰਸ਼ ਹੈ। ਅਗਰ ਸਾਡੇ ਮਨ ਅੰਦਰ ਇਸ ਅੰਸ਼ ਨੂੰ ਜਾਨਣ ਦੀ ਇੱਛਾ ਜਾਗ ਜਾਏ ਤਾਂ ਸਾਡਾ ਮਨ ਹੀ ਇਸ ਅੰਸ਼ ਅੰਦਰ ਲੀਨ ਹੋ ਜਾਂਦਾ ਹੈ। ਇਸ ਬਾਰੇ ਕੁਝ ਕਹਿਣ ਤੋਂ ਮੁਨਕਰ ਹੋ ਜਾਂਦਾ ਹੈ। ਅਗਰ ਆਪਣੇ ਸਾਖਸ਼ੀ ਭਾਵ ਦੀ ਮਨ ਨੂੰ ਝਲਕ ਮਿਲ ਜਾਏ ਤਾਂ ਮਨ ਇਸ ਝਲਕ ਦਾ ਪਿੱਛਾ ਕਰਕੇ ਇਸ ਭਾਵਨਾ ਨਾਲ ਭਰ ਜਾਂਦਾ ਹੈ ਕਿ ਹੁਣ ਅੱਗੇ ਕੁਝ ਕਰਨ ਦੀ ਜ਼ਰੂਰਤ ਹੀ ਨਹੀਂ ਹੈ। ਮੈਂ ਆਪਣੇ ਪਿੱਛੇ ਆਉਣ ਵਾਲਿਆਂ ਨੂੰ ਇਸ ਬਾਰੇ ਸਮਝਾਉਣਾ ਸ਼ੁਰੂ ਕਰ ਦੇਵਾਂਗਾ।

ਘੁੰਗਰੂ ਵਾਜੇ ਜੇ ਮਨ ਲਾਗੇ।

ਗੱਲ ਤਾਂ ਮਨ ਦੇ ਮੰਨ ਜਾਣ ਦੀ ਹੁੰਦੀ ਹੈ। ਪਰੰਤੂ ਮਨ ਅੰਦਰੋਂ ਸੂਖਸ਼ਮ ਅਹੰਕਾਰ ਝਲਕਾਰੇ ਮਾਰਨ ਲੱਗ ਜਾਂਦਾ ਹੈ। ਮੈਂ ਕੁਝ ਗੱਲਾਂ ਇਥੇ ਸਪੱਸ਼ਟ ਕਰ ਰਿਹਾ ਹਾਂ ਕਿ ਕਿਵੇਂ ਹੰਸ ਤੋਂ ਕਾਂ ਬਣ ਜਾਂਦਾ ਹੈ ਜਦੋਂ ਮਨ ਆਪਣੀ ਦਾਹਵੇਦਾਰੀ ਸ਼ੁਰੂ ਕਰ ਦਿੰਦਾ ਹੈ। ਸਾਡਾ ਸਾਖਸ਼ੀ ਭਾਵ ਆਪਣੀ ਅਗਵਾਈ ਬੰਦ ਕਰ ਦਿੰਦਾ ਹੈ। ਅਗਵਾਈ ਬੰਦ ਨਹੀਂ ਕਰਦਾ ਹੈ ਬਲਕਿ ਮਨ ਦੀ ਉੱਚੀ ਆਵਾਜ਼ ਇਸ ਮੱਧਮ ਆਵਾਜ਼ ਨੂੰ ਢੱਕ ਲੈਂਦੀ ਹੈ।

ਜਦੋਂ ਅਸੀਂ ਇਕਾਂਤ 'ਚ ਇਕੱਲੇ ਰਹਿ ਜਾਂਦੇ ਹਾਂ। ਸਾਡਾ ਮਨ ਸਹਿਜੇ ਹੀ ਆਪਣੇ ਆਪੇ ਨਾਲ ਗੱਲਾਂ ਕਰਦੇ ਹੋਏ ਸਰੀਰ ਬਾਰੇ ਭੁੱਲ ਹੀ ਜਾਂਦਾ ਹੈ ਕਿ ਕਿਵੇਂ ਮੇਰੇ ਸਰੀਰ ਦੀ ਬਣਤਰ ਬਣੀ ਹੈ। ਕਿਵੇਂ ਮੇਰੇ ਹੀ ਸਰੀਰ ਅੰਦਰ ਮੌਜੂਦ ਸ਼ਕਤੀਆਂ ਗੱਲਬਾਤ ਕਰ ਰਹੀਆਂ ਹਨ। ਹਰ ਕੰਮ ਕਰਨ ਤੋਂ ਪਹਿਲਾਂ ਸਾਡੇ ਅੰਦਰ ਇਹ ਨਿਰ-ਆਕਾਰੀ ਸ਼ਕਤੀਆਂ ਆਪਸ ਵਿਚ ਸਲਾਹ-ਮਸ਼ਵਰਾ ਕਰਦੀਆਂ ਹਨ।

ਗੱਲ ਤਾਂ ਬਹੁਤ ਸਿੱਧੀ ਸਪੱਸ਼ਟ ਹੈ ਕਿ ਆਕਾਰ ਅੰਦਰੋਂ, ਸਰੀਰ ਅੰਦਰੋਂ ਆਪਸ 'ਚ ਸਲਾਹ-ਮਸ਼ਵਰਾ ਕਰ ਰਹੀਆਂ ਸ਼ਕਤੀਆਂ ਦਾ ਮੂਲ ਕੀ ਹੈ ? ਜਿਵੇਂ ਕਿ ਆਮ ਜਿਹੀ ਇਹ ਗੱਲ ਤਾਂ ਸਾਰੇ ਹੀ ਮੰਨਦੇ ਹਨ ਕਿ ਸ਼ੁਰੂ ਸ਼ੁਰੂ 'ਚ ਤਾਂ ਸੰਨਾਟਾ ਹੀ ਸੀ। ਜਦੋਂ ਅਸੀਂ ਆਪਣੇ ਹੀ ਸਰੀਰ ਬਾਰੇ ਗਹਿਰਾਈ ਨਾਲ ਸੋਚ-ਵਿਚਾਰ ਇਮਾਨਦਾਰੀ ਨਾਲ ਕਰੀਏ ਤਾਂ ਫਿਰ ਅਸੀਂ ਸਾਰੇ ਹੀ ਇਸ ਗੱਲੋਂ ਅਣਜਾਣ ਹਾਂ ਕਿ ਸਾਡੇ ਸਰੀਰ ਦੀ ਬਣਤਰ ਕਿਵੇਂ ਬਣੀ ਹੈ ? ਹੁਣ ਤਾਂ ਸਾਇੰਸਦਾਨਾਂ ਨੇ ਵੀ ਇਹ ਮੰਨ ਲਿਆ ਹੈ ਕਿ ਸੰਸਾਰ ਦਾ ਇਕ ਛੋਟੇ ਤੋਂ ਛੋਟਾ ਕਿਣਕਾ ਵੀ ਨਾਸ਼ਵਾਨ ਨਹੀਂ ਹੈ। ਹਰ ਕਿਣਕਾ ਆਪਣੇ ਵਿਰਾਟ ਰੂਪ ਅਸਲੇ 'ਚ ਹੀ ਸਮਾ ਸਕਦਾ ਹੈ। ਪਰੰਤੂ ਕਦੇ ਵੀ ਸਮਾਪਤ ਨਹੀਂ ਹੁੰਦਾ ਹੈ। ਇਸ ਤਰਜ਼ 'ਚ ਸਾਇੰਸਦਾਨ ਸਰੀਰ ਅੰਦਰ ਮੌਜੂਦ ਸੂਖਸ਼ਮ ਜੀਨ ਨੂੰ ਸਰੀਰ ਦਾ ਅਸਲਾ ਮੰਨਦੇ ਹਨ। ਇਹ ਤਾਂ ਬਹੁਤ ਹੀ ਸੂਖਸ਼ਮ ਖੇਲ੍ਹ ਦੀ ਗੱਲ ਹੈ। ਕਿ ਕਿਵੇਂ ਸਾਡੇ ਸਰੀਰ ਦਾ ਜਨਮ ਹੋਇਆ ਹੈ।

ਗੱਲ ਮੈਂ ਸਰੀਰ ਤੋਂ ਹੀ ਸ਼ੁਰੂ ਕਰ ਰਿਹਾ ਹਾਂ ਕਿ ਮਾਤਾ ਦੇ ਗਰਭ 'ਚ ਬੱਚਾ ਪਲਦਾ ਹੈ। ਸਰੀਰ ਬਣਦਾ ਹੈ। ਅਗਿਆਨਤਾ 'ਚ ਹੀ ਸਭ ਕੁਝ ਹੁੰਦਾ ਹੈ। ਜਿਸ ਦੀ ਸਾਡੇ ਮਨ ਨੂੰ ਕੋਈ ਸਮਝ ਹੀ ਨਹੀਂ ਹੁੰਦੀ ਹੈ। ਕਿਵੇਂ ਬੱਚੇ ਦੇ ਨੈਣ-ਨਕਸ਼, ਸੁਭਾਓ ਆਪਦੇ ਮਾਤਾ-ਪਿਤਾ ਤੇ ਕਿਵੇਂ ਚਲੇ ਜਾਂਦੇ ਹਨ। ਇਹ ਬਹੁਤ ਸੂਖਸ਼ਮ ਗੱਲਾਂ ਹਨ। ਇਹ ਗੱਲਾਂ ਮਨ ਦਾ ਸੰਕੇਤ ਹਨ ਕਿ ਜੋ ਕੁਝ ਸਾਨੂੰ ਪ੍ਰਤੱਖ ਨਜ਼ਰ ਆ ਰਿਹਾ ਹੈ ਉਸ ਦੀ ਬਣਤਰ ਦੇ ਪਿੱਛੇ ਅਤਿ ਸੂਖਸ਼ਮ ਸ਼ਕਤੀਆਂ ਕੰਮ ਕਰ ਰਹੀਆਂ ਹਨ। ਪ੍ਰਤੱਖ ਦਾ ਖੇਲ੍ਹ ਖੇਲ੍ਹਣ ਵਾਲੀਆਂ ਸ਼ਕਤੀਆਂ ਆਪਣੇ

ਅੰਤਹੀਨ ਅਨੰਤ ਦੀਆਂ ਸਿਰਫ ਤਰੰਗਾਂ ਹਨ। ਤਰੰਗ ਤੇ ਸਵਾਰ ਹੋ ਕੇ ਅਨੰਤ ਦੀ ਮੌਜੂਦਗੀ ਦਾ ਅਹਿਸਾਸ ਕੀਤਾ ਜਾ ਸਕਦਾ ਹੈ। ਪਰੰਤੂ ਸਰੀਰ ਬਾਰੇ ਅਤੇ ਅਨੰਤ ਬਾਰੇ ਸਾਡਾ ਮਨ ਕੁਝ ਜਾਣਦਾ ਹੀ ਨਹੀਂ ਹੈ। ਇਸ ਵਾਸਤੇ ਹਿੰਦੂ ਮਤ ਵਾਲੇ ਇਹ ਹੀ ਕਹਿੰਦੇ ਹਨ ਕਿ ਬ੍ਰਹਮਾ ਜੀ ਤੇ ਧਿਆਨ ਦੇਣ ਸਮੇਂ ਸਾਨੂੰ ਬ੍ਰਹਮਾ ਜੀ ਦੇ ਤਿੰਨ ਚਿਹਰੇ ਨਜ਼ਰ ਆਉਂਦੇ ਹਨ। ਖੈਰ ਮੈਂ ਤਾਂ ਪ੍ਰਤੱਖ ਸਰੀਰ ਤੋਂ ਗੱਲ ਸ਼ੁਰੂ ਕੀਤੀ ਹੈ ਕਿ ਬ੍ਰਹਮਾ ਦੀ ਅੰਸ਼ ਸਾਡਾ ਮਨ ਤਾਂ ਝੂਠ ਬਾਰੇ, ਪ੍ਰਤੱਖ ਬਾਰੇ ਵੀ ਆਪਣੇ ਸਰੀਰ ਦੀ ਬਣਤਰ ਬਾਰੇ ਵੀ ਕੁਝ ਜਾਣਦਾ ਹੀ ਨਹੀਂ ਹੈ। ਕੁਦਰਤ ਨੇ ਕਿਵੇਂ ਅਤੇ ਸਰੀਰ ਦੀ ਬਣਤਰ ਬਣਾਈ ਹੈ ਇਸ ਬਾਰੇ ਸਾਡੇ ਪੁਰਖੇ, ਰਿਸ਼ੀ-ਮੁਨੀ, ਬ੍ਰਹਮ-ਗਿਆਨੀ ਸਾਨੂੰ ਇਹ ਹੀ ਵਿਸ਼ਵਾਸ ਕਰਵਾਉਂਦੇ ਰਹਿੰਦੇ ਹਨ ਕਿ ਸਾਰੇ ਪਸਾਰੇ ਦੇ ਪਿੱਛੇ ਇਕ ਅਦ੍ਰਿਸ਼ ਸ਼ਕਤੀ ਮੌਜੂਦ ਹੈ। ਇਕ ਨੇ ਆਪਣੀ ਮਰਜ਼ੀ ਨਾਲ, ਆਪਣੀ ਕ੍ਰਿਪਾ ਨਾਲ ਸਾਨੂੰ ਇਹ ਮਨੁੱਖਾ ਸਰੀਰ ਬਖਸ਼ਿਆ ਹੈ। ਸਾਡੇ ਸਰੀਰ ਦਾ ਆਧਾਰ ਬਹੁਤ ਮਜ਼ਬੂਤ ਹੈ। ਸਰੀਰ ਦੇ ਮਿਟਣ ਨਾਲ ਵੀ ਉਹ ਮਿਟਦਾ ਹੀ ਨਹੀਂ ਹੈ। ਸਾਨੂੰ ਵਿਸ਼ਵਾਸ ਕਰਕੇ, ਯਕੀਨ ਕਰਕੇ ਇਹ ਪੱਕੀ ਤਰ੍ਹਾਂ ਮੰਨ ਲੈਣਾ ਚਾਹੀਦਾ ਹੈ ਕਿ ਅਸੀਂ ਅਦ੍ਰਿਸ਼ (ਗੁਪਤ) ਢੰਗ ਨਾਲ ਉਸ ਇਕ ਨਾਲ ਜੁੜੇ ਹੋਏ ਹਾਂ। ਸਾਡੇ ਸਰੀਰ ਦੇ ਹੋਂਦ 'ਚ ਆਉਣ ਦਾ ਕਾਰਣ ਉਹ ਇਕ ਸ਼ਕਤੀ ਹੀ ਹੈ। ਇਸ ਸਰੀਰ ਅੰਦਰ ਮੌਜੂਦ ਮਨ ਅਤੇ ਆਤਮਾ ਸਰੀਰ ਦੀ ਵਰਤੋਂ ਕਰ ਰਹੇ ਹਨ।

ਮਾਂ ਪਰ ਪੂਤ ਪਿਤਾ ਪਰ ਘੋੜਾ, ਬਹੁਤਾ ਨਹੀਂ ਤਾਂ ਥੋੜਾ ਥੋੜਾ।

ਇਸ ਸਰੀਰ ਅੰਦਰੋਂ ਹੀ ਸਾਡਾ ਮਨ ਕਰਤਾ ਹੋਣ ਦੀ ਝੂਠੀ ਦਾਹਵੇਦਾਰੀ ਸ਼ੁਰੂ ਕਰ ਦਿੰਦਾ ਹੈ। ਆਤਮਾ ਸਤਿ ਚਿਤ ਅਨੰਦ ਹੈ। ਉਹ ਕਦੇ ਝੂਠੀ ਗਵਾਹੀ ਦਿੰਦੀ ਹੀ ਨਹੀਂ ਹੈ। ਇਸ ਤਰ੍ਹਾਂ ਇਕ ਹੀ ਸ਼ਕਤੀ ਦੀ ਮਰਜ਼ੀ ਨੂੰ ਅਸੀਂ ਪ੍ਰਮਾਤਮਾ ਦੀ ਮਰਜ਼ੀ ਕਹਿਣ ਲੱਗ ਜਾਂਦੇ ਹਾਂ। ਪਰੇ ਤੋਂ ਪਰੇ ਮੌਜੂਦ ਕਹਿਣ ਲੱਗ ਜਾਂਦੇ ਹਾਂ।

ਗੱਲ ਇਕ ਤੋਂ ਸ਼ੁਰੂ ਹੋ ਕੇ ਤਿੰਨ ਤਕ ਪਹੁੰਚ ਜਾਂਦੀ ਹੈ ਕਿ ਦ੍ਰਿਸ਼ ਤਾਂ ਸਾਡਾ ਸਰੀਰ ਹੈ। ਇਸ ਤੇ ਦਾਹਵੇਦਾਰੀ, ਇਸ ਤੇ ਮਾਲਕੀ ਕਰਨ ਸਮੇਂ ਇਕ ਹੀ ਸ਼ਕਤੀ ਦੋ ਭਾਗ ਹੋ ਜਾਂਦੀ ਹੈ। ਜੜ੍ਹ ਤਾਂ ਇਕ ਹੈ ਜਿਸ ਨੇ ਸਰੀਰ ਦੀ ਰਚਨਾ ਰਚੀ ਹੈ ਉਸ ਤਕ ਪਹੁੰਚਣਾ ਅਸੰਭਵ ਹੀ ਹੈ। ਹਾਂ, ਉਸ ਇਕ ਦੀ ਮੌਜੂਦਗੀ ਦਾ ਸਿਰਫ ਪੱਕਾ ਵਿਸ਼ਵਾਸ ਕਰਨਾ ਪੈਂਦਾ ਹੈ। ਉਸ ਤਕ ਪਹੁੰਚਣ ਦੀ ਕੋਸ਼ਿਸ਼ ਕਰਨ ਵਾਲੇ ਉਸ ਇਕ ਸ਼ਕਤੀ 'ਚ ਹੀ ਲੀਨ ਹੋ ਜਾਂਦੇ ਹਨ। ਉਹ ਇਹ ਕਹਿਣ ਲੱਗ ਜਾਂਦੇ ਹਨ ਕਿ ਜੋ ਹੈ ਸੋ ਮੌਜੂਦ ਹੈ। "ਜੋ ਹੈ ਸੋ ਹੈ" ਜੋਹੇ ਸੋਹੇ। ਜੋ ਵਿਰਾਟ ਰੂਪ ਹੈ ਉਸ ਤੇ ਹੀ ਮਨ ਕੇਂਦਰਤ ਹੋ ਜਾਂਦਾ ਹੈ। ਮਨ ਲੀਨ ਹੋ ਜਾਂਦਾ ਹੈ। ਮਨ

ਨੂੰ ਲੀਨ ਹੋਇਆਂ ਵੇਖਣ ਵਾਲਾ ਹੀ ਬਾਕੀ ਰਹਿ ਜਾਂਦਾ ਹੈ। ਮਨ ਦੇ ਇਸ ਤਰ੍ਹਾਂ ਮੌਨ ਹੋ ਜਾਣ, ਮਨ ਦੇ ਇਸ ਤਰ੍ਹਾਂ ਡੁੱਬ ਜਾਣ ਨੂੰ ਹੀ 'ਤਾੜੀ ਲੱਗ ਜਾਣਾ' ਕਿਹਾ ਜਾਂਦਾ ਹੈ। ਜਿਸ ਤਰ੍ਹਾਂ ਕਿ ਗੁਰੂ ਨਾਨਕ ਦੇਵ ਜੀ ਬਾਰੇ ਕਹਾਣੀ ਹੈ ਕਿ ਉਹ ਬੇਈਂ ਨਦੀ 'ਚ ਡੁੱਬ ਗਏ ਸਨ, ਅਲੋਪ ਹੋ ਗਏ ਸਨ। ਤਿੰਨ ਦਿਨ ਅਗਰ ਸਾਡਾ ਮਨ ਵੀ ਪ੍ਰਮਾਤਮਾ 'ਚ ਲੀਨ ਹੋ ਜਾਵੇ ਤਾਂ ਸਾਡੇ ਮਨ ਪਹਿਲੀ ਸੋਚ ਸੰਸਾਰ ਅਤੇ ਸਰੀਰ ਬਾਰੇ ਚੱਲ ਰਹੀ ਪੂਰੀ ਦੀ ਪੂਰੀ ਸੋਚ ਹੀ ਸਮਾਪਤ ਹੋ ਜਾਂਦੀ ਹੈ। ਨਵੀਂ ਸੋਚ ਪੈਦਾ ਹੋ ਜਾਂਦੀ ਹੈ। ਇਹ ਨਵੀਂ ਸੋਚ ਸੂਖਸ਼ਮ ਸ਼ਕਤੀਆਂ ਦੀ ਮੌਜੂਦਗੀ ਬਾਰੇ ਹੁੰਦੀ ਹੈ। ਜਦੋਂ ਗੁਰੂ ਨਾਨਕ ਜੀ ਨੇ ਵੀ 'ਜੋ ਹੈ ਸੋ ਹੈ" ਦੀ ਮੌਜੂਦਗੀ ਬਾਰੇ ਲੋਕਾਂ 'ਚ ਚਰਚਾ ਕਰਨੀ ਸ਼ੁਰੂ ਕਰ ਦਿੱਤੀ ਤਾਂ ਉਨ੍ਹਾਂ ਦੇ ਸਮਕਾਲੀਨ ਲੋਕਾਂ ਨੇ, ਜੋ ਉਨ੍ਹਾਂ ਦੀ ਸਿੱਖਿਆ ਤੋਂ ਬਹੁਤ ਪ੍ਰਭਾਵਿਤ ਹੋਏ ਸਨ, ਗੁਰੂ ਨਾਨਕ ਦੇਵ ਜੀ ਨੂੰ ਨਾਨਕ ਨਿਰੰਕਾਰੀ ਕਹਿਣਾ ਸ਼ੁਰੂ ਕਰ ਦਿੱਤਾ ਸੀ। ਈਸਾ ਮਸੀਹ ਜੀ ਨੂੰ ਪ੍ਰਮਾਤਮਾ ਦਾ ਇਕਲੌਤਾ ਪੁੱਤਰ ਕਹਿਣਾ ਸ਼ੁਰੂ ਕਰ ਦਿੱਤਾ ਸੀ। ਜੋ ਸ਼ਕਤੀ ਸਰੀਰ ਦੀ ਬਣਤਰ ਦਾ ਆਧਾਰ ਹੈ, ਜੋ ਸਰੀਰ 'ਚ ਮੌਜੂਦ ਹੈ, ਜਿਸ ਦੀ ਮੌਜੂਦਗੀ ਦਾ ਖ਼ਿਆਲ ਮਨ ਅੰਦਰੋਂ ਭੁੱਲਿਆ ਹੀ ਰਹਿੰਦਾ ਹੈ। ਮੈਂ ਉਸ ਸੱਤਾ ਨੂੰ ਸਰੀਰ ਅੰਦਰ ਮੌਜੂਦ ਇਸ ਜਾਨਣ ਵਾਲੀ, ਜਾਣ ਰਹੀ ਸਮਰੱਥਾ ਨੂੰ ਹੀ ਸੱਜਣ ਕਹਿੰਦੇ ਹੋਏ ਆਪਣੇ ਮਨ ਦੀਆਂ ਅੰਤਰ-ਭਾਵਨਾਵਾਂ ਨੂੰ ਉਜਾਗਰ ਕਰਨ ਦੀ ਕੋਸ਼ਿਸ਼ ਕੀਤੀ ਹੈ। ਕਿ ਜਿਸ ਇਕ ਪ੍ਰਮਾਤਮਾ ਦੀ ਅੰਸ਼ ਆਤਮਾ ਦੇ ਰੂਪ 'ਚ ਸਾਡੇ ਸਰੀਰ ਅੰਦਰ ਮੌਜੂਦ ਹੈ। ਉਸ ਦੀ ਯਾਦ ਆਪਣੇ ਆਪਣੇ ਮਨ ਅੰਦਰ ਬਣਾਈ ਰੱਖੋ। ਇਸ ਮਨੁੱਖਾ ਸਰੀਰ ਅੰਦਰੋਂ ਹੀ ਅਸੀਂ ਇਕ ਅਮਰ ਆਤਮਾ ਦੀ ਮੌਜੂਦਗੀ ਦਾ ਅਹਿਸਾਸ ਕਰਕੇ ਇਕ ਦੀ ਸ਼ਰਣ 'ਚ ਪਹੁੰਚ ਸਕਦੇ ਹਾਂ :

ਜਬ ਹਮ ਸਰਣ ਪ੍ਰਭ ਕੀ ਆਈ। ਮਾਰ ਪ੍ਰਭ ਭਾਵੇਂ ਰੱਖ।

ਜਦੋਂ ਮਨ ਇਹ ਮੰਨਣ ਲੱਗ ਜਾਂਦਾ ਹੈ ਕਿ ਮੇਰੀ ਤਾਂ ਕੋਈ ਪਾਤਰਤਾ ਹੀ ਨਹੀਂ ਹੈ। ਮੈਨੂੰ ਮੇਰਾ ਇਹ ਮਨੁੱਖਾ ਸਰੀਰ ਤੂੰ ਆਪਣੀ ਕਿਰਪਾ ਕਰ ਕੇ ਦਿੱਤਾ ਹੈ। ਹੁਣ ਤਾਂ ਮੈਂ ਤੇਰਾ ਸਿਰਫ ਧੰਨਵਾਦ ਹੀ ਕਰ ਸਕਦਾ ਹਾਂ। ਤੂੰ ਹੀ ਬਖਸ਼ਣਹਾਰ ਹੈਂ ਮਰਜ਼ੀ ਤੇਰੀ - ਸਾਡੀ ਮਰਜ਼ੀ ਤੇਰੇ ਨਾਲ। ਗੱਲ ਸ਼ਬਦਾਂ ਦੀ ਨਹੀਂ ਹੈ, ਗੱਲ ਤਾਂ ਭਾਵਨਾਵਾਂ ਦੀ ਹੈ। ਜਦੋਂ ਮਨ ਦੀਆਂ ਭਾਵਨਾਵਾਂ ਹੀ ਧੰਨਵਾਦ ਕਰਨ ਲਈ ਉੱਠਣ ਲੱਗ ਪੈਂਦੀਆਂ ਹਨ ਤਾਂ ਮਨ ਅੰਦਰੋਂ ਦੂਈ-ਦਵੈਤ ਦੀ ਵਿਓਹਾਰ ਹੀ ਸਮਾਪਤ ਹੋ ਜਾਂਦਾ ਹੈ :

ਤੂੰ ਦਰੀਆਓ ਦਾਨਾ ਬੀਨਾ, ਹਉ ਮਛਲੀ ਕਿੰਜ ਸਾਰ ਲਹਾ॥

ਜਦੋਂ ਸਾਡੇ ਖ਼ਿਆਲ ਹੀ ਤਨ ਮਨ ਤੋਂ ਉੱਚੀ ਸ਼ਕਤੀ ਬਾਰੇ ਉਠਣ ਲੱਗ

ਜਾਂਦੇ ਹਨ ਤਾਂ ਫਿਰ ਬਦੇਹੀ ਸ਼ਕਤੀ ਆਤਮਾ ਆਪ ਹੀ ਸਾਨੂੰ ਪ੍ਰੇਰਨਾ ਦੇਣ ਲੱਗ ਜਾਂਦੀ ਹੈ। ਇਹ ਪ੍ਰੇਰਨਾ ਆਮ ਕਰਕੇ ਉਠਦੀ ਹੀ ਰਹਿੰਦੀ ਹੈ। ਇਹ ਪ੍ਰੇਰਨਾ ਤਾਂ ਸਾਡੇ ਸਰੀਰ ਅੰਦਰੋਂ ਹੀ ਬਹੁਤ ਗਹਿਰਾਈ 'ਚੋਂ ਉੱਠਦੀ ਹੈ। ਪਰੰਤੂ ਇਸ ਪ੍ਰੇਰਨਾ ਨੂੰ ਮੂੰਹੋਂ ਕਹਿੰਦਿਆਂ ਹੀ ਜੋ ਸ਼ਕਤੀ ਦਾਹਵੇਦਾਰ ਕਰਦੀ ਹੈ। ਉਸ ਨੂੰ ਅਸੀਂ ਚੇਤ ਮਨ ਕਹਿਣ ਲੱਗ ਜਾਂਦੇ ਹਾਂ। ਜਿਸ ਸ਼ਕਤੀ ਦੀ ਮੌਜੂਦਗੀ ਨੂੰ ਅਸੀਂ ਜ਼ਾਹਰ ਕਰਦੇ ਹਾਂ ਇਸ ਜ਼ਾਹਰ ਕਰਨ ਵਾਲੀ ਸ਼ਕਤੀ ਕਾਰਨ ਹੀ ਇਕ ਸ਼ਕਤੀ ਨੂੰ ਅਸੀਂ ਆਪ ਹੀ ਦੋ ਹਿੱਸਿਆਂ 'ਚ ਵੰਡਣ ਲੱਗ ਜਾਂਦੇ ਹਾਂ। ਇਕ ਦੇ ਦੋ ਹਿੱਸੇ ਹੋ ਜਾਣ ਨੂੰ ਅਸੀਂ ਚੇਤਨ ਅਤੇ ਅਚੇਤਨ ਮਨ ਕਹਿਣ ਲੱਗ ਜਾਂਦੇ ਹਾਂ। ਇਥੋਂ ਫਿਰ ਦੋ ਰਸਤੇ ਅਲੱਗ ਅਲੱਗ ਹੋ ਜਾਂਦੇ ਹਨ। ਆਮ ਲੋਕ ਤਾਂ ਸਰੀਰ ਅਤੇ ਸੰਸਾਰ ਵੱਲ ਹੀ ਵੇਖਦੇ ਹੋਏ ਆਪਣੇ ਚੇਤੰਨ ਮਨ ਦੀ ਅਗਵਾਈ 'ਚ ਢਲਣ ਲੱਗ ਜਾਂਦੇ ਹਨ। ਵਿਰਲੇ ਬ੍ਰਹਮ-ਗਿਆਨੀ ਆਪਣੇ ਮੁੱਢ ਨੂੰ ਜਾਨਣ ਦੀ ਇੱਛਾ ਕਰਦੇ ਹੋਏ ਅੰਤਰ-ਮੁਖੀ ਹੋ ਜਾਂਦੇ ਹਨ। ਇਸ ਤਰ੍ਹਾਂ ਗੰਢ ਪੱਕੀ ਹੋਈ ਹੋਈ ਹੈ। ਚੇਤਨ ਮਨ ਦੀਆਂ ਕੋਸ਼ਿਸ਼ਾਂ ਨਾਲ ਅਸੀਂ ਆਪਣੇ ਅਚੇਤਨ ਮਨ ਨੂੰ ਪਹਿਚਾਣ ਹੀ ਨਹੀਂ ਸਕਾਂਗੇ। ਕਿਉਂਕਿ ਇਹ ਦੋਨੋਂ ਚੇਤਨ ਅਚੇਤਨ ਇਕ ਹੀ ਸਿੱਕੇ ਦੇ ਦੋ ਪਾਸੇ ਹਨ।

ਹਰ ਵਿਅਕਤੀ ਆਪਣੇ ਰੋਜ਼ਾਨਾ ਦੇ ਰੁਝੇਵਿਆਂ ਕਾਰਨ ਆਪਣੇ ਨਿਰ-ਆਕਾਰੀ ਸਾਖਸ਼ੀ ਭਾਵ ਦੀ ਮੌਜੂਦਗੀ ਤੇ ਵਿਸ਼ਵਾਸ ਤੱਕ ਵੀ ਨਹੀਂ ਕਰਦਾ ਹੈ। ਇਸ ਵਾਸਤੇ ਸਾਨੂੰ ਨਿਰ-ਆਕਾਰੀ ਸ਼ਕਤੀਆਂ ਦੀ ਮੌਜੂਦਗੀ ਦਾ ਆਪਣਾ ਨਿੱਜੀ ਅਨੁਭਵ ਹੁੰਦਾ ਹੀ ਨਹੀਂ। ਆਪਣੇ ਆਮ ਪ੍ਰਚਾਰਕ ਤਾਂ ਸਿੱਧੇ ਹੀ 'ਓਹ ਪ੍ਰਮਾਤਮਾ-ਓਹ ਪ੍ਰਮਾਤਮਾ' ਕਹਿੰਦੇ ਰਹਿੰਦੇ ਹਨ ਜਦੋਂ ਕਿ ਸਾਡਾ ਨਿਰ-ਆਕਾਰੀ ਮਨ ਅਤੇ ਨਿਰ-ਆਕਾਰੀ ਸਾਖਸ਼ੀ ਭਾਵ ਸਾਡੇ ਹੀ ਚਿੱਤ ਰੂਪੀ ਆਕਾਸ਼ 'ਚ ਆਪਣੀਆਂ ਪ੍ਰੇਰਨਾਵਾਂ ਸਾਨੂੰ ਦਿੰਦੇ ਹਨ। ਸਾਡੇ ਹੀ ਸਰੀਰ ਅੰਦਰ ਤ੍ਰੈਕੁਟੀ ਦੇ ਸਥਾਨ ਤੇ ਮਨ ਆਤਮਾ ਪ੍ਰਮਾਤਮਾ ਸੂਖਸ਼ਮ ਤੋਂ ਵੀ ਸੂਖਸ਼ਮ ਰੂਪ 'ਚ ਮੌਜੂਦ ਹਨ ਜਿਨ੍ਹਾਂ ਦੀ ਮੌਜੂਦਗੀ ਦਾ ਅਹਿਸਾਸ ਅਸੀਂ ਆਪ ਹੀ ਆਪਣੇ ਸਰੀਰ ਅੰਦਰੋਂ ਕਰ ਸਕਦੇ ਹਾਂ। ਆਪਣੇ ਰਿਸ਼ੀਆਂ-ਮੁਨੀਆਂ ਨੇ ਸਾਨੂੰ ਬਾਹਰੀ ਮਿਥਾਂ, ਬਾਹਰੀ ਉਦਾਹਰਣਾਂ ਦਿੰਦੇ ਹੋਏ ਇਹ ਸਮਝਾਉਣ ਦੀ ਕੋਸ਼ਿਸ਼ ਕੀਤੀ ਹੈ ਕਿ ਜੋ ਕੁਝ ਅਤਿ ਸੂਖਸ਼ਮ ਢੰਗ ਨਾਲ ਤੁਹਾਡੇ ਸਰੀਰ ਅੰਦਰ ਘਟਨਾਵਾਂ ਘਟ ਰਹੀਆਂ ਹਨ ਉਹ ਤਾਂ ਬਹੁਤ ਗੁਪਤ ਢੰਗ ਨਾਲ ਵਾਪਰਦੀਆਂ ਹਨ। ਇਹ ਇਸ ਤਰ੍ਹਾਂ ਹਨ ਜਿਵੇਂ ਇਲਾਹਾਬਾਦ ਸੰਗਮ ਦੇ ਅਸਥਾਨ ਤੇ ਗੰਗਾ-ਯਮੁਨਾ-ਸਰਸਵਤੀ ਤਿੰਨ ਦਰਿਆਵਾਂ, ਤਿੰਨ ਨਦੀਆਂ ਦਾ ਪਾਣੀ ਜਦੋਂ ਮਿਲ ਜਾਂਦਾ ਹੈ ਤੌਂ ਤਿੰਨਾਂ ਦਾ ਪਾਣੀ ਇਕੋ ਜਿਹਾ ਨਜ਼ਰ ਆਉਣ ਲੱਗ ਜਾਂਦਾ ਹੈ। ਤਿੰਨਾਂ ਦੇ ਅਲੱਗ ਅਲੱਗ ਪਾਣੀਆਂ ਦੀ ਪਹਿਚਾਣ ਸਮਾਪਤ ਹੋ ਜਾਂਦੀ ਹੈ।

ਸਾਡੇ ਮਨ ਅੰਦਰਲੀ ਸੋਚ ਕਦੇ ਰੁਕਦੀ ਹੀ ਨਹੀਂ ਹੈ। ਸਾਡੇ ਮਨ ਅੰਦਰ ਪ੍ਰਤੱਖ ਬਾਰੇ ਹੀ ਵਿਚਾਰ ਚੱਲਦੇ ਰਹਿੰਦੇ ਹਨ, ਮੈਂ ਦਾ ਮਤਲਬ ਮੈਂ ਭਾਵ ਤੋਂ ਹੈ ਕਿ ਸਾਡੇ ਅੰਦਰ ਜੋ ਝੂਠਾ ਮੈਂ ਪੈਦਾ ਹੋਇਆ ਹੋਇਆ ਹੈ। ਉਸ ਨੇ ਤੂੰ ਨੂੰ ਸੱਚ ਨੂੰ ਚੰਗੀ ਤਰ੍ਹਾਂ ਢੱਕਿਆ ਹੋਇਆ ਹੈ। ਸਾਨੂੰ ਇਕ ਸ਼ਕਤੀ ਦੀ ਮੌਜੂਦਗੀ ਦੀ ਯਾਦ ਭੁੱਲੀ ਹੋਈ ਹੈ। ਭੁੱਲੀ ਰਹਿੰਦੀ ਹੈ :

ਪ੍ਰਮੇਸਰ ਤੋਂ ਭੁੱਲਿਆ ਵਿਆਪਣ ਸਭੇ ਰੋਗ।

ਇਕ ਸ਼ਕਤੀ ਦੀ ਯਾਦ ਭੁੱਲ ਜਾਣ ਕਾਰਨ ਸਾਡਾ ਚੇਤ ਮਨ ਬਾਹਰੀ ਧਨ-ਦੌਲਤ 'ਚੋਂ ਹੀ ਸਹਾਰਾ ਲੱਭਣ ਦੀਆਂ ਕੋਸ਼ਿਸ਼ਾਂ ਕਰਦਾ ਰਹਿੰਦਾ ਹੈ।

ਉਂਝ ਆਪਣੇ ਸਮਾਜ ਅੰਦਰ ਪ੍ਰਚਾਰਕ ਆਪਣੇ ਪ੍ਰਚਾਰ ਦੇ ਰਾਹੀਂ ਹਰ ਪਲ ਪ੍ਰਮਾਤਮਾ ਦੇ ਨਾਮ ਦੀ ਚਰਚਾ ਕਰਦੇ ਰਹਿੰਦੇ ਹਨ। ਆਪਣੀ ਮੌਜੂਦਗੀ ਦਾ ਪ੍ਰਮਾਣ ਦੇਣ ਵਾਸਤੇ ਤਾਂ ਪ੍ਰਮਾਤਮਾ ਆਪ ਹੀ ਆਪਣੀ ਕਿਰਤ ਦੁਆਰਾ ਆਪਣੇ ਕੌਤਕ ਕਰਦਾ ਰਹਿੰਦਾ ਹੈ। ਪਲਾਂ 'ਚ ਹੀ ਰਾਜਿਆਂ ਨੂੰ ਭਿਖਾਰੀ ਅਤੇ ਭਿਖਾਰੀਆਂ ਨੂੰ ਰਾਜੇ ਬਣਾ ਦਿੰਦਾ ਹੈ ਤਾਂ ਜੋ ਸਾਡਾ ਨਿਰ-ਆਕਾਰੀ ਮਨ ਵੀ ਉਸ ਨਿਰ-ਆਕਾਰੀ ਪ੍ਰਮਾਤਮਾ ਦੀ ਮੌਜੂਦਗੀ ਨੂੰ ਘੱਟੋ-ਘੱਟ ਵਿਸ਼ਵਾਸ ਕਰ ਕੇ ਮੰਨਣ ਲੱਗ ਪਵੇ। ਨਿਰ-ਵਿਚਾਰ ਰਹਿਣ ਲੱਗ ਜਾਵੇ। ਫਿਰ ਵੀ ਅਭੇਦ ਪ੍ਰਮਾਤਮਾ ਦੇ ਗੁੱਝੇ ਭੇਦਾਂ ਦੀ ਸਾਨੂੰ ਸਮਝ ਆਉਂਦੀ ਹੀ ਨਹੀਂ ਹੈ। ਸਮਾਜ ਅੰਦਰ ਅਕਸਰ ਅਜਿਹੇ ਝੱਖੜ ਝੁੱਲ ਪੈਂਦੇ ਹਨ ਕਿ ਪਲਾਂ 'ਚ ਹੀ ਅਮੀਰ ਗਰੀਬ ਹੋ ਜਾਂਦੇ ਹਨ ਤੇ ਗਰੀਬ ਅਮੀਰ ਹੋ ਜਾਂਦੇ ਹਨ।

ਇਕ ਗੱਲ ਸਮਝਣ ਵਾਲੀ ਹੈ ਕਿ ਸਾਡੀ ਅਮੀਰੀ-ਗ਼ਰੀਬੀ ਸਾਡੇ ਦੁਖਾਂ-ਸੁਖਾਂ ਨੂੰ ਵੇਖਣ ਵਾਲੀ ਸ਼ਕਤੀ ਇਕ ਹੀ ਹੈ। ਜਦੋਂ ਇਸ ਇਕ ਸ਼ਕਤੀ ਦੀ ਮੌਜੂਦਗੀ ਦਾ ਖ਼ਿਆਲ ਸਾਡੇ ਮਨ ਅੰਦਰ ਟਿਕ ਜਾਂਦਾ ਹੈ ਤਾਂ ਫਿਰ ਸਾਡੀ ਸੋਚ ਇਕ ਸ਼ਕਤੀ ਬਾਰੇ ਹੀ ਬਣ ਜਾਂਦੀ ਹੈ। ਫਿਰ ਅਸੀਂ ਜੋ ਵੀ ਰੋਲ ਕਰ ਰਹੇ ਹੁੰਦੇ ਹਾਂ ਸਾਡਾ ਧਿਆਨ ਫਿਰ ਉਸੇ ਕੰਮ ਤੇ ਲੱਗਾ ਰਹਿੰਦਾ ਹੈ। ਇਸ ਤਰਜ਼ 'ਚ ਘਰ ਅੰਦਰ ਘਰ ਦਾ ਮਾਲਕ ਮੌਜੂਦ ਰਹਿਣ ਲੱਗ ਜਾਂਦਾ ਹੈ। ਸਾਡੀਆਂ ਭਾਵਨਾਵਾਂ ਉਸ ਇਕ ਮਾਲਕ ਬਾਰੇ ਹੀ ਥਿਰ ਹੋ ਜਾਂਦੀਆਂ ਹਨ ਕਿ ਹੁਣ ਮਰਜ਼ੀ ਤੇਰੀ ! ਮੈਂ ਦਾਸ ਤੂੰ ਮਾਲਕ।

ਮੈਂ ਹੂੰ ਪਰਮ ਪੁਰਖ ਕੋ ਦਾਸਾ,
ਵੇਖਣ ਆਇਓ ਜਗਤ ਤਮਾਸਾ॥ (ਗੁਰੂ ਗੋਬਿੰਦ ਸਿੰਘ)

ਜਦੋਂ ਖਿਡਾਰੀ ਕਿਸੇ ਖੇਲ੍ਹ 'ਚ ਮਸਤ ਹੋਏ ਹੁੰਦੇ ਹਨ ਫਿਰ ਉਹ ਜਿੱਤ-ਹਾਰ ਦੀ ਗੱਲ ਕਰਦੇ ਹੀ ਨਹੀਂ ਹਨ। ਉਹ ਆਪਣੀ ਹੀ ਖੇਲ੍ਹ 'ਚ ਮਸਤ ਹੋਏ ਰਹਿੰਦੇ ਹਨ। ਦੁਨੀਆਂ ਇਕ ਖੇਲ੍ਹ ਹੈ ਤੇ ਅਸੀਂ ਇਕ ਖਿਡਾਰੀ ਹਾਂ। ਸਾਡੇ ਮਨ ਅੰਦਰ

ਖਿਡਾਰੀਆਂ ਵਾਲੀ ਭਾਵਨਾ ਨਾ ਹੋਣ ਕਾਰਨ ਅਸੀਂ ਤਾਂ ਜਿੱਤ-ਹਾਰ ਪਹਿਲਾਂ ਵੇਖਦੇ ਹਾਂ ਕਿ ਫਲਾਣਾ ਕੰਮ ਕਰਕੇ ਮੈਨੂੰ ਕੀ ਲਾਭ ਹੋਵੇਗਾ ? ਇਹ ਕੰਮ ਮੈਨੂੰ ਕਰਨਾ ਚਾਹੀਦਾ ਹੈ ਕਿ ਨਹੀਂ ? ਭਾਵ ਇਹ ਮਨ ਦੀ ਪ੍ਰੇਰਨਾ ਹੀ ਹੁੰਦੀ ਹੈ ਮਨ ਦਾ ਕੰਮ ਹੈ ਕਿੰਤੂ ਪਰੰਤੂ ਕਰਨਾ। ਜਦੋਂ ਮਨ ਸ਼ਾਂਤ ਹੋਵੇ ਤਾਂ ਹੀ ਦ੍ਰਿਸ਼ਟੀ ਸਾਫ ਹੁੰਦੀ ਹੈ। ਸਾਨੂੰ ਸਫਲ ਦਰਸ਼ਨ ਹੋਣ ਲੱਗਦੇ ਹਨ। ਭਾਵ ਤਾਂ ਹੀ ਸਾਨੂੰ ਸਰੀਰ ਅੰਦਰ ਮੌਜੂਦ ਆਪਣੇ ਸਾਖਸ਼ੀ ਭਾਵ ਦੀ ਮੌਜੂਦਗੀ ਦਾ ਅਹਿਸਾਸ ਹੋਣਾ ਸ਼ੁਰੂ ਹੁੰਦਾ ਹੈ। ਸੁੱਤੀ ਹੋਈ ਕੁੰਡਲਨੀ ਸ਼ਕਤੀ ਜਾਗਣ ਲੱਗਦੀ ਹੈ। ਕੁੰਡਲਨੀ ਸ਼ਕਤੀ ਦੇ ਕੁੰਡਲ ਖੁੱਲ੍ਹਣੇ ਸ਼ੁਰੂ ਹੁੰਦੇ ਹਨ। ਸਰੀਰ ਤੋਂ ਪਾਰ ਸ਼ਕਤੀ ਦੀ ਮੌਜੂਦਗੀ ਨਜ਼ਰ ਆਉਣ ਲਗਦੀ ਹੈ। ਆਪਣੀ ਅੰਤਰ-ਆਤਮਾ ਦੀ ਮੌਜੂਦਗੀ ਤੇ ਪੂਰਨ ਪ੍ਰਪੱਕ ਵਿਸ਼ਵਾਸ ਹੋ ਜਾਣ ਦੇ ਸਦਕੇ ਸਾਨੂੰ ਇਕ ਪ੍ਰਮਾਤਮਾ ਦੀ ਯਾਦ ਭੁੱਲਦੀ ਹੀ ਨਹੀਂ ਹੈ ਕਿ ਜਿਸ ਗਹਿਰਾਈ ਤੋਂ ਬਾਹਰ ਆ ਕੇ ਬੁਲਬੁਲਾ ਉੱਠ ਆਉਂਦਾ ਹੈ। ਉਪਰਲੀ ਸਤਾਹ ਤੇ ਪ੍ਰਤੱਖ ਨਜ਼ਰ ਆਉਣ ਲੱਗ ਜਾਂਦੀ ਹੈ। ਉਹ ਕੁਝ ਹੀ ਦੇਰ 'ਚ ਫੁੱਟ ਜਾਂਦਾ ਹੈ। ਅਲੋਪ ਹੋ ਜਾਂਦਾ ਹੈ।

ਪਾਣੀ ਦਿਆ ਬੁਲਬੁਲਿਆ ਕੀ ਮਰਿਯਾਦਾ ਤੇਰੀਆਂ।

ਜੋ ਸਿਰਫ ਬੁਲਬੁਲੇ ਤੱਕ ਹੀ ਵੇਖਦੇ ਹਨ ਉਨ੍ਹਾਂ ਨੂੰ ਆਪਣੇ ਸਰੀਰ ਅੰਦਰਲੀ ਗਹਿਰਾਈ ਦਾ ਕਦੇ ਗਿਆਨ ਹੀ ਨਹੀਂ ਹੁੰਦਾ ਹੈ। ਜਿਨ੍ਹਾਂ ਨੂੰ ਗਹਿਰਾਈ ਨਜ਼ਰ ਆ ਜਾਂਦੀ ਹੈ। ਉਨ੍ਹਾਂ ਨੂੰ ਹੀ ਆਪਣੀ ਆਤਮਾ ਦੀ ਆਵਾਜ਼ ਸੁਣਾਈ ਦਿੰਦੀ ਹੈ :

ਗੁਪਤੀ ਬਾਣੀ ਪ੍ਰਗਟ ਹੋਏ

ਹੁਣ ਤਾਂ ਸੂਖਸ਼ਮ ਸ਼ਕਤੀਆਂ ਦੀ ਮੌਜੂਦਗੀ ਤੇ ਅਸੀਂ ਆਸਾਨੀ ਨਾਲ ਵਿਸ਼ਵਾਸ ਕਰ ਸਕਦੇ ਹਾਂ। ਮੋਬਾਇਲ ਫੋਨ, ਇੰਟਰਨੈੱਟ, ਮੰਗਲ ਗ੍ਰਹਿ ਤੱਕ ਪਹੁੰਚਣ ਵਾਲੇ ਆਧੁਨਿਕ ਉਪਕਰਣਾਂ ਤੇ ਕਿਵੇਂ ਧਰਤੀ ਤੇ ਬੈਠੇ ਸਾਇੰਸਦਾਨ ਕੰਟਰੋਲ ਕਰ ਰਹੇ ਹਨ। ਪਲ ਪਲ ਉਨ੍ਹਾਂ ਦੀਆਂ ਹਰਕਤਾਂ ਤੇ ਕੰਟਰੋਲ ਰੱਖ ਰਹੇ ਹਨ।

ਸਾਡਾ ਇਹ ਸਰੀਰ ਤਾਂ ਪ੍ਰਮਾਤਮਾ ਦਾ ਬਣਾਇਆ ਅਦਭੁਤ ਉਪਕਰਣ ਹੈ। "ਜੋ ਬ੍ਰਹਿਮੰਡੇ ਸੋਈ ਪਿੰਡੇ।" ਸਾਡਾ ਸਰੀਰ ਹੀ ਅਜਿਹਾ ਉਪਕਰਣ ਹੈ। ਜਿਸ ਦੁਆਰਾ ਅਸੀਂ ਅਦਭੁਤ ਰਾਕਟ - ਰੋਬਿਟ ਈਜਾਦ ਕਰ ਲਏ ਹਨ। ਬਸ ਇਹ ਗੱਲ ਤਾਂ ਸਿਰਫ ਬ੍ਰਹਮ-ਗਿਆਨੀ ਹੀ ਸਾਨੂੰ ਦੱਸਦੇ ਹਨ ਕਿ ਇਸ ਸਰੀਰ ਦੀ ਬਣਤਰ ਬਣਾਉਣ ਵਾਲਾ ਸਾਡਾ ਅਦਭੁਤ ਸਾਖਸ਼ੀ ਭਾਵ ਹੀ ਬਹੁਤ ਨਿਰਾਲਾ ਹੈ ਜੋ ਪ੍ਰਮਾਤਮਾ ਦੀ ਇਕ ਕਿਰਣ ਮਾਤਰ ਹੈ।

ਉੱਚ ਨਿਰ-ਆਕਾਰੀ ਮੰਡਲਾਂ ਦੀ ਯਾਤਰਾ ਤਾਂ ਸਾਡੀ ਆਤਮਾ ਹੀ ਕਰ

ਸਕਦੀ ਹੈ। ਆਤਮਾ-ਪ੍ਰਮਾਤਮਾ ਦੀ ਮੌਜੂਦਗੀ ਬਾਰੇ ਅਸੀਂ ਸਿਰਫ ਸੁਣਦੇ ਹੀ ਹਾਂ। ਉਂਝ ਸਮਾਜ ਅੰਦਰ ਸਾਨੂੰ ਲੱਖਾਂ ਹੀ ਲੋਕ ਆਤਮਾ-ਪ੍ਰਮਾਤਮਾ ਬਾਰੇ ਸਮੂਹਿਕ ਰੂਪ ਵਿਚ ਇਕੱਠੇ ਹੋ ਸਤਿਸੰਗ ਕਰਦੇ ਹੋਏ ਸੁਣਦੇ ਰਹਿੰਦੇ ਹਾਂ। ਸੁਣ ਕੇ ਯਕੀਨ ਵਿਰਲੇ ਹੀ ਕਰਦੇ ਹਨ। ਮਨ ਦਾ ਮੌਨ ਹੋ ਜਾਣਾ, ਮਨ ਦਾ ਅਫੁਰ ਅਵਸਥਾ 'ਚ ਪਹੁੰਚ ਜਾਣਾ ਵੀ ਸਾਡੀ ਆਪਣੀ ਮਨਮਰਜ਼ੀ ਨਹੀਂ ਹੁੰਦੀ ਹੈ। ਮਨ ਦੇ ਮੰਨ ਜਾਣ ਦੀ ਗੱਲ ਹੁੰਦੀ ਹੈ। ਕਰੋੜਾਂ ਵਿਅਕਤੀਆਂ 'ਚੋਂ ਜਦੋਂ ਕਿਸੀ ਵਿਅਕਤੀ ਦਾ ਮਨ ਮੰਨ ਜਾਂਦਾ ਹੈ ਉਹ ਫਿਰ ਮੈਂ ਕਹਿੰਦੇ ਹੋਇਆਂ ਕੁਝ ਕਹਿੰਦਾ ਹੀ ਨਹੀਂ ਹੈ। ਜਦੋਂ ਗੁਰੂ ਨਾਨਕ ਦੇਵ ਜੀ ਕੁਝ ਕਹਿਣਾ ਚਾਹੁੰਦੇ ਸਨ ਤਾਂ ਉਹ ਆਪਣੇ ਸੇਵਕ ਮਰਦਾਨੇ ਨੂੰ ਇਹ ਹੀ ਤਾਂ ਕਿਹਾ ਕਰਦੇ ਸਨ ਕਿ ਮਰਦਾਨਿਆਂ ਚੁੱਕ ਰਬਾਬ। ਬਾਣੀ ਆਈ ਹੈ। ਪ੍ਰਮਾਤਮਾ ਕੁਝ ਕਹਿਣਾ ਚਾਹੁੰਦਾ ਹੈ। ਇਹ ਮੇਰੀ ਬਾਣੀ ਨਹੀਂ ਹੈ। ਹੁਣ ਉਹ ਆਪ ਹੀ ਬੋਲ ਰਿਹਾ ਹੈ :

ਧੁਰ ਕੀ ਬਾਣੀ ਆਈ ਜਿਨ ਸਗਲੀ ਚਿੰਤ ਮਿਟਾਈ।

ਚਿੰਤਾ ਕੌਣ ਕਰਦਾ ਹੈ? ਕਰਤਾ ਹੋਣ ਦੀ ਦਾਅਵੇਦਾਰੀ ਤਾਂ ਸਾਡਾ ਮਨ ਹੀ ਕਰਦਾ ਹੈ। ਮਨਾਤੀਤ-ਅਨਮਨੀ ਅਵਸਥਾ ਦਾ ਜ਼ਿਕਰ ਕਰਦੇ ਹੋਏ ਬ੍ਰਹਮ-ਗਿਆਨੀ ਸਪੱਸ਼ਟ ਇਹ ਕਹਿਣ ਲੱਗ ਜਾਂਦੇ ਹਨ ਕਿ ਖੇਲ੍ਹ ਪ੍ਰਮਾਤਮਾ ਦਾ ਹੈ ਫਿਰ ਤੁਸੀਂ ਆਪਣੀ ਮਰਜ਼ੀ ਕਿਸ ਤਰ੍ਹਾਂ ਕਰ ਸਕਦੇਹੋ ?

"ਜਬ ਆਪਾ ਪਰ ਕਾ ਮਿਟ ਗਿਆ ਜਿਤ ਦੇਖਾ ਤਿਤ ਤੂੰ॥
ਰਾਂਝਾ ਰਾਂਝਾ ਕਰਦੀ ਨੀ ਮੈਂ ਆਪੇ ਰਾਂਝਾ ਹੋਈ।
ਸੱਦੋ ਨੀ ਮੈਨੂੰ ਧੀਦੋ ਰਾਂਝਾ ਹੀਰ ਨਾ ਆਖਿਓ ਕੋਈ।"

(ਬੁੱਲ੍ਹੇ ਸ਼ਾਹ ਜੀ)

ਜਦੋਂ ਆਪਣੇ ਹੀ ਮਨ ਅੰਦਰੋਂ ਅਹੰਕਾਰ ਦਾ ਤਿਣਕਾ ਨਿਕਲ ਜਾਂਦਾ ਹੈ। ਜਦੋਂ ਮੈਂ ਤੂੰ 'ਚ ਲੀਨ ਹੋ ਜਾਂਦਾ ਹੈ। ਮਨ ਹੀ ਆਪਣਾ ਰੀਐਕਸ਼ਨ ਕਰਨਾ ਛੱਡ ਦਿੰਦਾ ਹੈ ਤਾਂ ਫਿਰ ਸਾਡਾ ਸੰਬੰਧ ਆਪਣੇ ਨਿਰ-ਆਕਾਰੀ ਸਾਖਸ਼ੀ ਭਾਵ ਨਾਲ ਹੀ ਜੁੜ ਜਾਂਦਾ ਹੈ ਤਾਂ ਫਿਰ ਕਰਾਮਾਤ ਇਹ ਹੋ ਜਾਂਦੀ ਹੈ ਕਿ ਭੀੜ ਤੋਂ ਅਲੱਗ ਚੱਲ ਰਹੇ ਨਿਰਾਲੇ ਵਿਅਕਤੀ ਦੇ ਨਿਰਾਲੇ ਵਿਓਹਾਰ ਵੱਲ ਆਮ ਲੋਕਾਂ ਦਾ ਧਿਆਨ ਖਿੱਚਿਆ ਜਾਂਦਾ ਹੈ, ਇਹ ਹੀ ਕਾਰਣ ਹੈ ਕਿ ਆਮ ਲੋਕਾਂ 'ਚ ਅਜਿਹੇ ਨਿਰਾਲੇ ਵਿਅਕਤੀ ਦੇ ਨਾਮ ਦੀ ਚਰਚਾ ਹੋਣ ਤੇ ਹੀ ਲੱਗ ਜਾਂਦੀ ਹੈ।

ਸਰੀਰ ਤੋਂ ਪਾਰ ਸਰੀਰ ਨੂੰ ਨਿਰਦੇਸ਼ ਦੇ ਰਹੀ ਸਰੀਰ ਨੂੰ ਬਦਲਦੇ ਹੋਏ ਵੇਖ ਰਹੀ ਸ਼ਕਤੀ, ਵੇਖ ਰਹੀ ਸਮਰੱਥਾ ਨੂੰ ਹੀ ਆਪਣੇ ਰਿਸ਼ੀ-ਮੁਨੀ, ਬ੍ਰਹਮ-ਗਿਆਨੀ ਅਮਰ ਆਤਮਾ - ਸਾਖਸ਼ੀ ਭਾਵ - ਜਾਨਣ ਵਾਲੀ ਸਮਰੱਥਾ ਕਹਿੰਦੇ ਆਏ ਹਨ।

ਆਪਣੇ ਸੂਫੀ ਸੰਤ ਉੱਚੀ ਆਵਾਜ਼ 'ਚ ਕੂਕ ਕੇ ਸਾਨੂੰ ਇਹ ਸਮਝਾਉਣ ਦੀ ਕੋਸ਼ਿਸ਼ ਕਰਦੇ ਰਹਿੰਦੇ ਹਨ ਕਿ ਤੁਹਾਡਾ ਬ੍ਰਹਮ ਤੁਹਾਡੇ ਸਰੀਰ ਅੰਦਰੋਂ ਹੀ ਆਪਣੇ ਸਰੀਰ ਅੰਦਰ ਸਮਾਏ ਹੋਏ ਸੱਚ ਦੀ ਮੌਜੂਦਗੀ ਦਾ ਅਹਿਸਾਸ ਹੋ ਸਕਦਾ ਹੈ। ਬੁੱਲ੍ਹੇ ਸ਼ਾਹ ਜੀ ਕਿੰਨੀ ਸਪੱਸ਼ਟ ਗੱਲ ਕਹਿ ਗਏ ਹਨ :

ਸਿਜਦਾ ਕਰਦਿਆਂ ਘਿਸ ਗਏ ਮੱਥੇ,
ਨਾ ਰੱਬ ਤੀਰਥ ਨਾ ਰੱਬ ਮੱਕੇ।

ਕਿ ਅੰਸ਼ ਨੂੰ ਜਾਣੇ ਬਗੈਰ ਅਸੀਂ ਸਿੱਧੇ-ਸਿੱਧੇ ਅੰਸ਼ੀ ਦੀ ਪਹਿਚਾਣ ਕਰ ਹੀ ਨਹੀਂ ਸਕਾਂਗੇ। ਆਪਣੇ ਸਰੀਰ ਅੰਦਰ ਸਮਾਏ ਹੋਏ ਸੱਚ ਦੀ ਮੌਜੂਦਗੀ ਦਾ ਅਹਿਸਾਸ ਕਰਕੇ ਹੀ ਅਸੀਂ ਪ੍ਰਮਾਤਮਾ ਦੀ ਮੌਜੂਦਗੀ ਦਾ ਅਹਿਸਾਸ ਕਰ ਸਕਦੇ ਹਾਂ। ਅਸੀਂ ਤਾਂ ਰਸਤਾ ਹੀ ਉਲਟਾ ਪਕੜਿਆ ਹੋਇਆ ਹੈ। ਬਿਸਮਿੱਲਾ ਹੀ ਗਲਤ ਹੋਇਆ ਹੋਇਆ ਹੈ। ਅਸੀਂ ਤਾਂ ਅਜੇ ਵੀ ਪਰੰਪਰਾਵਾਂ ਨਾਲ ਮਿਲ ਕੇ ਪੂਜਾ-ਪਾਠ ਕਰਦੇ ਹਾਂ। ਉਸ ਗਹਿਰਾਈ ਤੱਕ ਸਾਡੀ ਸੋਚ ਪਹੁੰਚਦੀ ਹੀ ਨਹੀਂ ਹੈ।

ਇਸ ਤਰ੍ਹਾਂ ਸਾਨੂੰ ਆਪਣੀ ਨਿੱਜਤਾ ਦੀ ਕਦੇ ਵੀ ਪਹਿਚਾਣ ਹੋ ਹੀ ਨਹੀਂ ਸਕੇਗੀ। ਅਸੀਂ ਅੰਤਰ-ਧਿਆਨ ਹੋ ਕੇ ਆਪਣੇ ਸਾਖਸ਼ੀ ਦੀ ਆਪਣੇ ਸੱਚੇ ਸੱਜਣ ਦੀ ਪਹਿਚਾਣ ਨਹੀਂ ਕਰ ਸਕਾਂਗੇ। ਜਦੋਂ ਸਾਡਾ ਮਨ ਸ਼ਾਂਤ ਹੋ ਜਾਵੇਗਾ, ਸਾਨੂੰ ਆਪਣੇ ਅੰਦਰ ਮੌਜੂਦ ਸੱਚ ਦੀ - ਆਪਣੇ ਪਿਆਰੇ ਸੱਜਣ ਦੀ ਪਹਿਚਾਣ ਹੋ ਜਾਵੇ ਗੀ ਤਾਂ ਫਿਰ ਸਾਡਾ ਧਿਆਨ ਬਾਹਰੀ ਪਰੰਪਰਾਵਾਂ ਵੱਲ ਜਾਏਗਾ ਵੀ ਨਹੀਂ।

ਸਾਡਾ ਬ੍ਰਹਮ, ਸਾਡੀ ਆਤਮਾ, ਸਾਡਾ ਨਿਰਾਲਾ ਸਾਖਸ਼ੀ ਭਾਵ ਸਾਡੇ ਸਰੀਰਕ ਮੋਹ ਤੋਂ ਆਜ਼ਾਦ ਹੈ। ਇਹ ਹੀ ਗੱਲ ਧਿਆਨ ਨਾਲ ਸਮਝਣ ਯੋਗ ਹੈ ਕਿ ਪ੍ਰਤੱਖ ਸਰੀਰ ਤਾਂ ਨਜ਼ਰ ਆਉਂਦਾ ਹੈ। ਇਸ ਨਜ਼ਰ ਆ ਰਹੇ ਸਰੀਰ ਅੰਦਰੋਂ ਹੀ ਅਸੀਂ ਆਪਣੇ ਪਿਆਰੇ ਸੱਜਣ, ਸੱਜਣ ਇਸ ਵਾਸਤੇ ਕਹਿਣਾ ਪੈਂਦਾ ਹੈ ਕਿ ਜੋ ਹੈ ਉਸ ਦੀ ਮੌਜੂਦਗੀ ਗੁਪਤ ਢੰਗ ਨਾਲ, ਅਤਿ ਸੂਖਸ਼ਮ ਢੰਗ ਨਾਲ ਛੁਪੀ ਹੋਈ ਹੈ। ਉਸ ਦੀ ਮੌਜੂਦਗੀ ਦਾ ਅਹਿਸਾਸ ਕਰ ਲੈਣ ਦੀ ਚਰਚਾ ਕਰਕੇ ਉਸ ਵੱਲ ਸਿਰਫ ਇਸ਼ਾਰੇ ਹੀ ਕੀਤੇ ਜਾ ਸਕਦੇ ਹਨ। ਅਸਲ ਗੱਲ ਤਾਂ ਇਹ ਹੈ ਕਿ ਪ੍ਰਤੱਖ ਸਰੀਰ ਅੰਦਰੋਂ ਅਦ੍ਰਿਸ਼ ਸ਼ਕਤੀਆਂ ਦੀ ਮੌਜੂਦਗੀ ਵੱਲ ਵੇਖਣ ਨੂੰ ਹੀ ਬ੍ਰਹਮ-ਗਿਆਨੀ ਪਾਰ-ਦਕਸ਼ਤਾ ਕਹਿੰਦੇ ਹਨ। ਕਿ ਜੋ ਸਚਾਈ ਸਰੀਰ ਅੰਦਰ ਹੀ ਛੁਪੀ ਹੋਈ ਹੈ ਉਸ ਨੂੰ ਹੀ ਬ੍ਰਹਮ-ਗਿਆਨੀ ਦ੍ਰਸ਼ਟਾ ਕਹਿੰਦੇ ਹਨ - ਦੇਖਣ ਦੀ ਯੋਗਤਾ। ਪਹਿਲਾਂ ਪਹਿਲ ਤਾਂ ਸਹਿਜੇ ਹੀ ਅਸੀਂ ਸਰੀਰ ਅੰਦਰੋਂ ਹੀ ਬਾਹਰੀ ਦ੍ਰਿਸ਼ਾਂ ਨੂੰ ਵੇਖਦੇ ਹਾਂ। ਵੇਖਣ ਵਾਲਾ ਸਾਡੇ ਸਰੀਰ ਅੰਦਰ ਹੀ ਮੌਜੂਦ ਹੈ। ਪਰੰਤੂ ਉਸ ਵੇਖਣ ਵਾਲੀ ਸੱਤਾ ਦੀ ਮੌਜੂਦਗੀ ਨੂੰ ਸਾਡਾ ਮਨ ਮੰਨਦਾ ਹੀ ਨਹੀਂ ਹੈ। ਉਂਝ ਬਾਹਰੋਂ ਵੇਖ - ਬਾਹਰੀ ਦ੍ਰਿਸ਼ਾਂ ਬਾਰੇ ਜਾਨਣ ਵਾਲੀ ਸੱਤਾ ਸਾਡੀ ਆਤਮਾ ਹੀ

ਹੈ। ਇਹ ਗੁੰਝਲ ਪਈ ਹੋਈ ਹੈ। ਸਰੀਰ ਤੋਂ ਪਰ ਵੀ ਅਸੀਂ ਤਾਂ ਹੀ ਵੇਖ ਸਕਦੇ ਹਾਂ ਜਦੋਂ ਸਾਡੇ ਸਰੀਰ ਅੰਦਰੋਂ ਵੇਖਣ ਵਾਲੀ ਸੱਤਾ ਨੂੰ ਅਸੀਂ ਹੋਸ਼ਪੂਰਵਕ ਵੇਖਣ ਲੱਗ ਜਾਂਦੇ ਹਾਂ। ਭਾਵ ਸਾਨੂੰ ਨਿਰ-ਆਕਾਰੀ ਸ਼ਕਤੀਆਂ ਦੀ ਮੌਜੂਦਗੀ ਨਜ਼ਰ ਆਉਣ ਲੱਗ ਜਾਂਦੀ ਹੈ।

ਜਦੋਂ ਸੂਖਸ਼ਮ ਸ਼ਕਤੀਆਂ ਦੇ ਅਨੁਭਵ-ਅਹਿਸਾਸ ਦੀ ਚਰਚਾ ਸ਼ੁਰੂ ਹੁੰਦੀ ਹੈ ਤਾਂ ਇਨ੍ਹਾਂ ਸੂਖਸ਼ਮ ਸ਼ਕਤੀਆਂ ਦੀ ਮੌਜੂਦਗੀ ਬਾਰੇ ਖ਼ਿਆਲ ਸਾਡੇ ਮਨ ਅੰਦਰੋਂ ਹੀ ਉੱਠਣੇ ਸ਼ੁਰੂ ਹੁੰਦੇ ਹਨ। ਇਹ ਗੱਲ ਬਹੁਤ ਬਰੀਕੀ ਨਾਲ ਸਮਝਣ ਦੀ ਹੈ ਕਿ ਜਿਵੇਂ ਵੱਡੇ ਵੱਡੇ ਦਰਖਤਾਂ ਪਿੱਪਲਾਂ-ਬਰੋਟਿਆਂ ਦੇ ਬੀਜ ਤਾਂ ਬਹੁਤ ਛੋਟੇ ਛੋਟੇ ਹੁੰਦੇ ਹਨ। ਇਕ ਇਕ ਗੋਲ੍ਹ ਦੇ ਅੰਦਰ ਸੈਂਕੜੇ ਹੀ ਬੀਜ ਮੌਜੂਦ ਹੁੰਦੇ ਹਨ। ਇਸ ਤਰ੍ਹਾਂ ਦਰਖਤ ਉਤੇ ਤਾਂ ਲੱਖਾਂ ਹੀ ਗੋਲ੍ਹਾਂ ਲੱਗੀਆਂ ਹੁੰਦੀਆਂ ਹਨ। ਜ਼ਿਆਦਾਤਰ ਗੋਲ੍ਹਾਂ ਸੜ-ਬੁੱਸ ਜਾਂਦੀਆਂ ਹਨ। ਕਿਸੇ ਇਕ ਗੋਲ੍ਹ 'ਚੋਂ ਬੀਜ ਉੱਗਰ ਆਉਂਦਾ ਹੈ ਜੋ ਸਮਾਂ ਬਤੀਤ ਹੋਣ ਨਾਲ ਪੂਰਾ ਦਰਖਤ ਬਣ ਜਾਂਦਾ ਹੈ।

ਇਸ ਤਰ੍ਹਾਂ ਸਮਾਜ ਅੰਦਰੋਂ ਸਾਨੂੰ ਆਪਣੀ ਆਤਮਾ ਦੀ ਮੌਜੂਦਗੀ ਬਾਰੇ ਵਿਚਾਰ ਤਾਂ ਸਭਨਾਂ ਨੂੰ ਬਹੁਤ ਬੁਣਦੇ ਹਨ। ਪਰੰਤੂ ਕਿਸੀ ਵਿਰਲੇ ਬ੍ਰਹਮ-ਗਿਆਨੀ ਦੇ ਮਨ ਅੰਦਰ ਇਹ ਖ਼ਿਆਲ ਟਿਕਦਾ ਹੈ ਕਿ ਸਰੀਰ ਅਲੱਗ ਹੈ। ਸਰੀਰ ਨੂੰ ਵੇਖ ਸਕਣ ਵਾਲੀ ਸਮਰੱਥਾ ਅਲੱਗ ਹੈ। ਇਹ ਅਲੱਗ ਸਮਰੱਥਾ ਬਹੁਤ ਸੂਖਸ਼ਮ ਹੈ। ਇਸ ਸੂਖਸ਼ਮ ਸਮਰੱਥਾ ਦੀ ਮੌਜੂਦਗੀ ਦਾ ਖ਼ਿਆਲ ਸਾਡੇ ਮਨ ਅੰਦਰ ਦੈਵੀ ਗੁਣ ਪੈਦਾ ਕਰ ਦਿੰਦਾ ਹੈ। ਅਸੀਂ ਸਰੀਰ ਨੂੰ ਮਰਨੇ ਮਿਟਣੇ ਵਾਲਾ ਸਮਝਦੇ ਹੋਏ ਵਿਸ਼ਵ ਭਾਈਚਾਰੇ ਦੀਆਂ ਗੱਲਾਂ ਕਰਨ ਲੱਗ ਜਾਂਦੇ ਹਾਂ। ਅਸੀਂ ਅਜਿਹਾ ਵਿਓਹਾਰ ਕਰਨ ਲੱਗ ਜਾਂਦੇ ਹਾਂ ਜਿਵੇਂ ਕਿ ਕਿਸੀ ਧਰਮਸ਼ਾਲਾ 'ਚ ਕੁਝ ਦਿਨਾਂ ਲਈ ਰਹਿਣ ਆਏ ਮੁਸਾਫਰ ਇਕ ਦੂਜੇ ਨਾਲ ਕਰ ਰਹੇ ਹੁੰਦੇ ਹਨ। ਇਸ ਵਾਸਤੇ ਅਤਿ ਸੂਖਸ਼ਮ ਖ਼ਿਆਲਾਂ ਦੇ ਆਧਾਰ ਤੇ ਹੀ ਸਾਡੇ ਅੰਦਰ ਦੋ ਤਰ੍ਹਾਂ ਦੇ ਖ਼ਿਆਲ ਉੱਠਦੇ ਰਹਿੰਦੇ ਹਨ। ਇਕ ਤਰ੍ਹਾਂ ਦੇ ਖ਼ਿਆਲ ਤਾਂ ਪ੍ਰਤੱਖ ਬਾਰੇ ਹੀ ਚੱਲਦੇ ਹਨ। ਦੂਜੀ ਤਰ੍ਹਾਂ ਦੇ ਵਿਚਾਰ ਅਪ੍ਰਤੱਖ ਅਮਰ ਆਤਮਾ ਦੀ ਮੌਜੂਦਗੀ ਬਾਰੇ ਬਣੇ ਹੀ ਰਹਿੰਦੇ ਹਨ। ਇਸ ਤਰ੍ਹਾਂ ਦੋ ਕਿਨਾਰਿਆਂ ਅੰਦਰ ਹੀ ਸਾਡਾ ਧਿਆਨ ਡੋਲਦਾ ਹਿੰਦਾ ਹੈ ਜਿਸ ਕਾਰਣ ਸਾਡੇ ਮਨ ਅੰਦਰ ਕਦੇ ਵੀ ਅਡੋਲਤਾ ਆਉਂਦੀ ਹੀ ਨਹੀਂ ਹੈ।

ਇਨ੍ਹਾਂ ਦੋ ਤਰ੍ਹਾਂ ਦੇ ਖ਼ਿਆਲਾਂ ਕਾਰਣ ਹੀ ਸਮਾਜ ਅੰਦਰ ਗਰੀਬੀ-ਅਮੀਰੀ ਦੇ ਵਿਤਕਰੇ ਪਏ ਰਹਿੰਦੇ ਹਨ। ਸਿਰਫ ਪ੍ਰਤੱਖ ਆਕਾਰਾਂ ਦੀ ਮੌਜੂਦਗੀ ਵੱਲ ਵੇਖਣ ਵਾਲੇ ਆਪਸੀ ਭਾਈਚਾਰੇ ਦੀਆਂ ਝੂਠੀਆਂ ਗੱਲਾਂ ਕਰਦੇ ਹੋਏ ਵੀ ਦੂਜਿਆਂ ਦਾ ਹੱਕ ਮਾਰਨ ਬਾਰੇ ਹੀ ਸੋਚਦੇ ਰਹਿੰਦੇ ਹਨ :

ਪਾਪਾਂ ਬਾਝੋਂ ਹੋਵੈ ਨਾਹੀਂ, ਮੋਇਆਂ ਸਾਥ ਨਾ ਜਾਏ।

ਇਸ ਤਰ੍ਹਾਂ ਸਾਡੇ ਹੀ ਚਿੱਤ ਰੂਪੀ ਆਕਾਸ਼ ਅੰਦਰ ਜੋ ਵੀ ਵਿਚਾਰ ਜਿਸ ਤਰ੍ਹਾਂ ਦੇ ਵੀ ਵਿਚਾਰ ਚੱਲ ਰਹੇ ਹੋਣ, ਇਨ੍ਹਾਂ ਖ਼ਿਆਲਾਂ ਨੂੰ ਜਾਨਣ ਵਾਲਾ ਇਕ ਹੀ ਹੈ। ਸੱਜਣ ਤਾਂ ਇਕ ਹੀ ਹੈ ਪਰੰਤੂ ਪਾਰ ਤੱਕ ਨਾ ਵੇਖ ਸਕਣ ਦੇ ਕਾਰਣ ਅਸੀਂ ਆਪਣੇ ਅੰਦਰ ਮੌਜੂਦ ਆਪਣੇ ਸੱਜਣ - ਆਪਣੇ ਸੱਜਣ ਦੀ ਮੌਜੂਦਗੀ ਨੂੰ ਪਹਿਚਾਣਦੇ ਹੀ ਨਹੀਂ ਹਾਂ।

ਉਹ ਵੇਖੈ ਉਹ ਨਦਰਿ ਨਾ ਆਵੈ ਬਹੁਤਾ ਇਹ ਵਿਡਾਣੁ॥

(ਜਪੁਜੀ ਸਾਹਿਬ)

ਸਰੀਰ ਨੂੰ ਸ਼ਕਤੀ ਦੇ ਰਹੀ ਸਰੀਰ ਅਤੇ ਮਨ ਤੋਂ ਪਾਰ ਮੌਜੂਦ ਸ਼ਕਤੀ ਦੀ ਮੌਜੂਦਗੀ ਵੱਲ ਇਹ ਇਸ਼ਾਰਾ ਹੈ ਕਿ ਜਿਹੜੀ ਬਦੇਹੀ ਸ਼ਕਤੀ ਸਰੀਰ ਅਤੇ ਮਨ ਤੋਂ ਪਾਰ ਤੱਕ ਵੇਖ ਰਹੀ ਹੈ ਇਹ ਸ਼ਕਤੀ ਸਰੀਰ ਤੋਂ ਅਲੱਗ ਇਹ ਜੰਮਣ-ਮਰਨ ਦੇ ਚੱਕਰ ਤੋਂ ਪਰੇ ਹੈ। ਇਹ ਅਜਨਮੀ ਹੈ।

ਆਪਣੇ ਸਮਾਜ ਅੰਦਰ ਅਕਸਰ ਸਾਨੂੰ ਇਹ ਸੁਣਨ ਨੂੰ ਮਿਲ ਹੀ ਜਾਂਦਾ ਹੈ ਕਿ ਫਲਾਣੇ ਬੱਚੇ ਨੂੰ ਆਪਣੇ ਪਿਛਲੇ ਜਨਮ ਦੀ ਯਾਦ ਆ ਗਈ ਹੈ। ਉਸ ਨੇ ਪਿਛਲੇ ਜਨਮ ਦੇ ਮਾਤਾ-ਪਿਤਾ ਤੇ ਭੈਣ-ਭਰਾਵਾਂ ਤੇ ਰਿਸ਼ੇਤਦਾਰਾਂ ਨੂੰ ਪਹਿਚਾਣ ਲਿਆ ਹੈ।

ਆਪਣੇ ਬਜ਼ੁਰਗ ਸਾਨੂੰ ਇਥੋਂ ਤੱਕ ਦੀਆਂ ਗੱਲਾਂ ਸੁਣਾਉਂਦੇ ਰਹਿੰਦੇ ਹਨ ਕਿ ਜਦੋਂ ਸਰੀਰ ਦੀ ਮੌਤ ਹੋਣ ਲੱਗਦੀ ਹੈ ਤਾਂ ਚੇਤ ਮਨ ਘਬਰਾ ਜਾਂਦਾ ਹੈ, ਹੋਸ਼-ਹਵਾਸ ਖੋ ਦਿੰਦਾ ਹੈ। ਇਸ ਘਬਰਾਹਟ 'ਚ ਹੀ ਮਨ ਅਫੁਰ ਅਵਸਥਾ 'ਚ ਪਹੁੰਚ ਜਾਂਦਾ ਹੈ। ਜਿਸ ਬਾਰੇ ਜਾਨਣ ਵਾਲੀ ਸਮਰੱਥਾ - ਸਾਡਾ ਸਾਖਸ਼ੀ ਭਾਵ ਹੀ ਮਨ ਨੂੰ ਸਹਾਰਾ ਦਿੰਦਾ ਹੈ। ਸਾਡੀ ਇਹ ਅਚੇਤਨ ਆਤਮਾ ਕਿਸੀ ਬੋਲੀ, ਕਿਸੀ ਭਾਸ਼ਾ ਦੀ ਮੁਹਤਾਜ ਨਹੀਂ ਹੁੰਦੀ। ਇਸ ਤਰ੍ਹਾਂ ਇਹ ਸ਼ਕਤੀ ਇਕ ਸਰੀਰ ਨੂੰ ਛੱਡ ਦੂਸਰਾ ਸਰੀਰ ਧਾਰਣ ਕਰ ਲੈਂਦੀ ਹੈ।

ਜਦੋਂ ਮਨ ਹੋਸ਼-ਹਵਾਸ ਨਾਲ ਆਪਣੀ ਇਹ ਅਚੇਤਨ ਆਤਮਾ ਦੀ ਮੌਜੂਦਗੀ ਦਾ ਅਹਿਸਾਸ ਕਰ ਲੈਣ ਦੀ ਇੱਛਾ ਕਰਨ ਲੱਗ ਜਾਂਦਾ ਹੈ ਤਾਂ ਫਿਰ ਮਨ ਆਪਣੀਆਂ ਕੋਸ਼ਿਸ਼ਾਂ ਛੱਡਣ ਲੱਗ ਜਾਂਦਾ ਹੈ।

ਸੰਸਾਰ ਅੰਦਰ ਬਹੁਤ ਉਦਾਹਰਣਾਂ ਸੁਣਨ ਨੂੰ ਮਿਲ ਜਾਂਦੀਆਂ ਹਨ ਕਿ ਅਕਸਰ ਮਨ ਕਿਸੀ ਵੀ ਕਾਰਣ ਸੰਸਾਰ ਤੋਂ ਵੈਰਾਗੀ ਹੋ ਜਾਵੇ ਤਾਂ ਅਚੇਤਨ ਆਤਮਾ ਦੀ ਮੌਜੂਦਗੀ ਦਾ ਅਹਿਸਾਸ ਹੋਣ ਲੱਗ ਜਾਂਦਾ ਹੈ। ਜਿਵੇਂ ਕਿ ਰਾਜੇ ਭਰਥਰੀ ਹਰੀ ਦੀ ਕਹਾਣੀ ਹੈ ਕਿ ਕਿਵੇਂ ਉਸ ਦੇ ਜੀਵਨ ਬਤੀਤ ਕਰਦੇ ਹੋਇਆਂ ਅਜੀਬ ਅਜੀਬ ਘਟਨਾਵਾਂ ਘਟੀਆਂ। ਅਗਰ ਇਹ ਅਣਹੋਣੀਆਂ ਜਿਹੀਆਂ ਘਟਨਾਵਾਂ ਨਾ ਵਾਪਰਦੀਆਂ ਤਾਂ ਰਾਜੇ ਨੇ ਤਾਂ ਸੰਸਾਰ ਅੰਦਰ ਹੀ ਰਮੇ ਰਹਿਣਾ

ਸੀ। ਇਸ ਤਰ੍ਹਾਂ ਪਤਾ ਨਹੀਂ ਕਿੰਨੇ ਰਾਜੇ-ਮਹਾਰਾਜੇ ਸੰਸਾਰਕ ਸੁੱਖ ਭੋਗ ਭੋਗ ਕੇ ਇਸ ਸੰਸਾਰ ਤੋਂ ਚਲੇ ਗਏ ਹਨ। ਜਦੋਂ ਮਨ ਇਹ ਮੰਨ ਲੈਂਦਾ ਹਾਂ ਕਿ ਕੋਈ ਮਹਾਂ- ਸ਼ਕਤੀ ਆਪ ਹੀ ਆਪਣਾ ਖੇਲ੍ਹ ਖੇਲ੍ਹ ਰਹੀ ਹੈ ਤਾਂ ਹੀ ਮਨ ਝੁਕਣਾ ਸਵੀਕਾਰ ਕਰਦਾ ਹੈ।

ਰਾਜੇ ਭਰਥਰੀ ਹਰੀ ਨਾਲ ਕੀ ਘਟਨਾ ਘਟੀ, ਉਸ ਦਾ ਇਥੇ ਮੈਂ ਜ਼ਿਕਰ ਇਸ ਵਾਸਤੇ ਕਰਨ ਲੱਗਾ ਹਾਂ ਤਾਂ ਜੋ ਸਾਡਾ ਸਰੀਰ ਵੀ ਆਪਣੇ ਮਨ ਅੰਦਰ ਸਮਾਏ ਹੋਏ ਸੱਚ ਦੀ ਮੌਜੂਦਗੀ ਨੂੰ ਸੱਚ ਮੰਨਣ ਲੱਗ ਜਾਵੇ। ਸੱਚ ਦੀ ਆਹਟ ਸੱਚ ਦੇ ਧੀਮੇ ਹੁੰਗਾਰੇ ਨੂੰ ਸੁਣਨ ਲੱਗ ਜਾਵੇ।

ਕਿਸੀ ਮਹਾਤਮਾ ਨੇ ਰਾਜੇ ਦਾ ਭਲਾ ਮੰਗਦੇ ਹੋਏ ਰਾਜੇ ਦੀ ਸੁੱਖ ਮੰਗਦੇ ਹੋਏ ਕਿ ਸਾਡਾ ਰਾਜਾ ਸਦਾ ਜਵਾਨ ਰਹੇ, ਪ੍ਰਜਾ ਦਾ ਭਲਾ ਕਰਦਾ ਰਹੇ, ਰਾਜੇ ਨੂੰ ਇਕ ਅਮਰ ਫਲ ਭੇਟ ਕਰ ਦਿੱਤਾ ਕਿ ਲਓ ਮਹਾਰਾਜ ਜੀ, ਇਹ ਅਮਰ ਫਲ ਹੈ। ਇਸ ਨੂੰ ਖਾਣ ਵਾਲਾ ਅਮਰ ਹੋ ਜਾਂਦਾ ਹੈ। ਸਰੀਰ ਵੀ ਨਿਰੋਗ ਰਹਿੰਦਾ ਹੈ। ਕੌਣ ਜਾਣਦਾ ਹੈ ਕਿ ਕੁਦਰਤ ਸਾਡੇ ਪਾਸੋਂ ਕਿਹੜਾ ਰੋਲ ਕਰਾਉਣਾ ਚਾਹੁੰਦੀ ਹੈ। ਪਰ ਕੁਦਰਤ ਨੂੰ ਤਾਂ ਕੁਝ ਹੋਰ ਹੀ ਮਨਜ਼ੂਰ ਸੀ। ਰਾਜਾ ਤਾਂ ਆਪਣੀ ਰਾਣੀ ਨੂੰ ਅਥਾਹ ਪਿਆਰ ਕਰਦਾ ਸੀ। ਉਸ ਨੇ ਉਹ ਅਮਰ ਫਲ ਆਪਣੀ ਰਾਣੀ ਨੂੰ ਦੇ ਦਿੱਤਾ। "ਕੂੜ ਕੂੜੇ ਨੇਹੁ ਲੱਗਾ"। ਅਸੀਂ ਕੀ ਕਰਦੇ ਹਾਂ ? ਅਸੀਂ ਕੂੜ ਦਾ ਹੀ ਤਾਂ ਵਿਓਪਾਰ ਕਰਦੇ ਰਹਿੰਦੇ ਹਾਂ। ਆਪਣੇ ਸਰੀਰ ਅੰਦਰ ਮੌਜੂਦ ਸੱਚ ਨੂੰ ਵਿਰਲੇ ਹੀ ਪਹਿਚਾਣਦੇ ਹਨ। ਆਮ ਲੋਕ ਤਾਂ ਪ੍ਰਤੱਖ ਦੇ ਮੋਹ 'ਚ ਫਸ ਕੇ ਕੂੜ ਦਾ ਹੀ ਵਿਓਪਾਰ ਕਰਦੇ ਹਨ। ਗਹਿਰਾਈ ਤੱਕ ਤਾਂ ਵਿਰਲੇ ਹੀ ਵਿਚਾਰਦੇ ਹਨ। ਰਾਣੀ ਅੱਗੇ ਆਪਣੇ ਹੀ ਹਾਥੀਵਾਨ ਤੇ ਮੋਹਿਤ ਸੀ। ਉਸ ਨੇ ਉਹ ਫਲ ਆਪਣੇ ਪ੍ਰੇਮੀ ਹਾਥੀਵਾਨ ਨੂੰ ਦੇ ਦਿੱਤਾ। ਇਸ ਸੰਸਾਰ ਅੰਦਰ ਹਰ ਵਿਅਕਤੀ ਆਪਣੇ ਹੀ ਸਵਾਰਥ ਨੂੰ ਅੱਗੇ ਰਖਦਾ ਹੈ।

ਘਟਨਾ-ਚੱਕਰ ਚੱਲਦਾ ਰਹਿੰਦਾ ਹੈ। ਅੱਗੇ ਤੋਂ ਅੱਗੇ ਵਿਚਾਰ ਚੱਲਦੇ ਰਹਿੰਦੇ ਹਨ। ਉਹ ਮਹਾਵਤ - ਉਹ ਹਾਥੀਵਾਨ ਰਾਜੇ ਦਾ ਭਗਤ ਸੀ। ਰਾਜੇ ਦਾ ਬਹੁਤ ਸਤਿਕਾਰ ਕਰਦਾ ਸੀ। ਉਸ ਦੇ ਮਨ ਅੰਦਰ ਇਹ ਖ਼ਿਆਲ ਉੱਠ ਆਇਆ ਕਿ ਅਮਰ ਫਲ ਰਾਜੇ ਨੂੰ ਭੇਟ ਕਰ ਦਿੰਦਾ ਹਾਂ। ਸਾਡਾ ਗਰੀਬਾਂ ਦਾ ਕੀ ਹੈ ? ਰਾਜਾ ਜ਼ਿਆਦਾ ਚਿਰ ਜੀਵੇਗਾ ਤਾਂ ਪ੍ਰਜਾ ਦਾ ਭਲਾ ਕਰੇਗਾ। ਉਸ ਨੇ ਉਹ ਅਮਰ ਫਲ ਰਾਜੇ ਨੂੰ ਭੇਟ ਕਰ ਦਿੱਤਾ।

ਘਟਨਾ ਘਟ ਗਈ। ਘਟਨਾ-ਚੱਕਰ ਪੂਰਾ ਹੋ ਗਿਆ। ਰਾਣੀ ਦੀ ਬੇ-ਵਫਾਈ ਵੇਖ ਰਾਜੇ ਦਾ ਸਿਰ ਫਟਣ ਨੂੰ ਆ ਗਿਆ। ਸਿਰ ਚਕਰਾ ਗਿਆ। ਆਪਣਾ ਰਾਜ-ਭਾਗ ਛੱਡ ਰਾਜਾ ਭਰਥਰੀ ਹਰੀ ਸੰਨਿਆਸੀ ਬਣ ਗਿਆ। ਉਸ

ਨੂੰ ਬ੍ਰਹਮ-ਗਿਆਨ ਪ੍ਰਾਪਤ ਹੋ ਗਿਆ। ਆਪਣੇ ਨਿੱਜੀ ਅਨੁਭਵ ਦੇ ਆਧਾਰ ਤੇ ਉਹ ਅੰਦਰ ਛੁਪੇ, ਸਰੀਰ ਅੰਦਰ ਸਮਾਏ ਸੱਚ ਦੀ ਮੌਜੂਦਗੀ ਦਾ ਅਹਿਸਾਸ ਕਰਕੇ ਇਸ ਅਹਿਸਾਸ ਦੇ ਚਰਚੇ ਕਰਨ ਲੱਗ ਪਏ। ਉਨ੍ਹਾਂ ਦੇ ਸ਼ਰਧਾਲੂਆਂ ਨੇ ਉਨ੍ਹਾਂ ਦੇ ਪ੍ਰਵਚਨਾਂ ਨੂੰ ਇਕੱਠਾ ਕਰ ਕੇ ਗ੍ਰੰਥ ਤਿਆਰ ਕਰ ਲਏ, ਜਿਨ੍ਹਾਂ ਦੀ ਬਦੌਲਤ ਰਾਜੇ ਭਰਥਰੀ ਦਾ ਨਾਮ ਇਤਿਹਾਸ 'ਚ ਅਮਰ ਹੈ।

ਮੈਂ ਗੱਲ ਕਰ ਰਿਹਾ ਹਾਂ ਸੂਖਸ਼ਮ ਸ਼ਕਤੀਆਂ ਦੇ ਨਿਰਾਲੇ ਖੇਲ੍ਹ ਦੀ ਕਿ ਇਹ ਸ਼ਕਤੀਆਂ ਕਿਵੇਂ ਆਪਣੇ ਖੇਲ੍ਹ ਖੇਲ੍ਹ ਰਹੀਆਂ ਹਨ। ਅਪ੍ਰਤੱਖ ਨਿਰ-ਆਕਾਰੀ ਸ਼ਕਤੀਆਂ ਜੋ ਸਰੀਰ ਨੂੰ ਨਿਰਦੇਸ਼ ਦੇ ਰਹੀਆਂ ਹਨ, ਉਹ ਹੀ ਸਰੀਰ ਅੰਦਰ ਵੀ ਮੌਜੂਦ ਹਨ। ਜਿਉਂ ਜਿਉਂ ਸਾਇੰਸਦਾਨ ਨਵੀਆਂ ਨਵੀਆਂ ਖੋਜਾਂ ਕਰਦੇ ਰਹਿੰਦੇ ਹਨ, ਉਹ ਆਪਣੀਆਂ ਖੋਜਾਂ ਨੂੰ ਸਾਰਵਜਨਿਕ ਕਰ ਦਿੰਦੇ ਹਨ। ਜਿਵੇਂ ਸਾਇੰਸਦਾਨਾਂ ਨੇ ਅਤਿ-ਆਧੁਨਿਕ ਤਕਨੀਕਾਂ ਖੋਜ ਲਈਆਂ ਹਨ। ਹੁਣ ਆਮ ਲੋਕਾਂ ਤਕ ਇਹ ਤਕਨੀਕਾਂ ਪਹੁੰਚ ਗਈਆਂ ਹਨ। ਹੁਣ ਤਾਂ ਸਾਇੰਸਦਾਨਾਂ ਨੇ ਇਹ ਖੋਜ ਵੀ ਕਰ ਲਈ ਹੈ ਕਿ ਸਰੀਰ ਅੰਦਰ ਮੌਜੂਦਾ ਅਤਿ ਸੂਖਸ਼ਮ ਜੀਨ ਹੀ ਉਹ ਆਧਾਰ ਹੈ ਜਿਸ ਦੇ ਰਾਹੀਂ ਅੱਗੇ ਅੱਗੇ ਵੰਸ਼ ਚੱਲ ਰਹੇ ਹਨ।

ਆਪਣੇ ਪੁਰਖੇ ਆਪਣੇ ਬਜ਼ੁਰਗ ਤਾਂ ਸਾਨੂੰ ਪਹਿਲਾਂ ਹੀ ਇਹ ਦੱਸਦੇ ਆਏ ਹਨ ਕਿ "ਕੁਛ ਤੋ ਹੈ ਜੋ ਹਸਤੀ ਮਿਟਤੀ ਨਹੀਂ ਹਮਾਰੀ।" ਕੁਝ ਹੈ ਜੋ ਅਮਰ ਹੈ, ਜੋ ਮਿਟਣ ਵਾਲਾ ਨਹੀਂ ਹੈ। ਜਿਸ ਦੀ ਮੌਜੂਦਗੀ ਨੂੰ ਸਮਝਣ ਦੇ ਕਾਰਣ ਹੀ ਅਸੀਂ ਮੈਂ ਮੈਂ ਕਰਨ ਲੱਗ ਜਾਂਦੇ ਹਾਂ।

ਮਾਂ ਪ਼ਰ ਪੂਤ ਪਿਤਾ ਪਰ ਘੋੜਾ ਬਹੁਤਾ ਨਹੀਂ ਤਾਂ ਥੋੜਾ ਥੋੜਾ।

ਇਹ ਕਿਸ ਤਰ੍ਹਾਂ ਸੰਭਵ ਹੈ ਕਿ ਬੱਚੇ ਦੇ ਨੈਣ-ਨਕਸ਼, ਸੁਭਾਓ ਆਪਣੇ ਮਾਤਾ-ਪਿਤਾ ਤੇ ਚਲੇ ਜਾਂਦੇ ਹਨ। ਜਿਥੇ ਬੋਲੀ ਭਾਸ਼ਾ ਕੰਮ ਨਹੀਂ ਆਉਂਦੀ ਉਥੇ ਭਾਵਨਾਵਾਂ ਦਾ ਖੇਲ੍ਹ ਸ਼ੁਰੂ ਹੋ ਜਾਂਦਾ ਹੈ। ਇਨ੍ਹਾਂ ਸੂਖਸ਼ਮ ਭਾਵਨਾਵਾਂ ਬਾਰੇ ਖ਼ਿਆਲ ਸਾਡੇ ਚਿੱਤ ਰੂਪੀ ਆਕਾਸ਼ 'ਚ ਉੱਡਣ ਲੱਗ ਜਾਂਦੇ ਹਨ।

ਜਦੋਂ ਬੱਚੇ ਦਾ ਜਨਮ ਹੋ ਜਾਂਦਾ ਹੈ, ਪ੍ਰਤੱਖ ਸਰੀਰ ਨਜ਼ਰ ਆਉਣ ਲੱਗ ਜਾਂਦਾ ਹੈ ਤਾਂ ਬਜ਼ੁਰਗ ਔਰਤਾਂ, ਦਾਈਆਂ (Mid Wifes) ਸਭ ਤੋਂ ਪਹਿਲਾਂ ਬੱਚੇ ਦੀ ਪ੍ਰਤੀਕਿਰਿਆ, ਬੱਚੇ ਦੀਆਂ ਹਰਕਤਾਂ, ਬੱਚੇ ਦੇ ਹੱਥ-ਪੈਰ ਹਿਲਾਉਣ, ਬੱਚੇ ਦੇ ਰੋਣ ਦੀ ਉਡੀਕ ਕਰਦੀਆਂ ਹਨ। ਜਦੋਂ ਬੱਚਾ ਰੋਣ ਲੱਗ ਜਾਂਦਾ ਹੈ ਤਾਂ ਉਹ ਸਮਝ ਜਾਂਦੀਆਂ ਹਨ ਕਿ ਬੱਚੇ ਦੇ ਸਰੀਰ ਅੰਦਰ ਸਮਾਈ ਹੋਈ ਸ਼ਕਤੀ ਜਿਸ ਨੂੰ ਆਮ ਕਰਕੇ ਬੇਮਾਤਾ ਕਿਹਾ ਜਾਂਦਾ ਹੈ, ਬੱਚੇ ਦੇ ਸਰੀਰ ਨੂੰ ਸੰਭਾਲ ਰਹੀ ਹੈ। ਇਸ ਦਾ ਮਤਲਬ ਸਿਰਫ ਇਹ ਹੁੰਦਾ ਹੈ ਕਿ ਬੱਚੇ ਦੇ ਸਰੀਰ ਦੀ ਬਣਤਰ ਬਾਰੇ ਜਾਣ ਰਹੀ ਸ਼ਕਤੀ ਅਪ ਹੀ ਬੱਚੇ ਨੂੰ ਪ੍ਰੇਰਨਾ ਦੇ ਰਹੀ ਹੈ, ਸੰਭਾਲ ਰਹੀ ਹੈ। ਇਹ

ਜਾਨਣ ਵਾਲੀ ਸ਼ਕਤੀ, ਜਾਨਣ ਵਾਲੀ ਸਮਰੱਥਾ ਨੂੰ ਹੀ ਬਜ਼ੁਰਗ - ਬ੍ਰਹਮ-ਗਿਆਨੀ, ਰਿਸ਼ੀ-ਮੁਨੀ ਅਜਨਬੀ ਸ਼ਕਤੀ ਕਹਿੰਦੇ ਹਨ। ਜਿਉਂ ਜਿਉਂ ਬੱਚੇ ਦਾ ਧਿਆਨ ਪ੍ਰਤੱਖ ਸਰੀਰ ਉਤੇ ਕੇਂਦਰਿਤ ਹੋਣ ਲੱਗ ਜਾਂਦਾ ਹੈ ਬੱਚਾ ਭੁੱਖ ਲੱਗਣ ਤੇ ਰੋਣ ਲੱਗ ਜਾਂਦਾ ਹੈ। ਜਦੋਂ ਬੱਚੇ ਦਾ ਪੇਟ ਭਰ ਜਾਂਦਾ ਹੈ ਤਾਂ ਬੱਚਾ ਖੁਸ਼ ਨਜ਼ਰ ਆਉਣ ਲੱਗ ਜਾਂਦਾ ਹੈ। ਬੱਸ ਇੱਥੋਂ ਹੀ ਪ੍ਰਤੱਖ ਅਤੇ ਅਪ੍ਰਤੱਖ ਦੇ ਖੇਲ੍ਹ ਨੂੰ ਸਮਝਣ ਵਾਸਤੇ ਉਲਝਣਾਂ ਪੈਦਾ ਹੋ ਜਾਂਦੀਆਂ ਹਨ।

ਸੱਚ ਕਹੂ ਤਾਂ ਜੱਗ ਨਹੀਂ, ਝੂਠੇ ਮਿਲੇ ਨਾ ਰਾਮਾ।

(ਕਬੀਰ ਜੀ)

ਕਬੀਰ ਸਾਹਿਬ ਜੀ ਤਾਂ ਸਹਿਜ ਸੁਭਾਅ ਹੀ ਸਰੀਰ ਅੰਦਰ ਸਮਾਏ ਸੱਚ ਨੂੰ ਰਾਮ ਕਹਿ ਰਹੇ ਹਨ ਕਿ ਜੋ ਅਦ੍ਰਿਸ਼ ਹੈ ਉਹ ਤਾਂ ਮਿਟਣ ਵਾਲਾ ਨਹੀਂ ਹੈ। ਅਗਰ ਤੁਹਾਡੇ ਮਨ ਅੰਦਰ ਇਸ ਸੱਚ ਨੂੰ ਜਾਨਣ ਦੀ ਇੱਛਾ ਜਾਗ ਪਈ ਹੈ ਤਾਂ ਫਿਰ ਤੁਹਾਨੂੰ ਆਪਣੇ ਸਮਕਾਲੀਨ ਲੋਕਾਂ ਦੀ ਵਿਰੋਧਤਾ ਦਾ ਸਾਹਮਣਾ ਕਰਨਾ ਪਵੇਗਾ। ਆਪਣੀ ਨਿੱਜਤਾ ਨੂੰ ਪਹਿਚਾਨਣ ਵਾਸਤੇ ਲੋਕ-ਲਾਜ ਦੀ ਪ੍ਰਵਾਹ ਕਰਨੀ ਛੱਡਣੀ ਹੀ ਪਵੇਗੀ। ਅਗਰ ਤੁਸੀਂ ਲੋਕ-ਲਾਜ ਦੀ ਪਰਵਾਹ ਕਰੋਗੇ ਤਾਂ ਤੁਸੀਂ ਆਤਮ-ਰਸ ਨਹੀਂ ਪੀ ਸਕੋਗੇ। ਤੁਸੀਂ ਆਪਣੇ ਮਨ ਦੇ ਅਧੀਨ ਰਹਿ ਜਾਓਗੇ। ਤੁਹਾਡੇ ਮਨ ਅੰਦਰ ਇਸ ਤਰ੍ਹਾਂ ਕਦੇ ਵੀ ਬੇਪ੍ਰਵਾਹੀ ਨਹੀਂ ਆ ਸਕੇਗੀ।

ਫਕੀਰਾ ਫਕੀਰੀ ਦੂਰ ਹੈ, ਜਿੰਨੀ ਲੰਮੀ ਖਜੂਰ ਹੈ,
ਚੜ੍ਹੇ ਤਾਂ ਪੀਏ ਪ੍ਰੇਮ ਰਸ, ਡਿੱਗੇ ਤਾਂ ਚਕਨਾਚੂਰ ਹੈ।

ਚੜ੍ਹਨ ਦਾ ਮਤਲਬ ਸਿਰਫ ਇਹੀ ਹੈ ਕਿ ਆਪਣੀ ਆਤਮਾ ਦੀ ਮੌਜੂਦਗੀ ਤੇ ਪੱਕਾ ਵਿਸ਼ਵਾਸ ਕਰਦੇ ਹੋਇਆਂ ਸਹਿਜ ਜੀਵਨ ਬਤੀਤ ਕਰਨ ਲੱਗ ਜਾਣਾ। ਡਿੱਗਣ ਦਾ ਮਤਲਬ ਹੁੰਦਾ ਹੈ ਆਪਣੇ ਮਨ ਅਧੀਨ ਕਹਿੰਦੇ ਹੋਇਆਂ ਅਨੰਤ ਇੱਛਾਵਾਂ ਕਰਦੇ ਰਹਿਣਾ।

ਗੱਲਾਂ ਤਾਂ ਸਾਰੇ ਹੀ ਆਤਮਾ-ਪ੍ਰਮਾਤਮਾ ਬਾਰੇ ਸੁਣਦੇ ਹਨ, ਕਰਦੇ ਹਨ। ਸਾਡੇ ਮਨ ਅੰਦਰ ਹਰ ਤਰ੍ਹਾਂ ਦੇ ਵਿਚਾਰ ਉੱਠਦੇ ਹੀ ਰਹਿੰਦੇ ਹਨ। ਹਰ ਵਿਚਾਰ ਦਾ ਅਸੀਂ ਪਿੱਛਾ ਨਹੀਂ ਕਰਦੇ, ਕੋਈ ਕੋਈ ਖ਼ਿਆਲ ਸਾਡੇ ਮਨ ਅੰਦਰ ਇੰਨਾ ਤੀਬਰ, ਇੰਨਾ ਪ੍ਰਬਲ ਜਾਂਦਾ ਹੈ ਕਿ ਸਾਡੀ ਸਾਰੀ ਸੋਚ ਉਸੇ ਵਿਚਾਰ ਤੇ ਕੇਂਦਰਿਤ ਹੋਣ ਲੱਗ ਜਾਂਦੀ ਹੈ। ਸਾਡੇ ਸੂਖਸ਼ਮ ਚਿੱਤ ਰੂਪੀ ਆਕਾਸ਼ ਅੰਦਰ ਵਿਚਾਰਾਂ ਦੀ ਹੀ ਘੁੰਮਣਘੇਰੀ ਚਲਦੀ ਰਹਿੰਦੀ ਹੈ। ਇਸ ਕਾਰਣ ਸਾਡੇ ਮਨ ਅੰਦਰ ਕਦੇ ਵੀ ਅਡੋਲਤਾ ਨਹੀਂ ਰਹਿੰਦੀ। ਸਾਡਾ ਚੰਚਲ ਮਨ ਇਕ ਹੀ ਸਮੇਂ ਅਨੰਤ ਵਿਚਾਰਾਂ ਅੰਦਰ ਘਿਰਿਆ ਰਹਿੰਦਾ ਹੈ।

ਪ੍ਰਤੱਖ ਸਰੀਰ ਦੀ ਪਰਵਰਿਸ਼ ਦੇਖ ਭਾਲ ਕਰਨ ਵਾਸਤੇ ਸਾਡਾ ਚੇਤ ਮਨ ਆਪਣੀ ਜ਼ੁੰਮੇਦਾਰੀ ਨਿਭਾਉਂਦਾ ਰਹਿੰਦਾ ਹੈ। ਸਾਡੇ ਮਨ ਅੰਦਰ ਇਹ ਸਮਰੱਥਾ - ਇਹ ਕਾਬਲੀਅਤ ਹੈ ਕਿ ਸਾਡਾ ਮਨ ਹਰ ਤਰ੍ਹਾਂ ਦੇ ਢੋਂਗ ਕਰ ਲੈਣਾ ਜਾਣਦਾ ਹੈ। ਮੈਂ ਗੱਲ ਕਰ ਰਿਹਾ ਹਾਂ ਸਰੀਰਕ ਸ਼ਮਰੱਥਾ ਦੀ ਕਿ ਸਾਡਾ ਸਰੀਰ ਤਾਂ ਗੰਗਾ ਗਏ ਤਾਂ ਗੰਗਾ ਰਾਮ ਯਮੁਨਾ ਗਏ ਤਾਂ ਯਮੁਨਾ ਦਾਸ ਬਣਨ ਦਾ ਆਦੀ ਹੈ। ਭਾਵ ਸਰੀਰ ਦੀ ਅਗਵਾਈ ਜਦੋਂ ਮਨ ਕਰਨ ਲੱਗ ਜਾਂਦਾ ਹੈ ਤਾਂ ਸਾਡੇ ਮਨ ਅੰਦਰ ਵਿਚਾਰ ਭੀ ਪ੍ਰਤੱਖ ਬਾਰੇ ਹੀ ਉੱਠਦੇ ਰਹਿੰਦੇ ਹਨ। ਜਦੋਂ ਅਸੀਂ ਸਤਿਸੰਗ 'ਚ ਪਹੁੰਚ ਆਤਮਾ-ਪ੍ਰਮਾਤਮਾ ਬਾਰੇ ਸੁਣਦੇ ਹਾਂ ਤਾਂ ਸਾਡਾ ਮਨ ਭਾਵੁਕ ਹੋ ਆਤਮਾ-ਪ੍ਰਮਾਤਮਾ ਦੀ ਮੌਜੂਦਗੀ ਤੇ ਵਿਸ਼ਵਾਸ ਕਰ ਲੈਣ ਦੀਆਂ ਸ਼ੇਖੀਆਂ ਮਾਰਨ ਲੱਗ ਜਾਂਦਾ ਹੈ। ਇਸ ਤਰ੍ਹਾਂ ਭਗਤੀ ਦੀਆਂ ਗੱਲਾਂ ਕਰਨੀਆਂ, ਪੂਜਾ ਅਸਥਾਨਾਂ ਤੇ ਪਹੁੰਚ ਪੂਜਾ-ਪਾਠ ਕਰਨ ਦੇ ਬਾਵਜੂਦ ਵੀ ਆਮ ਲੋਕ ਨਹੀਂ ਵਿਰਲੇ ਬ੍ਰਹਮ-ਗਿਆਨੀ ਹੀ ਆਤਮਿਕ ਰਸ ਦਾ ਆਨੰਦ ਮਾਣਦੇ ਹਨ। ਵਿਓਹਾਰਕ ਤੌਰ ਤੇ ਅਮਲ ਕਰਨਾ ਬਹੁਤ ਔਖਾ ਹੈ। ਮੈਂ ਆਪਣੇ ਨਿੱਜੀ ਅਨੁਭਵ ਦੇ ਆਧਾਰ ਤੇ ਇਹ ਗੱਲ ਸਪੱਸ਼ਟ ਕਰ ਰਿਹਾ ਹਾਂ ਕਿ ਬਜ਼ੁਰਗਾਂ ਨੇ ਐਵੇਂ ਹੀ ਅਖਾਣ ਨਹੀਂ ਘੜੇ ਹਨ। ਜੋ ਸੱਚ ਹੈ ਉਸ ਨੂੰ ਸੱਚ ਮੰਨਦੇ ਹੋਏ ਉਸ ਸੱਚ ਤੇ ਪਹਿਰੇਦਾਰੀ ਕਰਨਾ ਬਹੁਤ ਹੀ ਔਖਾ ਕੰਮ ਹੈ। ਟੇਢੀ ਖੀਰ ਹੈ।

ਗੱਲੀਂ ਅਸੀਂ ਚੰਗੀਆਂ ਵਿਓਹਾਰੋਂ ਬੁਰੀਆਂ।

ਕਹੀ-ਕੁਹਾੜੀ ਹਮੇਸ਼ਾ ਦੂਸਰੇ ਦੇ ਹੱਥ ਚਲਦੀ ਹੋਈ ਹੀ ਚੰਗੀ ਲਗਦੀ ਹੈ। ਜਦੋਂ ਆਪ ਚਲਾਉਣੀ ਪੈਂਦੀ ਹੈ ਤਾਂ ਆਟੇ-ਦਾਣੇ ਦੇ ਭਾਅ ਦੇ ਅੰਤਰ - ਭਾਅ 'ਚ ਫਰਕ ਦਾ ਪਤਾ ਚਲਦਾ ਹੈ। ਕਿੰਨੀ ਅਜੀਬ ਗੱਲ ਹੈ ਕਿ ਅਜੋਕੇ ਸਮਾਜ - ਅਜੋਕੀ ਦੁਨੀਆਂ ਅੰਦਰ ਵੱਡੇ ਵੱਡੇ ਸਤਿਸੰਗ ਚੱਲ ਰਹੇ ਹਨ। ਆਤਮਾ-ਪ੍ਰਮਾਤਮਾ ਦੀ ਮੌਜੂਦਗੀ ਦੇ ਢੋਲ ਵਜਾਏ ਜਾ ਰਹੇ ਹਨ। ਫਿਰ ਵੀ ਆਪਣੇ ਸਰੀਰ ਅੰਦਰ ਸਮਾਏ ਹੋਏ ਸੱਚ ਦੀ ਮੌਜੂਦਗੀ ਦਾ ਅਹਿਸਾਸ ਆਮ ਲੋਕਾਂ ਨੂੰ ਹੋ ਹੀ ਨਹੀਂ ਰਿਹਾ ਹੈ। ਕਿਸੇ ਧਰਮ, ਕਿਸੇ ਪਰੰਪਰਾ ਦੀ ਮੈਂ ਇਥੇ ਕੋਈ ਗੱਲ ਨਹੀਂ ਕਰ ਰਿਹਾ ਹਾਂ। ਮੈਂ ਤਾਂ ਸਿਰਫ ਖ਼ਿਆਲਾਂ ਦੀ ਦੁਨੀਆਂ ਬਾਰੇ ਚਰਚਾ ਕਰਨ ਦੀ ਕੋਸ਼ਿਸ਼ ਕਰ ਰਿਹਾ ਹਾਂ ਕਿ ਸਾਨੂੰ ਪ੍ਰਮਾਤਮਾ ਨੇ ਆਪਣੀ ਕਿਰਪਾ ਕਰਕੇ ਜੋ ਇਹ ਮਨੁੱਖਾ ਦੇਹੀ ਦਿੱਤੀ ਹੈ। ਇਸ ਪ੍ਰਤੱਖ ਨਜ਼ਰ ਆ ਰਹੇ ਸਰੀਰ ਅੰਦਰ ਕਿਵੇਂ ਨਿਰ-ਆਕਾਰੀ ਮਨ ਅਤੇ ਨਿਰ-ਆਕਾਰੀ ਆਤਮਾ ਸਾਨੂੰ ਆਪਣੀ ਆਪਣੀ ਪ੍ਰੇਰਨਾ ਦਿੰਦੇ ਰਹਿੰਦੇ ਹਨ। ਇਹ ਬਹੁਤ ਹੀ ਨਿੱਜੀ ਮਸਲਾ ਹੈ। ਜਿਸ ਸਰੀਰ ਦੀ ਸਾਨੂੰ ਪ੍ਰਮਾਤਮਾ ਦੀ ਕਿਰਪਾ ਨਾਲ ਪ੍ਰਾਪਤੀ ਹੋਈ ਹੈ ਇਸ ਸਰੀਰ ਨਾਲ ਸਾਡੇ ਜੋ ਸੰਬੰਧ ਸਾਰਿਆਂ ਨਾਲ ਬਣੇ ਹਨ। ਇਨ੍ਹਾਂ ਸੰਬੰਧਾਂ ਨੂੰ ਧਿਆਨ 'ਚ ਰੱਖਦੇ ਹੋਏ ਆਪਣੀ

ਹੀ ਅੰਤਰ-ਆਤਮਾ ਦੀ ਮੌਜੂਦਗੀ ਤੇ ਵਿਸ਼ਵਾਸ ਰੱਖਦੇ ਹੋਏ ਖ਼ਿਆਲਾਂ ਦੀ ਦੁਨੀਆਂ ਅੰਦਰ ਬੇਲੈਂਸ ਬਨਾਉਣਾ ਪੈਂਦਾ ਹੈ। ਬੱਸ ਇਹ ਬੇਲੈਂਸ ਬਣਾਈ ਰੱਖਣਾ ਹੀ ਤਲਵਾਰ ਦੀ ਧਾਰ ਤੇ ਚੱਲਣ ਵਾਂਗ ਔਖਾ ਕੰਮ ਹੈ। ਇਸ ਵਾਸਤੇ ਹੀ ਕਿਸੀ ਨੇ ਸੱਚ ਹੀ ਕਿਹਾ ਹੈ। "ਫਕੀਰੀ ਦਾ ਘਰ ਬਹੁਤ ਦੂਰ ਹੈ। ਹੈਨ ਵਿਰਲੇ ਨਹੀਂ ਘਣੇ ਫੈਲ ਫੱਕਰ ਸੰਸਾਰ।"

ਸਾਡੇ ਸਰੀਰ ਦੀ ਬਣਤਰ ਦਾ ਜੋ ਸੱਚਾ ਆਧਾਰ ਹੈ, ਜੋ ਅਤਿ ਸੂਖਸ਼ਮ ਹੈ। ਉਸ ਦੀ ਮੌਜੂਦਗੀ ਦਾ ਖ਼ਿਆਲ ਮਨ ਅੰਦਰ ਟਿਕਾ ਕੇ ਰੱਖਣਾ ਪੈਂਦਾ ਹੈ। ਇਸ ਇਕ ਖ਼ਿਆਲ ਨੂੰ ਸਾਡੇ ਪ੍ਰਤੱਖ ਸਰੀਰ ਦੀ ਦੇਖਭਾਲ ਕਰਨ ਦੇ ਮਨ ਦੇ ਅਨੰਤ ਵਿਚਾਰਾਂ ਨੇ ਦਬਾਇਆ ਹੋਇਆ ਹੈ। ਇਕ ਖ਼ਿਆਲ ਦੀ ਯਾਦ ਮਨ ਅੰਦਰ ਟਿਕਦੀ ਹੀ ਨਹੀਂ ਹੈ ਕਿ ਸਾਡੇ ਸਰੀਰ ਅੰਦਰ ਸਮਾਈ ਹੋਈ ਸਚਾਈ ਅਜਨਮੀ ਹੈ, ਸਰੀਰ ਤੋਂ ਅਲੱਗ ਹੈ। ਇਹ ਮਿਟਣੇ ਵਾਲੀ ਨਹੀਂ ਹੈ। ਇਸ ਸਚਾਈ ਨੂੰ ਅਸੀਂ ਆਪ ਹੀ ਪਹਿਚਾਣ ਸਕਦੇ ਹਾਂ।

ਸਾਡੇ ਸੂਖਸ਼ਮ ਤੋਂ ਸੂਖਸ਼ਮ ਮਨ ਦੇ ਵਿਚਾਰ ਹੀ ਬਹੁਤ ਸੂਖਸ਼ਮ ਹਨ, ਜਿਵੇਂ ਕਿਹਾ ਜਾਂਦਾ ਹੈ ਕਿ ਆਤਮਿਕ ਉਚਾਈ ਦੀਆਂ ਉਦਾਹਰਣਾਂ ਵੀ ਆਪਣੇ ਸਮਕਾਲੀਨ ਜ਼ਮਾਨੇ ਦੀ ਤਰੱਕੀ ਦੇ ਮੁਤਾਬਿਕ ਹੀ ਜਚਦੀਆਂ ਹਨ। ਇਸ ਵਾਸਤੇ ਹੀ ਬ੍ਰਹਮ-ਗਿਆਨੀ ਬਹੁਤ ਸਰਲ, ਸਿੱਧੀਆਂ ਉਦਾਹਰਣਾਂ ਦਿੰਦੇ ਆਏ ਹਨ ਤਾਂ ਜੋ ਉਨ੍ਹਾਂ ਦੇ ਸਮਕਾਲੀਨ ਲੋਕ ਉਨ੍ਹਾਂ ਦੀਆਂ ਸਿੱਖਿਆਵਾਂ ਨੂੰ ਆਸਾਨੀ ਨਾਲ ਸਮਝ ਸਕਣ। ਅੱਜ ਦੇ ਜ਼ਮਾਨੇ ਦੀ ਤਰੱਕੀ ਨੂੰ ਵੇਖ ਹੁਣ ਮੈਂ ਇਹ ਮਹਿਸੂਸ ਕਰ ਰਿਹਾ ਹਾਂ ਕਿ ਅਤਿ ਸੂਖਸ਼ਮ ਮਨ ਦੇ ਖ਼ਿਆਲਾਂ ਬਾਰੇ ਅਸੀਂ ਸਹਿਜਤਾ ਨਾਲ ਇਹ ਸਮਝ ਸਕਦੇ ਹਾਂ ਕਿ ਮਨ ਦੇ ਖ਼ਿਆਲਾਂ ਨੂੰ ਜਾਣ ਰਹੀ ਸਮਰੱਥਾ ਨੂੰ ਵੀ ਅਸੀਂ ਯਕੀਨ ਕਰਕੇ ਮੰਨ ਸਕਦੇ ਹਾਂ ਕਿ ਕਿਵੇਂ ਟੌਹਰ ਨਾਲ ਮੋਬਾਇਲ ਫੋਨ ਦੇ ਨੰਬਰ ਮਿਲਾਏ ਜਾ ਰਹੇ ਹਨ। ਸਿਰਫ ਮੂੰਹ ਤੋਂ ਬੋਲਣ ਨਾਲ ਹੀ ਮੋਬਾਇਲ ਫੋਨ ਅੰਦਰ ਫੀਡ ਕੀਤੇ ਨੰਬਰ ਮਿਲ ਜਾਂਦੇ ਹਨ।

ਮੈਂ ਆਪਣੀ ਟੈਕਸੀ ਦੇ ਮੁਸਾਫਿਰਾਂ ਨੂੰ ਆਪਣੇ ਮੋਬਾਇਲ ਤੋਂ ਫੋਨ ਕਰਨ ਬਾਰੇ ਜਾਣਦਾ ਹਾਂ। ਜੋ ਮੇਰਾ ਫੋਨ ਨੰਬਰ ਮਿਲਾਉਣ ਵਾਸਤੇ ਮੂੰਹੋਂ ਸਿਰਫ 'ਟੈਕਸੀ' ਕਹਿੰਦੇ ਸਨ, ਝੱਟ ਮੇਰਾ ਨੰਬਰ ਅਤੇ ਮੇਰੇ ਟੈਕਸੀ ਸਟੈਂਡ ਵਾਲਾ ਨੰਬਰ ਮਿਲ ਜਾਂਦਾ ਹੈ। ਇਹੋ ਜਿਹੀਆਂ ਉਦਾਹਰਣਾਂ ਦੀ ਬਦੌਲਤ ਹੀ ਮੇਰਾ ਮਨ ਹੁਣ ਇਹ ਮੰਨ ਰਿਹਾ ਹੈ ਕਿ ਹਾਂ, ਇਹ ਵੀ ਸੱਚ ਹੈ ਕਿ ਸਿਰਫ ਇੱਛਾ ਕਰਨ ਨਾਲ ਹੀ ਸਾਡਾ ਮਨ ਆਪਣੀ ਕਾਰਵਾਈ ਸ਼ੁਰੂ ਕਰ ਦਿੰਦਾ ਹੈ। ਭਾਵ ਮਨ ਅੰਦਰ ਸੋਚਾਂ - ਮਨ ਅੰਦਰ ਖ਼ਿਆਲ ਉੱਠਣ ਲੱਗ ਜਾਂਦੇ ਹਨ। ਇਨ੍ਹਾਂ ਸੂਖਸ਼ਮ ਖ਼ਿਆਲਾਂ ਨੂੰ ਜੋ ਸਮਝਦਾ ਹੈ, ਦੇਖਦਾ ਹੈ, ਉਹ ਵੀ ਸਾਡੇ ਸਰੀਰ ਨਾਲ ਸੰਬੰਧਤ ਹੈ। ਖੈਰ

ਇਥੇ ਤਾਂ ਮੈਂ ਅਤਿ ਸੂਖਸ਼ਮ ਸ਼ਕਤੀਆਂ ਦੀ ਮੌਜੂਦਗੀ ਬਾਰੇ ਹੀ ਚਰਚਾ ਕਰ ਰਿਹਾ ਹਾਂ, ਲਿਖ ਰਿਹਾ ਹਾਂ।

ਬ੍ਰਹਮ-ਗਿਆਨੀ ਆਪਣੇ ਰਿਸ਼ੀ-ਮੁਨੀ ਭਾਵ ਆਪਣੇ ਸਰੀਰ ਅੰਦਰ ਮੌਜੂਦ ਵੇਖਣ ਵਾਲੀ ਸਮਰੱਥਾ ਦੀ ਮੌਜੂਦਗੀ ਨੂੰ ਅਹਿਸਾਸ ਕਰਨ ਵਾਲੇ, ਸਾਨੂੰ ਦਸਵੇਂ ਦਰ - ਚੌਥੇ ਪਦ - ਨਿਰਵਾਣ ਪਦ ਬਾਰੇ ਸਮਝਾਉਣ ਦੀਆਂ ਕੋਸ਼ਿਸ਼ਾਂ ਕਰਦੇ ਹੀ ਰਹਿੰਦੇ ਹਨ। ਇਨ੍ਹਾਂ ਦੀ ਮੌਜੂਦਗੀ ਦਾ ਅਹਿਸਾਸ ਕਰਨ ਵਾਸਤੇ ਸਾਨੂੰ ਆਪਣੇ ਹੀ ਸਰੀਰ ਅੰਦਰੋਂ ਸਮਝਣਾ ਪੈਂਦਾ ਹੈ। ਇਸ ਵਾਸਤੇ ਹੀ ਇਨ੍ਹਾਂ ਸ਼ਕਤੀਆਂ ਬਾਰੇ ਸਿਰਫ ਇਹ ਹੀ ਕਿਹਾ ਜਾ ਸਕਦਾ ਹੈ ਕਿ ਦਸਵਾਂ ਦਰ ਗੁਪਤ ਹੈ, ਇਸ ਗੁਪਤ ਦਰ ਤਕ ਅਸੀਂ ਆਪ ਹੀ ਪਹੁੰਚ ਸਕਦੇ ਹਾਂ। ਇਹ ਜੋ ਬੱਜਰ ਕਪਾਟ ਹੈ। ਬੰਦ ਦਰਵਾਜ਼ਾ ਹੈ, ਇਸ ਨੂੰ ਖੋਲ੍ਹਿਆ ਜਾ ਸਕਦਾ ਹੈ। ਅਸੀਂ ਆਪਣੇ ਇਸ ਦਸਵੇਂ ਦਰ ਤਕ ਆਪ ਹੀ ਪਹੁੰਚ ਸਕਦੇ ਹਾਂ। ਖੋਲ੍ਹ ਸਕਦੇ ਹਾਂ। ਆਪਣੇ ਸਰੀਰ ਅੰਦਰ ਮੌਜੂਦ ਆਪਣੀ ਆਤਮਾ, ਆਪਣੇ ਬ੍ਰਹਮ, ਆਪਣੇ ਸਾਖਸ਼ੀ ਭਾਵ ਦੀ ਮੌਜੂਦਗੀ ਦਾ ਅਹਿਸਾਸ ਕਰ ਸਕਦੇ ਹਾਂ। ਪਰੰਤੂ ਸ਼ਰਤ ਇਕ ਹੀ ਹੈ ਕਿ ਸਾਡੇ ਮਨ ਅੰਦਰ ਜੋ ਖ਼ਿਆਲ ਸਿਰਫ ਪ੍ਰਤੱਖ ਸਰੀਰ ਬਾਰੇ ਚੱਲਦੇ ਰਹਿੰਦੇ ਹਨ, ਉਹ ਬੰਦ ਹੋ ਜਾਣ। ਬਾਹਰੀ ਸੰਸਾਰ ਅਤੇ ਪ੍ਰਤੱਖ ਸਰੀਰ ਨਾਲ ਸੰਬੰਧਤ ਹੋਣ ਵਾਸਤੇ ਅਸੀਂ ਮੈਂ ਕਰਕੇ ਬੋਲਦੇ ਹਾਂ। ਮੈਂ ਕਹਿਣ ਨਾਲ ਅਸੀਂ ਉਸ ਸੱਚ ਦੀ ਮੌਜੂਦਗੀ ਦਾ ਪ੍ਰਗਟਾਵਾ ਨਹੀਂ ਕਰ ਸਕਦੇ ਜੋ ਚੁੱਪ-ਚੁਪੀਤੇ ਇਹ ਜਾਣ ਰਿਹਾ ਹੈ ਕਿ ਹਾਂ ਮੇਰਾ ਬੜਬੋਲਾ ਮਨ ਕੀ ਕੀ ਚਿਤਵ ਰਿਹਾ ਹੈ ? ਕੀ ਕੀ ਬੋਲ ਰਿਹਾ ਹੈ ?

ਹਉਮੈ ਨਾਵੈ ਨਾਲ ਵਿਰੋਧ ਹੈ। ਦੋਵੇਂ ਨਾ ਟਿਕੇ ਇਕ ਥਾਏਂ।

ਇਕ ਤਾਂ ਹੈ ਅਸਲ। ਦੂਜਾ ਹੈ ਅਕਸ। ਇਕ ਤੋਂ ਦੋ ਇਸ ਤਰ੍ਹਾਂ ਹੋ ਜਾਂਦੇ ਹਨ - ਹਊ+ਮੈਂ। ਜੋ ਅਸਲ ਹੈ ਉਹ ਤਾਂ ਸ਼ਾਂਤ ਹੈ, ਚੁੱਪ ਹੈ। ਇਸ ਵਾਸਤੇ ਹੀ ਅਸਲ ਦੀ ਮੌਜੂਦਗੀ ਕਾਰਣ ਮੈਂ ਪੈਦਾ ਹੋ ਜਾਂਦਾ ਹੈ। ਜੋ ਕੁਝ ਸੱਚ ਚਾਹੁੰਦਾ ਹੈ, ਅਸਲ ਚਾਹੁੰਦਾ ਹੈ, ਉਸ ਦੀ ਇੱਛਾ ਕਰਨ ਵਾਸਤੇ ਜੋ ਮੂੰਹੋਂ ਬੋਲਦਾ ਹੈ, ਉਹ ਮੈਂ ਬਣ ਜਾਂਦਾ ਹੈ। ਇਸ ਤਰ੍ਹਾਂ ਅਸਲ+ਮੈਂ ਸੰਯੁਕਤ ਹੋ ਜਾਂਦੇ ਹਨ। ਇਕੱਠੇ ਹੋਏ ਹੋਏ ਹਨ। ਇਸ ਤਰ੍ਹਾਂ ਦੋ ਰਸਤੇ ਅਲੱਗ ਅਲੱਗ ਦਿਸ਼ਾਵਾਂ ਵੱਲ ਜਾ ਰਹੇ ਹਨ। ਸੱਚ ਤਾਂ ਅੰਦਰ ਸਥਿਰ ਹੈ। ਮੈਂ ਚੰਚਲ ਹੈ। ਮੈਂ ਸਾਨੂੰ ਅਨੰਤਤਾ ਵੱਲ ਹੀ ਖਿੱਚਦਾ ਰਹਿੰਦਾ ਹੈ। ਜਦੋਂ ਕਿਸੀ ਵੀ ਕਾਰਣ ਮੈਂ ਭਾਵ ਦੀ ਯਾਤਰਾ ਬੰਦ ਹੋ ਜਾਂਦੀ ਹੈ ਪਿੱਛੇ ਇਕ ਹੀ ਰਹਿ ਜਾਂਦਾ ਹੈ। ਮੈਂ ਭਾਵ ਹੀ ਮੌਨ ਹੋ ਜਾਂਦਾ ਹੈ। ਉਦਾਹਰਣਾਂ ਤਾਂ ਬਹੁਤ ਹਨ। ਵਿਆਖਿਆਵਾਂ ਤਾਂ ਬਹੁਤ ਹੁੰਦੀਆਂ ਰਹਿੰਦੀਆਂ ਹਨ। ਬੱਸ ਮੁਸ਼ਕਿਲ ਤਾਂ ਇਕ ਹੀ ਹੈ ਕਿ ਇਹ ਬਾਹਰੀ ਸਭੇ ਉਦਾਹਰਣਾਂ ਸਾਡੇ ਧਿਆਨ

ਨੂੰ ਬਾਹਰ ਵੱਲ ਹੀ ਖਿੱਚਦੀਆਂ ਰਹਿੰਦੀਆਂ ਹਨ। ਸੱਚ ਦੀ ਮੌਜੂਦਗੀ ਤੇ ਸਾਡਾ ਧਿਆਨ ਜਾਂਦਾ ਹੀ ਨਹੀਂ ਹੈ।

ਜਿਵੇਂ ਚੰਦਰਮਾ ਤਾਂ ਇਕ ਹੈ। ਰਾਤ ਨੂੰ ਸ਼ਾਂਤ ਹੋਈ ਝੀਲ ਅੰਦਰ ਚੰਦਰਮਾ ਦਾ ਅਕਸ। ਹੂ-ਬਹੂ ਚੰਦਰਮਾ ਵਰਗਾ ਹੀ ਨਜ਼ਰ ਆਉਣ ਲੱਗ ਜਾਂਦਾ ਹੈ। ਚੰਦਰਮਾ ਆਪਣੀ ਜਗ੍ਹਾ ਹੈ, ਅਕਸ ਆਪਣੀ ਜਗ੍ਹਾ ਹੈ। ਇਸ ਤਰ੍ਹਾਂ ਸੱਚ ਸਾਡੇ ਹੀ ਅੰਦਰ ਸਮਾਇਆ ਹੋਇਆ ਹੈ। ਸੱਚ ਦਾ ਅਕਸ ਝੂਠਾ ਹੈ। ਇਸ ਝੂਠ ਦਾ ਹੀ ਨਾਮ ਅਸੀਂ ਮਨ ਰੱਖਿਆ ਹੋਇਆ ਹੈ। ਇਸ ਤਰ੍ਹਾਂ ਮਨ ਸਾਨੂੰ ਸੱਚ ਦੀ ਕਦੇ ਵੀ ਜਾਣਕਾਰੀ ਨਹੀਂ ਕਰਵਾ ਸਕੇਗਾ।

ਸੰਤ ਨਾ ਹੁੰਦੇ ਜਗਤ 'ਚ ਤਾਂ ਜਲ ਮਰਦਾ ਸੰਸਾਰ।

ਮੈਂ ਇਹ ਗੱਲ ਇਥੇ ਸੁਪੱਸ਼ਟ ਕਰ ਰਿਹਾ ਹਾਂ ਕਿ ਜਿਵੇਂ ਪੰਜਾਬੀ ਬੋਲੀ 'ਚ ਕਹੀ ਜਾ ਰਹੀ ਹਰ ਗੱਲ ਦੇ ਹਮੇਸ਼ਾਂ ਹੀ ਦੂਹਰੇ, ਦੋ ਤਰ੍ਹਾਂ ਦੇ ਅਰਥ ਕੱਢ ਲਏ ਜਾਂਦੇ ਹਨ, ਜੋ ਆਪਣੇ ਸਮਾਜ ਅੰਦਰ ਸਤਿਸੰਗ ਚੱਲ ਰਹੇ ਹਨ। ਇਨ੍ਹਾਂ ਦੇ ਅਰਥ ਤਾਂ ਇਹ ਹੀ ਹਨ, ਕਿ ਅਗਰ ਇਹੋ ਜਿਹੇ ਸੰਤ ਸੰਸਾਰ ਅੰਦਰ ਮੌਜੂਦ ਨਾ ਹੋਣ ਤਾਂ ਪ੍ਰਮਾਤਮਾ ਦਾ ਡਰ ਕਿਸੇ ਦੇ ਮਨ ਅੰਦਰ ਨਾ ਰਹੇ ਤਾਂ ਫਿਰ ਸੰਸਾਰ ਅੰਦਰ ਜੰਗਲ ਰਾਜ ਹੋ ਜਾਵੇਗਾ। ਤਕੜਾ ਮਾੜੇ ਦਾ ਜਿਊਣਾ ਹੀ ਹਰਾਮ ਕਰ ਦੇਵੇਗਾ।

ਹਾਂ, ਜਦੋਂ ਅਸੀਂ ਗੱਲ ਹੀ ਆਪਣੇ ਸਰੀਰ ਅੰਦਰ ਸਮਾਏ ਹੋਏ ਸੱਚ ਦੀ ਕਰ ਰਹੇ ਹੁੰਦੇ ਹਾਂ ਤਾਂ ਫਿਰ ਸੰਤ ਦਾ ਮਤਲਬ ਇਹ ਹੈ ਕਿ ਅਗਰ ਸਾਡੇ ਸਰੀਰ ਅੰਦਰ ਅਜਿਹਾ ਸੱਚ ਮੌਜੂਦ ਨਾ ਹੁੰਦਾ। ਮਨ ਤੋਂ ਪਾਰ ਜਿਸ ਸੱਚ ਦੀ ਇਥੇ ਗੱਲ ਮੈਂ ਕਰ ਰਿਹਾ ਹਾਂ ਤਾਂ ਫਿਰ ਸਾਡੇ ਮਨ ਤੇ ਕੋਈ ਵੀ ਅੰਕੁਸ਼ ਨਾ ਲੱਗੇ। ਮਨ ਹਮੇਸ਼ਾ ਆਪਣੀਆਂ ਕਲਪਨਾਵਾਂ 'ਚ ਹੀ ਖੋਇਆ ਰਹੇ, ਇਸ ਵਾਸਤੇ ਅੰਦਰਲੇ ਸੱਚ ਨੂੰ ਸੰਤ ਸੰਬੋਧਨ ਕੀਤਾ ਗਿਆ ਹੈ ਕਿ ਜਿਹੜਾ ਸੱਚ ਮਨ ਦੀਆਂ ਕਲਪਨਾਵਾਂ ਨੂੰ ਜਾਣ ਲੈਂਦਾ ਹੈ, ਪਛਾਣ ਲੈਂਦਾ ਹੈ, ਉਸ ਦੀ ਬਦੌਲਤ ਹੀ ਸਾਡਾ ਮਨ ਸ਼ਾਂਤ ਹੋ ਜਾਂਦਾ ਹੈ।

ਆਪਣੀ ਆਪਣੀ ਆਸਥਾ, ਆਪਣੇ ਆਪਣੇ ਧਰਮ ਦੀਆਂ ਸੀਮਾਵਾਂ ਤਕ ਦੀ ਸੋਚ ਸਾਨੂੰ ਆਪਣੇ ਦਾਇਰੇ ਤੋਂ ਬਾਹਰ ਵੇਖਣ ਹੀ ਨਹੀਂ ਦਿੰਦੀ ਹੈ। ਅਸੀਂ ਆਪਣੇ ਦਾਇਰਿਆਂ ਅੰਦਰ ਮਸ਼ਹੂਰ ਹੋਏ ਸੰਤਾਂ ਪ੍ਰਚਾਰਕਾਂ ਤੱਕ ਦਾ ਧਿਆਨ ਦੇਣ ਲੱਗ ਜਾਂਦੇ ਹਾਂ। ਇਸ ਕਾਰਣ ਸਾਡੀ ਸੋਚ ਆਪਣੇ ਸਰੀਰ ਅੰਦਰ ਸਮਾਏ ਹੋਏ ਸੱਚ ਵੱਲ ਜਾਂਦੀ ਹੀ ਨਹੀਂ ਹੈ। ਆਪਣੇ ਸਰੀਰ ਅੰਦਰ ਸਮਾਇਆ ਸੱਚ ਅਣ-ਜਾਣਿਆ ਹੀ ਰਹਿ ਜਾਂਦਾ ਹੈ। ਸਾਡਾ ਮਨ ਇਸ ਕਾਰਨ ਅਸ਼ਾਂਤ ਰਹਿੰਦਾ ਹੈ।

ਗੁਰੂ ਤੇਗ ਬਹਾਦਰ ਸਾਹਿਬ ਜੀ ਆਪਣੀ ਸਮੁੱਚੀ ਬਾਣੀ ਅੰਦਰ ਸਾਨੂੰ ਇਹ ਹੀ ਸਮਝਾਉਂਦੇ ਹਨ ਕਿ ਜੋ ਕੁਝ ਵੀ ਸਾਨੂੰ ਇਨ੍ਹਾਂ ਦੋ ਅੱਖਾਂ ਨਾਲ ਨਜ਼ਰ ਆ ਰਿਹਾ ਹੈ ਇਹ ਸਭ ਕੁਝ ਇਕ ਹੀ ਸ਼ਕਤੀ ਦਾ ਪਸਾਰਾ ਕੀਤਾ ਹੋਇਆ ਹੈ। ਇਸ ਸਾਰੀ ਕ੍ਰਿਤ ਅੰਦਰ ਉਹ ਇਕ ਸੱਚ ਹੀ ਸਮਾਇਆ ਹੋਇਆ ਹੈ। ਸਥੂਲ ਸਰੀਰਾਂ ਨੂੰ ਨਿਰਦੇਸ਼ ਦੇ ਰਹੀਆਂ ਸ਼ਕਤੀਆਂ ਅਮਰ ਹਨ। ਇਹ ਮਿਟਣ ਵਾਲੀਆਂ ਨਹੀਂ ਹਨ। ਇਨ੍ਹਾਂ ਅਮਰ ਸ਼ਕਤੀਆਂ ਦੀ ਮੌਜੂਦਗੀ ਦਾ ਅਹਿਸਾਸ ਸਾਨੂੰ ਆਪਣੇ ਸਰੀਰ ਅੰਦਰੋਂ ਹੀ ਹੋ ਸਕਦਾ ਹੈ। ਇਨ੍ਹਾਂ ਸ਼ਕਤੀਆਂ ਦੀ ਮੌਜੂਦਗੀ ਤੇ ਸਮਾਂ-ਸਥਾਨ ਬਦਲ ਜਾਣ ਦਾ ਕੋਈ ਅਸਰ ਨਹੀਂ ਹੈ :

ਦੂਰ ਕੇ ਨੇੜ ਕਿ ਆਵਣ ਆਕਾਸ,
ਸਿਮਰੇ ਮਨ ਪਹੁੰਚੇ ਜਨ ਪਾਸ।

ਗੁਰੂ ਜੀ ਦੀ ਬਾਣੀ ਅੰਦਰ ਮਨ ਆਤਮਾ ਅਤੇ ਪ੍ਰਮਾਤਮਾ ਦੀ ਮੌਜੂਦਗੀ ਬਾਰੇ ਖੋਲ੍ਹ ਕੇ ਬਹੁਤ ਹੀ ਸਾਧਾਰਣ ਅਤੇ ਸਰਲ ਢੰਗ ਨਾਲ ਜ਼ਿਕਰ ਕੀਤਾ ਗਿਆ ਹੈ ਕਿ ਸਾਡੇ ਨਸ਼ਵਰ ਸਰੀਰ ਅੰਦਰੋਂ ਹੀ ਸਾਡਾ ਨਿਰ-ਆਕਾਰੀ ਮਨ ਅਤੇ ਨਿਰ-ਆਕਾਰੀ ਆਤਮਾ ਸਾਡਾ ਪ੍ਰੇਰਨਾ ਸਰੋਤ ਹਨ। ਜੋ ਪ੍ਰਮਾਤਮਾ ਅਤੇ ਨਿਰ-ਆਕਾਰੀ ਆਤਮਾ ਸਾਡਾ ਪ੍ਰੇਰਨਾ-ਸਰੋਤ ਹਨ, ਜੋ ਪ੍ਰਮਾਤਮਾ ਇਨ੍ਹਾਂ ਪ੍ਰੇਰਨਾਵਾਂ ਨੂੰ ਜਾਣ ਰਿਹਾ ਹੈ ਉਹ ਸਾਡੀ ਪਹੁੰਚ, ਸਾਡੀ ਪਕੜ ਤੋਂ ਦੂਰ ਹੈ। ਪ੍ਰਮਾਤਮਾ ਬਾਰੇ ਤਾਂ ਸਿਰਫ ਇਹ ਹੀ ਕਿਹਾ ਜਾਂਦਾ ਹੈ ਕਿ ਪ੍ਰਮਾਤਮਾ ਪਰ੍ਹੇ ਤੋਂ ਪਰ੍ਹੇ ਸੰਸਾਰ ਦੇ ਕਣ ਕਣ ਅੰਦਰ ਮੌਜੂਦ ਹੈ।

ਗੁਰੂ ਜੀ ਦੀ ਬਾਣੀ ਦੇ ਵੈਰਾਗਮਈ ਸਲੋਕ ਹਰ ਖੁਸ਼ੀ ਗ਼ਮੀ ਦੇ ਪਾਠਾਂ ਅਤੇ ਅਖੰਡ ਪਾਠਾਂ ਦੇ ਭੋਗ ਸਮੇਂ ਪੜ੍ਹੇ ਜਾਂਦੇ ਹਨ। ਜੋ ਵਿਅਕਤੀ ਦੇ ਝੂਠੇ ਮਨ ਨੂੰ ਝੰਜੋੜ ਕੇ ਰੱਖ ਦਿੰਦੇ ਹਨ। ਉਸ ਸਮੇਂ ਹਰ ਵਿਅਕਤੀ ਦਾ ਮਨ ਝੁਕ ਜਾਂਦਾ ਹੈ। ਇਨ੍ਹਾਂ ਵੈਰਾਗਮਈ ਸਲੋਕਾਂ ਨੂੰ ਸੁਣ ਕੇ ਹਰ ਵਿਅਕਤੀ ਭਾਵੁਕ ਹੋ ਜਾਂਦਾ ਹੈ। ਕਿੰਨੀ ਹੈਰਾਨ ਕਰ ਦੇਣ ਵਾਲੀ ਗੱਲ ਹੈ ਕਿ ਕੁਝ ਹੀ ਮਿੰਟਾਂ ਬਾਅਦ ਸਾਡਾ ਮਨ ਸਚਾਈ ਨੂੰ ਭੁੱਲ-ਭੁਲਾ ਜਾਂਦਾ ਹੈ। ਆਪਣੇ ਧੁਰ ਅੰਦਰੋਂ ਉੱਠ ਰਹੀ ਆਤਮਾ ਦੀ ਸੱਚੀ ਆਵਾਜ਼ ਨੂੰ ਸੁਣਦਾ ਹੀ ਨਹੀਂ ਹੈ। ਗੁਰੂ ਜੀ ਦੇ ਉਪਦੇਸ਼ ਨੂੰ ਅਸੀਂ ਸਮਝਦੇ ਹੀ ਨਹੀਂ ਹਾਂ।

ਵੈਸੇ ਤਾਂ ਮੈਂ ਹਰ ਸਮੇਂ ਗੁਰੂ ਜੀ ਦੀ ਬਾਣੀ ਦੇ ਭਾਵ-ਅਰਥਾਂ ਨੂੰ ਸਮਝਣ ਦੀ ਕੋਸ਼ਿਸ਼ ਕਰਦਾ ਰਹਿੰਦਾ ਹਾਂ। ਪਰੰਤੂ ਹੁਣ ਮੈਨੂੰ ਆਪਣੀ ਹੀ ਆਤਮਾ ਦੀਆਂ ਲਾਹਨਤਾਂ ਵੀ ਸੁਣਨ ਲੱਗ ਪਈਆਂ ਹਨ ਕਿ ਮਨਾ ਤੇਰੀ ਅਗਵਾਈ ਨੇ ਹੀ ਤਾਂ ਸੱਚ ਨੂੰ ਢੱਕਿਆ ਹੋਇਆ ਹੈ। ਮੂਰਖ ਮਨਾ ਤੂੰ ਤਾਂ ਬਹੁਤ ਹੀ ਅਗਿਆਨੀ ਹੈਂ। ਗੁਰੂ ਜੀ ਤਾਂ ਸਾਨੂੰ ਇਹੀ ਸਮਝਾ ਰਹੇ ਹਨ ਕਿ ਜਿਹੜਾ ਸੱਚ ਤੁਹਾਡੇ ਸਰੀਰ

ਅੰਦਰ ਸਮਾਇਆ ਹੋਇਆ ਹੈ ਉਸ ਸੱਚ ਨੂੰ ਅਸੀਂ ਆਪਣੇ ਝੂਠੇ ਮਨ ਦੀਆਂ ਕੋਸ਼ਿਸ਼ਾਂ ਨਾਲ ਕਦੇ ਵੀ ਨਹੀਂ ਜਾਣ ਸਕਾਂਗੇ।

"ਜੋ ਹੈ ਸੋ ਹੈ।" ਜਿਹੜਾ ਸਦੀਵੀ ਸੱਚ ਹੈ ਉਹ ਤਾਂ ਕਦੇ ਬਦਲਦਾ ਹੀ ਨਹੀਂ ਹੈ। ਹਾਂ, ਉਸ ਸਦੀਵੀ ਸੱਚ ਨੂੰ ਜਾਣ ਲੈਣ ਦੀ ਜੋ ਚਾਹਤ ਹੈ। ਇਹ ਜਾਣ ਲੈਣ ਦੀ ਇੱਛਾ ਤੇ ਜਾਣ ਲੈਣ ਦਾ ਖ਼ਿਆਲ ਹੀ ਸੱਚ ਤੇ ਪੜਦਾ ਹੈ। ਸੱਚ ਨੂੰ ਹੀ ਪ੍ਰਮਾਣਿਤ ਕਰਨ ਦੀਆਂ ਕੋਸ਼ਿਸ਼ਾਂ ਚੱਲ ਰਹੀਆਂ ਹਨ ਜੋ ਕਿ ਕਦੇ ਪ੍ਰਮਾਣਿਤ ਹੋ ਹੀ ਨਹੀਂ ਸਕੇਗਾ। ਬੱਸ ਸੱਚ ਦੀ ਮੌਜੂਦਗੀ ਨੂੰ ਮੰਨ ਲੈਣ ਦਾ ਖ਼ਿਆਲ ਹੀ ਸਾਨੂੰ ਸੱਚ ਤੋਂ ਜਾਣੂ ਕਰਵਾਉਂਦਾ ਹੈ। ਆਤਮਾ ਦੀ ਮੌਜੂਦਗੀ ਨੂੰ ਮੰਨ ਲੈਣ ਤੋਂ ਪਹਿਲਾਂ ਹੀ ਅਸੀਂ ਤਾਂ ਪ੍ਰਮਾਤਮਾ ਨੂੰ ਜਾਣ ਲੈਣ ਦੀਆਂ ਸਿਰਫ ਗੱਲਾਂ ਹੀ ਕਰਦੇ ਰਹਿੰਦੇ ਹਾਂ। ਇਹ ਸਿਲਸਿਲਾ ਕਦੇ ਰੁਕਦਾ ਹੀ ਨਹੀਂ ਹੈ। ਪ੍ਰਮਾਤਮਾ ਬਾਰੇ ਸਿਰਫ ਗੱਲਾਂ ਹੀ ਹੁੰਦੀਆਂ ਰਹਿੰਦੀਆਂ ਹਨ।

ਮੈਂ ਕਿਆ ਜਾਣੂ ਰਾਮ ਕੋ, ਆਖੋਂ ਕਭੀ ਨਾ ਡੀਠਾ।

(ਕਬੀਰ ਸਾਹਿਬ)

ਕਥ ਕਥ ਕਥੀ ਕੋਟੀ ਕੋਟਿ॥ (ਜਪੁਜੀ ਸਾਹਿਬ)

ਬ੍ਰਹਮ ਗਿਆਨੀਆਂ ਨੇ ਆਪਣੀ ਸਹੂਲੀਅਤ ਵਾਸਤੇ ਨਿਰ-ਆਕਾਰੀ ਸ਼ਕਤੀਆਂ ਦੀ ਮੌਜੂਦਗੀ ਨੂੰ ਯਾਦ ਰੱਖਣ ਵਾਸਤੇ ਸਾਨੂੰ ਬਾਹਰੀ ਚਿੰਨ੍ਹ ਧਾਰਨ ਕਰਨ ਦੀਆਂ ਹਦਾਇਤਾਂ ਦਿੱਤੀਆਂ ਹੋਈਆਂ ਹਨ। ਜਿਸ ਤਰ੍ਹਾਂ ਕਿ ਗੁਰੂ ਨਾਨਕ ਦੇਵ ਜੀ ਦੇ ਸਮੇਂ ਜਨੇਊ ਧਾਰਨ ਕਰਨ ਦੀ ਰਸਮ ਜ਼ੋਰਾਂ-ਸ਼ੋਰਾਂ ਨਾਲ ਚਲ ਰਹੀ ਸੀ।

ਜਦੋਂ ਗੁਰੂ ਨਾਨਕ ਦੇਵ ਜੀ ਨੂੰ ਇਹ ਰਸਮ ਨਿਭਾਉਣ ਵਾਸਤੇ ਭਾਵ ਜਨੇਊ ਧਾਰਨ ਕਰ ਲੈਣ ਵਾਸਤੇ ਕਿਹਾ ਤਾਂ ਗੁਰੂ ਜੀ ਨੇ ਜਨੇਊ ਧਾਰਨ ਕਰ ਲੈਣ ਦਾ ਕਾਰਨ ਪੁੱਛਿਆ ਕਿ ਪਹਿਲਾਂ ਮੈਨੂੰ ਇਹ ਸਮਝਾਓ ਕਿ ਜਨੇਊ ਧਾਰਨ ਕਰਨ ਦਾ ਮਨੋਰਥ ਕੀ ਹੈ ? ਮਕਸਦ ਕੀ ਹੈ ?

ਇਹ ਜਨੇਊ ਜੀਅ ਕਾ, ਹੈ ਤਾਂ ਪਾਂਡੇ ਘੱਤ॥

ਕਿ ਇਸ ਜਨੇਊ ਦੇ ਧਾਰਨ ਕਰ ਲੈਣ ਦਾ ਮਤਲਬ ਤਾਂ ਸਿਰਫ ਇਹ ਹੀ ਹੈ ਕਿ ਇਹ ਜਨੇਊ ਸਾਨੂੰ ਆਪਣੀ ਨਿਰ-ਆਕਾਰੀ ਆਤਮਾ ਦੀ ਮੌਜੂਦਗੀ ਦੀ ਯਾਦ ਤਾਜ਼ਾ ਕਰਵਾਉਂਦਾ ਰਹੇ। ਪਰੰਤੂ ਤੁਸੀਂ ਤਾਂ ਇਸ ਨੂੰ ਧਾਰਨ ਕਰ ਲੈਣ ਦੇ ਅਸਲ ਮਨੋਰਥ ਨੂੰ ਹੀ ਭੁੱਲ ਗਏ ਹੋ। ਤੁਸੀਂ ਤਾਂ ਜਨੇਊ ਧਾਰਨ ਕਰ ਲੈਣ ਨੂੰ ਇਕ ਰਵਾਇਤ ਹੀ ਬਣਾ ਲਿਆ ਹੈ। ਅਗਰ ਜਨੇਊ ਧਾਰਨ ਕਰਕੇ ਮੈਨੂੰ ਮੇਰੀ ਆਤਮਾ ਪ੍ਰਮਾਤਮਾ ਦੀ ਮਨ ਅੰਦਰ ਯਾਦ ਬਣੀ ਰਹਿ ਸਕਦੀ ਹੈ। ਤਾਂ ਫਿਰ ਮੈਨੂੰ ਇਹ ਜਨੇਊ ਧਾਰਨ ਕਰ ਲੈਣ 'ਚ ਕੋਈ ਇਤਰਾਜ਼ ਹੀ ਨਹੀਂ ਹੈ। ਕੋਈ ਪਰਹੇਜ਼ ਨਹੀਂ ਹੈ।

ਆਮ ਲੋਕ ਤਾਂ ਜਨੇਊ ਧਾਰਨ ਕਰ ਲੈਣ ਦੇ ਮਨੋਰਥ ਨੂੰ ਹੀ ਭੁੱਲੇ ਹੋਏ ਹਨ। ਇਸ ਵਾਸਤੇ ਮੈਂ ਇਹ ਰਵਾਇਤ ਨਹੀਂ ਨਿਭਾ ਸਕਦਾ। ਆਪਣੇ ਸਮਾਜ ਅੰਦਰ ਤਾਂ ਬਾਹਰੀ ਚਿੰਨ੍ਹ ਧਾਰਨ ਕਰ ਲੈਣ ਦੀਆਂ ਅਨੰਤ ਪਰੰਪਰਾਵਾਂ ਚੱਲ ਰਹੀਆਂ ਹਨ। ਅਸਲ ਮਕਸਦ ਨੂੰ ਭੁੱਲੇ ਹੋਏ ਪਾਖੰਡੀ ਲੋਕਾਂ ਨੇ ਤਾਂ ਧਾਗੇ ਤਵੀਤ ਪਾਉਣ ਦੀਆਂ ਰਸਮਾਂ ਚਲਾਈਆਂ ਹੋਈਆਂ ਹਨ। ਕਿ ਇਹ ਲਓ ਮੈਂ ਮੰਤਰ ਪੜ੍ਹ ਕੇ ਇਹ ਤਵੀਤ ਬਣਾਇਆ ਹੈ। ਇਹ ਤੁਹਾਨੂੰ ਸਭ ਬਲਾਵਾਂ ਤੋਂ ਬਚਾਈ ਰੱਖੇਗਾ। ਇਸ ਤਰ੍ਹਾਂ ਮੰਤਰ ਪੜ੍ਹੇ ਤਵੀਤ ਬਨਾਉਣ ਵਾਲਿਆਂ ਦੀ ਅਸਲ ਮਨਸ਼ਾ ਤਾਂ ਲੋਕਾਂ ਨੂੰ ਬੇਵਕੂਫ ਬਣਾ ਕੇ ਆਪਣੀ ਰੋਜ਼ੀ-ਰੋਟੀ ਕਮਾਉਣਾ ਹੀ ਹੁੰਦਾ ਹੈ।

ਸਾਡਾ ਮਨ ਤਾਂ ਹਰਾਮੀ ਹੈ। "ਮਨ ਹਰਾਮੀ ਹੁੱਜਤਾਂ ਢੇਰ" ਗੁਰੂ ਤੇਗ ਬਹਾਦਰ ਜੀ ਸਾਨੂੰ ਮਨ ਦੀ ਮੌਜੂਦਗੀ ਦੀ ਪਹਿਚਾਣ ਦੱਸ ਰਹੇ ਹਨ ਕਿ ਤੁਹਾਡੇ ਸਰੀਰ ਅੰਦਰ ਮੌਜੂਦ ਸੱਚ ਤਾਂ ਅਸੀਂ ਪ੍ਰਮਾਣਿਤ ਨਹੀਂ ਕਰ ਸਕਾਂਗੇ। ਹਾਂ, ਜਿਸ ਸੱਚ ਦੀ ਬਦੌਲਤ ਝੂਠਾ ਮਨ ਨਿਰਮਿਤ ਹੋਇਆ ਹੈ ਇਸ ਨੂੰ ਪਹਿਚਾਨਣ ਦੀ ਹੀ ਦੇਰ ਹੈ। ਇਹ ਝੂਠਾ ਮਨ ਆਪ ਹੀ ਆਪਣਾ ਕਰਤਾ ਮਨ ਛੱਡਣ ਲੱਗ ਜਾਵੇਗਾ।

ਬੱਸ ਜਿਸ ਤਰ੍ਹਾਂ ਚਾਹੋ ਆਪਣੇ ਮਨ ਅੰਦਰ - ਆਤਮਾ ਦੀ ਮੌਜੂਦਗੀ ਦਾ ਖ਼ਿਆਲ ਲੈ ਆਓ। ਇਸ ਇਕ ਖ਼ਿਆਲ ਤੇ ਪਹਿਰੇਦਾਰੀ ਕਰਨ ਲੱਗ ਜਾਓ। ਕਿ ਆਤਮਾ ਅਮਰ ਹੈ। ਇਸ ਇਕ ਖ਼ਿਆਲ ਨੂੰ ਆਪਣਾ ਜੀਵਨ ਬਤੀਤ ਕਰਨ ਦਾ ਆਧਾਰ ਬਣਾ ਲਓ ਕਿ ਮੈਂ ਸਿਰਫ ਸਰੀਰ ਹੀ ਨਹੀਂ ਹਾਂ। ਮੈਂ ਅਮਰ ਆਤਮਾ ਹਾਂ। ਮੈਂ ਆਤਮਿਕ ਤਲ ਤੇ ਮਿਟਣ ਵਾਲਾ ਨਹੀਂ ਹਾਂ। ਇਸ ਤਰ੍ਹਾਂ ਮਨ ਅੰਦਰ ਚੱਲ ਰਹੇ ਵਿਚਾਰਾਂ ਨੂੰ ਆਤਮਾ ਦੀ ਮੌਜੂਦਗੀ ਦਾ ਖ਼ਿਆਲ ਹੀ ਕੱਟ ਸਕੇਗਾ।

ਇਹ ਆਪਣੇ ਨਿੱਜ ਸਰੂਪ ਦੀ ਪਹਿਚਾਣ ਕਰ ਲੈਣ ਦਾ ਖ਼ਿਆਲ ਹੀ ਸਾਨੂੰ ਆਪਣੇ ਝੂਠੇ ਮਨ ਤੋਂ ਮੁਕਤ ਕਰ ਸਕੇਗਾ। ਅਸੀਂ ਤਾਂ ਆਪਣੇ ਹੀ ਸਰੀਰ ਅੰਦਰ ਸਮਾਏ ਹੋਏ ਸੱਚ ਨੂੰ ਸਮਾਏ ਹੋਏ ਸਾਖਸ਼ੀ ਭਾਵ ਨੂੰ ਕੋਈ ਹਊਆ ਸਮਝਦੇ ਰਹਿੰਦੇ ਹਾਂ। ਬਲਾ ਸਮਝਦੇ ਰਹਿੰਦੇ ਹਾਂ। ਓਸ਼ੋ ਰਜਨੀਸ਼ ਦੀ ਕਿਤਾਬ 'ਸਾਖਸ਼ੀ ਭਾਵ' ਪੜ੍ਹਦੇ ਹੋਇਆਂ ਮੈਨੂੰ ਇਹ ਗੱਲ ਸਮਝ ਨਹੀਂ ਆ ਰਹੀ ਸੀ ਕਿ ਨਾਸ਼ਵਾਨ ਸਰੀਰ ਦਾ ਅਮਰ ਸ਼ਕਤੀਆਂ ਨਾਲ ਕਿਵੇਂ ਸੰਬੰਧ ਹੋ ਸਕਦਾ ਹੈ ? ਇਹ ਬਦੇਹੀ ਅਸਰੀਰੀ ਸ਼ਕਤੀਆਂ ਸਾਨੂੰ ਕਿਸ ਤਰ੍ਹਾਂ ਪ੍ਰੇਰਤ ਕਰ ਸਕਦੀਆਂ ਹਨ। ਨਾਸ਼ਵਾਨ ਸਰੀਰ ਅੰਦਰ ਕਿਵੇਂ ਸਦੀਵੀ ਸੱਚ ਛਿਪਿਆ ਰਹਿ ਸਕਦਾ ਹੈ ? ਫਿਰ ਮੈਨੂੰ ਕਬੀਰ ਸਾਹਿਬ ਜੀ ਦੀ ਕਹੀ ਹੋਈ ਗੱਲ ਸਮਝ ਆਉਣ ਲੱਗ ਪਈ।

ਕਬੀਰਾ ਲਿਖਾ ਲਿਖੀ ਕੀ ਹੈ ਨਹੀਂ ਦੇਖਾ ਦੇਖੀ ਬਾਤ।

ਜਿਉਂ ਜਿਉਂ ਮੇਰੇ ਮਨ ਅੰਦਰ ਆਪਣੇ ਸਰੀਰ ਅੰਦਰ ਮੌਜੂਦ ਸਰੀਰ ਨੂੰ ਸੰਭਾਲ ਰਹੇ ਸੱਚ ਦੀ ਮੌਜੂਦਗੀ ਦਾ ਖ਼ਿਆਲ ਬਣਿਆ ਰਹਿਣ ਲੱਗ ਪਿਆ। ਮੇਰੇ ਮਨ ਅੰਦਰ ਸੱਚ ਦੀ ਮੌਜੂਦਗੀ ਦਾ ਅਹਿਸਾਸ ਕਰ ਲੈਣ ਦੇ ਖ਼ਿਆਲ ਪ੍ਰਬਲ ਹੋਣ ਲੱਗ ਪਏ। ਮੈਂ ਵੇਦਾਂ, ਗ੍ਰੰਥਾਂ 'ਚੋਂ ਪ੍ਰਮਾਣ ਇਕੱਠੇ ਕਰਨ ਲੱਗ ਪਿਆ ਕਿ ਉਹ ਕਿਹੜੀ ਸਚਾਈ ਹੈ ਜੋ ਸਰੀਰ ਅੰਦਰ ਮੌਜੂਦ ਹੈ। ਗੁਰੂ ਤੇਗ ਬਹਾਦਰ ਸਾਹਿਬ ਜੀ ਦੀ ਬਾਣੀ ਨੇ ਮੇਰੇ ਮਨ ਨੂੰ ਢਾਰਸ ਦਿੱਤਾ ਕਿ ਤੂੰ ਜਿਸ ਸੱਚ ਦੀ ਭਾਲ ਕਰਨੀ ਚਾਹੁੰਦਾ ਹੈਂ ਉਹ ਤਾਂ ਤੇਰੇ ਹੀ ਸਰੀਰ ਅੰਦਰ ਮੌਜੂਦ ਹੈ :

ੴ ਸਤਿਗੁਰ ਪ੍ਰਸਾਦਿ॥
ਧਨਾਸਰੀ ਮਹਲਾ ੯॥
ਕਾਹੇ ਰੇ ਬਨ ਖੋਜਨ ਜਾਈ॥
ਸਰਬ ਨਿਵਾਸੀ ਸਦਾ ਅਲੇਪਾ ਤੋਹੀ ਸੰਗਿ ਸਮਾਈ॥੧॥ ਰਹਾਉ॥
ਪੁਹਪ ਮਧਿ ਜਿਉ ਬਾਸੁ ਬਸਤੁ ਹੈ
ਮੁਕਰ ਮਾਹਿ ਜੈਸੇ ਛਾਈ॥ ਤੈਸੇ ਹੀ ਹਰਿ ਬਸੇ ਨਿਰੰਤਰਿ
ਘਟ ਹੀ ਖੋਜਨੁ ਭਾਈ॥੧॥ ਬਾਹਰਿ ਭੀਤਰਿ ਏਕੋ ਜਾਨਹੁ
ਇਹੁ ਗੁਰ ਗਿਆਨੁ ਬਤਾਈ॥
ਜਨ ਨਾਨਕ ਬਿਨੁ ਆਪਾ ਚੀਨੈ ਮਿਟੈ ਨ ਭ੍ਰਮ ਕੀ ਕਾਈ॥੨॥੨॥

ਸਾਡਾ ਸਥੂਲ ਪ੍ਰਤੱਖ ਸਰੀਰ ਅਪ੍ਰਤੱਖ ਨਿਰ-ਆਕਾਰੀ ਸ਼ਕਤੀਆਂ ਦੀ ਮੌਜੂਦਗੀ ਕਾਰਣ ਹੀ ਜੀਵਤ ਹੈ। ਇਹ ਨਿਰ-ਆਕਾਰੀ ਸਾਖਸ਼ੀ ਭਾਵ ਜਿਸ ਨੂੰ ਆਮ ਕਰਕੇ ਅਸੀਂ ਅਮਰ ਆਤਮਾ ਕਹਿੰਦੇ ਹਾਂ, ਇਹ ਆਤਮਾ ਅਲੌਕਿਕ ਨਿਰ-ਆਕਾਰੀ ਜਗਤ ਦੀ ਇਕ ਕਿਰਣ ਮਾਤਰ ਹੈ। ਇਸ ਪਰਾ-ਵਿਗਿਆਨਕ ਜਗਤ ਤੱਕ ਆਪਣੇ ਵਿਗਿਆਨੀਆਂ ਦੀ ਕੋਈ ਪਹੁੰਚ ਨਹੀਂ ਹੈ। ਸਾਡੇ ਵਿਗਿਆਨੀਆਂ ਦੀ ਤਾਂ ਸੋਚ ਤਕ ਵੀ, ਕਲਪਨਾ ਤਕ ਵੀ ਇਸ ਨਿਰ-ਆਕਾਰੀ ਜਗਤ ਤੱਕ ਪਹੁੰਚ ਨਹੀਂ ਸਕੇਗੀ। ਇਸ ਅਦਭੁਤ ਅਲੌਕਿਕ ਜਗਤ ਦੀ ਇਕ ਕਿਰਣ ਭਾਵ ਸਾਡਾ ਅਤਿ ਸੂਖਸ਼ਮ ਸਖਸ਼ੀ ਭਾਵ ਸਾਡੇ ਸਰੀਰ ਅੰਦਰ ਹੀ ਮੌਜੂਦ ਹੈ। ਇਸ ਸੱਚ ਦੀ ਮੌਜੂਦਗੀ ਦਾ ਅਹਿਸਾਸ ਵੀ ਸਾਨੂੰ ਆਪਣੇ ਇਸ ਮਨੁੱਖਾ ਸਰੀਰ ਅੰਦਰੋਂ ਹੀ ਹੋ ਸਕਦਾ ਹੈ। ਇਸ ਵਾਸਤੇ ਗੁਰੂ ਜੀ ਸਾਨੂੰ ਸਮਝਾ ਰਹੇ ਹਨ ਕਿ ਤੁਹਾਡਾ ਧਿਆਨ ਆਪਣੇ ਇਸ ਪਿਆਰੇ ਅਦਭੁਤ ਨਿਰਾਲੇ ਸਾਖਸ਼ੀ ਭਾਵ ਤੇ ਕਿਉਂ ਕੇਂਦਰਿਤ ਨਹੀਂ ਹੋ ਰਿਹਾ ਹੈ। ਤੁਸੀਂ ਆਪਣੇ ਇਸ ਸਰੀਰ ਅੰਦਰੋਂ ਆਪਣੇ ਇਸ ਨਿਰਾਲੇ ਸੱਚ ਦੀ ਪਹਿਚਾਣ ਕਿਉਂ ਨਹੀਂ ਕਰ ਰਹੇ ਹੋ।

ਕਾਹੇ ਰੇ ਬਨ ਖੋਜਨ ਜਾਈ॥

ਗੁਰੂ ਜੀ ਸਾਡੇ ਮਨ ਨੂੰ ਸਮਝਾਉਣ ਵਾਸਤੇ ਹੀ ਮਨ ਤੇ ਵਿਅੰਗ ਕਰ ਰਹੇ ਹਨ ਕਿ ਇਹ ਤੁਸੀਂ ਕੀ ਕਰ ਰਹੇ ਹੋ ? ਅਸੀਂ ਆਮ ਲੋਕ ਕੀ ਕਰ ਰਹੇ ਹਾਂ ? ਅਸੀਂ ਤਾਂ ਬਾਹਰ ਹੀ ਬਾਹਰ ਪੂਜਾ-ਪਾਠ ਕਰ ਰਹੇ ਹਾਂ। ਗੁਰੂ ਜੀ ਸਾਡੇ ਅਜਿਹੇ ਵਿਓਹਾਰ ਨੂੰ ਰੋਕਣਾ ਚਾਹੁੰਦੇ ਹਨ ਕਿ ਕੀ ਤੁਸੀਂ ਬਹੁਤ ਗਿਆਨੀ ਹੋ ? ਕੀ ਤੁਹਾਨੂੰ ਆਪਣੇ ਸਰੀਰ ਦੀ ਅਤੇ ਸਰੀਰ ਅੰਦਰ ਸਮਾਏ ਹੋਏ ਸੱਚ ਦੀ ਜਾਣਕਾਰੀ ਹੈ ? ਤੁਹਾਡੇ ਇਸ ਸਰੀਰ ਅੰਦਰ ਕੀ ਕੀ ਹੋ ਰਿਹਾ ਹੈ ? ਕਿਵੇਂ ਤੁਹਾਡਾ ਸਾਹ ਚੱਲ ਰਿਹਾ ਹੈ ? ਕਿਵੇਂ ਤੁਹਾਡੇ ਸਰੀਰ ਅੰਦਰ ਖੂਨ ਦਾ ਸਰਕਲ ਚੱਲ ਰਿਹਾ ਹੈ ? ਕਿਵੇਂ ਤੁਹਾਡੇ ਸਰੀਰ ਅੰਦਰ ਮੌਜੂਦ ਤੁਹਾਡਾ ਨਿਰ-ਆਕਾਰੀ ਮਨ ਕਲਪਨਾਵਾਂ ਕਰੀ ਜਾ ਰਿਹਾ ਹੈ ਇਸ ਦੀ ਤਾਂ ਤੁਹਾਨੂੰ ਕੋਈ ਜਾਣਕਾਰੀ ਹੈ ਹੀ ਨਹੀਂ। ਫਿਰ ਤੁਸੀਂ ਮੈਂ ਮੈਂ ਕਹਿਣ ਵਾਲੇ ਕੌਣ ਹੋ ? ਆਤਮ-ਪੜਚੋਲ ਕਰਨ ਵਾਲਿਆਂ ਦੇ ਸਾਹਮਣੇ ਹੀ ਇਹ ਦਿੱਕਤ ਆਉਂਦੀ ਹੈ ਕਿ ਮਾਜਰਾ ਕੀ ਹੈ ? ਸਾਡੇ ਸਰੀਰ ਦੀ ਬਣਤਰ ਕਿਵੇਂ ਬਣੀ ਹੈ ? ਸਾਡਾ ਮਨੋਰਥ ਕੀ ਹੈ ? ਅਸੀਂ ਕੀ ਕਰ ਰਹੇ ਹਾਂ ? "ਬੁੱਲ੍ਹਾ ਕੀ ਜਾਣੇ ਮੈਂ ਕੌਣ ?" ਭਾਵ ਸਚਾਈ ਕੀ ਹੈ ? ਅਸਲੀਅਤ ਕੀ ਹੈ ? ਗੁਰੂ ਜੀ ਸਾਡੇ ਸਾਹਮਣੇ ਹੀ ਸਵਾਲ ਪੈਦਾ ਕਰ ਰਹੇ ਹਨ ਕਿ ਤੁਸੀਂ ਕੀ ਕਰ ਰਹੇ ਹੋ ? ਤੁਸੀਂ ਤਾਂ ਸਚਾਈ ਦਾ ਸਾਹਮਣਾ ਹੀ ਨਹੀਂ ਕਰਨਾ ਚਾਹੁੰਦੇ ਹੋ। ਤੁਸੀਂ ਤਾਂ ਸਚਾਈ ਤੋਂ ਦੂਰ ਭੱਜ ਰਹੇ ਹੋ। ਤੁਸੀਂ ਤਾਂ ਆਪਣੇ ਹੀ ਸਰੀਰ ਅੰਦਰ ਸਮਾਏ ਹੋਏ ਸੱਚ ਵੱਲ ਪਿੱਠ ਕੀਤੀ ਹੋਈ ਹੈ। ਬਿਸਮਿੱਲਾ ਹੀ ਗਲਤ ਹੋਇਆ ਹੋਇਆ ਹੈ। ਅਸੀਂ ਤਾਂ ਸਰੀਰ ਤੋਂ ਬਾਹਰ ਹੀ ਬਾਹਰ ਵੇਖਦੇ ਰਹਿੰਦੇ ਹਾਂ। ਜਦੋਂ ਕਿ ਆਪਣੇ ਸਰੀਰ ਅੰਦਰ ਵੀ ਵੇਖਿਆ ਜਾ ਸਕਦਾ ਹੈ ਕਿ ਅਸੱਲ 'ਚ ਵੇਖਣ ਵਾਲਾ ਕੌਣ ਹੈ ? ਵੇਖ ਲੈਣ ਦੀ ਦਾਹਵੇਦਾਰੀ ਕੌਣ ਕਰ ਰਿਹਾ ਹੈ ? ਇਹ ਦਾਅਵੇਦਾਰੀ ਕਰਨ ਵਾਲੇ ਨੂੰ ਹੀ ਅਸੀਂ ਮਨ ਕਹਿੰਦੇ ਹਾਂ। ਇਸ ਮਨ ਦੀ ਅਸਲੀਅਤ ਕੀ ਹੈ ? ਇਹ ਮੈਂ ਭਾਵ ਕਿਉਂ ਪੈਦਾ ਹੋਇਆ ਹੋਇਆ ਹੈ। ਕਿਸ ਆਧਾਰ ਤੇ ਮੈਂ ਭਾਵ ਦੀ ਉਤਪਤੀ ਹੋਈ ਹੋਈ ਹੈ। ਇਹ ਗੱਲ ਵਿਚਾਰਨਯੋਗ ਹੈ। ਗੁਰੂ ਜੀ ਇਸ ਸਚਾਈ ਵੱਲ ਹੀ ਸਾਡਾ ਧਿਆਨ ਲਗਵਾਉਣਾ ਚਾਹੁੰਦੇ ਹਨ ਕਿ ਜੋ ਹਮੇਸ਼ਾ ਤੋਂ ਕਾਇਮ ਹੈ। ਜਿਹੜੀ ਹਸਤੀ ਮਿਟਣੇ ਵਾਲੀ ਨਹੀਂ ਹੈ। ਜੋ ਸਾਰੇ ਪਸਾਰੇ ਅੰਦਰ ਮੌਜੂਦ ਹੈ ਜੋ ਸਭ ਨੂੰ ਸ਼ਕਤੀ ਦੇ ਰਹੀ ਹੈ। ਉਸ ਇਕ ਨੇ ਹੀ ਸਾਡੇ ਇਸ ਸਰੀਰ ਦੀ ਬਣਤਰ ਬਣਾਈ ਹੈ। ਉਹ ਆਪ ਹੀ ਸਾਡੇ ਇਸੇ ਸਰੀਰ ਅੰਦਰ ਮੌਜੂਦ ਹੈ। ਉਹ ਇਸ ਸਰੀਰ ਬਾਰੇ ਮਨ ਦੀਆਂ ਕਲਪਨਾਵਾਂ ਬਾਰੇ ਸਭ ਕੁਝ ਜਾਣ ਰਿਹਾ ਹੈ। ਇਹ ਜਾਨਣ ਵਾਲੀ ਸਮਰੱਥਾ ਸਾਡੇ ਇਸੇ ਸਰੀਰ ਅੰਦਰ ਸਮਾਈ ਹੋਈ ਹੈ। ਬਸ ਇਸ ਸਚਾਈ ਨੂੰ ਮੰਨਣਾ, ਇਸ ਸਚਾਈ ਨੂੰ ਸਮਝਣਾ ਹੀ ਬਹੁਤ ਮੁਸ਼ਕਲ ਕੰਮ ਹੋਇਆ ਹੋਇਆ ਹੈ। ਇਥੋਂ ਹੀ ਸਾਰੀ

ਕਹਾਣੀ ਉਲਟੀ ਹੋਈ ਹੋਈ ਹੈ। ਇਸ ਵਾਸਤੇ ਹੀ ਮਨ ਦੇ ਖ਼ਿਆਲਾਂ ਨੇ ਸੱਚ ਤੇ ਪੜਦਾ ਪਾ ਦਿੱਤਾ ਹੈ। ਗੁਰੂ ਜੀ ਸਾਨੂੰ ਉਦਾਹਰਣਾਂ ਦੇ ਰਹੇ ਹਨ ਕਿ ਜਿਵੇਂ ਖਿੜੇ ਹੋਏ ਫੁੱਲ ਦੀ ਸੁਗੰਧੀ ਤਾਂ ਬਾਹਰ ਵੱਲ ਭਾਵ ਦੂਰ ਦੂਰ ਤਕ ਪਹੁੰਚ ਜਾਂਦੀ ਹੈ। ਫੁੱਲ ਅਤੇ ਸੁਗੰਧੀ ਸੰਯੁਕਤ ਹੋਏ ਹੋਏ ਹਨ। ਫੁੱਲ ਨੂੰ ਅਤੇ ਫੁੱਲ ਦੀ ਸੁਗੰਧੀ ਨੂੰ ਨਿਖੇੜ ਕੇ ਨਹੀਂ ਵੇਖਿਆ ਜਾ ਸਕੇਗਾ। ਇਸ ਤਰ੍ਹਾਂ ਸਾਨੂੰ ਸ਼ੀਸ਼ੇ ਅੰਦਰ ਆਪਣੇ ਅੰਦਰ ਚੇਹਰੇ ਦੀ ਪਰਛਾਈਂ ਨਜ਼ਰ ਆਉਂਦੀ ਹੈ। ਅਸੀਂ ਆਪਣੇ ਚੇਹਰੇ ਨੂੰ ਅਤੇ ਸ਼ੀਸ਼ੇ 'ਚ ਨਜ਼ਰ ਆ ਰਹੀ ਪਰਛਾਈਂ ਨੂੰ ਅਲੱਗ ਅਲੱਗ ਕਰਕੇ ਨਹੀਂ ਵੇਖ ਸਕਾਂਗੇ। ਇਹ ਹੀ ਅਸਲ ਉਲਝਣ ਹੈ ਕਿ ਜਿਥੇ ਸੱਚ ਹੈ ਉਥੇ ਹੀ ਝੂਠ ਹੈ। ਸੱਚ ਅਤੇ ਝੂਠ ਇਕ ਹੀ ਚੀਜ਼ ਦੇ ਦੋ ਪਾਸਿਆਂ ਵਾਂਗ ਸੰਯੁਕਤ ਹੋਏ ਹੋਏ ਹਨ। ਮਿਲੇ-ਜੁਲੇ ਹੋਏ ਹਨ। ਅਸੀਂ ਇਕ ਤਰਫ਼ ਹੀ ਆਪਣਾ ਧਿਆਨ ਦੇ ਸਕਦੇ ਹਾਂ। ਅਗਰ ਅਸੀਂ ਸਰੀਰ ਵੱਲ ਹੀ ਵੇਖਦੇ ਹਾਂ ਤਾਂ ਫਿਰ ਸਰੀਰ ਅੰਦਰ ਛੁਪਿਆ ਹੋਇਆ ਸੱਚ ਸਾਨੂੰ ਨਜ਼ਰ ਹੀ ਨਹੀਂ ਆਉਂਦਾ ਹੈ। ਇਸ ਵਾਸਤੇ ਹੀ ਗੁਰੂ ਜੀ ਸਾਨੂੰ ਦੋ ਸੰਭਾਵਨਾਵਾਂ ਤੋਂ ਜਾਣੂ ਕਰਵਾ ਰਹੇ ਹਨ ਕਿ ਜੋ ਸੱਚ ਹੈ ਉਹ ਤਾਂ ਇਕ ਹੀ ਹੈ। ਪਰੰਤੂ ਇਕ ਦੀ ਹੀ ਪਰਛਾਈ ਨੂੰ ਵੇਖਣ ਲੱਗਿਆ। ਸੱਚ ਅਤੇ ਝੂਠ ਦੋ ਹੋ ਜਾਂਦੇ ਹਨ। ਜੋ ਸੱਚ ਸਾਡੇ ਸਰੀਰ ਅੰਦਰ ਸਮਾਇਆ ਹੋਇਆ ਹੈ ਉਹ ਤਾਂ ਕਿਰਣ ਮਾਤਰ ਹੈ। ਅੰਸ਼ ਮਾਤਰ ਹੈ ਜੋ ਕਣ ਕਣ 'ਚ ਮੌਜੂਦ ਹੈ, ਉਸ ਨੂੰ ਜਾਨਣ ਤੋਂ ਪਹਿਲਾਂ ਸਾਨੂੰ ਆਪਣੇ ਸਰੀਰ ਅੰਦਰ ਮੌਜੂਦ ਅੰਸ ਦੀ ਹੀ ਪਹਿਚਾਣ ਕਰਨੀ ਪੈਂਦੀ ਹੈ।

ਜਨ ਨਾਨਕ ਬਿਨੁ ਆਪਾ ਚੀਨੇ ਮਿਟੇ ਨਾ ਭਰਮ ਕੀ ਕਾਈ॥

ਪਹਿਲਾਂ ਆਤਮਾ ਫਿਰ ਪ੍ਰਮਾਤਮਾ। ਆਤਮਾ ਨੂੰ ਜਾਣ ਕੇ ਹੀ ਕਣ ਕਣ 'ਚ ਮੌਜੂਦ ਪ੍ਰਮਾਤਮਾ ਦੀ ਮੌਜੂਦਗੀ ਨੂੰ ਪਹਿਚਾਣਿਆ ਜਾ ਸਕੇਗਾ। ਇਸ ਵਾਸਤੇ ਘੁੰਮ ਘੁੰਮਾ ਕੇ ਗੱਲ ਇਸ ਹੱਦ ਤੱਕ ਪਹੁੰਚ ਜਾਂਦੀ ਹੈ ਕਿ ਜੋ ਦ੍ਰਿਸ਼ਵਾਨ ਹੈ, ਪ੍ਰਤੱਖ ਹੈ। ਭਾਵ ਸਾਨੂੰ ਜੋ ਇਹ ਮਨੁੱਖਾ ਸਰੀਰ ਮਿਲਿਆ ਹੋਇਆ ਹੈ। ਸਾਨੂੰ ਇਸ ਦੀ ਪ੍ਰਾਪਤੀ ਕਿਵੇਂ ਹੋਈ ਹੈ ? ਇਹ ਪਹਿਲਾ ਸਵਾਲ ਹੈ ਕਿ ਜ਼ਰਾ ਸੋਚ-ਵਿਚਾਰ ਤਾਂ ਕਰੋ ਕਿ ਇਹ ਸਰੀਰ ਤੁਹਾਨੂੰ ਪ੍ਰਮਾਤਮਾ ਨੇ ਹੀ ਤਾਂ ਦਿੱਤਾ ਹੈ। ਸਰੀਰ ਤੇ ਮਾਲਕੀ ਕਰ ਰਿਹਾ ਮਨ ਝੂਠਾ ਹੈ। ਸਰੀਰ ਨਾਸ਼ਵਾਨ ਹੈ ਪਰੰਤੂ ਜੋ ਸਮਰੱਥਾ ਸਰੀਰ ਅਤੇ ਮਨ ਦੀਆਂ ਕਲਪਨਾਵਾਂ ਨੂੰ ਵੇਖ ਰਹੀ ਹੈ। ਉਹ ਤਾਂ ਮਰਨੇ-ਮਿਟਣੇ ਵਾਲੀ ਨਹੀਂ ਹੈ। ਉਸ ਨੇ ਸਰੀਰ ਦੀ ਬਣਤਰ ਬਣਾਈ ਹੈ। ਉਸ ਨੇ ਹੀ ਮਨ ਨੂੰ "ਮੈਂ ਭਾਵ" ਨੂੰ ਪੈਦਾ ਕੀਤਾ ਹੋਇਆ ਹੈ। ਉਸ ਦੀ ਹੀ ਮੌਜੂਦਗੀ ਦਾ ਖ਼ਿਆਲ ਸਾਡੇ ਮਨ ਅੰਦਰੋਂ ਨਿਕਲ ਗਿਆ ਹੈ। ਉਸ ਨੂੰ ਯਾਦ ਰੱਖਦੇ ਹੋਇਆਂ ਤਾਂ ਸਾਡਾ ਮੈਂ ਭਾਵ ਵੀ ਉੱਭਰ ਨਹੀਂ ਸਕੇਗਾ। ਮੈਂ ਭਾਵ ਦੇ ਪੈਦਾ ਨਾ ਹੋਣ ਕਾਰਣ ਅਸੀਂ

ਇਕ 'ਚ ਹੀ ਸਮਾ ਜਾਵਾਂਗੇ। ਖੇਲ੍ਹ ਖ਼ਤਮ ਹੋ ਜਾਵੇਗਾ। ਅਖੀਰ ਇਹ ਹੀ ਮੰਨਣਾ ਪਵੇਗਾ।

ਜੋਰ ਨਾ ਜੀਵਨ ਮਰਣ ਨਾ ਜੋਰ॥ (ਜਪੁਜੀ ਸਾਹਿਬ)

ਭਾਵ ਜੋ ਅਦ੍ਰਿਸ਼ ਨਿਰ-ਆਕਾਰੀ ਸ਼ਕਤੀਆਂ। ਆਕਾਰ ਅਤੇ ਨਿਰ-ਆਕਾਰ ਦਾ ਖੇਲ੍ਹ ਖੇਲ੍ਹ ਰਹੀਆਂ ਹਨ। ਉਹ ਦੋ ਨਹੀਂ ਹਨ। ਦੋ ਨਜ਼ਰ ਆਉਣ ਲੱਗ ਜਾਂਦੀਆਂ ਹਨ। ਇਹ ਸਾਰਾ ਸੰਸਾਰ ਇਕ ਦੀ ਹੀ ਰਚਨਾ ਹੈ। ਬੱਸ ਸੱਚ ਦੇ ਕਾਰਣ ਜੋ ਝੂਠ ਨਿਰਮਿਤ ਹੋਇਆ ਹੋਇਆ ਹੈ। ਇਹ ਹੀ ਸੱਚ ਤੇ ਪੜਦਾ ਬਣਿਆ ਹੋਇਆ ਹੈ। ਜਿਸ ਦਿਨ ਆਪਣੇ ਸੱਚੇ ਮਨੋਂ ਈਮਾਨਦਾਰੀ ਨਾਲ ਇਹ ਗੱਲ ਸਮਝ ਆ ਜਾਂਦੀ ਹੈ, ਮੈਂ ਦਾ ਪੜਦਾ ਹਟ ਜਾਂਦਾ ਹੈ। ਪਿੱਛੇ ਤੂੰ ਹੀ ਰਹਿ ਜਾਂਦਾ ਹੈ :

ਜਦ ਆਪਾ ਘਰ ਕਾ ਮਿਟ ਗਇਆ। ਜਿਤ ਦੇਖਾ ਤਿਤ ਤੂੰ॥

ਜਿਸ ਨੂੰ ਤੂੰ ਨਜ਼ਰ ਆਉਣ ਲੱਗ ਜਾਂਦਾ ਹੈ। ਉਸ ਨੂੰ ਲੋਕ ਬ੍ਰਹਮ-ਗਿਆਨੀ ਕਹਿਣ ਲੱਗ ਜਾਂਦੇ ਹਨ। ਇਸ ਵਾਸਤੇ ਜੋ ਤੂੰ ਹੀ ਤੂੰ ਕਰਦਾ ਰਹਿੰਦਾ ਹੈ, ਉਹ ਕਰਤੇ ਪੁਛਣੇ ਦਾ ਬੋਝ ਆਪਣੇ ਸਿਰ ਲੈਂਦਾ ਹੀ ਨਹੀਂ ਹੈ :

ਸੋਏ ਅਚਿੰਤਾ ਜਾਮੇ ਅਚਿੰਤਾ,
ਤਿਸ ਅਚਿੰਤੇ ਨੂੰ ਕਾਹੇ ਕੀ ਚਿੰਤਾ॥

ਮਨ ਅੰਦਰ ਐਵੇਂ ਹੀ ਬੇਪ੍ਰਵਾਹੀ ਨਹੀਂ ਆ ਜਾਂਦੀ। ਜੋ ਸੱਚ ਨੂੰ ਸੱਚ ਮੰਨਦੇ ਹੋਏ ਜੀਵਨ ਬਤੀਤ ਕਰਦਾ ਰਹਿੰਦਾ ਹੈ। ਉਹ ਹੀ ਦੁਨੀਆਂ ਤੋਂ ਬੇਪ੍ਰਵਾਹ ਹੋ ਸਕਦਾ ਹੈ :

ਉਹ ਵੀ ਚੰਦਨ ਹੋਇ ਰਹੇ, ਵਸੇ ਜੋ ਚੰਦਨ ਪਾਸ॥
ਚੰਦਨ ਵਿਸ ਵਿਆਪਤ ਨਹੀਂ, ਲਿਪਟੇ ਰਹਿਣ ਭੁਜੰਗ॥

(ਕਬੀਰ ਜੀ)

ਸਾਡੇ ਹੀ ਸਰੀਰ ਦੀ ਗਹਿਰਾਈ ਅੰਦਰ ਸਾਡਾ ਸਾਖਸ਼ੀ ਭਾਵ ਮੌਜੂਦ ਹੈ। ਆਤਮਾ ਦੀ ਮੌਜੂਦਗੀ ਤੇ ਵਿਸ਼ਵਾਸ ਰੱਖਦੇ ਹੋਏ ਵਿਰਲੇ ਹੀ ਇਹ ਕਹਿੰਦੇ ਹਨ :

ਕੁੱਲੀ ਰਾਹ ਵਿਚ ਪਾਈ ਅਸੀਂ ਤੇਰੇ,
ਵੇ ਆਉਂਦਾ ਜਾਂਦਾ ਤੱਕਦਾ ਰਵ੍ਹੀਂ।

ਸਾਨੂੰ ਤਾਂ ਕਦੇ ਕਦੇ ਇਹ ਲੱਗਣ ਲੱਗ ਜਾਂਦਾ ਹੈ ਕਿ ਪ੍ਰਮਾਤਮਾ ਸਾਡੇ ਤੋਂ ਬਹੁਤ ਦੂਰ ਹੈ। ਕਦੇ ਇਹ ਲੱਗਣ ਲੱਗ ਜਾਂਦਾ ਹੈ ਕਿ ਪ੍ਰਮਾਤਮਾ ਸਾਡੇ ਬਹੁਤ ਨੇੜੇ ਹੈ। ਇਹ ਨਜ਼ਦੀਕੀਆਂ, ਇਹ ਦੂਰੀਆਂ ਜਦੋਂ ਸਮਾਪਤ ਹੋਣ ਲੱਗ ਜਾਂਦੀਆਂ ਹਨ ਤਾਂ ਹੀ ਫਿਰ ਸਾਨੂੰ ਇਹ ਸਮਝ ਆਉਂਦਾ ਹੈ ਕਿ ਇਹ ਨਜ਼ਦੀਕੀਆਂ ਅਤੇ ਦੂਰੀਆਂ ਤਾਂ ਸਾਡੇ ਨਿਰ-ਆਕਾਰੀ ਚਿੱਤ ਰੂਪੀ ਆਕਾਸ਼ ਅੰਦਰ ਹੀ ਵਾਪਰਦੀਆਂ

ਹਨ। ਜਦੋਂ ਆਪਣੇ ਸੱਚੇ ਸਾਖਸ਼ੀ ਭਾਵ ਦੀ ਯਾਦ ਮਨ ਅੰਦਰ ਬਣੀ ਹੀ ਰਹਿੰਦੀ ਹੈ ਤਾਂ ਸਾਡੇ ਹੀ ਅੰਦਰੋਂ ਸਾਡਾ ਵੇਖਣ ਵਾਲਾ ਦ੍ਰਿਸ਼ਟਾ ਭਾਵ ਉੱਭਰ ਆਉਂਦਾ ਹੈ।

ਕੁੱਲੀ ਨੀ ਫਕੀਰ ਦੀ ਵਿਚੋਂ, ਅੱਲਾ ਹੂ ਦਾ ਅਵਾਜ਼ਾ ਆਵੇ।

ਜਦੋਂ ਸਾਡੇ ਸਰੀਰ ਅੰਦਰੋਂ ਹੀ ਮਨ ਨੂੰ ਸ਼ਾਂਤ ਹੋਇਆ ਵੇਖਣ ਵਾਲੀ ਸਮਰੱਥਾ ਉੱਭਰ ਆਉਂਦੀ ਹੈ ਤਾਂ ਫਿਰ ਆਪਣੀ ਹੀ ਅਵਸਥਾ ਨੂੰ ਅਨਮਨੀ ਕਿਹਾ ਜਾਂਦਾ ਹੈ। ਅਜਿਹੀ ਅਨੁਭੂਤੀ ਨੂੰ ਗੂੰਗੇ ਦਾ ਗੁੜ ਖਾਣਾ ਕਿਹਾ ਜਾਂਦਾ ਹੈ ਕਿ ਇਹ ਸਵਾਦ ਤਾਂ ਅਜਿਹਾ ਸਵਾਦ ਹੈ ਜਿਸ ਦਾ ਆਨੰਦ ਤਾਂ ਮਾਣਿਆ ਜਾ ਸਕਦਾ ਹੈ ਪਰੰਤੂ ਵਰਣਨ ਨਹੀਂ ਕੀਤਾ ਜਾ ਸਕੇਗਾ :

ਕਹਿ ਨਾਨਕ ਇਹ ਰਸ ਆਈ ਹੈ॥
ਜਿਉਂ ਚਾਖ ਗੂੰਗਾ ਮੁਸਕਰਾਏ॥

ਆਤਿਮਕ ਰਸ ਇਕ ਅਜਿਹਾ ਰਸ ਹੈ ਕਿ ਜਿਸ ਬਾਰੇ ਹੋ ਰਹੀਆਂ ਗੱਲਾਂ ਨੂੰ ਸੁਣ ਕੇ ਅਸੀਂ ਆਤਮਿਕ ਰਸ ਦਾ ਅਨੰਦ ਨਹੀਂ ਮਾਣ ਸਕਾਂਗੇ। ਜਦੋਂ ਇਸ ਆਤਮਿਕ ਅਨੰਦ ਦਾ ਰਸ ਮਾਣਨ ਲੱਗ ਜਾਵਾਂਗੇ ਤਾਂ ਇਸ ਬਾਰੇ ਕੁਝ ਕਹਿ ਹੀ ਨਹੀਂ ਸਕਾਂਗੇ।

ਲਾਲ ਰੰਗ ਤਿਸਕੋ ਲਾਗਾ ਜਾ ਕੇ ਵਡਭਾਗ॥
ਮੈਲਾ ਕਦੇ ਨਾ ਹੋਵਈ ਨਾ ਲਾਗੇ ਦਾਗ॥

ਅਧਿਆਤਮਿਕਤਾ ਦੇ ਰਸਤੇ ਉਤੇ ਚਲਦਿਆਂ ਆਪਣੇ ਆਪੇ ਦੀ ਪਹਿਚਾਣ ਕਰਨ ਵਾਸਤੇ ਤਾਂ ਸਭ ਦਾ ਹੀ ਸਾਥ ਛੱਡਣਾ ਪੈਂਦਾ ਹੈ। ਹਾਂ ਜਦੋਂ ਇਹ ਗੱਲ ਸਮਝ ਆ ਜਾਂਦੀ ਹੈ ਕਿ ਸਾਡਾ ਸਾਖਸ਼ੀ ਭਾਵ ਸਾਡੇ ਸਰੀਰ ਅੰਦਰ ਹੀ ਮੌਜੂਦ ਹੈ ਤਾਂ ਸਾਨੂੰ ਇਹ ਸਮਝ ਵੀ ਆ ਜਾਂਦੀ ਹੈ ਕਿ ਜਿਸ ਸਾਖਸ਼ੀ ਭਾਵ ਦੀ ਮੌਜੂਦਗੀ ਬਾਰੇ ਸਾਰੇ ਹੀ ਧਰਮ ਹਾਮੀ ਭਰਦੇ ਹਨ ਉਹ ਨਿਰਾਲਾ ਸੱਚ ਹੈ।

ਸੱਚੀ ਸਿੱਖਿਆ

ਧਰਮ ਗ੍ਰੰਥ ਨੇ ਸੱਚ ਸਿੱਖਿਆ ਦਿੰਦੇ,
ਬੇਟੇ ਨੂੰ ਗਲਤ ਰਾਹ ਪਾ ਨਹੀਂ ਸਕਦਾ ਬਾਪ।
ਆਪਣੇ ਸੱਚ ਹੱਕ ਲਈ ਲੜ ਮਰਨਾ,
ਕਦੇ ਸਮਝਣਾ ਨਹੀਂ ਚਾਹੀਦਾ ਪਾਪ,
ਦਿਨ ਭਰ ਕਰੋ ਮੇਹਨਤ ਮਜ਼ਦੂਰੀ,
ਹਿਰਦੇ ਅੰਦਰ ਕਹੋ - ਦਾਤੇ ਦੇ ਨਾਮ ਦਾ ਜਾਪ।
ਵੇਹਲੇ ਬਹਿ ਆਲਸ ਵੱਧ ਜਾਂਦੀ,
ਬਿਗੜੀ ਬਨਾਉਣੀ ਪੈਂਦੀ ਹੈ ਆਪ।

ਹਿੰਮਤਾਂ ਨਾਲ ਸਭੇ ਕੰਮ ਹੋ ਜਾਂਦੇ,
ਮੁਸ਼ਕਲ ਵੇਖ ਚੜ੍ਹਾਵੋ ਨਾ ਤਾਪ।
ਦਾਤਾ ਬਹੁਤ ਬੇਅੰਤ ਬੇਪ੍ਰਵਾਹ ਹੈ।
ਦਾਤਾਂ ਵੇਖ ਕਿਆਸਾਂ ਕਰਦੇ,
ਕੋਈ ਨਹੀਂ ਸਕਦਾ ਨਾਪ।
ਮਿਲਣ ਦੀ ਤਾਂਘ ਦਿਲ ਅੰਦਰ ਹੋਵੇ,
ਇਕ ਦਿਨ ਹੋ ਜਾਣਾ ਹੈ ਮਿਲਾਪ।
ਕਾਵਾਂ ਦੇ ਕਹੇ ਢੱਗੇ ਨਹੀਂ ਮਰਦੇ,
ਚੋਰਾਂ ਦੇ ਸਰਾਪੇ ਚੜ੍ਹਦਾ ਨਾ ਤਾਪ।
'ਦਲਬਾਰੇ' ਮਿਲਣ ਦੀ ਤਮੰਨਾ ਕਰੋ,
ਜਪਦੇ ਰਹੋ ਹਰੀ ਦਾ ਨਾਮ।

ਜਾਪ ਕਿਸ ਨੂੰ ਕਿਹਾ ਜਾਂਦਾ ਹੈ, ਜਾਪ ਕੋਈ ਜਪਣ ਵਾਲਾ ਨਾਮ ਨਹੀਂ। ਜਾਪ ਤਾਂ ਆਪਣੇ ਹੀ ਮਨ ਦੀ ਅਜਿਹੀ ਭਾਵ ਦਸ਼ਾ ਨੂੰ ਹੀ ਕਿਹਾ ਜਾਂਦਾ ਹੈ ਜਦੋਂ ਸਾਡੇ ਮਨ ਅੰਦਰ ਆਪਣੇ ਸਰੀਰ ਅੰਦਰ ਸਮਾਏ ਹੋਏ ਸੱਚ ਦੀ ਯਾਦ ਟਿਕੀ ਹੁੰਦੀ ਹੈ ਤਾਂ ਇਸ ਯਾਦ ਸਦਕੇ ਇਸ ਯਾਦ ਨੂੰ ਜਾਨਣ ਵਾਲਾ, ਯਾਦ ਨੂੰ ਵੇਖਣ ਵਾਲਾ ਸਰੀਰ ਅੰਦਰ ਨਜ਼ਰ ਆਉਣ ਲੱਗ ਜਾਂਦਾ ਹੈ। ਭਾਵ ਸਾਡੇ ਅੰਦਰੋਂ ਜੋ ਇਹ ਗਵਾਹੀ ਦੇਣ ਵਾਲੀ ਜਾਨਣ ਵਾਲੀ ਸ਼ਕਤੀ ਦਾ ਕੋਈ ਰੰਗ-ਰੂਪ ਨਹੀਂ ਹੈ। ਇਸ ਦੀ ਮੌਜੂਦਗੀ ਨੂੰ ਪਹਿਚਾਨਣ ਵਾਸਤੇ ਕੋਈ ਵੀ ਚਿੰਨ੍ਹ ਨਹੀਂ ਹੈ। ਸਪੱਸ਼ਟ ਗੱਲ ਤਾਂ ਇਹ ਹੀ ਹੈ ਕਿ ਇਸ ਨਿਰ-ਆਕਾਰੀ ਸ਼ਕਤੀ ਦਾ ਸਾਡੇ ਸਰੀਰ ਨਾਲ ਕੋਈ ਮੋਹ ਵੀ ਨਹੀਂ ਹੈ। ਇਸ ਵਾਸਤੇ ਹੀ ਬ੍ਰਹਮ-ਗਿਆਨੀ ਆਪਣੇ ਇਸ ਅਨੋਖੇ ਅਨੁਭਵ ਨੂੰ ਸਿਰਫ ਨੇਤ ਨੇਤ ਕਹਿਣ ਲੱਗ ਜਾਂਦੇ ਹਨ।

ਜਿਸ ਅਨਮਨੀ ਅਵਸਥਾ 'ਚ ਪਹੁੰਚ - ਭਾਸ਼ਾ ਬੋਲੀ ਤੋਂ ਕੰਮ ਲੈਣਾ ਸਮਾਪਤ ਹੋ ਜਾਂਦਾ ਹੈ ਤਾਂ ਫਿਰ ਭਾਵਨਾਵਾਂ ਦਾ ਖੇਲ੍ਹ ਸ਼ੁਰੂ ਹੋ ਜਾਂਦਾ ਹੈ। ਤੁਸੀਂ ਮੂੰਹੋਂ ਭਾਵੇਂ ਜਿਹੜੀ ਮਰਜ਼ੀ ਬੋਲੀ ਬੋਲੋ, ਜਿਹੜੀ ਮਰਜ਼ੀ ਭਾਸ਼ਾ 'ਚ ਲਿਖਣ ਦੀਆਂ ਕੋਸ਼ਿਸ਼ਾਂ ਕਰਦੇ ਰਹੋ। ਭਾਵਨਾਵਾਂ ਦੇ ਭਾਵ ਨੂੰ ਸਾਡੀ ਹੀ ਅਚੇਤਨ ਆਤਮਾ ਪਹਿਚਾਨਣ ਲੱਗ ਜਾਂਦੀ ਹੈ। ਇਹ ਹੀ ਮੰਨਣਾ ਪੈਂਦਾ ਹੈ ਕਿ ਸਾਨੂੰ ਤਾਂ ਉਹ ਹੀ ਰੋਲ ਕਰਨਾ ਪੈਂਦਾ ਹੈ ਜਿਹੜਾ ਰੋਲ ਪ੍ਰਕਿਰਤੀ ਸਾਡੇ ਪਾਸੋਂ ਕਰਵਾਉਣਾ ਚਾਹੁੰਦੀ ਹੈ ਤਾਂ ਫਿਰ ਅੰਦਰੂਨੀ ਭਾਵਨਾਵਾਂ ਪ੍ਰਗਟ ਹੋਣ ਲੱਗ ਜਾਂਦੀਆਂ ਹਨ। ਮਨ ਅੰਦਰ ਸੰਸਾਰ ਪ੍ਰਤੀ ਵੈਰਾਗ ਪੈਦਾ ਹੋ ਜਾਂਦਾ ਹੈ। ਇਸ ਵੈਰਾਗ ਨੂੰ ਵੇਖਣ ਵਾਲਾ ਉੱਭਰ ਆਉਂਦਾ ਹੈ।

ਬਿਰਹੋਂ

ਬਿਰਹੋਂ ਤੇਰੀ ਵਿਚ ਸ਼ੇਰਾਂ ਵਾਲੀਏ ਮਾਤਾ,
ਜਿੰਦ ਮੇਰੀ ਹੁਣ ਕਮਲੀ ਹੋਈ ਰਹਿੰਦੀ ਏ।
ਹਾਰ ਸ਼ਿੰਗਾਰ ਮੈਨੂੰ ਸਭੇ ਭੁੱਲ ਗਏ,
ਹਾਰ ਸ਼ਿੰਗਾਰ ਲਗਾਉਂਦੀ ਸੀ ਜਿੰਦ ਮੇਰੀ,
ਨਖਰੇ ਕਰਦੀ ਸੀ ਉੱਠਦੀ ਬਹਿੰਦੀ ਏਹ।
ਤੇਰੀਆਂ ਯਾਦਾਂ ਦੇ ਵਿਚ ਜਗ ਮਾਤਾ,
ਜਿੰਦ ਮੇਰੀ ਸਭ ਕੁਝ ਭੁੱਲ ਗਈ ਹੈ।
ਹੁਣ ਮਿਲ ਮੇਰੀਏ ਸ਼ੇਰਾਂ ਵਾਲੀਏ ਮਾਤਾ,
ਅਰਦਾਸਾ ਜਿੰਦ ਹੁਣ ਕਰਦੀ ਰਹਿੰਦੀ ਹੈ।
ਸੁਧ ਬੁਧ ਮੈਨੂੰ ਰਹੀ ਨਾ ਕੋਈ,
ਤੇਰੀਆਂ ਯਾਦਾਂ ਵਿਚ ਹੁਣ ਦਾਤਾ,
ਜਿੰਦ ਮੇਰੀ ਖੋਈ ਖੋਈ ਰਹਿੰਦੀ ਹੈ।
ਮੇਹਰ ਕਰੀ ਭੁੱਲਾਂ ਬਖਸ਼ੀ ਬਖਸ਼ਣਹਾਰ,
ਅਨਜਾਣਾਂ ਤੋਂ ਭੁੱਲ ਹਮੇਸ਼ਾ ਹੁੰਦੀ ਰਹਿੰਦੀ ਹੈ।
ਹੋਰ ਇੱਛਾਵਾਂ 'ਦਲਬਾਰੇ' ਦੀਆਂ ਹੋਈਆਂ ਪੂਰੀਆਂ,
ਬਸ ਇਕੋ ਇੱਛਾ ਜਾਨਣ ਹਾਰਿਆ,
ਗਲ ਲੱਗ ਮਿਲਣੇ ਦੀ ਰਹਿੰਦੀ ਹੈ।

ਅਸੀਂ ਕੀ ਕਰ ਰਹੇ ਹਾਂ ? ਅਸੀਂ ਪ੍ਰਮਾਤਮਾ ਤੋਂ ਕੀ ਮੰਗ ਰਹੇ ਹਾਂ। ਇਸ ਬਾਰੇ ਆਪਣੇ ਸੇਵਕਾਂ ਨੂੰ ਸਮਝਾਉਣ ਵਾਸਤੇ ਕਿ ਤੁਸੀਂ ਕਿਹੜਾ ਉਲਟਾ ਰਸਤਾ ਫੜਿਆ ਹੋਇਆ ਹੈ। ਤੁਸੀਂ ਜਿਸ ਸਾਖਸ਼ੀ ਭਾਵ, ਜਿਸ ਸੱਚ ਦੀ ਮੌਜੂਦਗੀ ਬਾਰੇ ਭੁੱਲ ਹੀ ਗਏ ਹੋ। ਉਹ ਸੱਚ ਤਾਂ ਤੁਹਾਡੇ ਸਰੀਰ ਅੰਦਰ ਹੀ ਮੌਜੂਦ ਹੈ। ਉਸ ਦੀ ਮੌਜੂਦਗੀ ਨੂੰ ਜਾਨਣ ਦੀਆਂ ਗੱਲਾਂ ਤੁਸੀਂ ਬਾਹਰ ਹੀ ਬਾਹਰ ਕਰੀ ਜਾ ਰਹੇ ਹੋ। ਆਪਣੇ ਹੀ ਸੇਵਕਾਂ ਦਾ ਇਮਤਿਹਾਨ ਲੈਣ ਦੇ ਇਰਾਦੇ ਨਾਲ ਬ੍ਰਹਮ-ਗਿਆਨਣ ਰਾਬਿਆ ਨੇ ਆਪਣੇ ਹੀ ਸੇਵਕਾਂ ਨੂੰ ਕਿਹਾ ਕਿ ਰਾਤੀਂ ਮੈਂ ਆਪਣੇ ਕਮਰੇ ਅੰਦਰ ਕਪੜੇ ਸਿਉਂ ਰਹੀ ਸਾਂ। ਹਨੇਰੇ ਕਮਰੇ ਅੰਦਰ ਮੇਰੀ ਕਪੜੇ ਸਿਉਣ ਵਾਲੀ ਸੂਈ ਗਵਾਚ ਗਈ ਹੈ। ਆਓ ਬਾਹਰ ਚਾਨਣ 'ਚ ਪਹੁੰਚ ਉਹ ਸੂਈ ਢੂੰਡਣ 'ਚ ਮੇਰੀ ਮਦਦ ਕਰੋ।

ਇਕ ਸੇਵਕ ਕਹਿਣ ਲੱਗਾ – "ਮਾਤਾ ਜੀ, ਤੁਹਾਡਾ ਤਾਂ ਦਿਮਾਗ ਖਰਾਬ ਹੋ ਗਿਆ ਹੈ। ਸੂਈ ਤਾਂ ਕਮਰੇ ਦੇ ਅੰਦਰ ਗਵਾਚੀ ਹੈ, ਤੁਸੀਂ ਉਸ ਨੂੰ ਬਾਹਰ ਲੱਭਣ ਦੀਆਂ ਗੱਲਾਂ ਕਰ ਰਹੇ ਹੋ। ਇਹ ਤਾਂ ਹੋ ਹੀ ਨਹੀਂ ਸਕੇਗਾ।" ਰਾਬਿਆ

ਕਹਿਣ ਲੱਗੀ, "ਬੇਟਾ, ਤੁਹਾਡੀ ਗੱਲ ਠੀਕ ਹੈ। ਪਰੰਤੂ ਇਸ ਗੱਲ ਨੂੰ ਕੌਣ ਸਮਝ ਰਿਹਾ ਹੈ। ਇਹ ਆਮ ਲੋਕ ਕੀ ਕਰ ਰਹੇ ਹਨ ? ਆਤਮਾ- ਪ੍ਰਮਾਤਮਾ ਦੀਆਂ ਗੱਲਾਂ ਕਰਨ ਵਾਸਤੇ ਆਪਣੀ ਆਸਥਾ ਦੇ ਧਾਰਮਿਕ ਅਸਥਾਨਾਂ ਤੇ ਜਾਣ ਦੀ ਹੋੜ 'ਚ ਲਾਈਨਾਂ ਲਗਾ ਕੇ ਖੜੇ ਹੋਏ ਹਨ। ਇਹ ਗੱਲਾਂ ਤਾਂ ਉਸ ਸੱਚ ਬਾਰੇ ਹੀ ਹੋ ਰਹੀਆਂ ਹਨ। ਜੋ ਸਾਡੇ ਹੀ ਸਰੀਰ ਅੰਦਰ ਛੁਪਿਆ ਹੋਇਆ ਹੈ ਜੋ ਸਾਨੂੰ ਨਜ਼ਰ ਨਹੀਂ ਅਉਂਦਾ ਜਿਸ ਦੀ ਮੌਜੂਦਗੀ ਬਾਰੇ ਸਾਡਾ ਮਨ ਭੁੱਲ ਹੀ ਗਿਆ ਹੈ। ਇਸ ਤਰ੍ਹਾਂ ਉਹ ਸਭ ਲੋਕ ਮੂਰਖਤਾ ਦੀਆਂ ਗੱਲਾਂ ਕਰ ਰਹੇ ਹਨ। ਜਿਸ ਨੂੰ ਅੰਦਰੋਂ ਲੱਭਿਆ ਜਾ ਸਕਦਾ ਹੈ ਉਸ ਨੂੰ ਬਾਹਰੋਂ ਬਾਹਰ ਢੂੰਡਣ ਦਾ ਨਾਟਕ ਕਰਕੇ ਆਪਣਾ ਸਿਰਫ ਮਨ-ਪ੍ਰਚਾਵਾ ਕਰਦੇ ਰਹਿੰਦੇ ਹਨ। ਸੂਈ ਕਹਿਣ ਤੋਂ ਮੇਰਾ ਮਤਲਬ ਹੈ ਅਤਿ ਸੂਖਸ਼ਮ ਭਾਵ ਜਾਨਣ ਵਾਲਾ। ਜੋ ਸਰੀਰ ਅੰਦਰੋਂ ਸਿਰਫ ਵੇਖਦਾ ਹੀ ਹੈ। ਇਸ ਨਿਰਾਲੇ ਦ੍ਰਸ਼ਟੇ ਦੀ ਨਜ਼ਰ ਤੋਂ ਸਾਡਾ ਮਨ ਡਰਦਾ ਹੀ ਰਹਿੰਦਾ ਹੈ। ਸਾਡਾ ਮਨ ਸਾਹਮਣਾ ਕਰਨਾ ਹੀ ਨਹੀਂ ਚਾਹੁੰਦਾ ਹੈ :

ਜੇ ਸਉ ਚੰਦਾ ਉਗਵਹਿ ਸੂਰਜ ਚੜ੍ਹੇ ਹਜ਼ਾਰ॥
ਏਤੇ ਚਾਨਣ ਹੁੰਦਿਆਂ ਗੁਰ ਬਿਨੁ ਘੋਰ ਅੰਧਾਰ॥

ਗੱਲਾਂ ਕਰਨ ਵਾਸਤੇ ਤਾਂ ਦੋ ਹੀ ਚਾਹੀਦੇ ਹਨ। ਭਾਵ ਜਦੋਂ ਕਿਧਰੇ ਵੀ ਦੋ ਵਿਅਕਤੀ ਇਕੱਠੇ ਬੈਠੇ ਹੋਣ ਤਾਂ ਹੀ ਕੁਦਰਤੀ ਗੱਲ ਹੈ ਕਿ ਝੱਟ ਆਪਸ 'ਚ ਗੱਲਬਾਤ ਸ਼ੁਰੂ ਹੋ ਜਾਂਦੀ ਹੈ - "ਸੁਣਾ ਭਾਈ ਫਲਾਣਾ ਸਿੰਹਾਂ, ਕੀ ਹਾਲ-ਚਾਲ ਹੈ ? ਸੁਣਾ ਕੋਈ ਆਪ ਬੀਤੀ ਜਾਂ ਜਗ ਬੀਤੀ।" ਜਦੋਂ ਅਸੀਂ ਇਕਾਂਤ 'ਚ ਇਕੱਲੇ ਰਹਿ ਜਾਂਦੇ ਹਾਂ ਤਾਂ ਭੀ ਸਾਡੇ ਅੰਦਰੋਂ ਹਾਂ-ਹੂੰ ਦੀ ਗੱਲ ਬਾਤ ਸ਼ੁਰੂ ਹੋ ਜਾਂਦੀ ਹੈ। ਇਹ ਗੱਲਬਾਤ ਅਸਰੀਰੀ ਸ਼ਕਤੀਆਂ, ਮਨ ਅਤੇ ਆਤਮਾ ਵਿਚਕਾਰ ਸ਼ੁਰੂ ਹੁੰਦੀ ਹੈ। ਇਸ ਗੱਲਬਾਤ ਨੂੰ ਜਾਨਣ ਵਾਲੀ ਸਮਰੱਥਾ ਚੁੱਪਚਾਪ ਇਹ ਜਾਣ ਰਹੀ ਹੁੰਦੀ ਹੈ ਕਿ ਕਿਵੇਂ ਅਗਿਆਨਤਾ 'ਚ ਹੀ ਇਹ ਸਿਲਸਿਲਾ ਚਾਲੂ ਰਹਿੰਦਾ ਹੈ। ਬੱਸ ਇਹ ਹੀ ਗੱਲ ਸਮਝਣ ਯੋਗ ਹੈ ਕਿ ਹਾਂ ਗੱਲਬਾਤ ਹੋ ਰਹੀ। ਇਸ ਤਰ੍ਹਾਂ ਭਾਵੇਂ ਅਸੀਂ ਪੂਜਾ-ਪਾਠ ਕਰਦੇ ਹੋਈਏ, ਭਾਵੇਂ ਜਾਗ ਰਹੇ ਹੋਈਏ, ਭਾਵੇਂ ਸੌਂ ਰਹੇ ਹੋਈਏ, ਉਸ ਬਾਰੇ ਸਾਡਾ ਸਾਖਸ਼ੀ ਭਾਵ ਜਾਣ ਰਿਹਾ ਹੁੰਦਾ ਹੈ। ਇਸ ਗੱਲਬਾਤ ਬਾਰੇ ਜੋ ਜਾਣ ਹੀ ਰਿਹਾ ਹੈ। ਇਸ ਜਾਨਣ ਵਾਲੀ ਸ਼ਕਤੀ ਦੀ ਮੌਜੂਦਗੀ ਦੇ ਅਹਿਸਾਸ ਦੀ ਇਹ ਗੱਲ ਹੈ ਕਿ ਬਾਹਰ ਭਾਵੇਂ ਸੌ ਸੂਰਜ, ਸੌ ਚੰਦਰਮਾ ਭਾਵ ਜਿੰਨਾ ਮਰਜ਼ੀ ਚਾਨਣ ਕਰ ਲਓ, ਜੋ ਕੁਝ ਸਾਡੇ ਚਿਤ ਰੂਪੀ ਆਕਾਸ਼ ਅੰਦਰ ਘਟ ਰਿਹਾ ਹੁੰਦਾ ਉਸ ਨੂੰ ਅਸੀਂ ਆਪਣੇ ਸਰੀਰ ਅੰਦਰੋਂ ਹੀ ਜਾਣ ਸਕਦੇ ਹਾਂ ਕਿ ਕਿਵੇਂ ਸਾਡੇ ਚਿਤ ਰੂਪੀ ਆਕਾਸ਼ ਅੰਦਰ ਵਿਚਾਰ ਤੈਰਦੇ

ਰਹਿੰਦੇ ਹਨ। ਕਿਵੇਂ ਇਹ ਵਿਚਾਰ ਸਮਾਪਤ ਹੋ ਜਾਂਦੇ ਹਨ। ਇਹ ਸਭ ਤਾਂ ਹੀ ਸੰਭਵ ਹੁੰਦਾ ਹੈ। ਅਗਰ ਅਸੀਂ ਸਰੀਰ ਦੇ ਅੰਦਰੋਂ ਆਪਣੇ ਚਿੱਤ ਰੂਪੀ ਆਕਾਸ਼ ਅੰਦਰ ਆਪ ਹੀ ਵੇਖਣ ਲੱਗ ਜਾਂਦੇ ਹਾਂ। ਇਹ ਜੋ ਵੇਖਣ ਦੀ ਸਮਰੱਥਾ ਹੈ, ਜਿਸ ਨੂੰ ਆਮ ਕਰਕੇ ਆਤਮਾ ਦਾ ਨਾਮ ਦਿੱਤਾ ਜਾਂਦਾ ਹੈ। ਸਰੀਰ ਧਾਰਣ ਕਰਨ ਦਾ, ਸਰੀਰ ਬਾਰੇ ਜਾਨਣ ਦਾ ਕੰਮ ਇਸ ਬਦੇਹੀ ਸ਼ਕਤੀ ਆਤਮਾ ਦਾ ਹੀ ਹੈ। ਆਪਣੀ ਹੀ ਇਸ ਅਮਰ ਆਤਮਾ ਦੀ ਮੌਜੂਦਗੀ ਦਾ ਹਰ ਕਿਸੀ ਨੂੰ ਨਹੀਂ ਵਿਰਲਿਆਂ ਨੂੰ ਹੀ ਅਹਿਸਾਸ ਹੁੰਦਾ ਹੈ।

ਵਿਰਲੇ ਬ੍ਰਹਮ-ਗਿਆਨੀ ਓਪਰੀ ਨਜ਼ਰ ਨਾਲ ਵੇਖਦਿਆਂ ਤਾਂ ਸਾਨੂੰ ਆਪਣੇ ਵਰਗੇ ਆਮ ਵਿਅਕਤੀਆਂ ਵਰਗੇ ਹੀ ਨਜ਼ਰ ਆਉਂਦੇ ਹਨ। ਇਸ ਵਾਸਤੇ ਬ੍ਰਹਮ-ਗਿਆਨੀਆਂ ਦੇ ਸਮਕਾਲੀਨ ਲੋਕਾਂ ਨੂੰ ਅਕਸਰ ਉਨ੍ਹਾਂ ਦੀ ਪਹਿਚਾਣ ਹੁੰਦੀ ਹੀ ਨਹੀਂ ਹੈ। ਫਿਰ ਵੀ ਉਨ੍ਹਾਂ ਬ੍ਰਹਮ-ਗਿਆਨੀਆਂ ਦੇ ਸਮਕਾਲੀਨ ਲੋਕਾਂ 'ਚੋਂ ਇੱਕਾ-ਦੁੱਕਾ ਲੋਕ ਉਨ੍ਹਾਂ ਦੀ ਪਹਿਚਾਣ ਕਰ ਹੀ ਲੈਂਦੇ ਹਨ। ਉਨ੍ਹਾਂ ਦੇ ਨਿਰਾਲੇ ਵਿਓਹਾਰ ਨੂੰ ਸਮਝਣ ਵਾਲੇ - ਉਨ੍ਹਾਂ ਨੂੰ ਦਵਿੱਜ, ਫੱਕਰ, ਨਿਰਾਲੇ ਬ੍ਰਹਮ-ਗਿਆਨੀ ਕਹਿੰਦੇ ਹੋਏ ਉਨ੍ਹਾਂ ਦਾ ਸਤਿਕਾਰ ਕਰਨ ਹੀ ਲੱਗ ਜਾਂਦੇ ਹਨ ਕਿ ਪ੍ਰਮਾਤਮਾ ਤਾਂ ਨਿਰ-ਆਕਾਰੀ ਹੈ। ਸਾਨੂੰ ਨਜ਼ਰ ਨਹੀਂ ਆ ਰਿਹਾ ਹੈ। ਇਸ ਫੱਕਰ ਦੇ ਮਨ ਅੰਦਰ ਉਤਰੀ ਭਾਵੁਕਤਾ ਸਾਨੂੰ ਪ੍ਰਮਾਤਮਾ ਦੀ ਮੌਜੂਦਗੀ ਦਾ ਅਹਿਸਾਸ ਕਰਵਾ ਰਹੀ ਹੈ।

ਰਾਮ ਸੇ ਬੜਾ ਰਾਮ ਕਾ ਨਾਮ॥

ਹਰ ਵਿਅਕਤੀ ਦੁਨੀਆਂ ਦੀਆਂ ਉਲਝਣਾਂ 'ਚ ਹੀ ਉਲਝਿਆ ਰਹਿੰਦਾ ਹੈ। ਹਰ ਸਮੇਂ ਹੀ ਨਵੀਆਂ ਨਵੀਆਂ ਸਕੀਮਾਂ ਸੋਚਦਾ ਰਹਿੰਦਾ ਹੈ। ਆਪਣੇ ਹੀ ਸਾਖਸ਼ੀ ਭਾਵ ਦੀ ਮੌਜੂਦਗੀ ਤੇ ਪੱਕਾ ਭਰੋਸਾ ਨਾ ਹੋਣ ਕਰਕੇ ਅਸੀਂ ਆਪਣੇ ਸਰੀਰ ਅੰਦਰ ਮੌਜੂਦ ਸੱਚ ਦੀ ਪਹਿਚਾਣ ਨਹੀਂ ਕਰ ਸਕਦੇ ਹਾਂ।

ਬੁਧ ਬਦਲੀ ਸਿਧ ਪਾਈ।

ਮੈਂ ਤਾਂ ਆਪਣੇ ਹੀ ਮਨ ਦੀਆਂ ਭਾਵਨਾਵਾਂ ਨੂੰ ਉਜਾਗਰ ਕਰਨ ਵਾਸਤੇ ਲਿਖਦਾ ਰਹਿੰਦਾ ਹਾਂ। ਇਹ ਜੋ ਲਿਖਣ ਦੀ ਪ੍ਰੇਰਨਾ ਹੈ ਇਹ ਕਿਸੀ ਨੂੰ ਲਾਲਚ ਜਾਂ ਕਿਸੀ ਉਦੇਸ਼ ਕਾਰਣ ਕਿਸੀ ਦੂਸਰੇ ਦੇ ਕਹਿਣ ਨਾਲ ਨਹੀਂ, ਬਲਕਿ ਮੇਰੇ ਹੀ ਮਨ ਦੇ ਇਹ ਮੰਨ ਲੈਣ ਤੋਂ ਬਾਅਦ ਕਿ ਮੈਨੂੰ ਆਪਣੇ ਹੀ ਮਨ ਦੀ ਮਰਜ਼ੀ ਨਾਲ ਇਹ ਸਰੀਰ ਪ੍ਰਾਪਤ ਨਹੀਂ ਹੋਇਆ ਹੈ। ਇਹ ਸਰੀਰ ਤਾਂ ਉੱਚ ਬਦੇਹੀ ਸ਼ਕਤੀਆਂ ਦੀ ਮੇਹਰਬਾਨੀ ਨਾਲ ਮੈਨੂੰ ਪ੍ਰਾਪਤ ਹੋਇਆ ਹੈ। ਇਹ ਉੱਚ ਅਸਰੀਰੀ ਸ਼ਕਤੀਆਂ ਹੀ ਇਹ ਜਾਣ ਰਹੀਆਂ ਹੁੰਦੀਆਂ ਹਨ ਕਿ ਮੇਰੇ ਇਸ ਸਰੀਰ ਤੋਂ ਉਨ੍ਹਾਂ ਨਿਰ-ਆਕਾਰੀ ਸ਼ਕਤੀਆਂ ਨੇ ਕੀ ਕੰਮ ਲੈਣਾ ਹੈ।

ਲੱਖ ਹੁਸ਼ਿਆਰ ਬਣਾਇ ਕੇ ਖਾਲਿਕ
ਇਕ ਅੱਧ ਮਦਮਸਤ ਬਣਾਇ ਦੇਤਾ ਹੈ।

ਜਿਨ੍ਹਾਂ ਦੇ ਮਨ ਝੁਕ ਜਾਂਦੇ ਹਨ, ਨਿਰਮਲ ਹੋ ਜਾਂਦੇ ਹਨ, ਉਹ ਮੈਂ ਕਹਿੰਦੇ ਹੋਏ ਇਕ ਵੀ ਬੋਲ ਆਪਣੇ ਮੂੰਹੋਂ ਬੋਲਦੇ ਹੀ ਨਹੀਂ ਹਨ। ਉਨ੍ਹਾਂ ਦੀ ਤੂੰ ਹੀ ਤੂੰ ਤੂੰ ਦੀ ਰਟ ਨੂੰ ਆਮ ਲੋਕ ਸਮਝਦੇ ਹੀ ਨਹੀਂ ਹਨ। ਉਨ੍ਹਾਂ ਦੀ ਨਕਲ ਕਰਨ ਵਾਲੇ ਢੋਂਗੀ ਲੋਕ ਸਰਲ ਸਿੱਧੀ ਕਹਾਣੀ ਨੂੰ ਉਲਝਾਈ ਰੱਖਣ ਦੀਆਂ ਕੋਸ਼ਿਸ਼ਾਂ ਕਰਦੇ ਰਹਿੰਦੇ ਹਨ। ਉਹ ਤਾਂ ਇਕ ਹੀ ਗੱਲ ਤੇ ਜ਼ੋਰ ਦਿੰਦੇ ਰਹਿੰਦੇ ਹਨ - "ਗੁਰੂ ਬਿਨਾਂ ਗੱਤ ਨਹੀਂ ਸ਼ਾਹ ਬਿਨਾਂ ਪੱਤ ਨਹੀਂ।" ਉਨ੍ਹਾਂ ਦੇ ਮਨ ਅੰਦਰ ਤਾਂ ਆਪਣੇ ਆਪ ਨੂੰ ਗੁਰੂ ਅਖਵਾਉਣ ਦੀ ਹੀ ਖਾਹਿਸ਼ - ਆਪਣੇ ਆਪ ਨੂੰ ਗੁਰੂ ਅਖਵਾਉਣ ਦੀ ਇੱਛਾ ਕਾਰਣ ਗਤੀ ਤਾਂ ਕਿਸੀ ਦੀ ਹੁੰਦੀ ਹੀ ਨਹੀਂ ਹੈ। ਕਿਸੀ ਦਾ ਉੱਧਾਰ ਤਾਂ ਹੁੰਦਾ ਹੀ ਨਹੀਂ ਹੈ। ਲੋਕਾਂ ਦੀ ਕਿਰਪਾ ਨਾਲ ਅਜਿਹੇ ਅਖੌਤੀ, ਮੂੰਹਬੋਲੇ ਗੁਰੂਆਂ ਦੀਆਂ ਆਉਣ ਵਾਲੀਆਂ ਪੀੜ੍ਹੀਆਂ ਵਾਸਤੇ ਵੀ ਧਨ-ਦੌਲਤ ਦੇ ਅੰਬਾਰ ਇਕੱਠੇ ਹੋ ਜਾਂਦੇ ਹਨ।

ਮੈਂ ਵੀ ਹਰ ਤਰ੍ਹਾਂ ਦੇ ਸਤਿਸੰਗ 'ਚ ਜਾਇਆ ਕਰਦਾ ਸੀ। ਮੇਰੇ ਮਨ ਅੰਦਰ ਪਹਿਲਾਂ ਤਾਂ ਇਹ ਹੀ ਇੱਛਾ ਰਹਿੰਦੀ ਸੀ ਕਿ ਮੈਂ ਵੀ ਇਹ ਜਾਣ ਲਵਾਂ ਕਿ ਸੱਚ ਕੀ ਹੈ ? ਕਿਵੇਂ ਸਾਨੂੰ ਇਹ ਮਨੁੱਖਾ ਸਰੀਰ ਮਿਲਿਆ ਹੈ। ਮੇਰੇ ਮਨ ਅੰਦਰ ਇਹ ਹੀ ਇਕ ਇੱਛਾ ਉੱਠ ਆਈ ਸੀ। ਇਸ ਵਾਸਤੇ ਮੈਂ ਕਿਸੇ ਇਕ ਧਰਮ ਦੀ ਕਿਸੇ ਵੀ ਬੰਦਸ਼ 'ਚ ਨਹੀਂ ਸਾਂ।

ਮੈਂ ਇਕ ਵਾਰ ਇਕ ਗੁਰੂ ਦੇ ਸਤਿਸੰਗ 'ਚ ਗਿਆ ਹੋਇਆ ਸੀ। ਗੁਰੂ ਠੇਠ ਪੰਜਾਬੀ 'ਚ ਆਪਣੇ ਪ੍ਰਵਚਨ ਸੁਣਾ ਰਿਹਾ ਸੀ। ਮੈਂ ਕੁਝ ਹਰਿਆਣਵੀ ਪੇਂਡੂ ਲੋਕਾਂ ਨਾਲ ਸਹਿਜ ਗੱਲਬਾਤ ਸ਼ੁਰੂ ਕਰ ਦਿੱਤੀ ਕਿ ਕੀ ਤੁਹਾਨੂੰ ਪੰਜਾਬੀ ਜ਼ਬਾਨ 'ਚ ਬੋਲੇ ਜਾ ਰਹੇ ਸਲੋਕਾਂ ਦੀ ਸਮਝ ਆ ਰਹੀ ਹੈ ? ਉਨ੍ਹਾਂ 'ਚੋਂ ਇਕ ਵਿਅਕਤੀ ਕਹਿਣ ਲੱਗਾ, "ਸਰਦਾਰ ਜੀ, ਜਬ ਬਾਤ ਭਾਵਨਾਓਂ ਕੀ ਹੋਤੀ ਹੈ ਤਬ ਤੋ ਸ਼ਰਧਾ ਵਿਸ਼ਵਾਸ ਕੀ ਹੀ ਬਾਤ ਰਹਿ ਜਾਤੀ ਹੈ। ਹਮ ਤੋਂ ਯਹ ਹੀ ਜਾਨਤੇ ਹੈਂ ਕਿ ਪੂਰੇ ਗੁਰੂ ਕੀ ਕਿਰਪਾ-ਦ੍ਰਿਸ਼ਟੀ ਪੜ ਜਾਤੀ ਹੈ ਤੋ ਪਾਪ ਧੁਲ ਜਾਤੇ ਹੈਂ। ਹਮ ਤੋ ਯਹੀ ਜਾਣਤੇ ਹੈਂ ਕਿ ਗੁਰੂ ਜਾਣੀਜਾਣ ਹੈ। ਹਮਾਰੇ ਮਨ ਕੀ ਭਾਵਨਾਓਂ ਕੋ ਗੁਰੂ ਆਪ ਹੀ ਪਹਿਚਾਨ ਲੇਗਾ। ਗੁਰੂ ਜੀ ਆਪ ਹੀ ਹਮਾਰਾ ਕਲਿਆਨ ਕਰ ਦੇਂਗੇ।" ਵੈਸੇ ਤਾਂ ਅਜਿਹੀ ਮਨੋਭਾਵਨਾ ਨੂੰ ਹੀ ਸਮਰਪਣ ਦੀ ਭਾਵਨਾ ਕਿਹਾ ਜਾਂਦਾ ਹੈ, ਪਰੰਤੂ ਸਮਰਪਣ ਕਰਨ ਵਾਲੇ ਨੂੰ ਇਹ ਹੋਸ਼ ਵੀ ਤਾਂ ਹੋਣੀ ਚਾਹੀਦੀ ਹੈ ਕਿ ਉਹ ਆਪਣੇ ਆਪ ਨੂੰ ਕਿਸ ਦੇ ਸਨਮੁਖ ਹੋ ਆਤਮ-ਸਮਰਪਣ ਕਰ ਰਿਹਾ ਹੈ ? ਜਾਂ ਫਿਰ ਮਨ ਹੀ ਮਨ ਇਹ ਮੰਨਣ ਲੱਗ ਜਾਵੇ ਕਿ

ਇਕ ਹੀ ਸ਼ਕਤੀ ਆਪਣਾ ਖੇਲ੍ਹ ਆਪ ਹੀ ਖੇਲ੍ਹ ਰਹੀ ਹੈ। ਅਸੀਂ ਤਾਂ ਮੋਹਰੇ ਹਾਂ। ਉਹ ਜਿਸ ਤਰ੍ਹਾਂ ਮਰਜ਼ੀ ਨਚਾਉਂਦਾ-ਟਪਾਉਂਦਾ ਰਹੇ ਸਾਡਾ ਕੀ ਜ਼ੋਰ ਹੈ ? ਮਰਜ਼ੀ ਤਾਂ ਉਸ ਦੀ ਹੀ ਹੈ :

ਜੀਵਨ ਸਾਰ

ਓਸ ਅਕਾਲ ਪੁਰਖ ਦੀ ਕਿਰਪਾ,
ਹਰ ਜੀਵ ਹੀ ਚਾਹੁੰਦਾ ਹੈ।
ਜਦੋਂ ਹੁੰਦੀ ਉਸ ਦੀ ਨਜ਼ਰ ਸਵੱਲੀ,
ਮਨੁੱਖਾ ਜਨਮ ਜੀਵ ਪਾਉਂਦਾ ਹੈ।
ਮਾਂ ਲੋਰੀਆਂ ਦੇ ਸੁਲਾਉਂਦੀ ਹੈ,
ਇਹ ਝਾਤਾ ਮਾਤਾ ਪਾਉਂਦਾ ਹੈ।
ਮਾਂ ਲੋਰੀਆਂ ਦੇ ਸੁਲਾਉਂਦੀ ਹੈ,
ਆ ਮੇਰੇ ਲਾਡਲੇ ਜਿਗਰ ਦੇ ਟੋਟੇ,
ਮਾਂ ਮਮਤਾ ਵੱਸ ਤੁਤਲਾਉਂਦੀ ਹੈ।
ਸਾਂਗਾਂ ਮਾਂ ਦੀਆਂ ਲਾਉਂਦਾ ਹੈ,
ਠੁਮਕ ਠੁਮਕ ਪੱਬ ਧਰਦਾ ਹੈ।
ਮਾਂ ਖੀਵੀ ਹੋਈ ਜਾਂਦੀ ਹੈ,
ਇਹ ਆਪੇ 'ਚ ਮੁਸਕਰਾਉਂਦਾ ਹੈ।
ਕਹਿ 'ਮੇਲੀ ਮੰਮੀ' ਕਹਿ 'ਮੇਲੇ ਡੈਡੀ',
ਮਾਂ ਥਥਲੇ ਨਾਲ ਥਥਲਾਉਂਦੀ ਹੈ।
ਪਹਿਲਾਂ ਇਸ ਨੂੰ ਤੁਰਨਾ ਸਿਖਾਵੇ,
ਫਿਰ ਪੜ੍ਹਨ ਸਕੂਲੇ ਪਾਉਂਦੀ ਹੈ।
ਤਨ ਉੱਜਲ ਮਨ ਦੇ ਸੱਚੇ,
ਸੁੱਚੀ ਹੀ ਜਿੰਦ ਰਹਿੰਦੀ ਹੈ।
ਬਚਪਨ ਬੀਤੇ ਬੇਫਿਕਰ ਬਾਦਸ਼ਾਹ ਵਾਂਗੂੰ,
ਹੱਸਦਾ ਖੇਡਦਾ ਖਿੜਿਆ ਰਹਿੰਦਾ ਹੈ।
ਮਾਂ ਪਿਓ ਪੜ੍ਹਨ ਸਕੂਲੇ ਭੇਜਣ,
ਇਹ ਮਸਤ ਖੇਡ 'ਚ ਰਹਿੰਦਾ ਹੈ।
ਇੰਝ ਬਚਪਨ ਬੀਤੇ ਹੱਸਦੇ ਖੇਡਦੇ,
ਮਦ ਮਸਤ ਜਵਾਨੀ ਆਉਂਦੀ ਹੈ।
ਹੁੰਦਾ ਵੀਹ ਤੇ ਗੱਜੇ ਸ਼ੀਹ,
ਸ਼ੀਹ ਵਾਂਗ ਇਹ ਗੱਜਦਾ ਹੈ।

ਬੇਫ਼ਿਕਰ ਇਹ ਫਿਕਰ ਨਹੀਂ ਕਰਦਾ,
ਖੇਡ ਖੇਡ ਨਾ ਰੱਜਦਾ ਹੈ।
ਕੋਈ ਰਹਿੰਦਾ ਅਨਪੜ੍ਹ ਕੋਈ ਪੜ੍ਹ ਕੇ,
ਕਿੱਤਾ ਕੋਈ ਇਹ ਲੱਭਦਾ ਹੈ।
ਕੋਈ ਵਪਾਰ, ਕੋਈ ਨੌਕਰੀ, ਕੋਈ ਦਿਹਾੜੀ,
ਕੋਈ ਖੇਤੀ 'ਚ ਜਾ ਲੱਗਦਾ ਹੈ।
ਜੱਗ ਮਿੱਠਾ ਅਗਲਾ ਕਿਸ ਡਿੱਠਾ,
ਇਹ ਮਿੱਠੀਆਂ ਗੱਲਾਂ ਕਰਦਾ ਹੈ।
ਮਰਜ਼ੀ ਦਾ ਮਾਲਕ ਬਣਦਾ ਹੈ,
ਕਿਸੇ ਕੋਲੋਂ ਨਹੀਂ ਡਰਦਾ ਹੈ।
ਨਿੱਤ ਨਿੱਤ ਨਵੀਂ ਸ਼ੁਕੀਨੀ ਲਾਵੇ,
ਫਿਕਰ ਨਾ ਭੋਰਾ ਘਰ ਦਾ ਹੈ।
ਹੀਰ ਰਾਂਝੇ ਦੇ ਕਿੱਸੇ ਪੜ੍ਹ ਕੇ,
ਰੀਸ ਉਨ੍ਹਾਂ ਦੀ ਕਰਦਾ ਹੈ।
ਕੋਈ ਕਿਸੀ ਨੂੰ ਰਾਂਝਾ ਆਖੇ,
ਕੋਈ ਮਹੀਂਵਾਲ ਨਾਂ ਧਰਦਾ ਹੈ।
ਰਾਂਝਾ ਆਖੇ ਆਪਣੀ ਹੀਰ ਲਈ,
ਮੈਂ ਅੰਬਰੋਂ ਤਾਰੇ ਤੋੜਾਂਗਾ,
ਕੋਈ ਹੀਰ ਸਲੇਟੀ ਮਿਲ ਜਾਵੇ,
ਮੈਂ ਆਖਾ ਕਦੇ ਨਾ ਮੋੜਾਂਗਾ।
ਕੋਈ ਕੈਦੋ ਲੱਤ ਅੜਾਵੇ,
ਉਸ ਦੀ ਲੱਤ ਮੈਂ ਤੋੜਾਂਗਾ।
ਕੋਈ ਸੈਦਾ ਰਾਹ 'ਚ ਆਇਆ,
ਉਸ ਦਾ ਮੂੰਹ ਮੈਂ ਮੋੜਾਂਗਾ।
ਹੀਰ ਰਾਂਝੇ ਦੇ ਹੋਵਣ ਮੇਲੇ,
ਖੁਸ਼ ਹੋਵਣ ਭੁੱਲ ਜਾਣ ਝਮੇਲੇ।
ਕਦੇ ਪਿਕਚਰ ਦਾ ਮੂਡ ਬਣਾਵਣ,
ਵੇਖਣ ਜਾਵੇ ਸਭਾਵਾਂ ਮੇਲੇ।
ਕੁਦਰਤ ਖੇਡ ਖਿਡਾਉਂਦੀ ਹੈ,
ਇਹ ਸੋਚੇ ਮਨਮਰਜ਼ੀ ਦੇ ਮੇਲੇ।
ਹੀਰ ਗ੍ਰਹਿਸਤੀ 'ਚ ਫਸ ਜਾਂਦੀ,

ਜਦ ਕੁੱਛੜ ਉਸ ਦੇ ਬਾਲਕ ਖੇਲ੍ਹੇ।
ਰਾਂਝੇ ਨੂੰ ਕੋਸਣ ਲੱਗ ਜਾਵੇ,
ਪੱਲੇ ਤੇਰੇ ਨਹੀਂ ਚਾਰ ਵੀ ਧੇਲੇ।
ਇਹ ਚੱਕਰ ਪੂਰਾ ਹੋ ਜਾਂਦਾ,
ਸ਼ੁਰੂ ਹੋ ਜਾਂਦੇ ਹਨ ਓਹੀ ਝਮੇਲੇ।
ਆਪ ਬੁੱਕਲ 'ਚ ਖੇਡਿਆ ਸੀ,
ਬਾਲਕ ਆਂਗਨ ਇਸ ਦੇ ਖੇਲ੍ਹੇ।
ਕਦੇ ਬਾਪੂ ਬਾਪੂ ਕਹਿੰਦਾ ਸੀ,
ਸਦਾ ਸੁਖੀ ਰਹਿੰਦਾ ਸੀ,
ਸਮੇਂ ਦਾ ਚੱਕਰ ਡੈਡੀ ਅਖਵਾਏ।
ਮਸਤ ਮੌਜ 'ਚ ਰਹਿੰਦਾ ਸੀ,
ਹੁਣ ਮੰਦਰ ਮਸਜਿਦ ਗੁਰਦਵਾਰੇ ਜਾਏ।
ਹੁੰਦਾ ਚਾਲ੍ਹੀ ਗਲ੍ਹ ਪਏ ਪੰਜਾਲੀ,
ਕਦੇ ਆਪ ਇੱਲਤਾਂ ਕਰਦਾ ਸੀ,
ਉਹ ਹੁਣ ਬੱਚਿਆਂ ਨੂੰ ਸਮਝਾਏ,
ਇਸ ਜੱਗ ਦਾ ਰਚਣਹਾਰ ਹੈ ਕਰਤਾ,
ਸਭ ਨੂੰ ਵੇਖਦਾ ਆਪ ਖਿੜਾਏ।
ਸਭ ਆਪਣੀ ਆਪਣੀ ਲਿਖੀ ਭੋਗ ਕੇ,
ਪਰਦੇਸੀ ਭੌਰ ਇਥੋਂ ਉੱਡ ਜਾਏ।
ਕਿਥੋਂ ਜੀਵ ਇਹ ਆਉਂਦਾ ਹੈ,
ਆਖਿਰ ਕਿਥੇ ਨੂੰ ਇਹ ਜਾਏ ?
ਕਿਣਕਾ ਪੈਦਾ ਹੁੰਦਾ ਵਿਚ ਸਮੁੰਦਰੋਂ ਹੈ,
ਵਿਚ ਸਮੁੰਦਰ ਹੀ ਰਲ ਜਾਏ।
ਦੁਨੀਆਂ ਨੂੰ ਉਹ ਆਪ ਖਿਡਾਉਂਦਾ ਹੈ
'ਦਲਬਾਰਾ' ਰਹਿੰਦਾ ਵਿਚ ਰਜਾਏ।

ਸਮੇਂ ਸਮੇਂ ਦੀ ਗੱਲ ਹੈ। ਜਿਨ੍ਹਾਂ ਦੇ ਮਨਾਂ ਅੰਦਰ ਸਮਾਂ ਬਤੀਤ ਹੋ ਜਾਣ ਦਾ ਡਰ ਆ ਜਾਂਦਾ ਕਿ ਸਮਾਂ ਤਾਂ ਕਦੇ ਠਹਿਰਦਾ ਹੀਂ ਨਹੀਂ ਹੈ, ਉਹ ਉਸ ਸਾਖਸ਼ੀ ਦੀ ਭਾਲ ਕਰ ਲੈਂਦੇ ਹਨ। ਜਿਸ ਦੀ ਕੋਈ ਸੀਮਾ ਨਹੀਂ ਹੈ। ਜੋ ਸਮਾਂ ਬਤੀਤ ਹੈ। ਜਿਸ ਦੀ ਮੌਜੂਦਗੀ ਨੂੰ ਸਮਾਂ ਬੀਤ ਜਾਣ ਨਾਲ ਕੋਈ ਫਰਕ ਨਹੀਂ ਪੈਂਦਾ ਹੈ। ਕੋਈ ਤਬਦੀਲੀ ਆਉਂਦੀ ਹੀ ਨਹੀਂ ਹੈ। ਜਿਸ ਤਰ੍ਹਾਂ ਕਿ ਰੇਲਗੱਡੀ ਤਾਂ ਅਨੰਤ ਦੂਰੀਆਂ ਤਹਿ ਕਰ ਆਉਂਦੀ ਹੈ ਪਰੰਤੂ ਜਿਸ ਧੁਰੇ ਤੇ ਰੇਲ ਦਾ

ਪਹੀਆ ਘੁੰਮਦਾ ਰਹਿੰਦਾ ਹੈ, ਉਹ ਤਾਂ ਇਕ ਵੀ ਚੱਕਰ ਨਹੀਂ ਕੱਟਦਾ। ਉਹ ਸਥਿਰ ਰਹਿੰਦਾ ਹੈ। ਠਹਿਰਿਆ ਰਹਿੰਦਾ ਹੈ। ਜਿਸ ਨੂੰ ਆਪਣੇ ਸਰੀਰ ਅੰਦਰੋਂ ਹੀ ਇਹ ਖ਼ਿਆਲ ਉੱਠ ਆਉਂਦਾ ਹੈ ਕਿ ਜੋ ਸਾਖਸ਼ੀ ਭਾਵ ਹੈ ਗਵਾਹ ਮਾਤਰ ਹੈ, ਜੋ ਇਹ ਜਾਣਦਾ ਹੈ ਕਿ ਕਿਵੇਂ ਸਰੀਰ ਪਲ ਪਲ ਬਦਲ ਰਿਹਾ ਹੈ। ਸਰੀਰ ਬੱਚਾ ਸੀ, ਜਵਾਨ ਹੋਇਆ ਹੈ। ਬੁਢਾਪੇ ਵੱਲ ਵਧ ਰਿਹਾ ਹੈ। ਇਸ ਜਾਨਣ ਵਾਲੇ ਦੀ ਸਤਾਹ ਤੇ ਕਦੇ ਕੋਈ ਤਬਦੀਲੀ ਹੁੰਦੀ ਹੀ ਨਹੀਂ ਹੈ। ਜਿਸ ਦੀ ਸਤਾਹ ਤੇ ਕਦੇ ਕੋਈ ਵੀ ਤਬਦੀਲੀ ਹੁੰਦੀ ਹੀ ਨਹੀਂ ਹੈ ਉਹ ਹੀ ਤਾਂ ਸਾਡਾ ਬ੍ਰਹਮ - ਸਾਡੀ ਆਤਮਾ ਹੈ।

ਆਤਮ ਗਿਆਨ ਬਿਨਾਂ ਸਭ ਸੂੰਨਾ,
ਕਿਆ ਮਥੁਰਾ ਕਿਆ ਕਾਸ਼ੀ।

ਗੱਲ ਤਾਂ ਆਪਣੇ ਹੀ ਬ੍ਰਹਮ ਦੀ ਪਹਿਚਾਣ ਕਰ ਲੈਣ ਦੀ ਹੈ। ਜਦੋਂ ਆਪਣੇ ਹੀ ਬ੍ਰਹਮ ਦੀ ਮੌਜੂਦਗੀ ਦਾ ਅਹਿਸਾਸ ਹੋਣ ਲੱਗ ਜਾਂਦਾ ਹੈ ਤਾਂ ਫਿਰ ਦ੍ਰਿਸ਼ਟੀ ਆਪ ਹੀ ਬਦਲਣ ਲੱਗ ਜਾਂਦੀ ਹੈ। ਅਸੀਂ ਜੋ ਕੁਝ ਵੀ ਆਪਣੀਆਂ ਇਨ੍ਹਾਂ ਦੋ ਅੱਖਾਂ ਨਾਲ ਵੇਖਦੇ ਹਾਂ ਤਾਂ ਫਿਰ ਸਾਰੀ ਕ੍ਰਿਤ ਦੇ ਪਿੱਛੇ ਸਾਨੂੰ ਕਰਤੇ ਦੀ ਮੌਜੂਦਗੀ ਨਜ਼ਰ ਆਉਣ ਲੱਗ ਜਾਂਦੀ ਹੈ। ਰਚਨਾ ਨੂੰ ਵੇਖ - ਆਪਣੇ ਹੀ ਸਰੀਰ ਨੂੰ ਵੇਖ ਸਾਡਾ ਮਨ ਅਸਚਰਜਤਾ ਨਾਲ ਭਰਿਆ ਰਹਿਣ ਲੱਗ ਜਾਂਦਾ ਹੈ। ਬੱਸ ਫਿਰ ਤਾਂ ਹਰ ਖ਼ਿਆਲ, ਹਰ ਫੁਰਨੇ ਨੂੰ ਵੇਖ ਰਿਹਾ ਦ੍ਰਸ਼ਟਾ ਉੱਭਰ ਹੀ ਆਉਂਦਾ ਹੈ :

ਜਿਤ ਵੇਖਾਂ ਤਿਤ ਤੂੰ।

ਸਾਡੇ ਅੰਦਰੋਂ ਹੀ ਜਦੋਂ 'ਮੈਂ' ਦੀ ਯਾਤਰਾ ਪੂਰੀ ਹੋ ਜਾਂਦੀ ਹੈ ਤਾਂ ਫਿਰ ਅਸੀਂ ਕਿਸੇ ਬੰਧਨ 'ਚ ਬੰਨ੍ਹੇ ਰਹਿ ਹੀ ਨਹੀਂ ਸਕਾਂਗੇ। ਫਿਰ ਤਾਂ ਭਾਵੇਂ ਦੁੱਖ ਹੋਣ ਭਾਵੇਂ ਸੁੱਖ ਹੋਣ ਫਿਰ ਤਾਂ ਸਾਡਾ ਸਾਖਸ਼ੀ ਭਾਵ ਸਿਰਫ ਦੁੱਖ-ਸੁੱਖ ਦੀ ਗਵਾਹੀ ਦਿੰਦਾ ਹੈ। ਇਹ ਗਵਾਹੀ ਦੇਣ ਵਾਲਾ ਕਦੇ ਵਚਿੱਤਰ ਹੁੰਦਾ ਹੀ ਨਹੀਂ ਹੈ। ਫਿਰ ਅਸੀਂ ਇਹ ਸਮਝ ਜਾਂਦੇ ਹਾਂ ਕਿ

ਤਨ ਮਨ ਕੋ ਕੋਈ ਸੁਧ ਨਹੀਂ, ਭਇਓ ਸੁਰਤ ਸਿਉ ਮੇਲ।

ਜਦੋਂ ਸਾਡਾ ਮਨ ਹੀ ਹਰ ਪਲ ਸਚਾਈ ਨੂੰ ਸੱਚ ਮੰਨਣ ਲੱਗ ਜਾਂਦਾ ਤਾਂ ਮਨ 'ਚੋਂ ਕਰਤਾ ਹੋਣ ਦਾ ਭੁਲੇਖਾ ਨਿਕਲ ਜਾਂਦਾ ਹੈ। ਆਪਣੇ ਹੀ ਅੰਦਰ ਇਹ ਘਟਨਾ ਘਟ ਜਾਂਦੀ ਹੈ ਤਾਂ ਇਸ ਦ੍ਰਸ਼ਟੇ ਦੀ ਪਹਿਲੀ ਨਜ਼ਰ ਆਪਣੇ ਸ਼ਾਂਤ ਹੋਏ ਮਨ ਦੇ ਵਿਚਾਰਾਂ ਤੇ ਪੈਂਦੀ ਹੈ। ਇਸ ਘਟਨਾ ਦੇ ਘਟ ਜਾਣ ਤੋਂ ਬਾਅਦ ਤਾਂ ਮਨ ਕਿੰਤੂ-ਪਰੰਤੂ ਕਰਦਾ ਹੀ ਨਹੀਂ ਹੈ :

ਕਬੀਰਾ ਜਿਉ ਚਿੰਗਾਰੀ ਆਗ ਕੀ ਪੜੀ ਪੁਰਾਣੀ ਘਾਸ॥

ਜਿਵੇਂ ਕਿ ਅਗਰ ਸੁੱਕੇ ਘਾਹ ਦੀ ਢੇਰੀ ਪਈ ਹੋਵੇ ਤਾਂ ਉਸ ਘਾਹ ਦੀ

ਢੇਰੀ ਨੂੰ ਸਿਰਫ ਅੱਗ ਦੀ ਇਕ ਚਿੰਗਾਰੀ ਹੀ ਖਾਕ ਬਣਾ ਦਿੰਦੀ ਹੈ ਜਿਵੇਂ ਕਿ ਇਹ ਆਮ ਕਹਾਵਤ ਹੈ ਕਿ ਮਨ ਤਾਂ ਕਹਾਣੀਆਂ ਘੜਨ ਅਤੇ ਕਹਾਣੀਆਂ ਸੁਣਨ ਦਾ ਆਦੀ ਹੋਇਆ ਹੋਇਆ ਹੈ। ਮਨ ਦੀ ਔਕਾਤ ਕੀ ਹੈ ? ਮਨ ਦੀ ਅਸਲੀਅਤ ਕੀ ਹੈ ਸੁੱਕੇ ਘਾਹ ਵਾਂਗ। ਸਾਡਾ ਮਨ ਤਾਂ ਵਿਚਾਰਾਂ ਦਾ ਪੁਲੰਦਾ ਹੈ। ਅਗਰ ਇਸ ਪੁਲੰਦੇ ਤੇ ਸਾਡੇ ਦ੍ਰਸ਼ਟੇ ਦੀ ਸਿਰਫ ਦ੍ਰਿਸ਼ਟੀ ਪੈ ਜਾਵੇ ਤਾਂ ਇਹ ਦ੍ਰਿਸ਼ਟੀ ਮਨ ਦੇ ਖ਼ਿਆਲਾਂ ਨੂੰ ਜਲਾ ਦਿੰਦੀ ਹੈ। ਖ਼ਿਆਲਾਂ ਦੀ ਜੜ੍ਹ ਹੀ ਪੁੱਟੀ ਜਾਂਦੀ ਹੈ। ਦ੍ਰਸ਼ਟੇ ਭਾਵ ਦੀ ਮੌਜੂਦਗੀ ਦਾ ਖ਼ਿਆਲ ਮਨ ਅੰਦਰ ਕੋਈ ਖ਼ਿਆਲ ਉੱਠਣ ਹੀ ਨਹੀਂ ਦਿੰਦਾ ਹੈ। ਜਿਸ ਵਿਰਲੇ ਵਿਅਕਤੀ ਦਾ ਮਨ ਹੀ ਨਿਰ-ਵਿਚਾਰ ਹੋ ਜਾਂਦਾ ਹੈ, ਉਹ ਹੀ ਮਨ ਤੋਂ ਪਾਰ ਦੀ ਖ਼ਬਰ ਸਾਨੂੰ ਸੁਣਾਉਂਦਾ ਹੈ ਕਿ ਜਨਮ-ਮ਼ਰਨ ਦਾ ਚੱਕਰ ਤਾਂ ਚਲਦਾ ਹੀ ਰਹਿੰਦਾ ਹੈ। ਇਸ ਅਨੰਤ ਦੁਨੀਆਂ ਅੰਦਰੋਂ ਹਰ ਰੋਜ਼ ਜੀਵ ਜਾਂਦੇ ਰਹਿੰਦੇ ਹਨ, ਜੀਵ ਆਉਂਦੇ ਰਹਿੰਦੇ ਹਨ ਜਿਹੜੇ ਸਿਰਫ ਬਾਹਰ ਹੀ ਬਾਹਰ ਬਾਹਰੀ ਸੰਸਾਰ ਵੱਲ ਵੇਖਦੇ ਰਹਿੰਦੇ ਹਨ। ਉਨ੍ਹਾਂ ਨੂੰ ਆਪਣੇ ਦੀ ਸੋਝੀ ਆਉਂਦੀ ਹੀ ਨਹੀਂ ਹੈ :

> ਰੁਕਦਾ ਨਹੀਂ ਚੱਲਦਾ ਰਹਿੰਦਾ ਇਹ ਸੰਸਾਰ,
> ਕੋਈ ਆਉਂਦਾ ਹੈ ਕੋਈ ਜਾਂਦਾ ਹੈ,
> ਸਜਿਆ ਰਹਿੰਦਾ ਇਹ ਬਾਜ਼ਾਰ।

ਅੰਦਰਲੀ ਗੱਲ ਨੂੰ ਸਮਝਣ ਤੋਂ ਪਹਿਲਾਂ ਤਾਂ ਹਰ ਵਿਅਕਤੀ ਦਾ ਮਨ ਬਾਹਰੀ ਸਹਾਰੇ ਹੀ ਲੱਭਦਾ ਰਹਿੰਦਾ ਹੈ। ਰਾਮ ਕ੍ਰਿਸ਼ਨ ਪਰਮਹੰਸ ਜੀ ਅਤੇ ਉਨ੍ਹਾਂ ਦੇ ਸਮਕਾਲੀਨ ਲੋਕ ਕਾਲੀ ਦੇ ਉਪਾਸ਼ਕ ਸਨ। ਉਨ੍ਹਾਂ ਨੇ ਆਪਣੇ ਆਲੇ-ਦੁਆਲੇ ਕਾਲੀ ਮਾਤਾ ਦੀਆਂ ਮੂਰਤੀਆਂ ਸਥਾਪਤ ਕੀਤੀਆਂ ਹੋਈਆਂ ਸਨ। ਜ਼ਿਆਦਾਤਰ ਲੋਕ ਕਾਲੀ ਮਾਤਾ ਦੇ ਹੀ ਉਪਾਸ਼ਕ ਸਨ। ਆਪਣੇ ਆਪਣੇ ਢੰਗ ਨਾਲ ਮਾਤਾ ਦੀ ਮੂਰਤੀ ਅੱਗੇ ਅਰਦਾਸਾਂ ਜੋਦੜੀਆਂ ਕਰਦੇ ਹੁੰਦੇ ਸਨ। ਕਹਾਣੀ ਤਾਂ ਬਹੁਤ ਲੰਬੀ ਹੈ। ਮੈਂ ਤਾਂ ਸਿਰਫ ਸਾਖਸ਼ੀ ਭਾਵ ਦੀ ਮੌਜੂਦਗੀ ਦੇ ਅਹਿਸਾਸ ਦੀ ਹੀ ਚਰਚਾ ਕਰ ਰਿਹਾ ਹਾਂ ਕਿ ਪਰਮਹੰਸ ਜੀ ਤਾਂ ਆਤਮਿਕ ਅਨੰਦ 'ਚ ਅਜਿਹੇ ਡੁੱਬੇ ਕਿ ਉਨ੍ਹਾਂ ਦੇ ਮੂੰਹੋਂ ਸਹਿਜ ਬੋਲ ਨਿਕਲਣ ਲੱਗ ਪਏ। ਉਹ ਬੋਲ ਸੱਚੇ ਸਿੱਧ ਹੋਣ ਲੱਗ ਪਏ। ਭਾਵ ਉਨ੍ਹਾਂ ਦਾ ਹਿਰਦਾ ਜਿਸ ਅਲੌਕਿਕ ਰੰਗ 'ਚ ਰੰਗਿਆ ਗਿਆ ਉਸ ਰੰਗ ਦੀ ਹੀ ਬਦੌਲਤ ਉਨ੍ਹਾਂ ਦੇ ਸੇਵਕਾਂ ਦੀ, ਸ਼ਰਧਾਲੂਆਂ ਦੀ ਗਿਣਤੀ ਦਿਨ-ਰਾਤ ਵਧਣ ਲੱਗ ਗਈ। ਉਨ੍ਹਾਂ ਦੀ ਮਹਿਮਾ ਸੁਣ ਕੇ ਘਰ ਦੀ ਗਰੀਬੀ ਤੋਂ ਸਤਾਏ ਹੋਏ ਵਿਵੇਕਾਨੰਦ ਜੀ ਉਨ੍ਹਾਂ ਪਾਸ ਪਹੁੰਚੇ। ਉਨ੍ਹਾਂ ਨੇ ਆਪਣੇ ਦਿਲ ਦੇ ਦੁਖੜੇ ਪਰਮਹੰਸ ਜੀ ਨੂੰ ਸੁਣਾ ਦਿੱਤੇ। ਆਪਣੇ ਦੇਸ ਅੰਦਰ ਗੁਰੂ ਧਾਰਨ ਕਰ ਲੈਣ ਦੀਆਂ ਪਰੰਪਰਾਵਾਂ ਇਸੇ ਆਧਾਰ ਤੇ ਹੀ ਤਾਂ ਚੱਲ ਰਹੀਆਂ ਹਨ ਕਿ ਜਦੋਂ ਮਨ ਝੁਕਣ

ਵਾਸਤੇ ਤਿਆਰ ਹੋਇਆ ਹੁੰਦਾ ਹੈ ਤਾਂ ਫਿਰ ਮਨ ਝੁਕਣ ਵਾਸਤੇ ਸਿਰਫ ਕੋਈ ਨਾ ਕੋਈ ਸਹਾਰਾ, ਕੋਈ ਬਹੁੜਦਾ, ਕੋਈ ਬਹਾਨਾ ਲੱਭਣ ਲੱਗ ਜਾਂਦਾ ਹੈ। ਅਜਿਹੇ ਵਿਅਕਤੀ ਤਾਂ ਵਿਰਲੇ ਹੀ ਹੁੰਦੇ ਹਨ। ਪਰੰਤੂ ਜਿਹੜਾ ਹੁੜਦਾ, ਜਿਹੜਾ ਬਹਾਨਾ ਵਿਰਲੇ ਚੁਣ ਲੈਂਦੇ ਹਨ, ਉਨ੍ਹਾਂ ਦੀ ਰੀਸ ਕਰਨ ਵਾਲੇ ਵਹੀਰਾਂ ਘੱਤ ਲੈਂਦੇ ਹਨ। ਹਜੂਮ ਇਕੱਠੇ ਹੋ ਜਾਂਦੇ ਹਨ। ਝੁਕਣ ਵਾਸਤੇ ਤਿਆਰ ਹੋਏ ਹੋਣ ਦਾ ਸਿਰਫ ਢੌਂਗ ਕਰਨ ਲੱਗ ਜਾਂਦੇ ਹਨ। ਪਰਮਹੰਸ ਜੀ ਨੇ ਵਿਵੇਕਾਨੰਦ ਜੀ ਨੂੰ ਕਾਲੀ ਦੀ ਮੂਰਤੀ ਅੱਗੇ ਅਰਦਾਸ ਕਰਨ ਦਾ ਸੁਝਾਅ ਦੇ ਦਿੱਤਾ ਕਿ ਮਾਤਾ ਸਭ ਦੁਖਾਂ ਨੂੰ ਦੂਰ ਕਰਨ ਦੇ ਸਮਰੱਥ ਹੈ। ਜਾਓ ਇਕ ਮਨ ਇਕ ਚਿੱਤ ਹੋ ਕੇ ਮਾਤਾ ਜੀ ਅੱਗੇ ਅਰਦਾਸ ਕਰ ਆਓ।

ਵਿਵੇਕਾਨੰਦ ਜੀ ਤਾਂ ਸੰਸਾਰ ਤੋਂ ਉੱਭੇ ਹੋਏ ਸਨ। ਜਦੋਂ ਮਨ ਨੂੰ ਸਾਰੇ ਹੀ ਬਾਹਰੀ ਸਹਾਰੇ ਬੇਕਾਰ ਨਜ਼ਰ ਆਉਣ ਲੱਗ ਜਾਣ ਤਾਂ ਹੀ ਅਜਿਹੇ ਨਿਰਲੇਪ ਵਿਅਕਤੀ ਦਾ ਮਨ ਝੁਕਦਾ ਹੈ।

ਜਾ ਕੌ ਮੁਸ਼ਕਿਲ ਅਤਿ ਬਣੇ ਢੋਈ ਕੋਈ ਨਾ ਦੇਹ॥
ਲਾਗੂ ਹੋਇ ਦੁਸਮਣਾਂ ਸਾਕ ਭੀ ਭਜ ਖਲ੍ਹੇ,
ਸਭੇ ਭਜੇ ਆਸਰਾ ਚੁਕੇ ਸਭ ਅਸਰਾਉ॥
ਚਿੱਤ ਆਵੇ ਤਿਸ ਪਾਰਬ੍ਰਹਮ ਲਗੇ ਨਾ ਤਾਤੀ ਵਾਉ॥

(ਗੁਰੂ ਤੇਗ ਬਹਾਦਰ)

ਵਿਵੇਕਾਨੰਦ ਜੀ ਸੱਚੇ ਮਨੋਂ ਝੁਕ ਕੇ ਮਾਤਾ ਜੀ ਦੀ ਮੂਰਤੀ ਅੱਗੇ ਅਰਜ਼ੋਈਆਂ ਬੇਨਤੀਆਂ ਕਰਨ ਲੱਗ ਪਏ। ਉਨ੍ਹਾਂ ਦੀ ਅਜਿਹੀ ਬੇਨਤੀ ਨੂੰ ਉਨ੍ਹਾਂ ਦੇ ਅਚੇਤ ਮਨ ਨੇ ਸਵੀਕਾਰ ਕਰ ਲਿਆ। ਉਪਰੋਂ ਤਾਂ ਉਹ ਮਾਤਾ ਜੀ ਨੂੰ ਸੰਬੋਧਨ ਕਰਕੇ ਕਹਿ ਰਹੇ ਸਨ ਕਿ ਮਾਤਾ ਤੂੰ ਜਾਣੀਜਾਣ ਹੈਂ। ਸਭ ਦੇ ਦਿਲਾਂ ਦੀਆਂ ਜਾਨਣ ਵਾਲੀ ਹੈਂ। ਮੇਰੇ ਤੇ ਆਪਣੀ ਮੇਹਰਬਾਨੀ ਕਰ।

ਅੱਗੇ ਦੀ ਕਹਾਣੀ ਇਹ ਹੀ ਸੁਣੀ ਹੈ ਕਿ ਮਾਤਾ ਜੀ ਦੀ ਮੂਰਤੀ ਦੇ ਸਨਮੁਖ ਹੁੰਦੇਂ ਸਾਰ ਹੀ ਵਿਵੇਕਾਨੰਦ ਜੀ ਦਾ ਚੇਤ ਮਨ ਠਹਿਰ ਗਿਆ। ਠਠੰਬਰ ਗਿਆ। ਉਹ ਤਾਂ ਸਹਿਜੇ ਹੀ ਆਪਣੀ ਅਨਮਨੀ ਅਵਸਥਾ 'ਚ ਪਹੁੰਚ ਗਏ। ਮਨ ਦੇ ਮੌਨ ਹੁੰਦੇ ਸਾਰ ਹੀ ਉਨ੍ਹਾਂ ਨੂੰ ਆਪਣੀ ਹੀ ਅਮਰ ਆਤਮਾ ਦੀ ਧੀਮੀ ਆਵਾਜ਼ ਸਪੱਸ਼ਟ ਸੁਣਨ ਲੱਗ ਪਈ। ਵਿਵੇਕਾਨੰਦ ਜੀ ! ਮੈਂ ਇਸ ਗੱਲ ਦਾ ਗਵਾਹ ਹਾਂ ਕਿ ਤੁਸੀਂ ਤਾਂ ਪਿਛਲੇ ਕਈ ਜਨਮਾਂ ਤੋਂ ਭਟਕੇ ਹੋਏ ਹੋ। ਅਟਕੇ ਹੋਏ ਹੋ। ਅਜੇ ਵੀ ਤੁਹਾਨੂੰ ਮੇਰੀ ਮੌਜੂਦਗੀ ਦਾ ਪੱਕਾ ਵਿਸ਼ਵਾਸ ਨਹੀਂ ਹੋਇਆ ਹੈ। ਅਜੇ ਵੀ ਤੁਸੀਂ ਕੀ ਮੰਗਾਂ ਮੰਗਣ ਲੱਗੇ ਹੋਏ ਹੋ। ਰੋਟੀ ਕਪੜਾ ਮਕਾਨ, ਧਨ-ਦੌਲਤ। ਲੋਕਾਂ ਪਾਸੋਂ ਆਪਣੀ ਵਾਹ-ਵਾਹ ਕਰਵਾਉਣ ਦੀ ਸੋਚ ਰਹੇ ਹੋ।

ਆਪਣੇ ਹੀ ਅੰਦਰੋਂ ਉੱਠ ਰਹੀ ਸਪੱਸ਼ਟ ਪ੍ਰਤੱਖ ਆਵਾਜ਼ ਨੂੰ ਸੁਣ ਕੇ ਵਿਵੇਕਾਨੰਦ ਜੀ ਦਾ ਚੇਤ ਮਨ ਕੰਬ ਗਿਆ। ਉਨ੍ਹਾਂ ਨੇ ਮਾਤਾ ਦੀ ਮੂਰਤੀ ਅੱਗੇ ਅਰਦਾਸ ਕਰਨੀ ਛੱਡ ਦਿੱਤੀ। ਉਹ ਸਿੱਧੇ ਪਰਮਹੰਸ ਜੀ ਪਾਸ ਪਹੁੰਚ ਗਏ। ਕਹਿਣ ਲੱਗੇ, "ਮਹਾਰਾਜ ਜੀ, ਮੇਰੇ ਪਾਸੋਂ ਤਾਂ ਮਾਤਾ ਜੀ ਪਾਸੋਂ ਕੋਈ ਮੰਗ ਮੰਗੀ ਹੀ ਨਹੀਂ ਜਾ ਰਹੀ ਹੈ।" ਇਹ ਹੀ ਸਿੱਧੀ ਜਿਹੀ ਗੱਲ ਹੈ ਕਿ ਜਦੋਂ ਮਨ ਹੀ ਮੰਨ ਜਾਂਦਾ ਹੈ ਤਾਂ ਮੰਗਣ ਵਾਲਾ ਹੀ ਮੌਨ ਹੋ ਜਾਂਦਾ ਹੈ। ਇਹ ਹੀ ਸਾਡੇ ਸੰਤੁਸ਼ਟ ਹੋ ਜਾਣ ਦੀਆਂ ਭਾਵਨਾਵਾਂ ਹੁੰਦੀਆਂ ਹਨ। ਜਿਥੇ ਭਾਵਨਾਵਾਂ ਦਾ ਖੇਲ੍ਹ ਸ਼ੁਰੂ ਹੋ ਜਾਂਦਾ ਹੈ ਉਥੇ ਤਾਂ ਮਨ ਨੂੰ ਮੌਨ ਹੋਇਆ ਵੇਖਣ ਵਾਲਾ ਦ੍ਰਸ਼ਟਾ ਮੌਜੂਦ ਹੋ ਜਾਂਦਾ ਹੈ। ਅਜਿਹੇ ਅਨੁਭਵ ਨੂੰ ਹੀ ਆਕਾਰ ਤੋਂ ਨਿਰ-ਆਕਾਰ 'ਚ ਛਲਾਂਗ ਲੱਗ ਜਾਣਾ ਕਿਹਾ ਜਾਂਦਾ ਹੈ ਕਿ ਮੈਂ ਨਾਹੀਂ ਸਭ ਤੂੰ। ਵਿਵੇਕਾਨੰਦ ਜੀ ਨੂੰ ਤਾਂ ਪਰਮਹੰਸ ਜੀ ਦੇ ਅੰਦਰ ਤੂੰ ਹੀ ਤੂੰ ਨਜ਼ਰ ਆਉਣ ਲੱਗ ਪਿਆ। ਕਿ ਮੈਂ ਕੌਣ ਹਾਂ ਮਾਤਾ ਅੱਗੇ ਅਰਦਾਸ ਕਰਨ ਵਾਲਾ ! ਬੱਸ ਮੈਨੂੰ ਤਾਂ ਹੁਣ ਇਹ ਸਮਝ ਆ ਗਈ ਹੈ ਕਿ ਜੋ ਕੰਮ ਮੈਂ ਨਹੀਂ ਕਰ ਸਕਦਾ ਉਹ ਤੂੰ ਹੀ ਕਰ ਸਕਦਾ ਹੈਂ। ਹੁਣ ਮੇਰੇ ਤੇ ਤੁਸੀਂ ਕ੍ਰਿਪਾ ਕਰੋ। ਮੇਰੇ ਵਾਸਤੇ ਤੁਸੀਂ ਆਪ ਹੀ ਮਾਤਾ ਜੀ ਤੋਂ ਕੁਝ ਮੰਗੋ। ਮੈਨੂੰ ਤਾਂ ਕੁਝ ਸਮਝ ਨਹੀਂ ਹੈ। ਸੋਝੀ ਨਹੀਂ ਹੈ। ਮੈਨੂੰ ਤਾਂ ਮੰਗਣਾ ਹੀ ਆਉਂਦਾ ਨਹੀਂ ਹੈ। ਮੇਰੀਆਂ ਉਲਝਣਾਂ ਨੂੰ ਆਪ ਹੀ ਸੁਲਝਾਉਣ ਦੇ ਸਮਰੱਥ ਹੋ - ਯੋਗ ਹੋ।

ਪਰਮਹੰਸ ਜੀ ਕਹਿਣ ਲੱਗੇ, "ਵਿਵੇਕਾਨੰਦ ਜੀ, ਆਪ ਮਹਾਨ ਹੋ। ਆਪ ਬਹੁਤ ਭਾਗਾਂ ਵ਼ਾਲੇ ਹੋ। ਜਿਨ੍ਹਾਂ ਨੇ ਆਪਣੇ ਜੀਵਨ ਦੇ ਅਸਲ ਮਨੋਰਥ ਨੂੰ ਪਹਿਚਾਣ ਲਿਆ ਹੈ। ਆਪਣੇ ਹੀ ਸਰੀਰ ਅੰਦਰੋਂ ਆਪਣੇ ਬ੍ਰਹਮ ਦੀ ਮੌਜੂਦਗੀ ਦਾ ਅਹਿਸਾਸ ਕਰ ਲਿਆ ਹੈ। ਆਪਣੇ ਅਜਿੱਤ ਮਨ ਨੂੰ ਜਿੱਤ ਲਿਆ ਹੈ। ਜੀਵਨ ਦੇ ਸਾਰ ਦੀ ਪਹਿਚਾਣ ਕਰ ਲਈ ਹੈ। ਜਿਉਂਦੇ-ਜੀਅ ਆਪਣੀ ਦੇਹ ਦੇ ਬੰਧਨਾਂ ਤੋਂ ਛੁੱਟ ਗਏ ਹੋ। ਤੁਹਾਡੇ ਅੰਦਰੋਂ ਦੋ-ਚਿੱਤੀ ਸਮਾਪਤ ਹੋ ਕੇ ਤੁਹਾਨੂੰ ਇਕ ਦੀ ਸ਼ਰਣ ਮਿਲ ਗਈ ਹੈ। ਜਿਸ ਨੂੰ ਆਪਣੇ ਅੰਦਰੋਂ ਇਕ ਦੀ ਪਹਿਚਾਣ ਹੋ ਜਾਂਦੀ ਹੈ ਉਹ ਸਰਬੱਤ ਦਾ ਭਲਾ ਮੰਗਣ ਲੱਗ ਜਾਂਦੇ ਹਨ। ਇਹੋ ਜਿਹੀਆਂ ਭਾਵਨਾਵਾਂ ਨੂੰ ਹੀ ਅਸਲ 'ਚ ਦੈਵੀ ਗੁਣ ਕਿਹਾ ਜਾਂਦਾ ਹੈ। ਜਦੋਂ ਆਪਣੇ ਅੰਦਰੋਂ ਆਪਣੇ ਸਾਖਸ਼ੀ ਭਾਵ ਦੀ ਮੌਜੂਦਗੀ ਦਾ ਅਹਿਸਾਸ ਹੋਣ ਲੱਗ ਜਾਂਦਾ ਹੈ ਤਾਂ ਫਿਰ ਅਜਿਹੇ ਅਨੁਭਵ ਨੂੰ ਹੀ ਘਰ ਹੀ ਗੰਗਾ ਆ ਜਾਣਾ ਕਿਹਾ ਜਾਂਦਾ ਹੈ। ਜਦੋਂ ਘਰ 'ਚ ਹੀ ਗੰਗਾ ਆ ਜਾਏ ਤਾਂ ਹਰਿਦੁਆਰ ਜਾਣ ਦੀ ਲੋੜ ਹੀ ਨਹੀਂ ਰਹਿੰਦੀ। ਮੈਨੂੰ ਆਪਣੇ ਅੰਦਰੋਂ ਜੋ ਅਨੰਦ ਦਾ ਸੋਮਾ ਮਿਲਿਆ ਹੈ, ਜਿਹੜਾ ਨਿਰਾਲਾ ਅਨੁਭਵ ਹੋਇਆ ਹੈ, ਮੈਂ ਤਾਂ ਖੋਲ੍ਹ ਕੇ ਉਸ ਦਾ ਵਰਣਨ ਨਹੀਂ ਕਰ ਸਕਾਂਗਾ। ਹਾਂ ਹੁਣ

ਮੇਰੀ ਇੱਛਾ ਹੈ ਕਿ ਮੇਰੀ ਇੱਛਾ ਪੂਰੀ ਕਰਨ ਵਾਸਤੇ, ਲੋਕਾਂ ਦਾ ਕਲਿਆਣ ਕਰਨ ਵਾਸਤੇ ਆਪ ਆਪਣੇ ਨਿੱਜੀ ਅਨੁਭਵ ਦੀ ਚਰਚਾ ਕਰੋ। ਦੁਨੀਆਂ ਅੰਦਰ ਭਾਈਚਾਰੇ ਦਾ ਪੈਗਾਮ ਫੈਲਾਓ। ਸਰਬੱਤ ਦੇ ਹਿਤਾਂ ਨੂੰ ਅੱਗੇ ਰੱਖ ਕੇ ਆਪਣੇ ਨਿੱਜੀ ਅਨੁਭਵ ਦੇ ਆਧਾਰ ਤੇ ਕਣ-ਕਣ 'ਚ ਮੌਜੂਦ ਪ੍ਰਮਾਤਮਾ ਦੀ ਮੌਜੂਦਗੀ ਦੇ ਡੰਕੇ ਵਜਾਓ। ਤਾਂ ਜੋ ਲੋਗ-ਬਾਗ ਆਪਣੇ ਸਰੀਰ ਅੰਦਰ ਸਮਾਏ ਹੋਏ ਸੱਚ ਦੀ ਮੌਜੂਦਗੀ ਦਾ ਅਹਿਸਾਸ ਕਰਨ ਦੀਆਂ ਕੋਸ਼ਿਸ਼ਾਂ ਕਰਨ ਲੱਗ ਜਾਣ। ਇਸ ਸਿੱਖਿਆ ਨੂੰ ਆਧਾਰ ਬਣਾ ਕੇ ਵਿਵੇਕਾਨੰਦ ਜੀ ਨੇ ਆਪਣਾ ਜੀਵਨ ਹੀ ਦਾਓ ਤੇ ਲਗਾ ਦਿੱਤਾ। ਇਸੇ ਕਾਰਣ ਹੀ ਵਿਵੇਕਾਨੰਦ ਜੀ ਦਾ ਇਤਿਹਾਸ 'ਚ ਨਾਮ ਦਰਜ ਹੈ।

ਅੱਜਕਲ੍ਹ ਅਸੀਂ ਸਤਿਸੰਗ 'ਚ ਪਹੁੰਚ ਕੇ ਕੀ ਮੰਗ ਰਹੇ ਹਾਂ ? ਸਾਰੇ ਹੀ ਲੋਕ ਆਪਣੇ ਆਪਣੇ ਮਨ ਦੇ ਦੁਖਾਂ ਦਾ ਨਿਵਾਰਣ ਕਰਨਾ ਚਾਹੁੰਦੇ ਹਨ। ਅਰਦਾਸਾਂ ਵੀ ਧਨ-ਦੌਲਤ ਪ੍ਰਾਪਤ ਕਰ ਲੈਣ ਦੀਆਂ ਹੀ ਹੋ ਰਹੀਆਂ ਹਨ। ਮੈਂ ਵੀ ਹਰ ਧਰਮ ਦੇ ਸਤਿਸੰਗ 'ਚ ਪਹੁੰਚ ਆਪਣੀ ਹਾਜ਼ਰੀ ਲਗਾਉਂਦਾ ਰਿਹਾ ਹਾਂ। ਮਾਤਾ ਦੇ ਜਾਗਰਣ 'ਚ ਪਹੁੰਚ ਲੋਕ ਕੀ ਮੰਗ ਰਹੇ ਹਨ ? ਆਪਣੇ ਹੀ ਮਨ ਦੇ ਦੁਖੜੇ ਫੋਲ ਕੇ ਆਪਣਾ ਆਪਣਾ ਮਨ ਹਲਕਾ ਕਰਨ ਵਾਸਤੇ ਆਪਣੇ ਹੀ ਮਨ ਦੇ ਦੁਖੜੇ ਫੋਲ ਰਹੇ ਹਨ :

ਚੋਟ ਦੁਖਾਂ ਦੀ

ਚੋਟ ਦੁਖਾਂ ਦੀ ਦਿਲ ਤੇ ਖਾ ਕੇ,
ਮੈਂ ਸੁੱਖਿਆ ਮਾਂ ਤੇਰਾ ਜਗਰਾਤਾ ਨੀ।
ਦੇਰ ਕਰੀਂ ਨਹੀਂ, ਝਟਪਟ ਸੁਣ ਲਈਂ,
ਦੁੱਖ ਦਰਦ ਸਭ ਦੂਰ ਕਰੇਂ ਤੂੰ,
ਜੱਗ ਜਨਣੀ ਸ਼ੇਰਾਂ ਵਾਲੀਏ ਮਾਤਾ ਨੀ।
ਸੁੱਖ ਆਏ ਦੁੱਖ ਭੁੱਲੇ, ਦਿਨ ਫੇਰੇਂ,
ਯਾਰਾਂ ਝੁਰਮਟ ਪਾਇਆ ਤੂੰ ਕੰਮ ਲਾਇਆ
ਕਰਦੀ ਰਹੀ ਮੇਹਰਾਂ ਜੱਗ ਮਾਤਾ ਨੀ।
ਦੁੱਧ ਪੁੱਤ ਦਿੱਤੇ, ਸੁੱਖੇ ਸੁਖ ਵੰਡਤੇ,
ਜੋਤਿ ਨਿਰੰਜਣੀ ਨਜ਼ਰ ਨਾ ਆਏ ਮੈਨੂੰ,
ਕਿਉਂ ਛੁਪੀ ਕਿਥੇ ਛੁਪੀ ਹੈਂ ਮਾਤਾ ਨੀ।
ਦਿਲ ਵਿਚ ਯਾਦ ਤੈਨੂੰ ਨਹੀਂ ਭੁੱਲਿਆ,
ਫਿਲਮੀ ਤਰਜ਼ਾਂ ਨਾਲ ਹੇਕਾਂ ਨਿੱਤ ਲਾਵਾਂ,
ਕਿਉਂ ਦਰਸ਼ਣ ਨਹੀਂ ਦਿੰਦੀਏ ਮਾਤਾ ਨੀ।

ਤੂੰ ਬਦੇਹੀ ਮਨ ਦੁਨੀਆਂ ਨਾਲ ਜੁੜਿਆ,
ਮਨ ਨਿੱਤ ਨਵੀਆਂ ਕਰਦਾ ਆਸਾਂ ਨੀ।
ਇਹ ਜੱਗ ਤੇਰੀ ਮਾਇਆ ਤੇਰੀ ਛਾਇਆ,
ਮਰਜ਼ੀ ਤੇਰੀ ਸਾਡੀ ਮਰਜ਼ੀ ਨਾਲ ਤੇਰੇ,
ਚੰਗਾ ਉਹ ਹੀ ਭਾਵੇ ਤੈਨੂੰ ਮਾਤਾ ਨੀ।
ਅਕਾਲ ਮੂਰਤਿ ਅਜੂਨੀ ਤੂੰ, ਮੁਕਤ ਹੈਂ,
ਜੱਗ ਹੁਕਮ 'ਚ ਚੱਲਦਾ ਹੈ ਤੇਰੇ,
ਤੂੰ ਜਾਣੀ ਜਾਣ - ਮੈਂ ਅਣਜਾਣ,
ਤੈਨੂੰ ਕਿੰਝ ਮਨਾਏ ਅਣਜਾਣ ਅਣਭੋਲ ਨੀ।
'ਦਲਬਾਰੇ' ਦੀਆਂ ਹੂਕਾਂ ਤੂੰ ਹੀ ਜਾਣੇਂ,
ਆਹਾਂ ਨੂੰ ਮਨਜ਼ੂਰ ਕਰੀਂ ਜੱਗ ਮਾਤਾ ਨੀ।

ਸਾਡੇ ਹੀ ਸਰੀਰ ਅੰਦਰ ਸਮਾਇਆ ਹੋਇਆ ਸੱਚ ਭਾਵ ਸਾਡਾ ਹੀ ਬ੍ਰਹਮ, ਸਾਡਾ ਹੀ ਸਾਖਸ਼ੀ ਭਾਵ - ਸਾਡਾ ਹੀ ਅਚੇਤਨ ਮਨ, ਮਨ ਦੀਆਂ ਅੰਦਰੂਨੀ ਭਾਵਨਾਵਾਂ ਨੂੰ ਆਪ ਹੀ ਪਹਿਚਾਣ ਰਿਹਾ ਹੁੰਦਾ ਹੈ। ਜਾਣ ਰਿਹਾ ਹੁੰਦਾ ਹੈ। ਜਦੋਂ ਸਾਡੇ ਅੰਦਰੋਂ ਇਹ ਵੇਖਣ ਵਾਲੀ, ਜਾਨਣ ਵਾਲੀ ਸਮਰੱਥਾ ਉੱਭਰ ਆਉਂਦੀ ਹੈ ਤਾਂ ਫਿਰ ਇਸ ਸਮਰੱਥਾ ਦੇ ਉੱਭਰ ਆਉਣ ਦੀ ਇਹ ਇਕ ਪੱਕੀ ਨਿਸ਼ਾਨੀ ਹੁੰਦੀ ਹੈ ਕਿ ਸਾਡਾ ਅਸ਼ਾਂਤ ਰਹਿਣ ਵਾਲਾ ਮਨ ਹੀ ਸ਼ਾਂਤ ਹੋ ਜਾਂਦਾ ਹੈ। ਜਿਸ ਦੀ ਗਵਾਹੀ ਸਾਡੇ ਹੀ ਅੰਦਰੋਂ ਉੱਭਰ ਆਉਂਦੀ ਹੈ ਕਿ ਹੁਣ ਮੇਰਾ ਮਨ ਸ਼ਾਂਤ ਹੈ।

ਸਾਨੂੰ ਕੀ ਮੰਗਣਾ ਚਾਹੀਦਾ ਹੈ ? ਅਸੀਂ ਕੀ ਮੰਗ ਰਹੇ ਹਾਂ ? ਮੈਂ ਤਾਂ ਉਨ੍ਹਾਂ ਅਮਰ ਨਿਰ-ਆਕਾਰੀ ਸ਼ਕਤੀਆਂ ਦੀ ਮੌਜੂਦਗੀ ਦੀ ਹੀ ਚਰਚਾ ਕਰਨਾ ਚਾਹੁੰਦਾ ਹਾਂ ਜਿਨ੍ਹਾਂ ਦੀ ਮੌਜੂਦਗੀ ਦਾ ਕੋਈ ਅੰਤਲਾ ਸਿਰਾ, ਸ਼ੁਰੂ ਹੋਣ ਵਾਲਾ ਸਿਰਾ ਜਾਣਦੇ ਹੀ ਨਹੀਂ ਹਨ ਜੋ ਆਦਿ ਸ਼ਕਤੀ ਹੈ। ਜੋ ਜੁਗਾਦਿ ਸ਼ਕਤੀ ਹੈ। ਜੋ ਮੌਜੂਦ ਸ਼ਕਤੀ ਹੈ। ਜੋ ਅਪ੍ਰਤੱਖ ਹੈ। ਜੋ ਸਾਨੂੰ ਆਪਣੀਆਂ ਇਨ੍ਹਾਂ ਦੋ ਅੱਖਾਂ ਨਾਲ ਕਦੇ ਨਜ਼ਰ ਆ ਹੀ ਨਹੀਂ ਸਕੇਗੀ। ਅਸੀਂ ਉਸ ਨੂੰ ਜਾਨਣ ਦੀ ਤਾਂ ਕਦੇ ਇੱਛਾ ਤੱਕ ਵੀ ਕਰਦੇ ਹੀ ਨਹੀਂ ਹਾਂ। ਤਾਂ ਘੁੰਮ-ਘੁੰਮਾ ਅਸੀਂ ਪ੍ਰਤੱਖ ਸਰੀਰ ਦੀਆਂ ਜ਼ਰੂਰਤਾਂ ਪੂਰੀਆਂ ਕਰਨ ਵਾਸਤੇ ਸਿਰਫ ਧਨ-ਦੌਲਤ ਹੀ ਮੰਗਦੇ ਹਾਂ।

ਜਗਤ ਭਿਖਾਰੀ ਫਿਰਤ ਹੈ। ਸਭ ਕੋ ਦਾਤਾ ਰਾਮ॥

ਗੁਰੂ ਤੇਗ ਬਹਾਦਰ ਸਾਹਿਬ ਜੀ ਮਨ ਤੋਂ ਪਾਰ ਆਤਮਾ ਤੱਕ ਦੀ ਗਹਿਰਾਈ ਬਾਰੇ ਸਾਧਾਰਣ ਢੰਗ ਨਾਲ ਸਾਨੂੰ ਸਮਝਾਉਂਦੇ ਹਨ ਕਿ ਆਤਮਾ ਦੀ ਹੀ ਆਦਿ-ਅੰਤ ਦੀਆਂ ਗਹਿਰਾਈਆਂ ਬਾਰੇ ਅਸੀਂ ਕੁਝ ਜਾਣਦੇ ਹੀ ਨਹੀਂ ਹਾਂ। ਆਤਮਿਕ

ਤਲ ਦੀਆਂ ਗਹਿਰਾਈਆਂ ਬਾਰੇ ਤਾਂ ਬ੍ਰਹਮ-ਗਿਆਨੀ ਵੀ ਅਨੰਤ ਅਨੰਦ ਹੀ ਕਹਿਣ ਲੱਗ ਜਾਂਦੇ ਹਨ।

ਬ੍ਰਹਮ-ਗਿਆਨੀ ਤਾਂ ਸਾਨੂੰ ਆਪਣੇ ਅੰਦਾਜ਼ੇ ਮੁਤਾਬਿਕ ਇਹ ਹੀ ਸਮਝਾਉਣ ਦੀਆਂ ਕੋਸ਼ਿਸ਼ਾਂ ਕਰਦੇ ਆਏ ਹਨ ਕਿ ਜਿਥੋਂ ਤਕ ਮਨ ਦਾ ਮੰਡਲ, ਮਨ ਦੀ ਸੀਮਾ ਮੌਜੂਦ ਹੈ, ਉਸ ਸੀਮਾ ਤੱਕ ਤਾਂ ਸਾਡਾ ਮਨ ਆਪਣੀ ਅਸੰਤੁਸ਼ਟੀ ਹੀ ਜ਼ਾਹਰ ਕਰਦਾ ਰਹਿੰਦਾ ਹੈ। ਕਿ ਇਹ ਵੀ ਚਾਹੀਦਾ ਹੈ, ਉਹ ਵੀ ਚਾਹੀਦਾ ਹੈ। ਅਜੇ ਤੱਕ ਤਾਂ ਮੇਰੇ ਪਾਸ ਕੁਝ ਵੀ ਨਹੀਂ ਹੈ। ਫਲਾਣੇ ਪਾਸ ਇਹ ਸਭ ਮੌਜੂਦ ਹੈ। ਢਿਮਕੇ ਪਾਸ ਉਹ ਵੀ ਮੌਜੂਦ ਹੈ। ਇਹ ਵੀ ਮੌਜੂਦ ਹੈ। ਮਨ ਅੰਦਰ ਤਾਂ ਦੂਸਰਿਆਂ ਨਾਲ ਆਪਣੀ ਹੈਸੀਅਤ ਦੀ ਤੁਲਨਾ ਕਰਨ ਦੇ ਹੀ ਵਿਚਾਰ ਉਠਦੇ ਰਹਿੰਦੇ ਹਨ।

ਗੁਰੂ ਨਾਨਕ ਦੇਵ ਜੀ ਆਪਣੇ ਅਹਿਸਾਸ ਦੇ ਆਧਾਰ ਤੇ ਇਹ ਹੀ ਕਹਿੰਦੇ ਹਨ ਕਿ ਕਰਤੇ ਦੀ ਕ੍ਰਿਤ ਨੂੰ ਤਾਂ ਅਨੰਤ ਹੀ ਕਹਿਣਾ ਫਬਦਾ ਹੈ :

ਲੱਖ ਅਗਾਸਾ ਆਗਾਸ॥

ਕਿ ਮੇਰੀ ਸੋਚ ਤਾਂ ਕਰਤੇ ਦੀਆਂ ਕ੍ਰਿਤਾਂ ਦਾ ਕੋਈ ਅੰਦਾਜ਼ਾ ਨਹੀਂ ਲਗਾ ਸਕਦੀ ਹੈ। ਮਨ ਅੰਦਰੋਂ ਕਦੇ ਭੀ ਜਾਨਣ ਦੀ, ਪ੍ਰਾਪਤ ਕਰ ਲੈਣ ਦੀ ਚਾਹਤ ਕਦੇ ਸਮਾਪਤ ਹੁੰਦੀ ਹੀ ਨਹੀਂ ਹੈ। ਜਿਥੇ ਤਕ ਮਨ ਦੀ ਸੀਮਾ ਹੈ, ਮਨ ਤਾਂ ਹੋਰ ਹੋਰ ਮੰਗਦਾ ਹੀ ਰਹਿੰਦਾ ਹੈ। ਕਦੇ ਮੰਗਣ ਤੋਂ ਹਟਦਾ ਨਹੀਂ ਹੈ।

ਦੇਦਾ ਦੇ ਲੈਦਾ ਥਕਿ ਪਾਹਿ, ਜੁਗਾ ਜੁਗੰਤਰਿ ਖਾਹੀ ਖਾਹਿ॥

(ਜਪੁਜੀ ਸਾਹਿਬ)

ਜਦੋਂ ਅਸੀਂ ਸਹਿਜੇ ਹੀ ਆਪਣੀ ਅਨਮਨੀ ਅਵਸਥਾ 'ਚ ਪਹੁੰਚ ਜਾਂਦੇ ਹਾਂ ਤਾਂ ਹੀ ਇਹ ਸਾਨੂੰ ਆਪਣੇ ਅੰਦਰੋਂ ਇਕ ਦੀ ਮੌਜੂਦਗੀ ਦਾ ਅਹਿਸਾਸ ਹੋਣ ਲੱਗਦਾ ਹੈ। ਭਾਵ ਸਾਡੇ ਅੰਦਰੋਂ ਵੇਖਣ ਵਾਲਾ ਦ੍ਰਸ਼ਟਾ ਜਾਗਦਾ ਹੈ। ਇਸ ਦ੍ਰਸ਼ਟੇ ਦੀ ਮੌਜੂਦਗੀ ਨੂੰ ਮੰਨਣ ਤੋਂ ਬਾਅਦ ਹੀ ਸਾਡਾ ਮਨ ਸ਼ਾਂਤ ਹੋਣ ਲੱਗਦਾ ਹੈ।

ਜਦੋਂ ਮਨ ਬਦਲ ਜਾਂਦਾ ਹੈ ਤਾਂ ਹੀ ਸਾਡੀ ਦ੍ਰਿਸ਼ਟੀ ਸਾਫ ਹੁੰਦੀ ਹੈ। ਦ੍ਰਿਸ਼ਟੀ ਬਦਲਣ ਲੱਗਦੀ ਹੈ ਤਾਂ ਹੀ ਫਿਰ ਅਸੀਂ ਆਪਣੇ ਮਨ ਦੇ ਮੰਡਲ - ਮਨ ਦੇ ਘੇਰੇ ਤੋਂ ਬਾਹਰ ਨਿਕਲਦੇ ਹਾਂ। ਤਾਂ ਹੀ ਫਿਰ ਸਾਡੀਆਂ ਭਾਵਨਾਵਾਂ ਬਦਲਣ ਲੱਗਦੀਆਂ ਹਨ। ਜਦੋਂ ਸਾਡੇ ਅੰਦਰੋਂ ਸਾਡਾ ਮੰਗਣ ਵਾਲਾ ਭਿਖਾਰੀ ਮਨ ਮੰਗਣ ਤੋਂ ਹਟ ਜਾਂਦਾ ਹੈ ਤਾਂ ਹੀ ਫਿਰ ਸਾਡੇ ਅੰਦਰੋਂ ਵੰਡਣ ਦੀ ਪ੍ਰਵਿਰਤੀ ਜਾਗਰਤ ਹੁੰਦੀ ਹੈ। ਭਾਵ ਸਾਡਾ ਸਾਖਸ਼ੀ ਭਾਵ ਉੱਭਰਨ ਲੱਗਦਾ ਹੈ ਕਿ ਮੇਰੇ ਪਾਸ ਜੋ ਕੁਝ ਵੀ ਹੈ ਇਹ ਤਾਂ ਮੇਰਾ ਹੈ ਹੀ ਨਹੀਂ। ਇਸ ਨਿਰਾਲੇ ਅਨੁਭਵ ਦੀ ਮੈਂ ਜਿੰਨੀ ਤਾਰੀਫ ਕਰਾਂ ਉੱਨਾ ਹੀ ਚੰਗਾ ਹੈ।

ਜਦੋਂ ਗੁਰੂ ਨਾਨਕ ਦੇਵ ਜੀ ਨੂੰ ਉਨ੍ਹਾਂ ਦੇ ਪਿਤਾ ਮਹਿਤਾ ਕਾਲੂ ਜੀ ਨੇ 20 ਰੁਪਏ ਕੋਈ ਵਪਾਰ ਕਰਨ ਵਾਸਤੇ ਦਿੱਤੇ। ਉਸ ਸਮੇਂ ਗੁਰੂ ਜੀ ਤਾਂ ਸਹਿਜੇ ਹੀ ਆਪਣੀ ਅਨਮਨੀ ਅਵਸਥਾ 'ਚ ਪਹੁੰਚੇ ਹੋਏ ਸਨ। ਬ੍ਰਹਮ ਦੇ ਦੇਸ ਨਾਲ ਜੁੜੇ ਹੋਏ ਸਨ। ਇਸ ਤਰਜ਼ 'ਚ ਇਸ ਕਾਰਣ ਹੀ ਉਨ੍ਹਾਂ ਦੇ ਹਿਰਦੇ ਦਾ ਕੌਲ ਖਿੜਿਆ ਹੋਇਆ ਸੀ। ਉਨ੍ਹਾਂ ਦਾ ਮਨ ਤਾਂ ਅਸਚਰਜਤਾ ਨਾਲ ਹੀ ਭਰਿਆ ਹੋਇਆ ਸੀ। ਉਨ੍ਹਾਂ ਦਾ ਮਨ ਹੀ ਮੌਨ ਹੋ ਗਿਆ ਸੀ। ਇਸ ਵਾਸਤੇ ਹੀ ਉਨ੍ਹਾਂ ਦੇ ਸਮਕਾਲੀਨ ਲੋਕ ਉਨ੍ਹਾਂ ਨੂੰ ਨਾਨਕ ਨਿਰੰਕਾਰੀ ਕਹਿਣ ਲੱਗ ਪਏ ਸਨ। ਆਪਣੇ ਹੀ ਮਨ ਦੀ ਕਿਸੀ ਸੀਮਾ ਦੀ ਅਸੀਂ ਕੋਈ ਕਲਪਨਾ ਵੀ ਨਹੀਂ ਕਰ ਸਕਦੇ ਹਾਂ। ਉਂਝ ਟੈਲੀਪੈਥੀ ਦਾ ਸੰਬੰਧ ਸਾਡੇ ਮਨ ਨਾਲ ਹੀ ਹੈ। ਆਪਣੇ ਸੱਚੇ ਮਨੋ ਕਿਸੀ ਦੀ ਯਾਦ ਆਪਣੇ ਮਨ ਅੰਦਰ ਲੈ ਆਓ। ਮਨੋ ਮਨ ਅਸੀਂ ਜਿਸ ਨੂੰ ਯਾਦ ਕਰਨ ਲੱਗ ਜਾਈਏ ਉਸ ਦੇ ਮਨ ਤਕ ਇਹ ਸੋਚ ਪਹੁੰਚ ਜਾਂਦੀ ਹੈ। ਇਸ ਸੋਚ ਦੇ ਪਹੁੰਚਣ ਸਾਰ ਹੀ ਇਸ ਦੇ ਸੰਕੇਤ ਨਜ਼ਰ ਆਉਣ ਲੱਗ ਜਾਂਦੇ ਹਨ। ਜਿਸ ਤਰ੍ਹਾਂ ਕਿ ਆਮ ਮਾਨਤਾ ਹੈ ਕਿ ਜਦੋਂ ਅਚਾਨਕ ਹੀ ਤੈੜ ਤੈੜ ਛਿੱਕਾਂ ਆਉਣ ਲੱਗ ਜਾਣ ਜਾਂ ਹਿਚਕੀ ਆਉਣ ਲੱਗ ਜਾਵੇ ਤਾਂ ਅਸੀਂ ਅੰਦਾਜ਼ਾ ਲਗਾ ਲੈਂਦੇ ਹਾਂ ਕਿ ਸੱਚੇ ਮਨੋਂ ਸਾਨੂੰ ਯਾਦ ਕਰ ਰਿਹਾ ਹੈ। ਬਨੇਰੇ ਤੇ ਕਾਂ ਬੋਲਣ ਲੱਗ ਜਾਵੇ ਤਾਂ ਅਸੀਂ ਇਹ ਅੰਦਾਜ਼ਾ ਲਗਾ ਲੈਂਦੇ ਹਾਂ ਕਿ ਕੋਈ ਮਹਿਮਾਨ ਘਰ ਆਉਣ ਵਾਲਾ ਹੈ।

ਖੈਰ ਹੁਣ ਤਾਂ ਜ਼ਮਾਨਾ ਹੀ ਬਹੁਤ ਤਰੱਕੀ ਕਰ ਗਿਆ ਹੈ। ਘਰ ਘਰ ਹੀ ਮੋਬਾਇਲ ਫੋਨ ਪਹੁੰਚ ਗਏ ਹਨ। ਜਦੋਂ ਭੈਣ ਨਾਨਕੀ ਵੀਰ ਨਾਨਕ ਦੇਵ ਜੀ ਨੂੰ ਯਾਦ ਕਰ ਲੈਂਦੀ ਸੀ ਤਾਂ ਰੋਟੀਆਂ ਸੇਕਦੇ ਹੋਏ ਤਵੇ ਤੇ ਫੁੱਲੇ ਹੋਏ ਫੁਲਕੇ ਨੂੰ ਵੇਖ ਇਹ ਕਾਮਨਾ ਕਰਨ ਲੱਗ ਜਾਂਦੀ ਸੀ ਕਿ ਵੀਰ ਨਾਨਕ ਪਹੁੰਚਣ ਹੀ ਵਾਲਾ ਹੈ। ਆਉਣ ਹੀ ਵਾਲਾ ਹੈ :

ਤਵੇ ਤੇ ਇਕ ਫੁਲਕਾ ਫੁੱਲਿਆ ਆ ਵੀਰਾ,
ਨਾਨਕੀ ਭੈਣ ਉਡੀਕੇ ਫੇਰਾ ਪਾ ਵੀਰਾ।

ਮੈਂ ਤਾਂ ਗੁਰੂ ਨਾਨਕ ਨਿਰੰਕਾਰੀ ਜੀ ਦੇ ਬ੍ਰਹਮ ਦੇ ਦੇਸ ਪਹੁੰਚੇ ਹੋਏ ਹੋਣ ਦੀ ਚਰਚਾ ਕਰ ਰਿਹਾ ਹਾਂ ਕਿ ਜਦੋਂ ਗੁਰੂ ਨਾਨਕ ਦੇਵ ਜੀ ਭੁੱਖੇ ਸਾਧੂ ਨਜ਼ਰ ਆਏ, ਮਿਲ ਗਏ ਤਾਂ ਗੁਰੂ ਜੀ ਨੇ ਵੀਹ ਰੁਪਏ ਦਾ ਭੋਜਨ ਭੁੱਖੇ ਸਾਧੂਆਂ ਨੂੰ ਛਕਾ ਦਿੱਤਾ। ਮੇਰਾ ਮਕਸਦ ਗੁਰੂ ਜੀ ਦੇ ਜੀਵਨ ਕਾਲ 'ਚ ਘਟੀਆਂ ਘਟਨਾਵਾਂ ਦਾ ਜ਼ਿਕਰ ਕਰਨਾ ਨਹੀਂ ਹੈ। ਮੈਂ ਗੱਲ ਕਰ ਰਿਹਾ ਹਾਂ ਸਰੀਰ ਅੰਦਰ ਸਮਾਏ ਹੋਏ ਸੱਚ ਦੀ। ਕਿ ਜਦੋਂ ਸਾਡੇ ਮਨ ਅੰਦਰ ਵਿਸ਼ਵਾਸ ਆ ਜਾਂਦਾ ਹੈ ਕਿ ਸਰੀਰ ਅਲੱਗ ਹੈ। ਸਰੀਰ ਅੰਦਰ ਮੌਜੂਦ, ਸਰੀਰ ਅੰਦਰ ਸਮਾਇਆ ਹੋਇਆ ਸੱਚ

ਅਲੱਗ ਹੈ। ਇਹ ਮਿਟਣ ਵਾਲਾ ਨਹੀਂ ਹੈ। ਇਹ ਤਾਂ ਸਮੇਂ ਸਥਾਨ ਦੀਆਂ ਸੀਮਾਵਾਂ ਅੰਦਰ ਕੈਦ ਨਹੀਂ ਹੈ। ਇਹ ਤਾਂ ਇਕ ਨਿਰਾਲਾ ਮਨ ਹੈ। ਜੋ ਸਰੀਰ ਨਾਲ ਸੰਬੰਧਤ ਹੋਣ ਦੇ ਬਾਵਜੂਦ ਵੀ ਸਰੀਰਕ ਮੋਹ ਤੋਂ ਪਰੇ ਹੈ।

ਇਸ ਤਰ੍ਹਾਂ ਦੀਆਂ ਭਾਵਨਾਵਾਂ ਹੀ ਮਨ ਨੂੰ ਸ਼ਾਂਤ ਕਰ ਦਿੰਦੀਆਂ ਹਨ। ਅਜਿਹੀਆਂ ਮਨੋ-ਭਾਵਨਾਵਾਂ ਹੀ ਸਾਡੇ ਮਨ ਅੰਦਰ ਇਹ ਵਿਸ਼ਵਾਸ ਪੱਕਾ ਕਰ ਦਿੰਦੀਆਂ ਹਨ ਕਿ ਮਰਜ਼ੀ ਤਾਂ ਪ੍ਰਮਾਤਮਾ ਦੀ ਹੀ ਹੈ, ਅਸੀਂ ਤਾਂ ਪ੍ਰਮਾਤਮਾ ਦੇ ਹੱਥ ਦੇ ਖਿਡੌਣੇ ਹੀ ਹਾਂ ਮਰਜ਼ੀ ਤਾਂ ਪ੍ਰਮਾਤਮਾ ਦੀ ਹੈ :

ਜੇ ਤੂੰ ਰਾਜ ਬਹਾਵੇਂ ਤਾਂ ਕੀ ਵਡਿਆਈ,
ਜੇ ਤੂੰ ਭੀਖ ਮੰਗਵਾਏਂ ਤਾਂ ਕੀ ਘਟ ਜਾਈ।

ਅਪ੍ਰਤੱਖ ਬ੍ਰਹਮ ਦੀ ਮੌਜੂਦਗੀ ਨੂੰ ਮੰਨਦੇ ਹੋਏ, ਜੀਵਨ ਬਤੀਤ ਕਰਨ ਸਮੇਂ ਜੀਵਨ ਬਤੀਤ ਕਰਦੇ ਹੋਇਆਂ ਮਨ ਅੰਦਰ ਖੁਸ਼ੀ ਦੀਆਂ ਭਾਵਨਾਵਾਂ ਉੱਠਣ ਲੱਗ ਜਾਂਦੀਆਂ ਹਨ। ਪ੍ਰਮਾਤਮਾ ਦੀ ਮੌਜੂਦਗੀ ਨੂੰ ਨਾ ਮੰਨਣ ਕਾਰਨ ਹੀ ਮਨ ਚਿੰਤਿਤ ਹੋਇਆ ਰਹਿੰਦਾ ਹੈ :

ਅੱਖਾਂ ਬਾਝੋਂ ਵੇਖਣਾ - ਬਿਨ ਪੈਰਾਂ ਚੱਲਣਾ।

ਕਿਸੀ ਵੀ ਦੁਨੀਆਵੀ ਪੈਮਾਨੇ ਨਾਲ ਅਸੀਂ ਆਪਣੇ ਬ੍ਰਹਮ ਦੀ ਮੌਜੂਦਗੀ ਦੇ ਅਹਿਸਾਸ ਨੂੰ ਨਾਪ ਨਹੀਂ ਸਕਾਂਗੇ। ਸਾਡਾ ਅਚੇਤਨ ਮਨ ਸਾਡੇ ਚੇਤਨ ਮਨ ਦੀ ਪਕੜ 'ਚ ਕਦੇ ਆ ਹੀ ਨਹੀਂ ਸਕੇਗਾ।

ਕਹਾਣੀ ਹੈ ਕਿ ਕੋਈ ਪਤੀ-ਪਤਨੀ ਜੰਗਲ ਦੇ ਰਸਤੇ 'ਚੋਂ ਲੰਘ ਰਹੇ ਸਨ। ਅਚਾਨਕ ਹੀ ਪਤਨੀ ਨੂੰ ਜਣੇਪੇ ਦੀਆਂ ਪੀੜਾਂ ਸ਼ੁਰੂ ਹੋ ਗਈਆਂ। ਪਤਨੀ ਨੇ ਤਿੰਨ ਬੱਚੀਆਂ ਨੂੰ ਜਨਮ ਦੇ ਦਿੱਤਾ। ਧਰਮਰਾਜ ਨੇ ਆਪਣੇ ਯਮਦੂਤ ਨੂੰ ਪਤਨੀ ਦੀ ਜਾਨ ਕੱਢ ਕੇ ਲੈ ਆਉਣ ਦਾ ਹੁਕਮ ਕਰ ਦਿੱਤਾ। ਤਿੰਨ ਮਾਸੂਮ ਬੱਚਿਆਂ ਨੂੰ ਵੇਖ ਕੇ ਯਮਦੂਤ ਦਾ ਮਨ ਪਿਘਲ ਗਿਆ। ਪਸੀਜ ਗਿਆ। ਯਮਦੂਤ ਦੇ ਮਨ ਅੰਦਰ ਦਇਆ ਆ ਗਈ ਕਿ ਅਗਰ ਮੈਂ ਇਨ੍ਹਾਂ ਦੀ ਮਾਂ ਦੀ ਜਿੰਦ ਕੱਢ ਲਵਾਂਗਾ ਤਾਂ ਇਨ੍ਹਾਂ ਮਾਸੂਮਾਂ ਦਾ ਕੀ ਹਾਲ ਹੋਵੇਗਾ ? ਯਮਦੂਤ ਵੀ ਅਜੇ ਆਪਣੇ ਮਨ ਦੇ ਅਧੀਨ ਹੀ ਹੋਵੇਗਾ। ਨਹੀਂ ਤਾਂ ਆਪਣੇ ਅੰਦਰੋਂ ਇਕ ਦੀ ਸ਼ਰਣ 'ਚ ਪਹੁੰਚਣ ਵਾਲੇ ਆਪਣੇ ਮਾਲਿਕ ਦੇ ਹੁਕਮ ਦੀ ਕਦੇ ਉਲੰਘਣਾ ਕਰਦੇ ਹੀ ਨਹੀਂ ਹਨ।

ਧਰਮ ਰਾਜ ਜੀ ਨੇ ਯਮਦੂਤ ਨੂੰ ਖਾਲੀ ਹੱਥ ਪਰਤੇ ਵੇਖ ਹੁਕਮ ਦਾ ਪਾਲਣ ਨਾ ਕਰਨ ਦੀ ਫੌਰਨ ਸਜ਼ਾ ਸੁਣਾ ਦਿੱਤੀ। ਕਿ ਤੂੰ ਮੇਰੇ ਹੁਕਮ ਦੀ ਉਲੰਘਣਾ ਕੀਤੀ ਹੈ। ਮੈਂ ਤੈਨੂੰ ਮਾਤਲੋਕ 'ਚ ਰਹਿਣ ਦੀ ਸਜ਼ਾ ਦਿੰਦਾ ਹਾਂ। ਮਾਤ ਲੋਕ 'ਚ ਰਹਿੰਦੇ ਹੋਏ ਜਦੋਂ ਤੂੰ ਤਿੰਨ ਵਾਰ ਆਪਣੀ ਗਲਤੀ ਦਾ ਅਹਿਸਾਸ ਕਰ ਕੇ ਹੱਸ

ਲਵੇਂਗਾ ਤਾਂ ਤੇਰੀ ਸਜ਼ਾ ਖਤਮ ਹੋ ਜਾਵੇਗੀ। ਤੇਰੀ ਗਲਤੀ ਮੁਆਫ ਕੀਤੀ ਜਾਵੇਗੀ। ਨਿਰ-ਆਕਾਰੀ ਸ਼ਕਤੀਆਂ ਜਿਨ੍ਹਾਂ ਦੀ ਮੌਜੂਦਗੀ ਤੇ ਸਾਡੇ ਮਨ ਅੰਦਰ ਪੱਕਾ ਵਿਸ਼ਵਾਸ ਵੀ ਹੁੰਦਾ ਹੀ ਨਹੀਂ ਹੈ, ਉਨ੍ਹਾਂ ਸ਼ਕਤੀਆਂ ਦੇ ਖੇਲ੍ਹ ਨੂੰ ਸਮਝ ਲੈਣਾ ਅਗਰ ਅਸੰਭਵ ਨਹੀਂ ਤਾਂ ਕੋਈ ਆਸਾਨ ਕੰਮ ਵੀ ਨਹੀਂ ਹੈ। ਜਿਥੇ ਆਪਣੇ ਮਨ ਦੀ ਸੋਚ ਵੀ ਪਹੁੰਚ ਨਹੀਂ ਸਕੇਗੀ। ਉਥੇ ਤਾਂ ਹੁਕਮ ਦੀ ਪਾਲਣਾ ਹੀ ਕਰਨੀ ਪੈਂਦੀ ਹੈ।

ਨਾਲ ਖਸਮ ਹੁਕਮ ਨਾ ਚਲਈ, ਨਾਲ ਖਸਮ ਚਲੇ ਅਰਦਾਸ॥

ਧਰਮਰਾਜ ਨੇ ਯਮਦੂਤ ਨੂੰ ਸਵਰਗ ਤੋਂ ਮਾਤਲੋਕ 'ਚ ਪਟਕ ਦਿੱਤਾ। ਬ੍ਰਹਮਲੋਕ ਤੋਂ ਮਾਤਲੋਕ ਪਹੁੰਚਿਆ। ਨੰਗ-ਧੜੰਗਾ ਯਮਦੂਤ ਠੰਡ ਨਾਲ ਕੰਬਣ ਲੱਗ ਪਿਆ। ਉਸ ਦੀ ਮੁਲਾਕਾਤ ਇਕ ਗਰੀਬ ਮੋਚੀ ਨਾਲ ਹੋ ਗਈ। ਜੋ ਜੁੱਤੀਆਂ ਗੰਢ ਕੇ ਆਪਣਾ ਟਾਇਮ ਲੰਘਾ ਰਿਹਾ ਸੀ। ਅੰਤਾਂ ਦੀ ਗਰੀਬੀ ਕੱਟ ਰਿਹਾ ਸੀ। ਉਸ ਦੇ ਆਪਣੇ ਬੱਚੇ ਘਰ ਨੰਗ-ਧੜੰਗੇ ਸਨ। ਆਪਣੇ ਬੱਚਿਆਂ ਨੂੰ ਠੰਡ ਤੋਂ ਬਚਾਉਣ ਵਾਸਤੇ ਉਸ ਨੇ ਅੱਜ ਹੀ ਗਰਮ ਕੰਬਲ ਖਰੀਦਿਆ ਸੀ। ਸਾਹਮਣੇ ਯਮਦੂਤ ਨੂੰ ਠੰਡ ਨਾਲ ਕੰਬਦੇ ਹੋਇਆਂ ਵੇਖ ਉਸ ਨੇ ਆਪਣਾ ਕੰਬਲ ਉਸ ਨੂੰ ਦੇ ਦਿੱਤਾ ਕਿ ਲਓ ਆਪਣਾ ਤਨ ਢੱਕ ਲਓ। ਠੰਡ ਤੋਂ ਬਚੋ। ਅਗਰ ਕੋਈ ਰਹਿਣ ਦਾ ਠਿਕਾਣਾ ਨਹੀਂ ਹੈ ਤਾਂ ਫਿਰ ਮੇਰੇ ਨਾਲ ਹੀ ਮੇਰੇ ਘਰ ਚੱਲੋ। ਜਿਹੋ ਜਿਹੀ ਰੁੱਖੀ-ਮਿੱਸੀ ਰੋਟੀ ਮਿਲੇਗੀ ਉਹ ਖਾ ਲੈਣਾ। ਮੋਚੀ ਦਾ ਵਿਓਹਾਰ ਵੇਖ, ਮੋਚੀ ਦੇ ਮਨ ਅੰਦਰ ਆਈ ਦਇਆ ਭਾਵਨਾ ਨੂੰ ਵੇਖ ਯਮਦੂਤ ਮਨੋ ਮਨ ਸੋਚਣ ਲੱਗਾ ਕਿ ਪ੍ਰਮਾਤਮਾ ਦੀ ਨਿਰਦਈ ਦੁਨੀਆਂ ਅੰਦਰ ਅਜੇ ਵੀ ਨਰਮ-ਦਿਲ, ਦਿਆਲੂ ਲੋਕ ਕਾਇਮ ਹਨ। ਇਹ ਤਾਂ ਪ੍ਰਮਾਤਮਾ ਹੀ ਜਾਣਦਾ ਹੈ ਕਿ ਉਸ ਦੀ ਕੀ ਮਰਜ਼ੀ ਹੈ ? ਉਸ ਨੂੰ ਕੀ ਚੰਗਾ ਲੱਗ ਰਿਹਾ ਹੈ ? ਉਹ ਆਪਣੀ ਕ੍ਰਿਤ ਤੋਂ ਕੀ ਕਰਵਾਉਣਾ ਚਾਹੁੰਦਾ ਹੈ ? ਮੈਂ ਵੀ ਕਿੰਨਾ ਮੂਰਖ ਹਾਂ, ਕਿੰਨਾ ਅਗਿਆਨੀ ਹਾਂ। ਮੈਂ ਆਪਣੇ ਮਾਲਕ ਦੇ ਹੁਕਮ ਦੀ ਐਵੇਂ ਹੀ ਉਲੰਘਣਾ ਕੀਤੀ ਹੈ। ਝੁਕੇ ਹੋਏ ਮਨ ਵਾਲੇ ਵਿਅਕਤੀ ਹੀ ਆਪਣੀ ਗਲਤੀ ਦਾ ਅਹਿਸਾਸ ਕਰਕੇ ਆਪਣੀ ਗਲਤੀ ਮੰਨਣ ਲੱਗ ਜਾਂਦੇ ਹਨ।

ਆਪਣੇ ਮਨ ਦੇ ਅਹੰਕਾਰ ਨਾਲ ਆਕੜੇ ਰਹਿਣ ਵਾਲੇ ਵਿਅਕਤੀਆਂ ਨੂੰ ਤਾਂ ਕਦੇ ਆਪਣੀ ਗਲਤੀ ਦਾ ਅਹਿਸਾਸ ਤੱਕ ਵੀ ਕਦੇ ਹੁੰਦਾ ਹੀ ਨਹੀਂ ਹੈ। ਉਹ ਤਾਂ ਹਮੇਸ਼ਾ ਹੀ ਆਪਣੇ ਮਨ ਦੀ ਆਕੜ 'ਚ ਹੀ ਮਸਤ ਹੋਏ ਰਹਿੰਦੇ ਹਨ।

ਗਰੀਬ ਮੋਚੀ ਯਮਦੂਤ ਨੂੰ ਆਪਣੇ ਘਰ ਲੈ ਆਇਆ। ਉਸ ਦੀ ਪਤਨੀ ਯਮਦੂਤ ਨੂੰ ਆਏ ਵੇਖ ਅੱਗ-ਬਗੂਲਾ ਹੋ ਗਈ। "ਘਰ ਆਟਾ ਨਹੀਂ ਤੇ ਅੰਮਾ ਪਿਹਾਉਣ ਗਈ। ਕੰਜਰਾ, ਆਪਣੇ ਬੱਚੇ ਤਾਂ ਭੁੱਖੇ ਬੈਠੇ ਹਨ। ਇਹ ਕਿਹੜੀ ਦੱਦ

ਤੂੰ ਹੋਰ ਆਪਣੇ ਨਾਲ ਲੈ ਆਇਆ ਹੈਂ। ਤੇਰੇ ਜਿਹਾ ਹੋਰ ਕੌਣ ਮੂਰਖ ਹੋਵੇਗਾ। ਜੋ ਆਪਣੇ ਘਰ ਹੋਰ ਮੁਸੀਬਤ ਲੈ ਆਇਆ ਹੈਂ।" ਪਰ ਉਹ ਵਿਚਾਰੀ ਕੀ ਜਾਣਦੀ ਸੀ ਕਿ ਇਹ ਮਹਿਮਾਨ ਜੋ ਘਰ ਆਇਆ ਹੈ, ਇਹ ਕੋਈ ਆਮ ਸਾਧਾਰਣ ਵਿਅਕਤੀ ਨਹੀਂ ਹੈ, ਇਸ ਦੇ ਘਰ ਆਉਣ ਨਾਲ ਤਾਂ ਲੱਛਮੀ ਉਨ੍ਹਾਂ ਦੇ ਘਰ ਦੀ ਨੁਹਾਰ ਹੀ ਬਦਲ ਦੇਵੇਗੀ। ਘਰ ਮਾਲੋ-ਮਾਲ ਹੋ ਜਾਵੇਗਾ। ਯਮਦੂਤ ਨੂੰ ਆਪਣੀ ਮੂਰਖਤਾ ਤੇ ਬਹੁਤ ਹਾਸੀ ਆਈ। ਉਹ ਪਹਿਲੀ ਵਾਰ ਆਪਣੀ ਹੀ ਮੂਰਖਤਾ ਤੇ ਹੱਸਣ ਲੱਗਾ।

ਯਮਦੂਤ ਨੇ ਕੁਝ ਹੀ ਦਿਨਾਂ ਦੇ ਅੰਦਰ ਜੁੱਤੀਆਂ ਬਣਾਉਣ 'ਚ ਮੁਹਾਰਤ ਹਾਸਲ ਕਰ ਲਈ। ਉਸ ਦੇ ਹੱਥ ਦੀਆਂ ਬਣਾਈਆਂ ਜੁੱਤੀਆਂ ਧੜਾਧੜ ਵਿਕਣ ਲੱਗ ਪਈਆਂ। ਉਸ ਦੀਆਂ ਬਣਾਈਆਂ ਜੁੱਤੀਆਂ ਦੀ ਚਰਚਾ ਹੋਣ ਲੱਗ ਪਈ। ਕਿ ਵਾਹ ਇਹ ਜੁੱਤੀਆਂ ਕਿੰਨੀਆਂ ਚੰਗੀਆਂ ਬਣੀਆਂ ਹਨ। ਉਸ ਦੇ ਹੱਥ ਦੀਆਂ ਬਣਾਈਆਂ ਜੁੱਤੀਆਂ ਦੀ ਚਰਚਾ ਰਾਜੇ ਤੱਕ ਵੀ ਪਹੁੰਚ ਗਈ। ਰਾਜੇ ਨੇ ਆਪਣੇ ਸਿਪਾਹੀਆਂ ਦੇ ਹੱਥੀ ਆਪਣੀਆਂ ਜੁੱਤੀਆਂ ਬਣਾਉਣ ਲਈ ਯਮਦੂਤ ਪਾਸ ਆਪਣੇ ਪੈਰਾਂ ਦੇ ਨਾਪ ਭੇਜ ਦਿੱਤਾ।

ਊਣੇ ਘੜੇ ਤਾਂ ਹਮੇਸ਼ਾ ਹੀ ਛਲਕ ਜਾਂਦੇ ਹਨ। ਭਰੇ ਘੜੇ ਹੀ ਅਡੋਲ ਰਹਿ ਜਾਂਦੇ ਹਨ। ਮਨ ਦੀ ਚੰਚਲਤਾ ਤਾਂ ਹਮੇਸ਼ਾ ਹੀ ਨਜ਼ਰ ਆਉਣ ਲੱਗ ਜਾਂਦੀ ਹੈ। ਆਤਮਾ ਦੇ ਤਲ ਦੀ ਅਡੋਲਤਾ ਕਦੇ ਭੰਗ ਹੁੰਦੀ ਹੀ ਨਹੀਂ। ਜਿਵੇਂ ਕਿ ਪੜ੍ਹੇ-ਲਿਖੇ ਲੋਕ ਅਤੇ ਅਨਪੜ੍ਹ ਲੋਕ। ਭਾਵੇਂ ਉਨ੍ਹਾਂ ਨੇ ਇਕੋ ਜਿਹੇ ਸੂਟ-ਬੂਟ ਪਾਏ ਹੋਣ। ਮੂੰਹੋਂ ਨਿਕਲ ਰਹੇ ਬੋਲਾਂ ਤੋਂ ਉਨ੍ਹਾਂ ਦੀ ਪਹਿਚਾਣ ਹੋ ਜਾਂਦੀ ਹੈ।

ਯਮਦੂਤ ਨੇ ਆਪਣੀ ਦੂਰਅੰਦੇਸ਼ੀ ਨਾਲ ਇਹ ਸਮਝ ਲਿਆ ਕਿ ਰਾਜੇ ਦੀ ਤਾਂ ਮੌਤ ਹੋਣ ਵਾਲੀ ਹੈ, ਉਸ ਦੇ ਦੁਆਲੇ ਤਾਂ ਯਮਦੂਤ ਚੱਕਰ ਲਗਾ ਰਹੇ ਹਨ। ਬੱਸ ਹੁਣ ਰਾਜੇ ਦਾ ਅੰਨ-ਜਲ ਸਮਾਪਤ ਹੋ ਗਿਆ ਹੈ। ਉਸ ਸਮੇਂ ਇਹ ਰਵਾਇਤ ਸੀ ਕਿ ਅੰਤਮ ਸੰਸਕਾਰ ਕਰਨ ਸਮੇਂ ਮ੍ਰਿਤਕ ਨੂੰ ਸਲੀਪਰ (ਖੜਾਵਾਂ) ਹੀ ਪਹਿਨਾਏ ਜਾਂਦੇ ਸਨ। ਯਮਦੂਤ ਨੇ ਰਾਜੇ ਵਾਸਤੇ ਖੜਾਵਾਂ ਬਨਾਉਣੀਆਂ ਸ਼ੁਰੂ ਕਰ ਦਿੱਤੀਆਂ। ਯਮਦੂਤ ਨੂੰ ਖੜਾਵਾਂ ਬਣਾਉਂਦੇ ਵੇਖ ਉਸ ਦੇ ਮਾਲਕ ਮੋਚੀ ਨੂੰ ਕ੍ਰੋਧ ਆ ਗਿਆ। ਉਸ ਨੇ ਯਮਦੂਤ ਨੂੰ ਡਾਂਟਣਾ-ਮਾਰਨਾ ਸ਼ੁਰੂ ਕਰ ਦਿੱਤਾ। ਕਿ ਇਹ ਕੀ ਕੁਸਗਨੇ ਕੰਮ ਕਰ ਰਿਹਾ ਹੈਂ। ਪਰ ਯਮਦੂਤ ਸਚਾਈ ਨੂੰ ਜਾਣ ਰਿਹਾ ਸੀ। ਉਹ ਮਨੋਂ ਮਨ ਦੂਜੀ ਵਾਰ ਮੁਸਕਰਾਇਆ।

ਉਸ ਨੂੰ ਹੱਸਦੇ ਵੇਖ ਉਸ ਦਾ ਮਾਲਕ ਮੋਚੀ ਹੱਸਣ ਦਾ ਕਾਰਣ ਪੁੱਛਣ ਲੱਗ ਪਿਆ। ਯਮਦੂਤ ਨੇ ਕਿਹਾ ਕਿ ਅਜੇ ਮੈਂ ਇਕ ਵਾਰ ਹੋਰ ਹੱਸਣਾ ਹੈ ਤਾਂ ਹੀ ਮੈਂ ਤੁਹਾਨੂੰ ਆਪਣੇ ਹੱਸਣ ਦਾ ਕਾਰਨ ਦੱਸ ਸਕਾਂਗਾ। ਤੁਸੀਂ ਆਪਣੀ ਜਗ੍ਹਾ ਸੱਚੇ ਹੋ

ਅਤੇ ਮੈਂ ਆਪਣੀ ਜਗ੍ਹਾ ਸੱਚਾ ਹਾਂ। ਬਸ ਸਮਾਂ ਬਤੀਤ ਹੋਣ ਤੋਂ ਬਾਅਦ ਹੀ ਸਾਨੂੰ ਸਮਝ ਆਉਂਦੀ ਹੈ ਕਿ ਕੌਣ ਸੱਚਾ ਹੈ ਤੇ ਕੌਣ ਝੂਠਾ ਹੈ। ਉਹ ਦੋਨੋਂ ਆਪਸ 'ਚ ਗੱਲਬਾਤ ਹੀ ਕਰ ਰਹੇ ਸਨ ਕਿ ਰਾਜੇ ਦਾ ਸਿਪਾਹੀ ਉਨ੍ਹਾਂ ਪਾਸ ਪਹੁੰਚ ਗਿਆ। ਉਸ ਨੇ ਰਾਜੇ ਦੀ ਮੌਤ ਹੋ ਜਾਣ ਦੀ ਗੱਲ ਕਹਿੰਦੇ ਹੋਏ ਤੁਰੰਤ ਖੜਾਵਾਂ ਮੰਗ ਲਈਆਂ ਕਿ ਹੁਣ ਜੁੱਤੀਆਂ ਨਹੀਂ, ਖੜਾਵਾਂ ਦੇ ਦਿਓ। ਰਾਜੇ ਦੀ ਅਚਾਨਕ ਮੌਤ ਹੋ ਗਈ ਹੈ।

ਮੋਚੀ ਯਮਦੂਤ ਨੂੰ ਕਹਿਣ ਲੱਗਾ, "ਮੇਰੀ ਗਲਤੀ ਮੁਆਫ ਕਰ ਦੇਣਾ। ਮੈਂ ਤੁਹਾਨੂੰ ਬੁਰਾ-ਭਲਾ ਕਿਹਾ ਹੈ। ਆਪ ਤਾਂ ਜਾਣੀਜਾਣ ਹੋ। ਤੁਹਾਡੀ ਦੂਰਅੰਦੇਸ਼ੀ ਨੂੰ ਮੈਂ ਸਮਝਿਆ ਹੀ ਨਹੀਂ ਸੀ।" ਉਸ ਨੇ ਯਮਦੂਤ ਨੂੰ ਸ਼ਾਬਾਸ਼ੀ ਦਿੱਤੀ ਤੇ ਕਿਹਾ, "ਬੇਟਾ ਤੂੰ ਜੋ ਕੁਝ ਕੀਤਾ ਹੈ ਠੀਕ ਹੀ ਕੀਤਾ ਹੈ। ਅਸੀਂ ਤਾਂ ਮੂਰਖ ਹਾਂ। ਸਾਨੂੰ ਤਾਂ ਕੋਈ ਸਮਝ ਹੀ ਨਹੀਂ ਹੈ।"

ਯਮਦੂਤ ਦੇ ਚਰਚੇ ਦੂਰ ਦੂਰ ਤੱਕ ਫੈਲ ਗਏ ਕਿ ਫਲਾਣਾ ਕਾਰੀਗਰ ਬਹੁਤ ਵਧੀਆ ਜੁੱਤੀਆਂ ਬਣਾਉਂਦਾ ਹੈ। ਮਸ਼ਹੂਰੀ ਸੁਣ ਕੇ ਉਹ ਸੇਠਾਣੀ ਵੀ ਯਮਦੂਤ ਪਾਸ ਪਹੁੰਚ ਗਈ ਜਿਸ ਨੇ ਤਿੰਨ ਲੜਕੀਆਂ ਦਾ ਪਾਲਣ-ਪੋਸਣ ਕੀਤਾ ਸੀ। ਜਿਨ੍ਹਾਂ ਦੀ ਮਾਂ ਜੰਗਲ 'ਚ ਮਰੀ ਸੀ। ਉਸ ਸੇਠਾਣੀ ਨੇ ਯਮਦੂਤ ਨੂੰ ਆਪਣੀ ਪੂਰੀ ਕਹਾਣੀ ਸੁਣਾਈ ਕਿ ਮੇਰੀ ਆਪਣੀ ਕੋਈ ਔਲਾਦ ਨਹੀਂ ਸੀ। ਮੈਨੂੰ ਇਹ ਤਿੰਨੋਂ ਲੜਕੀਆਂ ਜੰਗਲ 'ਚੋਂ ਮਿਲੀਆਂ ਸਨ। ਉਨ੍ਹਾਂ ਦਾ ਪਾਲਣ-ਪੋਸਣ ਮੈਂ ਸ਼ਾਹੀ ਠਾਠ-ਬਾਠ ਨਾਲ ਕੀਤਾ ਹੈ। ਹੁਣ ਮੈਂ ਇਨ੍ਹਾਂ ਦਾ ਵਿਆਹ ਕਰਨ ਲੱਗੀ ਹਾਂ। ਇਸ ਲਈ ਇਨ੍ਹਾਂ ਤਿੰਨਾਂ ਵਾਸਤੇ ਵਧੀਆ ਜੁੱਤੀਆਂ ਲੈਣ ਆਈ ਹਾਂ।

ਯਮਦੂਤ ਨੇ ਜੋ ਗਲਤੀ ਕੀਤੀ ਸੀ, ਉਸ ਨੂੰ ਅਹਿਸਾਸ ਹੋਣ ਲੱਗ ਪਿਆ ਕਿ ਓਹ-ਹੋ ! ਇਹ ਤਾਂ ਉਹ ਹੀ ਲੜਕੀਆਂ ਹਨ। ਜਿਨ੍ਹਾਂ ਤੇ ਤਰਸ ਕਰ ਕੇ ਮੈਂ ਧਰਮਰਾਜ ਦੇ ਹੁਕਮ ਦੀ ਉਲੰਘਣਾ ਕੀਤੀ ਸੀ। ਮੈਂ ਕੀ ਜਾਣਦਾ ਸੀ ਕਿ ਇਨ੍ਹਾਂ ਦਾ ਪਾਲਣ-ਪੋਸਣ ਇੰਨੀ ਸ਼ਾਹੀ ਠਾਠ ਨਾਲ ਹੋਣਾ ਨੀਅਤੀ ਨੇ ਤਹਿ ਕੀਤਾ ਹੋਇਆ ਹੈ। ਆਪਣੀ ਹੀ ਅਗਿਆਨਤਾ ਨੂੰ ਸਮਝ ਯਮਦੂਤ ਤੀਸਰੀ ਵਾਰ ਹੱਸਿਆ ਅਤੇ ਆਪਣੀ ਗਲਤੀ ਦੀ ਸਜ਼ਾ ਕੱਟ ਬ੍ਰਹਮਦੇਸ ਪਹੁੰਚ ਗਿਆ।

ਗੱਲ ਤਾਂ ਇਥੇ ਪਹੁੰਚ ਜਾਂਦੀ ਹੈ ਕਿ ਰਿਜ਼ਲਟ ਤਾਂ ਇਹ ਹੀ ਨਿਕਲਦਾ ਹੈ ਕਿ ਕੋਈ ਵੀ ਵਿਅਕਤੀ ਇਹ ਨਹੀਂ ਜਾਣ ਰਿਹਾ ਹੈ ਕਿ ਨੀਯਤੀ ਨੇ ਕਿਹੜਾ ਰੋਲ ਉਸ ਤੋਂ ਕਰਵਾਉਣਾ ਤਹਿ ਕੀਤਾ ਹੋਇਆ ਹੈ।

ਜਦੋਂ ਮਨ ਝੁਕਣ ਲੱਗ ਜਾਂਦਾ ਹੈ ਤਾਂ ਮਨ ਦੇ ਅੰਦਰ ਮੌਜੂਦ ਸਚਾਈ ਦਾ ਖ਼ਿਆਲ ਵੀ ਪੱਕਾ ਹੋ ਜਾਂਦਾ ਹੈ। ਖ਼ਿਆਲਾਂ ਦੇ ਕਾਰਣ ਹੀ ਅਸੀਂ ਆਪਣੇ ਅੰਦਰ

ਮੌਜੂਦ ਸਚਾਈ ਨੂੰ ਭੁੱਲਦੇ ਹਾਂ। ਖ਼ਿਆਲਾਂ ਦੀ ਬਦੌਲਤ ਹੀ ਅਸੀਂ ਆਪਣੇ ਅੰਦਰ ਛੁਪੀ ਹੋਈ ਸਚਾਈ ਨੂੰ ਜਾਨਣ ਲੱਗਦੇ ਹਾਂ। ਸੂਖਸ਼ਮ ਸ਼ਕਤੀਆਂ ਹੀ ਸਾਡੇ ਸਰੀਰ ਦੀ ਬਣਤਰ ਬਣਾਉਂਦੀਆਂ ਹਨ। ਜਦੋਂ ਬੱਚੇ ਦਾ ਜਨਮ ਹੁੰਦਾ ਹੈ ਤਾਂ ਬੱਚੇ ਨੂੰ ਇਹ ਗਿਆਨ ਹੀ ਨਹੀਂ ਹੁੰਦਾ ਕਿ ਸਰੀਰ ਦੀ ਬਣਤਰ ਕਿਸ ਤਰ੍ਹਾਂ ਬਣੀ ਹੈ। ਇਸ ਵਾਸਤੇ ਹੀ ਮੈਂ ਇਥੇ ਚਰਚਾ ਕਰ ਰਿਹਾ ਹਾਂ ਕਿ ਜਿਨ੍ਹਾਂ ਵਿਰਲੇ ਵਿਅਕਤੀਆਂ ਨੂੰ ਆਪਣੇ ਸਰੀਰ ਅੰਦਰ ਸਮਾਏ ਹੋਏ ਸੱਚ ਦੀ ਮੌਜੂਦਗੀ ਦਾ ਅਹਿਸਾਸ ਹੋਣ ਲੱਗ ਜਾਂਦਾ ਹੈ ਉਹ ਤਾਂ ਮਨ ਅਤੇ ਆਤਮਾ ਦੇ ਸੂਖਸ਼ਮ ਤੋਂ ਵੀ ਸੂਖਸ਼ਮ ਮੰਡਲਾਂ ਨੂੰ ਪਹਿਚਾਨਣ ਲੱਗ ਜਾਂਦੇ ਹਨ।

ਉਲਟਾ ਕੂਆ ਗਗਨ ਮਾਹਿ॥

ਆਤਮਿਕ ਮੰਡਲ ਦੀਆਂ ਗਹਿਰਾਈਆਂ ਤਾਂ ਅਨੰਤ ਬ੍ਰਹਿਮੰਡਾਂ ਤਕ ਫੈਲੀਆਂ ਹੋਈਆਂ ਹਨ। ਜਿਥੇ ਤੱਕ ਸਾਡੇ ਮਨ ਦੀ ਸੋਚ ਪਹੁੰਚ ਹੀ ਨਹੀਂ ਸਕੇਗੀ। ਇਸ ਵਾਸਤੇ ਆਮ ਲੋਕ ਮਾਇਆਵੀ ਦੌੜ 'ਚ ਸ਼ਾਮਲ ਹੋ ਕੇ ਸਰੀਰਕ ਲੋੜਾਂ ਤੱਕ ਹੀ ਸੀਮਤ ਸੋਚਾਂ ਤੱਕ ਹੀ ਸੋਚਦੇ ਰਹਿੰਦੇ ਹਨ। ਬ੍ਰਹਮ-ਗਿਆਨੀ ਇਹ ਕਹਿਣ ਲੱਗ ਜਾਂਦੇ ਹਨ ਕਿ ਮਨ ਦੀਆਂ ਕੋਸ਼ਿਸ਼ਾਂ ਨਾਲ ਨਹੀਂ, ਪ੍ਰਮਾਤਮਾ ਦੀ ਕਿਰਪਾ ਨਾਲ ਹੀ ਅਸੀਂ ਉੱਚ ਆਤਮਿਕ ਮੰਡਲ ਭਾਵ ਆਪਣੀ ਅਨਮਨੀ ਅਵਸਥਾ 'ਚ ਪਹੁੰਚ ਸਕਦੇ ਹਾਂ। ਸਾਡੀ ਕੋਈ ਮਨਮਰਜ਼ੀ ਨਹੀਂ ਚੱਲ ਸਕੇਗੀ।

ਬਾਹੇ ਪਕੜਿ ਕਰ ਲੀਨੇ ਆਪਣੇ
ਕਰ ਕਿਰਪਾ ਆਪਣਾ ਬਣਾਇਓ॥

ਉਂਝ ਤਾਂ ਅਸੀਂ ਨਿਰ-ਆਕਾਰੀ ਪ੍ਰਮਾਤਮਾ ਦੀ ਮੌਜੂਦਗੀ ਬਾਰੇ ਸੁਣਦੇ ਹੀ ਰਹਿੰਦੇ ਹਾਂ। ਪਰੰਤੂ ਪ੍ਰਮਾਤਮਾ ਦੀ ਅੰਸ਼ ਆਤਮਾ ਦੀ ਮੌਜੂਦਗੀ ਦੀ ਸਾਨੂੰ ਇੰਨੀ ਜਲਦੀ ਸਮਝ ਆਉਂਦੀ ਹੀ ਨਹੀਂ ਹੈ। ਕੁਝ ਪ੍ਰਤੱਖ ਕਾਰਣ ਵੀ ਹਨ ਕਿ ਅਨੰਤਤਾ ਨੂੰ ਵੇਖਦਿਆਂ ਹੋਇਆਂ ਸਾਡਾ ਮਨ ਕੁਝ ਗੁੰਝਲਦਾਰ ਸਵਾਲ ਪੈਦਾ ਕਰ ਦਿੰਦਾ ਹੈ ਕਿ ਇਹ ਕਿਉਂ ਹੈ ? ਉਹ ਕਿਉਂ ਹੈ ? ਭਾਵ ਮਨ ਦੀ ਮੌਜੂਦਗੀ ਹੀ ਸਾਨੂੰ ਸਮਝ ਆਉਂਦੀ ਨਹੀਂ ਹੈ। ਜਦੋਂ ਮੈਂ ਦੀ ਬੋਲੀ ਸਮਾਪਤ ਹੋ ਜਾਂਦੀ ਹੈ ਤਾਂ ਮੈਂ ਕਹਿੰਦੇ ਹੋਏ ਬ੍ਰਹਮ-ਗਿਆਨੀਆਂ ਦੇ ਭਾਵਾਂ ਨੂੰ ਭਾਵ ਅਰਥਾਂ ਨੂੰ ਸਮਝਣਾ ਔਖਾ ਹੋ ਜਾਂਦਾ ਹੈ :

ਸੁਖ ਮਹਿਲ ਜਾ ਕੇ ਊਚੇ ਦਵਾਰੇ, ਯਹ ਮਹਿ ਵਾਸੇ ਭਗਤ ਪਿਆਰੇ।
ਬੇਗਮ ਪੁਰਾ ਸਹਰ ਕੋ ਨਾਉਂ, ਦੂਖ ਅੰਦੇਸੁ ਨਹੀਂ ਤਿਸ ਗਾਉਂ।

ਆਮ ਲੋਕ ਤਾਂ ਆਪਣੇ ਮਨ ਦੇ ਅਧੀਨ ਰਹਿੰਦੇ ਹੋਏ ਸਰੀਰਕ ਮੋਹ ਅੰਦਰ ਹੀ ਫਸੇ ਰਹਿੰਦੇ ਹਨ। ਭਾਵ ਹਰ ਵੇਲੇ ਧਨ-ਦੌਲਤ ਕਮਾਉਣ ਵਾਸਤੇ ਹੀ ਚਿੰਤਤ ਹੋਏ ਰਹਿੰਦੇ ਹਨ। ਇਸ ਵਾਸਤੇ ਹੀ ਆਪਣੇ ਸਮਾਜ ਅੰਦਰ ਅਮੀਰੀ-ਗਰੀਬੀ

ਦੇ ਪੁਆੜੇ ਵਧ ਰਹੇ ਹਨ। ਜਦੋਂ ਕਿ ਆਪਣੇ ਬ੍ਰਹਮ ਦੀ ਮੌਜੂਦਗੀ ਦਾ ਅਹਿਸਾਸ ਕਰਨ ਵਾਸਤੇ ਅਮੀਰੀ-ਗਰੀਬੀ ਕੋਈ ਰੁਕਾਵਟ ਨਹੀਂ ਹੈ। ਗੱਲ ਤਾਂ ਆਕਾਰ ਅੰਦਰ ਮੌਜੂਦ ਨਿਰ-ਆਕਾਰੀ ਸ਼ਕਤੀਆਂ ਦੀ ਮੌਜੂਦਗੀ ਦਾ ਅਹਿਸਾਸ ਕਰ ਲੈਣ ਦੀ ਹੈ।

ਇਕ ਰਾਜੇ ਇਕ ਭਿਖਾਰੀ ਜੀ, ਸਭ ਤੇਰੇ ਚੋਜ ਵਿਡਾਣੇ॥

ਗੁਰੂ ਨਾਨਕ ਦੇਵ ਜੀ ਨੇ ਤਾਂ ਮਲਿਕ ਭਾਗੋ ਦੇ ਪਕਵਾਨਾਂ 'ਚੋਂ ਲਹੂ ਅਤੇ ਭਾਈ ਲਾਲੋ ਦੀ ਕੋਧਰੇ ਦੀ ਰੋਟੀ 'ਚੋਂ ਦੁੱਧ ਦਾ ਪ੍ਰਮਾਣ ਦੇ ਦਿੱਤਾ ਸੀ। ਹਰ ਕ੍ਰਿਤ ਅੰਦਰ ਇਕ ਦੀ ਮੌਜੂਦਗੀ ਦਾ ਅਹਿਸਾਸ ਕਰਦੇ ਹੋਇਆਂ ਮੈਂ ਜੋ ਪ੍ਰਤੱਖ ਸੰਸਾਰ ਅੰਦਰ ਵਾਪਰਦਾ ਹੋਇਆ ਵੇਖਿਆ ਹੈ। ਮੈਂ ਉਸ ਨੂੰ ਕਲਮ-ਬੰਦ ਕਰਨ ਦੀ ਕੋਸ਼ਿਸ਼ ਵੀ ਕੀਤੀ ਹੈ :

ਕਿਰਤੀ ਅਤੇ ਸੱਜਣ

ਇਕ ਪਾਸੇ ਸੋਹਣੀ ਸੁੰਦਰ ਉੱਚੀ,
ਸੱਜਣ ਦੀ ਮਹਿਲ ਅਟਾਰੀ ਹੈ।
ਦੂਜੀ ਨੁੱਕਰੇ, ਵਿਚਾਰੇ ਲਾਲੋ ਦੀ,
ਛੰਨ ਮੀਂਹਾਂ ਦੀ ਮਾਰੀ ਹੈ।
ਸੋਹਣੀ ਅਟਾਰੀ ਵਾਲਿਆ ਸੱਜਣਾ ਵੇ,
ਤੇਰੀ ਅਟਾਰੀ ਛੰਨ ਵਿਚ ਰਹਿੰਦੇ,
ਗਰੀਬ ਲਾਲੋ ਨੇ ਉਸਾਰੀ ਹੈ।
ਰਹਿੰਦਾ ਨਸ਼ਾ ਤੈਨੂੰ ਪੈਸੇ ਦਾ,
ਉਹ ਪੈਸੇ ਪੈਸੇ ਲਈ ਲਾਚਾਰੀ ਹੈ।
ਤੈਨੂੰ ਆਦਤ ਹੈ ਗਲ੍ਹਾ ਕੱਟਣੇ ਦੀ,
ਉਹਦੀ ਗਲ੍ਹਾ ਕਟਾਉਣਾ ਲਾਚਾਰੀ ਹੈ।
ਉਹ ਰਹਿੰਦਾ ਰੱਬ ਭਰੋਸੇ ਹੈ,
ਤੂੰ ਚੁੱਕੀ ਫਿਰਦਾ ਆਰੀ ਹੈਂ।
ਉਹ ਭੁੱਖਿਆਂ ਵੀ ਸੰਤੋਖ ਕਰੇ,
ਤੇਰੀ ਭਰਦੀ ਨਹੀਂ ਪਿਟਾਰੀ ਹੈ।
ਸਭ ਦੇ ਹੱਕ ਬਰਾਬਰ ਨੇ,
ਅਜਬ ਇਹ ਹੁਕਮ ਸਰਕਾਰੀ ਹੈ।
ਤੇਰੇ ਪਾਸ ਏ.ਸੀ. ਕਮਰੇ ਕਾਰਾਂ,
ਲਾਲੋ ਨੇ ਗਰਮੀ ਸਰਦੀ ਬਰਸਾਤ,
ਨੀਲੀ ਛੱਤ ਹੇਠ ਗੁਜ਼ਾਰੀ ਹੈ।

ਸੱਜਣ ਪਾਸ ਧਨ-ਦੌਲਤ ਹੈ,
ਲਾਲੋ ਦੀ ਵੀ ਮਦਦ ਕਰਦਾ,
'ਦਲਬਾਰੇ' ਉਹ ਹੀ ਬਨਵਾਰੀ ਹੈ।
ਬੰਦਿਆਂ ਨੇ ਬੰਦੇ ਹਨ ਵੰਡੇ,
ਇਕ ਨੂੰ ਇਕ ਗਮ ਇਕ ਬੇ-ਗਮ,
ਬੇ-ਗਮ ਦੀ ਨਸ਼ਿਆਂ ਮੱਤ ਮਾਰੀ ਹੈ।
ਸੱਜਣ ਨਸ਼ਿਆਂ ਵਿਚ ਅੰਨ੍ਹਾ ਹੈ,
ਲਾਲੋ ਨੂੰ ਯਾਦ ਰਹਿੰਦਾ ਬਨਵਾਰੀ ਹੈ।

ਇਕ ਨੂੰ ਜਾਨਣ ਵਾਸਤੇ ਅਸੀਂ ਅਨੰਤ ਵੱਲ ਵੇਖਦੇ ਰਹਿੰਦੇ ਹਾਂ। ਅਸਲ 'ਚ ਇਕ ਨੂੰ ਜਾਨਣ ਦੀਆਂ ਤਾਂ ਅਸੀਂ ਸਿਰਫ ਗੱਲਾਂ ਹੀ ਕਰਦੇ ਰਹਿੰਦੇ ਹਾਂ। ਇਸ ਵਾਸਤੇ ਆਪਣੇ ਹੀ ਸਰੀਰ ਅੰਦਰ ਸਮਾਇਆ ਹੋਇਆ ਸੱਚ ਅਣਜਾਣਿਆ ਹੀ ਰਹਿ ਜਾਂਦਾ ਹੈ।

ਦਾਣਾ ਖਾਕ ਵਿਚ ਰਲ ਕੇ ਗੁਲੋ-ਗੁਲਜ਼ਾਰ ਹੁੰਦਾ ਹੈ।

ਅਨੰਤਤਾ ਵੱਲ ਵੇਖਣ ਵਾਸਤੇ ਸਾਡਾ ਮਨ ਨਿਰਮਤ ਹੁੰਦਾ ਹੈ। ਇਹ ਹੀ ਸਭ ਤੋਂ ਵੱਡੀ ਕਰਾਮਾਤ ਹੋਈ ਹੋਈ ਹੈ ਕਿ ਇਕ ਤਾਂ ਅਥਾਹ ਹੈ। ਅਥਾਹ ਨੇ ਆਪਣਾ ਆਪ ਹੀ ਵਿਸਥਾਰ ਕੀਤਾ ਹੋਇਆ ਹੈ। ਆਪਣਾ ਪਸਾਰਾ ਪਸਾਰਿਆ ਹੋਇਆ ਹੈ।

ਆਪੇ ਹੀ ਇਕ ਰੰਗ ਹੈ, ਆਪੇ ਬਹੁਰੰਗੀ,
ਜੋ ਤਿਸ ਭਾਵੇ ਨਾਨਕਾ, ਸੋਈ ਗੱਲ ਚੰਗੀ।

ਪਹਿਲਾਂ ਤਾਂ ਬਾਹਰੀ ਅਨੰਤਤਾ ਬਾਰੇ ਜਾਨਣ ਦੀ ਦਾਹਵੇਦਾਰੀ ਕਰਨੀ ਪੈ ਜਾਂਦੀ ਹੈ ਕਿ ਮੈਂ ਵੀ ਕੁਝ ਹਾਂ। 'ਅਹੰ ਬ੍ਰਹਮ' ਕਿ ਮੈਨੂੰ ਜਿਸ ਨੇ ਪੈਦਾ ਕੀਤਾ ਹੈ। ਮੈਂ ਉਸ ਦਾ ਹੀ ਰੂਪ ਹਾਂ। ਇਸ ਆਧਾਰ ਤੇ ਆਪਣੀ ਮੌਜੂਦਗੀ ਦਾ ਪ੍ਰਗਟਾਵਾ ਕਰਨ ਵਾਸਤੇ ਹਉਮੈਂ ਦਾ ਭਾਵ ਉਭਾਰਨਾ ਪੈਂਦਾ ਹੈ। ਉਭਾਰਨਾ ਪੈਂਦਾ ਹੀ ਨਹੀਂ, ਬੱਸ ਹਉਮੈਂ ਭਾਵ ਉੱਭਰ ਆਉਂਦਾ ਹੈ :

ਖੁਦੀ ਕੋ ਕਰ ਬੁਲੰਦ ਇਤਨਾ,
ਕਿ ਖੁਦਾ ਖੁਦ ਬੰਦੇ ਸੇ ਪੂਛੇ,
ਬਤਾ ਤੇਰੀ ਰਜ਼ਾ ਕਿਆ ਹੈ।

ਮੈਂ ਭਾਵ ਹੀ ਫਿਰ ਮੁਸੀਬਤ ਬਣ ਜਾਂਦਾ ਹੈ :

ਹਉਮੈ ਦੀਰਘ ਰੋਗ ਹੈ ਦਾਰੂ ਭੀ ਇਸ ਮਾਹਿ।

ਜਦੋਂ ਉਲਟੀ ਯਾਤਰਾ ਸ਼ੁਰੂ ਹੋ ਜਾਂਦੀ ਹੈ ਕਿ ਇਹ ਹਉਮੈਂ ਭਾਵ ਕਿਸ ਆਧਾਰ ਤੇ ਪੈਦਾ ਹੋਇਆ ਹੋਇਆ ਹੈ ਤਾਂ ਫਿਰ ਮੈਂ ਭਾਵ ਸਮਾਪਤ ਹੋਣ ਲੱਗ

ਜਾਂਦਾ ਹੈ। ਇਸ ਘੁੰਮਣਘੇਰੀ 'ਚੋਂ ਜੋ ਬਾਹ੍ਰਰ ਨਿਕਲ ਆਉਂਦੇ ਹਨ ਉਨ੍ਹਾਂ ਦੀ ਦ੍ਰਿਸ਼ਟੀ ਸਮ ਹੋ ਜਾਂਦੀ ਹੈ।

ਜੋ ਕੁਝ ਆਏ ਨਜ਼ਰ ਸਭੇ ਕੁਝ ਤੇਰਾ ਏ,
ਜਾਨ ਕਰਾਂ ਕੁਰਬਾਨ ਨਹੀਂ ਕੁਝ ਮੇਰਾ ਏ।

ਇਸ ਤਰ੍ਹਾਂ ਸਮਾਜ ਅੰਦਰ ਰਹਿੰਦੇ ਹੋਇਆਂ ਸਾਡੇ ਸਾਹਮਣੇ ਦੋ ਵਿਕਲਪ ਆ ਜਾਂਦੇ ਹਨ ਕਿ ਜਾਂ ਤਾਂ ਆਪਣਾ ਜੀਵਨ ਬਤੀਤ ਕਰਦੇ ਹੋਇਆਂ ਇਕ ਦੀ ਯਾਦ ਆਪਣੇ ਮਨ ਅੰਦਰ ਬਣਾਈ ਰੱਖੋ ਕਿ ਮੈਂ ਤਾਂ ਨਾਚੀਜ਼ ਹਾਂ। ਮੈਂ ਕੀ ਮਨਮਰਜ਼ੀ ਕਰ ਸਕਦਾ ਹਾਂ। ਜਾਂ ਫਿਰ ਆਪਣੀ ਹਉਮੈਂ ਨੂੰ ਵਧਾਉਂਦੇ ਹੋਏ ਆਪਣਾ ਜੀਵਨ ਬਤੀਤ ਕਰਨ ਲੱਗ ਜਾਓ ਕਿ ਮੈਂ ਕਿਸੀ ਤੋਂ ਘੱਟ ਨਹੀਂ ਹਾਂ। ਅੱਜਕਲ੍ਹ ਗੁਰੂ ਨਾਨਕ ਦੇਵ ਜੀ ਵਰਗਾ ਇਕ ਵੀ ਅਜਿਹਾ ਸੰਤ ਨਹੀਂ ਨਜ਼ਰ ਆ ਰਿਹਾ ਹੈ ਜਿਸ ਨੂੰ ਸਾਰੇ ਧਰਮਾਂ ਦੇ ਲੋਕ ਆਪਣਾ ਗੁਰੂ-ਪੀਰ ਮੰਨਣ ਲੱਗ ਜਾਣ।

ਬਜ਼ੁਰਗ ਬ੍ਰਹਮ-ਗਿਆਨੀ, ਰਿਸ਼ੀ-ਮੁਨੀ, ਪੀਰ-ਪੈਗੰਬਰ ਤਾਂ ਇਹ ਹੀ ਕਹਿੰਦੇ ਆਏ ਹਨ ਕਿ ਫ਼ਿਰਕਿਆਂ ਅੰਦਰ ਘਿਰੀ ਹੋਈ ਮਾਨਸਿਕਤਾ ਦੇ ਕਾਰਣ ਵਿਸ਼ਵ ਭਾਈਚਾਰੇ ਦੀ ਸੋਚ ਉੱਭਰ ਹੀ ਨਹੀਂ ਸਕੇਗੀ। ਜਦੋਂ ਤਕ ਵਿਸ਼ਵ-ਭਾਈਚਾਰੇ ਦੀਆਂ ਭਾਵਨਾਵਾਂ ਮਨ ਅੰਦਰ ਪ੍ਰਗਟ ਨਹੀਂ ਹੋਣਗੀਆਂ, ਸਾਡਾ ਧਿਆਨ ਪ੍ਰਤੱਖ ਤੋਂ ਹਟੇਗਾ ਹੀ ਨਹੀਂ :

ਜਬ ਧਾਰੇ ਕੋਈ ਵੈਰੀ ਮੀਤ,
ਤਬ ਲਗ ਨਾਹੀ ਨਿਰਮਲ ਚੀਤ॥ (ਸੁਖਮਨੀ ਸਾਹਿਬ)

ਗੁਰੂ ਅਰਜਨ ਦੇਵ ਜੀ ਨੇ ਤਾਂ ਚਿੱਤ ਅੰਦਰ ਚਲ ਰਹੇ ਖ਼ਿਆਲਾਂ ਵੱਲ ਸਾਡਾ ਧਿਆਨ ਲਗਾਉਣਾ ਚਾਹੁੰਦੇ ਹਨ ਕਿ ਸੱਚੀ ਗੱਲ ਤਾਂ ਇਕ ਹੀ ਹੈ :

ਆਦਮੀ ਹੈ ਹਮ ਏਕ ਦਮੀ,
ਸਾਹ ਆਇਆ ਕਿ ਨਾ ਆਇਆ।

ਕਿ ਇਕ ਖ਼ਿਆਲ ਮਨ ਅੰਦਰ ਬਣਾਈ ਰੱਖੋ। ਕਿ ਅਸੀਂ ਜੋ ਕੁਝ ਵੀ ਸੋਚ ਰਹੇ ਹਾਂ, ਜੋ ਕੁਝ ਵੀ ਅਸੀਂ ਕਰਨਾ ਚਾਹੁੰਦੇ ਹਾਂ, ਉਸ ਕੰਮ ਨੂੰ ਕਰਨ 'ਚ ਸਾਡੀ ਆਪਣੀ ਕੋਈ ਮਨਮਰਜ਼ੀ ਨਹੀਂ ਚੱਲ ਸਕੇਗੀ। ਜਦੋਂ ਸਾਨੂੰ ਆਪਣੇ ਸਰੀਰ ਅੰਦਰ ਸਮਾਏ ਹੋਏ ਦ੍ਰਸ਼ਟੇ ਦੀ ਮੌਜੂਦਗੀ ਦਾ ਅਹਿਸਾਸ ਹੋਣ ਲੱਗ ਜਾਵੇਗਾ, ਸਾਡਾ ਮਨ ਫਿਰ ਖ਼ਿਆਲਾਂ ਦੀ ਦੁਨੀਆਂ ਤੋਂ ਹੀ ਬਾਹਰ ਨਿਕਲ ਆਏਗਾ। ਸਾਡੀ ਮਾਨਸਿਕਤਾ ਬਦਲਣ ਲੱਗ ਜਾਏਗੀ। ਸਾਡੀ ਨਿਰਾਲੀ ਸੋਚ ਹੀ ਸਾਨੂੰ ਖ਼ਿਆਲਾਂ ਦੀ ਦੁਨੀਆਂ 'ਚੋਂ ਬਾਹਰ ਕੱਢ ਸਕਦੀ ਹੈ। ਫਿਰ ਤਾਂ ਸਾਨੂੰ ਸਾਰਾ ਹੀ ਸੰਸਾਰ ਇਕ ਪ੍ਰਮਾਤਮਾ ਦੇ ਹੁਕਮ ਦੇ ਅਧੀਨ ਚੱਲਦਾ ਹੋਇਆ ਨਜ਼ਰ ਆਉਣ ਲੱਗ

ਜਾਂਦਾ ਹੈ। ਆਪਣੇ ਹੀ ਸਰੀਰ ਅੰਦਰ ਸਮਾਏ ਹੋਏ ਸੱਚ ਦੀ ਮੌਜੂਦਗੀ ਦਾ ਅਹਿਸਾਸ ਕਰ ਕੇ ਤਾਂ ਆਪਣੇ ਆਪ ਹੀ ਇਹ ਮਸਝ ਆਉਣ ਲੱਗ ਜਾਂਦੀ ਹੈ ਕਿ ਜਿਸ ਅਨਮਨੀ ਅਵਸਥਾ 'ਚ ਪਹੁੰਚ ਜਾਣ ਦੀ ਬ੍ਰਹਮ-ਗਿਆਨੀ ਚਰਚਾ ਕਰਦੇ ਆਏ ਹਨ। ਚਰਚਾ ਕਰਦੇ ਰਹਿੰਦੇ ਹਨ। ਉਸ ਉੱਚ ਮੰਡਲ ਅਨਮਨੀ ਅਵਸਥਾ ਤਕ ਤਾਂ ਸਿਰਫ ਸਾਡੀ ਸੋਚ ਹੀ ਪਹੁੰਚ ਸਕਦੀ ਹੈ। ਇਸ ਸੋਚ ਸਦਕੇ, ਇਸ ਸੋਚ ਦੇ ਜ਼ਰੀਏ ਉੱਚ ਆਤਮਿਕ ਮੰਡਲਾਂ ਦਾ ਭਾਵ ਆਪਣੇ ਨਿਰ-ਆਕਾਰੀ ਸਾਖਸ਼ੀ ਭਾਵ ਦੀ ਮੌਜੂਦਗੀ ਦਾ ਅਸੀਂ ਸਿਰਫ ਅਹਿਸਾਸ ਹੀ ਕਰ ਸਕਦੇ ਹਾਂ। ਇਹੋ ਜਿਹਾ ਅਹਿਸਾਸ ਹੋਣ ਸਮੇਂ ਪ੍ਰਤੱਖ ਬਾਰੇ ਕੋਈ ਇਕ ਵੀ ਖ਼ਿਆਲ ਰੁਕਾਵਟ ਬਣ ਜਾਂਦਾ ਹੈ। ਇਸ ਵਾਸਤੇ ਇਹ ਹੀ ਪਹਿਲੀ ਸ਼ਰਤ ਹੈ ਕਿ ਜਦ ਆਪਣੇ ਹੀ ਸਾਖਸ਼ੀ ਭਾਵ ਦੀ ਮੌਜੂਦਗੀ ਦਾ ਖ਼ਿਆਲ ਮੰਨ ਅੰਦਰ ਰੱਖਣ ਲੱਗ ਜਾਈਏ ਤਾਂ ਪ੍ਰਤੱਖ ਬਾਰੇ ਮਨ ਅੰਦਰ ਕੋਈ ਇਕ ਵੀ ਖ਼ਿਆਲ ਨਾ ਚੱਲ ਰਿਹਾ ਹੋਵੇ :

ਨਾ ਹਾਥੀ ਹੈ ਨਾ ਘੋੜਾ ਹੈ, ਵਹਾਂ ਪੈਦਲ ਹੀ ਜਾਨਾ ਹੈ।

ਖੂਹ ਦਾ ਡੱਡੂ ਤਾਂ ਕਦੇ ਇਹ ਮੰਨ ਹੀ ਨਹੀਂ ਸਕੇਗਾ ਕਿ ਖੂਹ ਤੋਂ ਬਾਹਰ ਸਮੁੰਦਰ ਅੰਦਰ ਅਥਾਹ ਜਲ ਮੌਜੂਦ ਹੈ। ਆਪਣੀ ਹੀ ਅਵਸਥਾ ਦੀ ਅਸੀਂ ਆਪਣੇ ਮਨ ਨਾਲ ਕੋਈ ਕਲਪਨਾ ਨਹੀਂ ਕਰ ਸਕਾਂਗੇ। ਆਤਮਿਕ ਮੰਡਲ ਦੀਆਂ ਗੱਲਾਂ ਨੂੰ ਅਸੀਂ ਕੋਰੀਆਂ ਕਲਪਨਾਵਾਂ ਹੀ ਸਮਝਣ ਲੱਗ ਜਾਂਦੇ ਹਾਂ। ਮਨ ਦੀ ਮਰਜ਼ੀ ਨਾਲ ਆਤਮਿਕ ਮੰਡਲਾਂ ਤਕ ਪਹੁੰਚਣਾ ਮੁਸ਼ਕਿਲ ਹੈ। ਹਾਂ ਪਾਖੰਡੀ ਗੁਰੂ ਉੱਚ ਮੰਡਲਾਂ 'ਚ ਪਹੁੰਚੇ ਹੋਏ ਹੋਣ ਦਾ ਸਿਰਫ ਨਾਟਕ (ਢੋਂਗ ਕਰਨ ਲੱਗ ਜਾਂਦੇ ਹਨ)। ਉਹ ਲੋਕਾਂ ਨੂੰ ਗੁਮਰਾਹ ਕਰਕੇ ਆਪਣੀ ਰੋਜ਼ੀ-ਰੋਟੀ, ਆਪਣਾ ਤੋਰੀ-ਫੁਲਕਾ ਚਲਾਉਣ ਲੱਗ ਜਾਂਦੇ ਹਨ।

ਰੋਜ਼ੀ-ਰੋਟੀ ਦੇ ਮਸਲੇ ਨੂੰ ਲੈ ਕੇ ਹੀ ਆਪਣੇ ਸਮਾਜ ਅੰਦਰ ਬਹੁਤ ਤਾਣੀ ਉਲਝੀ ਹੋਈ ਹੈ। ਜ਼ਿੰਦਗੀ ਬਤੀਤ ਕਰਦੇ ਹੋਇਆਂ ਮੇਰਾ ਵਾਹ ਖੇਤ ਮਜ਼ਦੂਰ ਤੋਂ ਲੈ ਕੇ ਦੇਸ ਦੇ ਰਾਸ਼ਟਰਪਤੀ ਤੱਕ ਨਾਲ ਪੈਂਦਾ ਰਿਹਾ ਹੈ। ਮੈਂ ਬਹੁਤ ਨਜ਼ਦੀਕ ਤੋਂ ਲੋਕਾਂ ਨੂੰ ਸੋਚਾਂ ਅੰਦਰ ਉਲਝੇ ਹੋਇਆਂ ਵੇਖਿਆ ਹੈ।

ਵੱਡੇ ਵੱਡੇ ਕਰੋੜਪਤੀ ਲੋਕ ਜੋ ਆਪਣੇ ਆਪ ਨੂੰ ਬਹੁਤ ਧਰਮੀ ਹੋਣ ਦਾ ਨਾਟਕ ਕਰਦੇ ਰਹਿੰਦੇ ਹਨ, ਉਨ੍ਹਾਂ ਨੂੰ ਬਹੁਤ ਨੀਚ ਹਰਕਤਾਂ ਕਰਦੇ ਹੋਏ ਵੇਖਿਆ ਹੈ। ਗਰੀਬਾਂ ਨੂੰ ਲੁੱਟਣ ਵਾਸਤੇ, ਉਨ੍ਹਾਂ ਨੇ ਵਿਆਜੂ ਪੈਸੇ ਇਕੱਠੇ ਕਰਨ ਵਾਸਤੇ ਬਦਮਾਸ਼ ਰੱਖੇ ਹੋਏ ਹਨ ਜੋ ਰੇਹੜੀ ਪਟੜੀ ਵਾਲਿਆਂ ਤੋਂ ਰੋਜ਼ਾਨਾ ਵਿਆਜ਼ ਵਸੂਲਦੇ ਹਨ। ਰੋਜ਼ਾਨਾ 100 ਰੁਪਿਆ ਸਵੇਰੇ ਦਿੰਦੇ ਹਨ ਤੇ ਸ਼ਾਮੀਂ 100 ਦੇ 120 ਵਸੂਲ ਕਰ ਲੈਂਦੇ ਹਨ।

ਮੈਂ ਗੱਲ ਕਰ ਰਿਹਾ ਹਾਂ ਮਨ ਅੰਦਰ ਚੱਲਣ ਵਾਲੀਆਂ ਸਮੁੰਦਰੋਂ ਡੂੰਘੀਆਂ ਸੋਚਾਂ ਦੀ ਕਿ ਸਰੀਰ ਦੀ ਮੌਤ ਹੋ ਜਾਣ ਵਾਲੀ ਸੱਚੀ ਗੱਲ ਨੂੰ ਭੁੱਲੇ ਹੋਏ ਲੋਕ ਮਨੁੱਖਤਾ ਨਾਲ ਪਿਆਰ ਕਰਨ ਦੀ ਬਜਾਏ ਅਣਮਨੁੱਖੀ ਵਿਓਹਾਰ ਕਰ ਰਹੇ ਹਨ। ਮੱਕੜ ਜਾਲ ਬੁਣਦੇ ਰਹਿੰਦੇ ਹਨ।

ਆਤਮਿਕ ਮੰਡਲ ਤੱਕ ਪਹੁੰਚ ਜਾਣ ਦੀਆਂ ਜਦੋਂ ਗੱਲਾਂ ਵੀ ਨਹੀਂ ਹੋ ਰਹੀਆਂ ਹਨ। ਆਤਮਿਕ ਤਲ ਦੀ ਗਹਿਰਾਈ ਤੱਕ ਪਹੁੰਚ ਜਾਣ ਦੇ ਖ਼ਿਆਲ ਤੱਕ ਜਦੋਂ ਸਾਡੇ ਮਨ ਅੰਦਰ ਉੱਠ ਹੀ ਨਹੀਂ ਰਹੇ ਹਨ ਤਾਂ ਆਤਮਿਕ ਮੰਡਲ ਅੰਦਰ ਅਸੀਂ ਕਿਵੇਂ ਪ੍ਰਵੇਸ਼ ਕਰ ਸਕਦੇ ਹਾਂ। ਇਸ ਵਾਸਤੇ ਹੀ ਤਾਂ ਬਜ਼ੁਰਗ ਲੋਕ ਕਹਿੰਦੇ ਹਨ ਕਿ :

ਗੱਲਾਂ ਕਰਨੀਆਂ ਸੌਖੀਆਂ ਨੇ, ਔਖੇ ਹਨ ਬੋਲ ਪੁਗਾਉਣੇ।

ਗੱਲਾਂ ਕਰਨ ਨਾਲ ਸਾਡੇ ਮਨ ਅੰਦਰ ਸਾਖਸ਼ੀ ਭਾਵ ਦੀ ਮੌਜੂਦਗੀ ਦਾ ਅਹਿਸਾਸ ਕਰ ਲੈਣ ਦੀ ਇੱਛਾ ਤੱਕ ਵੀ ਉੱਠ ਨਹੀਂ ਸਕੇਗੀ। ਮਨ ਅੰਦਰ ਸੰਤੁਸ਼ਟੀ ਦੇ ਭਾਵ ਆਉਣੇ ਮੁਸ਼ਕਲ ਹਨ।

ਉੱਚ ਆਤਮਾ - ਬਦੇਹੀ ਸ਼ਕਤੀ। ਅਮਰ ਸਾਖਸ਼ੀ ਭਾਵ ਦੀ ਮੌਜੂਦਗੀ ਦੀ ਚਰਚਾ ਤਾਂ ਗੁਰੂ ਨਾਨਕ ਨਿਰੰਕਾਰੀ ਹੀ ਕਹਿ ਗਏ ਹਨ। ਅਨਾਜ ਤੋਲਦੇ ਹੋਏ ਹੀ ਉਨ੍ਹਾਂ ਦੀ ਸਮਾਧੀ ਲੱਗ ਗਈ ਸੀ। ਤੇਰ੍ਹਾਂ ਦੀ ਗਿਣਤੀ ਤਕ ਪਹੁੰਚ ਗਿਣਤੀ ਹੀ ਸਮਾਪਤ ਹੋ ਗਈ ਸੀ। "ਤੇਰਾ ਕਿ ਮੇਰੀ ਮਰਜ਼ੀ ਸਮਾਪਤ। ਹੁਣ ਮੈਨੂੰ ਸਮਝ ਆ ਗਈ ਹੈ।" "ਮੇਰਾ ਮੁਝ ਮਹਿ ਕੁਛ ਨਹੀਂ - ਜੋ ਕੁਛ ਹੈ ਸੋ ਤੇਰਾ।" ਕਿ ਸਾਡਾ ਸਾਖਸ਼ੀ ਭਾਵ ਤਾਂ ਜਨਮ ਤੋਂ ਹੀ ਸਾਡੀ ਅਗਵਾਈ ਆਪ ਕਰ ਦਿੰਦਾ ਹੈ। ਸਾਨੂੰ ਆਪਣੀ ਪ੍ਰੇਰਨਾ ਦੇਣ ਲੱਗ ਜਾਂਦਾ ਹੈ। ਬੱਸ ਅਨੁਭਵਹੀਣ ਵਿਅਕਤੀ ਸਚਾਈ ਨੂੰ ਨਾ ਸਮਝਦੇ ਹੋਏ ਆਪਣੇ ਹਉਂ ਭਾਵ ਦਾ ਸਿਰਫ ਵਿਖਾਵਾ ਕਰਨ ਵਾਸਤੇ ਸਚਾਈ ਨੂੰ ਸੱਚ ਨਾ ਮੰਨਦੇ ਹੋਏ ਆਪਣੇ ਮਨੋਂ ਮਿੱਥ ਰਲਾਉਂਦੇ ਹੋਏ ਆਪਣੇ ਆਪ ਨੂੰ ਗੁਰੂ ਅਖਵਾਉਣ ਲੱਗ ਜਾਂਦੇ ਹਨ। ਹਰ ਗਲੀ ਮਹੱਲੇ ਅੰਦਰ ਆਪਣੀ ਸੀਮਤ ਸੋਚ ਦੇ ਦਾਇਰਿਆਂ ਅੰਦਰ ਐਵੇਂ ਹੀ ਲੋਕਾਂ ਨੂੰ ਗੁਮਰਾਹ ਕਰਨ ਲੱਗ ਜਾਂਦੇ ਹਨ। ਮਨਘੜਤ ਮਿੱਥਾਂ ਨਾਲ ਸਚਾਈ ਬਾਰੇ ਸਿਰਫ ਲੰਬੀਆਂ ਲੰਬੀਆਂ ਕਹਾਣੀਆਂ ਸੁਣਾਉਂਦੇ ਹੋਏ ਆਪਣਾ ਤੋਰੀ-ਫੁਲਕਾ ਚਲਾਉਂਦੇ ਰਹਿੰਦੇ ਹਨ।

ਹਵਾ ਜ਼ਮਾਨੇ ਕੀ ਬਤਾ ਰਹੀ ਹੈ।
ਗੁਰੂ ਡੰਮ ਦੀ ਹਨੇਰੀ ਚੜ੍ਹੀ ਆ ਰਹੀ ਹੈ।

ਸਾਡੇ ਹੀ ਸਰੀਰ ਅੰਦਰ ਪ੍ਰਮਾਤਮਾ ਨੇ ਆਪਣੀ ਅੰਸ਼ ਜਿਸ ਨੂੰ ਭਾਵੇਂ ਤੁਸੀਂ ਅਮਰ ਆਤਮਾ ਕਹਿ ਲਓ, ਸਾਖਸ਼ੀ ਭਾਵ ਕਹਿ ਲਓ, ਦ੍ਰਿਸ਼ਟਾ ਕਹਿ ਲਓ, ਨਾਮ

ਦਾ ਕੋਈ ਮਤਲਬ ਨਹੀਂ ਹੈ। ਇਹ ਸਾਡੇ ਸਰੀਰ ਅੰਦਰ ਸਮਾਈ ਹੋਈ ਨਿਰ-ਆਕਾਰੀ ਸ਼ਕਤੀ ਵੱਲ ਸਿਰਫ ਇਸ਼ਾਰੇ ਮਾਤਰ ਹਨ। ਇਹ ਬਦੇਹੀ ਸ਼ਕਤੀ ਸਰੀਰ ਤੋਂ ਅਲੱਗ ਮੌਜੂਦ ਹੈ। ਜਿਸ ਨੂੰ ਨਿਰ-ਆਕਾਰੀ ਮੰਡਲ ਵੀ ਕਿਹਾ ਜਾਂਦਾ ਹੈ। ਇਹ ਇਕ ਅਲੱਗ ਹਸਤੀ ਹੈ। ਜੋ ਸਰੀਰ ਬਾਰੇ ਸਭ ਕੁਝ ਜਾਣਦੀ ਹੈ। ਮਨ ਦੀਆਂ ਕਲਪਨਾਵਾਂ ਬਾਰੇ ਜਾਣਦੀ ਹੈ। ਬਸ ਇਹ ਇੰਨੀ ਸੂਖਸ਼ਮ - ਇੰਨੀ ਅਦ੍ਰਿਸ਼ ਹੈ ਕਿ ਇਸ ਦੀ ਮੌਜੂਦਗੀ ਤੇ ਵਿਸ਼ਵਾਸ ਕਰਨਾ ਹੀ ਔਖਾ ਕੰਮ ਹੋਇਆ ਹੋਇਆ ਹੈ। ਇਹ ਜਾਨਣ ਵਾਲੀ ਸ਼ਕਤੀ ਹੀ ਸਾਡੇ ਸਰੀਰ ਦੀ ਭੁੱਖ-ਪਿਆਸ ਬਾਰੇ ਸਾਨੂੰ ਦੱਸਦੀ ਹੈ। ਇਸ ਦੇ ਕਾਰਨ ਹੀ ਬੱਚੇ ਦੇ ਅਣਭੋਲ ਮਨ ਅੰਦਰ ਸੰਸਾਰੀ ਜਾਣਕਾਰੀਆਂ ਇਕੱਠੀਆਂ ਹੋਣ ਲੱਗ ਪੈਂਦੀਆਂ ਹਨ ਕਿ ਇਹ ਮੇਰੀ ਮਾਤਾ ਹੈ, ਇਹ ਮੇਰਾ ਪਿਤਾ ਹੈ। ਇਸ ਤਰ੍ਹਾਂ ਮੈਂ ਨਿਰਮਤ ਹੋ ਜਾਂਦਾ ਹੈ ਜਿਸ ਨੂੰ ਅਸੀਂ ਮਨ ਕਹਿਣ ਲੱਗ ਜਾਂਦੇ ਹਾਂ। ਜਿਹੜਾ ਸਾਡੇ ਸਰੀਰ ਦਾ ਨਾਮ ਆਪੇ ਰੱਖ ਦਿੰਦੇ ਹਨ। ਅਸੀਂ ਫਿਰ ਇਹ ਕਹਿਣ ਲੱਗ ਜਾਂਦੇ ਹਾਂ ਕਿ ਮੇਰਾ ਨਾਮ ਇਹ ਹੈ। ਇਸ ਤਰ੍ਹਾਂ ਇਕ ਹੀ ਸ਼ਕਤੀ ਜਿਸ ਨੂੰ ਅਸੀਂ ਅਚੇਤਨ ਸ਼ਕਤੀ ਕਹਿੰਦੇ ਹਾਂ। ਉਹ ਤਾਂ ਸਾਡੇ ਸਰੀਰ ਅੰਦਰ ਹੀ ਸਮਾ ਜਾਂਦੀ ਹੈ। ਛੁਪ ਜਾਂਦੀ ਹੈ। ਦੂਸਰੀ ਸ਼ਕਤੀ ਜਿਸ ਨੂੰ ਅਸੀਂ ਚੇਤ ਮਨ ਕਹਿਣ ਲੱਗ ਜਾਂਦੇ ਹਾਂ।

ਸਾਡਾ ਚੇਤ ਮਨ ਉਂਝ ਤਾਂ ਚੁਪ-ਚੁਪੀਤੇ ਹੀ ਅਗਿਆਨਤਾ 'ਚ ਹੀ ਆਪਣੀ ਅਚੇਤਨ ਸ਼ਕਤੀ ਨਾਲ ਗੱਲਬਾਤ ਕਰਦਾ ਰਹਿੰਦਾ ਹੈ ਜਿਸ ਨੂੰ ਅਸੀਂ ਆਪਣੀ ਅੰਦਰਲੀ ਦੋ-ਚਿੱਤੀ ਕਹਿਣ ਲੱਗ ਜਾਂਦੇ ਹਾਂ। ਕੋਈ ਵੀ ਕੰਮ ਕਰਨ ਤੋਂ ਪਹਿਲਾਂ ਇਸ ਵਾਸਤੇ ਹੀ ਸਾਡੇ ਅੰਦਰੋਂ ਦੋ ਸਲਾਹਵਾਂ ਉੱਠਣ ਲੱਗ ਜਾਂਦੀਆਂ ਹਨ। ਕਿ ਹੁਣ ਮੈਨੂੰ ਇਹ ਕੰਮ ਕਰਨਾ ਚਾਹੀਦਾ ਹੈ ਕਿ ਨਹੀਂ ? ਇਸ ਤਰ੍ਹਾਂ ਅਚੇਤਨ ਮਨ ਦੀ ਆਵਾਜ਼ ਨੂੰ, ਅਚੇਤਨ ਆਤਮਾ ਦੀ ਸਲਾਹ ਨੂੰ ਦਬਾਉਂਦੇ ਹੋਏ ਸਾਡਾ ਚੇਤ ਮਨ ਕਾਹਲੀ ਕਾਹਲੀ ਕੋਈ ਇਕ ਫੈਸਲਾ ਕਰ ਹੀ ਲੈਂਦਾ ਹੈ। ਇਸ ਤਰ੍ਹਾਂ ਹਰ ਵਿਅਕਤੀ ਆਪਣੇ ਹੀ ਮਨ ਦੀ ਪ੍ਰੇਰਣਾ ਨਾਲ ਚੱਲਦੇ ਹੋਏ ਆਪਣਾ ਜੀਵਨ ਬਤੀਤ ਕਰਨ ਲੱਗ ਜਾਂਦਾ ਹੈ।

ਮਨ ਜਾਣੇ ਸਭ ਬਾਤ, ਜਾਣਤ ਹੀ ਅਵਗੁਣ ਕਹੇ।

ਇਥੋਂ ਹੀ ਕਹਾਣੀ ਉਲਝੀ ਹੋਈ ਹੈ। ਵਿਰਲੇ ਹੀ ਆਪਣੇ ਅੰਦਰੋਂ ਉੱਠ ਰਹੀ ਧੀਮੀ ਆਵਾਜ਼ ਨੂੰ ਸੁਣਦੇ ਹੋਏ ਆਪਣਾ ਜੀਵਨ ਬਤੀਤ ਕਰਨ ਲੱਗਦੇ ਹਨ। ਇਸ ਵਾਸਤੇ ਹੀ ਤਾਂ ਈਸਾਈ ਮੱਤ ਵਾਲੇ ਕਹਿੰਦੇ ਹਨ ਕਿ ਆਪਣੇ ਅੰਦਰ ਛੁਪੀ ਹੋਈ ਸਚਾਈ ਨੂੰ ਜਾਨਣ ਵਾਸਤੇ ਸਾਨੂੰ ਬੱਚਿਆਂ ਵਾਂਗ ਅਨਭੋਲ ਬਣਨਾ ਪੈਂਦਾ ਹੈ।

ਇਸ ਵਾਸਤੇ ਹੀ ਬ੍ਰਹਮ-ਗਿਆਨੀ ਸਦਾ ਸੱਚ ਹੀ ਕਹਿੰਦੇ ਆਏ ਹਨ।

ਤੇਰਾ ਸਾਈ ਤੁਝ ਮਹਿ, ਕਿਉਂ ਢੂੰਡੇ ਜਗ ਮਾਹਿ॥

ਅਸੀਂ ਸੰਸਾਰ ਅੰਦਰ ਆਏ ਹਾਂ। ਸਾਨੂੰ ਦੁਨੀਆਵੀ ਫਰਜ਼ ਭੀ ਪੂਰੇ ਕਰਨੇ ਹੁੰਦੇ ਹਨ। ਆਪਣੇ ਸਰੀਰ ਅੰਦਰ ਸਮਾਏ ਹੋਏ ਸੱਚ ਦੀ ਵੀ ਪਹਿਚਾਣ ਕਰਨ ਵਾਸਤੇ ਸਾਨੂੰ ਇਹ ਸਰੀਰ ਮਿਲਿਆ ਹੈ। ਇਹ ਅਸਲ ਉਲਝਣ ਹੈ। ਬੈਲੈਂਸ ਬਣਾ ਕੇ ਜੀਵਨ ਬਤੀਤ ਕਰਨਾ ਹੀ ਸਾਡੇ ਵਾਸਤੇ ਮੁਸ਼ਕਲ ਕੰਮ ਹੋਇਆ ਹੋਇਆ ਹੈ। ਇਸ ਵਾਸਤੇ ਆਮ ਕਰਕੇ ਆਤਮ ਜਗਿਆਸੂ ਸਮਾਜ ਅੰਦਰ ਇਕੱਲੇ ਰਹਿ ਜਾਂਦੇ ਹਨ। ਉਹ ਇੰਨਾ ਸਰਲ ਜੀਵਨ ਬਤੀਤ ਕਰਨ ਲੱਗ ਜਾਂਦੇ ਹਨ ਜਿਵੇਂ ਕਿ ਉਨ੍ਹਾਂ ਦੀ ਆਪਣੀ ਕੋਈ ਚਾਹਤ, ਆਪਣੀ ਕੋਈ ਮਰਜ਼ੀ ਹੀ ਨਾ ਹੋਵੇ। ਅਕਸਰ ਉਨ੍ਹਾਂ ਦੀਆਂ ਭਾਵਨਾਵਾਂ ਨੂੰ ਨਾ ਸਮਝਣ ਵਾਲੇ ਅੰਧ-ਵਿਸ਼ਵਾਸ ਦਾ ਰਸਤਾ ਚੁਣ ਲੈਂਦੇ ਹਨ। ਉਹ ਪ੍ਰਮਾਤਮਾ ਦੀ ਮਰਜ਼ੀ ਦੀ ਤਾਂ ਗੱਲ ਕਰਦੇ ਰਹਿੰਦੇ ਹਨ ਪਰੰਤੂ ਉਹ ਇਸ ਤਰ੍ਹਾਂ ਕਰਦੇ ਹੋਏ ਇਕ ਅਤੀ ਕਰ ਦਿੰਦੇ ਹਨ। ਕੋਈ ਵੀ ਅਤੀ ਕਰਨਾ ਬਹੁਤ ਘਾਤਕ ਹੁੰਦਾ ਹੈ। ਜੋ ਇਕ ਅਤੀ ਤੋਂ ਅੱਗੇ ਨਿਕਲ ਜਾਂਦੇ ਹਨ।ਉਨ੍ਹਾਂ ਦੇ ਮਨਾਂ ਅੰਦਰ ਇਹ ਇੱਛਾ ਉਠਦੀ ਹੀ ਨਹੀ ਹੈ ਕਿ ਉਹ ਆਪਣੇ ਸਰੀਰ ਅੰਦਰ ਸਮਾਈ ਹੋਈ ਸਚਾਈ ਨੂੰ ਜਾਨਣ ਲੱਗ ਜਾਣ। ਕਿ ਜੋ ਸ਼ਕਤੀ ਸਰੀਰ ਬਾਰੇ ਜਾਣ ਹੀ ਰਹੀ ਹੈ, ਮਨ ਦੀਆਂ ਕਲਪਨਾਵਾਂ ਨੂੰ ਵੀ ਜਾਣ ਹੀ ਰਹੀ ਹੈ। ਉਸ ਦੀ ਮੌਜੂਦਗੀ ਦਾ ਅਸੀਂ ਕਿਸ ਤਰ੍ਹਾਂ ਅਹਿਸਾਸ ਕਰ ਸਕਦੇ ਹਾਂ।

ਆਮ ਲੋਕ ਇਸ ਵਾਸਤੇ ਹੀ ਇਸ ਵਹਿਮ ਦਾ ਸ਼ਿਕਾਰ ਹੋ ਜਾਂਦੇ ਹਨ ਕਿ ਪਰੇ ਤੋਂ ਪਰੇ ਮੌਜੂਦ ਪ੍ਰਮਾਤਮਾ ਦੀ ਮੌਜੂਦਗੀ ਬਾਰੇ ਤਾਂ ਸਾਨੂੰ ਕੋਈ ਪਹੁੰਚਿਆ ਹੋਇਆ ਸੰਤ ਹੀ ਸਮਝਾ ਸਕਦਾ ਹੈ। ਇਸ ਵਾਸਤੇ ਹੀ ਖੁੰਬਾਂ ਵਾਂਗ ਸੰਤ ਪ੍ਰਗਟ ਹੋਏ ਹੋਏ ਹਨ।

ਹੱਦ ਚਲੇ ਸੋ ਔਲੀਆ, ਬੇਹੱਦ ਚਲੇ ਸੋ ਪੀਰ।
ਹੱਦ ਬੇਹੱਦ ਦੋਨੋਂ ਚਲੇ, ਉਸ ਦਾ ਨਾਉਂ ਫਕੀਰ।
ਕੀ ਕਰੀਏ ? ਕੀ ਕਹੀਏ ?
ਕਿਸ ਮਰਿਯਾਦਾ ਰਹੀਏ ?

ਗੁਰੂ ਨਾਨਕ ਦੇਵ ਜੀ ਬਹੁਤ ਸਪੱਸ਼ਟ ਗੱਲ ਕਹਿ ਗਏ ਹਨ ਕਿ ਜਿਸ ਦੀ ਕੋਈ ਹੱਦ ਹੈ, ਜੋ ਕਿਸੀ ਸੀਮਾ ਅੰਦਰ ਹੈ, ਉਸ ਬਾਰੇ ਤਾਂ ਅਸੀਂ ਕੁਝ ਕਹਿ ਵੀ ਸਕਦੇ ਹਾਂ। ਕੁਝ ਲਿਖ ਵੀ ਸਕਦੇ ਹਾਂ। ਪਰੰਤੂ ਜਿਸ ਨਿਰ-ਆਕਾਰੀ ਸਾਖਸ਼ੀ ਭਾਵ ਦੀ ਇਥੇ ਮੈਂ ਚਰਚਾ ਕਰਨੀ ਚਾਹੁੰਦਾ ਹਾਂ ਅਗਰ ਉਸ ਅਮਰ ਆਤਮਾ - ਬਦੇਹੀ ਸ਼ਕਤੀ ਦਾ ਸਾਨੂੰ ਅਹਿਸਾਸ ਹੋਣਾ ਸ਼ੁਰੂ ਹੋ ਜਾਵੇ ਤਾਂ ਫਿਰ ਇਹ ਹੀ ਤਾਂ ਸਾਡੀ ਅਨਮਨੀ ਅਵਸਥਾ ਹੋਵੇਗੀ। ਜਿਥੇ ਪਹੁੰਚਣ ਤੋਂ ਪਹਿਲਾਂ ਹੀ ਮਨ ਦਾ

ਸ਼ਾਂਤ ਹੋ ਜਾਣਾ ਬਹੁਤ ਜ਼ਰੂਰੀ ਹੁੰਦਾ ਹੈ। ਫਿਰ ਤਾਂ ਸਾਡਾ ਮਨ ਹੀ ਅਫੁਰ ਅਵਸਥਾ 'ਚ ਪਹੁੰਚ ਜਾਵੇਗਾ। ਮਨ ਹੀ ਨਿਰ-ਵਿਚਾਰ ਹੋ ਜਾਵੇਗਾ। ਫਿਰ ਤਾਂ ਮਨ ਹੀ ਅਸਚਰਜਤਾ ਨਾਲ ਭਰ ਜਾਂਦਾ ਹੈ।

ਜਿਥੇ ਬ੍ਰਹਮ ਹੀ ਸਾਡੀ ਅਗਵਾਈ ਕਰਨੀ ਸ਼ੁਰੂ ਕਰ ਦਿੰਦਾ ਹੈ। ਉਸ ਬਾਰੇ ਸੁਣਦੇ ਸੁਣਦੇ ਅਗਰ ਸਾਨੂੰ ਆਪਣੇ ਬ੍ਰਹਮ ਦੀ ਪ੍ਰੇਰਨਾ ਮਿਲਣੀ ਸ਼ੁਰੂ ਹੋ ਜਾਵੇ ਤਾਂ ਅਜਿਹੇ ਅਨੁਭਵ ਨੂੰ ਹੀ ਬ੍ਰਹਮ-ਗਿਆਨੀ ਤੀਸਰੀ ਅੱਖ ਦਾ ਖੁੱਲ੍ਹ ਜਾਣਾ, ਸ਼ਿਵ ਨੇਤਰ ਦਾ ਖੁੱਲ੍ਹ ਜਾਣਾ, ਦ੍ਰਸ਼ਟੇ ਦਾ ਜਾਗ ਜਾਣਾ ਕਹਿੰਦੇ ਹਨ। ਆਪਣੇ ਅਜਿਹੇ ਨਿਰਾਲੇ ਅਨੁਭਵ ਦੀ ਅਗਰ ਲਿਖਣ ਦੀ ਨੌਬਤ ਆ ਜਾਵੇ ਤਾਂ ਫਿਰ ਭਾਵੇਂ ਸੱਤਾਂ ਸਮੁੰਦਰਾਂ ਦੇ ਪਾਣੀਆਂ ਦੀ ਸਿਆਹੀ ਬਣਾ ਲਓ। ਸਾਰੀ ਧਰਤੀ ਨੂੰ ਭਾਵੇਂ ਕਾਗਜ਼ ਬਣਾ ਲਓ, ਫਿਰ ਵੀ ਸਚਾਈ ਬਾਰੇ ਪੂਰਾ ਲਿਖਿਆ ਹੀ ਨਹੀਂ ਜਾ ਸਕੇਗਾ।

ਕਥਿ ਕਥਿ ਕਥੀ ਕੋਟੀ ਕੋਟਿ ਕੋਟਿ॥ (ਜਪੁਜੀ ਸਾਹਿਬ)

ਜਦੋਂ ਕਬੀਰ ਸਾਹਿਬ ਜੀ ਵਾਂਗ ਆਪਣੇ ਹੀ ਅੰਦਰੋਂ ਆਪਣਾ ਧਿਆਨ ਆਪਣੇ ਬ੍ਰਹਮ ਦੀ ਮੌਜੂਦਗੀ ਵੱਲ ਲੱਗ ਜਾਂਦਾ ਹੈ ਤਾਂ ਫਿਰ ਕਹਾਣੀਆਂ ਸੁਣਨ-ਸੁਣਾਉਣ ਦੀ ਗੱਲ ਹੀ ਸਮਾਪਤ ਹੋ ਜਾਵੇਗੀ। ਕਹਾਣੀਆਂ ਸੁਣਨ-ਸੁਣਾਉਣ ਦੀ ਇੱਛਾ ਕਰਨ ਵਾਲਾ ਮਨ ਬਹੁਤ ਹੀ ਪਿੱਛੇ ਛੁੱਟ ਜਾਵੇਗਾ। ਫਿਰ ਤਾਂ ਸਾਨੂੰ ਵੀ ਨੇਤ ਨੇਤ ਹੀ ਕਹਿਣਾ ਠੀਕ ਲੱਗੇਗਾ। ਕਿ ਮੈਂ ਕਿਸੇ ਪ੍ਰਮਾਤਮਾ ਨੂੰ ਜਾਣਦਾ ਹੀ ਨਹੀਂ ਹਾਂ। ਮੈਂ ਕਿਸੀ ਪ੍ਰਮਾਤਮਾ ਦੀ ਗੱਲ ਹੀ ਨਹੀਂ ਕਰ ਰਿਹਾ ਹਾਂ। ਮੈਂ ਤਾਂ ਆਪਣੇ ਹੀ ਸਰੀਰ ਅੰਦਰ ਮੌਜੂਦ ਆਪਣੇ ਬ੍ਰਹਮ ਦੀ ਆਪਣੇ ਸਾਖਸ਼ੀ ਭਾਵ ਦੀ ਆਪਣੀ ਅਮਰ ਆਤਮਾ ਨੂੰ ਪਹਿਚਾਨਣ ਦੀ ਗੱਲ ਕਰ ਰਿਹਾ ਹਾਂ।

ਮੈਂ ਕਿਆ ਜਾਨੂ ਰਾਮ ਕੋ ਆਖੋਂ ਕਭੀ ਨਾ ਡੀਠ।

ਕਿ ਜਿਸ ਨੂੰ ਆਪਣੀਆਂ ਅੱਖਾਂ ਨਾਲ ਕਦੇ ਵੇਖਿਆ ਹੀ ਨਹੀਂ ਹੈ। ਉਸ ਬਾਰੇ ਮੈਂ ਕੀ ਕਹਿ ਸਕਦਾ ਹਾਂ ?

ਕਬੀਰ ਸਾਹਿਬ ਦੇ ਅਨੁਭਵਾਂ ਦੀਆਂ ਚਰਚਾਵਾਂ ਨੇ ਮੇਰੇ ਮਨ ਨੂੰ ਵੀ ਅਸਚਰਜਤਾ ਨਾਲ ਭਰ ਦਿੱਤਾ ਹੈ। ਮੈਂ ਵੀ ਸਪੱਸ਼ਟ ਸਿੱਧੀ ਜਿਹੀ ਆਪਣੇ ਅਨੁਭਵ ਦੀ ਗੱਲ ਕਰਨ ਵਾਸਤੇ ਆਪਣੇ ਅਨੁਭਵ ਨੂੰ ਲਿਖਣ ਦੀ ਹੀ ਕੋਸ਼ਿਸ਼ ਕਰ ਰਿਹਾ ਹਾਂ। ਜਿਹੜੀ ਸੱਚੀ ਗੱਲ ਮੈਨੂੰ ਜਚੀ ਹੈ ਕਿ ਸਰੀਰ ਅਲੱਗ ਹੈ। ਸਰੀਰ ਅੰਦਰ ਸਮਾਇਆ ਹੋਇਆ ਬ੍ਰਹਮ - ਸਮਾਇਆ ਹੋਇਆ ਸੱਚ ਅਲੱਗ ਹਸਤੀ ਹੈ। ਮੈਂ ਆਪਣੇ ਨਿਰਾਸੇ ਅਨੁਭਵ ਦੇ ਆਧਾਰ ਤੇ ਹੀ ਨਿਡਰਤਾ ਤੇ ਨਿਰਭੈਤਾ ਨਾਲ ਲਿਖ ਰਿਹਾ ਹਾਂ। ਲਿਖਣ 'ਚ ਹੀ ਹੁਣ ਮੇਰਾ ਮਨ ਰਮਿਆ ਹੋਇਆ ਹੈ। ਆਨੰਦਿਤ ਹੋਇਆ ਹੋਇਆ ਮਹਿਸੂਸ ਕਰ ਰਿਹਾ

ਹਾਂ। ਬੇ- ਗਮ ਤੋਂ ਆਪਣਾ ਜੀਵਨ ਬਤੀਤ ਕਰ ਰਿਹਾ ਹਾਂ। ਹਾਂ, ਇਥੇ ਮੈਂ ਇਹ ਸਾਫ ਕਰਨਾ ਚਾਹੁੰਦਾ ਹਾਂ ਕਿ ਇਹ ਜੋ ਆਮ ਕਹਾਵਤ ਹੈ ਕਿ ਜੀਵਨ ਬਤੀਤ ਕਰਦੇ ਹੋਇਆਂ, ਸਮਾਜ 'ਚ ਰਹਿੰਦੇ ਹੋਇਆਂ ਇਕ ਹੀ ਗੱਲ ਬਜ਼ੁਰਗ ਸਮਝਾਉਂਦੇ ਆਏ ਹਨ ਕਿ ਜਾਂ ਤਾਂ ਆਪ ਹੀ ਕਿਸੇ ਦੇ ਬਣ ਜਾਓ ਜਾਂ ਆਪ ਕਿਸੇ ਨੂੰ ਆਪਣਾ ਬਣਾ ਲਓ। ਇਹ ਹੀ ਗੱਲ ਪ੍ਰਤੱਖ ਸਰੀਰ ਅਤੇ ਅਪ੍ਰਤੱਖ ਆਤਮਾ ਦੀ ਮੌਜੂਦਗੀ ਬਾਰੇ ਵੀ ਜਚਦੀ ਹੈ ਕਿ ਆਪਣੇ ਮਨੋਂ, ਆਪਣੇ ਤਹਿ-ਦਿਲੋਂ ਈਮਾਨਦਾਰੀ ਨਾਲ ਇਹ ਗੱਲ ਸਮਝ ਲਓ ਕਿ ਸਰੀਰ ਤਾਂ ਮਰਨੇ ਮਿਟਣੇ ਵਾਲਾ ਹੈ, ਆਤਮਾ ਅਮਰ ਹੈ। ਆਤਮਾ ਦੀ ਮੌਜੂਦਗੀ ਨੂੰ ਅਮਰ ਮੰਨ ਲੈਣ ਦਾ ਰਸਤਾ ਚੁਣ ਲਿਆ ਹੈ। ਤਾਂ ਫਿਰ ਆਪਣੇ ਮਨ ਅੰਦਰ ਚੱਲ ਰਹੇ ਵਿਚਾਰਾਂ ਵੱਲ ਸਿਰਫ ਵੇਖਣ ਲੱਗ ਜਾਓ। ਅਗਰ ਪ੍ਰਮਾਤਮਾ ਦੀ ਮੌਜੂਦਗੀ ਨੂੰ ਹੀ ਮੰਨਣਾ ਹੈ ਤਾਂ ਪ੍ਰਮਾਤਮਾ ਦਾ ਧੰਨਵਾਦ ਕਰਨ ਲੱਗ ਜਾਓ ਕਿ ਮਰਜ਼ੀ ਤੇਰੀ। ਪਰੰਤੂ ਅਸੀਂ ਤਾਂ ਦੋਨਾਂ ਕਿਸ਼ਤੀਆਂ 'ਚ ਸਵਾਰ ਹੋਏ ਰਹਿਣਾ ਚਾਹੁੰਦੇ ਹਾਂ। ਕਿਸੀ ਇਕ ਧਰਮ ਨਾਲ ਜੁੜ ਕੇ ਪ੍ਰਮਾਤਮਾ ਦੀ ਮੌਜੂਦਗੀ ਨੂੰ ਵੀ ਅਸੀਂ ਇਕ ਫਾਰਮੈਲਿਟੀ ਵਾਂਗ ਹੀ ਮੰਨ ਰਹੇ ਹਾਂ।

ਮੈਂ ਸਮਾਜ ਅੰਦਰ ਆਪਣੇ ਸਮਕਾਲੀਨ ਲੋਕਾਂ ਨੂੰ ਗਰੀਬੀ 'ਚ ਹੀ ਆਪਣਾ ਜੀਵਨ ਬਤੀਤ ਕਰਦੇ ਹੋਏ ਵੇਖਿਆ ਹੈ। ਜਿਵੇਂ ਕਹਿੰਦੇ ਹਨ ਕਿ ਗਰੀਬ ਆਦਮੀ ਗਰੀਬੀ 'ਚ ਹੀ ਜਨਮ ਲੈਂਦਾ ਹੈ, ਗਰੀਬੀ 'ਚ ਹੀ ਵੱਡਾ ਹੁੰਦਾ ਹੈ, ਗਰੀਬੀ 'ਚ ਹੀ ਵਿਆਹ ਕਰਵਾ ਲੈਂਦਾ ਹੈ। ਸਾਰੀ ਉਮਰ ਗਰੀਬੀ 'ਚ ਹੀ ਜੀਵਨ ਬਤੀਤ ਕਰ ਜਾਂਦਾ ਹੈ।

ਚਾਲਬਾਜ਼ ਲੋਕ ਗਰੀਬੀ ਕੱਟ ਰਹੇ ਲੋਕਾਂ ਨੂੰ ਇਹ ਹੀ ਕਹਿੰਦੇ ਰਹਿੰਦੇ ਹਨ ਕਿ ਸਭ ਕੁਝ ਪ੍ਰਮਾਤਮਾ ਦੀ ਮਰਜ਼ੀ ਨਾਲ ਹੋ ਰਿਹਾ ਹੈ। ਮੈਂ ਸਮਝਦਾ ਹਾਂ ਕਿ ਸਭ ਕੁਝ ਕਰ-ਕਰਾ ਰਹੀਆਂ ਸ਼ਕਤੀਆਂ ਤਾਂ ਅਪ੍ਰਤੱਖ ਹਨ। ਇਨ੍ਹਾਂ ਸ਼ਕਤੀਆਂ ਦੀ ਮੌਜੂਦਗੀ ਦਾ ਹਰ ਕੋਈ ਅਹਿਸਾਸ ਕਰ ਸਕਦਾ ਹੈ।

ਚਾਲਬਾਜ਼ ਲੋਕ ਕੀ ਕਰ ਰਹੇ ਹਨ ? ਪੈਸੇ ਨੂੰ ਹੀ ਪ੍ਰਤੱਖ ਭਗਵਾਨ ਸਮਝਦੇ ਹੋਏ ਲੁੱਟ-ਖਸੁੱਟ ਕਰਦੇ ਰਹਿੰਦੇ ਹਨ। ਗਰੀਬਾਂ ਦੀ ਮੈਂ ਇਹ ਆਸਥਾ ਵੇਖੀ ਹੈ ਕਿ ਗਰੀਬ ਆਦਮੀ ਪ੍ਰਮਾਤਮਾ ਦੇ ਭਰੋਸੇ ਆਪਣਾ ਜੀਵਨ ਬਤੀਤ ਕਰਦੇ ਰਹਿੰਦੇ ਹਨ। ਇਸ ਤਰ੍ਹਾਂ ਗਰੀਬਾਂ ਅਤੇ ਅਮੀਰ ਲੋਕਾਂ ਨੂੰ ਆਪਣੇ ਹੀ ਸਾਖਸ਼ੀ ਭਾਵ ਦੀ ਮੌਜੂਦਗੀ ਦਾ ਖ਼ਿਆਲ ਕਿਸ ਤਰ੍ਹਾਂ ਬਣਿਆ ਰਹਿ ਸਕਦਾ ਹੈ। ਹਰ ਵਿਅਕਤੀ ਆਪਣੇ ਆਪਣੇ ਮਨ ਦੇ ਬੁਣੇ ਜਾਲਾਂ 'ਚ ਹੀ ਉਲਝਿਆ ਹੋਇਆ ਰਹਿ ਜਾਂਦਾ ਹੈ।

ਵਿਰਲੇ ਬ੍ਰਹਮ-ਗਿਆਨੀਆਂ ਨੂੰ ਹੀ ਆਪਣੇ ਸਰੀਰ ਅੰਦਰ ਸਮਾਏ ਹੋਏ।

ਸੱਚ ਦੀ ਮੌਜੂਦਗੀ ਤੇ ਵਿਸ਼ਵਾਸ ਆਉਂਦਾ ਹੈ। ਉਨ੍ਹਾਂ ਨੂੰ ਹੀ ਆਪਣੇ ਬ੍ਰਹਮ ਦੀ ਮੌਜੂਦਗੀ ਦਾ ਅਹਿਸਾਸ ਹੁੰਦਾ ਹੈ। ਉਹ ਹੀ ਫਿਰ ਆਪਣੇ ਨਿੱਜੀ ਨਿਰਾਲੇ ਅਹਿਸਾਸ ਦੀ ਨਿਰਾਲੇ ਢੰਗ ਨਾਲ ਚਰਚਾ ਕਰਦੇ ਰਹਿੰਦੇ ਹਨ। ਅਸਲ ਧਰਮ ਨਾਲ ਸਾਡਾ ਸੰਬੰਧ ਆਪਣੇ ਸਰੀਰ ਅੰਦਰ ਸਮਾਏ ਹੋਏ ਸੱਚ ਦੀ ਮੌਜੂਦਗੀ ਦਾ ਅਹਿਸਾਸ ਕਰ ਕੇ ਹੀ ਜੁੜਦਾ ਹੈ।

ਚਾਲਬਾਜ਼ ਲੋਕ ਲੋਕਾਂ ਨੂੰ ਸਿਰਫ ਧਰਮੀ ਹੋਣ ਦਾ ਵਿਖਾਵਾ ਕਰਨ ਦੀ ਹੀ ਪ੍ਰੇਰਨਾ ਦਿੰਦੇ ਰਹਿੰਦੇ ਹਨ ਕਿ ਲੋਕ ਲਾਜ ਨੂੰ ਵੇਖੋ। ਜਿਨ੍ਹਾਂ ਨੂੰ ਆਪਣੇ ਮਨ ਅੰਦਰ ਆਪਣੀ ਆਤਮਾ ਦੀ ਮੌਜੂਦਗੀ ਦਾ ਕੋਈ ਇਕ ਵੀ ਖ਼ਿਆਲ ਯਾਦ ਨਹੀਂ ਰਹਿੰਦਾ ਹੈ, ਉਹ ਆਪਣੇ ਆਪ ਨੂੰ ਧਰਮੀ ਕਹਾਉਂਦੇ ਹੋਏ ਬੜੇ ਖੁਸ਼ ਨਜ਼ਰ ਆਉਂਦੇ ਰਹਿੰਦੇ ਹਨ। ਇਸ ਤਰ੍ਹਾਂ ਚਾਲਬਾਜ਼ ਲੋਕ ਲੋਕਾਂ ਦੀਆਂ ਭਾਵਨਾਵਾਂ ਨਾਲ ਖਿਲਵਾੜ ਕਰਦੇ ਹੋਏ ਆਪਣਾ ਉੱਲੂ ਸਿੱਧਾ ਰੱਖਦੇ ਹਨ। ਆਪਣੀਆਂ ਰੋਟੀਆਂ ਸੇਕਦੇ ਰਹਿੰਦੇ ਹਨ।

ਧਰਮ

ਆਪਣੇ ਆਪਣੇ ਧਰਮ ਨੂੰ,
ਸਭੇ ਹੀ ਪਿਆਰ ਕਰਦੇ।
ਵੱਖੋ ਵੱਖਰੇ ਹਨ ਧਰਮ ਹਜ਼ਾਰ,
ਇਕੋ ਇਕ ਤੋਂ ਸਭ ਉਪਜੇ,
ਆਪਣੇ ਆਪਣੇ ਧਰਮ ਨੂੰ,
ਸਭ ਹੀ ਕਰਦੇ ਪਿਆਰ।
ਇਕ ਪਿਤਾ ਦੇ ਬੇਟੇ ਹੋ,
ਭਾਇਓ ਭਾਈਆਂ ਦਾ ਕਰੋ ਸਤਿਕਾਰ।
ਧੋਖੇ ਬੇਈਮਾਨੀਆਂ ਛੱਡੋ – ਸਾਰੇ ਕਹਿੰਦੇ,
ਕਰੋ ਤੁਸੀਂ ਆਪਣੇ ਹੱਥੋਂ ਕੋਈ ਕਾਰ।
ਵੇਹਲੇ ਬਹਿ ਕੇ ਨਾ ਰਹੋ,
ਭਾਵੇਂ ਤੁਸੀਂ ਕਰੋ ਖੇਤੀ,
ਭਾਵੇਂ ਤੁਸੀਂ ਕਰੋ ਵਪਾਰ।
ਹੱਕ ਪਰਾਇਆ ਨਾ ਛਕੋ,
ਤੱਖੜੀ ਫੜ ਕੇ ਨਾ ਮਾਰੋ ਮਾਰ।
ਵੈਰੀ ਬੁਰਾ ਬੇਸ਼ੱਕ ਸੋਚੇ,
ਬੁਰਾ ਨਾ ਸੋਚੋ,
ਕਿਸੀ ਦਾ ਨਾ ਕਰੋ ਤ੍ਰਿਸਕਾਰ।

ਆਪਣਾ ਰਾਂਝਾ ਅੱਜ ਮਨਾਓ,
ਕੱਲ੍ਹ ਤੋਂ ਕੱਲ੍ਹ ਦਾ ਨਾ ਕਰੋ ਇੰਤਜ਼ਾਰ।
ਰਹਿਣਾ ਕਹਿੰਦੇ ਥਿਰ ਨਹੀਂ,
ਸੁਪਨੇ ਵਰਗਾ ਸੰਸਾਰ।
ਲੋਕੀਂ ਉਸ ਨੂੰ ਯਾਦ ਹੈਨ ਕਰਦੇ,
ਲੋਕਾਂ ਨਾਲ ਜੋ ਕਰਕੇ ਜਾਂਦਾ ਪਿਆਰ।
ਹਿਰਦੇ ਅੰਦਰ ਵਸਾਵੋ ਉਸ ਨੂੰ,
'ਦਲਬਾਰੇ' ਜੋ ਸਭਨਾਂ ਦਾ ਪਾਲਣਹਾਰ।
ਪਰਵਾਨਾ ਹੈ ਵੇਖੋ ਜਲ ਮਰਦਾ,
ਨਜ਼ਰੀਂ ਪੈ ਜਾਵੇ ਜਦ ਦਿਲਦਾਰ।

ਜਦੋਂ ਸਾਡਾ ਆਪਣਾ ਹੀ ਧਿਆਨ ਆਪਣੇ ਹੀ ਸਾਖਸ਼ੀ ਭਾਵ ਦੀ ਮੌਜੂਦਗੀ ਤੇ ਟਿਕਣ ਲੱਗ ਜਾਂਦਾ ਹੈ ਤਾਂ ਫਿਰ ਸਾਡਾ ਹੀ ਧਿਆਨ ਬਾਹਰੀ ਅਨੰਤਤਾ ਵੱਲ ਟਿਕਦਾ ਹੀ ਨਹੀਂ ਹੈ ਕਿ ਲੋਗ-ਬਾਗ ਕੀ ਕਰ ਰਹੇ ਹਨ ? ਕੀ ਸੋਚ ਰਹੇ ਹਨ ?

ਕਬੀਰਾ ਮੋਲ ਕਰੋ ਤਲਵਾਰ ਕਾ, ਪੜੀ ਰਹਿਣ ਦੋ ਮਿਆਨ।

ਸਰੀਰ ਤਾਂ ਸਾਖਸ਼ੀ ਦੀ ਤਿੱਖੀ ਧਾਰ ਨੂੰ ਸੰਭਾਲਣ ਵਾਸਤੇ ਹੀ ਹੈ। ਭਾਵ ਅਮਰ ਆਤਮਾ ਦੇ ਰਹਿਣ ਦਾ ਟਿਕਾਣਾ ਮਾਤਰ ਹੈ। ਜਿਵੇਂ ਕਿ ਮਿਆਨ ਤਲਵਾਰ ਦੀ ਧਾਰ ਨੂੰ ਢੱਕਣ ਵਾਸਤੇ ਹੀ ਹੁੰਦਾ ਹੈ। ਸਰੀਰ ਅੰਦਰ ਸਮਾਈ ਹੋਈ ਸ਼ਕਤੀ ਸਰੀਰਕ ਮੋਹ 'ਚ ਕਦੇ ਪੈਂਦੀ ਹੀ ਨਹੀਂ ਹੈ। ਆਕਾਰ ਅਤੇ ਨਿਰ-ਆਕਾਰ ਦਾ ਲੁਕਾ-ਛਿਪੀ ਦਾ ਖੇਲ੍ਹ ਮਾਤਰ ਹੈ ਕਰਾਮਾਤ ਵੀ ਸਿਰਫ ਇਹ ਹੀ ਹੈ ਕਿ ਪ੍ਰਤੱਖ ਅਤੇ ਅਪ੍ਰਤੱਖ ਦੇ ਖੇਲ੍ਹ ਰਹੇ। ਬ੍ਰਹਮ-ਗਿਆਨੀ ਕਦੇ ਚੁੱਪ ਰਹਿੰਦੇ ਹੀ ਨਹੀਂ ਹਨ। ਸਰੀਰ ਅੰਦਰ ਸਮਾਇਆ ਹੋਇਆ ਸੱਚ ਆਪਹੁਦਰੇ ਹੀ ਛਲਕ ਪੈਂਦਾ ਹੈ। ਅਸੀਂ ਬਾਜ਼ਾਰ ਜਾਂਦੇ ਹਾਂ, ਲਿਖਣ ਵਾਸਤੇ ਪੈਨ ਲੈ ਆਉਂਦੇ ਹਾਂ। ਉਸ ਤੇ ਆਪਣੀ ਮਾਲਕੀ ਵਿਖਾਉਣ ਲੱਗ ਪੈਂਦੇ ਹਾਂ ਕਿ ਇਹ ਪੈਨ ਮੇਰਾ ਹੈ। ਸਾਨੂੰ ਕਦੇ ਇਹ ਖ਼ਿਆਲ ਤਾਂ ਆਉਂਦਾ ਹੀ ਨਹੀਂ ਕਿ ਪੈਨ ਕਿਸ ਫੈਕਟਰੀ 'ਚ ਤਿਆਰ ਹੋਇਆ ਹੈ, ਕਿਵੇਂ ਦੁਕਾਨ ਤੇ ਪਹੁੰਚਿਆ ਹੈ।

ਆਪਣੇ ਹੀ ਸਾਖਸ਼ੀ ਭਾਵ ਦੀ ਮੌਜੂਦਗੀ ਨੂੰ ਭੁੱਲ ਜਾਣ ਕਰ ਕੇ ਸਾਡਾ ਮਨ ਸਰੀਰ ਤੇ ਆਪਣੀ ਮਾਲਕੀ ਜਤਾਉਣ ਲੱਗ ਜਾਂਦਾ ਹੈ। ਅਗਰ ਆਪਣੇ ਹੀ ਸਰੀਰ ਅੰਦਰ ਸਮਾਏ ਹੋਏ ਸੱਚ ਦੀ ਮੌਜੂਦਗੀ ਦਾ ਖ਼ਿਆਲ ਸਾਡੇ ਮਨ ਅੰਦਰ ਬਣਿਆ ਰਹੇ ਤਾਂ ਮਨ ਸ਼ਾਂਤ ਹੋਣ ਲੱਗ ਜਾਂਦਾ ਹੈ।

ਕਾਜੀ ਸੋ ਜੋ ਉਲਟੀ ਕਰੇ, ਗੁਰ ਪ੍ਰਸਾਦਿ ਜੀਵਤ ਮਰੇ ॥

ਕਾਜੀ-ਪੰਡਤ-ਗਿਆਨੀ ਆਪਣੀ ਆਪਣੀ ਆਸਥਾ ਮੁਤਾਬਿਕ, ਅਸੀਂ ਇਹ ਨਾਮ ਉਨ੍ਹਾਂ ਵਿਅਕਤੀਆਂ ਨੂੰ ਸੰਬੋਧਨ ਕਰ ਕੇ ਕਹੇ ਹਨ ਜੋ ਹਰ ਰੋਜ਼ ਪੂਜਾ-ਪਾਠ ਕਰਦੇ ਹੋਏ ਨਿਰ-ਆਕਾਰੀ ਪ੍ਰਮਾਤਮਾ ਦੀ ਮੌਜੂਦਗੀ ਦੇ ਚਰਚੇ ਕਰਦੇ ਰਹਿੰਦੇ ਹਨ। ਇਹ ਚਰਚੇ ਕਰਨ ਦਾ ਸੰਬੰਧ ਉਨ੍ਹਾਂ ਦੀਆਂ ਧਾਰਮਿਕ ਪਰੰਪਰਾਵਾਂ ਨਾਲ ਜੁੜਿਆ ਹੁੰਦਾ ਹੈ ਅਤੇ ਉਨ੍ਹਾਂ ਦੀ ਰੋਜ਼ੀ-ਰੋਟੀ ਦਾ ਜ਼ਰੀਆ ਬਣਿਆ ਹੁੰਦਾ ਹੈ। ਨਿਰਾਲਾ ਤਾਂ ਸਾਡੇ ਅੰਦਰ ਮੌਜੂਦ ਹੈ। ਇਸ ਵਾਸਤੇ ਬਜ਼ੁਰਗ ਸੱਚ ਕਹਿ ਗਏ ਹਨ ਕਿ ਪਰੰਪਰਾਵਾਂ 'ਚ ਤਾਂ ਕਦੇ ਕੋਈ ਫੁੱਲ ਖਿੜਦਾ ਹੀ ਨਹੀਂ ਹੈ। ਜਦੋਂ ਫੁੱਲ ਖਿੜ ਜਾਂਦਾ ਹੈ ਤਾਂ ਫਿਰ ਨਵੀਂ ਪਰੰਪਰਾ ਸ਼ੁਰੂ ਹੋ ਜਾਂਦੀ ਹੈ। ਜਿਥੇ ਸ਼ਮ੍ਹਾ ਜਲ ਪੈਂਦੀ ਹੈ, ਦੂਰੋਂ-ਨੇੜਿਓਂ ਪਰਵਾਨੇ ਕੁਰਬਾਨ ਹੋਣ ਲਈ ਪਹੁੰਚ ਹੀ ਜਾਂਦੇ ਹਨ।

ਜਦੋਂ ਤਕ ਸਾਨੂੰ ਅੰਦਰੋਂ ਆਪਣੇ ਨਿਰਾਲੇ ਦੀ ਮੌਜੂਦਗੀ ਦਾ ਆਪਣਾ ਨਿੱਜੀ ਅਨੁਭਵ ਨਾ ਹੋ ਜਾਵੇ। ਸਾਡੇ ਧਿਆਨ ਦਾ ਸਰੀਰ ਉਤੇ ਟਿਕਿਆ ਰਹਿਣਾ ਸੁਭਾਵਿਕ ਹੀ ਹੈ। ਸਾਡੇ ਸਰੀਰ ਦੀ ਬਣਤਰ ਬਣਾਉਣ 'ਚ ਸਾਡੇ ਮਨ ਦੀ ਕੋਈ ਭੂਮਿਕਾ ਨਹੀਂ ਹੈ। ਸਾਨੂੰ ਆਪਣੇ ਮਨ ਦੀ ਮਰਜ਼ੀ ਨਾਲ ਇਹ ਸਰੀਰ ਮਿਲਿਆ ਹੀ ਨਹੀਂ ਹੈ। ਜੋ ਬਦੇਹੀ ਬ੍ਰਹਿਮੰਡੀ ਅਮਰ ਆਤਮਾ ਹੈ। ਉਸ ਨੇ ਆਪਣੀ ਕਿਰਪਾ ਕਰਕੇ ਇਸ ਸਰੀਰ ਦੀ ਬਣਤਰ ਬਣਾਈ ਹੈ। ਸਾਡਾ ਸਰੀਰ ਉਸ ਦੀ ਕ੍ਰਿਤ ਹੈ।

ਇਸ ਤੋਂ ਪਹਿਲਾਂ ਕਿ ਸਾਡੇ ਮਨ ਅੰਦਰ ਉਸ ਬਦੇਹੀ ਸ਼ਕਤੀ ਦੀ ਮੌਜੂਦਗੀ ਦਾ ਅਹਿਸਾਸ ਕਰ ਲੈਣ ਦੀ ਇੱਛਾ ਜਾਗਰਤ ਹੋ ਜਾਵੇ, ਸਾਨੂੰ ਆਪਣੇ ਸਰੀਰ ਦੀਆਂ ਲੋੜਾਂ ਪੂਰੀਆਂ ਕਰਨ ਵਾਸਤੇ ਹੀ ਸੰਘਰਸ਼ - ਜਦੋ ਜ਼ਾਹਿਰ ਕਰਨੀ ਪੈਂਦੀ ਹੈ ਤਾਂ ਸਰੀਰਕ ਲੋੜਾਂ ਨੂੰ ਅਸੀਂ ਕਿਸੀ ਤਰ੍ਹਾਂ ਵੀ ਅੱਖੋਂ ਓਹਲੇ ਨਹੀਂ ਕਰ ਸਕਦੇ ਹਾਂ। ਇਸ ਵਾਸਤੇ ਹੀ ਸਰੀਰਕ ਲੋੜਾਂ ਨੂੰ ਪਹਿਲ ਦੇਣੀ ਪੈਂਦੀ ਹੈ। ਇਸ ਵਾਸਤੇ ਹੀ ਸਾਖਸ਼ੀ ਭਾਵ ਦੀ ਮੌਜੂਦਗੀ ਦਾ ਖ਼ਿਆਲ ਵਿਰਲੇ ਵਿਅਕਤੀਆਂ ਦੇ ਮਨ ਅੰਦਰ ਤਾਜ਼ਾ ਰਹਿੰਦਾ ਹੈ। ਸਾਡਾ ਮਨ ਤਾਂ ਆਦਤਨ ਬਹੁਤ ਹੀ ਭੁਲੱਕੜ ਹੈ।

ਭੂਖੇ ਭਗਤ ਨਾ ਕੀਜੇ, ਯਹ ਮਾਲਾ ਆਪਣੀ ਲੀਜੇ।

ਆਪਣੇ ਹੀ ਮਨ ਦੀ ਸੀਮਾ ਅੰਦਰ ਰਹਿੰਦੇ ਹੋਇਆਂ ਕੁਝ ਜਾਇਜ਼ ਮੰਗਾਂ ਤਾਂ ਹਰ ਇਕ ਨੂੰ ਪੂਰੀਆਂ ਕਰਨੀਆਂ ਹੀ ਪੈਂਦੀਆਂ ਹਨ। ਪਰੰਤੂ ਅਣ-ਮਨੁੱਖੀ ਢੰਗ ਨਾਲ ਪੈਸੇ ਕਮਾਉਣ ਦੀ ਰਟ ਲਗਾਈ ਰੱਖਣਾ ਠੀਕ ਨਹੀਂ ਹੁੰਦਾ ਹੈ।

ਮੈਨੂੰ ਇਕ ਸੁਨਿਆਰੇ ਦੀ ਕਹਾਣੀ ਯਾਦ ਆ ਗਈ ਹੈ। ਸਬੱਬੀਂ ਕੁਝ ਅਰਸੇ ਮੈਂ ਉਸ ਦੀ ਗੱਡੀ ਚਲਾਉਂਦਾ ਰਿਹਾ ਹਾਂ। ਉਸ ਸੁਨਿਆਰੇ ਨੇ ਇਕ ਨਾਮੀ

ਪਹਿਲਵਾਨ ਨੂੰ 40 ਲੱਖ ਰੁਪਏ ਇਕ ਪਰਸੈਂਟ ਵਿਆਜ ਤੇ ਦਿੱਤੇ ਹੋਏ ਸਨ। ਉਹ ਹਰ ਮਹੀਨੇ 40 ਹਜ਼ਾਰ ਰੁਪਏ ਵਿਆਜ ਦਿੰਦਾ ਸੀ। ਸੁਨਿਆਰੇ ਦਾ ਡਰਾਇਵਰ ਹੋਣ ਕਾਰਨ ਹਰ ਮਹੀਨੇ ਦੀ ਪਹਿਲੀ ਤਾਰੀਕ ਨੂੰ ਉਸ ਦੀ ਮੇਰੇ ਨਾਲ ਅਕਸਰ ਮੁਲਾਕਾਤ ਹੁੰਦੀ ਸੀ। ਗੱਲਾਂ ਗੱਲਾਂ 'ਚ ਹੀ ਉਸ ਨੇ ਮੈਨੂੰ ਸੁਨਿਆਰੇ ਦੇ ਵਪਾਰ ਦੀ ਕੰਮ ਦੀ ਸਾਰੀ ਕਹਾਣੀ ਸੁਣਾ ਦਿੱਤੀ ਕਿ ਇਸ ਸੁਨਿਆਰੇ ਦੀ ਬਦੌਲਤ ਅੱਜ ਮੇਰਾ ਆਪਣਾ ਪੈਸਾ ਵਿਆਜ ਤੇ ਲੱਗ ਰਿਹਾ ਹੈ। ਮੈਂ ਇਹ ਪੈਸਾ ਤਿੰਨ ਪਰਸੈਂਟ ਵਿਆਜ ਤੇ ਅੱਗੇ ਲਗਾਉਂਦਾ ਹਾਂ। ਇਸ ਤਰ੍ਹਾਂ ਪਹਿਲਵਾਨ ਦਾ ਘੇਰਾ ਇਕ ਹਜ਼ਾਰ ਲੋਕਾਂ ਤਕ ਫੈਲਿਆ ਹੋਇਆ ਹੈ। ਇਸ ਤਰ੍ਹਾਂ ਆਪਣੇ ਸਮਾਜ ਅੰਦਰ ਅਜਿਹੇ ਕੰਮ ਹੁੰਦੇ ਮੈਂ ਆਪ ਵੇਖੇ ਹਨ। ਕੁਝ ਕੁ ਹੱਥਾਂ 'ਚ ਬੇਸ਼ੁਮਾਰ ਦੌਲਤ ਹੈ ਤੇ ਕੁਝ ਪਰਸੈਂਟ ਲੋਕ ਦੋ ਸਮੇਂ ਭਰਪੇਟ ਭੋਜਨ ਵੀ ਨਹੀਂ ਖਾ ਰਹੇ ਹਨ।

ਮੇਰਾ ਆਪਣਾ ਸੰਬੰਧ ਮੱਧਵਰਗ ਨਾਲ ਹੈ ਜੋ ਨਾ ਤਾਂ ਗਰੀਬ ਲੋਕਾਂ 'ਚ ਗਿਣੇ ਜਾ ਸਕਦੇ ਹਨ ਤੇ ਨਾ ਹੀ ਅਮੀਰ ਲੋਕਾਂ ਦੀ ਗਿਣਤੀ 'ਚ ਆਉਂਦੇ ਹਨ। ਸਭ ਤੋਂ ਵੱਧ ਅਜਿਹੇ ਮੱਧਵਰਗੀ ਪਰਿਵਾਰ ਪਿਸ ਰਹੇ ਹਨ। ਹਮੇਸ਼ਾਂ ਚਿੰਤਾ 'ਚ ਪਏ ਰਹਿਣ ਵਾਲੇ ਲੋਕ ਕਿਵੇਂ ਬੇਪ੍ਰਵਾਹ ਹੋ ਕੇ ਆਪਣਾ ਜੀਵਨ ਬਤੀਤ ਕਰ ਸਕਦੇ ਹਨ।

ਬੁੱਲੇ ਸ਼ਾਹ ਜੀ ਨੇ ਵੀ ਆਪਣੇ ਸਮਕਾਲੀਨ ਲੋਕਾਂ ਨੂੰ ਅਜਿਹੀ ਸਥਿਤੀ 'ਚ ਫਸੇ ਹੋਏ ਵੇਖਿਆ ਹੋਵੇਗਾ ਕਿ ਬੇਸ਼ੱਕ ਲੋਗ-ਬਾਗ ਪੂਜਾ-ਪਾਠ ਤਾਂ ਕਰ ਰਹੇ ਹਨ ਪਰੰਤੂ ਆਪਣੇ ਹੀ ਸਾਖਸ਼ੀ ਭਾਵ ਦੀ ਯਾਦ ਭੁੱਲ ਜਾਣ ਸਦਕੇ ਲੋਕ ਬਸ ਸਿਰਫ ਧਾਰਮਿਕ ਹੋਣ ਦੀਆਂ ਗੱਲਾਂ ਹੀ ਕਰ ਰਹੇ ਹਨ। ਇਨ੍ਹਾਂ ਨੂੰ ਆਪਣੇ ਸਰੀਰ ਅੰਦਰ ਪਏ ਹੀਰੇ ਦੀ ਪਹਿਚਾਣ ਕਦੇ ਹੋ ਹੀ ਨਹੀਂ ਸਕੇਗੀ। ਇਹ ਤਾਂ ਆਪਣਾ ਲੋਕ-ਪਰਲੋਕ ਸੁਧਾਰਨ ਦੀ ਬਜਾਏ ਨਰਕ ਭਰੀ ਜ਼ਿੰਦਗੀ ਬਤੀਤ ਕਰੀ ਜਾ ਰਹੇ ਹਨ।

ਚੱਲ ਬੁੱਲਿਆ ਚਲ ਇਥੋਂ ਚਲੀਏ, ਇਥੇ ਵਸਦੇ ਸਾਰੇ ਅੰਨ੍ਹੇ।
ਨਾ ਕੋਈ ਸਾਡੀ ਰਮਜ਼ ਪਛਾਣੇ, ਨਾ ਕੋਈ ਸਾਡੀ ਗੱਲ ਮੰਨੇ।

ਅੱਜ ਦੇ ਜ਼ਮਾਨੇ ਅੰਦਰ ਤਾਂ ਰੋਜ਼ਾਨਾ ਦੀਆਂ ਜ਼ਰੂਰਤਾਂ ਬਹੁਤ ਵਧ ਗਈਆਂ ਹਨ। ਜ਼ਿੰਦਗੀ ਦੇ ਰੁਝੇਵੇਂ ਹੀ ਬਹੁਤ ਵਧ ਗਏ ਹਨ। ਮਸ਼ੀਨਰੀ ਯੁਗ ਨੇ ਜ਼ਿੰਦਗੀ ਦੀ ਰਫ਼ਤਾਰ ਹੀ ਬਹੁਤ ਤੇਜ਼ ਕਰ ਦਿੱਤੀ ਹੈ। ਕਿਸੀ ਨਾਲ ਵੀ ਕੋਈ ਗੱਲ ਕਰ ਕੇ ਵੇਖ ਲਓ। ਅੱਗਿਓਂ ਇਹ ਹੀ ਜੁਆਬ ਸੁਣਨ ਨੂੰ ਮਿਲਦਾ ਹੈ ਕਿ ਮੇਰੇ ਪਾਸ ਵੇਹਲ ਨਹੀਂ ਹੈ। ਸਮਾਂ ਨਹੀਂ ਹੈ। ਮਿਡਲ ਕਲਾਸ ਮੱਧਵਰਗੀ ਲੋਕਾਂ ਦਾ ਮੋਬਾਇਲ ਫੋਨਾਂ ਦੇ ਖਰਚਿਆਂ ਨੇ ਹੀ ਕਚੂਮਰ ਕੱਢਿਆ ਹੋਇਆ ਹੈ। ਸਾਰੇ ਹੀ

ਲੋਕ ਚਿੰਤਾਵਾਂ 'ਚ ਘਿਰੇ ਹੋਏ ਨਜ਼ਰ ਆ ਰਹੇ ਹਨ। ਸੱਚ ਪੁੱਛੋ ਤਾਂ ਹੁਣ ਤਾਂ ਲੋਕ ਪ੍ਰਮਾਤਮਾ ਅੱਗੇ ਅਰਦਾਸਾਂ ਵੀ ਧਨ-ਦੌਲਤ ਪ੍ਰਾਪਤ ਕਰ ਲੈਣ ਦੀਆਂ ਹੀ ਕਰ ਰਹੇ ਹਨ। ਇਸ ਤਰ੍ਹਾਂ ਆਪਣੇ ਹੀ ਸਰੀਰ ਅੰਦਰ ਸਮਾਏ ਹੋਏ ਸੱਚ ਵੱਲ ਸਾਡਾ ਧਿਆਨ ਕਿਵੇਂ ਜਾ ਸਕਦਾ ਹੈ। ਆਪਣੀਆਂ ਹੀ ਚਿੰਤਾਵਾਂ 'ਚ ਲੋਕ ਦੁਖੀ ਹੋਏ ਹੋਏ ਹਨ। ਇਸ ਵਾਸਤੇ ਹੀ ਆਪਣੇ ਸੂਫ਼ੀ ਸੰਤਾਂ ਦੀ ਸਿੱਖਿਆ ਲੋਕਾਂ ਨੂੰ ਸਮਝ ਹੀ ਨਹੀਂ ਆ ਰਹੀ ਹੈ। ਸੂਫੀ ਸੰਤਾਂ ਦੀਆਂ ਕਹੀਆਂ ਸਾਧਾਰਣ ਗੱਲਾਂ ਮੇਰੇ ਮਨ ਨੂੰ ਬਹੁਤ ਚੰਗੀਆਂ ਲੱਗ ਰਹੀਆਂ ਹਨ।

ਆਤਮਾ ਪ੍ਰਮਾਤਮਾ ਦੀਆਂ ਸਿਰਫ ਗੱਲਾਂ ਕਰਨ ਵਾਲਿਆਂ ਨੂੰ ਆਪਣੇ ਹੀ ਸਾਖਸ਼ੀ ਭਾਵ ਦੀ ਮੌਜੂਦਗੀ ਦਾ ਕਦੇ ਖ਼ਿਆਲ ਤਕ ਵੀ ਯਾਦ ਨਹੀਂ ਰਹਿ ਸਕੇਗਾ। ਬੁੱਲੇ ਸ਼ਾਹ ਜੀ ਵਾਂਗ ਕੌਣ ਸਪੱਸ਼ਟ ਮੰਨ ਸਕਦਾ ਹੈ :

ਬੁੱਲਾ ਕੀ ਜਾਣੇ ਮੈਂ ਕੌਣ ?

ਕਿ ਮੈਂ ਤਾਂ ਬਹੁਤ ਅਗਿਆਨੀ ਹਾਂ। ਮੈਂ ਆਪਣੀ ਹੀ ਆਤਮਾ ਅਤੇ ਪ੍ਰਮਾਤਮਾ ਦੀ ਮੌਜੂਦਗੀ ਬਾਰੇ ਬਹੁਤ ਕੁਝ ਸੁਣ ਚੁੱਕਾ ਹਾਂ। ਪਰੰਤੂ ਮੈਨੂੰ ਆਪਣਾ ਇਹ ਨਿੱਜੀ ਅਹਿਸਾਸ ਨਹੀਂ ਹੋ ਰਿਹਾ ਹੈ ਕਿ ਆਤਮਾ ਪ੍ਰਮਾਤਮਾ ਦੀ ਮੌਜੂਦਗੀ ਨੂੰ ਕਿਸ ਤਰ੍ਹਾਂ ਅਸੀਂ ਅਹਿਸਾਸ ਕਰ ਸਕਦੇ ਹਾਂ। ਮੈਨੂੰ ਤਾਂ ਆਪਣੇ ਸਰੀਰ ਦੀ ਬਣਤਰ ਦਾ ਵੀ ਗਿਆਨ ਨਹੀਂ ਹੈ। ਲੋਕਾਂ ਨੂੰ ਝੂਠਾ ਵਿਓਹਾਰ ਕਰਦੇ ਵੇਖ ਮੇਰਾ ਮਨ ਮੋਮ ਵਾਂਗ ਪਿਘਲਣ ਲੱਗ ਪਿਆ ਹੈ। ਪਾਣੀ ਦੀ ਤਰ੍ਹਾਂ ਵਹਿਣ ਲੱਗ ਪਿਆ ਹੈ। ਹੁਣ ਮੈਨੂੰ ਇਹ ਅਹਿਸਾਸ ਹੋ ਰਿਹਾ ਹੈ ਕਿ ਆਪਣੇ ਹੀ ਸਾਖਸ਼ੀ ਭਾਵ ਦੀ ਮੌਜੂਦਗੀ ਦਾ ਅਹਿਸਾਸ ਕਰਨ ਵਾਸਤੇ ਪਹਿਲਾ ਬੰਧਨ ਤਾਂ ਧਰਮ ਦਾ ਹੀ ਹੈ। ਅਸੀਂ ਧਰਮੀ ਅਖਵਾਉਣਾ ਚਾਹੁੰਦੇ ਹਾਂ। ਪਰੰਤੂ ਆਪਣੇ ਹੀ ਸਰੀਰ ਅੰਦਰ ਸਮਾਏ ਹੋਏ ਸੱਚ ਨੂੰ ਜਾਨਣ ਤੋਂ ਪਹਿਲਾਂ ਐਵੇਂ ਫੋਕੀਆਂ ਫੜ੍ਹਾਂ ਮਾਰਦੇ ਰਹਿੰਦੇ ਹਾਂ। ਜਦੋਂ ਸਾਨੂੰ ਆਪਣੇ ਹੀ ਫੜ੍ਹਾਂ ਮਾਰਨ ਵਾਲੇ ਦੀ ਪਹਿਚਾਣ ਹੋ ਜਾਂਦੀ ਹੈ ਤਾਂ ਫਿਰ ਝੂਠੇ ਮਨ ਦੀ ਪਹਿਚਾਣ ਕਰਨ ਵਾਲਾ :

ਨਾਂਗੇ ਆਏ ਨਾਂਗੇ ਜਾਣਾ, ਨਾ ਕੋਈ ਰਹਿਸੀ ਰਾਜਾ ਰਾਣਾ।

ਜਦੋਂ ਮਨ ਅੰਦਰ ਹਰ ਵੇਲੇ ਚੱਲਣ ਵਾਲੇ ਵਿਚਾਰ ਸ਼ਾਂਤ ਹੋ ਜਾਂਦੇ ਹਨ ਤਾਂ ਫਿਰ ਅਜਿਹੀ ਅਨਮਨੀ ਅਵਸਥਾ ਨੂੰ ਹੀ ਤਾਂ ਮਨ ਦਾ ਨਿਰਮਲ ਹੋ ਜਾਣਾ ਕਿਹਾ ਜਾਂਦਾ ਹੈ ਜਿਸ ਦੀ ਪੁਸ਼ਟੀ ਗੁਰੂ ਤੇਗ ਬਹਾਦਰ ਸਾਹਿਬ ਜੀ ਆਪਣੀ ਬਾਣੀ ਅੰਦਰ ਪੁਸ਼ਟੀ ਕਰਦੇ ਹਨ :

ਸਲੋਕ ਮਹਲਾ ੫
ਜੋ ਨਰੁ ਦੁਖ ਮਹਿ ਦੁਖ ਨਹੀ ਮਾਨੈ॥
ਸੁਖ ਸਨੇਹ ਅਰੁ ਭੈ ਨਹੀ ਜਾ ਕੈ

ਕੰਚਨ ਮਾਟੀ ਮਾਨੈ॥ ਰਹਾਉ॥

ਗੁਰੂ ਤੇਗ ਬਹਾਦਰ ਜੀ ਬਹੁਤ ਹੀ ਸਿੱਧੇ ਢੰਗ ਨਾਲ ਸਾਨੂੰ ਸਮਝਾਉਣ ਦੀਆਂ ਕੋਸ਼ਿਸ਼ਾਂ ਕਰਦੇ ਹਨ ਕਿ ਜਦੋਂ ਆਪਣੇ ਹੀ ਅੰਦਰੋਂ ਦ੍ਰਿਸ਼ਟਾ ਭਾਵ ਉੱਭਰ ਆਉਂਦਾ ਹੈ। ਭਾਵ ਜਦੋਂ ਅਸੀਂ ਧਿਆਨ ਨਾਲ ਹੋਸ਼ ਪੂਰਵਕ ਇਹ ਅਹਿਸਾਸ ਕਰਨ ਲੱਗ ਜਾਵਾਂਗੇ ਕਿ ਹੁਣ ਮੇਰਾ ਮਨ ਦੁਖੀ ਹੈ। ਹੁਣ ਮੇਰਾ ਮਨ ਸੁਖੀ ਹੈ। ਜਿਥੇ ਸਾਨੂੰ ਦੁੱਖ-ਸੁੱਖ ਮਹਿਸੂਸ ਹੁੰਦੇ ਹਨ। ਅਸਲ 'ਚ ਇਸ ਨੂੰ ਹੀ ਅਸੀਂ ਦਸਵਾਂ ਦੁਆਰ ਕਹਿੰਦੇ ਹਾਂ।

ਨੌਂ ਦਰਵਾਜ਼ੇ ਪ੍ਰਗਟ ਕੀਏ, ਦਸਵਾਂ ਗੁਪਤ ਰਖਾਇਆ॥

ਸਮੇਂ ਦੇ ਬਦਲਣ ਨਾਲ ਭਾਸ਼ਾ ਵੀ ਬਦਲਦੀ ਹੀ ਰਹਿੰਦੀ ਹੈ। ਬਜ਼ੁਰਗ ਤਾਂ ਆਪਣਾ ਅਨੁਭਵ ਇਹ ਹੀ ਦੱਸਦੇ ਆਏ ਹਨ ਕਿ ਹਰ ਵੀਹ ਕੋਹ ਤੇ ਬੋਲੀ 'ਚ ਫਰਕ ਆਉਣ ਲੱਗ ਜਾਂਦਾ ਹੈ। ਸਾਡੇ ਹੀ ਸਰੀਰ ਅੰਦਰ ਸਾਡਾ ਸੂਖਸ਼ਮ ਤੋਂ ਸੂਖਸ਼ਮ ਚਿੱਤ ਰੂਪੀ ਆਕਾਸ਼ ਗੁਪਤ ਹੈ। ਪ੍ਰਗਟ ਨਹੀਂ ਹੈ। ਹਾਂ ਇਹ ਤਾਂ ਸਾਰੇ ਹੀ ਜਾਣਦੇ ਹਨ ਕਿ ਦੁਖ-ਸੁਖ ਆਉਂਦੇ-ਜਾਂਦੇ ਰਹਿੰਦੇ ਹਨ। ਪਰੰਤੂ ਦੁਖਾਂ-ਸੁਖਾਂ ਨੂੰ ਵੇਖਣ ਵਾਲਾ ਸਾਡਾ ਬ੍ਰਹਮ ਕਦੇ ਬਦਲਦਾ ਹੀ ਨਹੀਂ ਹੈ। ਇਹ ਨਾ ਬਦਲਣ ਵਾਲੀ ਸ਼ਕਤੀ ਸਾਡੇ ਹੀ ਸਰੀਰ ਅੰਦਰ ਸਮਾਈ ਹੋਈ ਹੈ ਜੋ ਸਰੀਰ ਨੂੰ ਬਦਲਦੇ ਹੋਏ ਵੇਖਦੀ ਹੈ। ਬਦਲਣ ਬਾਰੇ ਜਾਣਦੀ ਹੈ। ਬਦਲਣ ਦੀ ਗਵਾਹੀ ਦਿੰਦੀ ਹੈ। ਇਸ ਦ੍ਰਿਸ਼ਟੇ ਦੀ, ਇਸ ਗਵਾਹ ਦੀ ਮੌਜੂਦਗੀ ਦਾ ਅਹਿਸਾਸ ਕਰ ਰਿਹਾ ਵਿਅਕਤੀ ਨਿਰਭੈਤਾ ਨਾਲ ਨਿਡਰਤਾ ਨਾਲ ਆਪਣਾ ਜੀਵਨ ਬਤੀਤ ਕਰਦਾ ਰਹਿੰਦਾ ਹੈ ਕਿ ਜਿਸ ਨੇ ਮੈਨੂੰ ਇਹ ਸਰੀਰ ਦਿੱਤਾ ਹੈ। ਉਸ ਦੀ ਮਰਜ਼ੀ ਨਾਲ ਹੀ ਮੈਨੂੰ ਇਹ ਸਰੀਰ ਛੱਡਣਾ ਵੀ ਪੈਣਾ ਹੈ। ਫਿਰ ਮੈਂ ਐਵੇਂ ਹੀ ਕਿਉਂ ਤੀਂਘੜ ਰਿਹਾ ਹਾਂ। ਸਰੀਰ ਤਾਂ ਮਰਨੇ-ਮਿਟਣੇ ਵਾਲਾ ਹੀ ਹੈ। ਸਰੀਰ ਅੰਦਰ ਜੋ ਪ੍ਰਮਾਤਮਾ ਦੀ ਅੰਸ਼ ਆਤਮਾ ਹੈ ਉਹ ਤਾਂ ਅਜਨਮੀ ਹੈ। ਉਹ ਹੀ ਮਨ ਦੀਆਂ ਹਰਕਤਾਂ ਨੂੰ ਵੇਖ ਰਹੀ ਹੈ।

ਮੈਨੂੰ ਆਪਣੀ ਕਾਲੀ-ਪੀਲੀ ਟੈਕਸੀ ਚਲਾਉਂਦੇ ਹੋਏ ਦਿੱਲੀ ਦੀਆਂ ਸੜਕਾਂ ਤੇ ਘੁੰਮਦੇ-ਘੁੰਮਾਉਂਦਿਆਂ ਦਿੱਲੀ ਦੇ ਹਰ ਵਰਗ ਦੇ ਲੋਕਾਂ ਨੂੰ ਮਿਲਣ ਦਾ ਮੌਕਾ ਮਿਲਿਆ ਹੈ। ਮੈਂ ਦਿੱਲੀ ਦੇ ਅਮੀਰ ਲੋਕਾਂ ਨੂੰ ਮੌਜ-ਮਸਤੀ ਕਰਦੇ ਹੋਏ ਵੇਖਿਆ ਹੈ। ਮੈਨੂੰ ਦਿੱਲੀ ਦੀਆਂ ਸੜਕਾਂ ਕਿਨਾਰੇ, ਪਟੜੀਆਂ ਤੇ ਜੀਵਨ ਬਤੀਤ ਕਰ ਰਹੇ ਲੋਕਾਂ ਨੂੰ ਵੇਖਣ ਦਾ ਮੌਕਾ ਮਿਲਿਆ ਹੈ। ਹਰ ਪ੍ਰਾਂਤ ਦੇ ਲੋਕ ਦਿੱਲੀ ਆਪਣੀ ਰੋਜ਼ੀ-ਰੋਟੀ ਕਮਾ ਰਹੇ ਹਨ। ਮੈਨੂੰ ਦਿੱਲੀ 'ਚ ਹੋ ਰਹੇ ਹਰ ਵਰਗ ਦੇ ਸਤਿਸੰਗ, ਮਾਤਾ ਦੇ ਜਗਰਾਤਿਆਂ 'ਚ ਜਾਣ ਦਾ ਵੀ ਸਮਾਂ ਮਿਲਿਆ ਹੈ। ਮੈਂ ਇਹ ਸਭ ਵੇਖ ਕੇ ਬਹੁਤ ਹੈਰਾਨ ਵੀ ਹੋਇਆ ਹਾਂ ਕਿ ਲੋਗ-ਬਾਗ ਪ੍ਰਮਾਤਮਾ ਤੋਂ ਸਿਰਫ

ਧਨ-ਦੌਲਤ ਪ੍ਰਾਪਤ ਕਰਨ ਦੀਆਂ ਹੀ ਗੱਲਾਂ ਕਰ ਰਹੇ ਹਨ। ਮੈਨੂੰ ਅਜਿਹੇ ਵਿਅਕਤੀ ਨਜ਼ਰ ਨਹੀਂ ਆਏ ਹਨ ਜੋ ਆਪਣੇ ਕੰਮ ਤੋਂ ਖੁਸ਼ ਨਜ਼ਰ ਆ ਰਹੇ ਹੋਣ। ਹਰ ਵਿਅਕਤੀ ਆਪਣੇ ਆਪਣੇ ਦੁਖਾਂ ਦੇ ਹੀ ਰੋਣੇ ਰੋਣ ਲੱਗਾ ਹੋਇਆ ਹੈ। ਆਪਣੇ ਅੰਦਰ ਛੁਪੇ ਹੋਏ ਸੱਚ ਨੂੰ ਜਾਨਣ ਦੀ ਕੋਈ ਇੱਛਾ ਤੱਕ ਨਹੀਂ ਕਰ ਰਿਹਾ ਹੈ :

ਦਿੱਲੀ

ਕਿੰਨਾ ਸੋਹਣਾ ਸ਼ਹਿਰ ਹੈ,
ਦੇਸ ਦੀ ਰਾਜਧਾਨੀ ਦਿੱਲੀ।
ਦਿਲਦਾਰਾਂ, ਸਰਕਾਰਾਂ, ਮਜ਼ਦੂਰਾਂ, ਲਚਾਰਾਂ
ਦਾ ਸ਼ਹਿਰ ਹੈ ਦਿੱਲੀ।
ਨਿੱਤ ਨਵੇਂ ਫੈਸ਼ਨ ਹਨ ਚੱਲਦੇ,
ਫੈਸ਼ਨਾਂ ਨਾਲ ਇਹ ਰਹਿੰਦੀ ਚਮਕੀਲੀ।
ਰਾਤਾਂ ਨੂੰ ਇਥੇ ਹੈ,
ਹਰ ਥਾਂ ਬਿਜਲੀ ਚਮਕਦੀ,
ਦਿੱਲੀ ਹੋ ਜਾਂਦੀ ਚਮਕੀਲੀ।
ਕੋਈ ਨਾ ਹੁੰਦੀ ਥਾਹ,
ਇਹ ਹੋਵੇ ਨਾ ਰੰਗੀਲੀ।
ਦਿਨ ਰਾਤ ਟਰੈਫਿਕ ਹੈ ਚੱਲਦਾ,
ਲੋਕੀਂ ਹਨ ਭੱਜੇ ਫਿਰਦੇ,
ਆਵਾਜਾਈ ਹੁੰਦੀ ਨਹੀਂ ਢਿੱਲੀ।
ਐਸਾ ਪਰਤੀਤ ਹੁੰਦਾ ਹੈ,
ਜਿਵੇਂ ਦਿਨ ਰਾਤ 'ਚ ਇਥੇ,
ਨਾ ਹੁੰਦੀ ਹੋਵੇ ਤਬਦੀਲੀ।
ਸ਼ਾਹੂਕਾਰ ਕਲੱਬੀਂ ਐਸ਼ਾਂ ਕਰਦੇ,
ਗਰੀਬ ਦੀ ਉਡਦੀ ਹੈ ਖਿੱਲੀ।
ਸ਼ੌਕ ਨਿਰਾਲੇ ਹਨ ਸ਼ਾਹੂਕਾਰਾਂ ਦੇ,
ਵਿਚ ਸ਼ਹਿਰ ਰਾਜਧਾਨੀ ਦਿੱਲੀ।
ਕਿਸੀ ਨੇ ਪਾਲਿਆ ਹੈ ਕੁੱਤਾ,
ਕੋਈ ਰੱਖਦਾ ਹੈ ਬਿੱਲੀ।
ਕਿਰਤੀ ਮੇਹਨਤ ਮਜ਼ਦੂਰੀ ਕਰਕੇ,
ਮਸਾਂ ਆਪਣਾ ਡੰਗ ਟਪਾਉਂਦੇ,

ਕਾਰਾਂ ਅੰਦਰ ਜਾਕਟ ਪਹਿਨੀਂ,
ਸੈਰਾਂ ਕਰਦੀ ਵੇਖੀ ਬਿੱਲੀ।
ਕਿਰਤੀ ਲਾਲੋ ਸਾਰਾ ਦਿਨ,
ਆਪਣੇ ਹੱਡ ਵਗਾ ਕੇ,
ਵਿਚਾਰੇ ਸੌਂ ਜਾਂਦੇ ਛੱਤ ਨੀਲੀ।
ਮੈਂ ਹੈ ਆਪ ਵੇਖਿਆ,
ਦਿੱਲੀ ਦਾ ਇਹ ਨਜ਼ਾਰਾ,
ਚਲਾਉਂਦੇ ਹੋਏ ਆਪਣੀ ਟੈਕਸੀ,
ਡੀ.ਐਲ.ਟੀ. 1595 ਕਾਲੀ ਤੇ ਪੀਲੀ।

ਸ੍ਰੀ ਕ੍ਰਿਸ਼ਨ ਜੀ ਗੀਤਾ ਉਪਦੇਸ਼ ਕਰਦੇ ਹੋਏ ਬਹੁਤ ਹੀ ਸਪੱਸ਼ਟ, ਬਹੁਤ ਸਰਲ ਉਪਦੇਸ਼ ਕਰ ਗਏ ਹਨ ਕਿ ਕਰਮ ਕਰੋ, ਫਲ ਦੀ ਇੱਛਾ ਨਾ ਕਰੋ। ਇਸ ਉਪਦੇਸ਼ ਅੰਦਰ ਉਹ ਸਾਨੂੰ ਬਹੁਤ ਵੱਡੀ ਗੱਲ ਸਮਝਾ ਗਏ ਹਨ ਕਿ ਜਿਸ ਨੀਯਤੀ ਨੇ, ਜਿਸ ਪ੍ਰਕਿਰਤੀ ਨੇ ਤੁਹਾਨੂੰ ਅਣਮੁੱਲਾ ਮਨੁੱਖਾ ਸਰੀਰ ਦਿੱਤਾ ਹੈ, ਉਸ ਨੇ ਜੋ ਕੰਮ ਇਸ ਸਰੀਰ ਤੋਂ ਕਰਵਾਉਣਾ ਹੈ ਉਹ ਤਾਂ ਪਹਿਲਾਂ ਹੀ ਤਹਿ ਕੀਤਾ ਹੋਇਆ ਹੈ। ਉਹ ਹੀ ਕੰਮ ਤੁਹਾਨੂੰ ਕਰਨਾ ਪਵੇਗਾ। ਕੋਈ ਵੀ ਕੰਮ ਕਰਨ 'ਚ ਤੁਹਾਡੀ ਮਰਜ਼ੀ ਨਹੀਂ ਹੈ। ਮਰਜ਼ੀ ਤਾਂ ਪ੍ਰਮਾਤਮਾ ਦੀ ਹੈ। ਅਸੀਂ ਕੌਣ ਹੁੰਦੇ ਹਾਂ ਆਨਾਕਾਨੀ ਕਰਨ ਵਾਲੇ ? ਤੁਹਾਡੀ ਰਾਇ, ਤੁਹਾਡੀ ਸਲਾਹ ਕੌਣ ਪੁੱਛ ਰਿਹਾ ਹੈ ? ਤੁਸੀਂ ਕੌਣ ਹੋ ਹੀਲ-ਹੁੱਜਤ ਕਰਨ ਵਾਲੇ ? ਤੁਸੀਂ ਐਵੇਂ ਕਿਉਂ ਆਪਣੀ ਆਕੜ ਵਿਖਾਉਣ ਲੱਗੇ ਹੋਏ ਹੋ ?

ਜਦੋਂ ਅਰਜਣ ਨੇ ਆਪਣੇ ਬਾਣ ਚਲਾਉਣ ਤੋਂ ਹੀਲ-ਹੁੱਜਤ ਕਰਨੀ ਸ਼ੁਰੂ ਕਰ ਦਿੱਤੀ ਤਾਂ ਫਿਰ ਸ੍ਰੀ ਕ੍ਰਿਸ਼ਨ ਜੀ ਨੇ ਅਰਜਣ ਨੂੰ ਆਪਣੇ ਵਿਰਾਟ ਰੂਪ ਦੇ ਦਰਸ਼ਨ ਕਰਵਾ ਦਿੱਤੇ। ਭਾਵ ਅਰਜਣ ਨੂੰ ਉਸ ਦੀ ਆਤਮਾ ਦੀ ਅਮਰਤਾ ਬਾਰੇ ਸਮਝਾ ਦਿੱਤਾ - ਕਿ ਹੇ ਅਰਜਣ ਤੂੰ ਆਪਣੇ ਨਾਸ਼ਵਾਨ ਸਰੀਰ ਦੇ ਮੋਹ 'ਚ ਫਸਿਆ ਹੋਇਆ ਹੈਂ। ਸਰੀਰ ਤੇ ਹੀ ਅਟਕ ਗਿਆ ਹੈ। ਆਪਣੇ ਇਸ ਸਰੀਰ ਵਰਗੇ ਪਤਾ ਨਹੀਂ ਕਿੰਨੇ ਸਰੀਰ ਤੂੰ ਧਾਰਨ ਕਰਕੇ ਛੱਡ ਚੁੱਕਿਆ ਹੈਂ। ਇਸ ਸੰਸਾਰ ਅੰਦਰ ਤਾਂ ਕੁਝ ਵੀ ਟਿਕਾਉ ਨਹੀਂ ਹੈ। ਥਿਰ ਨਹੀਂ ਹੈ। ਸਭ ਚਲਾਇਮਾਨ ਹਨ। ਤੂੰ ਆਪਣੇ ਹੀ ਇਸ ਸਰੀਰ ਅੰਦਰ ਮੌਜੂਦ ਆਪਣੀ ਆਤਮਾ ਦੀ ਅਮਰਤਾ ਨੂੰ ਭੁੱਲ ਗਿਆ ਹੈ।

ਸ੍ਰੀ ਕ੍ਰਿਸ਼ਨ ਜੀ ਸੋਲ੍ਹਾਂ ਕਲਾਂ ਸੰਪੂਰਨ ਕਿਹਾ ਜਾਂਦਾ ਸੀ। ਕਿਉਂਕਿ ਉਹ ਆਪਣੇ ਮਨ ਦੇ ਤਲ ਤੋਂ ਹੋ ਸਕਣ ਵਾਲੇ ਵਿਓਹਾਰ ਨੂੰ ਵੀ ਭਲੀਭਾਂਤ ਜਾਣਦੇ ਸਨ। ਮਨ ਦੇ ਤਲ ਤੋਂ ਵੀ ਵਿਓਹਾਰ ਕਰਨ ਦੇ ਸਮਰੱਥ ਸਨ। ਮਨ ਦੇ ਤਲ ਤੋਂ

ਹੋ ਸਕਣ ਵਾਲਾ ਵਿਓਹਾਰ ਵੀ ਕਰਦੇ ਸਨ। ਆਤਮਿਕ ਤਲ ਬਾਰੇ ਵੀ ਭਲੀਭਾਂਤ ਜਾਣੂ ਸਨ। ਅਸੀਂ ਆਮ ਲੋਕ ਤਾਂ ਸਿਰਫ ਆਪਣੇ ਮਨ ਦੇ ਤਲ ਤੋਂ ਹੀ ਵਿਓਹਾਰ ਕਰਦੇ ਰਹਿੰਦੇ ਹਾਂ। ਆਪਣੇ ਅਧਿਆਤਮਿਕ ਗੁਰੂ ਸਾਨੂੰ ਤਲ ਤੋਂ ਹੋ ਸਕਣ ਵਾਲੇ ਵਿਓਹਾਰ ਬਾਰੇ ਸਮਝਾਉਂਦੇ ਰਹਿੰਦੇ ਹਨ ਕਿ ਇਹ ਪੂਰੀ ਪੂਰੀ ਸੰਭਾਵਨਾ ਹੈ ਕਿ ਤੁਸੀਂ ਆਪਣੇ ਸਰੀਰ ਅੰਦਰ ਮੌਜੂਦ ਅਪਣੇ ਸਾਖਸ਼ੀ ਭਾਵ ਦੀ ਮੌਜੂਦਗੀ ਦਾ ਅਹਿਸਾਸ ਕਰ ਸਕਦੇ ਹੋ।

ਸ੍ਰੀ ਕ੍ਰਿਸ਼ਨ ਜੀ ਨੇ ਅਰਜਣ ਦੇ ਮਨ ਦੀ ਵਿਚਾਰਧਾਰਾ – ਮਨ ਦੇ ਖ਼ਿਆਲਾਂ ਨੂੰ ਬਦਲਣ ਵਾਸਤੇ ਕਈ ਅਜਿਹੇ ਕਿੱਸੇ ਸੁਣਾ ਦਿੱਤੇ ਕਿ ਕਿਵੇਂ ਆਪਣੇ ਅਨੰਤ ਜਨਮਾਂ ਦੀ ਯਾਦ ਆ ਸਕਦੀ ਹੈ। ਉਨ੍ਹਾਂ ਨੇ ਅਜਿਹੇ ਰਿਸ਼ੀਆਂ ਦੀਆਂ ਉਦਾਹਰਣਾਂ ਪੇਸ਼ ਕਰ ਦਿੱਤੀਆਂ ਜਿਨ੍ਹਾਂ ਨੂੰ ਆਪਣੇ ਪਿਛਲੇ ਸੌ ਸੌ ਜਨਮਾਂ ਦੀ ਯਾਦ ਤਾਜ਼ਾ ਸੀ। ਜੋ ਹੋਸ਼ ਪੂਰਬਕ ਇਹ ਜਾਣਦੇ ਸਨ ਕਿ ਅਸੀਂ ਕਿਹੜੇ ਕਿਹੜੇ ਸਰੀਰ ਧਾਰਣ ਕਰ ਚੁੱਕੇ ਹਾਂ। ਜਦੋਂ ਕਿਸੀ ਵਿਰਲੇ ਵਿਅਕਤੀ ਨੂੰ ਆਪਣੇ ਅੰਦਰੋਂ ਇਹ ਅਹਿਸਾਸ ਹੋ ਜਾਂਦਾ ਹੈ ਕਿ ਇਸ ਸੰਸਾਰ ਅੰਦਰ ਨਜ਼ਰ ਆ ਰਹੀ ਭਿੰਨਤਾ ਦੇ ਅੰਦਰ ਉਹ ਹੀ ਇਕ ਅਮਰ ਸ਼ਕਤੀ ਮੌਜੂਦ ਹੈ। ਜੋ ਮੇਰੇ ਸਰੀਰ ਅੰਦਰ ਮੌਜੂਦ ਹੈ ਕਿ ਹਰ ਕ੍ਰਿਤ ਇਕ ਹੀ ਪ੍ਰਮਾਤਮਾ ਨੇ ਆਪਣੇ ਨਾਲ ਨੱਥੀ ਕੀਤੀ ਹੋਈ ਹੈ। ਉਸ ਦੀ ਮੌਜੂਦਗੀ ਦਾ ਤਾਂ ਕੋਈ ਵਰਣਨ ਹੋ ਹੀ ਨਹੀਂ ਸਕੇਗਾ। ਕੀ ਤੁਸੀਂ ਉਸ ਵਿਧੀ ਦੇ ਵਿਧਾਨ, ਵਿਧੀ ਦੇ ਨਿਯਮਾਂ ਦੀ ਉਲੰਘਣਾ ਕਰ ਸਕਦੇ ਹੋ ? ਕੀ ਤੁਸੀਂ ਆਪਣੀ ਮਨਮਰਜ਼ੀ ਨਾਲ ਇਹ ਮਨੁੱਖਾ ਸਰੀਰ ਧਾਰਣ ਕੀਤਾ ਹੈ ? ਜਦੋਂ ਅਸੀਂ ਆਪਣੇ ਆਪ ਨੂੰ ਅਜਿਹੀ ਸਥਿਤੀ 'ਚ ਮੌਜੂਦ ਸਮਝਣ ਲੱਗ ਜਾਂਦੇ ਹਾਂ ਕਿ ਮਰਜ਼ੀ ਤਾਂ ਪ੍ਰਮਾਤਮਾ ਦੀ ਹੈ ਤਾਂ ਫਿਰ ਸਾਡੇ ਹੀ ਸਾਹਮਣੇ ਹੋਰ ਮੁਸ਼ਕਿਲ ਖੜ੍ਹੀ ਹੋ ਜਾਂਦੀ ਹੈ ਕਿ ਅਗਰ ਕੁਝ ਕਰਨ ਦੀ ਜ਼ਰੂਰਤ ਹੀ ਨਹੀਂ ਹੈ ਤਾਂ ਫਿਰ ਆਲਸੀ ਹੋ ਜਾਵਾਂਗੇ। ਹਰ ਕੰਮ ਦੀ ਜ਼ੁੰਮੇਦਾਰੀ ਆਪਣੇ ਸਿਰ ਲੈਣ ਤੋਂ ਬਚਣ ਦੀਆਂ ਕੋਸ਼ਿਸ਼ਾਂ ਕਰਨ ਲੱਗ ਜਾਵਾਂਗੇ। ਫਿਰ ਤਾਂ ਅਸੀਂ ਆਪਣੇ ਮਨੋ ਸੰਕਲਪ-ਵਿਕਲਪ ਕਰਨੋ ਹੀ ਹਟ ਜਾਵਾਂਗੇ।

ਕਬੀਰਾ ਮੁਕਤਿ ਦੁਆਰਾ ਸੰਕਰਾ ਰਾਈ ਦਸਵੇਂ ਭਾਇ।
ਮਨ ਮੰਗਲੁ ਹੋਇ ਰਹਿਓ ਕਿਉ ਕੈ ਜਾਇ।
ਕਬੀਰਾ ਐਸਾ ਸਤਿਗੁਰ ਜੇ ਮਿਲੈ ਤੁੱਠਾ ਕਰੇ ਪਸਾਉ।
ਮੁਕਤਿ ਦੁਆਰਾ ਮੋਕਲਾ ਸਹਿਜੇ ਆਵਉ ਜਾਉ।

ਕਬੀਰ ਸਾਹਿਬ ਜੀ ਤਾਂ ਆਪਣੇ ਨਿਰਾਲੇ ਸਾਖਸ਼ੀ ਭਾਵ ਨੂੰ ਹੀ ਸੱਚਾ ਸਤਿਗੁਰ ਮੰਨਦੇ ਹਨ ਕਿ ਅਗਰ ਕਿਸੇ ਵਿਰਲੇ ਵਿਅਕਤੀ ਦੇ ਮਨ ਅੰਦਰ ਆਪਣੇ ਸਾਖਸ਼ੀ ਭਾਵ ਦੀ ਮੌਜੂਦਗੀ ਦਾ ਸਿਰਫ ਖ਼ਿਆਲ ਹੀ ਬਣਿਆ ਰਹੇ ਤਾਂ

ਫਿਰ ਸਾਡੇ ਸਰੀਰ ਅੰਦਰੋਂ ਹੀ ਸਾਡਾ ਸਾਖਸ਼ੀ ਭਾਵ ਉਭਰ ਆਉਂਦਾ ਹੈ।

ਭੀਖਣ ਭੁੱਖਾ ਕੋ ਨਹੀਂ ਸਭ ਦੀ ਗਠੜੀ ਲਾਲ।

ਅਸੀਂ ਸਾਰੇ ਹੀ ਆਪਣੀ ਆਪਣੀ ਆਸਥਾ ਮੁਤਾਬਿਕ ਪੂਜਾ-ਪਾਠ ਕਰਦੇ ਹੀ ਹਾਂ। ਇਹੋ ਜਿਹਾ ਕੋਈ ਵਿਅਕਤੀ ਨਹੀਂ ਹੈ ਜਿਸ ਨੇ ਆਤਮਾ-ਪ੍ਰਮਾਤਮਾ ਬਾਰੇ ਕਦੇ ਕੋਈ ਚਰਚਾ ਸੁਣੀ ਹੀ ਨਾ ਹੋਵੇ। ਪਰੰਤੂ ਇਸ ਚਰਚਾ ਨੂੰ ਤਾਂ ਵਿਰਲੇ ਹੀ ਸਮਝਦੇ ਹਨ। ਆਮ ਲੋਕ ਤਾਂ ਪੂਜਾ-ਪਾਠ ਕਰਦੇ ਹੋਏ ਵੀ ਕਦੇ ਇਹ ਜਾਨਣ ਦੀ ਕੋਸ਼ਿਸ਼ ਕਰਦੇ ਹੀ ਨਹੀਂ ਹਨ ਕਿ ਸਾਡੇ ਅੰਦਰੋਂ ਕੌਣ ਇਹ ਜਾਣ ਰਿਹਾ ਹੈ ਕਿ ਹਾਂ ਮੈਂ ਜਾਣ ਹੀ ਰਿਹਾ ਹਾਂ ਕਿ ਹੁਣ ਪੂਜਾ-ਪਾਠ ਕੀਤਾ ਜਾ ਰਿਹਾ ਹੈ।

ਇਸ ਵਾਸਤੇ ਭਗਤ ਭੀਖਣ ਸ਼ਾਹ ਜੀ ਕਹਿ ਰਹੇ ਹਨ ਕਿ ਜਿਸ ਆਧਾਰ ਤੇ ਸਾਡੇ ਸਰੀਰ ਦੀ ਬਣਤਰ ਟਿਕੀ ਹੋਈ ਹੈ, ਉਹ ਆਧਾਰ ਤਾਂ ਸਭ ਦੇ ਅੰਦਰ ਮੌਜੂਦ ਹੈ। ਬਸ ਮੁਸ਼ਕਲ ਇਹ ਹੀ ਹੈ ਕਿ ਹਰ ਕੋਈ ਆਪਣੇ ਇਸ ਆਧਾਰ - ਆਪਣੇ ਇਸ ਸਰੀਰ ਅੰਦਰ ਮੌਜੂਦ, ਸਰੀਰ ਅੰਦਰ ਸਮਾਏ ਹੋਏ ਸੱਚ ਨੂੰ ਜਾਣਨ ਦੀ ਇੱਛਾ ਤੱਕ ਵੀ ਕਰ ਹੀ ਨਹੀਂ ਰਿਹਾ ਹੈ।

ਜਿਥੇ ਚਾਹ ਉਥੇ ਰਾਹ।

ਅਸੀਂ ਸੱਚੇ ਦਿਲੋਂ ਜੋ ਕੁਝ ਚਾਹੁੰਦੇ ਹਾਂ ਉਹ ਸਾਨੂੰ ਪ੍ਰਾਪਤ ਹੋ ਜਾਂਦਾ ਹੈ:

ਜੋ ਮਾਂਗੇ ਠਾਕੁਰ ਅਪਨੇ ਸੇ ਸੋਈ ਸੋਈ ਦੇਵੇ।

ਬਸ ਉਲਝਣ ਤਾਂ ਇਹ ਹੀ ਹੈ ਕਿ ਸਾਨੂੰ ਤਾਂ ਮੰਗਣਾ ਵੀ ਨਹੀਂ ਆਉਂਦਾ ਹੈ। ਮੰਗੀਏ ਤਾਂ ਕਿਸ ਤਰ੍ਹਾਂ ? ਸਾਡੇ ਮਨ ਅੰਦਰ ਇਹ ਵਿਸ਼ਵਾਸ ਤੱਕ ਵੀ ਨਹੀਂ ਹੈ ਕਿ ਨਾਸ਼ਵਾਨ ਸਰੀਰ ਅੰਦਰੋਂ ਹੀ ਅਸੀਂ ਆਪਣੀ ਅਜਨਮੀ ਅਮਰ ਆਤਮਾ, ਆਪਣੇ ਸਾਖਸ਼ੀ ਭਾਵ ਦੀ ਮੌਜੂਦਗੀ ਦਾ ਅਹਿਸਾਸ ਕਰ ਸਕਦੇ ਹਾਂ।

ਜਦੋਂ ਅਸੀਂ ਸੰਸਾਰ ਨਾਲ ਸੰਬੰਧਤ ਹੋਣ ਲੱਗ ਜਾਂਦੇ ਹਾਂ ਤਾਂ ਫਿਰ ਸਾਨੂੰ ਨਿਰ-ਆਕਾਰੀ ਸ਼ਕਤੀਆਂ ਦੀ ਮੌਜੂਦਗੀ ਉਤੇ ਹੀ ਸੰਦੇਹ ਹੋਣ ਲੱਗ ਜਾਂਦਾ ਹੈ। ਇਸ ਸੰਦੇਹ ਦੇ ਕਾਰਣ ਸਾਡੇ ਮਨ ਅੰਦਰ ਦੋਚਿੱਤੀ ਬਣੀ ਹੀ ਰਹਿੰਦੀ ਹੈ। ਅਸੀਂ ਆਪਣੇ ਸਰੀਰ ਅੰਦਰ ਸਮਾਏ ਹੋਏ ਸੱਚ ਤੇ ਵਿਸ਼ਵਾਸ ਕਰਦੇ ਹੀ ਨਹੀਂ ਹਾਂ। ਅਸੀਂ ਤਾਂ ਪ੍ਰਤੱਖ ਵੱਲ ਹੀ ਵੇਖਦੇ ਰਹਿੰਦੇ ਹਾਂ ਕਿ ਮੇਰਾ ਨਾਂ ਇਹ ਹੈ। ਮੇਰਾ ਧਰਮ ਇਹ ਹੈ। ਮੇਰਾ ਧਰਮ ਹੀ ਸਾਰੇ ਧਰਮਾਂ ਨਾਲੋਂ ਚੰਗਾ ਹੈ। ਇਸੇ ਕਾਰਣ ਹੀ ਸਾਡੇ ਮਨ ਅੰਦਰ ਦੂਈ-ਦਵੈਤ ਦੀ ਭਾਵਨਾ ਬਣੀ ਹੀ ਰਹਿੰਦੀ ਹੈ। ਪ੍ਰਮਾਤਮਾ ਦੀ ਮੌਜੂਦਗੀ ਤੇ ਸਾਨੂੰ ਪੂਰਨ ਵਿਸ਼ਵਾਸ ਹੁੰਦਾ ਹੀ ਨਹੀਂ ਹੈ। ਅਜਿਹੀ ਦੋਚਿੱਤੀ 'ਚ ਹੀ ਸਾਨੂੰ ਆਪਣੇ ਸਰੀਰ ਅੰਦਰ ਮੌਜੂਦ ਸੱਚ ਦੀ ਮੌਜੂਦਗੀ ਦਾ ਅਹਿਸਾਸ ਹੁੰਦਾ ਹੀ ਨਹੀਂ ਹੈ। ਇਸ ਵਾਸਤੇ ਹੀ ਸੰਸਾਰ ਦੀ ਭਿੰਨਤਾ, ਸੰਸਾਰ ਦੀ ਅਨੰਤਤਾ ਸਾਨੂੰ ਚੰਗੀ ਲੱਗਦੀ ਰਹਿੰਦੀ ਹੈ :

ਇਹ ਵਿਸ ਭਰੀਆਂ ਗੰਦਲਾਂ, ਭਰ ਧਰੀਆਂ ਖੰਡ ਲਿਬਾੜ।

ਅਸੀਂ ਆਪਣੇ ਸਰੀਰ ਅੰਦਰ ਪਏ ਹੋਏ ਹੀਰੇ ਨੂੰ ਪਹਿਚਾਨਣ ਦੀ ਬਜਾਏ ਸੰਸਾਰ ਵੱਲ, ਦੂਸਰਿਆਂ ਵੱਲ ਹੀ ਵੇਖਦੇ ਰਹਿ ਜਾਂਦੇ ਹਾਂ। ਛਣਿਕ ਸੁੱਖ ਦੇ ਕਾਰਣ ਹੀ ਅਸੀਂ ਸਦੀਵੀ ਸੱਚ ਨੂੰ ਜਾਨਣ ਤੋਂ ਵਾਂਝੇ ਰਹਿ ਜਾਂਦੇ ਹਾਂ। ਸਾਨੂੰ ਆਪਣੇ ਹੀ ਅੰਦਰਲੇ ਸੱਚ ਦਾ ਗਿਆਨ ਹੀ ਨਹੀਂ ਹੁੰਦਾ ਹੈ। ਅੰਦਰਲੇ ਸੱਚ ਤੋਂ ਅਸੀਂ ਵਿਛੜੇ ਹੀ ਰਹਿ ਜਾਂਦੇ ਹਾਂ। ਮਰਨਾ ਭੁੱਲ ਕੇ ਅਸੀਂ ਪ੍ਰਤੱਖ ਵੱਲ ਹੀ ਵੇਖਦੇ ਰਹਿ ਜਾਂਦੇ ਹਾਂ। ਅਸੀਂ ਪ੍ਰਤੱਖ ਨਾਲ ਕਿਸ ਤਰ੍ਹਾਂ ਜੁੜੇ ਹੋਏ ਹਾਂ। ਸਾਡੇ ਮਨ ਅੰਦਰੋਂ ਤਾਂ ਇਹ ਖ਼ਿਆਲ ਭੁੱਲ ਹੀ ਜਾਂਦਾ ਹੈ ਕਿ ਸਾਡੇ ਸਰੀਰ ਦਾ ਆਧਾਰ ਕੀ ਹੈ ?

ਲਿਵ ਛੁਟਕੀ ਲੱਗੀ ਤ੍ਰਿਸਨਾ, ਮਾਇਆ ਅਮਰ ਵਰਤਾਇਆ।

ਆਪਣੇ ਹੀ ਨਿਰਾਲੇ ਸਾਖਸ਼ੀ ਭਾਵ ਦੀ ਜਦੋਂ ਯਾਦ ਹੀ ਮਨ ਤੋਂ ਨਿਕਲ ਜਾਂਦੀ ਹੈ ਤਾਂ ਫਿਰ ਸਾਡਾ ਧਿਆਨ ਹੀ ਪ੍ਰਤੱਖ ਸੰਸਾਰ ਵੱਲ ਹੀ ਲੱਗਾ ਰਹਿੰਦਾ ਹੈ। ਅਸੀਂ ਆਪਣੀ ਮਨਮਰਜ਼ੀ ਕਰਨ ਦੀਆਂ ਕੋਸ਼ਿਸ਼ਾਂ ਕਰਨ ਲੱਗ ਜਾਂਦੇ ਹਾਂ।

ਜਿਉਂ ਜਿਉਂ ਅਸੀਂ ਤੈਰਨ ਦੀ ਕੋਸ਼ਿਸ਼ ਕਰਨ ਲੱਗਦੇ ਹਾਂ ਸਾਡੇ ਮਨ ਅੰਦਰ ਡੁੱਬ ਜਾਣ ਦਾ ਡਰ ਵੀ ਬਣਿਆ ਰਹਿੰਦਾ ਹੈ। ਜਦੋਂ ਅਸੀਂ ਤੈਰਨਾ ਛੱਡ ਵਹਾਉ ਨਾਲ ਹੀ ਵਹਿਣ ਲੱਗ ਜਾਂਦੇ ਹਾਂ। ਸਮੇਂ ਦਾ ਵਹਾਉ ਜਿਧਰ ਲੈ ਜਾਏ ਉਧਰ ਵਹਿਣ ਨੂੰ ਰਾਜ਼ੀ ਹੋ ਜਾਈਏ ਤਾਂ ਹੀ ਸਾਡਾ ਮਨ ਕਿਵੇਂ ਬੇ-ਗਮ ਰਹਿ ਸਕਦਾ ਹੈ।

ਮੈਨੂੰ ਇਕ ਕਹਾਣੀ ਯਾਦ ਆ ਗਈ ਹੈ ਕਿ ਇਕ ਵਾਰ ਕੁਝ ਮੁਸਾਫਿਰ ਕਿਸ਼ਤੀ 'ਚ ਸਵਾਰ ਹੋ ਦਰਿਆ ਪਾਰ ਕਰਨ ਵਾਸਤੇ ਜਾ ਰਹੇ ਸਨ। ਜਦੋਂ ਕਿਸ਼ਤੀ ਦਰਿਆ ਦੇ ਵਿਚਕਾਰ ਪਹੁੰਚੀ ਤਾਂ ਅਚਾਨਕ ਹੀ ਦਰਿਆ ਅੰਦਰ ਤੇਜ਼ ਤੇਜ਼ ਲਹਿਰਾਂ ਉੱਠਣੀਆਂ ਸ਼ੁਰੂ ਹੋ ਗਈਆਂ। ਲਹਿਰਾਂ ਅੰਦਰ ਕਿਸ਼ਤੀ ਡੋਲਣ ਲੱਗ ਪਈ। ਸਾਰੇ ਮੁਸਾਫਿਰ ਚਿੰਤਾ ਕਰਦੇ ਹੋਏ ਰਾਮ-ਰਾਮ, ਅੱਲਾ-ਅੱਲਾ, ਵਾਹਿਗੁਰੂ-ਵਾਹਿਗੁਰੂ ਕਹਿਣ ਲੱਗ ਪਏ ਕਿ ਹੇ ਸਰਬ-ਸ਼ਕਤੀਮਾਨ ਸਾਡੀ ਜਾਨ ਬਚਾਓ। ਛੱਲਾਂ ਦਾ ਪਾਣੀ ਕਿਸ਼ਤੀ ਅੰਦਰ ਪੈਣ ਲੱਗ ਪਿਆ। ਚਿੰਤਤ ਹੋਏ ਮੁਸਾਫਿਰ ਬਰਤਣਾਂ ਨਾਲ ਕਿਸ਼ਤੀ ਅੰਦਰ ਭਰਿਆ ਪਾਣੀ ਕੱਢਣ ਦੀਆਂ ਕੋਸ਼ਿਸ਼ਾਂ ਕਰਨ ਲੱਗ ਪਏ। ਉਨ੍ਹਾਂ ਵਿਚੋਂ ਇਕ ਫੱਕਰ ਜਿਹਾ ਨਜ਼ਰ ਆ ਰਿਹਾ ਵਿਅਕਤੀ ਆਪਣੇ ਭਾਂਡੇ ਨਾਲ ਪਾਣੀ ਕਿਸ਼ਤੀ ਅੰਦਰ ਪਾਉਣ ਲੱਗ ਪਿਆ।

ਉਸ ਨੂੰ ਇਸ ਤਰ੍ਹਾਂ ਉਲਟਾ ਵਿਓਹਾਰ ਕਰਦਿਆਂ ਵੇਖ ਸਾਰੇ ਮੁਸਾਫਿਰ ਉਸ ਫੱਕਰ ਨੂੰ ਡਾਂਟਣ ਲੱਗ ਪਏ ਕਿ ਕੀ ਤੂੰ ਸਾਨੂੰ ਮਰਵਾਉਣਾ ਚਾਹੁੰਦਾ ਹੈ ? ਕੀ ਤੂੰ ਪਾਗਲ ਹੈ ਜਾਂ ਕੋਈ ਸ਼ੈਤਾਨ ਹੈ ?

ਕੁਝ ਦੇਰ ਬਾਅਦ ਲਹਿਰਾਂ ਉੱਠਣੀਆਂ ਬੰਦ ਹੋ ਗਈਆਂ। ਸਾਰੇ ਮੁਸਾਫਿਰ ਸੁਖ ਦਾ ਸਾਹ ਲੈਣ ਲੱਗ ਪਏ। ਪਰ ਉਹ ਫੱਕਰ ਮੁਸਕਰਾਉਂਦਾ ਹੋਇਆ

ਕਿਸ਼ਤੀ ਤੋਂ ਪਾਣੀ ਬਾਹਰ ਕੱਢਣ ਲੱਗ ਪਿਆ। ਕੁਝ ਮੁਸਾਫਿਰ ਉਸ ਤੋਂ ਹੱਸਣ ਦਾ ਕਾਰਣ ਪੁੱਛਣ ਲੱਗ ਪਏ। ਕਿ ਜਦੋਂ ਅਸੀਂ ਸਾਰੇ ਹੀ ਚਿੰਤਿਤ ਹੋਏ ਹੋਏ ਸੀ ਉਸ ਸਮੇਂ ਵੀ ਆਪ ਮੁਸਕਰਾਉਂਦੇ ਰਹੇ ਸਉ। ਮਾਜਰਾ ਕੀ ਹੈ ? ਸਾਡੀ ਸਮਝ ਵਿਚ ਤਾਂ ਕੁਝ ਆਇਆ ਹੀ ਨਹੀਂ ਹੈ। ਸ਼ਾਇਦ ਤੁਹਾਡੀ ਮੌਜੂਦਗੀ ਕਾਰਣ ਹੀ ਸਾਡੀ ਸਭ ਦੀ ਜਾਨ ਬਚ ਗਈ ਹੈ।

ਉਹ ਫੱਕਰ ਕਹਿਣ ਲੱਗਾ, ਭਾਈਓ ਜ਼ਰਾ ਸੋਚ-ਵਿਚਾਰ ਕਰ ਕੇ ਵਿਚਾਰ ਕਰ ਕੇ ਵੇਖ ਲਓ। ਕੀ ਛੱਲਾਂ ਦਾ ਪਾਣੀ ਤੁਸੀਂ ਬਾਹਰ ਕੱਢ ਸਕਦੇ ਸੀ ? ਲਹਿਰ ਦੀ ਇਕ ਛੱਲ ਨਾਲ ਹੀ ਸਾਡਾ ਸਭਨਾਂ ਦਾ ਕੰਮ ਤਮਾਮ ਹੋ ਸਕਦਾ ਸੀ। ਜਦੋਂ ਲਹਿਰਾਂ ਉੱਠਣੀਆਂ ਸ਼ੁਰੂ ਹੋਈਆਂ ਤਾਂ ਮੈਂ ਇਹ ਅੰਦਾਜ਼ਾ ਲਗਾ ਲਿਆ ਸੀ ਕਿ ਮੌਲਾ ਸਾਡੀ ਸ਼ਭਨਾਂ ਦੀ ਜਾਨ ਲੈਣ ਤੇ ਉਤਾਰੂ ਹੈ। ਮੌਲਾ ਦੀ ਮਰਜ਼ੀ ਨੂੰ ਕੌਣ ਟਾਲ ਸਕਦਾ ਹੈ ? ਮੌਲਾ ਦੀ ਮਰਜ਼ੀ ਨਾਲ ਇਹ ਲਹਿਰਾਂ ਉੱਠ ਰਹੀਆਂ ਸਨ। ਮੈਂ ਮੌਲਾ ਦੀ ਮਰਜ਼ੀ ਨਾਲ ਵਹਿ ਰਿਹਾ ਸੀ। ਆਪ ਸਭ ਮੌਲਾ ਦੀ ਮਰਜ਼ੀ ਦਾ ਵਿਰੋਧ ਕਰ ਰਹੇ ਸੀ। ਇਹ ਹੀ ਤਾਂ ਰਾਜ਼ ਦੀ ਗੱਲ ਹੈ ਜਿਸ ਨੂੰ ਅਸੀਂ ਆਪ ਹੀ ਸਮਝਣਾ ਹੀ ਨਹੀਂ ਚਾਹੁੰਦੇ ਹਾਂ।

ਆਪ ਸਭ ਰਾਮ-ਰਾਮ ਕਰਨ ਲੱਗੇ ਹੋਏ ਸੀ। ਮੈਂ ਰਾਮ ਦੀ ਮਰਜ਼ੀ ਨਾਲ ਆਪਣੀ ਸਹਿਮਤੀ ਜ਼ਾਹਿਰ ਕਰ ਰਿਹਾ ਸੀ ਕਿ ਅਗਰ ਤੇਰੀ ਮਰਜ਼ੀ ਸਾਡੀ ਜਾਨ ਲੈਣ ਦੀ ਹੈ ਤਾਂ ਮੈਂ ਤੇਰੀ ਮਰਜ਼ੀ ਨਾਲ ਸਹਿਮਤ ਹਾਂ। ਮੈਂ ਨਾਚੀਜ਼ ਕੀ ਮਨਮਰਜ਼ੀ ਕਰ ਸਕਦਾ ਹਾਂ ? ਮੈਂ ਕੀ ਜਾਣਦਾ ਹਾਂ ਕਿ ਹੁਣ ਤੇਰੀ ਕੀ ਮਰਜ਼ੀ ਹੈ, ਕੀ ਤੁਸੀਂ ਆਪਣੀ ਮਰਜ਼ੀ ਕਰ ਸਕਦੇ ਹੋ ?

ਕੀ ਤੁਸੀਂ ਮਨਮਰਜ਼ੀ ਨਾਲ ਇਸ ਸੰਸਾਰ 'ਚ ਆਏ ਹੋ ?

ਕੀ ਤੁਸੀਂ ਮਨਮਰਜ਼ੀ ਨਾਲ ਇਸ ਸੰਸਾਰ ਨੂੰ ਛੱਡ ਸਕਦੇ ਹੋ ?

ਤੁਹਾਡੇ ਵੱਸ ਕੀ ਹੈ ? ਬੱਸ ਜਦੋਂ ਆਪਣੇ ਹੀ ਮਨ ਅੰਦਰ ਇਹ ਗੱਲ ਬੈਠ ਜਾਂਦੀ ਹੈ ਤਾਂ ਫਿਰ ਜੀਵਨ ਬਤੀਤ ਕਰਨ ਦਾ ਨਜ਼ਰੀਆ ਹੀ ਬਦਲ ਜਾਂਦਾ ਹੈ। ਉਂਝ ਤਾਂ ਅਸੀਂ ਸਾਰੇ ਹੀ ਮਨਮਰਜ਼ੀ ਕਰਨਾ ਚਾਹੁੰਦੇ ਹਾਂ। ਕੋਈ ਵਿਰਲਾ ਵਿਅਕਤੀ ਹੀ ਇਹ ਮੰਨਦੇ ਹੋਏ ਆਪਣਾ ਜੀਵਨ ਬਤੀਤ ਕਰਨ ਲੱਗਦਾ ਹੈ। ਕਿ ਮਰਜ਼ੀ ਉਸ ਦੀ ਹੀ ਹੈ। ਪ੍ਰਮਾਤਮਾ ਦੀ ਹੀ ਹੈ। ਇਸ ਤਰ੍ਹਾਂ ਜੋ ਕਰਤਾ ਹੋਣ ਦੀ ਦਾਅਵੇਦਾਰੀ ਆਪਣੇ ਉਪਰ ਲੈਂਦੇ ਹੀ ਨਹੀਂ ਹਨ ਉਹ ਬੇਫਿਕਰੇ ਨਜ਼ਰ ਆਉਣ ਲੱਗ ਜਾਂਦੇ ਹਨ। ਉਹ ਸਮੇਂ ਦੀ ਨੁਜ਼ਾਕਤ ਵੇਖ ਆਪਣਾ ਜੀਵਨ ਬਤੀਤ ਕਰਦੇ ਰਹਿੰਦੇ ਹਨ।

ਕਾਦਰ ਦੀ ਦੁਨੀਆਂ

ਕਾਦਰ ਦੀ ਦੁਨੀਆਂ ਦੇ ਲੋਕੋ,

ਧਰਮ ਅਧਰਮ ਦੀ ਰਹਿੰਦੀ ਟੱਕਰ ਹੈ।
ਜ਼ੁਲਮ ਹੱਦੋਂ ਹੀ ਵਧ ਜਾਵਣ,
ਉਹ ਘੱਲਦਾ ਕੋਈ ਫੱਕਰ ਹੈ।
ਫੱਕਰ ਫਰੇਬੀ, ਸ਼ਕਲੋਂ ਹਮ-ਸ਼ਕਲ,
ਜਿਵੇਂ ਰਲੇ ਹੁੰਦੇ ਘੀ-ਸ਼ੱਕਰ ਹੈ।
ਫੱਕਰ ਫਰੇਬੀ ਦੀ ਪਹਿਚਾਣ ਜੁਦਾ,
ਸਾਫ ਦਿਲ ਹੁੰਦੇ ਫੱਕਰ ਹੈ।
ਕਿਰਤ ਕਰਦੇ ਹਿਰਦੇ ਨਾਮ ਧਿਆਵਣ,
ਨਾਮ ਜਪਾਵਣ ਅਸਲੀ ਫੱਕਰ ਹੈ।
ਰਾਤ ਦਿਨ ਕਰਦੇ ਫਰੇਬੀ ਪਾਖੰਡ,
ਝੂਠੇ ਫਰੇਬੀ ਮਾਰਦੇ ਯੱਕੜ ਹੈ।
ਕਰਦੇ ਰਹਿਣ ਫਰੇਬ ਫਰੇਬੀ ਸਦਾ,
ਕਰਨੀ ਬਾਝੋਂ ਮਾਰਦੇ ਗੱਪੜ ਹੈ।
ਸੱਚ ਸੱਜਣਾ ਯੱਕੜ ਮਾਰਨੇ ਛੱਡ,
ਅੰਤ ਸਾਥੀ ਦੋ ਮਣ ਲੱਕੜ ਹੈ।
ਫੱਕਰਾਂ ਨੂੰ ਦੁਨੀਆਂ ਯਾਦ ਕਰਦੀ,
ਫੱਕਰ ਨਹੀਂ ਮਾਰਦੇ ਯੱਕੜ ਹੈ।
ਆਤਮਾ ਅਮਰ ਵੇਦ ਸਭ ਕਹਿੰਦੇ,
'ਦਲਬਾਰੇ' ਆਤਮਿਕ ਰੰਗ ਰੰਗ-ਪੱਕੜ ਹੈ।

ਅਸੀਂ ਸੰਸਾਰ ਅੰਦਰ ਕੀ ਵੇਖਣ ਆਏ ਹਾਂ। ਇਹ ਵੇਖਣ ਵਾਲੀ ਸ਼ਕਤੀ ਬਹੁਤ ਹੀ ਅਪ੍ਰਤੱਖ ਢੰਗ ਨਾਲ ਸਾਡੇ ਸਰੀਰ ਅੰਦਰ ਸਮਾਈ ਹੋਈ ਹੈ। ਛੁਪੀ ਹੋਈ ਹੈ। ਇਹ ਅਦ੍ਰਿਸ਼, ਨਿਰ-ਆਕਾਰੀ ਸ਼ਕਤੀ ਹੀ ਅਸਲ 'ਚ ਉਹ ਧੁਰਾ ਹੈ ਜਿਸ ਦੇ ਆਧਾਰ ਉਤੇ ਸਾਡੇ ਸਰੀਰ ਦੀ ਬਣਤਰ ਟਿਕੀ ਹੋਈ ਹੈ। ਜਿਸ ਦੇ ਆਧਾਰ ਉਤੇ ਸਾਡੀ ਸੋਚ ਘੁੰਮਦੀ ਰਹਿੰਦੀ ਹੈ। ਇਹ ਇਕ ਅਤਿ ਸੂਖਸ਼ਮ ਓਰਾ ਹੈ। ਆਭਾ ਮੰਡਲ ਹੈ। ਜੋ ਸਾਡੀ ਸੋਚ ਨੂੰ ਸੀਮਤ ਘੇਰੇ ਅੰਦਰ ਰੱਖਦਾ ਹੈ। ਮੈਂ ਆਪਣੇ ਮਨ ਦੀਆਂ ਭਾਵਨਾਵਾਂ ਮੁਤਾਬਿਕ ਸਪੱਸ਼ਟ ਕਰਨਾ ਚਾਹੁੰਦਾ ਹਾਂ ਕਿ ਮਨ ਦੀ ਚੁੰਬਕੀ ਸ਼ਕਤੀ ਸਾਨੂੰ ਆਪਣੇ ਮਨ ਦੀ ਸੋਚ ਤੋਂ ਬਾਹਰ ਨਿਕਲਣ ਹੀ ਨਹੀਂ ਦਿੰਦੀ ਹੈ।

ਸ੍ਰੀ ਕ੍ਰਿਸ਼ਨ ਜੀ ਤਾਂ ਸਾਨੂੰ ਇਹ ਹੀ ਸਲਾਹ ਦਿੰਦੇ ਹਨ ਕਿ ਆਪ ਇਮਾਨਦਾਰੀ ਨਾਲ ਇਹ ਤਾਂ ਸੋਚੋ ਕਿ ਤੁਸੀਂ ਕਿਸ ਨੂੰ ਆਪਣਾ ਸਮਝ ਰਹੇ ਹੋ, ਕਿਸ ਨੂੰ ਬੇਗਾਨਾ ਸਮਝ ਰਹੇ ਹੋ। ਇਹ ਸੰਸਾਰ ਤਾਂ ਪ੍ਰਮਾਤਮਾ ਦੀ ਲੀਲ੍ਹਾ ਹੈ। ਮਾਇਆ ਹੈ। ਇਹ

ਸਾਰਾ ਪਸਾਰਾ ਪਸਾਰਨ ਵਾਲੀ ਸ਼ਕਤੀ ਇਕ ਹੀ ਹੈ। ਬੱਸ ਇਹ ਹੀ ਇਕ ਗੱਲ ਮਨ 'ਚ ਬਿਠਾਉਣ ਵਾਲੀ ਹੈ ਕਿ ਸਭ ਦਾ ਮਾਲਕ ਏਕ ਹੈ।

ਸਾਡੀ ਅਪ੍ਰਤੱਖ ਆਤਮਾ ਅਜਨਮੀ ਹੈ। ਸਾਰੇ ਬੰਧਨਾਂ ਤੋਂ ਪਰੇ ਹੈ। ਉਸ ਦੀ ਮੌਜੂਦਗੀ ਨੂੰ ਮੰਨਦੇ ਰਹਿਣ ਕਰਕੇ ਹੀ ਤੁਸੀਂ ਸਭ ਬੰਧਨਾਂ ਤੋਂ ਛੁੱਟ ਸਕਦੇ ਹੋ।

ਬੁਰੇ ਭਲੇ ਹਮ ਥਾਰੇ, ਸਭ ਡੋਰੀ ਹਾਥ ਤੁਮਾਰੇ।

ਆਪਣੀ ਹੀ ਅੰਦਰੂਨੀ ਦੋਚਿੱਤੀ ਤੋਂ ਬਾਹਰ ਨਿਕਲਣ ਵਾਲੇ ਹੀ ਵਿਸ਼ਵ ਭਾਈਚਾਰੇ ਦੀ ਗੱਲ ਨੂੰ ਸਮਝ ਸਕਦੇ ਹਨ। ਇਕ ਦੀ ਸ਼ਰਣ ਆ ਸਕਦੇ ਹਨ।

ਸੱਚਾ ਸੱਜਣ

ਮੈਂ ਮੰਨਦਾ ਹਾਂ ਸ਼ੱਜਣਾ,
ਤੇਰੀਆਂ ਮੇਹਰਾਂ ਉਤੇ ਨਿਰਭਰ,
ਮੇਰੇ ਮਸਤਕ ਦੀ ਰੇਖ।
ਮੇਰੇ ਚਾਅ ਅਧੂਰੇ ਨੇ,
ਮੈਂ ਤਾਂ ਸਿੱਧਾ ਸਾਦਾ,
ਨਹੀਂ ਕੋਈ ਵਲ ਵਲੇਸ।
ਅਗਿਆਨੀਆਂ ਮੇਲ ਨਾ ਹੋਇਆ,
ਕਮਲਾ ਹੋਇਆ ਫਿਰਦਾ ਹਾਂ,
ਹਾਜਰਾ ਹਜ਼ੂਰ ਹੁਣ ਦੇਖ।
ਬਹੁਤਾ ਤੜਫਾਈ ਨਾ,
ਮੇਹਰ ਕਰ ਬਦਲ ਹੁਣ,
ਮੇਰੇ ਮਸਤਕ ਦੀ ਰੇਖ।
ਮਨਮਰਜ਼ੀ ਚੱਲਦੀ ਨਹੀਂ,
ਉਂਝ ਮੇਲ ਮਿਲਾਪ ਦੀ,
ਇੱਛਾ ਹੁੰਦੀ ਹੈ ਹਰੇਕ।
ਮੈਂ ਮੇਰੀ ਮੁੱਕ ਗਈ,
ਬਿਰਹੋਂ ਹੈ ਹੁਣ ਮਾਰਿਆ,
ਮੇਰੀਆਂ ਰੀਝਾਂ ਵੱਲ ਵੇਖ।
ਤੇਰੀ ਯਾਦ ਹੈ ਹੁਣ,
'ਦਲਬਾਰਾ' ਸੀਨੇ ਵਿਚ ਰੱਖਦਾ,
ਫੋਲ ਕੇ ਮੇਰਾ ਸੀਨਾ ਵੇਖ।

ਜਦੋਂ ਸਾਡੀ ਆਪਣੀ ਸੋਚ ਆਪਣੇ ਸਾਖਸ਼ੀ ਭਾਵ ਦੀ ਮੌਜੂਦਗੀ ਤੇ

ਕੇਂਦਰਿਤ ਹੋਣ ਲੱਗ ਜਾਂਦੀ ਹੈ ਤਾਂ ਸਾਡੀ ਅਜਿਹੀ ਸੋਚ ਨੂੰ ਵੇਖਣ ਵਾਲਾ ਵੀ ਸਾਨੂੰ ਆਪਣੇ ਸਰੀਰ ਅੰਦਰ ਹੀ ਮੌਜੂਦ ਨਜ਼ਰ ਆਉਣ ਲੱਗ ਜਾਂਦਾ ਹੈ। ਆਪਣੇ ਹੀ ਅੰਦਰੋਂ ਨਿਰਾਲੇ ਦੀ ਮੌਜੂਦਗੀ ਨੂੰ ਵੇਖ ਸਾਨੂੰ ਇਹ ਸਮਝ ਆ ਜਾਂਦੀ ਹੈ ਕਿ ਸਰੀਰ ਅੰਦਰ ਮੌਜੂਦ ਸਰੀਰ ਨੂੰ ਅਤੇ ਮਨ ਦੇ ਵਿਚਾਰਾਂ ਨੂੰ ਵੇਖ ਰਹੀ ਸ਼ਕਤੀ ਤਾਂ ਸਰੀਰ ਤੋਂ ਵੱਡੀ ਹੈ। ਸਰੀਰ ਤੋਂ ਪਾਰ ਹੈ। ਇਹ ਅਜਨਮੀ ਹੈ। ਇਸ ਦੇ ਆਦਿ-ਅੰਤ ਦਾ ਸਾਡੇ ਮਨ ਨੂੰ ਕੋਈ ਗਿਆਨ ਨਹੀਂ ਹੈ। ਫਰੀਦ ਸਾਹਿਬ ਜੀ ਦੀ ਬਾਣੀ ਤੇ ਵਿਚਾਰ ਕਰਦੇ ਹੋਇਆਂ ਮੈਨੂੰ ਇਹ ਸਮਝ ਆਈ ਹੈ ਕਿ ਵੇਖ ਸਕਣ ਵਾਲੀ ਸਮਰੱਥਾ ਦੀ ਮੌਜੂਦਗੀ ਦਾ ਅਹਿਸਾਸ ਕਰਨ ਵਾਲਿਆਂ ਨੂੰ ਤਾਂ ਆਤਮਾ ਦੀ ਅਮਰਤਾ ਦਾ ਖ਼ਿਆਲ ਵੀ ਹੋ ਹੀ ਜਾਂਦਾ ਹੈ। ਉਨ੍ਹਾਂ ਦੀਆਂ ਕਹੀਆਂ ਸੱਚੀਆਂ ਖਰੀਆਂ ਸਰਲ ਗੱਲਾਂ ਦੇ ਅਰਥ ਵੀ ਬਹੁਤ ਡੂੰਘੇ ਹੁੰਦੇ ਹਨ।

ਕਾਗਾ ਕਰੰਗ ਢੰਢੋਲਿਆ ਸਗਲਾ ਖਾਇਆ ਮਾਸੁ,
ਏਹ ਦੁਇ ਨੈਨਾ ਮਤਿ ਛੂਹਉ ਪਿਰ ਦੇਖਨ ਕੀ ਆਸ॥

(ਫਰੀਦ ਜੀ)

ਅੰਦਰ ਦਾ ਰਾਜ਼ - ਅੰਦਰਲੀ ਝਲਕ ਅੰਦਰ ਛੁਪੀ ਹੋਈ ਸਚਾਈ ਤੇ ਪੱਕਾ ਵਿਸ਼ਵਾਸ ਸਾਡੀ ਪੂਰੀ ਸੋਚ ਨੂੰ ਹੀ ਬਦਲ ਦਿੰਦਾ ਹੈ। ਪ੍ਰਤੱਖ ਅੰਦਰੋਂ ਅਪ੍ਰਤੱਖ ਸ਼ਕਤੀ ਦਾ ਅਹਿਸਾਸ ਸਾਨੂੰ ਕਿਸੀ ਹੋਰ ਹੀ ਨਿਰ-ਆਕਾਰੀ ਜਗਤ ਦੀ ਜਾਣਕਾਰੀ ਕਰਵਾ ਦਿੰਦਾ ਹੈ। ਆਪਣੇ ਹੀ ਅੰਦਰੋਂ ਜਦੋਂ ਆਪਣੇ ਹੀ ਮਨ 'ਚ ਉੱਠਣ ਵਾਲੀਆਂ ਕਲਪਨਾਵਾਂ ਸ਼ਾਂਤ ਹੋਣ ਲੱਗ ਜਾਂਦੀਆਂ ਹਨ ਤਾਂ ਆਪਣੇ ਅੰਦਰੋਂ ਸ਼ਾਂਤੀ ਮਹਿਸੂਸ ਹੋਣ ਲੱਗ ਜਾਂਦੀ ਹੈ। ਉਸ ਸ਼ਾਂਤੀ ਦਾ ਅਨੰਦ ਤਾਂ ਉਹ ਹੀ ਵਿਅਕਤੀ ਮਾਣ ਸਕਦਾ ਹੈ ਜੋ ਆਪਣੀ ਅਨਮਨੀ ਅਵਸਥਾ 'ਚ ਪਹੁੰਚ ਜਾਂਦਾ ਹੈ। ਪਰੰਤੂ ਉਸ ਅਨੰਦ ਦੀ ਚਰਚਾ ਸੁਣਨ ਵਾਲੇ ਪਹਿਲੀ ਗੱਲ ਤਾਂ ਉਸ ਚਰਚਾ ਨੂੰ ਸਮਝਦੇ ਹੀ ਨਹੀਂ ਹਨ। ਅਗਰ ਅਸੀਂ ਆਪਣੇ ਮਨੋ ਇਨ੍ਹਾਂ ਨਿਰ-ਆਕਾਰੀ ਮੰਡਲਾਂ ਦੀਆਂ ਰਚਨਾਵਾਂ ਨੂੰ ਸਮਝਣ ਦੀ ਕੋਸ਼ਿਸ਼ ਕਰਨ ਲੱਗ ਜਾਈਏ ਤਾਂ ਵੀ ਸਾਡੀ ਇਹ ਕੋਸ਼ਿਸ਼ ਮਨ ਦੇ ਮੰਡਲ ਤੱਕ ਦੀ ਹੀ ਕੋਸ਼ਿਸ਼ ਹੁੰਦੀ ਹੈ। ਭਾਵ ਇਹ ਕੋਸ਼ਿਸ਼ ਵੀ ਪ੍ਰਤੱਖ ਬਾਰੇ ਹੀ ਹੁੰਦੀ ਹੈ।

ਅੱਜਕਲ੍ਹ ਤਕਰੀਬਨ ਹਰ ਘਰ, ਹਰ ਵਿਅਕਤੀ ਪਾਸ ਮੋਬਾਇਲ ਫੋਨ ਪਹੁੰਚੇ ਹੋਏ ਹਨ। ਅਸੀਂ ਮੋਬਾਇਲ ਫੋਨਾਂ ਨਾਲ ਦੂਰ-ਦੁਰਾਡੇ ਰਿਸ਼ਤੇਦਾਰਾਂ ਮਿੱਤਰਾਂ, ਸੰਬੰਧੀਆਂ, ਆਪਣੇ ਕਾਰੋਬਾਰ ਸੰਬੰਧੀ, ਦਫਤਰਾਂ, ਬਿਜ਼ਨਸਮੈਨਾਂ ਨਾਲ ਗੱਲਬਾਤ ਕਰਦੇ ਰਹਿੰਦੇ ਹਾਂ। ਇਹ ਮੋਬਾਇਲ ਫੋਨ ਕਿਵੇਂ ਕੰਮ ਕਰ ਰਹੇ ਹਨ, ਕਿਵੇਂ ਉਪਗ੍ਰਹਿਆਂ ਰਾਹੀਂ ਆਵਾਜ਼ ਇਕ ਦੂਜੇ ਤਕ ਪਹੁੰਚ ਰਹੀ ਹੈ। ਇਸ ਬਾਰੇ ਤਾਂ ਹਰ ਵਿਅਕਤੀ ਨਹੀਂ ਜਾਣ ਰਿਹਾ ਹੈ। ਇਸੇ ਤਰ੍ਹਾਂ ਵਿਰਲੇ

ਬ੍ਰਹਮ- ਗਿਆਨੀ ਹੀ ਇਹ ਜਾਣ ਰਹੇ ਹਨ ਕਿ ਸਾਡੇ ਨਿਰ-ਆਕਾਰੀ ਚਿੱਤ ਅੰਦਰ ਇੱਛਾਵਾਂ ਉਠਦੀਆਂ ਰਹਿੰਦੀਆਂ ਹਨ। ਸਰੀਰ ਨਾਲ ਕਿਵੇਂ ਚਿੱਤ ਰੂਪੀ ਆਕਾਸ਼ ਦਾ ਸੰਬੰਧ ਹੈ।ਕਿਵੇਂ ਸਾਡੇ ਚਿੱਤ ਅੰਦਰ ਐਵੇਂ ਹੀ ਇੱਛਾਵਾਂ ਉੱਠਦੀਆਂ ਰਹਿੰਦੀਆਂ ਹਨ। ਕਿਵੇਂ ਸਾਡੇ ਸਰੀਰ ਅੰਦਰ ਮੈਂ ਭਾਵ ਪੈਦਾ/ਪ੍ਰਗਟ ਹੋ ਜਾਂਦਾ ਹੈ। ਕਿਵੇਂ ਸਾਡੇ ਮਨ ਅੰਦਰ ਪ੍ਰਤੱਖ ਬਾਰੇ ਹੀ ਹਰ ਵੇਲੇ ਸੋਚਾਂ ਚੱਲਦੀਆਂ ਰਹਿੰਦੀਆਂ ਹਨ। ਕਿਵੇਂ ਸਾਡੇ ਤਨ-ਮਨ ਬਾਰੇ ਜਾਣ ਰਹੀ ਸਮਰੱਥਾ ਸਰੀਰ ਅੰਦਰ ਸਮਾਈ ਹੋਈ ਹੈ। ਇਹ ਬਹੁਤ ਹੀ ਨਿੱਜੀ ਅਤੇ ਗੁਪਤ ਮਸਲਾ ਹੈ। ਜਿਹੜਾ ਮੁੱਢ ਹੈ। ਜੋ ਸਦੀਵੀ ਸੱਚ ਹੈ। ਜੋ ਨਾ ਕਦੇ ਬਦਲਿਆ ਹੈ ਅਤੇ ਨਾ ਬਦਲੇਗਾ। ਉਹ ਸਾਡੇ ਸਰੀਰ ਦਾ ਆਧਾਰ ਹੈ। ਸਾਡੇ ਮਨ ਦਾ ਆਧਾਰ ਹੈ। ਜਿਉਂ ਜਿਉਂ ਅਸੀਂ ਸੰਸਾਰ ਨਾਲ ਸੰਬੰਧਤ ਹੋਣ ਲੱਗ ਜਾਂਦੇ ਹਾਂ, ਪ੍ਰਤੱਖ ਵੱਲ ਸਾਡਾ ਧਿਆਨ ਰਮ ਜਾਂਦਾ ਹੈ। ਸਾਡਾ ਧਿਆਨ ਉਪਰਲੀ ਸਤਾਹ ਤੇ ਠਹਿਰ ਜਾਂਦਾ ਹੈ। ਸਾਡੇ ਹੀ ਮਨ ਅੰਦਰੋਂ ਸਰੀਰ ਅੰਦਰ ਸਮਾਏ ਹੋਏ ਸੱਚ ਦੀ ਮੌਜੂਦਗੀ ਭੁੱਲ ਹੀ ਜਾਂਦੀ ਹੈ।

ਜਦੋਂ ਕਿਸੀ ਵਿਰਲੇ ਵਿਅਕਤੀ ਦੇ ਮਨ ਅੰਦਰ ਇਹ ਖ਼ਿਆਲ ਉੱਠ ਆਉਂਦਾ ਹੈ ਕਿ ਸਚਾਈ ਤਾਂ ਮੇਰੇ ਸਰੀਰ ਅੰਦਰ ਹੀ ਸਮਾਈ ਹੋਈ ਹੈ ਤਾਂ ਉਸ ਵਾਸਤੇ, ਉਸ ਵਿਰਲੇ ਵਿਅਕਤੀ ਦੇ ਬੱਜਰ ਕਪਾਟ ਖੁੱਲ੍ਹ ਜਾਂਦੇ ਹਨ। ਉਸ ਵਿਰਲੇ ਵਿਅਕਤੀ ਦੀ ਦ੍ਰਿਸ਼ਟੀ ਆਪਣੇ ਹੀ ਚਿੱਤ ਰੂਪੀ ਆਕਾਸ਼ ਤੇ ਟਿਕ ਜਾਂਦੀ ਹੈ ਕਿਉਂਕਿ ਸਾਡਾ ਸਾਖਸ਼ੀ ਭਾਵ ਸਾਡੇ ਸਰੀਰ ਅੰਦਰ ਹੀ ਮੌਜੂਦ ਹੈ। ਜਦੋਂ ਸਾਡਾ ਇਹ ਸਾਖਸ਼ੀ ਭਾਵ ਦ੍ਰਸ਼ਟਾ ਭਾਵ ਉੱਭਰ ਆਉਂਦਾ ਹੈ ਤਾਂ ਇਹੋ ਜਿਹੀ ਘਟਨਾ ਘਟ ਜਾਂਦੀ ਹੈ। ਜਿਵੇਂ ਘਰ ਦਾ ਮਾਲਕ ਘਰ ਅੰਦਰ ਮੌਜੂਦ ਰਹਿਣ ਲੱਗ ਜਾਂਦਾ ਹੈ।

ਆਮ ਜਿਹੀ ਗੱਲ ਹੈ, ਸਾਧਾਰਣ ਜਿਹੀ ਗੱਲ ਹੈ ਕਿ ਜਿਵੇਂ ਅਸੀਂ ਘਰ ਦੇ ਕੰਮ ਵਾਸਤੇ ਕੋਈ ਨੌਕਰ, ਕੋਈ ਹੈਲਪਰ ਰਖਿਆ ਹੁੰਦਾ ਹੈ ਜੋ ਘਰ ਦਾ ਭੇਤੀ ਵੀ ਹੁੰਦਾ ਹੈ, ਘਰ ਬਾਰੇ ਜਾਣ ਵੀ ਰਿਹਾ ਹੁੰਦਾ ਹੈ। ਅਗਰ ਕਿਸੇ ਕੰਮ ਵਾਸਤੇ ਘਰ ਦੇ ਮਾਲਿਕ ਨੂੰ ਕਦੇ ਘਰੋਂ ਬਾਹਰ ਵੀ ਜਾਣਾ ਪੈ ਜਾਵੇ ਤਾਂ ਨੌਕਰ ਦੇ ਮਨ ਅੰਦਰ ਮਾਲਕੀ ਦਾ ਅਹਿਸਾਸ ਕਰਨ ਦਾ ਵਿਚਾਰ ਉੱਠ ਆਉਂਦਾ ਹੈ। ਸੁੰਨੇ ਘਰ 'ਚ ਉਸ ਨੌਕਰ ਦੇ ਵਿਓਹਾਰ ਨੂੰ ਅਗਰ ਅਸੀਂ ਈਮਾਨਦਾਰੀ ਨਾਲ ਵੇਖੀਏ ਤਾਂ ਅਸੀਂ ਹੈਰਾਨ ਰਹਿ ਜਾਵਾਂਗੇ ਕਿ ਕਿਵੇਂ ਨੌਕਰ ਸੁੰਨੇ ਘਰ 'ਚ ਕਦੇ ਮਾਲਕ ਦੀ ਕੁਰਸੀ ਤੇ ਬੈਠਣ ਲੱਗ ਜਾਂਦਾ ਹੈ ਤੇ ਕਿਵੇਂ ਆਪਣੇ ਤੋਂ ਛੋਟੇ ਨੌਕਰਾਂ ਤੇ ਆਪਣਾ ਹੁਕਮ ਚਲਾਉਣ ਲੱਗ ਜਾਂਦਾ ਹੈ।

ਘਰ ਮਹਿ ਘਰ ਵਿਖਾਏਦੇ ਸੋਈ ਪੁਰਖ ਸੁਜਾਨ।

ਜਦੋਂ ਸਰੀਰ ਅੰਦਰੋਂ ਹੀ ਘਰ ਦਾ ਮਾਲਿਕ ਭਾਵ ਸਰੀਰ ਦੀ ਬਣਤਰ ਬਣਾਉਣ ਵਾਲਾ ਹੋਸ਼ ਪੂਰਬਕ ਆਪਣੇ ਚਿੱਤ ਰੂਪੀ ਆਕਾਸ਼ ਅੰਦਰ ਵੇਖਣ ਲੱਗ ਜਾਂਦਾ ਹੈ ਤਾਂ ਫਿਰ ਇਸ ਤਰਜ਼ 'ਚ ਬੱਜਰ ਕਪਾਟ ਖੁੱਲ੍ਹ ਜਾਂਦੇ ਹਨ। ਸਾਡਾ ਧਿਆਨ ਥਿਰ ਹੋ ਜਾਂਦਾ ਹੈ। ਸਾਡਾ ਧਿਆਨ ਸਿਮਟ ਜਾਂਦਾ ਹੈ। ਉਲਟੀ ਯਾਤਰਾ ਸ਼ੁਰੂ ਹੋ ਜਾਂਦੀ ਹੈ। ਅਨੰਤਤਾ ਤੋਂ ਧਿਆਨ ਹਟ ਜਾਂਦਾ ਹੈ। ਇਕ ਤੇ ਕੇਂਦਰਿਤ ਹੋ ਜਾਂਦਾ ਹੈ।

ਆਪਣੇ ਅਜਿਹੇ ਅਨੁਭਵ ਦੀ ਚਰਚਾ ਕਰਦੇ ਹੋਏ ਫਰੀਦ ਸਾਹਿਬ ਜੀ ਕਹਿੰਦੇ ਹਨ ਕਿ ਮੇਰੇ ਮਨ ਅੰਦਰ ਘਟਨਾ ਘਟ ਗਈ ਹੈ। ਮੇਰਾ ਮਨ ਹੀ ਸੰਸਾਰ ਵਲੋਂ ਵੈਰਾਗੀ ਹੋ ਗਿਆ ਹੈ। ਉਚਾਟ ਹੋ ਗਿਆ ਹੈ। ਹੁਣ ਮੇਰਾ ਧਿਆਨ ਮੇਰੇ ਹੀ ਸਰੀਰ ਅੰਦਰ ਮੌਜੂਦ ਆਪਣੇ ਬ੍ਰਹਮ ਤੇ ਹੀ ਟਿਕ ਗਿਆ ਹੈ। ਮੇਰੀ ਦ੍ਰਿਸ਼ਟੀ ਬਦਲ ਗਈ ਹੈ। ਮੈਨੂੰ ਹੁਣ ਅਦ੍ਰਿਸ਼ ਸ਼ਕਤੀਆਂ ਦੀ ਮੌਜੂਦਗੀ ਦਾ ਹਰ ਪਲ ਅਹਿਸਾਸ ਹੋ ਰਿਹਾ ਹੈ। ਪਰੰਤੂ ਹੁਣ ਮੇਰੇ ਸਾਹਮਣੇ ਮੁਸ਼ਕਲ ਇਹ ਪੇਸ਼ ਆ ਰਹੀ ਹੈ ਕਿ ਆਪਣੇ ਸਮਕਾਲੀਨ ਲੋਕਾਂ ਦੀ ਹੁਣ ਮੈਨੂੰ ਵਿਰੋਧਤਾ ਦਾ ਸਾਹਮਣਾ ਕਰਨਾ ਪੈ ਰਿਹਾ ਹੈ।

ਦੇਖ ਫਰੀਦਾ ਜਿਆ ਥੀਆ ਸੱਕਰ ਹੋਈ ਵਿਸੁ।
ਸਾਂਈ ਬਾਝਹੁ ਆਪਣੇ, ਵੇਦਣ ਕਹੀਐ ਕਿਸੁ।

ਜਦੋਂ ਦ੍ਰਿਸ਼ਟੀ ਬਦਲ ਜਾਂਦੀ ਹੈ ਤਾਂ ਕੋਈ ਬੇਗਾਨਾ ਤਾਂ ਨਜ਼ਰ ਆਉਂਦਾ ਹੀ ਨਹੀਂ ਹੈ। ਜਿਤ ਦੇਖਾ ਤਿਤ ਤੂੰ।

ਇਸ ਤਰ੍ਹਾਂ ਜਦੋਂ ਆਪਣੇ ਹੀ ਸਰੀਰ ਅੰਦਰ ਸਮਾਈ ਹੋਈ ਸ਼ਕਤੀ ਜਦੋਂ ਨਿਰ-ਆਕਾਰੀ ਜਗਤ ਵੱਲ ਵੇਖਣ ਲੱਗ ਜਾਂਦੀ ਹੈ। ਇਸ ਤਰਜ਼ 'ਚ ਘਰ ਦਾ ਮਾਲਕ ਘਰ ਅੰਦਰ ਨਜ਼ਰ ਆਉਣ ਲੱਗ ਜਾਂਦਾ ਹੈ। ਮਾਲਿਕ ਨੂੰ ਮੌਜੂਦ ਵੇਖ ਮਾਲਿਕ ਹੋਣ ਦਾ ਨਾਟਕ ਕਰ ਰਿਹਾ ਮਨ ਆਪਣੀ ਔਕਾਤ ਸਮਝ ਜਾਂਦਾ ਹੈ। ਮਨ ਹੀ ਅਫੁਰ ਅਵਸਥਾ 'ਚ ਪਹੁੰਚ ਜਾਂਦਾ ਹੈ। ਇਸ ਤਰ੍ਹਾਂ ਆਪਣੇ ਸਰੀਰ ਅੰਦਰ ਮੌਜੂਦ ਸਚਾਈ ਦਾ ਅਹਿਸਾਸ ਹੋ ਜਾਣ ਤੋਂ ਬਾਅਦ ਹੀ ਸਾਡਾ ਮਨ ਸ਼ਾਂਤ ਹੋ ਜਾਂਦਾ ਹੈ।

ਧੰਨੇ ਦੇ ਖੂਹ ਤੇ ਰੱਬ ਵਸਦਾ,
ਨੱਕੇ ਮੋੜਦਾ ਤੇ ਆਪੇ ਹੀ ਹੱਲ ਵਾਹੇ।

ਪਹਿਲਾਂ ਤਾਂ ਅਸੀਂ ਇਹ ਹੀ ਦਾਅਵੇਦਾਰੀ ਕਰਦੇ ਰਹਿੰਦੇ ਹਾਂ ਕਿ ਹਾਂ ਫਲਾਣਾ ਕੰਮ ਮੈਂ ਕੀਤਾ ਹੈ। ਜਦੋਂ ਪਾਸੇ ਪਲਟ ਜਾਂਦੇ ਹਨ ਤਾਂ ਮੈਂ ਕਹਿਣ ਦਾ ਭਾਵ ਹੀ ਬਦਲ ਜਾਂਦਾ ਹੈ। ਇਸ ਤਰਜ਼ 'ਚ ਹੀ ਧੰਨਾ ਭਗਤ ਜੀ ਹਰ ਕੰਮ ਕਰਦੇ ਹੋਇਆਂ ਉਹ ਆਪਣੀ ਦਾਅਵੇਦਾਰੀ ਨਹੀਂ ਕਰਦੇ ਸਨ। ਸਗੋਂ ਹਰ ਕੰਮ

ਕਰਦੇ ਹੋਏ ਉਹ ਇਕ ਹੀ ਗੱਲ ਕਹਿਣ ਲੱਗ ਪਏ ਸਨ ਕਿ ਹੁਣ ਮੈਂ ਨਹੀਂ, ਸਾਰੇ ਕੰਮ ਪ੍ਰਮਾਤਮਾ ਦੇ ਹੁਕਮ ਅਧੀਨ ਹੋ ਰਹੇ ਹਨ। ਉਹ ਸਰਬਵਿਆਪਕ ਹਰ ਥਾਂ ਆਪ ਹੀ ਮੌਜੂਦ ਹੈ। ਪਰੰਤੂ ਆਮ ਕਰਕੇ ਤਾਂ ਅਸੀਂ ਮਨ ਦੀਆਂ ਇਨ੍ਹਾਂ ਕਲਪਨਾਵਾਂ ਕਰਕੇ ਚਿੰਤਿਤ ਹੋਏ ਰਹਿੰਦੇ ਹਾਂ। ਅਸਲ 'ਚ ਇਹ ਇੱਛਾ ਤਾਂ ਸਾਡੇ ਮਨ ਅੰਦਰ ਕਦੇ ਉਠਦੀ ਹੀ ਨਹੀਂ ਹੈ। ਇਸ ਵਾਸਤੇ ਨਿਰ-ਆਕਾਰੀ ਸ਼ਕਤੀਆਂ ਦੀ ਮੌਜੂਦਗੀ ਤੇ ਸਾਨੂੰ ਪੱਕਾ ਵਿਸ਼ਵਾਸ ਹੁੰਦਾ ਹੀ ਨਹੀਂ ਹੈ। ਉਂਝ ਇਨ੍ਹਾਂ ਨਿਰ-ਆਕਾਰੀ ਸ਼ਕਤੀਆਂ ਦੀ ਮੌਜੂਦਗੀ ਬਾਰੇ ਚਰਚੇ ਕਰਨ ਵਾਲੇ ਜਿਨ੍ਹਾਂ ਨੂੰ ਆਪਣੇ ਚਿੱਤ ਰੂਪੀ ਆਕਾਸ਼ ਦਾ ਕੋਈ ਗਿਆਨ ਹੀ ਨਹੀਂ ਹੁੰਦਾ ਹੈ, ਉਹ ਐਵੇਂ ਹੀ ਇਸ ਤਰ੍ਹਾਂ ਕਹਿਣ ਲੱਗ ਜਾਂਦੇ ਹਨ ਕਿ ਇਹ ਕੰਮ ਤਾਂ ਬਹੁਤ ਮੁਸ਼ਕਿਲ ਹੈ। ਮੈਂ ਸਰਲਤਾ ਨਾਲ ਚਿੱਤ ਰੂਪੀ ਆਕਾਸ਼ ਬਾਰੇ ਸੁਣੀਆਂ ਗੱਲਾਂ ਤੇ ਵਿਚਾਰ ਕਰਦਾ ਰਹਿੰਦਾ ਹਾਂ ਕਿ ਕੁਝ ਗੁਰਬਾਣੀ ਦੀਆਂ ਤੁਕਾਂ ਨੂੰ ਆਪਣੇ ਮਨੋਂ ਨਹੀਂ, ਮਨ ਨੂੰ ਸ਼ਾਂਤ ਹੋ ਜਾਣ ਮਗਰੋਂ ਹੀ ਸਮਝਿਆ ਜਾ ਸਕਦਾ ਹੈ। ਮਨ ਅਧੀਨ ਰਹਿਣ ਵਾਲੇ ਪ੍ਰਚਾਰਕ ਇਸ ਤਰ੍ਹਾਂ ਕਹਿਣ ਲੱਗ ਜਾਂਦੇ ਹਨ ਜਿਵੇਂ ਉਨ੍ਹਾਂ ਤੋਂ ਬਗੈਰ ਕੋਈ ਹੋਰ ਸਚਾਈ ਨੂੰ ਜਾਣਦਾ ਹੀ ਨਾ ਹੋਵੇ। ਫਰੀਦ ਜੀ ਕਿੰਨੀ ਸਰਲਤਾ ਨਾਲ ਕਹਿੰਦੇ ਹਨ - 'ਕਾਗਾ ਕਰੰਗ ਢਢੋਲਿਆ'। ਫਰੀਦ ਜੀ ਨੇ ਤਾਂ ਸਮੁੰਦਰ ਨੂੰ ਕੁੱਜੇ 'ਚ ਬੰਦ ਕਰਨ ਦੀ ਕੋਸ਼ਿਸ਼ ਕੀਤੀ ਹੈ ਕਿ ਮੇਰੇ ਮਨ ਦੀਆਂ ਇੱਛਾਵਾਂ, ਮਨ ਦੀਆਂ ਕਲਪਨਾਵਾਂ ਨੇ ਹੀ ਮੈਨੂੰ ਪਰੇਸ਼ਾਨ ਕੀਤਾ ਹੋਇਆ ਹੈ। ਇਨ੍ਹਾਂ ਇੱਛਾਵਾਂ ਨੇ ਹੀ ਮੈਨੂੰ ਮੇਰੇ ਸਰੀਰਕ ਮੋਹ 'ਚ ਫਸਾਇਆ ਹੋਇਆ ਹੈ। ਸਰੀਰਕ ਮੋਹ ਕਾਰਣ ਹੀ ਮੈਂ ਆਪਣੇ ਸਰੀਰ ਅੰਦਰੋਂ ਵੇਖਣ ਵਾਲੇ ਆਪਣੇ ਬ੍ਰਹਮ ਤੋਂ ਵਿਛੜਿਆ ਰਿਹਾ ਹਾਂ। ਹੁਣ ਮੈਨੂੰ ਸਮਝ ਆ ਗਈ ਹੈ ਕਿ ਮੇਰੇ ਜੀਵਨ ਦਾ ਮਨੋਰਥ ਤਾਂ ਆਪਣੇ ਸਰੀਰ ਅੰਦਰ ਸਮਾਏ ਹੋਏ ਸੱਚ ਦੀ ਮੌਜੂਦਗੀ ਦਾ ਅਹਿਸਾਸ ਕਰ ਲੈਣਾ ਹੀ ਹੈ। ਮੈਂ ਤਾਂ ਫਰੀਦ ਸਾਹਿਬ ਜੀ ਦੀ ਬਾਣੀ ਦੇ ਸਿਰਫ ਭਾਵ ਅਰਥਾਂ ਬਾਰੇ ਹੀ ਸੰਕੇਤ ਲਿਖ ਰਿਹਾ ਹਾਂ ਕਿ ਪ੍ਰਤੱਖ ਨਜ਼ਰ ਆ ਰਹੇ ਠੋਸ ਸਰੀਰ ਦਾ ਸੰਬੰਧ ਜਿਸ ਨਿਰ-ਆਕਾਰੀ ਜਗਤ ਨਾਲ ਜੁੜਿਆ ਹੋਇਆ ਹੈ, ਉਸ ਦੀ ਮੌਜੂਦਗੀ ਦਾ ਕਿਵੇਂ ਅਹਿਸਾਸ ਹੋ ਸਕਦਾ ਹੈ। ਜਦੋਂ ਸਾਡੇ ਮਨ ਅੰਦਰ ਸਰੀਰ ਦੀ ਨਸ਼ਵਰਤਾ ਦਾ ਖ਼ਿਆਲ ਪੱਕਾ ਹੋ ਜਾਂਦਾ ਹੈ ਤਾਂ ਹੀ ਅਸੀਂ ਆਪਣੇ ਸਰੀਰਕ ਮੋਹ ਤੋਂ ਉੱਚਾ ਉੱਠਣ ਲਗਦੇ ਹਾਂ ਤਾਂ ਫਿਰ ਸਾਡਾ ਸੰਬੰਧ ਆਪਣੇ ਬ੍ਰਹਮ ਨਾਲ ਜੁੜਨ ਲੱਗ ਜਾਂਦਾ ਹੈ।

ਕਾਲੀ ਕੋਇਲ ਤੂ ਕਿਤ ਗੁਨ ਕਾਲੀ,
ਅਪਨੇ ਪ੍ਰੀਤਮ ਕੇ ਹਉ ਬਿਰਹੈ ਜਾਲੀ। (ਫਰੀਦ ਜੀ)

ਜਦੋਂ ਆਪਣੇ ਹੀ ਅੰਦਰੋਂ ਆਪਣੇ ਮਨ ਅੰਦਰ ਇਹ ਖ਼ਿਆਲ ਉੱਠ ਆਉਂਦਾ

ਹੈ ਕਿ ਮੈਂ ਆਪਣੇ ਪਿਆਰੇ ਨਾਲੋਂ ਵਿਛੜਿਆ ਹੋਇਆ ਹਾਂ। ਤਾਂ ਅਸੀਂ ਜੋ ਕੁਝ ਵੀ ਵੇਖਦੇ ਹਾਂ ਸਾਨੂੰ ਇਸ ਤਰ੍ਹਾਂ ਲੱਗਣ ਲੱਗ ਜਾਂਦਾ ਹੈ ਕਿ ਜਿਵੇਂ ਮੈਂ ਆਪਣੇ ਅਸਲੇ ਨਾਲੋਂ ਵਿਛੜਿਆ ਹੋਇਆ ਹਾਂ। ਸਾਰੇ ਹੀ ਲੋਕ ਉਸ ਇਕ ਨਾਲੋਂ ਵਿਛੜੇ ਹੋਏ ਹਨ। ਜਿਵੇਂ ਕਿ ਫਰੀਦ ਸਾਹਿਬ ਜੀ ਕੋਇਲ ਵੇਖ ਇਹ ਮਹਿਸੂਸ ਕਰਦੇ ਹਨ ਕਿ ਕੋਇਲ ਦਾ ਰੰਗ ਇਸ ਵਾਸਤੇ ਕਾਲਾ ਹੈ ਕਿ ਕੋਇਲ ਤੋਂ ਆਪਣੇ ਪਿਆਰੇ ਦਾ ਵਿਛੋੜਾ ਸਹਿਣ ਨਹੀਂ ਹੋ ਰਿਹਾ ਹੈ।

ਜੈਸੀ ਦ੍ਰਿਸ਼ਟੀ ਵੈਸੀ ਸ੍ਰਿਸ਼ਟੀ।

ਅਸੀਂ ਤਾਂ ਸੰਸਾਰੀ ਜੀਵ ਹਾਂ। ਅਸੀਂ ਤਾਂ ਦੂਸਰਿਆਂ ਵੱਲ ਹੀ ਵੇਖ ਰਹੇ ਹਾਂ।

ਬੱਜਰ ਕਪਾਟ ਖੁੱਲੇ ਗੁਰਸਬਦੀ।

ਭਾਵ ਸਾਨੂੰ ਤਾਂ ਇਹ ਪ੍ਰੇਰਨਾ ਮਿਲਦੀ ਰਹਿੰਦੀ ਹੈ ਕਿ ਕੋਈ ਦੂਸਰਾ ਹੀ ਸਾਡੇ ਮਨ ਅੰਦਰ ਅਦ੍ਰਿਸ਼ ਜਗਤ ਦੀ ਮੌਜੂਦਗੀ ਦਾ ਅਹਿਸਾਸ ਕਰਵਾ ਸਕਦਾ ਹੈ। ਪਰੰਤੂ ਜਿਸ ਨਿਰ-ਆਕਾਰੀ ਜਗਤ ਦੀ ਅੰਸ਼ ਸਾਡਾ ਬ੍ਰਹਮ ਸਾਡਾ ਸਾਖਸ਼ੀ ਭਾਵ, ਸਾਡੇ ਅੰਦਰ ਮੌਜੂਦ ਹੈ, ਉਸ ਨੂੰ ਜਾਨਣ ਤੋਂ ਬਾਅਦ ਹੀ ਅਸੀਂ ਨਿਰ-ਆਕਾਰੀ ਜਗਤ ਨਾਲ ਸੰਬੰਧਤ ਹੋਣ ਲਗਦੇ ਹਾਂ। ਬੱਜਰ ਕਪਾਟ ਦਾ ਮਤਲਬ ਹੀ ਇਹ ਹੁੰਦਾ ਹੈ ਕਿ ਜੋ ਦਰਵਾਜ਼ਾ ਕਦੇ ਖੋਲ੍ਹਿਆ ਨਾ ਹੋਵੇ ਉਸ ਨੂੰ ਖੋਲ੍ਹਿਆ ਤਾਂ ਜਾ ਸਕਦਾ ਹੈ, ਪਰੰਤੂ ਅਸੀਂ ਇਸ ਬੰਦ ਦਰਵਾਜ਼ੇ ਨੂੰ ਕਦੇ ਖੋਲ੍ਹਣ ਦੇ ਚਾਹਵਾਨ ਹੁੰਦੇ ਹੀ ਨਹੀਂ ਹਾਂ।

ਇਸ ਬੰਦ ਦਰਵਾਜ਼ੇ ਨੂੰ ਖੋਲ੍ਹਣ ਵਾਸਤੇ ਸਿਰਫ ਖ਼ਿਆਲ ਹੀ ਮਨ ਅੰਦਰ ਲਿਆਉਣਾ ਪੈਂਦਾ ਹੈ। ਮਨ 'ਚ ਆਤਮਾ ਦਾ ਖ਼ਿਆਲ। ਭਾਵ ਮਨ 'ਚ ਚੱਲ ਰਹੇ ਖ਼ਿਆਲਾਂ ਨੂੰ ਜਾਨਣ ਦੀ ਸਿਰਫ ਇੱਛਾ ਕਰਨ ਨਾਲ ਹੀ ਮਨ ਦੇ ਖ਼ਿਆਲ ਸ਼ਾਂਤ ਹੋਣ ਲੱਗ ਜਾਂਦੇ ਹਨ।

ਹੁਣ ਤਾਂ ਸਾਇੰਸ ਨੇ ਇੰਨੀ ਤਰੱਕੀ ਕਰ ਲਈ ਹੈ ਕਿ ਵੱਡੇ ਵੱਡੇ ਹੋਟਲਾਂ, ਵੱਡੇ ਵੱਡੇ ਅਦਾਰਿਆਂ ਦੇ ਅੰਦਰ ਦਾਖਲ ਹੋਣ ਵਾਸਤੇ ਸਿਰਫ ਦਰਵਾਜ਼ੇ ਅੱਗੇ ਜਾਣ ਦੀ ਦੇਰ ਹੁੰਦੀ ਹੈ, ਬਸ ਪਰਛਾਈ ਪੈਣ ਨਾਲ ਹੀ ਦਰਵਾਜ਼ਾ ਆਪਣੇ ਆਪ ਖੁੱਲ੍ਹ ਜਾਂਦਾ ਹੈ। ਅਤਿ ਸੂਖਸ਼ਮ ਸ਼ਕਤੀਆਂ ਦੇ ਖੇਲ੍ਹ ਨੂੰ ਸਾਇੰਸਦਾਨਾਂ ਨੇ ਪ੍ਰਤੱਖ ਕਰ ਵਿਖਾਇਆ ਹੈ।

ਆਪਣੇ ਚਿੱਤ ਰੂਪੀ ਆਕਾਸ਼ ਅੰਦਰ ਉਠਣ ਵਾਲੇ ਵਿਚਾਰਾਂ-ਇੱਛਾਵਾਂ ਨੂੰ ਪੂਰਾ ਕਰਨ ਵਾਸਤੇ ਅਸੀਂ ਆਪਣਾ ਸਾਰਾ ਧਿਆਨ ਇਕ ਖ਼ਿਆਲ ਉਤੇ ਹੀ ਕੇਂਦਰਿਤ ਕਰ ਦਿੰਦੇ ਹਾਂ। ਬੱਸ ਇਸ ਸਾਧਾਰਣ ਕੰਮ ਨੂੰ ਸਮਝਣ ਦੀ ਹੀ ਦੇਰ ਹੁੰਦੀ ਹੈ ਕਿ ਜਦੋਂ ਅਸੀਂ ਇਕ ਕੰਮ ਕਰ ਲੈਣ ਵਾਸਤੇ ਸੰਕਲਪ ਕਰ ਲੈਂਦੇ ਹਾਂ ਤਾਂ ਸਾਡਾ ਉਹ ਕੰਮ ਪੂਰਾ ਹੋ ਜਾਂਦਾ ਹੈ।

ਮਨ ਅੰਦਰ ਵੈਸੇ ਤਾਂ ਵਿਚਾਰ ਹੀ ਵਿਚਾਰ ਘੁੰਮਦੇ ਰਹਿੰਦੇ ਹਨ। ਜਦੋਂ ਸਾਡੇ ਮਨ ਅੰਦਰ ਇਨ੍ਹਾਂ ਖ਼ਿਆਲਾਂ ਨੂੰ ਜਾਨਣ ਦੀ ਇੱਛਾ ਉੱਠ ਆਏ ਤਾਂ ਫਿਰ ਤਾਲਾ ਤੋੜਨ ਦੀ ਜ਼ਰੂਰਤ ਹੀ ਨਹੀਂ ਰਹਿੰਦੀ। ਖ਼ਿਆਲਾਂ ਨਾਲ ਹੀ ਤਾਲਾ ਖੁੱਲ੍ਹ ਜਾਂਦਾ ਹੈ। ਬੱਜਰ ਕਪਾਟ ਖੁੱਲ੍ਹ ਜਾਂਦੇ ਹਨ। ਸਾਡਾ ਮਨ ਫਿਰ ਸਹਿਜੇ ਹੀ ਇਹ ਮੰਨਣ ਲੱਗ ਜਾਂਦਾ ਹੈ ਕਿ ਜਿਸ ਨਾਲ ਮੈਂ ਅਗਿਆਨਤਾ 'ਚ ਗੱਲ ਕਰਦਾ ਹੁੰਦਾ ਸੀ, ਇਹ ਹੀ ਤਾਂ ਮੇਰਾ ਪੱਕਾ ਸਾਥੀ ਹੈ। ਜਿਸ ਦੀ ਮੌਜੂਦਗੀ ਦੀ ਮੈਨੂੰ ਪਹਿਚਾਣ ਨਹੀਂ ਸੀ। ਦ੍ਰਿਸ਼ਟ ਅਣ-ਦ੍ਰਿਸ਼ਟ ਮਾਣ ਹੈ ਕੋਈ ਗਾਤਾ।

ਕਵਨੁ ਵਸਤੁ ਆਈ ਤੇਰੇ ਸੰਗਿ॥
ਲਪਟ ਰਹਿਓ ਲੋਭੀ ਰਸ ਪਤੰਗ॥ (ਸੁਖਮਨੀ ਸਾਹਿਬ)

ਜਿਹੜੀ ਸਚਾਈ ਸਾਡੇ ਸਰੀਰ ਅੰਦਰ ਹੀ ਛੁਪੀ ਹੋਈ ਹੈ ਉਸ ਦੀ ਮੌਜੂਦਗੀ ਦਾ ਖ਼ਿਆਲ ਹੀ ਸਾਨੂੰ ਉਸ ਸਚਾਈ ਦੀ ਜਾਣਕਾਰੀ ਕਰਵਾਉਂਦਾ ਹੈ।

ਚਲੇ ਥੇ ਹਮ ਹਰ ਮਿਲਣ ਕੋ, ਬੀਚ ਅਟਕਿਓ ਜੀਆ॥

ਅਸੀਂ ਇਹ ਤਾਂ ਸੁਣਦੇ ਹੀ ਰਹਿੰਦੇ ਹਾਂ ਅਤੇ ਮੰਨਦੇ ਵੀ ਰਹਿੰਦੇ ਹਾਂ ਕਿ ਸਾਡੇ ਸਰੀਰ ਨੂੰ ਪ੍ਰੇਰਨਾ ਦੇਣ ਵਾਲੀਆਂ ਸ਼ਕਤੀਆਂ ਅਤਿ ਸੂਖਸ਼ਮ ਹਨ।

ਆਪਣੇ ਹੀ ਮਨ ਅੰਦਰ ਚਲ ਰਹੀਆਂ ਕਲਪਨਾਵਾਂ ਦੇ ਵੇਗ ਅੰਦਰ ਵਹਿੰਦੇ ਰਹਿਣਾ ਨਰਕ ਹੁੰਦਾ ਹੈ। ਇਨ੍ਹਾਂ ਸੋਚਾਂ ਵੱਲ ਵੇਖਣ ਲੱਗ ਜਾਣ ਨਾਲ ਹੀ ਇਹ ਸੋਚਾਂ ਸਮਾਪਤ ਹੋ ਜਾਂਦੀਆਂ ਹਨ। ਇਸ ਤਰ੍ਹਾਂ ਮਨ ਅੰਦਰ ਬੇਪ੍ਰਵਾਹੀ ਆਉਣ ਲੱਗ ਜਾਂਦੀ ਹੈ। ਮਨ ਅੰਦਰ ਬੇਪ੍ਰਵਾਹੀ ਆ ਜਾਣਾ ਹੀ ਸਵਰਗ ਦਾ ਅਹਿਸਾਸ ਹੁੰਦਾ ਹੈ। ਜੀਵਨ ਬਤੀਤ ਕਰਦੇ ਹੋਏ ਜਦੋਂ ਮਨ ਅੰਦਰ ਇਹ ਖ਼ਿਆਲ ਭਾਰੂ ਹੋਇਆ ਰਹਿੰਦਾ ਹੈ ਕਿ ਅਸੀਂ ਤਾਂ ਮੋਹਰੇ ਹਾਂ। ਸਾਡੀ ਮਨਮਰਜ਼ੀ ਕਰਨ ਦਾ ਕੋਈ ਸਵਾਲ ਹੀ ਨਹੀਂ ਹੈ। ਅਜਿਹੇ ਅਨੁਭਵ ਹੋ ਜਾਣ ਤੋਂ ਬਾਅਦ ਹੀ ਮਨ ਇਹ ਮੰਨਦਾ ਹੈ :

ਕਵਨੁ ਸਵਰਗ, ਕੌਣ ਨਰਕ ਵਿਚਾਰਾ, ਸੰਤਨ ਦੋਨੋਂ ਕਾਟੇ।
ਹਮ ਕਿਸੀ ਕੀ ਕਾਣ ਨਾ ਕਦਤੇ, ਅਪਣੇ ਗੁਰਪ੍ਰਸਾਦਿ।

ਸੰਸਾਰ ਦੀ ਅਨੰਤਤਾ ਤਾਂ ਇਕ ਹੀ ਡੋਰ ਨਾਲ ਬੰਨ੍ਹੀ ਹੋਈ ਹੈ। ਬਸ ਇਹ ਹੀ ਛੋਟੀ ਜਿਹੀ ਗੱਲ ਹੈ ਕਿ ਜਦੋਂ ਸਾਨੂੰ ਆਪਣਾ ਇਹ ਨਿੱਜੀ ਅਨੁਭਵ ਹੋ ਜਾਂਦਾ ਹੈ ਕਿ ਮੇਰੀ ਕੀ ਪਾਤਰਤਾ ਹੈ ਤਾਂ ਸਾਨੂੰ ਹਰ ਥਾਂ ਇਕ ਪ੍ਰਮਾਤਮਾ ਦੀ ਹੀ ਮੌਜੂਦਗੀ ਨਜ਼ਰ ਆਉਣ ਲੱਗ ਜਾਂਦੀ ਹੈ।

ਫਰੀਦਾ ਖਾਕੁ ਨਾ ਨਿੰਦੀਐ, ਖਾਕੂ ਜੇਡੁ ਨ ਕੋਇ।
ਜੀਵਦਿਆ ਪੈਰਾ ਤਲੇ, ਮੁਇਆ ਉਪਰਿ ਹੋਇ।

ਸਾਇੰਸਦਾਨ ਸਪੱਸ਼ਟ ਮੰਨਦੇ ਹਨ ਕਿ ਊਰਜਾ ਹਮੇਸ਼ਾ ਚੱਕਰ 'ਚ ਚਲਦੀ

ਹੈ। ਨੈਗੇਟਿਵ ਤੋਂ ਪੋਜ਼ਿਟਿਵ ਦੋ ਸਿਰਿਆਂ ਅੰਦਰ ਹੀ ਘੁੰਮਦੀ ਰਹਿੰਦੀ ਹੈ। ਜ਼ਿੰਦਗੀ ਮੌਤ ਦਾ ਚੱਕਰ ਚੱਲਦਾ ਰਹਿੰਦਾ ਹੈ। ਪਰੰਤੂ ਜੋ ਸਿਰਫ ਵੇਖਣ ਵਾਲੀ ਸ਼ਕਤੀ ਹੈ ਉਹ ਸਿਰਫ ਵੇਖਦੀ ਹੈ। ਉਹ ਜਨਮ-ਮਰਨ ਤੋਂ ਪਾਰ ਮੌਜੂਦ ਹੈ।

ਚੱਕਰ ਚੱਕਰ ਹਰਤਾ ਚੱਕਰ ਚੱਕਰ ਕਰਤਾ।

(ਗੁਰੂ ਗੋਬਿੰਦ ਸਿੰਘ)

ਇਹ ਊਰਜਾ ਦਾ ਨਿਯਮ ਹੈ ਕਿ ਊਰਜਾ ਚੱਕਰਾਂ ਵਿਚ ਹੀ ਘੁੰਮਦੀ ਰਹਿੰਦੀ ਹੈ ਜਿਥੋਂ ਸ਼ੁਰੂ ਹੁੰਦੀ ਹੈ, ਉਥੇ ਹੀ ਵਾਪਸ ਆ ਜਾਂਦੀ ਹੈ। ਜਦੋਂ ਇਹ ਸ਼ਕਤੀ ਥਿਰ ਹੋ ਜਾਂਦੀ ਹੈ ਤਾਂ ਇਕ ਹੀ ਨੁਕਤੇ ਉਤੇ ਸਿਮਟੀ ਰਹਿੰਦੀ ਹੈ।

ਸਾਡੇ ਸਰੀਰ ਅੰਦਰ ਮੌਜੂਦ ਵੇਖਣ ਦੀ ਸਮਰੱਥਾ ਵੈਸੇ ਤਾਂ ਤਨ-ਮਨ ਦੀਆਂ ਸਾਰੀਆਂ ਹਰਕਤਾਂ ਜਾਣ ਰਹੀ ਹੁੰਦੀ ਹੈ। ਸਭ ਕੁਝ ਜਾਨਣ ਦੀ ਸਮਰੱਥਾ ਸਾਡੇ ਸਰੀਰ ਅੰਦਰ ਸਮਾਈ ਹੋਈ ਹੈ। ਜਿਸ ਦੀ ਮੌਜੂਦਗੀ ਨੂੰ ਬ੍ਰਹਮ-ਗਿਆਨੀ ਕੁੰਡਲਨੀ ਸ਼ਕਤੀ ਦਾ ਸੌਂ ਜਾਣਾ ਕਹਿੰਦੇ ਹਨ ਕਿ ਜੋ ਸ਼ਕਤੀ ਸਰੀਰ ਬਾਰੇ ਸਭ ਕੁਝ ਜਾਣ ਹੀ ਰਹੀ ਹੈ ਉਹ ਸਾਡੇ ਮਨੋਂ ਅਨਜਾਣੀ ਰਹਿ ਜਾਂਦੀ ਹੈ।

ਸਤਿਗੁਰ ਤਾਂ ਸਾਥੋਂ ਵੱਖ ਨਹੀਂ -
ਸਾਡੀ ਵੇਖਣ ਵਾਲੀ ਅੱਖ ਨਹੀਂ।

ਗੱਲ ਤਾਂ ਬਹੁਤ ਸਰਲ ਹੈ। ਬੱਸ ਸਮਝਣਾ ਔਖਾ ਲੱਗ ਰਿਹਾ ਹੈ। ਗੱਲ ਹੈ ਸਰੀਰ ਅੰਦਰ ਸਮਾਈ ਹੋਈ ਸ਼ਕਤੀ ਦੀ ਮੌਜੂਦਗੀ ਨੂੰ ਮੰਨ ਲੈਣ ਦੀ। ਜਾਨਣ ਤੋਂ ਪਹਿਲਾਂ ਵਿਸ਼ਵਾਸ ਕਰ ਕੇ ਮੰਨਣਾ ਹੁੰਦਾ ਹੈ ਕਿ ਸਰੀਰ ਅੰਦਰ ਜੋ ਜਾਨਣ ਦੀ ਸਮਰੱਥਾ ਹੈ ਉਸ ਨੂੰ ਅਸੀਂ ਵਿਸ਼ਵਾਸ ਕਰ ਕੇ ਹੀ ਜਾਣ ਸਕਦੇ ਹਾਂ ਜਦੋਂ ਕਿਸੇ ਦੀ ਦ੍ਰਿਸ਼ਟੀ ਸਾਫ ਹੋ ਜਾਂਦੀ ਹੈ, ਉਸ ਨੂੰ ਸਫਲ ਦਰਸ਼ਨ ਹੋਣ ਲੱਗ ਜਾਂਦੇ ਹਨ।

ਸੋਧਤ ਸੋਧਤ ਸੋਧਤ ਸਿਝਿਆ॥ (ਸੁਖਮਨੀ ਸਾਹਿਬ)

ਮੈਂ ਬਚਪਨ ਤੋਂ ਹੀ ਆਪਣੀ ਆਤਮਾ ਦੀ ਮੌਜੂਦਗੀ ਨੂੰ ਯਕੀਨ ਕਰਕੇ ਮੰਨਦਾ ਆ ਰਿਹਾ ਹਾਂ। ਮੇਰੇ ਮਨ ਅੰਦਰ ਆਤਮਾ ਦੀ ਮੌਜੂਦਗੀ ਬਾਰੇ ਸੰਦੇਹ ਨਹੀਂ ਹੈ। ਮੈਂ ਆਪਣੀ ਜ਼ਿੰਦਗੀ ਦੇ ਅਨੁਭਵ ਬਾਰੇ ਲਿਖਿਆ ਹੈ :

ਟੂ ਸੈਲਫ਼

ਨਿੱਕੇ ਹੁੰਦੇ ਕੋਲੋਂ,
ਦਾਦਾ ਦਾਦੀ ਸਨ ਬਾਣੀ ਸੁਣਦੇ।
ਐਦਾਂ ਉਨ੍ਹਾਂ ਨੇ ਮੈਨੂੰ,
ਬਾਣੀ ਪੜ੍ਹਨ ਦੀ ਲੱਲਕ ਲਾ ਛੱਡੀ।
ਮਾਤਾ ਪਿਤਾ ਨੇ ਚਾਵਾਂ ਨਾਲ ਪਾਲ ਕੇ,

ਇਹ ਭੋਲੀ ਜਿੰਦ ਵੱਡੀ ਕਰ ਛੱਡੀ।
1968 ਅੱਖਾਂ ਸਾਹਮਣੇ ਹੋਇਆ ਹਾਦਸਾ,
ਉਸ ਨੇ ਮੇਰੀ ਸੋਚਣੀ ਤਬਦੀਲ ਕਰ ਛੱਡੀ।
ਛੋਟੀ ਉਮਰੇ ਮਨ ਤੇ ਲੱਗੀ ਠੋਕਰ,
ਮਨੋਂ ਇਹ ਦੁਨੀਆਂ ਛੱਡੀ।
ਪੜ੍ਹਦਾ ਰਿਹਾ, ਮੇਹਨਤਾਂ ਕਰਦਾ ਰਿਹਾ,
ਦੁਨੀਆਂ ਦਿਲ ਨੂੰ ਭਾਈ ਨਾ,
ਉਂਝ ਮੈਂ ਹਿੰਮਤ ਵੀ ਨਹੀਂ ਛੱਡੀ।
ਮਾਤਾ ਪਿਤਾ ਨੇ ਬਹੁਤ ਪਿਆਰ ਦਿੱਤਾ,
ਪੜ੍ਹਾਇਆ ਬਹੁਤ ਹੀ ਚਾਵਾਂ ਨਾਲ,
ਪੜ੍ਹਾਉਣ 'ਚ ਕੋਈ ਕਸਰ ਨਾ ਛੱਡੀ।
ਖੇਤੀ ਵਿਚ ਹੱਥ ਵਟਾਉਂਦਾ ਰਿਹਾ,
1974 'ਚ ਬੀ.ਏ. ਪੜ੍ਹ ਛੱਡੀ।
ਫਿਰ ਰਿਹਾ ਨੌਕਰੀ ਢੂੰਡਦਾ,
1976 ਗਰੇਡਿੰਗ ਅਸਿਸਟੈਂਟ ਦੀ ਨੌਕਰੀ ਲੱਭੀ।
ਨੌਕਰੀ ਕੀਤੀ ਨਾ ਸਾਲ ਇਕ,
1977 ਜਨਤਾ ਪਾਰਟੀ ਆਈ,
ਫਿਰ ਅਸੀਂ ਇਹ ਨੌਕਰੀ ਛੱਡੀ।
ਨੌਕਰੀ ਛੁੱਟ ਜਾਣ ਤੋਂ ਬਾਅਦ,
ਜਿੰਦ ਰਹਿੰਦੀ ਸੀ ਸੋਚਾਂ 'ਚ ਦੱਬੀ।
ਨਰ ਚਾਹਤ ਕੁਝ ਔਰ,
ਔਰ ਕੀ ਔਰੇ ਭਈ,
ਨਾ ਹੀ ਕੋਈ ਹੋਰ ਨੌਕਰੀ ਲੱਭੀ।
ਬੇਮਾਤਾ ਨੇ ਲਿਖਿਆ ਸੀ,
ਪੁੱਤਰਾ ਤੂੰ ਚਲਾਏਂਗਾ,
ਰਾਜਧਾਨੀ ਦਿੱਲੀ ਵਿਚ ਗੱਡੀ।
ਨਾ ਚਾਹੁੰਦੇ ਹੋਏ ਦਿੱਲੀ ਪਹੁੰਚਿਆ,
ਸਿੱਖਣ ਲੱਗ ਪਿਆ ਚਲਾਉਣੀ ਗੱਡੀ।
ਸੋਚਾਂ ਸੋਚ ਸੋਚਦੇ ਹੋਇਆਂ,
ਜਿੰਦ ਰੋਗਣ ਕਰ ਛੱਡੀ।
ਪਿਤਾ ਜੀ ਆਏ ਪਿੰਡ ਤੋਂ,

ਮੈਂ ਵੀ ਪਿੰਡ ਨੂੰ ਹੀ ਗਿਆ,
ਸਿੱਖ ਸਿਖਾ ਕੇ ਚਲਾਉਣੀ ਗੱਡੀ।
ਪਿਤਾ ਜੀ ਬਹੁਤ ਫਿਕਰਮੰਦ ਹੋਏ,
ਉਨ੍ਹਾਂ ਨੇ ਮੇਰਾ ਵਿਆਹ ਕਰ ਦਿੱਤਾ,
ਵੇਖ ਕੇ ਗੁਰਪਾਲ ਕੌਰ ਨੱਢੀ,
ਵਿਆਹ ਤੋਂ ਅਗਲੇ ਸਾਲ ਹੀ,
ਪੁੱਤ ਜੰਮ ਪਿਆ ਦਲਜੀਤ ਸਿੰਘ (ਬੱਬੀ)
ਅਗਲੇ ਹੀ ਸਾਲ ਪੁੱਤ ਬੰਟੀ ਆਇਆ,
ਫਿਰ ਚੱਲ ਪਿਆ ਦਿੱਲੀ ਨੂੰ,
ਚ਼ਲਾਉਣ ਵਾਸਤੇ ਗੱਡੀ।
ਗੱਡੀ ਲੱਗਾ ਚਿੱਤ ਨਾਲ ਚਲਾਉਣ,
ਆਪਣੀ 2193 ਟੈਕਸੀ ਲੈ ਛੱਡੀ।
ਗੱਡੀ ਚਲਾਉਂਦਾ ਰਿਹਾ,
ਦਾਤੇ ਨੂੰ ਧਿਆਉਂਦਾ ਰਿਹਾ,
ਹੌਸਲੇ ਬੁਲੰਦ ਹੋਏ,
ਪਹਿਲਾਂ ਫਿਰਦਾ ਸੀ ਦਿਲ ਛੱਡੀ,
ਪਹਿਲਾਂ ਦੁਨੀਆਂ ਨਾ ਭਾਉਂਦੀ ਸੀ,
ਖੁਸ਼ ਹੋਣ ਲੱਗਾ ਚਲਾ ਕੇ ਗੱਡੀ।
ਚਿੰਤਾ ਫਿਕਰ ਸਭ ਦੂਰ ਹੋਏ,
ਪਹਿਲਾਂ ਹੋਇਆ ਫਿਕਰ ਸੀ,
ਕਿੰਜ ਰਿੜ੍ਹੇਗੀ ਜੀਵਨ ਦੀ ਗੱਡੀ।
ਚਿੰਤਾ ਫਿਕਰ ਸਭ ਦੂਰ ਹੋਏ,
ਬੱਚੇ ਪਿੰਡੋਂ ਆਏ,
ਮਸਤ ਹੋ ਰਿਹਾ ਚਲਾਉਂਦਾ ਗੱਡੀ।
ਫੁਰਨਾ ਅੰਦਰੋਂ ਉੱਠਿਆ,
ਇਕ ਦਿਨ ਆਪਣੇ ਆਪ,
ਅਸਾਂ ਦਾਤੇ ਦੇ ਸ਼ੁਕਰਾਨੇ ਦੀ,
ਇਕ ਕਵਿਤਾ ਲਿਖ ਛੱਡੀ।
ਖੁਸ਼ੀ ਅਪਣੇ ਮਨ ਪ੍ਰਤੀਤ ਹੋਈ,
ਵੇਹਲਾ ਸਮਾਂ ਬਿਤਾਉਣ ਦੀ,
ਮੈਨੂੰ ਇਹ ਵਿਉਂਤ ਲੱਭੀ।

ਸ਼ੁਕਰ ਦਾਤੇ ਦਾ ਕਰ੍ਨ ਲਈ,
ਤੀਰ ਤੁੱਕੇ ਜਿਹੇ ਲਾਉਂਦਾ ਹਾਂ,
ਸਕੂਲੀ ਬੱਚੇ ਸਕੂਲ ਲੈ ਜਾਂਦਾ ਹਾਂ,
ਵਿਚ ਆਪਣੀ ਟੈਕਸੀ ਗੱਡੀ।

ਪ੍ਰਮਾਤਮਾ ਦੀ ਹਰ ਕਿਰਤ ਨਿਰਾਲੀ ਹੈ। ਹਰ ਕ੍ਰਿਤ ਨੂੰ ਪ੍ਰਮਾਤਮਾ ਨੇ ਆਪਣੇ ਨਾਲ ਨੱਥੀ ਕੀਤਾ ਹੋਇਆ ਹੈ। ਸਾਰੀ ਭਿੰਨਤਾਂ ਅੰਦਰ ਇਕ ਹੀ ਜੋਤ ਵਿਆਪ ਰਹੀ ਹੈ।

ਹੁਕਮੈ ਅੰਦਰ ਸਭਕੋ ਬਾਹਰ ਹੁਕਮਿ ਨਾ ਕੋਇ॥

(ਜਪੁਜੀ ਸਾਹਿਬ)

ਸਾਨੂੰ ਇਹ ਮਨੁੱਖਾ ਸਰੀਰ ਵੀ ਪ੍ਰਮਾਤਮਾ ਨੇ ਆਪ ਹੀ ਦਿੱਤਾ ਹੈ। ਆਪਣੀ ਹੀ ਕਿਰਪਾ ਨਾਲ ਦਿੱਤਾ ਹੈ। ਇਥੇ ਬਹੁਤ ਹੀ ਬਰੀਕੀ ਨਾਲ ਇਹ ਗੱਲ ਵੀ ਮੰਨਣਯੋਗ ਹੈ, ਸਮਝਣਯੋਗ ਹੈ ਕਿ ਅਸੀਮ ਨਿਰ-ਆਕਾਰੀ ਸ਼ਕਤੀ ਨੇ ਸਾਨੂੰ ਆਪਣੀ ਕਿਰਪਾ ਦੇ ਯੋਗ ਚੁਣ ਲਿਆ ਹੈ। ਸਭ ਤੋਂ ਪਹਿਲਾਂ ਤਾਂ ਸਾਡਾ ਇਹ ਹੀ ਫਰਜ਼ ਬਣਦਾ ਹੈ ਕਿ ਅਸੀਂ ਉਸ ਅਸੀਮ ਨਿਰ-ਆਕਾਰੀ ਸ਼ਕਤੀ ਦਾ ਧੰਨਵਾਦ ਕਰੀਏ ਕਿ ਉਸ ਨੇ ਆਪਣੀ ਦਰਿਆਦਿਲੀ ਵਰਤੀ ਹੈ। ਹਰ ਮਨੁੱਖ ਦੇ ਸਰੀਰ ਅੰਦਰ ਇਕ ਸ਼ਕਤੀ ਟਿਕਾ ਦਿੱਤੀ ਹੈ ਕਿ ਹਰ ਵਿਅਕਤੀ - ਉਸ ਅਸੀਮ ਸ਼ਕਤੀ ਦਾ ਘੱਟੋ-ਘੱਟ ਧੰਨਵਾਦ ਤਾਂ ਕਰ ਹੀ ਸਕਦਾ ਹੈ। ਮੇਰੀ ਸਮਝ 'ਚ ਇਹ ਹੀ ਆ ਰਿਹਾ ਹੈ ਕਿ ਅਸੀਂ ਪ੍ਰਮਾਤਮਾ ਦਾ ਧੰਨਵਾਦ ਕਰਨ ਦੀ ਬਜਾਏ ਅਸੀਂ ਤਾਂ ਆਪਣੇ ਮੂਲ ਰੂਪ ਦੀ ਨਿੰਦਾ ਹੀ ਕਰ ਰਹੇ ਹਾਂ। ਸਾਨੂੰ ਆਪਣੇ ਹੀ ਅਸਲੇ ਦੀ ਤਾਂ ਉੱਕੀ ਹੀ, ਪੂਰੀ ਹੀ ਯਾਦ ਭੁੱਲੀ ਹੋਈ ਹੈ।

ਇਕ ਰਾਜੇ ਇਕ ਭਿਖਾਰੀ ਜੀ, ਸਭ ਤੇਰੇ ਚੋਜ ਵਿਡਾਣੀ॥

ਮੈਂ ਸੰਸਾਰ ਦੀ ਭਿੰਨਤਾ ਅੰਦਰੋਂ ਇਕ ਦੀ ਮੌਜੂਦਗੀ ਦਾ ਅਹਿਸਾਸ ਕਰਨ ਵਾਸਤੇ ਆਪਣਾ ਜੀਵਨ ਹੀ ਦਾਉ ਤੇ ਲਗਾ ਦਿੱਤਾ ਹੈ। ਮੇਰੇ ਮਨ ਨੇ ਹੁਣ ਸਰਲਤਾ ਨਾਲ ਇਹ ਮੰਨ ਲਿਆ ਹੈ ਕਿ ਮੈਨੂੰ ਆਪਣੇ ਇਸ ਮਨੁੱਖਾ ਸਰੀਰ ਦੀ ਪ੍ਰਾਪਤੀ ਮੇਰੇ ਮਨ ਦੀ ਮਰਜ਼ੀ ਨਾਲ ਨਹੀਂ ਹੋਈ ਹੈ। ਉਪਰਲੀ ਸਤਾਹ ਤੇ ਸਾਨੂੰ ਜੋ ਭਿੰਨਤਾ ਨਜ਼ਰ ਆ ਰਹੀ ਹੈ। ਅਸੀਂ ਭਿੰਨਤਾ ਅੰਦਰੋਂ ਇਕ ਦੀ ਪਹਿਚਾਣ ਕਰ ਸਕਦੇ ਹਾਂ। ਇਸ ਇਕ ਦਾ ਪ੍ਰਤੀਨਿਧੀ, ਇਕ ਦਾ ਏਜੰਟ ਤਾਂ ਸਾਖਸ਼ੀ ਦੇ ਤੌਰ ਤੇ ਗਵਾਹ ਦੇ ਤੌਰ ਤੇ ਹਰ ਵਿਅਕਤੀ ਦੇ ਅੰਦਰ ਮੌਜੂਦ ਹੀ ਹੈ।

ਹਰ ਗਰੀਬ ਅਮੀਰ ਵਿਅਕਤੀ ਆਪਣੇ ਅੰਦਰੋਂ, ਆਪਣੇ ਸਰੀਰ ਅੰਦਰ ਸਮਾਏ ਹੋਏ ਸੱਚ ਦੀ ਆਪ ਹੀ ਪਹਿਚਾਣ ਵੀ ਕਰ ਸਕਦਾ ਹੈ। ਬੱਸ ਆਪਣੇ

ਹੀ ਮਨ ਅੰਦਰ ਇਹ ਖ਼ਿਆਲ ਪੱਕਾ ਕਰਨ ਦੀ ਦੇਰ ਹੈ ਕਿ ਮੈਂ ਸਿਰਫ ਸਰੀਰ ਹੀ ਨਹੀਂ ਹਾਂ। ਸਰੀਰ ਬਾਰੇ ਜਾਨਣ ਵਾਲਾ ਬ੍ਰਹਮ ਹਾਂ। ਮੈਂ ਮਿਟਣ ਵਾਲਾ ਨਹੀਂ ਹਾਂ। ਬਲਕਿ ਸਰੀਰ ਦੀਆਂ ਹਰਕਤਾਂ ਨੂੰ ਜਾਨਣ ਵਾਲਾ, ਸਰੀਰ ਨੂੰ ਬਦਲਦੇ ਹੋਏ ਵੇਖਣ ਵਾਲਾ ਹਾਂ। ਆਪਣੇ ਬ੍ਰਹਮ ਦੀ ਮੌਜੂਦਗੀ ਦਾ ਇਕ ਖ਼ਿਆਲ ਹੀ ਮਨ ਅੰਦਰ ਚੱਲ ਰਹੇ ਵਿਚਾਰਾਂ ਨੂੰ ਸ਼ਾਂਤ ਕਰ ਦਿੰਦਾ ਹੈ। ਕਰ ਸਕਦਾ ਹੈ। ਬੱਸ ਇਹ ਜਾਨਣ ਵਾਲੀ ਸਮਰੱਥਾ ਦੀ ਵਿਰਲੇ ਹੀ ਪਹਿਚਾਣ ਕਰਦੇ ਹਨ। ਕਹਾਣੀਆਂ ਭਾਵੇਂ ਜਿੰਨੀਆਂ ਮਰਜ਼ੀ ਸੁਣਦੇ ਰਹੋ ਜਦੋਂ ਤਕ ਸਾਡਾ ਮਨ ਹੀ ਸਚਾਈ ਨੂੰ ਨਹੀਂ ਮੰਨ ਲਵੇਗਾ ਸਚਾਈ ਸਾਡੀ ਸਮਝ 'ਚ ਆਏਗੀ ਹੀ ਨਹੀਂ। ਇਸ ਤਰ੍ਹਾਂ ਮਨ ਦਾ ਅਹੰਕਾਰ ਹੀ ਵਧਦਾ ਰਹੇਗਾ।

ਜਦੋਂ ਕਿਸੀ ਫੱਕਰ ਨੈਪੋਲੀਅਨ ਨੂੰ ਇਹ ਸਵਾਲ ਪੁੱਛਿਆ ਕਿ ਤੂੰ ਸੰਸਾਰ ਨੂੰ ਜਿੱਤਣ ਦੇ ਇਰਾਦੇ ਨਾਲ ਲੜਾਈਆਂ ਲੜ ਰਿਹਾ ਹੈ ਕੀ ਤੇਰੇ ਮਨ ਅੰਦਰ ਆਪਣੀ ਨਿੱਜਤਾ ਨੂੰ ਪਹਿਚਾਨਣ ਦੀ ਕਦੇ ਇੱਛਾ ਪੈਦਾ ਹੋਈ ਹੈ ? ਕੀ ਤੂੰ ਆਪਣੇ ਸਰੀਰ ਦੀ ਮੌਤ ਨੂੰ ਭੁੱਲਿਆ ਹੋਇਆ ਹੈਂ ? ਤੇਰਾ ਇਹ ਸਰੀਰ ਇਕ ਦਿਨ ਮਿੱਟੀ 'ਚ ਹੀ ਮਿਲ ਜਾਣਾ ਹੈ।

ਆਪਣੇ ਮਨ ਦੇ ਅਹੰਕਾਰ ਨਾਲ ਭਰਿਆ ਹੋਇਆ ਨੈਪੋਲੀਅਨ ਲਾਲ-ਪੀਲਾ ਹੋ ਗਿਆ। ਕਿ ਤੂੰ ਮੈਨੂੰ ਇਹ ਕੀ ਗਿਆਨ ਉਪਦੇਸ਼ ਸੁਨਾਉਣ ਲੱਗ ਪਿਆ ਹੈਂ। ਕੀ ਤੂੰ ਮੇਰਾ ਗੁਰੂ ਬਣਨਾ ਚਾਹੁੰਦਾ ਹੈ। ਮੈਨੂੰ ਆਪਣੇ ਗਿਆਨ ਉਪਦੇਸ਼ ਨਾਲ ਭਰਮਾਉਣਾ ਚਾਹੁੰਦਾ ਹੈ ? ਮੇਰੇ ਸਾਹਮਣੇ ਤੇਰੀ ਕੀ ਔਕਾਤ ਹੈ ? ਮੈਂ ਤੇਰੀ ਹੁਣੇ ਗਰਦਨ ਕੱਟ ਸਕਦਾ ਹਾਂ। ਇਸ ਤਰ੍ਹਾਂ ਮਨ ਦੇ ਅਹੰਕਾਰ ਨਾਲ ਭਰੇ ਵਿਅਕਤੀ ਦੀ ਅਕਲ ਮਾਰੀ ਜਾਂਦੀ ਹੈ, ਵਿਵੇਕ ਖੋ ਜਾਂਦਾ ਹੈ। ਵਿਚਾਰਨ ਦੀ ਸ਼ਕਤੀ ਹੀ ਸਮਾਪਤ ਹੋ ਜਾਂਦੀ ਹੈ।

ਨੈਪੋਲੀਅਨ ਦੇ ਅਹੰਕਾਰ ਨੂੰ ਵੇਖਦੇ ਹੋਏ ਉਹ ਵਿਵੇਕਵਾਨ ਫਕੀਰ ਨੈਪੋਲੀਅਨ ਨੂੰ ਕਹਿਣ ਲੱਗਾ ਕਿ ਅਗਰ ਮੇਰੇ ਸਰੀਰ ਦਾ ਅੰਤ ਤੇਰੇ ਹੱਥੋਂ ਹੋਣਾ ਨੀਯਤੀ ਨੇ ਤਹਿ ਕੀਤਾ ਹੋਇਆ ਹੈ ਤਾਂ ਮੈਨੂੰ ਕੀ ਆਪੱਤੀ ਹੈ ? ਮੈਨੂੰ ਕੀ ਇਤਰਾਜ਼ ਹੈ ? ਜਿਸ ਦਾ ਜਨਮ ਹੋਇਆ ਹੈ। ਉਸ ਦੀ ਮੌਤ ਹੋਣੀ ਤਾਂ ਤਹਿ ਹੀ ਹੁੰਦੀ ਹੈ। ਪਰੰਤੂ ਜੋ ਆਪਣੇ ਸਰੀਰ ਅੰਦਰੋਂ ਆਪਣੀ ਅਜਨਮੀ ਆਤਮਾ ਦੀ ਮੌਜੂਦਗੀ ਦਾ ਅਹਿਸਾਸ ਕਰ ਲੈਂਦਾ ਹੈ, ਉਸ ਨੂੰ ਕੌਣ ਡਰਾ ਸਕਦਾ ਹੈ। ਮੈਂ ਤਾਂ ਪਹਿਲਾਂ ਹੀ ਆਪਣੇ ਸਰੀਰਕ ਮੋਹ ਤੋਂ ਉਪਰ ਉੱਠਿਆ ਹੋਇਆ ਹਾਂ।

ਅਗਰ ਆਪ ਮੇਰੀ ਗਰਦਨ ਕਟਵਾ ਦਿਓਗੇ ਤਾਂ ਫਿਰ ਮੈਂ ਵੀ ਇਹ ਵੇਖ ਲਵਾਂਗਾ ਕਿ ਜਿਸ ਗਰਦਨ ਨੂੰ ਮੈਂ ਐਵੇਂ ਹੀ ਅਕੜਾਈ ਰੱਖਦਾ ਸੀ, ਉਹ ਆਹ ਪਈ ਹੈ। ਜਿਸ ਤਰ੍ਹਾਂ ਤੂੰ ਮੇਰੀ ਗਰਦਨ ਨੂੰ ਵੇਖੇਂਗਾ, ਮੈਂ ਵੀ ਆਪਣੀ ਕੱਟੀ ਹੋਈ

ਅੰਮ੍ਰਿਤ ਧਾਰਾ

ਗਰਦਨ ਨੂੰ ਵੇਖ ਲਵਾਂਗਾ। ਨੈਪੋਲੀਅਨ ਨੂੰ ਫਕੀਰ ਦੀ ਇਹ ਗੱਲ ਜਚ ਗਈ ਕਿ ਮੌਤ ਤਾਂ ਇਕ ਅਟੱਲ ਸਚਾਈ ਹੈ। ਜਿਉਣਾ ਝੂਠ ਮਰਨਾ ਸੱਚ।

ਕਹਿੰਦੇ ਹਨ ਕਿ ਨੈਪੋਲੀਅਨ ਉਸ ਫਕੀਰ ਦੇ ਸਾਹਮਣੇ ਹੱਥ ਜੋੜ ਕੇ ਖੜਾ ਹੋ ਗਿਆ। ਕਹਿਣ ਲੱਗਾ – ਮਹਾਤਮਾ ਜੀ, ਆਪ ਬਹੁਤ ਮਹਾਨ ਹੋ। ਮੈਂ ਇਹ ਤਾਂ ਜ਼ਰੂਰ ਮੰਨਦਾ ਹਾਂ ਕਿ ਮੌਤ ਇਕ ਅਟੱਲ ਸਚਾਈ ਹੈ। ਪਰੰਤੂ ਮੈਨੂੰ ਇਹ ਗੱਲ ਅਜੇ ਵੀ ਸਮਝ ਨਹੀਂ ਆਈ ਕਿ ਆਤਮਾ ਕਿਵੇਂ ਅਮਰ ਹੈ ? ਅਸੀਂ ਆਪਣੇ ਸਰੀਰ ਨੂੰ ਕਿਵੇਂ ਵੇਖ ਸਕਦੇ ਹਾਂ ? ਜਿਸ ਤਰ੍ਹਾਂ ਕਿ ਆਪ ਕਹਿ ਰਹੇ ਹੋ ਕਿ ਮੈਂ ਆਪਣੀ ਕੱਟੀ ਹੋਈ ਗਰਦਨ ਨੂੰ ਵੇਖ ਸਕਦਾ ਹਾਂ। ਮੈਂ ਆਪਣੇ ਦੇਸ ਪਹੁੰਚ ਇਸ ਰਾਜ਼ ਨੂੰ ਸਮਝਣ ਦੀ ਕੋਸ਼ਿਸ਼ ਜ਼ਰੂਰ ਕਰਾਂਗਾ।

ਸਾਧੂ ਬੋਲੇ ਸਹਿਜ ਸੁਭਾਏ।

ਸਾਧੂ ਕਾ ਬੋਲਿਆ ਬਿਰਥਾ ਨਾ ਜਾਏ।

ਉਹ ਫਕੀਰ ਨੈਪੋਲੀਅਨ ਨੂੰ ਕਹਿਣ ਲੱਗਾ ਕਿ ਆਪ ਤਾਂ ਬਹੁਤ ਅਭਿਮਾਨੀ ਹੋ। ਮੌਤ ਨੂੰ ਬਹੁਤ ਦੂਰ ਸਮਝ ਰਹੇ ਹੋ। ਕੀ ਤੁਸੀਂ ਇਹ ਜਾਣ ਰਹੇ ਹੋ ਕਿ ਤੁਸੀਂ ਸਹੀ-ਸਲਾਮਤ ਆਪਣੇ ਦੇਸ ਪਰਤ ਜਾਓਗੇ। ਜਾਂ ਰਸਤੇ 'ਚ ਹੀ ਤੁਹਾਨੂੰ ਤੁਹਾਡਾ ਕੋਈ ਪਤੰਦਰ ਵੀ ਮਿਲ ਸਕਦਾ ਹੈ।

ਇਸ ਨੁਕਤੇ ਤੇ ਅਸੀਂ ਸਾਰੇ ਹੀ ਰੁਕੇ ਹੋਏ ਹਾਂ। ਅਸੀਂ ਤਾਂ ਇਹ ਹੀ ਸੋਚਦੇ ਰਹਿੰਦੇ ਹਾਂ ਕਿ ਸਾਡੀ ਮੌਤ ਹੋਣੀ ਅਸੰਭਵ ਹੈ।

ਫਰੀਦਾ ਜੇ ਤੂ ਅਕਲਿ ਲਤੀਫੁ ਹੈ, ਕਾਲੇ ਲਿਖੁ ਨ ਲੇਖੁ।

ਆਪਨੜੇ ਗਿਰੇਵਾਨ ਮਹਿ, ਸਿਰੁ ਨੀਵਾਂ ਕਰ ਦੇਖੁ।

ਜਦੋਂ ਸਾਨੂੰ ਸਰੀਰ ਦੀ ਮੌਤ ਹੋ ਜਾਣ ਦਾ ਖ਼ਿਆਲ ਮਨ ਅੰਦਰ ਬਣਿਆ ਰਹਿਣ ਲੱਗ ਜਾਵੇਗਾ ਤਾਂ ਫਿਰ ਸਾਨੂੰ ਵਰਤਮਾਨ 'ਚ ਰਹਿਣ ਦੀ ਜੁਗਤੀ ਵੀ ਮਿਲ ਹੀ ਜਾਵੇਗੀ। ਫਿਰ ਤਾਂ ਸਾਰੇ ਹੀ ਝਗੜੇ-ਝਮੇਲੇ ਖ਼ਤਮ ਹੋ ਜਾਣਗੇ। ਮੈਂ ਕੁਝ ਗੱਲਾਂ ਜੋ ਆਪਣੇ ਸਮਾਜ ਅੰਦਰ ਆਮ ਹੁੰਦੀਆਂ ਹਨ ਜਿਵੇਂ ਕਿ ਸੱਸ-ਨੂੰਹ ਦੀ ਲੜਾਈ ਛੋਟੇ ਘਰਾਂ ਤੋਂ ਲੈ ਕੇ ਵੱਡੇ ਘਰਾਂ 'ਚ ਆਮ ਹੁੰਦੀ ਰਹਿੰਦੀ ਹੈ। ਉਸ ਦਾ ਕਾਰਣ ਮੈਂ ਸਮਝਦਾ ਹਾਂ ਕਿ ਸਾਰੀ ਲੜਾਈ ਦੀ ਜੜ੍ਹ ਸਿਰਫ ਹਉਂ ਭਾਵ ਹੀ ਹੁੰਦਾ ਹੈ। ਜਿਥੇ ਜਿਥੇ ਆਪਣੀ ਮਰਜੀ ਦੂਜੇ ਤੇ ਥੋਪਣ ਦੀ ਨੌਬਤ ਆ ਜਾਂਦੀ ਹੈ ਉਥੇ ਹੀ ਲੜਾਈਆਂ ਹੁੰਦੀਆਂ ਹਨ। ਅਗਰ ਸਾਡੇ ਮਨ ਅੰਦਰ ਇਹ ਇਕ ਖ਼ਿਆਲ ਬਣਿਆ ਰਹੇ ਕਿ ਅਸੀਂ ਸਾਰੇ ਹੀ ਇਕ ਡੋਰ ਨਾਲ ਬੰਨ੍ਹੇ ਹੋਏ ਹਾਂ ਤਾਂ ਫਿਰ ਹਰ ਘਰ, ਹਰ ਗਲੀ-ਮੁਹੱਲੇ 'ਚ ਸ਼ਾਂਤੀ ਬਣੀ ਰਹਿੰਦੀ ਹੈ।

ਨੂੰਹ ਸੱਸ

ਚਾਵਾਂ ਨਾਲ ਪਾਲ ਕੇ ਹੈ,

ਅੰਮ੍ਰਿਤ ਧਾਰਾ

129

ਮਾਂ ਪੁੱਤਰ ਨੂੰ ਵੱਡਿਆ ਕਰਦੀ।
ਆਪ ਤਸੀਹੇ ਝੱਲ ਲੈਂਦੀ,
ਪੁੱਤਰ ਨੂੰ ਦੁੱਖ ਹੁੰਦਾ ਵੇਖ ਨਾ ਜਰਦੀ।
ਖੁਸ਼ੀਆਂ ਨਾਲ ਪਾਲਦੀ ਹੈ,
ਹਰ ਮੁਸ਼ਕਲ ਨੂੰ ਹੈ ਜਰਦੀ।
ਆਪ ਗਿੱਲੇ ਥਾਂ ਪੈ ਜਾਂਦੀ,
ਪੁੱਤਰ ਲਈ ਸੁੱਕਾ ਥਾਂ ਹੈ ਕਰਦੀ।
ਚੰਗੇ ਤੋਂ ਚੰਗਾ ਖੁਆਉਂਦੀ ਹੈ,
ਥਾਲੀ ਪਰੋਸ ਅੱਗੇ ਹੈ ਧਰਦੀ।
ਨਜ਼ਰ ਨਾ ਪੁੱਤ ਨੂੰ ਲੱਗ ਜਾਵੇ,
ਕਾਲਕ ਦਾ ਟਿੱਕਾ ਹੈ,
ਕੰਨ ਕੋਲ ਕਰਦੀ।
ਪੁੱਤਰ ਨੂੰ ਤੁਰਦਾ ਵੇਖ ਖੁਸ਼ ਹੋਵੇ,
ਜੱਗ ਦੀਆਂ ਨਜ਼ਰਾਂ ਤੋਂ ਰਹਿੰਦੀ ਡਰਦੀ।
ਜੱਗ ਦੀਆਂ ਨਜ਼ਰਾਂ ਤੋਂ ਡਰਦੀ ਹੈ,
ਸ਼ੁਕਰ ਦਾਤੇ ਦਾ ਹੈ ਉਹ ਕਰਦੀ।
ਪੁੱਤਰ ਹੁੰਦਾ ਜਦੋਂ ਜਵਾਨ,
ਫਿਰ ਵਿਆਹ ਦੀ ਲਾਲਸਾ ਕਰਦੀ।
ਪੁੱਤਰ ਦੀ ਮੰਗਣੀ ਹੁੰਦੀ ਹੈ,
ਮਾਂ ਧਰਤੀ ਤੇ ਪੈਰ ਨਹੀਂ ਧਰਦੀ।
ਸੁਣੀ ਅਰਦਾਸ ਦਾਤੇ ਨੇ,
ਸ਼ੁਕਰ ਹੈ ਉਸ ਦਾਤੇ ਦਾ ਕਰਦੀ।
ਨੂੰਹ ਘਰ ਵਿਚ ਪੈਰ ਧਰੇ,
ਲਾਲਸਾ ਹੈ ਪੋਤੇ ਦੀ ਕਰਦੀ।
ਖੁਸ਼ੀ ਖੁਸ਼ੀ ਸਾਲ ਬੀਤਦਾ ਹੈ,
ਮਾਂ ਸਿਫਤਾਂ ਨੂੰਹ ਦੀਆਂ ਕਰਦੀ।
ਪਹਿਲਾਂ ਲਾਡਾਂ ਨਾਲ ਰੱਖਦੀ ਹੈ,
ਪਿਛੋਂ ਪਛਤਾਵਾ ਕਰਦੀ।
ਨੂੰਹ ਘਰ ਨੂੰ ਘਰ ਸਮਝੇ ਨਾ,
ਪਤੀ ਪੁੱਤ ਪਾਸ ਸ਼ਕਾਇਤਾਂ ਕਰਦੀ।
ਜਦੋਂ ਨੂੰਹ ਸੱਸ ਲੜਦੀਆਂ ਨੇ,

ਸ਼ਾਂਤੀ ਜ਼ਾਂਦੀ ਰਹਿੰਦੀ ਘਰ ਦੀ।
ਨੂੰਹ ਗਲਤੀ ਕਰਦੀ ਹੈ,
ਜਦੋਂ ਸਮਝੇ ਨਾ ਸੱਸ ਨੂੰ ਮਾਂ,
ਮਾੜਾ ਜਿਹਾ ਸਤਿਕਾਰ ਨਹੀਂ ਕਰਦੀ।
ਸੱਸ ਵੀ ਗਲਤੀ ਕਰਦੀ ਹੈ,
ਨੂੰਹ ਨੂੰ ਬੇਮਾਅਨੀ ਸਮਝਦੀ ਹੈ।
ਧੀਏ ਧੀਏ ਨਹੀਂ ਕਰਦੀ।
ਪੁੱਤਰ ਗਲਤੀ ਵੀ ਕਰਦਾ ਹੈ,
ਉਸ ਨੂੰ ਮੁਆਫ਼ ਹੈ ਝਟਪਟ ਕਰਦੀ।
ਨੂੰਹ ਗਲ਼ਤੀ ਕਰ ਦੇਵੇ,
ਉਸ ਨੂੰ ਫੋਲ ਅੱਗੇ ਹੈ ਧਰਦੀ।
ਨੂੰਹ ਨੇ ਵੀ ਸੱਸ ਬਣਨਾ ਹੈ,
ਨੂੰਹ ਵੀ ਇਹ ਵਿਚਾਰ ਨਹੀਂ ਕਰਦੀ।
ਜ਼ਮਾਨਾ ਬਦਲ ਗਿਆ ਹੈ,
ਨੂੰਹ ਵੀ ਰੀਤ ਵਿਪਰੀਤ ਨਹੀਂ ਕਰਦੀ।
ਨੂੰਹ ਰੀਤ ਵਿਪਰੀਤ ਕਰ ਦੇਵੇ,
ਤਾਂ ਹੈ ਖੁਸ਼ੀ ਖੁਸ਼ੀ ਗੁਜ਼ਾਰਾ ਕਰਦੀ।
ਖੁਸ਼ੀ ਖੁਸ਼ੀ ਦਿਨ ਬੀਤਦੇ ਨੇ,
ਰੌਣਕ ਵਧ ਜਾਂਦੀ ਹੈ ਘਰ ਦੀ।
ਦਿਲਾਂ ਦੀ ਗੱਲ ਉਹ ਹੀ, ਬੁੱਝਦਾ ਹੈ,
ਜਿਹੜਾ ਹੋਵੇ ਦਿਲਾਂ ਦਾ ਦਰਦੀ।

ਬਜ਼ੁਰਗ ਕਹਿੰਦੇ ਆਏ ਹਨ ਕਿ ਜੀਵਨ ਹੈ ਤਾਂ ਜੀਣਾ ਹੀ ਪਵੇਗਾ। ਮੈਂ ਇਥੇ ਇਕ ਹੋਰ ਗੱਲ ਜੋੜਨਾ ਚਾਹੁੰਦਾ ਹਾਂ ਕਿ ਇਸ ਸੰਸਾਰ ਦੀ ਜਿਸ ਨੇ ਰਚਨਾ ਰਚੀ ਹੈ, ਇਹ ਸੰਸਾਰ ਜਿਸ ਦੀ ਕ੍ਰਿਤ ਹੈ, ਜਿਸ ਦੀ ਲੀਲ੍ਹਾ ਹੈ, ਉਹ ਤਾਂ ਇਹ ਸੱਚ ਹੀ ਹੈ ਕਿ ਉਹ ਅਦ੍ਰਿਸ਼ ਹੈ। ਉਹ ਤਾਂ ਸਾਨੂੰ ਨਜ਼ਰ ਹੀ ਨਹੀਂ ਆ ਰਿਹਾ ਹੈ ਅਤੇ ਨਾ ਹੀ ਸਾਨੂੰ ਆਪਣੀਆਂ ਇਨ੍ਹਾਂ ਦੋ ਅੱਖਾਂ ਨਾਲ ਕਦੇ ਨਜ਼ਰ ਆ ਸਕੇਗਾ। ਉਸ ਦੀ ਝਲਕ ਸਾਨੂੰ ਉਸ ਦੀ ਕ੍ਰਿਤ ਅੰਦਰੋਂ ਹੀ ਨਜ਼ਰ ਆਏਗੀ :

ਇਹ ਵਿਸੁ ਸੰਸਾਰ ਜੋ ਤੂ ਵੇਖਦਾ,
ਇਹ ਹਰਿ ਕਾ ਰੂਪ ਹੈ॥ (ਅਨੰਦ ਸਾਹਿਬ)

ਵਿਵੇਕੀ ਬੁੱਧੀਮਾਨ ਤਾਂ ਅਸੀਂ ਉਸ ਨੂੰ ਹੀ ਕਹਿੰਦੇ ਹਾਂ। ਜੋ ਵਿਚਾਰਣਾ ਨਾ ਕਰ ਸਕਦਾ ਹੋਵੇ। ਜਿਸ ਨੂੰ ਕ੍ਰਿਤ ਤੇ ਪਿੱਛੇ ਕਰਤੇ ਦਾ ਹੱਥ ਨਜ਼ਰ ਆਉਣ

ਲੱਗ ਜਾਂਦਾ ਹੈ, ਜੋ ਇਹ ਮੰਨਣ ਲੱਗ ਜਾਂਦਾ ਹੈ ਕਿ ਕ੍ਰਿਤ ਨੂੰ ਬਨਾਉਣ ਦੇ ਪਿੱਛੇ ਕਿਸੇ ਕਰਤੇ, ਕਿਸੇ ਕਾਰੀਗਰ ਦਾ ਹੱਥ ਹੁੰਦਾ ਹੈ। ਦਿੱਕਤ ਸਿਰਫ ਇਹ ਹੀ ਹੈ ਕਿ ਕ੍ਰਿਤ ਤਾਂ ਅਨੰਤ ਹੈ, ਕਰਤਾ ਇਕ ਹੀ ਹੈ। ਗੱਲ ਸਾਨੂੰ ਆਪਣੇ ਸਰੀਰ ਤੋਂ ਹੀ ਸ਼ੁਰੂ ਕਰਨੀ ਚਾਹੀਦੀ ਹੈ ਕਿ ਸਾਡਾ ਸਰੀਰ ਵੀ ਤਾਂ ਅਗਿਆਤ ਕਰਤੇ ਦੀ ਹੀ ਕ੍ਰਿਤ ਹੈ।

ਕੀ ਅਸੀਂ ਅਗਿਆਤ ਕਰਤੇ ਨੂੰ ਜਾਨਣਾ ਚਾਹੁੰਦੇ ਹਾਂ ?

ਕੀ ਸਾਡਾ ਮਨ ਇਹ ਮੰਨਣ ਵਾਸਤੇ ਤਿਆਰ ਹੈ ਕਿ ਇਸ ਸਰੀਰ ਦੀ ਬਣਤਰ ਦਾ ਮੈਨੂੰ ਕੋਈ ਗਿਆਨ ਨਹੀਂ ਹੈ। ਮੈਂ ਤਾਂ ਬਹੁਤ ਅਗਿਆਨੀ ਹਾਂ।

ਇਸ ਮਨੁੱਖਾ ਸਰੀਰ ਨੂੰ ਪ੍ਰਾਪਤ ਕਰਨ ਵਾਸਤੇ ਤੁਸੀਂ ਕੀ ਕੀਮਤ ਚੁਕਾਈ ਹੈ ? ਪ੍ਰਤੱਖ ਅਤੇ ਅਪ੍ਰਤੱਖ ਦੇ ਖੇਲ੍ਹ ਨੂੰ ਸਮਝਣ ਵਾਲੇ ਵਿਰਲੇ ਬ੍ਰਹਮ-ਗਿਆਨੀ ਕਦੇ ਚੁੱਪ ਰਹਿੰਦੇ ਹੀ ਨਹੀਂ ਹਨ। ਜਿਸ ਤਰ੍ਹਾਂ ਕਿ ਗੁਰੂ ਗੋਬਿੰਦ ਸਿੰਘ ਜੀ ਨੇ ਸਪੱਸ਼ਟ ਕਹਿ ਦਿੱਤਾ ਸੀ :

ਮਾਤ ਲੋਕ ਵਿਚ ਮੌਨ ਨਾ ਰਹਿਓ ॥

ਕਿ ਆਪਣੇ ਅਨੁਭਵ ਦੇ ਆਧਾਰ ਤੇ ਦ੍ਰਿੜ੍ਹ ਵਿਸ਼ਵਾਸ ਨਾਲ ਸੱਚੀ ਗੱਲ ਕਹਿੰਦਾ ਹਾਂ :

ਮੈਂ ਹੂ ਪਰਮ ਪੁਰਖ ਕੋ ਦਾਸਾ,
ਵੇਖਣ ਆਇਓ ਜਗਤ ਤਮਾਸਾ॥

ਜਦੋਂ ਸਾਡੇ ਖ਼ਿਆਲ ਵੀ ਸਰੀਰ ਤੋਂ ਉੱਚੇ ਉੱਠਣ ਲੱਗ ਜਾਂਦੇ ਹਨ ਕਿ ਸਰੀਰ ਨੂੰ ਵੇਖ ਰਹੀ ਸ਼ਕਤੀ ਸਰੀਰ ਤੋਂ ਵੱਡੀ ਹੈ। ਸਰੀਰ ਤੋਂ ਪਾਰ ਮੌਜੂਦ ਹੈ। ਤਾਂ ਫਿਰ ਸਾਡੀ ਅਮਰ ਆਤਮਾ ਆਪ ਹੀ ਸਾਨੂੰ ਪ੍ਰੇਰਨਾ ਦੇਣ ਲੱਗ ਜਾਂਦੀ ਹੈ। ਜਦੋਂ ਸਾਡੇ ਦ੍ਰਿਸ਼ਟੇ ਦੀ ਨਜ਼ਰ ਹਰ ਉਸ ਦ੍ਰਿਸ਼ ਤੇ ਪੈਣ ਲੱਗ ਜਾਂਦੀ ਹੈ ਤਾਂ ਅਜਿਹੇ ਅਨੁਭਵ ਨੂੰ ਹੀ ਕੁੰਡਲਨੀ ਸ਼ਕਤੀ ਦੇ ਕੁੰਡਲ ਦਾ ਖੁੱਲ੍ਹਣਾ ਕਿਹਾ ਜਾਂਦਾ ਹੈ।

ਆਪਣੇ ਬ੍ਰਹਮ ਨੂੰ ਜਾਣ ਲੈਣ ਦੀ ਪ੍ਰਬਲ ਇੱਛਾ ਹੀ ਸਾਨੂੰ ਆਪਣੇ ਬ੍ਰਹਮ ਦੀ ਮੌਜੂਦਗੀ ਦਾ ਅਹਿਸਾਸ ਕਰਵਾਉਂਦੀ ਹੈ। ਇਸ ਵਾਸਤੇ ਹੀ ਆਪਣੇ ਸਾਖਸ਼ੀ ਭਾਵ ਦੀ, ਆਪਣੇ ਬ੍ਰਹਮ ਦੀ ਹਰ ਕਿਸੀ ਨੂੰ ਪਹਿਚਾਣ ਨਹੀਂ ਹੁੰਦੀ। ਜਦੋਂ ਰਾਜਾ ਜਨਕ ਜੀ ਦੇ ਮਨ ਅੰਦਰ ਬ੍ਰਹਮ-ਗਿਆਨ ਪ੍ਰਾਪਤ ਕਰ ਲੈਣ ਦੀ ਇੱਛਾ ਪ੍ਰਬਲ ਹੋਈ ਤਾਂ ਉਨ੍ਹਾਂ ਨੇ ਆਪਣੇ ਰਾਜ ਅੰਦਰ ਢੰਡੋਰਾ ਪਿਟਵਾ ਦਿੱਤਾ ਕਿ ਮੈਂ ਬ੍ਰਹਮ-ਗਿਆਨ ਪ੍ਰਾਪਤ ਕਰਨਾ ਚਾਹੁੰਦਾ ਹਾਂ। ਜਿਹੜਾ ਵੀ ਸੰਤ ਮੈਨੂੰ ਬ੍ਰਹਮ-ਗਿਆਨ ਦੀ ਪ੍ਰਾਪਤੀ ਕਰਵਾ ਦੇਵੇਗਾ ਮੈਂ ਉਸ ਨੂੰ ਆਪਣਾ ਪੂਰਾ ਰਾਜ ਸੌਂਪ ਦੇਵਾਂਗਾ। ਇਹ ਹੀ ਪੱਕੀ ਨਿਸ਼ਾਨੀ ਹੁੰਦੀ ਹੈ ਕਿ ਜਦੋਂ ਮਨ ਝੁਕ ਜਾਵੇ, ਆਪਣੀ ਆਕੜ ਛੱਡ ਦੇਵੇ, ਮਨ ਅੰਦਰ ਨਿਮਰਤਾ ਪੈਦਾ ਹੋ ਜਾਵੇ ਤਾਂ ਫਿਰ ਇਹੋ

ਜਿਹੀਆਂ ਭਾਵਨਾਵਾਂ ਨੂੰ ਸਾਡੀ ਅਚੇਤਨ ਆਤਮਾ ਆਪ ਹੀ ਪਹਿਚਾਣ ਲੈਂਦੀ ਹੈ। ਫਿਰ ਤਾਂ ਚੇਤ ਮਨ ਅਤੇ ਅਚੇਤ ਮਨ ਇਕ ਹੀ ਹੋ ਜਾਂਦੇ ਹਨ ਸਾਨੂੰ ਬ੍ਰਹਮ-ਗਿਆਨ ਪ੍ਰਾਪਤ ਹੋ ਜਾਂਦਾ ਹੈ। ਸਾਡੇ ਅੰਦਰਲੀ ਦੋ-ਚਿੱਤੀ ਸਮਾਪਤ ਹੋ ਜਾਂਦੀ ਹੈ। ਜਿਸ ਨੂੰ ਅਸੀਂ ਇਕ ਦੀ ਸ਼ਰਣ ਮਿਲ ਜਾਣਾ ਕਹਿੰਦੇ ਹਾਂ।

ਧੰਨ ਧੰਨ ਰਾਜਾ ਜਨਕ ਹੈ, ਜਿਨ ਸਿਮਰਿਓ ਕੀਆ ਬਿਬੇਕ॥
ਏਕ ਘੜੀ ਕੇ ਸਿਮਰਨੇ ਪਾਪੀ ਤਰੇ ਅਨੇਕ॥

ਜੋ ਸੰਸਾਰ ਅੰਦਰ ਰਹਿੰਦੇ ਹੋਏ ਹੀ ਸੰਸਾਰ ਤੋਂ ਨਿਰਲੇਪ ਰਹਿਣ ਲੱਗ ਜਾਂਦੇ ਹਨ। ਸੰਸਾਰ ਤੋਂ ਨਿਰਲੇਪ ਰਹਿਣ ਵਾਲਾ ਵਿਅਕਤੀ ਆਪਣੇ ਆਪ ਨੂੰ ਕਿਸੇ ਵੀ ਕੰਮ ਦਾ ਕਰਤਾ ਮੰਨਦਾ ਹੀ ਨਹੀਂ ਹੈ, ਉਸ ਨੂੰ ਤਾਂ ਹਰ ਕ੍ਰਿਤ ਦੇ ਪਿੱਛੇ ਇਕ ਹੀ ਪ੍ਰਮਾਤਮਾ ਦੀ ਮੌਜੂਦਗੀ ਨਜ਼ਰ ਆਉਣ ਲੱਗ ਜਾਂਦੀ ਹੈ।

ਰਾਜਾ ਜਨਕ ਜੀ ਤਾਂ ਪਹਿਲਾਂ ਹੀ ਆਪਣੀ ਅਨਮਨੀ ਅਵਸਥਾ 'ਚ ਪਹੁੰਚੇ ਹੋਏ ਸਨ। ਉਨ੍ਹਾਂ ਨੂੰ ਤਾਂ ਪਹਿਲਾਂ ਹੀ ਸੰਸਾਰ ਦਾ ਸਾਰ ਸਮਝ ਆ ਗਿਆ ਸੀ। ਉਹ ਤਾਂ ਪਹਿਲਾਂ ਹੀ ਸੰਸਾਰ ਤੋਂ ਉਭ ਗਏ ਸਨ। ਉਹ ਤਾਂ ਪਹਿਲਾਂ ਹੀ ਸਚਾਈ ਨੂੰ ਮੰਨਦੇ ਹੋਏ ਆਪਣਾ ਜੀਵਨ ਬਤੀਤ ਕਰ ਰਹੇ ਸਨ। ਆਪਣੇ ਗੁਰੂ ਅਸ਼ਟਾਵੱਕਰ ਦੀ ਸਿੱਖਿਆ ਤਾਂ ਇਕ ਬਹਾਨਾ ਹੀ ਸੀ। ਉਹ ਫੌਰਨ ਆਪਣੇ ਸਾਖਸ਼ੀ ਭਾਵ ਦੀ ਮੌਜੂਦਗੀ ਦਾ ਅਹਿਸਾਸ ਕਰਨ ਲੱਗ ਪਏ।

ਬਜ਼ੁਰਗ ਇਸ ਤਰਜ਼ 'ਚ ਹੀ ਤਾਂ ਕਹਿੰਦੇ ਹਨ ਕਿ ਭਰੇ ਹੋਏ ਕਦੇ ਛਲਕਦੇ ਨਹੀਂ ਹਨ। ਉਹ ਤਾਂ ਆਪਣੇ ਅੰਦਰਲੇ ਸ਼ਾਂਤੀ ਦੇ ਖ਼ਜ਼ਾਨੇ ਨਾਲ ਜੁੜ ਕੇ ਸ਼ਾਂਤ ਹੋ ਗਏ ਸਨ। ਉਹ ਤਾਂ ਆਪਣੀ ਅੰਦਰਲੀ ਗਹਿਰਾਈ 'ਚ ਪਹੁੰਚ ਗਏ ਸਨ :

ਵੱਡੇ ਵਡਾਈ ਨਾ ਕਰੇ, ਵੱਡੇ ਨਾ ਬੋਲੇ ਬੋਲ।
ਰਹਿਮਨ ਹੀਰਾ ਕਬ ਕਹੇ, ਲਾਖ ਟਕਾ ਹੈ ਮੋਲ।

ਪੂਰਨਤਾ ਦਾ ਅਹਿਸਾਸ ਤਾਂ ਮਨ ਨੂੰ ਸ਼ਾਂਤ ਹੀ ਕਰ ਦਿੰਦਾ ਹੈ। ਅਧੂਰੇ ਆਪਣੇ ਮਨ ਨੂੰ ਦਿਲਾਸਾ ਦੇਣ ਵਾਸਤੇ, ਪੂਰਨਤਾ ਨੂੰ ਪ੍ਰਾਪਤ ਕਰ ਲੈਣ ਦੀ ਦਾਹਵੇਦਾਰੀ ਪੇਸ਼ ਕਰਨ ਲੱਗ ਜਾਂਦੇ ਹਨ। ਬੱਸ ਇਹੋ ਜਿਹੀ ਦਾਹਵੇਦਾਰੀ ਹੀ ਇਹ ਸਾਬਿਤ ਕਰ ਦਿੰਦੀ ਹੈ ਕਿ ਉਹ ਅਜੇ ਅਧੂਰੇ ਹਨ। ਉਨ੍ਹਾਂ ਨੂੰ ਆਪਣੀ ਹੀ ਆਤਮਾ ਦੀ ਮੌਜੂਦਗੀ ਦਾ ਅਜੇ ਕੋਈ ਗਿਆਨ ਹੀ ਨਹੀਂ ਹੈ। ਜਦੋਂ ਤਕ ਸਾਡਾ ਮਨ ਸ਼ਾਂਤ ਹੀ ਨਾ ਹੋਇਆ ਹੋਵੇ, ਮਨ ਦੀ ਦਾਅਵੇਦਾਰੀ ਤਾਂ ਛੁਪਦੀ ਹੀ ਨਹੀਂ ਹੈ। ਜਿਨ੍ਹਾਂ ਨੂੰ ਆਪਣੇ ਸਾਖਸ਼ੀ ਭਾਵ ਦੀ ਮੌਜੂਦਗੀ ਦਾ ਆਪਣਾ ਨਿੱਜੀ ਅਨੁਭਵ ਨਾ ਹੋ ਰਿਹਾ ਹੋਵੇ, ਉਹ ਬੜੇ ਸ਼ੌਕ ਨਾਲ ਪ੍ਰਮਾਤਮਾ ਦੀ ਚਰਚਾ ਕਰਦੇ ਹੋਇਆਂ 'ਓਹ ਪ੍ਰਮਾਤਮਾ, ਓਹ ਪ੍ਰਮਾਤਮਾ' ਕਹਿੰਦੇ ਹੋਏ ਆਪਣੇ ਹੀ ਮਨੋ ਵੱਡਾ ਭਗਤ ਹੋਣ ਦੀਆਂ ਕੋਸ਼ਿਸ਼ਾਂ ਕਰਦੇ ਰਹਿੰਦੇ ਹਨ। ਪ੍ਰਮਾਤਮਾ ਅੱਗੇ ਅਰਦਾਸਾਂ ਕਰਨ

ਵਾਲੇ ਅਜਿਹੇ ਭਾਵੁਕਤਾ ਵਿਖਾਉਣ ਲੱਗ ਜਾਂਦੇ ਹਨ ਜਿਵੇਂ ਕਿ ਉਹ ਪ੍ਰਮਾਤਮਾ ਦੇ ਰਾਜ਼ ਨੂੰ ਜਾਣਦੇ ਹੋਣ। ਉਹ ਲੋਕਾਂ ਨੂੰ ਇਹ ਹੀ ਕਹਿੰਦੇ ਰਹਿੰਦੇ ਹਨ, ਕਹੋ ਵਾਹਿਗੁਰੂ ਵਾਹਿਗੁਰੂ ਵਾਹਿਗੁਰੂ ! ਰਾਮ ਰਾਮ ਰਾਮ ! ਅੱਲਾ ਅੱਲਾ ਅੱਲਾ ! ਪਿਛਲੀ ਸਤਾਹ ਤੇ ਅਸੀਂ ਆਪਣੇ ਰੋਜ਼ਾਨਾ ਦੇ ਝਮੇਲਿਆਂ 'ਚ ਹੀ ਫਸੇ ਰਹਿੰਦੇ ਹਾਂ। ਦੁਖ ਵੇਖ ਦੁਖੀ ਹੁੰਦੇ ਰਹਿੰਦੇ ਹਾਂ। ਸੁਖ ਵੇਖ ਸੁਖੀ ਹੋਏ ਰਹਿੰਦੇ ਹਾਂ। ਸਾਡੇ ਅੰਦਰੋਂ ਦੁਖਾਂ-ਸੁਖਾਂ ਨੂੰ ਕੌਣ ਜਾਣ ਰਿਹਾ ਹੈ ? ਕੌਣ ਵੇਖ ਰਿਹਾ ਹੈ ? ਕੌਣ ਸਮਝ ਰਿਹਾ ਹੈ ? ਆਪਣੇ ਹੀ ਅੰਦਰ ਸਮਾਈ ਹੋਈ ਅਜਿਹੀ ਸ਼ਕਤੀ ਨੂੰ ਅਸੀਂ ਆਮ ਲੋਕ ਪਹਿਚਾਣਦੇ ਹੀ ਨਹੀਂ ਹਾਂ। ਵਿਰਲੇ ਜੋ ਆਪਣੇ ਅੰਦਰੋਂ ਆਪਣੇ ਸਾਖਸ਼ੀ ਭਾਵ ਦੀ ਮੌਜੂਦਗੀ ਨੂੰ ਵੇਖਣ ਲੱਗ ਜਾਂਦੇ ਹਨ ਉਹ ਫਿਰ ਨਿਰਾਲਾ ਹੀ ਵਿਓਹਾਰ ਕਰਨ ਲੱਗ ਜਾਂਦੇ ਹਨ :

ਹਰਿ ਕਾ ਸੇਵਕ ਹਰਿ ਹੀ ਜੇਹਾ,
ਭੇਦ ਨਾ ਜਾਨੇ ਮਾਨੁਸ ਦੇਹਾ॥

ਜਿਨ੍ਹਾਂ ਨੂੰ ਆਪਣੇ ਅੰਦਰੋਂ ਇਕ ਦੀ ਸ਼ਰਣ ਮਿਲ ਜਾਂਦੀ ਹੈ, ਉਹ ਇਕ ਦੀ ਹੀ ਚਰਚਾ ਕਰਨ ਲੱਗ ਜਾਂਦੇ ਹਨ। ਮੁਸ਼ਕਿਲ ਇਕ ਹੋਰ ਖੜੀ ਹੋ ਜਾਂਦੀ ਹੈ ਕਿ ਉਨ੍ਹਾਂ ਦੀ ਨਕਲ ਕਰਨ ਵਾਲੇ ਆਪਣੀ ਮਿਥ ਰਲਾ ਕੇ ਲੋਕਾਂ ਦੀ ਬੋਲੀ ਬੋਲਣ ਲੱਗ ਜਾਂਦੇ ਹਨ। ਇਸ ਤਰ੍ਹਾਂ ਅਪ੍ਰਤੱਖ ਤਕ ਵੇਖਣ ਵਾਲਿਆਂ ਦੀ ਨਕਲ ਕਰਨ ਵਾਲੇ, ਨਵੇਂ ਗੀਤਾਂ, ਨਵੀਆਂ ਫਿਲਮਾਂ ਦੀਆਂ ਧੁਨਾਂ ਦੀ ਤਰਜ਼ 'ਚ ਆਪਣੀ ਵਾਹ-ਵਾਹ ਸੁਣਨ ਵਾਸਤੇ ਲੋਕਾਂ ਨੂੰ ਪ੍ਰਭਾਵਿਤ ਕਰਦੇ ਰਹਿੰਦੇ ਹਨ :

ਸੁਨੇਹੇ ਸੱਜਣਾਂ ਦੇ

ਜਦੋਂ ਸੁਖ ਦੁਖਾਂ ਦੇ,
ਸੁਨੇਹੇ ਸੱਜਣਾਂ ਦੇ ਆਉਂਦੇ ਨੇ।
ਦਿਲ ਦਰਦਾਂ ਨਾਲ ਭਰ ਜਾਂਦਾ ਹੈ,
ਜਾਂ ਠੰਡ ਕਾਲਜੇ ਪਾਉਂਦੇ ਨੇ।
ਦਿਲ ਦੀਆਂ ਦਿਲ ਅੰਦਰ ਨਾ ਰੱਖਣ,
ਸੱਜਣ ਦੁਖ ਸੁਖ ਸੱਜਣਾਂ ਨੂੰ,
ਫੋਲ ਵਿਖਾਉਂਦੇ ਨੇ।
ਨਾ ਹੋਵੇ ਕੋਈ ਸੱਜਣ ਬੇਲੀ,
ਉਹ ਦਿਲਾਂ ਦੇ ਗਮ,
ਦਿਲ ਅੰਦਰ ਛੁਪਾਉਂਦੇ ਨੇ।
ਪ੍ਰੇਮ ਇਸ਼ਕ ਦਾ ਮਾਰਗ,
ਡਾਹਢਾ ਔਖਾ ਨਹੀਂ ਸੌਖਾ,

ਅੰਮ੍ਰਿਤ ਧਾਰਾ

ਦਿਲ ਲਗੀਆਂ ਵਾਲੇ,
ਸੀਸ ਤਲੀ ਧਰ ਰੱਖ ਵਿਖਾਉਂਦੇ ਨੇ।
ਚਿੱਤ ਡੁਲਾਵਣ ਨਾ,
ਪ੍ਰੇਮ ਮਾਰਗ ਤੇ ਚੱਲਣ ਵਾਲੇ,
ਝੱਲੇ ਬਣਦੇ ਨੇ,
ਲੋਕਾਂ ਤੋਂ ਝੱਲੇ ਅਖਵਾਉਂਦੇ ਨੇ।
ਦਿਲੋਂ ਭੁਲਾਵਣ ਨਾ ਸਾਥੀ ਨੂੰ,
ਸਭ ਮੁਸ਼ਕਿਲਾਂ ਝੱਲਦੇ ਰਹਿੰਦੇ,
ਝਨਾਂ ਪਾਰ ਹੁੰਦੇ,
ਪਿਆਰ ਸੱਜਣ ਦਾ ਪਾਉਂਦੇ ਨੇ।
ਸੋਹਣੀ ਨੇ ਸੀ ਝਨਾਂ ਪਾਰ ਕੀਤੀ,
ਹੀਰ ਨੇ ਦੁੱਖੜੇ ਝੱਲੇ,
'ਦਲਬਾਰੇ' ਇਸ ਵਾਸਤੇ ਹੀ,
ਲੋਕ ਉਨ੍ਹਾਂ ਦੇ ਕਿੱਸੇ ਗਾਉਂਦੇ ਨੇ।
ਆਤਮਵਾਨ ਸੰਤ ਮਨ ਜਿੱਤ ਲੈਂਦੇ,
ਉਹ ਹੀ ਰੱਬ ਨੂੰ ਭਾਉਂਦੇ ਨੇ।

ਇਸ਼ਕ-ਹਕੀਕੀ ਇਸ਼ਕ-ਮਜ਼ਾਜ਼ੀ। ਇਕ ਲਗਾਓ ਤਾਂ ਪ੍ਰਤੱਖ ਬਾਰੇ ਹੁੰਦਾ ਹੈ, ਇਕ ਲਗਾਓ ਅਪ੍ਰਤੱਖ ਬਾਰੇ ਹੁੰਦਾ ਹੈ। ਅਪ੍ਰਤੱਖ ਨੂੰ ਪਿਆਰ ਕਰਨ ਵਾਲੇ ਅਨੰਤ ਹੁੰਦੇ ਹਨ। ਫਿਰ ਵੀ ਪ੍ਰਤੱਖ ਨਾਲ ਪਿਆਰ ਕਰਨ ਵਾਲਿਆਂ ਵਿਚੋਂ ਕੁਝ ਅਜਿਹੇ ਵੀ ਨਜ਼ਰ ਆਉਂਦੇ ਰਹਿੰਦੇ ਜੋ ਪ੍ਰਤੱਖ ਦੇ ਪਿੱਛੇ ਅਪ੍ਰਤੱਖ ਦਾ ਹੱਥ ਵੇਖ ਪ੍ਰਤੱਖ ਨੂੰ ਤਿਲਾਂਜਲੀ ਦੇ ਦਿੰਦੇ ਹਨ। ਜਿਹੜੇ ਵਿਰਲੇ ਸਰੀਰਾਂ ਤੋਂ ਪਾਰ ਰੂਹਾਂ ਤਕ ਪਿਆਰ ਕਰ ਗਏ ਹਨ, ਉਹ ਵੀ ਅਮਰ ਹੋ ਗਏ ਹਨ।

ਮੈਂ ਤਾਂ ਆਮ ਸਾਧਾਰਣ ਵਿਅਕਤੀ ਹਾਂ। ਮੈਂ ਤਾਂ ਆਮ ਲੋਕਾਂ ਨਾਲ ਹੀ ਜੁੜਿਆ ਰਿਹਾ ਹਾਂ। ਫਿਰ ਵੀ ਮੈਂ ਇਹ ਹੀ ਮਹਿਸੂਸ ਕਰ ਰਿਹਾ ਹਾਂ ਕਿ ਪ੍ਰਤੱਖ ਅਪ੍ਰਤੱਖ ਦੀ ਤਾਂ ਕੋਈ ਗੱਲ ਹੀ ਨਹੀਂ ਹੈ। ਬਾਹਰ ਵੇਖਣ ਦੀ ਤਾਂ ਇਹ ਗੱਲ ਹੀ ਨਹੀਂ ਹੈ। ਗੱਲ ਤਾਂ ਆਪਣੇ ਆਪ ਨੂੰ ਹੀ ਵੇਖਣ ਦੀ ਹੈ। ਕਿ ਕੀ ਮੇਰੀ, ਮੇਰੇ ਦਿਲ, ਮੇਰੀ ਰੂਹ ਮੇਰੀ ਆਤਮਾ ਵਰਗੀ ਕੋਈ ਹੋਰ ਆਤਮਾ ਮੌਜੂਦ ਹੈ। ਐਵੇਂ ਹੀ ਤਾਂ ਇਹ ਨਹੀਂ ਕਿਹਾ ਜਾ ਰਿਹਾ ਹੈ ਕਿ ਪ੍ਰਮਾਤਮਾ ਦੀ ਹਰ ਕ੍ਰਿਤ ਹੀ ਨਿਰਾਲੀ ਹੈ।

ਪੈਦਾ ਕੀਤੇ ਲੱਖ ਕਰੋੜਾਂ, ਕੋਈ ਨਹੀਂ ਇਕ ਦੂਜੇ ਜਿਹਾ।

ਬੱਸ ਇਸ ਨੁਕਤੇ ਤੇ ਪਹੁੰਚਦਿਆਂ ਹੀ ਦੋ ਰਸਤੇ ਬਣ ਜਾਂਦੇ ਹਨ। ਨੰਬਰ

ਇਕ ਤਾਂ ਇਹ ਹੀ ਹੈ ਕਿ ਆਪਣੇ ਆਪ ਨੂੰ ਨਿਰਾਲੇ ਮੰਨ ਲਵੋ। "ਜਿਸ ਦਾ ਸਾਹਿਬ ਡਾਢਾ ਹੋਇ, ਤਿਸਨੋ ਮਾਰ ਨਾ ਸਕੇ ਕੋਇ॥" ਕਿ ਮੈਂ ਜਿਸ ਪ੍ਰਮਾਤਮਾ ਦੀ ਅੰਸ਼ ਹਾਂ, ਉਸ ਦੀ ਤਾਂ ਇਹ ਹੀ ਇਕ ਕਰਾਮਾਤ ਹੋਈ ਹੋਈ ਹੈ ਕਿ ਉਸ ਨੇ ਮੈਨੂੰ ਆਪਣਾ ਹੀ ਰੂਪ ਬਣਾ ਲਿਆ ਹੈ। ਇਸ ਨੁਕਤੇ ਤੇ ਪਹੁੰਚ ਅਸੀਂ ਇਕ ਅਤੀ ਤੇ ਪਹੁੰਚ ਜਾਂਦੇ ਹਾਂ। 'ਅਹੰ ਬ੍ਰਹਮ' ਕਿ ਮੈਂ ਤਾਂ ਪ੍ਰਮਾਤਮਾ ਹੀ ਹਾਂ। ਇਕ ਗੱਲ ਸੁਣੀ ਹੁੰਦੀ ਹੈ, ਇਕ ਵੇਖੀ ਹੁੰਦੀ ਹੈ। ਮੈਂ ਜਦੋਂ ਛੋਟਾ ਹੁੰਦਾ ਸੀ, ਉਸ ਸਮੇਂ ਦੀ ਇਕ ਛੋਟੀ ਜਹੀ ਗੱਲ ਮੈਨੂੰ ਯਾਦ ਆ ਗਈ ਹੈ ਕਿ ਅਕਸਰ ਜਦੋਂ ਅਸਮਾਨ 'ਚ ਬੱਦਲ ਬਣੇ ਵਿਖਾਈ ਦੇ ਜਾਂਦੇ ਸੀ ਤਾਂ ਇਹ ਅੰਦਾਜ਼ਾ ਲਗਾਉਣ ਵਾਸਤੇ ਕਿ ਕੀ ਬਰਸਾਤ ਹੋਵੇਗੀ ਜਾਂ ਬੱਦਲ ਅੱਗੇ ਹੀ, ਭਾਵ ਬਿਨਾਂ ਬਰਸ ਹੀ ਚਲੇ ਜਾਣਗੇ। ਬਜ਼ੁਰਗ ਬੱਚਿਆਂ ਤੋਂ ਇਹ ਸਵਾਲ ਪੁੱਛਣ ਲੱਗ ਜਾਂਦੇ ਸਨ ਕਿ ਦੱਸੋ ਮੀਂਹ ਅੱਖੀਂ ਹੈ ਜਾਂ ਕੰਨੀਂ ਹੈ।

ਅਗਰ ਬੱਚੇ ਇਕ ਸੁਰ ਨਾਲ ਇਹ ਕਹਿ ਦਿੰਦੇ ਸਨ ਕਿ ਮੀਂਹ ਅੱਖੀਂ ਹੈ ਤਾਂ ਫਿਰ ਬਾਰਸ਼ ਵੀ ਪੈਣ ਲੱਗ ਜਾਂਦੀ ਸੀ। ਅਗਰ ਬੱਚੇ ਇਹ ਕਹਿ ਦਿੰਦੇ ਸਨ ਕਿ ਮੀਂਹ ਕੰਨੀਂ ਹੈ ਤਾਂ ਮੀਂਹ ਪੈਂਦਾ ਹੀ ਨਹੀਂ ਸੀ। ਅਸੀਂ ਇਹ ਤਾਂ ਸਾਰੇ ਹੀ ਆਪਣੇ ਕੰਨੀਂ ਇਹ ਸੁਣਦੇ ਹੀ ਰਹਿੰਦੇ ਹਾਂ ਕਿ ਪ੍ਰਮਾਤਮਾ ਸੰਸਾਰ ਦੇ ਕਣ-ਕਣ ਅੰਦਰ ਮੌਜੂਦ ਹੈ। ਅਗਰ ਆਤਮਾ ਹਰ ਸਰੀਰ ਅੰਦਰ ਮੌਜੂਦ ਹੁੰਦੀ ਹੈ। ਬੱਸ ਕੰਨੀਂ ਸੁਣੀ ਹੋਈ ਗੱਲ ਤੇ ਸਾਡੇ ਮਨ ਅੰਦਰ ਆਤਮਾ ਦੀ ਅਮਰਤਾ ਤੇ ਵਿਸ਼ਵਾਸ ਹੁੰਦਾ ਹੀ ਨਹੀਂ ਹੈ। ਆਪਣੇ ਹੀ ਸਾਖਸ਼ੀ ਭਾਵ ਦੀ ਮੌਜੂਦਗੀ ਦਾ ਅਹਿਸਾਸ ਕਰੇ ਬਗੈਰ ਸਾਡੇ ਮਨ ਅੰਦਰ ਸੰਸਾਰ ਪ੍ਰਤੀ ਵੈਰਾਗ ਪੈਦਾ ਹੀ ਨਹੀਂ ਹੁੰਦਾ ਹੈ।

ਦੂਜਾ ਰਸਤਾ, ਦੂਸਰੀ ਗੱਲ ਇਹ ਹੀ ਹੈ ਕਿ ਅਗਰ ਅਸੀਂ ਅਪ੍ਰਤੱਖ ਸਾਖਸ਼ੀ ਭਾਵ ਦੀ ਮੌਜੂਦਗੀ ਦੀ ਗੱਲ ਨੂੰ ਅਣਗੌਲਿਆ ਹੀ ਕਰ ਦੇਈਏ ਤਾਂ ਅਸੀਂ ਇਹ ਵੀ ਜਾਣ ਨਹੀਂ ਸਕਾਂਗੇ ਕਿ ਅਸੀਂ ਕਿਸ ਨਾਲੋਂ ਵਿਛੜੇ ਹੋਏ ਹਾਂ। ਸਾਡਾ ਪਿਆਰ ਕੌਣ ਹੈ ? ਸਾਡਾ ਸੱਚਾ ਸਾਥੀ ਕੌਣ ਹੈ ? ਉਪਰਲੀ ਸਤਾਹ ਤੇ ਪਿਆਰ ਕਰਨ ਵਾਲਿਆਂ ਦੀਆਂ ਉਦਾਹਰਣਾਂ ਵੀ ਸਾਡੇ ਸਾਹਮਣੇ ਮੌਜੂਦ ਹਨ। ਸ਼ਿਵ ਕੁਮਾਰ ਬਟਾਲਵੀ ਨੇ ਆਪਣੇ ਮਨ ਅੰਦਰ ਜੋ ਆਪਣੇ ਪਿਆਰ ਦਾ, ਪਿਆਰੇ ਤੋਂ ਵਿਛੜਨ ਦਾ ਦਰਦ ਕਾਗਜ਼ ਤੇ ਉਭਾਰਿਆ ਹੈ। ਉਸ ਦੇ ਬਾਰੇ ਪੜ੍ਹ ਕੇ ਸੁਣ ਕੇ ਸਾਡੇ ਲੂੰ-ਕੰਡੇ ਖੜੇ ਹੋ ਜਾਂਦੇ ਹਨ।

ਛੋਟੀ ਉਮਰੇ ਜੋ ਵੀ ਮਰਦਾ, ਚੰਨ ਬਣੇ ਜਾਂ ਤਾਰੇ।

ਆਪਣੇ ਸਰੀਰ ਤੋਂ ਉੱਚੇ ਉੱਠਣ ਵਾਲੇ ਹੀ ਸਰੀਰ ਦਾ ਮੋਹ ਛੱਡ ਸਕਦੇ ਹਨ। ਅਸਰੀਰੀ ਸ਼ਕਤੀਆਂ ਨੂੰ ਪਿਆਰ ਕਰਨ ਲੱਗਦੇ ਹਾਂ। ਬੇਸ਼ੱਕ ਉਹ ਪਿਆਰ ਸਰੀਰਾਂ ਨੂੰ ਹੀ ਕਰ ਰਹੇ ਹੋਣ। ਪਰੰਤੂ ਉਹ ਤਾਂ ਵਿਛੋੜੇ ਦੀ ਅੱਗ

ਅੰਦਰ ਆਪਣਾ ਸਭ ਕੁਝ ਕੁਰਬਾਨ ਕਰਨ ਵਾਸਤੇ ਤਿਆਰ ਹੋਏ ਰਹਿੰਦੇ ਹਨ। ਸ਼ਿਵ ਕੁਮਾਰ ਨੇ ਜੋ ਬਿਰਹੋਂ ਦੇ ਬਾਰੇ ਗਾਇਆ ਹੈ, ਉਹ ਪੂਰੇ ਦਿਲ ਨਾਲ ਗਾਇਆ ਹੈ। ਇਸ ਵਾਸਤੇ ਹੀ ਉਹ ਵਿਛੋੜੇ ਨੂੰ ਸਹਿਣ ਨਹੀਂ ਕਰ ਪਾਏ ਸਨ।

ਮਾਏ ਨੀ ਮਾਏ
ਮੈਂ ਇਕ ਸ਼ਿਕਰਾ ਯਾਰ ਬਣਾਇਆ,
ਇਕ ਉਡਾਰੀ ਉਸ ਐਸੀ ਮਾਰੀ,
ਉਹ ਮੁੜ ਵਤਨੀਂ ਨਹੀਂ ਆਇਆ।
ਚੂਰੀ ਕੁੱਟਾਂ ਤਾਂ ਉਹ ਖਾਂਦਾ ਨਾਹੀਂ,
ਅਸਾਂ ਦਿਲ ਦਾ ਮਾਸ ਖੁਆਇਆ।

ਇਸ ਤਰ੍ਹਾਂ ਵਿਛੋੜੇ ਬਾਰੇ ਲਿਖੇ ਗੀਤ ਹੀ ਸ਼ਿਵ ਕੁਮਾਰ ਨੂੰ ਅਮਰ ਕਰ ਗਏ ਹਨ। ਜਦੋਂ ਮਾਵਾਂ-ਧੀਆਂ ਵਿਛੜਦੀਆਂ ਹਨ, ਉਨ੍ਹਾਂ ਬਾਰੇ ਵੀ ਲੋਕ-ਗੀਤ ਗਾਏ ਗਏ ਹਨ :

— ਕਣਕਾਂ ਲੰਮੀਆਂ ਨੀ ਧੀਆਂ ਕਿਉਂ ਜੰਮੀਆਂ ਨੀ !
— ਮਾਵਾਂ ਧੀਆਂ ਮਿਲਣ ਲੱਗੀਆਂ,
ਚਾਰੇ ਕੰਧਾਂ ਨੇ ਚੁਬਾਰੇ ਦੀਆਂ ਹਿੱਲੀਆਂ।

ਮੇਰਾ ਮਤਲਬ ਤਾਂ ਕਿਸੇ ਤਰ੍ਹਾਂ ਵੀ ਇਹ ਅਹਿਸਾਸ ਕਰ ਲੈਣ ਦਾ ਹੀ ਹੈ ਕਿ ਅਸੀਂ ਕਿਸ ਨਾਲੋਂ ਵਿਛੜੇ ਹੋਏ ਹਾਂ। ਸਾਡਾ ਪਿਆਰਾ ਕੌਣ ਹੈ ? ਜਦੋਂ ਸਾਨੂੰ ਆਪਣੇ ਪਿਆਰੇ ਦਾ ਵਿਛੋੜਾ ਸਤਾਉਣ ਲੱਗ ਜਾਵੇਗਾ ਤਾਂ ਸਾਡੇ ਮਨ ਅੰਦਰ ਵੀ ਆਪਣੇ ਪਿਆਰੇ ਨੂੰ ਮਿਲਣ ਦੀ ਤਾਂਘ ਪੈਦਾ ਹੋ ਜਾਵੇਗੀ। ਆਪਣੇ ਸੂਫੀ ਸੰਤ, ਹਮੇਸ਼ਾ ਤੋਂ ਹੀ ਸਾਨੂੰ ਸਾਡੇ ਪਿਆਰੇ ਦੀ ਮੌਜੂਦਗੀ ਦੀ ਗੱਲ ਸਮਝਾਉਂਦੇ ਰਹੇ ਹਨ ਕਿ ਸਮਾਂ ਕਿਸੇ ਦਾ ਲਿਹਾਜ ਨਹੀਂ ਕਰਦਾ ਹੈ। ਸਮੇਂ ਦੀ ਨਜ਼ਾਕਤ ਨੂੰ ਪਹਿਚਾਣ ਆਪਣੇ ਪਿਆਰੇ ਨੂੰ ਮਿਲਣ ਦੀਆਂ ਕੋਸ਼ਿਸ਼ਾਂ ਕਰਦੇ ਰਹੋ।

ਮਹਿੰਦੀ ਰੰਗ ਲਾਤੀ ਹੈ ਸੂਕ ਜਾਨੇ ਕੇ ਬਾਅਦ,
ਮੁਹੱਬਤ ਰੰਗ ਲਾਤੀ ਬਿਛੜ ਜਾਨੇ ਕੇ ਬਾਅਦ।

ਫਰੀਦ ਸਾਹਿਬ ਜੀ ਦੀ ਬਾਣੀ ਅੰਦਰ ਵੀ ਇਸ ਗੱਲ ਤੇ ਹੀ ਜ਼ੋਰ ਦਿੱਤਾ ਗਿਆ ਹੈ ਕਿ ਆਪਣੇ ਪਿਆਰੇ ਨੂੰ ਪਹਿਚਾਣੋ।

ਬਿਰਹਾ ਬਿਰਹਾ ਆਖੀਐ, ਬਿਰਹਾ ਤੂ ਸੁਲਤਾਨੁ।
ਫਰੀਦਾ ਜਿਤੁ ਤਨਿ ਬਿਰਹੁ ਨ ਊਪਜੈ, ਸੋ ਤਨੁ ਜਾਣੁ ਮਸਾਨੁ।
— ਕੱਚੜਿਓ ਸੇ ਤੋੜ ਜੋੜ ਸਤਿ ਸੱਜਣ ਪੱਕਿਆ।

ਮੈਂ ਤਾਂ ਆਪਣੇ ਹੀ ਸਰੀਰ ਅੰਦਰ ਮੌਜੂਦ ਹੀਰੇ ਦੀ ਭਾਵ ਆਪਣੇ ਸਾਖਸ਼ੀ ਭਾਵ ਨੂੰ ਹੀ ਆਪਣਾ ਪਿਆਰਾ ਮੰਨ ਰਿਹਾ ਹਾਂ ਕਿ ਜਿਸ ਹੀਰੇ ਦੀ ਪਹਿਚਾਣ

ਕਰਨ ਵਾਸਤੇ ਸਾਨੂੰ ਇਹ ਮਨੁੱਖਾ ਸਰੀਰ ਮਿਲਿਆ ਹੈ। ਸਾਡਾ ਇਹ ਮਨੋਰਥ ਪੂਰਾ ਹੋ ਜਾਵੇ, ਅਧੂਰਾ ਹੀ ਨਾ ਰਹਿ ਜਾਵੇ। ਕਿਉਂਕਿ ਸਮੇਂ ਤੇ ਸਥਾਨ ਦੀ ਸੀਮਾ ਤੋਂ ਜੋ ਪਾਰ ਹੈ, ਉਸ ਦੀ ਮੌਜੂਦਗੀ ਦਾ ਸਾਨੂੰ ਆਪਣੇ ਅੰਦਰ ਅਹਿਸਾਸ ਹੋ ਸਕਦਾ ਹੈ।

ਸੇਖ ਹਯਾਤੀ ਜਗਿ ਨਾ ਕੋਈ ਥਿਰ ਰਿਹਾ,
ਜਿਸ ਆਸਣਿ ਹਮ ਬੈਠੇ, ਕੇਤੇ ਬੈਠ ਗਿਆ।

ਚਾਰ ਦਿਨਾਂ

ਸੁਪਨੇ ਵਰਗਾ ਇਹ ਸੰਸਾਰ ਹੈ,
ਇਸ ਦੀ ਹਕੀਕਤ ਹੈ ਚਾਰ ਦਿਨਾਂ।
ਇਹ ਦੁਨੀਆਂ ਦਾਤੇ ਦੀ ਬਹੁਤ ਸੋਹਣੀ,
ਦੁਨੀਆਂ ਵੇਖਣ ਦੀ ਇਜਾਜ਼ਤ ਹੈ ਚਾਰ ਦਿਨਾਂ।
ਸੱਜਣਾਂ ਨੇ ਬਣਾਈ ਸੋਹਣੀ ਮਹਿਲ ਅਟਾਰੀ,
ਮਗਰ ਰਹਿਣ ਦੀ ਇਜਾਜ਼ਤ ਹੈ ਚਾਰ ਦਿਨਾਂ।
ਹਰ ਮੁਸ਼ਕਿਲ ਨੂੰ ਖਿੜੇ ਮੱਥੇ ਸਹਾਰੋ,
ਹਰ ਮੁਸ਼ਕਿਲ ਹੁੰਦੀ ਹੈ ਚਾਰ ਦਿਨਾਂ।
ਆਪਣੀ ਹਕੀਕਤ ਭੁੱਲਣ ਵਾਲਿਓ, ਸੋਚੋ,
ਹਕੀਕਤ ਹੈ ਬੱਸ ਚਾਰ ਦਿਨਾਂ।
ਜਵਾਨੀ ਦਾ ਨਸ਼ਾ ਕਰ ਦਿੰਦਾ ਅੰਨ੍ਹਾ,
ਦੌਲਤ ਦਾ ਕਰਦਾ ਫਿਰਦਾ ਹੈ ਮਾਣ,
ਬੱਸ ਤੇਰੀ ਆਰਜ਼ੂ ਹੈ ਚਾਰ ਦਿਨਾਂ।
ਇਸ ਮਹਿਫ਼ਲ ਇਸ ਦੁਨੀਆਂ ਦੀ ਹਕੀਕਤ ਸਮਝੋ,
'ਦਲਬਾਰੇ' ਦੁਨੀਆਂ 'ਚ ਰਹਿਣਾ ਹੈ ਚਾਰ ਦਿਨਾਂ।

ਮੈਂ ਸੰਸਾਰ ਤੋਂ ਭੱਜਿਆ ਹੋਇਆ ਨਹੀਂ ਹਾਂ। ਨਾ ਹੀ ਮੈਂ ਕਿਸੇ ਨੂੰ ਸੰਸਾਰ ਤੋਂ ਭੱਜਣ ਦੀ ਪ੍ਰੇਰਨਾ ਦੇਣੀ ਚਾਹੁੰਦਾ ਹਾਂ। ਬੱਸ ਮੈਂ ਤਾਂ ਇਹ ਹੀ ਚਾਹੁੰਦਾ ਹਾਂ ਕਿ ਸੰਸਾਰ ਅੰਦਰੋਂ ਜੋ ਸਾਨੂੰ ਸਿੱਖਿਆ ਮਿਲ ਰਹੀ ਹੈ ਉਸ ਨੂੰ ਸਮਝਦੇ ਹੋਇਆਂ ਆਪਣਾ ਜੀਵਨ ਬਤੀਤ ਕਰਦੇ ਰਹੋ। ਜੀਵਨ ਬਤੀਤ ਕਰਦੇ ਹੋਇਆਂ ਬੱਸ ਮਨ ਅੰਦਰ ਇਕ ਹੀ ਖ਼ਿਆਲ ਪੱਕਾ ਕਰ ਲਓ ਕਿ ਜਿਸ ਦੇ ਹੱਥ ਸਾਡੇ ਸਭ ਦੀ ਡੋਰ ਹੈ ਉਸ ਦੀ ਪਹਿਚਾਣ ਕਰ ਲਓ। ਉਸ ਦੀ ਮਰਜ਼ੀ ਨਾਲ ਆਪਣੀ ਮਰਜ਼ੀ ਮਿਲਾ ਲਓ। ਬੱਸ ਆਪਣੇ ਜੀਵਨ ਨੂੰ ਇਕ ਉਤਸਵ ਬਣਾ ਲਓ। ਕਿ ਵਾਹ ! ਕੁਦਰਤ ਮੇਰੇ ਤੇ ਕਿੰਨੀ ਮੇਹਰਬਾਨ ਹੈ। ਫਿਰ ਆਪਣੇ ਪ੍ਰਤੱਖ ਸਰੀਰ ਵੱਲ ਨਜ਼ਰ ਮਾਰੋ ਕਿ ਕੀ ਤੁਸੀਂ ਆਪਣੇ ਸਰੀਰ ਦੀ ਬਣਤਰ ਬਾਰੇ ਕੁਝ ਜਾਣ ਰਹੇ ਹੋ। ਆਪਣੇ

ਰਿਸ਼ੀ-ਮੁਨੀ, ਗਿਆਨੀ ਸਾਨੂੰ ਕਿੰਨੀ ਸਰਲਤਾ ਨਾਲ ਇਹ ਸਮਝਾਉਣ ਦੀਆਂ ਕੋਸ਼ਿਸ਼ਾਂ ਕਰਦੇ ਆਏ ਹਨ ਕਿ ਸਭ ਤੋਂ ਪਹਿਲਾਂ ਧਿਆਨ ਨਾਲ ਆਪਣੇ ਸਾਹ ਨੂੰ ਸਰੀਰ ਅੰਦਰ ਆਉਂਦੇ-ਜਾਂਦੇ ਹੋਏ ਸਿਰਫ ਵੇਖਣ ਲੱਗ ਜਾਓ। ਇਸ ਤਰ੍ਹਾਂ ਕਰਦੇ ਹੋਇਆਂ ਹੀ ਤੁਹਾਨੂੰ ਬੜੀ ਆਸਾਨੀ ਨਾਲ ਇਹ ਗੱਲ ਸਮਝ ਆਉਣ ਲੱਗ ਜਾਵੇਗੀ ਕਿ ਸਰੀਰ ਅਲੱਗ ਹੈ।ਸਰੀਰ ਦੀਆਂ ਹਰਕਤਾਂ ਨੂੰ ਵੇਖਣ ਵਾਲੀ ਸਮਰੱਥਾ ਅਲੱਗ ਹੈ। ਇਸ ਤਰ੍ਹਾਂ ਹੀ ਕੁਝ ਕੁ ਗੱਲਾਂ ਜੋ ਆਪਣੇ ਸਮਾਜ ਅੰਦਰ ਪ੍ਰਚੱਲਤ ਹਨ ਕਿ ਸਾਨੂੰ ਇਹ ਹੀ ਅਹਿਸਾਸ ਕਰਵਾਉਂਦੀਆਂ ਹਨ ਕਿ ਸਰੀਰ ਅਲੱਗ ਹੈ, ਸਰੀਰ ਦੀਆਂ ਹਰਕਤਾਂ ਵੇਖਣ ਵਾਲਾ ਅਲੱਗ ਹੈ, ਸਰੀਰ ਮਿਟਣੇ ਵਾਲਾ ਹੈ, ਸਰੀਰ ਅੰਦਰੋਂ ਵੇਖ ਸਕਣ ਵਾਲੀ ਸਮਰੱਥਾ ਅਮਰ ਹੈ। ਇਸ ਵਾਸਤੇ ਹੀ ਆਪਣੇ ਅੰਦਰੋਂ ਆਪਣੇ ਦ੍ਰਸ਼ਟੇ ਭਾਵ ਨੂੰ ਜਗਾਉਣ ਵਾਸਤੇ ਬਜ਼ੁਰਗ ਕਹਿੰਦੇ ਹਨ ਕਿ ਸਵੇਰੇ ਨੀਂਦ ਤੋਂ ਉੱਠਦੇ ਸਾਰ ਹੀ ਪ੍ਰਮਾਤਮਾ ਦਾ ਧੰਨਵਾਦ ਕਰਨ ਵਾਸਤੇ ਆਪਣੇ ਹੀ ਹੱਥਾਂ ਦੀਆਂ ਹਥੇਲੀਆਂ ਵੱਲ ਵੇਖਣ ਲੱਗ ਜਾਓ। ਹੱਥਾਂ ਵੱਲ ਵੇਖਣ ਦਾ ਹੋਰ ਕੋਈ ਲਾਭ ਭਾਵੇਂ ਨਾ ਹੋਵੇ, ਬੱਸ ਇਕ ਗੱਲ ਤਾਂ ਪੱਕੀ ਹੈ ਕਿ ਹੱਥਾਂ ਵੱਲ ਵੇਖਣ ਲੱਗਿਆਂ ਸਾਨੂੰ ਆਪਣੇ ਸਰੀਰ ਅੰਦਰ ਮੌਜੂਦ ਵੇਖਣ ਵਾਲੀ ਸਮਰੱਥਾ ਤੇ ਪੱਕਾ ਵਿਸ਼ਵਾਸ ਹੋਣ ਲੱਗ ਜਾਂਦਾ ਹੈ। ਇਸ ਤਰ੍ਹਾਂ ਅਸੀਂ ਆਪਣੇ ਸਰੀਰਕ ਮੋਹ ਤੋਂ ਉੱਚੇ ਉੱਠਣ ਲੱਗ ਜਾਂਦੇ ਹਾਂ। ਸਾਡੀ ਆਪਣੀ ਹੀ ਆਤਮਾ ਨਾਲ ਨਜ਼ਦੀਕੀਆਂ ਵਧਣ ਲੱਗ ਜਾਂਦੀਆਂ ਹਨ। ਜਿਸ ਪ੍ਰਮਾਤਮਾ ਨੂੰ ਅਸੀਂ ਅਗਾਧ ਬੋਧ ਸਮਝਦੇ ਰਹਿੰਦੇ ਹਾਂ। ਸਾਨੂੰ ਆਪਣੇ ਹੀ ਅੰਦਰੋਂ ਆਪਣੇ ਦ੍ਰਸ਼ਟੇ। ਭਾਵ ਦੀ ਮੌਜੂਦਗੀ ਦਾ ਅਹਿਸਾਸ ਹੋਣ ਲੱਗ ਜਾਂਦਾ ਹੈ :

ਜਿਸ ਨੂੰ ਜਾਣੇ ਅਗਾਧ ਬੋਧ, ਸੋ ਮੱਥੇ ਪ੍ਰਗਟ ਆਏ।

ਜਿਸ ਪ੍ਰਮਾਤਮਾ ਦੀ ਮੌਜੂਦਗੀ ਦਾ ਸਾਨੂੰ ਆਪਣੇ ਅੰਦਰੋਂ ਹੀ ਵਿਸ਼ਵਾਸ ਹੋਣ ਲੱਗ ਜਾਂਦਾ ਹੈ। ਸਾਡਾ ਧਿਆਨ ਨਾਸ਼ਵਾਨ ਵੱਲੋਂ ਹਟਣਾ ਸ਼ੁਰੂ ਹੋ ਜਾਂਦਾ ਹੈ। ਮੈਂ ਤਾਂ ਆਨੇ-ਬਹਾਨੇ ਆਪਣੇ ਮਨ ਅੰਦਰ ਇਕ ਹੀ ਭਾਵਨਾ, ਇਕ ਹੀ ਸ਼ਕਤੀ ਦਾ ਖ਼ਿਆਲ ਰੱਖਿਆ ਹੋਇਆ ਹੈ ਕਿ ਕੋਈ ਅਮਰ ਸ਼ਕਤੀ ਆਪ ਹੀ ਆਕਾਰ ਅਤੇ ਨਿਰ-ਆਕਾਰ ਦਾ ਖੇਲ੍ਹ ਖੇਲ੍ਹ ਰਹੀ ਹੈ। ਇਸ ਵਿਸ਼ਵਾਸ ਦੇ ਸਦਕਾ ਹੀ ਹਰ ਗਰੀਬ-ਅਮੀਰ ਵਿਅਕਤੀ ਆਪਣੇ ਅੰਦਰੋਂ ਆਪਣੇ ਹੀ ਬ੍ਰਹਮ ਦੀ ਮੌਜੂਦਗੀ ਦਾ ਅਹਿਸਾਸ ਕਰਨ ਦੀ ਇੱਛਾ ਤੱਕ ਹੀ ਨਾ ਜਾਗੇ ਤਾਂ ਸਾਡਾ ਮਨ ਐਵੇਂ ਹੁੜਦੇ ਤੱਕਦਾ ਰਹਿੰਦਾ ਹੈ। ਬਹਾਨੇ ਘੜਦਾ ਰਹਿੰਦਾ ਹੈ। ਮਨ ਅਸੰਤੁਸ਼ਟ ਹੀ ਰਹਿੰਦਾ ਹੈ। ਇਸ ਵਾਸਤੇ ਹੀ ਬਜ਼ੁਰਗ ਕਹਿੰਦੇ ਹਨ ਕਿ ਆਪਣੇ ਅਕਲਮੰਦ ਮਨ ਤੋਂ ਜ਼ਰਾ ਸਵਾਲ ਤਾਂ ਪੁੱਛੋ ਕਿ ਮੇਰੇ ਮਨਾਂ ! ਕੀ ਤੂੰ ਆਪਣੇ ਸਰੀਰ ਦੀ ਬਣਤਰ ਬਾਰੇ ਜਾਣ ਰਿਹਾ ਹੈਂ ?

ਫਰੀਦਾ ਕਿਥੈ ਤੈਡੇ ਮਾਪਿਆ, ਜਿਨ੍ਹੀ ਤੂ ਜਣਿਓਹਿ।

ਜਦੋਂ ਮਨ ਇਹ ਮੰਨ ਜਾਵੇਗਾ ਕਿ ਜਿਊਣਾ ਝੂਠ ਤੇ ਮਰਨਾ ਸੱਚ ਤਾਂ ਅੰਦਰ ਚੱਲਣ ਵਾਲੇ ਖ਼ਿਆਲਾਂ ਤੇ ਸਾਡੇ ਅੰਦਰੋਂ ਸਾਡੇ ਦ੍ਰਿਸ਼ਟੇ ਭਾਵ ਦੀ ਨਜ਼ਰ ਪੈਣ ਲੱਗ ਜਾਵੇਗੀ ਤਾਂ ਸਾਡਾ ਵਿਵੇਕ ਜਾਗਣ ਲੱਗ ਜਾਵੇਗਾ। ਇਸ ਤਰ੍ਹਾਂ ਹੀ ਅਸੀਂ ਆਪਣੀ ਯਾਤਰਾ ਸ਼ੁਰੂ ਕਰ ਸਕਾਂਗੇ। ਸਾਡਾ ਮਨ ਇਹ ਮੰਨਣ ਲੱਗ ਜਾਵੇਗਾ ਕਿ ਕੋਈ ਕਾਰਣ ਹੈ, ਕੋਈ ਸਬੱਬ ਬਣਿਆ ਹੈ। ਜਿਸ ਦੇ ਆਧਾਰ ਤੇ ਸਾਨੂੰ ਆਪਣਾ ਇਹ ਸਰੀਰ ਅਤੇ ਸਰੀਰ ਦੇ ਜ਼ਰੀਏ ਸੰਬੰਧ ਜੁੜੇ ਹਨ। ਕੁਝ ਵੀ ਅਕਾਰਣ ਨਹੀਂ ਹੁੰਦਾ ਹੈ। ਹਰ ਦ੍ਰਿਸ਼ ਦੇ ਪਿੱਛੇ ਕੋਈ ਨਾ ਕੋਈ ਆਧਾਰ ਹੁੰਦਾ ਹੈ। ਸਾਡੇ ਸਰੀਰ ਦੀ ਸਾਨੂੰ ਕਿਵੇਂ ਪ੍ਰਾਪਤੀ ਹੋਈ ਹੈ। ਇਹ ਸਭ ਕੁਝ ਅਗਿਆਤ ਤੱਥਾਂ ਤੇ ਆਧਾਰਤ ਹੈ।

ਸੰਜੋਗ

ਧੁਰੋਂ ਸੰਜੋਗ ਲਿਖਦਾ ਹੈ ਦਾਤਾ,
ਨਾਲ ਸੰਜੋਗ ਧਨ ਪਿਰ ਇਕੱਠੇ ਹੁੰਦੇ ਦੋਵੇਂ।
ਰਾਜ਼ ਮਹਾਰਾਜ ਦਾ ਨਾ ਸਮਝਣ,
ਜੋੜੀਆਂ ਜਗ ਥੋੜੀਆਂ, ਸੋਚਦੇ ਨੇ ਦੋਵੇਂ।
ਇਕ ਦੂਜੇ ਨਾਲ ਝਗੜਦੇ ਸੋਚਣ,
ਅਸੀਂ ਚੰਗੇ ਸਾਥੀ ਨਹੀਂ ਹਾਂ ਦੋਵੇਂ।
ਰਾਜ਼ ਨੂੰ ਅਗਰ ਉਹ ਸਮਝਣ,
ਖੁਸ਼ੀ ਖੁਸ਼ੀ ਜੀਵਨ ਬਿਤਾਉਂਦੇ ਨੇ ਦੋਵੇਂ।
ਏਕ ਜੋਤਿ ਦੋਇ ਮੂਰਤੀ,
ਧਨ ਪਿਰੁ ਕਹੀਐ ਸੋਇ।
ਘੀ ਸ਼ੱਕਰ, ਖੰਡ ਖੀਰ,
ਵਾਂਗ ਮਿਲ ਬਹਿੰਦੇ ਨੇ ਦੋਵੇਂ।
ਇਕ ਦੂਜੇ ਨੂੰ ਵੇਖ ਜਿਉਂਦੇ,
ਇਕ ਦੂਜੇ ਦੀ ਸਿੱਕ ਰੱਖਦੇ ਦੋਵੇਂ।
ਪ੍ਰੀਤ ਦੀ ਰੀਤ ਨਿਭਾਉਂਦੇ,
ਇਕ ਦੂਜੇ ਤੇ ਵਿਕ ਜਾਂਦੇ ਦੋਵੇਂ।
'ਦਲਬਾਰੇ' ਗ੍ਰਹਿਸਤ ਦੀ ਗੱਡੀ ਚੱਲਦੀ,
ਪਿਆਰ ਦੇ ਨਾਲ।
ਇਕ ਦੂਜੇ ਨਾਲ ਨਾ ਪਾਉਂਦੇ,
ਫਿੱਕ ਦੋਵੇਂ।

ਹਰ ਕ੍ਰਿਤ ਦੇ ਪਿੱਛੇ ਕਿਸੀ ਨਾ ਕਿਸੀ ਕਰਤੇ ਦਾ ਹੱਥ ਹੁੰਦਾ ਹੈ। ਜਿਸ ਕਰਤੇ ਨੇ ਇਸ ਸੰਸਾਰ ਦੀ ਰਚਨਾ ਰਚੀ ਹੈ। ਸਾਡੇ ਸਰੀਰ ਦੀ ਰਚਨਾ ਰਚੀ ਹੈ ਉਸ ਨੇ ਸਾਨੂੰ ਇਹ ਸੁਨਹਿਰੀ ਸਮਾਂ ਦਿੱਤਾ ਹੈ ਤਾਂ ਜੋ ਅਸੀਂ ਆਪਣੇ ਸਰੀਰ ਅੰਦਰੋਂ ਹੀ ਉਸ ਕਰਤੇ ਦੀ ਪਹਿਚਾਣ ਕਰ ਸਕੀਏ। ਅਸੀਂ ਆਪਣੇ ਮਨ ਰੂਪੀ ਭਵ-ਜਲ ਤੋਂ ਪਾਰ ਹੋ ਸਕੀਏ। ਪ੍ਰਮਾਤਮਾ ਨੇ ਤਾਂ ਕਦੇ ਵੀ ਕਿਸੀ ਨਾਲ ਵੀ ਬੇਇਨਸਾਫ਼ੀ ਨਹੀਂ ਕੀਤੀ ਹੈ। ਆਪਣੇ ਹੀ ਮਨ ਅਧੀਨ ਰਹਿੰਦੇ ਹੋਇਆਂ ਸਾਨੂੰ ਇਸ ਤਰ੍ਹਾਂ ਮਹਿਸੂਸ ਹੁੰਦਾ ਰਹਿੰਦਾ ਹੈ ਕਿ ਸਾਡੇ ਨਾਲ ਬੇਇਨਸਾਫ਼ੀ ਹੋ ਰਹੀ ਹੈ। ਇਸ ਮਨ ਨੂੰ ਹੀ ਵੇਦਾਂ ਦੇ ਰਚਣਹਾਰਿਆਂ ਨੇ ਬੈਤਰਣੀ ਨਦੀ ਦਾ ਨਾਮ ਦਿੱਤਾ ਹੋਇਆ ਹੈ। ਉਹ ਸਾਨੂੰ ਇਹ ਹੀ ਦੱਸਦੇ ਆਏ ਹਨ ਕਿ ਇਸ ਨਦੀ ਨੂੰ ਵਿਰਲੇ ਹੀ ਪਾਰ ਕਰਦੇ ਹਨ। ਮੈਂ ਇਹ ਮੰਨਦਾ ਹਾਂ ਕਿ ਕੁਦਰਤ ਦੀ ਅਥਾਹ ਸ਼ਕਤੀ ਨੇ ਤਾਂ ਸਭ ਨੂੰ ਬਰਾਬਰ ਰੱਖਿਆ ਹੋਇਆ ਹੈ। ਹਾਂ, ਉਸ ਨੇ ਆਪਣੀ ਮਰਜ਼ੀ ਨਾਲ ਹਰ ਇਕ ਦਾ ਜੋੜਾ ਬਣਾਇਆ ਹੈ। ਜਿਥੇ ਦਿਨ ਹੈ ਉਥੇ ਰਾਤ ਵੀ ਹੈ। ਜਿਥੇ ਜੀਵਨ ਹੈ ਉਥੇ ਮੌਤ ਵੀ ਹੈ। ਜਿਥੇ ਹਨੇਰਾ ਹੈ, ਉਥੇ ਚਾਨਣ ਵੀ ਹੈ। ਪ੍ਰਮਾਤਮਾ ਨੇ ਹਰ ਇਨਸਾਨ ਨੂੰ ਯੋਗ ਬਣਾਇਆ ਹੈ ਕਿ ਉਹ ਆਪਣੇ ਮਸਲੇ ਦੀ ਆਪ ਹੀ ਪਹਿਚਾਣ ਵੀ ਕਰ ਸਕਦਾ ਹੈ।

ਅਸੀਂ ਇਹ ਸਮਝ ਸਕਦੇ ਹਾਂ, ਵੇਖ ਸਕਦੇ ਹਾਂ ਕਿ ਪ੍ਰਮਾਤਮਾ ਤਾਂ ਇੰਨਾ ਮੇਹਰਬਾਨ ਹੈ ਕਿ ਉਹ ਤਾਂ ਸਾਨੂੰ ਸਭ ਕੁਝ ਮੁਫ਼ਤ ਹੀ ਦਿੰਦਾ ਹੈ। ਸਾਡੇ ਪਾਸੋਂ ਕੋਈ ਕੀਮਤ ਵੀ ਨਹੀਂ ਮੰਗ ਰਿਹਾ ਹੁੰਦਾ ਹੈ।

ਪ੍ਰਮਾਤਮਾ ਜਿਨ੍ਹਾਂ ਗੁਣਾਂ ਦੀ ਦਾਤ ਬ੍ਰਹਮ-ਗਿਆਨੀਆਂ ਨੂੰ ਬਖਸ਼ ਦਿੰਦਾ ਹੈ, ਉਨ੍ਹਾਂ ਗੁਣਾਂ ਨੂੰ ਅਸੀਂ ਸੰਸਾਰਕ ਧਨ-ਦੌਲਤ ਖਰਚ ਕੇ ਵੀ ਪ੍ਰਾਪਤ ਨਹੀਂ ਕਰ ਸਕਦੇ। ਮੈਂ ਗੱਲ ਕਰ ਰਿਹਾ ਹਾਂ ਮਨ ਦੇ ਨਿਰ-ਵਿਚਾਰ ਹੋ ਜਾਣ ਦੀ, ਮਨ ਦੇ ਨਿਰਮਲ ਹੋ ਜਾਣ ਦੀ, ਕਿ ਕੁਝ ਕਰਨ ਦੀ ਨਹੀਂ, ਸਿਰਫ ਵੇਖਣ ਦੀ ਗੱਲ ਹੈ। ਆਕੜਨ ਦੀ ਨਹੀਂ, ਸਮਰਪਣ ਦੀ ਭਾਵਨਾ ਹੀ ਸਾਡੇ ਅੰਦਰ ਦੈਵੀ ਗੁਣ ਪੈਦਾ ਕਰ ਸਕਦੀ ਹੈ। ਦੈਵੀ ਗੁਣਾਂ ਨੂੰ ਜ਼ਾਹਰ ਕਰਨ ਵਾਸਤੇ ਵੀ ਮਨ ਦੀ ਅਕਲਮੰਦੀ ਕੰਮ ਨਹੀਂ ਆ ਸਕੇਗੀ। ਬੱਸ ਦੈਵੀ ਗੁਣ ਵੀ ਤਾਂ ਹੀ ਪ੍ਰਗਟ ਹੁੰਦੇ ਹਨ ਜਦੋਂ ਮਨ ਹੀ ਮੌਜੂਦ ਨਾ ਹੋਵੇ। ਇਸ ਵਾਸਤੇ ਹੀ ਅੰਤਰ-ਯਾਤਰਾ ਤੇ ਨਿਕਲਣ ਵਾਲਿਆਂ ਦੀ ਕਦੇ ਭੀੜ ਨਹੀਂ ਜੁਟਦੀ ਹੈ। ਆਤਮ ਮਾਰਗ, ਅੰਤਰ ਯਾਤਰਾ ਤੇ ਚੱਲਦੇ ਹੋਇਆਂ ਸਾਨੂੰ ਸਭ ਦਾ ਸਾਥ ਛੱਡਣਾ ਪੈਂਦਾ ਹੈ। ਇਸ ਵਾਸਤੇ ਹੀ ਅਧਿਆਤਮਿਕਤਾ ਦੇ ਰਸਤੇ ਨੂੰ ਮਾਰੂਥਲ ਦਾ ਰਸਤਾ ਕਿਹਾ ਜਾਂਦਾ ਹੈ। ਜੋ ਉਸ ਰਸਤੇ ਨੂੰ ਇਕ ਵਾਰ ਚੁਣ ਲੈਂਦੇ ਹਨ, ਉਹ ਨਿਡਰਤਾ ਨਾਲ ਚੱਲਦੇ ਹੋਏ ਪਿੱਛੇ ਮੁੜ ਕੇ ਕਦੇ ਵੇਖਦੇ ਹੀ ਨਹੀਂ ਹਨ। ਹਾਂ ਜਦੋਂ ਉਹ ਆਪਣੇ ਅੰਦਰਲੀ ਮੰਜ਼ਿਲ ਤੇ ਪਹੁੰਚ ਜਾਂਦੇ

ਹਨ ਤਾਂ ਉਨ੍ਹਾਂ ਦੇ ਪਿੱਛੇ ਆਉਣ ਵਾਲੇ ਵਹੀਰਾਂ ਘੱਤ ਲੈਂਦੇ ਹਨ। ਇਸ ਵਾਸਤੇ ਹੀ ਇਹ ਕਿਹਾ ਜਾਂਦਾ ਹੈ ਕਿ ਅਧਿਆਤਮਿਕਤਾ ਦਾ ਰਸਤਾ ਸੁੰਨਾ ਰਸਤਾ ਹੈ। ਕੋਈ ਗਾਡੀ ਰਾਹ ਨਹੀਂ ਹੈ। ਕੋਈ ਜਰਨੈਲੀ ਸੜਕ ਨਹੀਂ ਹੈ। ਆਪਣੇ ਰਾਮ ਦੀ ਖੋਜ ਕਰਨ ਵਾਲੇ ਆਪਣੇ ਅੰਦਰੋਂ ਆਪਣੇ ਸਾਖਸ਼ੀ ਭਾਵ ਦੀ ਮੌਜੂਦਗੀ ਦਾ ਅਹਿਸਾਸ ਕਰਨ ਵਾਲੇ ਤਾਂ ਆਪੇ 'ਚ ਹੀ ਮਸਤ ਰਹਿਣ ਲੱਗ ਜਾਂਦੇ ਹਨ। ਮਸਤ ਚਲਦੇ ਰਹਿੰਦੇ ਹਨ।

ਮਸਤੀ ਵਾਲੀ ਚਾਲ

ਜੋ ਭਾਈ ਚਲਦਾ ਰਹੇ,
ਮਸਤ ਹੋ ਮਸਤੀ ਵਾਲੀ ਚਾਲ,
ਕਦੇ ਉਹ ਹੁੰਦਾ ਨਹੀਂ, ਹਾਲਾਂ ਤੋਂ ਬੇਹਾਲ।
ਕੱਛੂਕੁੰਮੇ ਨੇ ਜਿੱਤ ਜਾਂਦੇ,
ਜਿੱਤ ਜਾਂਦੇ ਦੌੜਾਂ ਨੂੰ,
ਚੱਲ ਕੇ ਮਸਤੀ ਵਾਲੀ ਚਾਲ।
ਹਫੜਾ ਦਫੜੀ ਖਰਗੋਸ਼ ਨੇ ਕਰਦੇ,
ਛਾਵਾਂ ਵੇਖ ਸੌਂ ਜਾਵਣ,
ਫਿਰ ਹੁੰਦੇ ਨੇ ਹਾਲੋਂ ਬੇਹਾਲ।
ਉੱਭੜਵਾਹੇ ਉੱਠ ਕੇ ਭੱਜਦੇ,
ਸਾਹੋ ਸਾਹੀ ਹੁੰਦੇ ਨੇ,
ਦੌੜ ਵੀ ਜਿੱਤਦੇ ਨਹੀਂ,
ਸਾਹ ਰਲਦਾ ਨਾ ਸਾਹਾਂ ਦੇ ਨਾਲ।
ਭੁੱਖਿਓ ਭੁੱਖ ਵਧਾਓ ਨਾ,
ਛਾਵਾਂ ਵੇਖ ਸੌਂ ਜਾਵੋ ਨਾ,
ਥਿਰ ਰਹਿਣਾ ਨਹੀਂ,
ਭੁੱਖ ਲਹਿਣੀ ਸਬਰਾਂ ਦੇ ਨਾਲ।
ਭੁੱਖ ਵਧਾਇਆਂ ਵਧਦੀ ਜਾਂਦੀ,
ਰੱਜਦੇ ਨਹੀਂ, ਰੱਜਦੇ ਨਹੀਂ,
ਸਭ ਕੁਝ ਇਥੇ ਰਹਿ ਜਾਂਦਾ,
ਕੁਝ ਵੀ ਨਹੀਂ ਜਾਂਦਾ ਨਾਲ।
ਸਭ ਕੁਝ ਇਥੇ ਰਹਿ ਜਾਂਦਾ,
ਖਾਲੀ ਹੱਥ ਸਭ ਜਾਂਦੇ ਨੇ,
ਲੜ ਦਾਤੇ ਦਾ ਫੜਨੇ ਵਾਲੇ,

ਹੁੰਦੇ ਨਿਹਾਲ।
ਦਰ ਦਾਤੇ ਦਾ ਛੱਡਣਾ ਨਹੀਂ,
ਭੁੱਲਣਾ ਨਹੀਂ, ਭੁੱਲਣਾ ਨਹੀਂ,
ਬੱਸ ਇਹ ਇਕ ਖ਼ਿਆਲ।
ਮਸਤੀ ਕਦੇ ਛੱਡਣੀ ਨਹੀਂ,
ਹੋਣਾ ਨਹੀਂ ਹਾਲੋਂ ਬੇਹਾਲ।
'ਦਲਬਾਰੇ' ਜਦ ਆਏਗਾ ਸੰਤੋਖ ਧੰਨ,
ਹੋ ਜਾਏਗਾ ਖੁਸ਼ਹਾਲ।

ਮੈਂ ਦੀ ਯਾਤਰਾ ਤਾਂ ਅਸੀਂ ਸਾਰੇ ਹੀ ਕਰਦੇ ਹਾਂ। ਬੱਸ ਹੈਰਾਨੀ ਦੀ ਗੱਲ ਵੀ ਇਹ ਹੀ ਹੈ ਕਿ ਆਪਣੇ ਮਨ ਦੇ ਤਲ ਤੇ ਰਹਿੰਦੇ ਹੋਇਆਂ ਅਸੀਂ ਜੋ ਆਪਣੇ ਅੰਦਰ ਸਮਾਏ ਹੋਏ ਸੱਚ ਬਾਰੇ ਕੰਨੀਂ ਸੁਣਦੇ ਰਹਿੰਦੇ ਹਾਂ। ਸੁਣਦੇ ਸਾਰ ਸਾਡੇ ਕੰਨ ਪੱਕ ਜਾਣ। ਫਿਰ ਵੀ ਸਾਨੂੰ ਆਪਣੇ ਸਰੀਰ ਅੰਦਰ ਸਮਾਏ ਹੋਏ ਸੱਚ ਦੀ ਮੌਜੂਦਗੀ ਦਾ ਆਮ ਕਰ ਕੇ ਅਹਿਸਾਸ ਹੁੰਦਾ ਹੀ ਨਹੀਂ ਹੈ। ਇਹ ਅਹਿਸਾਸ ਤਾਂ ਉਨ੍ਹਾਂ ਵਿਰਲੇ ਵਿਅਕਤੀਆਂ ਨੂੰ ਹੀ ਹੋਣਾ ਸ਼ੁਰੂ ਹੁੰਦਾ ਹੈ ਜੋ ਆਪਣੇ ਅੰਦਰੋਂ, ਆਪਣੇ ਸਰੀਰ ਅੰਦਰ ਸਮਾਏ ਹੋਏ ਸੱਚ ਵੱਲ ਵੇਖਣ ਲੱਗ ਜਾਂਦੇ ਹਨ, ਉਹ ਆਪਣੇ ਨਿਰਾਲੇ ਅਨੁਭਵ ਦੇ ਸਦਕੇ ਅੱਖੀਂ ਵੇਖੀ ਸਚਾਈ ਦੇ ਚਰਚੇ ਸਹਿਜੇ ਹੀ ਕਰਨ ਲੱਗ ਜਾਂਦੇ ਹਨ। ਇਹ ਚਰਚੇ ਤਾਂ ਉਹ ਆਪਣੇ ਅੰਦਰੋਂ ਵੇਖੇ ਸੱਚ ਦੇ ਆਧਾਰ ਤੇ ਹੀ ਕਰਦੇ ਹਨ। ਪਰੰਤੂ ਇਸ ਸੱਚ ਬਾਰੇ ਅਸੀਂ ਜੋ ਕੰਨੀਂ ਸੁਣਦੇ ਰਹਿੰਦੇ ਹਾਂ ਇਸ ਸੁਣੇ ਹੋਏ ਸੱਚ ਤੇ ਮਨ ਅਧੀਨ ਰਹਿਣ ਵਾਲੇ ਵਿਅਕਤੀਆਂ ਨੂੰ ਵਿਸ਼ਵਾਸ ਵੀ ਨਹੀਂ ਆਉਂਦਾ ਹੈ।

ਗੁਰਮੁਖਿ ਨਾਮੁ ਜਪੀਏ ਇਕ ਬਾਰ॥

ਆਪਣੇ ਆਪਣੇ ਮਨ ਅਧੀਨ ਰਹਿਣ ਵਾਲੇ ਤਾਂ ਵਾਰ ਵਾਰ ਨਾਮ ਜਪਣ ਦਾ ਵਿਖਾਵਾ ਹੀ ਕਰਦੇ ਰਹਿੰਦੇ ਹਨ। ਇਸ ਵਾਸਤੇ ਜੋ ਵਿਖਾਵਾ ਕਰਦੇ ਰਹਿੰਦੇ ਹਨ ਉਨ੍ਹਾਂ ਦੇ ਨਾਂ ਅੰਦਰ ਚੱਲਣ ਵਾਲੇ ਖ਼ਿਆਲ ਰੁਕਦੇ ਹੀ ਨਹੀਂ ਹਨ। ਗੱਲ ਰੋਜ਼ੀ-ਰੋਟੀ ਦੇ ਸਵਾਲ ਤੋਂ ਸ਼ੁਰੂ ਹੋ ਕੇ ਸੰਸਾਰ ਅੰਦਰ ਆਪਣੀ ਪ੍ਰਸਿੱਧੀ ਦੇ ਖ਼ਿਆਲ ਮਨ ਅੰਦਰ ਘੁੰਮਣ ਲੱਗ ਜਾਂਦੇ ਹਨ। ਖ਼ਿਆਲਾਂ ਦਾ ਸੰਸਾਰ ਮਨ ਨੂੰ ਕੀਲੀ ਰੱਖਦਾ ਹੈ। ਮਨ ਅੰਦਰ ਸਾਖਸ਼ੀ ਭਾਵ ਦੀ ਮੌਜੂਦਗੀ ਦਾ ਖ਼ਿਆਲ ਕਦੇ ਟਿਕਦਾ ਹੀ ਨਹੀਂ ਹੈ। ਬਾਹਰ ਭਾਵੇਂ ਜਿੰਨਾ ਮਰਜ਼ੀ ਚਾਨਣਾ ਹੋਵੇ ਮਨ ਦੀ ਸੋਚ ਕਦੇ ਰੁਕਦੀ ਨਹੀਂ ਹੈ। ਜਿਵੇਂ ਕਿ ਦੋ ਪੜੋਸੀ ਅਲੱਗ ਅਲੱਗ ਕਮਰੇ 'ਚ ਰਹਿ ਰਹੇ ਹੁੰਦੇ ਹਨ ਪਰੰਤੂ ਉਹ ਇਕ ਦੂਜੇ ਨੂੰ ਜਾਣਦੇ ਹੀ ਨਹੀਂ ਹੁੰਦੇ। ਪਰੰਤੂ ਪੜੋਸੀ ਦੇ ਘਰ ਅੰਦਰ ਚੱਲ ਰਹੇ ਵਾਦ-ਵਿਵਾਦ, ਲੜਾਈ-ਝਗੜੇ ਹੋਣ ਦਾ ਪੜੋਸੀ ਨੂੰ ਅੰਦਾਜ਼ਾ ਲੱਗ ਹੀ

ਜਾਂਦਾ ਹੈ। ਭਾਂਡੇ ਖੜਕਣ ਲੱਗ ਜਾਂਦੇ ਹਨ, ਭਾਂਡੇ ਖੜਕਣ ਦੀ ਆਵਾਜ਼ ਤੋਂ ਹੀ ਪੜੋਸੀ ਘੱਟੋ ਘੱਟ ਇਹ ਅੰਦਾਜ਼ਾ ਤਾਂ ਲਗਾ ਹੀ ਲੈਂਦੇ ਹਨ ਕਿ ਅਜੇ ਪੜੋਸੀ ਘਰ ਹੀ ਹੈ। ਅਗਰ ਕੋਈ ਵੀ ਆਵਾਜ਼ ਨਾ ਉੱਠ ਰਹੀ ਹੋਵੇ ਤਾਂ ਫਿਰ ਪੜੋਸੀ ਇਹ ਸਮਝ ਜਾਂਦਾ ਹੈ ਕਿ ਘਰ ਸੁੰਨਾ ਹੈ। ਪੜੋਸੀ ਕਿਧਰੇ ਕੰਮ-ਧੰਦੇ ਗਿਆ ਹੋਇਆ ਹੈ।

ਮੈਂ ਤਾਂ ਬਹੁਤ ਸਪੱਸ਼ਟ ਗੱਲ ਕਰ ਰਿਹਾ ਹਾਂ ਕਿ ਆਤਮਾ-ਪ੍ਰਮਾਤਮਾ ਦੀ ਮੌਜੂਦਗੀ ਨੂੰ ਸਮਝਣ-ਸਮਝਾਉਣ ਵਾਸਤੇ ਆਪਣੇ ਸਮਾਜ ਅੰਦਰ ਅੰਧਾਧੁੰਦ ਪ੍ਰਚਾਰ ਹੁੰਦਾ ਰਹਿੰਦਾ ਹੈ। ਮੈਂ ਇਨ੍ਹਾਂ ਪ੍ਰਚਾਰਕਾਂ ਨੂੰ ਪ੍ਰਚਾਰ ਕਰਦੇ ਵੇਖਿਆ ਹੈ। ਅਣਭੋਲ ਸਿੱਧੇ-ਸਾਦੇ ਵਿਅਕਤੀ ਇਨ੍ਹਾਂ ਪ੍ਰਚਾਰਕਾਂ ਦਾ ਬਹੁਤ ਹੀ ਸਤਿਕਾਰ ਕਰਨ ਲੱਗ ਜਾਂਦੇ ਸਨ। ਬਚਪਨ ਤੋਂ ਹੀ ਮੇਰਾ ਲਗਾਓ ਅੰਤਰ ਆਤਮਾ ਪ੍ਰਮਾਤਮਾ ਦੀ ਮੌਜੂਦਗੀ ਦਾ ਅਹਿਸਾਸ ਕਰਨ ਵੱਲ ਹੀ ਲੱਗਾ ਰਹਿੰਦਾ ਸੀ। ਮੈਨੂੰ ਹੁਣ ਵੀ ਉਹ ਦਿਨ ਯਾਦ ਹਨ ਜਦੋਂ ਮੈਂ ਸਵੇਰੇ ਸਵੱਖਤੇ ਉੱਠ ਆਪਣੇ ਕੰਮ ਕਰਨ ਲੱਗ ਜਾਂਦਾ ਸੀ।

ਸਵੇਰੇ ਸਵੇਰੇ ਸਾਧੂਆਂ ਦੀ ਟੋਲੀ ਪ੍ਰਮਾਤਮਾ ਦੇ ਨਾਮ ਦੀ ਚਰਚਾ ਕਰਦੇ ਹੋਏ ਗਲੀ ਗਲੀ ਘੁੰਮਦੇ ਹੁੰਦੇ ਸਨ। ਮੈਨੂੰ ਵੀ ਸਾਧੂਆਂ ਦੇ ਬੋਲ ਬਹੁਤ ਭਾਉਂਦੇ ਸਨ :

ਉੱਠ ਕੇ ਤੂੰ ਨਾਮ ਜਪ ਲੈ,
ਕੱਟੀ ਜਾਏਗੀ ਚੁਰਾਸੀ ਤੇਰੀ।
ਬਈ ਉੱਠ ਕੇ ਤੂੰ ਨਾਮ ਜਪ ਲੈ।

ਮੇਰੇ ਦੇਖੇ ਇਹ ਸਾਧੂ ਮਸਤ ਹੋ ਲੋਕਾਂ ਤੇ ਇਹ ਪ੍ਰਭਾਵ ਪਾਉਣ ਦਾ ਜਤਨ ਕਰਦੇ ਸਨ ਕਿ ਅਸੀਂ ਤਾਂ ਇਕ ਹੀ ਕੰਮ ਕਰ ਰਹੇ ਹਾਂ ਤੇ ਸੰਸਾਰੀ ਲੋਗ-ਬਾਗ ਗ੍ਰਿਹਸਤੀ ਆਦਮੀ ਵੀ ਸੰਸਾਰ ਅੰਦਰ ਰਹਿੰਦੇ ਹੋਏ ਸੰਸਾਰੀ ਧੰਦੇ ਕਰਦੇ ਹੋਏ ਪਰਮ ਪਿਤਾ ਪ੍ਰਮੇਸ਼ਰ ਨੂੰ ਯਾਦ ਰੱਖਦੇ ਹੋਏ ਆਪਣੇ ਜੀਵਨ ਨੂੰ ਸਫਲ ਕਰ ਲੈਣ।

ਲਾਲੀ ਵੇਖਣ ਮੈਂ ਗਈ, ਮੈਂ ਵੀ ਹੋ ਗਈ ਲਾਲ।
ਲਾਲ ਰੰਗ ਤਿਸਕੋ ਲੱਗਾ, ਜਿਸ ਕੇ ਵੱਡਭਾਗ।
ਮੈਲਾ ਕਦੇ ਨਾ ਹੋਵਈ ਨਾ ਲਾਗੇ ਦਾਗ।

ਸਵੇਰੇ ਆਪਣੀ ਸੁਰੀਲੀ ਆਵਾਜ਼ 'ਚ ਬੋਲੇ ਹੋਏ ਗੀਤ ਲੋਕਾਂ ਨੂੰ ਬੜੇ ਪਿਆਰੇ ਲੱਗਦੇ ਹਨ। ਮੈਂ ਸਾਰੇ ਪ੍ਰਚਾਰਕਾਂ ਦਾ ਦਿਲੋਂ ਸਤਿਕਾਰ ਕਰਦਾ ਹਾਂ। ਮੇਰਾ ਇਹ ਕੋਈ ਇਰਾਦਾ ਨਹੀਂ ਕਿ ਮੈਂ ਕਿਸੇ ਦੀ ਨਿੰਦਿਆ ਕਰਾਂ। ਚੁਗਲੀ ਕਰਾਂ। ਮੈਂ ਤਾਂ ਬਹੁਤ ਹਲੀਮੀ ਨਾਲ ਆਪਣੇ ਅੰਦਰਲੇ ਸੱਚ ਬਾਰੇ ਹੀ ਗੱਲ ਕਰ ਰਿਹਾ ਹਾਂ ਕਿ ਸਿੱਧੀ-ਸਪੱਸ਼ਟ ਗੱਲ ਕਰ ਰਿਹਾ ਹਾਂ ਕਿ ਅਸੀਂ ਕਿਸ ਤਰ੍ਹਾਂ

ਆਪਣੇ ਸਰੀਰ ਅੰਦਰ ਸਮਾਏ ਹੋਏ ਸੱਚ ਦੀ ਮੌਜੂਦਗੀ ਦਾ ਅਹਿਸਾਸ ਕਰ ਸਕਦੇ ਹਾਂ। ਉਂਝ ਮੈਂ ਜੋ ਕੁਝ ਸਮਾਜ ਅੰਦਰ ਹੁੰਦਾ ਵੇਖ ਰਿਹਾ ਹਾਂ ਪਹਿਲੇ ਪਹਿਲ ਤਾਂ ਸਾਨੂੰ ਆਪ ਹੀ ਆਪਣੇ ਅੰਦਰ ਛਿਪੇ ਹੋਏ ਸੱਚ ਦੀ ਮੌਜੂਦਗੀ ਤੇ ਪੱਕਾ ਵਿਸ਼ਵਾਸ ਪੈਦਾ ਕਰਨਾ ਪੈਂਦਾ ਹੈ ਕਿ ਹਾਂ ਮੇਰੇ ਸਰੀਰ ਅੰਦਰ ਮਨ ਤੋਂ ਪਾਰ ਆਤਮਾ ਮੌਜੂਦ ਹੁੰਦੀ ਹੈ। ਪ੍ਰਮਾਤਮਾ ਦੀ ਮੌਜੂਦਗੀ ਦਾ ਅਹਿਸਾਸ ਕਰਨ ਤੋਂ ਪਹਿਲਾਂ ਸਾਨੂੰ ਆਪਣੀ ਹੀ ਆਤਮਾ ਨਜ਼ਰ ਆਉਣ ਲੱਗਦੀ ਹੈ -

— ਪਹਿਲਾਂ ਆਤਮਾ ਫਿਰ ਪ੍ਰਮਾਤਮਾ।

— ਗੁਰੂ ਗੋਬਿੰਦ ਦੋਨੋਂ ਖੜੇ ਕਾ ਕੇ ਲਾਗੂੰ ਪਾਇ।
ਬਲਿਹਾਰੀ ਗੁਰ ਆਪਣੇ ਜਿਨ ਗੋਬਿੰਦ ਦੀਏ ਬਤਾਏ।

ਗੱਲ ਤਾਂ ਆਪਣੇ ਸਰੀਰ ਅੰਦਰੋਂ ਆਪਣੇ ਸਾਖਸ਼ੀ ਭਾਵ ਦੀ ਮੌਜੂਦਗੀ ਦਾ ਅਹਿਸਾਸ ਕਰਨ ਦੀ ਹੈ ਕਿ ਕਿਹੜਾ ਸਦੀਵੀ ਸੱਚ ਹੈ ਜੋ ਸਾਡੇ ਸਰੀਰ ਅੰਦਰ ਮੌਜੂਦ ਹੀ ਹੈ। ਉਹ ਮਨ ਨੂੰ ਸਮਝਾਉਣ ਦੀਆਂ ਆਪਣੀਆਂ ਕੋਸ਼ਿਸ਼ਾਂ ਵੀ ਕਰਦਾ ਰਹਿੰਦਾ ਹੈ। ਉਸ ਦੀ ਮੌਜੂਦਗੀ ਬਾਰੇ ਵੀ ਇਹ ਕਿਹਾ ਜਾਂਦਾ ਹੈ ਕਿ ਆਪਣੇ ਸਰੀਰ ਅੰਦਰ ਦੋ ਨਿਰ-ਆਕਾਰੀ ਸ਼ਕਤੀਆਂ ਸਾਨੂੰ ਆਪਣੀ ਆਪਣੀ ਪ੍ਰੇਰਨਾ ਦਿੰਦੀਆਂ ਰਹਿੰਦੀਆਂ ਹਨ। ਬੱਸ ਅਸਲ ਉਲਝਣ ਇਹ ਹੀ ਹੈ ਕਿ ਮਨ ਆਪ-ਹੁਦਰੀਆਂ ਕਰਦਾ ਰਹਿੰਦਾ ਹੈ, ਆਪਣੇ ਪੜੋਸੀ ਨੂੰ ਪੜੋਸੀ ਦੀ ਠੱਕ-ਠੱਕ ਸੁਣ ਜਾਂਦੀ ਹੈ। ਇਸੇ ਤਰ੍ਹਾਂ ਮਨ ਅੰਦਰ ਪੜੋਸੀ ਦਾ ਭਾਵ ਆਤਮਾ ਦੀ ਧੀਮੀ ਆਵਾਜ਼ ਦਾ ਪਤਾ ਵੀ ਲੱਗ ਜਾਂਦਾ ਹੈ। ਜਿਨ੍ਹਾਂ ਨੂੰ ਆਪਣੀ ਮੌਜੂਦਗੀ ਦਾ ਖ਼ਿਆਲ ਆਉਣ ਲੱਗ ਜਾਂਦਾ ਹੈ ਉਹ ਦ੍ਰਿੜ੍ਹਤਾ ਨਾਲ ਆਪ ਹੀ ਆਪਣੇ ਮਨ ਅੰਦਰ ਆਤਮਾ ਦੀ ਮੌਜੂਦਗੀ ਤੇ ਵਿਸ਼ਵਾਸ ਕਰਦੇ ਰਹਿੰਦੇ ਹਨ।

ਇਸ ਤਰ੍ਹਾਂ ਵਿਰਲੇ ਹੌਲੀ ਹੌਲੀ ਨਿਮਰਤਾ ਨਾਲ ਆਪਣਾ ਜੀਵਨ ਬਤੀਤ ਕਰਨ ਲੱਗ ਜਾਂਦੇ ਹਨ। ਇਸ ਤਰ੍ਹਾਂ ਜਿਸ ਆਤਮਾ ਦੀ ਮੌਜੂਦਗੀ ਨੂੰ ਉਹ ਮੰਨਦੇ ਰਹਿੰਦੇ ਹਨ ਉਸ ਦਾ ਉਨ੍ਹਾਂ ਨੂੰ ਖ਼ਿਆਲ ਆਪਣੇ ਮਨ ਅੰਦਰ ਬਣਿਆ ਰਹਿਣ ਲੱਗ ਜਾਂਦਾ ਹੈ।

ਹੋਏਗਾ ਖਸਮ ਲਏਗਾ ਰੱਖ।

ਮਨ ਅੰਦਰ ਜੋ ਵਿਚਾਰ ਚੱਲਦੇ ਰਹਿੰਦੇ ਹਨ ਇਹ ਹੀ ਮਨ ਦਾ ਜੀਵਨ ਹੁੰਦਾ ਹੈ। ਅਗਰ ਅਸੀਂ ਆਪਣੇ ਮਨ ਦੇ ਵਿਚਾਰਾਂ ਵੱਲ ਵੇਖਣ ਲੱਗ ਜਾਈਏ ਤਾਂ ਫਿਰ ਮਨ ਦੇ ਵਿਚਾਰ ਹੀ ਸ਼ਾਂਤ ਹੋਣ ਲੱਗ ਜਾਂਦੇ ਹਨ। ਜਿਸ ਤਰ੍ਹਾਂ ਕਿ ਅਗਰ ਅਸੀਂ ਪਿਆਜ ਦੇ ਛਿਲਕੇ ਦੀਆਂ ਤੈਹਾਂ ਦੀਆਂ ਤੈਹਾਂ ਉਤਾਰਨ ਲੱਗ ਜਾਈਏ ਤਾਂ ਪਿਆਜ਼ ਖ਼ਤਮ ਹੋ ਜਾਂਦਾ ਹੈ।

ਅੰਤ ਵਿਚ ਇਹ ਹੀ ਸਵਾਲ ਮਨ 'ਚ ਉੱਠ ਆਉਂਦਾ ਹੈ ਕਿ ਉਹ ਕਿਹੜੀ

ਸਚਾਈ ਹੈ। ਜਿਸ ਨੂੰ ਅਸੀਂ ਆਤਮਾ/ਸਾਖਸ਼ੀ ਭਾਵ ਕਹਿਣ ਲੱਗ ਜਾਂਦੇ ਹਾਂ। ਇਹ ਸਿਰਫ ਬੋਲੀ ਦਾ ਹੀ ਫਰਕ ਹੈ। ਇਸ ਨੂੰ ਸਮਝਣਾ ਹੀ ਮੁਸ਼ਕਲ ਹੋਇਆ ਹੋਇਆ ਹੈ। ਕਿਉਂਕਿ ਜਿਉਂ ਜਿਉਂ ਅਸੀਂ ਆਪਣੇ ਅੰਦਰ ਦੀਆਂ ਗਹਿਰਾਈਆਂ ਅੰਦਰ ਉਤਰਨ ਲੱਗ ਜਾਂਦੇ ਹਾਂ ਤਿਉਂ ਤਿਉਂ ਬੋਲੀ ਅਤੇ ਭਾਸ਼ਾ ਨਾਲ ਸਮਝਾਉਣਾ ਔਖਾ ਹੋ ਜਾਂਦਾ ਹੈ। ਗੱਲ 'ਜੋ ਹੈ ਸੋ ਹੈ' ਤੱਕ ਪਹੁੰਚ ਜਾਂਦੀ ਹੈ ਕਿ ਜੋ ਹੈ, ਜੋ ਮਿਟਣੇ ਵਾਲਾ ਨਹੀਂ ਹੈ ਉਸ ਦਾ ਅਹਿਸਾਸ ਕਰਦੇ ਹੋਏ ਅਸੀਂ ਉਹਦਾ ਕੋਈ ਵਰਣਨ ਨਹੀਂ ਕਰ ਸਕਦੇ ਹਾਂ। ਬਸ ਉਸ ਇਕ ਦੀ ਮੌਜੂਦਗੀ ਤੇ ਵਿਸ਼ਵਾਸ ਰੱਖ ਆਪਣਾ ਸਹਿਜ ਜੀਵਨ ਬਤੀਤ ਕਰਦੇ ਰਹੋ। ਤੁਸੀਂ ਤਾਂ ਇਕ ਡਰਾਇਵਰ ਵਾਂਗ ਗੱਡੀ ਦੇ ਗੇਅਰ ਬਦਲਦੇ ਰਹੋ ਆਪਣੀ ਮੰਜ਼ਿਲ ਤੇ ਪਹੁੰਚ ਹੀ ਜਾਓਗੇ।

ਡਰਾਇਵਰ

ਚਲਾਈ ਚੱਲ ਗੱਡੀ, ਚਲਾਈ ਚੱਲ ਗੱਡੀ,
ਵੇ ਡਰਾਇਵਰਾ !
ਇਕੋ ਥਾਂ ਤੇ ਗੱਡੀ ਕਦੇ ਠਹਿਰਦੀ ਨਾ ਹੁੰਦੀ,
ਵੇ ਡਰਾਇਵਰਾ !
ਤਬਦੀਲੀ ਕੁਦਰਤ ਦਾ ਨਿਯਮ ਹੈਂ,
ਵੇ ਡਰਾਇਵਰਾ !
ਮੌਸਮ ਹਮੇਸ਼ਾ ਬਦਲਦੇ ਰਹਿੰਦੇ ਨੇ,
ਵੇ ਡਰਾਇਵਰਾ !
ਧੁੱਪ ਛਾਂ ਦੇ ਨਾਲ ਪਰਛਾਵੇਂ,
ਬਦਲਦੇ ਰਹਿਣ ਹਮੇਸ਼ਾਂ,
ਵੇ ਡਰਾਇਵਰਾ !
ਮੋਹ ਜਾਲ ਦਾ ਚਿੱਕੜ,
ਬਹੁਤ ਬੁਰਾ ਹੁੰਦਾ ਹੈ,
ਵੇ ਡਰਾਇਵਰਾ !
ਇਥੇ ਤੂੰ ਬਰੇਕਾਂ ਨਾ ਲਗਾਈਂ,
ਆਪਣੀ ਮੰਜ਼ਲ ਨਾ ਭੁੱਲ ਜਾਈਂ,
ਵੇ ਡਰਾਇਵਰਾ !
ਇਹ ਬਾਗ ਹੈ ਖਿੜਾਇਆ ਦਾਤੇ,
ਭੌਰੇ ਵਾਂਗ ਫੁੱਲਾਂ ਵਿਚ,
ਵੇ ਡਰਾਇਵਰਾ !
ਗੱਡੀ ਤੂੰ ਚਲਾਉਂਦਾ ਹੈਂ,

ਤੇਰੀ ਜੀਵਨ-ਗੱਡੀ ਉਹ ਚਲਾਉਂਦਾ,
ਵੇ ਡਰਾਇਵਰਾ !
ਨੰਬਰ ਤੇ ਗੱਡੀ ਤੇਰੀ ਲੱਗੀ ਹੈ,
ਨੰਬਰ ਤੇਰਾ ਵੀ ਆਏਗਾ,
ਵੇ ਡਰਾਇਵਰਾ !
ਮੀਤ ਉਹ ਹੀ ਹੁੰਦਾ ਹੈ,
ਜਿਸ ਦੀ ਹੋਵੇ ਦਾਤੇ ਨਾਲ ਪ੍ਰੀਤ,
ਵੇ ਡਰਾਇਵਰਾ !
ਵੈਰੀ ਨੂੰ ਵੀ ਮੀਤ ਬਣਾ ਲੈ,
ਮੀਤ ਨਾਲ ਕਰ ਤੂੰ ਪ੍ਰੀਤ,
ਵੇ ਡਰਾਇਵਰਾ !
'ਦਲਬਾਰੇ' ਮੀਤ ਨੂੰ ਪਛਾਣ,
ਕਰ ਉਸ ਨਾਲ ਪ੍ਰੀਤ,
ਵੇ ਡਰਾਇਵਰਾ !

ਜ਼ਿੰਦਗੀ ਬਤੀਤ ਕਰਦੇ ਹੋਇਆਂ ਅਗਰ ਸਾਨੂੰ ਆਪਣੇ ਮੀਤ ਦੀ ਪਹਿਚਾਣ ਹੋ ਜਾਵੇ ਤਾਂ ਸਾਡਾ ਪੂਰਾ ਧਿਆਨ ਆਪਣੇ ਮਿੱਤਰ ਦੁਆਲੇ ਹੀ ਕੇਂਦਰਤ ਹੋ ਕੇ ਸਾਡੀ ਉਸ ਸੋਚ ਦੁਆਲੇ ਘੁੰਮਣ ਲੱਗ ਜਾਂਦਾ ਹੈ। ਸੋਚ ਕਹੋ ਜਾਂ ਲਗਨ ਕਹੋ ! ਇਸ ਦਾ ਨਮੂਨਾ, ਇਸ ਦੀ ਉਦਾਹਰਣ ਵੀ ਸਾਨੂੰ ਸਮਾਜ ਅੰਦਰੋਂ ਮਿਲ ਹੀ ਜਾਂਦੀ ਹੈ ਜੋ ਕਿਸੇ ਸਮਾਜ ਅੰਦਰ ਚਰਚਿਤ ਹਨ। ਜਿਸ ਤਰ੍ਹਾਂ ਕਿ ਹੀਰ ਰਾਂਝੇ, ਸੋਹਣੀ ਮਹੀਂਵਾਲ, ਸੱਸੀ ਪੁੰਨੂੰ ਆਦਿ ਦੇ ਕਿੱਸੇ ਮਸ਼ਹੂਰ ਹਨ ਕਿ ਕਿਵੇਂ ਇਨ੍ਹਾਂ ਜੋੜਿਆਂ ਨੇ ਰੂਹਾਂ ਤੱਕ ਪਿਆਰ ਕੀਤਾ ਹੈ ਅਤੇ ਇਕ ਦੂਜੇ ਤੋਂ ਆਪਣਾ ਆਪਾ ਵਾਰ ਗਏ ਹਨ। ਇਹ ਸਾਨੂੰ ਇਕ ਹੀ ਸਿੱਖਿਆ ਦਿੰਦੇ ਹਨ ਕਿ ਅਸੀਂ ਵੀ ਤਾਂ ਕਿਸੇ ਅਮਰ ਸ਼ਕਤੀ ਨਾਲੋਂ ਵਿਛੜੇ ਹੋਏ ਹਾਂ। ਪਰੰਤੂ ਅਸੀਂ ਇੰਨੇ ਬੇਮੁਖ ਹੋਏ ਹੋਏ ਹਾਂ ਕਿ ਸਾਨੂੰ ਇਹ ਸਮਝ ਹੀ ਨਹੀਂ ਆ ਰਿਹਾ ਹੈ ਕਿ ਨਾਸ਼ਵਾਨ ਸਰੀਰ ਅੰਦਰ ਕਿਹੜਾ ਸੱਚ ਸਮਾਇਆ ਹੋਇਆ ਹੈ। ਉਹ ਹੀ ਅਮਰ ਤੱਤ ਹੈ। ਉਸ ਦੀ ਹੀ ਸਾਨੂੰ ਕੋਈ ਪਹਿਚਾਣ ਨਹੀਂ ਹੈ। ਇਸ ਵਾਸਤੇ ਹੀ ਅਸੀਂ ਉਸ ਨਾਲੋਂ ਵਿਛੜ ਕੇ ਉਸ ਨੂੰ ਮਿਲਣ ਦੀ ਤਾਂਘ ਨਹੀਂ ਕਰਦੇ। ਜਿਨ੍ਹਾਂ ਨੂੰ ਆਪਣੇ ਇਸ ਪਿਆਰੇ ਨਾਲੋਂ ਵਿਛੜ ਜਾਣ ਦਾ ਅਹਿਸਾਸ ਹੋਣ ਲੱਗ ਜਾਂਦਾ ਹੈ ਉਨ੍ਹਾਂ ਦਾ ਹੀ ਧਿਆਨ ਆਪਣੇ ਅੰਦਰ ਇਕਾਗਰ ਹੋਣ ਲੱਗਦਾ ਹੈ। ਅਸੀਂ ਭਾਵੇਂ ਜਿਹੜਾ ਮਰਜ਼ੀ ਢੰਗ ਵਰਤੀਏ ਅਗਰ ਸਾਡੀ ਸਮਝ 'ਚ ਇਹ ਅਹਿਸਾਸ ਹੋਣ ਲੱਗ ਜਾਵੇ ਕਿ ਅਸੀਂ ਤਾਂ ਇਸ ਸਾਖਸ਼ੀ ਭਾਵ ਦੀ ਯਾਦ ਹੀ ਮਨ ਅੰਦਰੋਂ ਭੁੱਲੇ ਹੋਏ

ਹਾਂ ਤਾਂ ਫਿਰ ਸਾਡੇ ਮਨ ਅੰਦਰ ਇਹ ਵਿਸ਼ਵਾਸ ਵੀ ਆ ਜਾਂਦਾ ਹੈ। ਫਿਰ ਅਸੀਂ ਆਪਣਾ ਧਿਆਨ ਵੀ ਇਕ ਵੱਲ ਲਗਾਉਣ ਲੱਗ ਜਾਂਦੇ ਹਾਂ ਪਰੰਤੂ ਇਹ ਬਹੁਤ ਹੀ ਸੂਖਸ਼ਮ ਘਟਨਾ ਹੈ। ਇਹ ਸੂਖਸ਼ਮ ਘਟਣਾ ਸਾਡੇ ਚਿੱਤ ਰੂਪੀ ਆਕਾਸ਼ 'ਚ ਵਾਪਰਦੀ ਹੈ।

ਮੈਨੂੰ ਇਥੇ ਗੁਰੂ ਅਰਜਨ ਦੇਵ ਜੀ ਦੇ ਇਕ ਸੇਵਕ ਦੀ ਘਟਨਾ ਯਾਦ ਆ ਗਈ ਹੈ। ਇਕ ਵਾਰ ਇਕ ਜਗਿਆਸੂ ਸ਼ਰਧਾ ਨਾਲ ਗੁਰੂ ਅਰਜਨ ਦੇਵ ਜੀ ਪਾਸ ਪਹੁੰਚਿਆ। ਗੁਰੂ ਜੀ ਨੇ ਉਸ ਤੋਂ ਉਸ ਦੀ ਕਹਾਣੀ ਪੁੱਛੀ ਕਿ ਤੂੰ ਕਿਸ ਜਗਿਆਸਾ ਨਾਲ ਇਥੇ ਮੇਰੇ ਪਾਸ ਆਇਆ ਹੈਂ ? ਤਾਂ ਉਹ ਵਿਅਕਤੀ ਹੱਥ ਜੋੜ ਕੇ ਖੜਾ ਹੋ ਗਿਆ। ਕਹਿਣ ਲੱਗਾ, ਗੁਰੂ ਜੀ ਆਪ ਤਾਂ ਗੁਰੂ ਹੋ। ਜਾਣੀਜਾਣ ਹੋ। ਮੈਂ ਆਪ ਤੋਂ ਤਾਂ ਆਪਣੇ ਮਨ ਦੀ ਕੋਈ ਗੱਲ ਖੁੱਲ੍ਹ ਕੇ ਕਹਿ ਵੀ ਨਹੀਂ ਸਕਦਾ ਹਾਂ। ਮੈਂ ਤੁਹਾਡਾ ਸੇਵਕ ਬਣਨਾ ਚਾਹੁੰਦਾ ਹਾਂ। ਪਰੰਤੂ ਇਸ ਤੋਂ ਪਹਿਲਾਂ ਮੈਂ ਤੁਹਾਡੇ ਕਿਸੀ ਸੇਵਕ ਦਾ ਵਿਹਾਰ ਵੇਖਣਾ ਚਾਹੁੰਦਾ ਹਾਂ ਜੋ ਮੇਰੇ ਵਾਂਗ ਹੀ ਅਤਿ ਸਾਧਾਰਣ ਹੋਵੇ। ਮੈਂ ਉਸ ਦੇ ਵਿਹਾਰ ਵੱਲ ਗੌਰ ਨਾਲ ਧਿਆਨ ਨਾਲ ਵੇਖਣਾ ਚਾਹੁੰਦਾ ਹਾਂ।

ਗੁਰੂ ਜੀ ਨੇ ਉਸ ਨੂੰ ਆਪਣੇ ਇਕ ਪਿਆਰੇ ਸੇਵਕ ਦੇ ਘਰ ਦਾ ਪਤਾ ਦੇ ਦਿੱਤਾ ਕਿ ਭਾਈ ਮੇਰੀ ਵੀ ਇਕ ਸ਼ਰਤ ਹੈ ਕਿ ਤੂੰ ਚੁੱਪਚਾਪ ਉਸ ਦੇ ਵਿਹਾਰ ਵੱਲ ਹੀ ਵੇਖਣਾ। ਉਸ ਨਾਲ ਕੋਈ ਬਹਿਸ ਜਾਂ ਕੋਈ ਸਵਾਲ-ਜਵਾਬ ਨਹੀਂ ਕਰਨਾ। ਕਿਉਂਕਿ ਉਹ ਆਪਣੇ ਮਨੋਂ ਪਲ ਪਲ ਮੇਰਾ ਹੀ ਖ਼ਿਆਲ ਰੱਖ ਰਿਹਾ ਹੈ। ਮੇਰੇ ਬਾਰੇ ਹੀ ਉਸ ਦੇ ਮਨ ਅੰਦਰ ਖ਼ਿਆਲ ਚੱਲ ਰਹੇ ਹਨ। ਇਸ ਵਾਸਤੇ ਉਸ ਨਾਲ ਗੱਲ ਤਕ ਵੀ ਨਾ ਕਰਨਾ। ਬੱਸ ਸਿਰਫ਼ ਵੇਖਦੇ ਹੀ ਰਹਿਣਾ। ਕਿਉਂਕਿ ਜਦੋਂ ਦ੍ਰਸ਼ਟਾ ਜਾਗ ਜਾਂਦਾ ਹੈ ਤਾਂ ਫਿਰ ਸਿਰਫ ਉਹ ਵੇਖਦਾ ਹੀ ਹੈ :

ਊਠਤ ਬੈਠਤ ਸੋਵਤ ਨਾਮ,
ਕਹਿ ਨਾਨਕ ਜਨ ਕੇ ਸਦ ਕਾਮ॥

ਜਦੋਂ ਮਨ ਅੰਦਰ ਸਿਰਫ ਇਹ ਹੀ ਖ਼ਿਆਲ ਚੱਲ ਰਹੇ ਹੁੰਦੇ ਹਨ ਕਿ ਏਕ ਤੂੰ - ਏਕ ਤੂੰ ਹੀ। ਜਦੋਂ ਇਕ ਰਸ ਇਹ ਹੀ ਇਕ ਧੁਨ ਮਸਤਕ 'ਚ ਘੁੰਮ ਰਹੀ ਹੁੰਦੀ ਹੈ ਤਾਂ ਫਿਰ ਇਕ ਵੀ ਖ਼ਿਆਲ ਅਜਿਹੇ ਭਗਤ ਦੇ ਮਨ ਅੰਦਰ ਉੱਠਦਾ ਹੀ ਨਹੀਂ ਹੈ।

ਉਹ ਵਿਅਕਤੀ ਦੱਸੇ ਹੋਏ ਐਡਰੈਸ ਤੇ ਉਸ ਵਿਅਕਤੀ ਪਾਸ ਪਹੁੰਚ ਗਿਆ। ਉਸ ਦੇ ਘਰ ਦਾ ਮਾਹੌਲ ਵੇਖ ਅਤੇ ਉਸ ਵਿਅਕਤੀ ਦੇ ਵਿਹਾਰ ਨੂੰ ਵੇਖ ਉਸ ਦਾ ਮਨ ਹੋਰ ਵੀ ਹੈਰਾਨੀ ਨਾਲ ਭਰ ਗਿਆ ਕਿ ਇਹ ਕੀ ਮਾਜਰਾ ਹੈ ? ਉਸ ਦੇ ਮਨ ਅੰਦਰ ਸਵਾਲ ਹੀ ਸਵਾਲ ਉੱਠ ਆਏ ਕਿ ਮੈਂ ਪੁੱਛ ਲਵਾਂ ਕਿ

ਇਹ ਕੀ ਹੋ ਰਿਹਾ ਹੈ ? ਇਕ ਪਾਸੇ ਤਾਂ ਵਿਆਹ ਦੀਆਂ ਤਿਆਰੀਆਂ ਹੋ ਰਹੀਆਂ ਹਨ ਤੇ ਦੂਜੇ ਪਾਸੇ ਕੁਸਗਨੇ ਕੰਮ ਹੁੰਦੇ ਨਜ਼ਰ ਆ ਰਹੇ ਹਨ। ਅਜਿਹਾ ਕਿਉਂ ਹੋ ਰਿਹਾ ਹੈ ? ਫਿਰ ਉਸ ਨੂੰ ਇਹ ਖ਼ਿਆਲ ਆ ਗਿਆ ਕਿ ਗੁਰੂ ਜੀ ਨੇ ਤਾਂ ਮੈਨੂੰ ਇਹ ਹਦਾਇਤ ਕੀਤੀ ਹੋਈ ਹੈ ਕਿ ਤੂੰ ਚੁੱਪਚਾਪ ਸਿਰਫ ਵੇਖਣਾ ਹੀ ਹੈ। ਸੋ ਉਹ ਸਾਰੇ ਮਾਹੌਲ ਨੂੰ ਵੇਖਦਾ ਰਿਹਾ ਅਤੇ ਆਪਣੇ ਮਨ ਅੰਦਰੋਂ ਉੱਠਣ ਵਾਲੇ ਸਵਾਲਾਂ ਨੂੰ ਦਬਾਉਂਦਾ ਰਿਹਾ। ਸਿਰਫ ਵੇਖਣ ਵੱਲ ਹੀ ਉਸ ਦਾ ਧਿਆਨ ਲੱਗਾ ਰਿਹਾ।

ਬਰਾਤ ਚੜ੍ਹੀ ਤੇ ਬਰਾਤੀ ਲੜਕੇ ਨੂੰ ਵਿਆਹੁਣ ਤੁਰ ਪਏ। ਖ਼ੁਸ਼ੀਆਂ ਨਾਲ ਨੱਚਦੇ ਟੱਪਦੇ ਰਹੇ। ਸ਼ਾਮੀਂ ਬਰਾਤ ਵਿਦਾ ਹੋਈ। ਲੜਕਾ ਦੁਲਹਨ ਨੂੰ ਲੈ ਕੇ ਘਰ ਪਹੁੰਚ ਗਿਆ। ਬੱਸ ਘਰ ਪਹੁੰਚਣ ਦੀ ਹੀ ਦੇਰ ਸੀ, ਲੜਕੇ ਨੂੰ ਹੈਜ਼ੇ ਦੀ ਬਿਮਾਰੀ ਨੇ ਘੇਰ ਲਿਆ। ਲੜਕੇ ਨੂੰ ਟੱਟੀਆਂ ਅਤੇ ਉਲਟੀਆਂ ਲੱਗ ਗਈਆਂ, ਜੋ ਜਾਨ-ਲੇਵਾ ਸਾਬਤ ਹੋਈਆਂ ਤੇ ਲੜਕਾ ਚੱਲ ਵਸਿਆ। ਖ਼ੁਸ਼ੀਆਂ ਸਮਾਪਤ ਹੋ ਗਈਆਂ। ਘਰ ਵਿਚ ਮਾਤਮ ਛਾ ਗਿਆ।

ਦੂਜੇ ਦਿਨ ਸਵੇਰੇ ਲੜਕੇ ਦਾ ਸਸਕਾਰ ਕਰ ਦਿੱਤਾ ਗਿਆ। ਪਰੰਤੂ ਗੁਰੂ ਜੀ ਦੇ ਸ਼ਰਧਾਲੂ ਦਾ ਮਨ ਅਡੋਲ ਹੀ ਰਿਹਾ। ਅੰਤ ਗੁਰੂ ਦੇ ਉਸ ਸੇਵਕ ਨਾਲ ਸਵਾਲ-ਜਵਾਬ ਕਰਨੇ ਸ਼ੁਰੂ ਕਰ ਦਿੱਤੇ। ਕਿ ਮਹਾਰਾਜ ਜੀ ਇੰਨਾ ਕੁਝ ਵਾਪਰਿਆ ਹੈ, ਕੀ ਤੁਹਾਨੂੰ ਇਹ ਸਭ ਕੁਝ ਵਾਪਰਨ ਦਾ ਗਿਆਨ ਸੀ ? ਉਸ ਧੀਰਜ ਵਾਲੇ ਵਿਅਕਤੀ ਨੇ ਕਿਹਾ ਕਿ ਹਾਂ ਮੈਨੂੰ ਇਹ ਸਭ ਕੁਝ ਪਤਾ ਹੈ ਕਿ ਜੋ ਕੁਝ ਕੁਦਰਤ ਨੇ ਸਾਡੇ ਪਾਸੋਂ ਕਰਵਾਉਣਾ ਹੈ ਉਹ ਤਾਂ ਹੋਣਾ ਹੀ ਹੈ। ਫਿਰ ਅਸੀਂ ਕਿੰਤੂ-ਪਰੰਤੂ ਕਰਨ ਵਾਲੇ ਕੌਣ ਹੁੰਦੇ ਹਾਂ। ਜਿਵੇਂ ਰਾਤ ਦਾ ਸੁਪਨਾ ਝੂਠਾ ਹੁੰਦਾ ਹੈ। ਸਾਡੇ ਸਰੀਰ ਨੇ ਵੀ ਇਕ ਨਾ ਇਕ ਦਿਨ ਮਿੱਟੀ 'ਚ ਹੀ ਮਿਲਣਾ ਹੈ। ਫਿਰ ਅਸੀਂ ਇਹ ਕਿਉਂ ਨਹੀਂ ਮੰਨ ਰਹੇ ਕਿ ਇਹ ਸਰੀਰ ਝੂਠਾ ਹੈ। ਮੈਂ ਤਾਂ ਬੱਸ ਇਹ ਜਾਣ ਰਿਹਾ ਹਾਂ ਕਿ ਜਿਸ ਲੜਕੀ ਦਾ ਦਾਣਾ-ਪਾਣੀ ਸਾਡੇ ਘਰ ਦਾ ਲਿਖਿਆ ਹੋਇਆ ਹੈ ਉਹ ਸਾਡੇ ਘਰ ਆ ਹੀ ਗਈ ਹੈ। ਸਾਰਾ ਖੇਲੁ ਪ੍ਰਮਾਤਮਾ ਦੀ ਮਰਜੀ ਨਾਲ ਹੀ ਚੱਲ ਰਿਹਾ ਹੈ। ਮੈਂ ਤਾਂ ਆਪਣੀ ਮਰਜੀ ਕਰਨੀ ਛੱਡੀ ਹੋਈ ਹੈ। ਮੈਂ ਤਾਂ ਪ੍ਰਮਾਤਮਾ ਦੀ ਮਰਜੀ ਮੁਤਾਬਿਕ ਹੀ ਆਪਣੀ ਜ਼ਿੰਦਗੀ ਬਤੀਤ ਕਰ ਰਿਹਾ ਹਾਂ। ਇਕ ਪ੍ਰਮਾਤਮਾ ਦੀ ਯਾਦ ਹੁਣ ਮੇਰੇ ਮਨ ਭੁੱਲਦੀ ਹੀ ਨਹੀਂ ਹੈ :

ਸੱਚ ਤੂੰ ਕਰਤਾਰ ਹੈਂ, ਸਭ ਦਾ ਪਾਲਣਹਾਰ ਹੈਂ।
ਤੇਰਾ ਸਭ ਨੂੰ ਆਸਰਾ, ਸੁੱਖਾਂ ਦਾ ਭੰਡਾਰ ਹੈ।

ਜਦੋਂ ਮਨ ਮੰਨ ਜਾਂਦਾ ਹੈ ਤਾਂ ਫਿਰ ਸਾਡਾ ਵਿਹਾਰ ਬਦਲ ਜਾਂਦਾ ਹੈ।

ਫਿਰ ਭਾਵੇਂ ਤੁਸੀਂ ਕੋਈ ਵੀ ਕੰਮ ਕਰਦੇ ਰਹੋ, ਫਿਰ ਤਾਂ ਮਨ ਆਪਣੀ ਹੀ ਪ੍ਰੇਰਨਾ ਦਿੰਦਾ ਹੀ ਨਹੀਂ ਹੈ। ਇਸ ਤਰ੍ਹਾਂ ਜਦੋਂ ਇਕ ਦੀ ਹੀ ਮੌਜੂਦਗੀ ਦਾ ਖ਼ਿਆਲ ਸਾਡੇ ਮਨ ਅੰਦਰ ਵੱਸ ਜਾਂਦਾ ਹੈ ਤਾਂ ਫਿਰ ਸਾਡੇ ਹੀ ਚੇਤ ਮਨ ਦੀਆਂ ਅਜਿਹੀਆਂ ਭਾਵਨਾਵਾਂ ਨੂੰ ਵੇਖ ਰਿਹਾ ਸਾਡਾ ਅਚੇਤਨ ਮਨ ਚੇਤਨ ਮਨ ਨੂੰ ਢੱਕ ਲੈਂਦਾ ਹੈ। ਅਜਿਹੀ ਅਨੁਭੂਤੀ, ਅਜਿਹਾ ਅਹਿਸਾਸ ਕਰ ਕੇ ਜੋ ਸ਼ਾਂਤੀ ਮਹਿਸੂਸ ਹੁੰਦੀ ਹੈ ਉਸ ਨੂੰ ਹੀ ਬ੍ਰਹਮ-ਗਿਆਨੀ, ਰਿਸ਼ੀ-ਮੁਨੀ, ਕਮਲ ਦਾ ਖਿੜ ਜਾਣਾ ਕਹਿੰਦੇ ਹਨ, ਕੁੰਡਲਨੀ ਸ਼ਕਤੀ ਦੇ ਕੁੰਡਲ ਦਾ ਖੁੱਲ੍ਹ ਜਾਣਾ ਕਹਿੰਦੇ ਹਨ। ਪਰੰਤੂ ਇਹੋ ਜਿਹੀ ਘਟਨਾ ਤਾਂ ਸਾਡੇ ਸੂਖਸ਼ਮ ਚਿੱਤ ਰੂਪੀ ਆਕਾਸ਼ ਦੇ ਅੰਦਰ ਹੀ ਘਟਦੀ ਹੈ ਜਿਸ ਦੇ ਕਾਰਣ ਅਜਿਹੇ ਵਿਅਕਤੀ ਨੂੰ ਜਿਸ ਦਾ ਚੇਤ ਮਨ ਅਚੇਤ ਮਨ 'ਚ ਲੀਨ ਹੋ ਗਿਆ ਹੋਵੇ। ਅਸੀਂ ਅਜਿਹੇ ਵਿਅਕਤੀ ਨੂੰ ਗੁਰੂ, ਪੀਰ ਪੈਗੰਬਰ, ਅਵਤਾਰ ਕਹਿਣ ਲੱਗ ਜਾਂਦੇ ਹਾਂ। ਪਰੰਤੂ ਇਕ ਹੋਰ ਅਨਹੋਣੀ ਜਿਹੀ ਇਹ ਘਟਨਾ ਘਟ ਜਾਂਦੀ ਹੈ ਕਿ ਅਸਲ ਦੀ ਨਕਲ ਕਰਨ ਵਾਲੇ ਅਨੇਕਾਂ ਹੀ ਅਡੰਬਰ ਰਚਾਉਣ ਲੱਗ ਜਾਂਦੇ ਹਨ ਜਿਨ੍ਹਾਂ ਦੀ ਲਗਨ ਸਿਰਫ ਪੈਸਾ ਕਮਾਉਣ ਉਤੇ ਹੀ ਲੱਗ ਜਾਂਦੀ ਹੈ।

ਫਰੇਬੀ ਸੱਜਣ

ਜੇਕਰ ਭੋਲੀ ਭਾਲੀ ਸੂਰਤ ਤੱਕਾਂ,
ਗੁਣ ਪੂਰੇ ਨੰਬਰ ਕੱਟਾਂ ਨਾ।
ਮਹਿਲ ਅਟਾਰੀ ਰੰਗ ਰੋਗਨ ਸਵਾਰੀ,
ਲਾਲੋ ਦੀਆਂ ਸੁੱਕੀਆਂ ਸੱਟਾਂ ਨਾ।
ਛੱਤੋਂ ਡਿੱਗ ਵਿਕਲਾਂਗ ਹੋਇਆ ਲਾਲੋ,
ਬੇਕਾਰ ਹੋਇਆ ਰਹੀਆਂ ਖੱਟਾਂ ਨਾ।
ਲੈ ਲਿਆ ਲੱਖਾਂ ਬੀਮੇ ਦਾ,
ਲਾਲੋ ਨੂੰ ਦਿੱਤਾ ਡੱਕਾ ਨਾ।
ਪੀਤਾ ਲਹੂ ਕਰਮਾਂ ਦੇ ਮਾਰੇ ਦਾ,
ਭੁੱਖੇ ਬਾਲ ਦਾਣਾ-ਫੱਕਾ ਨਾ।
ਖਾਲੀ ਹੱਥ ਜਾਣਾ ਵਰਤੇਗਾ ਭਾਣਾ,
ਥਿਰ ਨਹੀਂ ਰਹਿਣਾ ਦੱਸਾਂ ਹੱਟਾਂ ਨਾ।
ਲਾਲੋ ਨੂੰ ਵੇਖ, ਰੱਖ ਯਾਦ,
ਰੱਖੇ ਯਾਦ ਗਲ੍ਹੇ ਕੱਟੇ ਨਾ।
ਸਹਿਣ ਸ਼ੀਲਤਾ ਵੱਡਾ ਗੁਣ ਹੈ,
ਅਜਰ ਜਰੇ ਪਿੱਛੇ ਹੱਟੇ ਨਾ।

ਸ਼ੁਕਰ ਕ਼ਰੇ ਜਦੋਂ ਦਾਤੇ ਦਾ,
'ਦਲਬਾਰੇ' ਕਿਸੇ ਦੀ ਬੇੜੀ ਪਾਵੇ ਵੱਟੇ ਨਾ।
ਸ਼ੁਕਰ ਕਰ ਜਦ ਦਾਤੇ ਦਾ,
ਆਪਣੀ ਬੇੜੀ ਵੀ ਪੈਂਦੇ ਵੱਟੇ ਨਾ।

ਇਹ ਸੰਸਾਰ ਸਮੁੰਦਰ ਅਥਾਹ ਹੈ। ਇਸ ਅਥਾਹ ਸਮੁੰਦਰ 'ਚ ਸਾਡਾ ਸਰੀਰ ਤਾਂ ਇਕ ਕਿਣਕੇ ਸਮਾਨ ਵੀ ਨਹੀਂ ਹੈ। ਪਰੰਤੂ ਇਕ ਕਰਾਮਾਤ ਹੋਈ ਹੋਈ ਹੈ ਕਿ ਇਸ ਅਥਾਹ ਸਮੁੰਦਰ ਦੀ ਰਚਨਾ ਰਚਣ ਵਾਲੇ ਨੇ ਹੀ ਸਾਡੇ ਸਰੀਰ ਦੀ ਰਚਨਾ ਰਚੀ ਹੈ। ਉਸ ਨੇ ਆਪ ਹੀ ਆਪਣੇ ਅੰਸ਼ ਨੂੰ ਆਪਣੇ ਵਾਲੇ ਸਾਰੇ ਗੁਣਾਂ ਨਾਲ ਭਰਪੂਰ ਕਰ ਕੇ ਸਾਡੇ ਇਸ ਸਰੀਰ ਅੰਦਰ ਹੀ ਛੁਪਾ ਦਿੱਤਾ ਹੈ।

ਜੋ ਬ੍ਰਹਿਮੰਡੇ ਸੋਈ ਪਿੰਡੇ, ਜੋ ਖੋਜੈ ਸੋ ਪਾਵੈ॥

ਬੱਸ ਇਥੋਂ ਹੀ ਕਹਾਣੀ ਉਲਝੀ ਹੋਈ ਹੈ। ਸਹਿਜ ਨੂੰ ਹੀ ਪਾਖੰਡੀ ਗੁਰੂਆਂ ਨੇ ਅਸਹਿਜ ਬਣਾ ਦਿੱਤਾ ਹੈ। ਆਪਣੇ ਹੀ ਅੰਦਰ ਮੌਜੂਦ ਸਾਡਾ ਸਾਖਸ਼ੀ ਭਾਵ- ਸਾਡੀ ਆਤਮਾ ਤਾਂ ਪ੍ਰਮਾਤਮਾ ਦਾ ਹੀ ਅੰਸ਼ ਹੈ। ਆਪਣੇ ਪ੍ਰਚਾਰਕਾਂ ਨੇ ਤਾਂ ਕਦੇ ਸਾਨੂੰ ਇਹ ਸਮਝਾਉਣ ਦੀ ਕੋਸ਼ਿਸ਼ ਹੀ ਨਹੀਂ ਕੀਤੀ ਹੈ ਕਿ ਸੱਚ ਤਾਂ ਤੁਹਾਡੇ ਸਰੀਰ ਅੰਦਰ ਹੀ ਛੁਪਿਆ ਹੋਇਆ ਹੈ। ਬ੍ਰਹਮ-ਗਿਆਨੀ ਬਿਨਾਂ ਕਿਸੀ ਲੱਗ-ਲਪੇਟ ਤੋਂ ਸਾਨੂੰ ਇਹ ਸਮਝਾਉਂਦੇ ਰਹਿੰਦੇ ਹਨ ਕਿ ਜਿਹੜੀ ਸਚਾਈ ਤੁਹਾਡੇ ਸਰੀਰ ਅੰਦਰ ਹੀ ਸਮਾਈ ਹੋਈ ਹੈ। ਬੱਸ ਉਸ ਦੀ ਪਹਿਚਾਣ ਕਰ ਲਓ। ਉਸ ਦੀ ਮੌਜੂਦਗੀ ਦਾ ਅਹਿਸਾਸ ਕਰ ਕੇ ਹੀ ਤੁਸੀਂ ਬੇ-ਗ਼ਮ ਰਹਿ ਸਕਦੇ ਹੋ :

ਤੇਰਾ ਸਾਈ ਤੁਝ ਮਾਹਿ, ਕਿਉਂ ਢੂੰਡੇ ਜਗ ਮਾਹਿ॥

ਇਸ ਤਰ੍ਹਾਂ ਆਮ ਲੋਕ ਪ੍ਰਮਾਤਮਾ ਦੀ ਮੌਜੂਦਗੀ ਨੂੰ ਮੰਨਦੇ ਹੋਏ ਪੂਜਾ-ਪਾਠ ਕਰਦੇ ਰਹਿੰਦੇ ਹਨ। ਸੰਸਾਰੀ ਕੰਮ ਕਰਦੇ ਹੋਇਆਂ ਪੂਜਾ-ਪਾਠ ਵੀ ਕਰਦੇ ਰਹਿੰਦੇ ਹਨ। ਮੈਨੂੰ ਇਕ ਕਹਾਣੀ ਯਾਦ ਆ ਗਈ ਹੈ ਕਿ ਇਕ ਪਿੰਡ ਅੰਦਰ ਦੋ ਭਰਾ ਖੁਸ਼ੀ ਖੁਸ਼ੀ ਆਪਣਾ ਖੇਤੀਬਾੜੀ ਦਾ ਕੰਮ ਕਰ ਰਹੇ ਸਨ। ਇਕ ਦਿਨ ਪ੍ਰਭਾਤ ਵੇਲੇ ਪਿੰਡ ਸਾਧੂਆਂ ਦਾ ਟੋਲਾ ਭਜਨ ਗਾਉਂਦੇ ਹੋਏ ਸੁੱਤੇ ਲੋਕਾਂ ਨੂੰ ਜਗਾ ਰਿਹਾ ਸੀ ਕਿ ਪ੍ਰਮਾਤਮਾ ਨੇ ਇਹ ਵੱਡਮੁੱਲਾ ਸਰੀਰ ਆਪਣੀ ਮਰਜੀ ਨਾਲ ਤੁਹਾਨੂੰ ਦਿੱਤਾ ਹੋਇਆ ਹੈ। ਇਸ ਸਰੀਰ ਨਾਲ ਹੀ ਅਸੀਂ ਪ੍ਰਮਾਤਮਾ ਤੱਕ ਪਹੁੰਚ ਸਕਦੇ ਹਾਂ। ਆਪਣਾ ਜਨਮ ਸਫ਼ਲਾ ਕਰ ਸਕਦੇ ਹਾਂ। ਜਨਮ-ਮਰਨ ਦੇ ਚੱਕਰ ਤੋਂ ਬਾਹਰ ਨਿਕਲ ਸਕਦੇ ਹਾਂ।

ਜਾਗ ਲੈ ਰੇ ਮਨਾ ਜਾਗ ਲੈ ਕਿਉਂ ਗਾਫਲ ਸੋਇਆ।
ਜੋ ਤਨ ਉਪਜਿਓ ਸੰਗ ਹੀ ਸੋ ਵੀ ਸੰਗ ਨਾ ਹੋਇਆ।

ਜਿਵੇਂ ਆਮ ਕਹਾਵਤ ਹੈ ਕਿ 'ਮਰਦ ਨੂੰ ਤਾਹਨਾ, ਲਕੜੀ ਨੂੰ ਫਾਨਾ' ਪਾੜ ਦਿੰਦਾ ਹੈ। ਕੋਈ ਕੋਈ ਅਜਿਹੀ ਘਟਨਾ ਘਟ ਜਾਂਦੀ ਹੈ ਕਿ ਉਹ ਸਾਡੀ ਸੋਚ ਨੂੰ ਪੂਰੀ ਤਰ੍ਹਾਂ ਹੀ ਬਦਲ ਕੇ ਰੱਖ ਦਿੰਦੀ ਹੈ।

ਸਾਧੂਆਂ ਦੇ ਬੋਲਾਂ ਨੇ ਛੋਟੇ ਭਾਈ ਦੇ ਮਨ ਅੰਦਰ ਭਾਵੁਕਤਾ ਪੈਦਾ ਕਰ ਦਿੱਤੀ। ਉਸ ਦੇ ਮਨ ਅੰਦਰ ਵੈਸੇ ਵੀ ਖੇਤੀ ਦੇ ਕੰਮਾਂ ਤੋਂ ਊਬ ਪੈਦਾ ਹੋਈ ਹੋਈ ਸੀ।

ਹੱਲ ਛੱਡ ਕੇ ਚਰ੍ਹੀ ਨੂੰ ਜਾਣਾ, ਵੇ ਜੱਟਾ ਤੇਰੀ ਜੂਨ ਬੁਰੀ।

ਆਮ ਕਹਾਵਤ ਹੈ ਕਿ ਭਾਦੋਂ ਦੀਆਂ ਤੜਿੱਕੀਆਂ ਜੱਟਾਂ ਨੂੰ ਸਾਧ ਬਣਾ ਦਿੰਦੀਆਂ ਹਨ।

ਉਸ ਨੇ ਸਾਧੂਆਂ ਦੇ ਮੁਖੀ ਨਾਲ ਬਹਿਸ ਕਰਨੀ ਸ਼ੁਰੂ ਕਰ ਦਿੱਤੀ ਕਿ ਤੁਸੀਂ ਹੱਟੇ-ਕੱਟੇ ਹੋ। ਤੁਸੀਂ ਐਵੇਂ ਹਰਾਮ ਦੀਆਂ ਖਾਣ ਗਿੱਝੇ ਹੋਏ ਹੋ। ਬਾਬੇ ਨਾਨਕ ਨੇ ਤਾਂ ਸਾਨੂੰ ਇਹ ਸਿੱਖਿਆ ਦਿੱਤੀ ਹੈ ਕਿ -

ਘਾਲ ਕਰੇ ਕਿਛੁ ਹੱਥੋਂ ਦੇਇ॥

ਕਿ ਮੇਹਨਤ-ਮਜ਼ਦੂਰੀ ਕਰਦੇ ਰਹੋ ਤੇ ਵੰਡ ਕੇ ਛਕਦੇ ਰਹੋ। ਤੁਸੀਂ ਲੋਕਾਂ ਦੀਆਂ ਭਾਵਨਾਵਾਂ ਨਾਲ ਖੇਲ੍ਹ ਰਹੇ ਹੋ। ਕੀ ਤੁਹਾਨੂੰ ਆਪਣੀ ਆਤਮਾ ਦੀ ਮੌਜੂਦਗੀ ਦਾ ਅਹਿਸਾਸ ਨਹੀਂ ਹੈ ?

ਉਹਨਾਂ ਦਾ ਮੁਖੀਆ ਕਹਿਣ ਲੱਗਾ, ਬੇਟਾ ਤੂੰ ਆਪਣੀ ਜਗ੍ਹਾ ਬਿਲਕੁਲ ਠੀਕ ਹੀ ਕਹਿ ਰਿਹਾ ਹੈ। ਪਰੰਤੂ ਮੈਂ ਤੈਨੂੰ ਇਕ ਸਿੱਖਿਆ ਇਹ ਹੀ ਦੇ ਰਿਹਾ ਹਾਂ ਕਿ ਜਦੋਂ ਮਨ ਅੰਦਰੋਂ ਸਵਾਲ ਉਠਦੇ ਰਹਿੰਦੇ ਹਨ ਤਾਂ ਹੀ ਅਸੀਂ ਆਪਣੇ ਆਪਣੇ ਮਨ ਅਧੀਨ ਹੀ ਹੁੰਦੇ ਹਾਂ।

ਆਪ ਗਵਾਈਏ ਤਾਂ ਸਹੁ ਪਾਈਏ।
ਔਰ ਕੇਹੀ ਚਤਰਾਈ॥

ਬੱਚਾ ਤੂੰ ਅਜੇ ਰਮਜ਼ਾਂ ਨੂੰ ਕਿਵੇਂ ਸਮਝ ਸਕਦਾ ਹੈ। ਅਜੇ ਤਾਂ ਤੈਨੂੰ ਆਪਣੇ ਹੀ ਮਨ ਦੀ ਮੌਜੂਦਗੀ ਦਾ ਵੀ ਕੋਈ ਅਹਿਸਾਸ ਨਹੀਂ ਹੋਇਆ ਹੈ। ਅਗਰ ਤੂੰ ਮੇਰਾ ਸਾਥ ਦੇਵੇਂ ਤਾਂ ਮੈਂ ਤੇਰੀ ਕਾਇਆ ਕਲਪ ਕਰ ਸਕਦਾ ਹਾਂ। ਬੱਸ ਥੋੜ੍ਹਾ ਜਿਹਾ ਧਿਆਨ ਇਕਾਗਰ ਕਰਨ ਦੀ ਹੀ ਜ਼ਰੂਰਤ ਹੁੰਦੀ ਹੈ। ਜਦੋਂ ਮਨ ਸ਼ਾਂਤ ਹੋ ਜਾਂਦਾ ਹੈ ਤਾਂ ਮਨ ਨੂੰ ਮੌਨ ਹੋਇਆ ਵੇਖ ਕੇ ਪ੍ਰੇਰਨਾ-ਸ਼ਕਤੀ ਪੈਰੀਂ ਪੈ ਜਾਂਦੀ ਹੈ। ਆਤਮਾ ਦੀ ਪ੍ਰੇਰਨਾ ਦੇ ਸਦਕੇ ਵੱਡੇ ਵੱਡੇ ਰਾਜੇ-ਮਹਾਰਾਜੇ ਆ ਪੈਰੀਂ ਪੈਂਦੇ ਹਨ। ਮੈਂ ਕੋਈ ਬੱਚਾ ਨਹੀਂ ਹਾਂ। ਰਿੱਧੀਆਂ-ਸਿੱਧੀਆਂ ਮੇਰੇ ਹੁਕਮ ਦੀ ਪਾਲਣਾ ਕਰਨ ਵਾਸਤੇ ਮੇਰੇ ਪੈਰੀਂ ਸੀਸ ਨਿਵਾ ਰਹੀਆਂ ਹਨ। ਬੱਸ ਲੋਕਾਂ ਦੇ ਦਿਲਾਂ ਦੇ ਦਰਦਾਂ ਨੂੰ ਵੇਖ ਮੈਨੂੰ ਲੋਕਾਂ ਤੇ ਤਰਸ ਆ ਰਿਹਾ ਹੈ। ਇਸ ਵਾਸਤੇ ਹੀ ਮੈਂ ਘਰ

ਘਰ ਹੋਕਾ ਦਿੰਦਾ ਫਿਰਦਾ ਹਾਂ ਕਿ ਅਗਰ ਮੇਰੀ ਸਿੱਖਿਆ ਨੂੰ ਕੋਈ ਇਕ ਵਿਅਕਤੀ ਵੀ ਸਮਝ ਜਾਏ ਤਾਂ ਉਹ ਲੱਖਾਂ ਲੋਕਾਂ ਦਾ ਕਲਿਆਣ ਕਰ ਸਕਦਾ ਹੈ। ਤੂੰ ਮੈਨੂੰ ਸਮਝਾਉਣ ਦੀ ਕੋਸ਼ਿਸ਼ ਕਰ ਰਿਹਾ ਹੈਂ। ਮੈਂ ਤੈਨੂੰ ਇਕ ਹੀ ਨੇਕ ਸਲਾਹ ਦੇਣਾ ਚਾਹੁੰਦਾ ਹਾਂ ਕਿ ਅਗਰ ਤੇਰੇ ਮਨ ਅੰਦਰ ਪ੍ਰਮਾਤਮਾ ਦੀ ਮੌਜੂਦਗੀ ਦਾ ਅਹਿਸਾਸ ਕਰ ਲੈਣ ਦੀ ਇੱਛਾ ਹੈ ਤਾਂ ਮੇਰਾ ਚੇਲਾ ਬਣ। ਮੈਂ ਤੇਰੇ ਮਨ ਦੀਆਂ ਗੱਲਾਂ ਮਨ ਦੀਆਂ ਇੱਛਾਵਾਂ ਨੂੰ ਸਮਝ ਰਿਹਾ ਹੈਂ। ਤਿਆਗ ਦੀ ਭਾਵਨਾ ਵੀ ਮੈਨੂੰ ਤੇਰੇ ਅੰਦਰ ਨਜ਼ਰ ਆ ਰਹੀ ਹੈ।

ਉਸ ਸਾਧੂ ਨੇ ਉਸ ਦੇ ਮਨ ਨੂੰ ਸਸ਼ੋਭਿਤ ਕਰ ਕੇ ਕੀਲ ਲਿਆ। ਸੰਮੋਹਿਕ ਕਰਨਾ ਕੋਈ ਅਨਹੋਣੀ ਗੱਲ ਨਹੀਂ ਹੈ। ਅਗਰ ਦਸ ਵਿਅਕਤੀਆਂ ਨੂੰ ਆਪਣੇ ਮਨੋਂ ਅਸੀਂ ਕੁਝ ਕਹਿ ਦੇਈਏ ਤਾਂ ਇਕ-ਅੱਧ ਵਿਅਕਤੀ ਤਾਂ ਇਨ੍ਹਾਂ ਗੱਲਾਂ ਤੋਂ ਪ੍ਰਭਾਵਿਤ ਹੋ ਹੀ ਜਾਂਦਾ ਹੈ। ਸਾਧੂ ਦੀਆਂ ਗੱਲਾਂ ਨੇ ਛੋਟੇ ਭਾਈ ਦੇ ਮਨ ਨੂੰ ਕੀਲ ਲਿਆ। ਉਹ ਬ੍ਰਹਮ-ਗਿਆਨ ਬਾਰੇ ਗੱਲਾਂ ਸੁਣ ਕੇ ਉਸ ਸਾਧੂ ਦੇ ਨਾਲ ਜਾਣ ਵਾਸਤੇ ਤਿਆਰ ਹੋ ਗਿਆ। ਸਾਧੂਆਂ ਦੇ ਨਾਲ ਚੱਲਣ ਸਮੇਂ ਉਸ ਨੇ ਵੱਡੇ ਭਰਾ ਨੂੰ ਕਹਿ ਦਿੱਤਾ ਕਿ ਮੈਂ ਸੰਨਿਆਸੀ ਬਣਨ ਚੱਲਿਆ ਹਾਂ। ਅਗਰ ਮੈਨੂੰ ਕੋਈ ਰਿੱਧੀ-ਸਿੱਧੀ ਪ੍ਰਾਪਤ ਹੋ ਗਈ ਤਾਂ ਤੈਨੂੰ ਮਾਲੋਮਾਲ ਕਰ ਦੇਵਾਂਗਾ। ਅਗਰ ਮੈਂ ਇਹ ਸਮਝਾਂ ਕਿ ਮੈਂ ਗਲਤੀ ਕੀਤੀ ਹੈ ਤਾਂ ਮੈਂ ਵਾਪਸ ਘਰ ਆ ਜਾਵਾਂਗਾ।

ਵੱਡਾ ਭਰਾ ਜੋ ਆਪਣੀ ਸਹਿਜ ਅਵਸਥਾ 'ਚ ਪਹੁੰਚਿਆ ਹੋਇਆ ਸੀ, ਕਹਿਣ ਲੱਗਾ, ਕਿ ਉਂਝ ਤਾਂ ਤੇਰੀ ਮਰਜ਼ੀ ਹੈ। ਪਰੰਤੂ ਜੋ ਗੱਲ ਬਜ਼ੁਰਗ ਕਹਿ ਗਏ ਹਨ, ਉਸ ਦੇ ਮੁਤਾਬਿਕ ਤਾਂ ਖੇਤੀ ਦੇ ਕੰਮ ਤੋਂ ਚੰਗਾ ਹੋਰ ਕੋਈ ਕੰਮ ਵੀ ਨਹੀਂ ਹੈ :

ਉੱਤਮ ਖੇਤੀ ਮੱਧਮ ਵਪਾਰ,
ਨਖਿੱਧ ਚਾਕਰੀ ਭੀਖ ਨਾਦਾਰ।

ਕਿ ਜੀਵਨ ਬਤੀਤ ਕਰਦੇ ਹੋਇਆਂ ਇਕ ਪ੍ਰਮਾਤਮਾ ਦੀ ਮਰਜੀ ਸਮਝਦੇ ਹੋਏ ਛੱਡ ਦੇਈਏ ਤਾਂ ਫਿਰ ਹੋਰ ਕੋਈ ਦਿੱਕਤ ਆਉਂਦੀ ਹੀ ਨਹੀਂ ਹੈ। ਖੈਰ ਇਹ ਕਹਾਣੀ ਤਾਂ ਬਹੁਤ ਲੰਬੀ ਹੈ। ਮੈਂ ਤਾਂ ਇਹ ਹੀ ਸਮਝ ਰਿਹਾ ਹਾਂ ਕਿ ਜਿਸ ਮਾਹੌਲ, ਜਿਸ ਘਰ ਸਾਡਾ ਜਨਮ ਹੋਇਆ ਹੈ, ਇਹ ਸਾਡੀ ਮਰਜ਼ੀ ਤੇ ਆਧਾਰਤ ਨਹੀਂ ਹੈ। ਖੇਤੀ ਕਰਦੇ ਹੋਇਆਂ ਸਹਿਜ ਅਵਸਥਾ ਬਣੀ ਹੀ ਰਹਿੰਦੀ ਹੈ। ਬਾਕੀ ਹੋਰ ਸਾਰੇ ਕੰਮਾਂ 'ਚ ਆਪਣੇ ਮਨ ਦੀ ਹੀ ਚਤੁਰਾਈ ਵਰਤਣੀ ਪੈਂਦੀ ਹੈ। ਇਸ ਤਰ੍ਹਾਂ ਦੋਨੋਂ ਭਾਈ ਆਪਣੇ ਆਪਣੇ ਰਸਤੇ ਤੁਰ ਪਏ। ਵੱਡਾ ਭਾਈ ਇਮਾਨਦਾਰੀ ਨਾਲ ਖੇਤੀ 'ਚ ਰੁੱਝ ਗਿਆ। ਛੋਟਾ ਭਾਈ ਭਾਵੁਕਤਾ ਦੇ ਵੇਗ ਅੰਦਰ ਵਹਿਣ ਲੱਗ ਪਿਆ। ਉਸ ਨੇ ਮਹੰਤ ਨੂੰ ਆਪਣਾ ਗੁਰੂ ਮੰਨ ਲਿਆ। ਛੋਟੇ ਭਾਈ ਨੇ

ਆਪਣੇ ਗੁਰੂ ਦੀ ਸਿੱਖਿਆ ਤੇ ਅਮਲ ਕਰਨਾ ਸ਼ੁਰੂ ਕਰ ਦਿੱਤਾ। ਉਸ ਨੇ ਆਪਣੇ ਮਨ ਨਾਲ ਲੜਨਾ ਸ਼ੁਰੂ ਕਰ ਦਿੱਤਾ। ਮਨ ਦੇ ਵੇਗਾਂ ਨੂੰ ਸ਼ਾਂਤ ਕਰਨ ਦੀ ਬਜਾਏ ਮਨ ਦੀਆਂ ਇੱਛਾਵਾਂ ਨੂੰ ਵੀ ਜ਼ਬਰਦਸਤੀ ਦਬਾਉਣ ਦੀਆਂ ਕੋਸ਼ਿਸ਼ਾਂ ਕਰਨ ਲੱਗ ਪਿਆ ਕਿ ਮੈਂ ਆਪਣੇ ਮਨ ਨੂੰ ਮਾਰ ਕੇ ਰਿੱਧੀਆਂ-ਸਿੱਧੀਆਂ ਪ੍ਰਾਪਤ ਕਰਕੇ ਹੀ ਦਮ ਲਵਾਂਗਾ। ਮੈਂ ਕੁਝ ਗੱਲਾਂ ਆਪਣੇ ਨਿੱਜੀ ਆਧਾਰ ਤੇ ਸਪੱਸ਼ਟ ਕਰ ਰਿਹਾ ਹਾਂ। ਜਿਸ ਤਰ੍ਹਾਂ ਗੁਰੂ ਤੇਗ ਬਹਾਦਰ ਜੀ ਨੇ ਰਿੱਧੀ-ਸਿੱਧੀ ਵਿਖਾਉਣ ਤੋਂ ਮਨ੍ਹਾਂ ਕਰ ਦਿੱਤਾ ਸੀ। ਇਸ ਤਰ੍ਹਾਂ ਹਰ ਕੋਈ ਮਨ੍ਹਾਂ ਨਹੀਂ ਕਰਦਾ। ਇਸ ਦਾ ਮਤਲਬ ਲੋਕ ਉਲਟਾ ਹੀ ਕੱਢਣ ਲੱਗ ਜਾਂਦੇ ਹਨ। ਪਰੰਤੂ ਜੀਵਨ ਬਤੀਤ ਕਰਦੇ ਹੋਇਆਂ ਕੁਝ ਕੁ ਅਜਿਹੀਆਂ ਘਟਨਾਵਾਂ ਵਾਪਰ ਜਾਂਦੀਆਂ ਹਨ ਜੋ ਸਹਿਜ ਹੀ ਵਾਪਰਦੀਆਂ ਹਨ। ਮਨ ਦੀ ਮਰਜ਼ੀ ਨਾਲ ਤਾਂ ਇਹੋ ਜਹੀਆਂ ਘਟਨਾਵਾਂ ਘਟਦੀਆਂ ਹੀ ਨਹੀਂ ਹਨ। ਲੋਗ-ਬਾਗ ਉਂਝ ਹੀ ਢੰਗਾਂ ਤੋਂ ਕਾਂ ਬਣਾਉਣ ਲੱਗ ਜਾਂਦੇ ਹਨ। ਜਦੋਂ ਸੰਨਿਆਸੀ ਬਣਿਆ ਭਾਈ ਆਪਣੇ ਗੁਰੂ ਦੀਆਂ ਕਰਤੂਤਾਂ ਵੇਖਣ ਲੱਗਾ। ਉਸ ਦੇ ਮਨ ਅੰਦਰ ਘਰ ਵਾਪਸ ਜਾਣ ਦੇ ਵਿਚਾਰ ਉੱਠਣ ਲੱਗ ਪਏ ਕਿ ਮਨਾ ਇਹ ਤੂੰ ਕੀ ਨਵਾਂ ਟੰਟਾ ਛੇੜ ਲਿਆ ਹੈ। ਸਵੇਰੇ ਉਠ ਖੈਰਾਤ ਮੰਗਣ ਜਾਣਾ। ਮੰਗ ਕੇ ਖਾਣਾ ਤਾਂ ਮੈਨੂੰ ਉੱਕਾ ਹੀ ਪਸੰਦ ਨਹੀਂ ਆ ਰਿਹਾ ਹੈ। ਬੱਸ ਹੁਣ ਮੈਨੂੰ ਇਕ ਗੱਲ ਤਾਂ ਸਮਝ ਆ ਗਈ ਹੈ ਕਿ ਭਗਵਾ ਵੇਸ ਵੇਖ ਲੋਕ-ਬਾਗ ਉਂਝ ਹੀ ਸੰਤਾਂ ਦਾ ਸਤਿਕਾਰ ਕਰਨ ਲੱਗ ਜਾਂਦੇ ਹਨ। ਇਨ੍ਹਾਂ ਝੂਠੇ ਫਰੇਬੀਆਂ ਨੇ ਕੀ ਕੰਮ ਸ਼ੁਰੂ ਕੀਤਾ ਹੋਇਆ ਹੈ ? ਬੱਸ ਇਹ ਸਭ ਮੈਂ ਜਾਣ ਹੀ ਗਿਆ ਹਾਂ।

ਭੇਖ ਵਿਖਾਇਓ ਜਗਤ ਕੋ ਲੋਗਨ ਕੋ ਬੱਸ ਕੀਨ,
ਅੰਤ ਕਾਲ ਕਾਤੀ ਕਟੇ, ਬਾਸ ਨਰਕ ਮਹਿ ਲੀਨ।

ਫਰੇਬੀਆਂ ਨੂੰ ਫਰੇਬ ਕਰਦੇ ਹੋਇਆਂ ਵੇਖ ਉਸ ਦੇ ਮਨ ਅੰਦਰ ਫਰੇਬ ਕਰਨ ਦਾ ਫੁਰਨਾ ਉੱਠ ਆਇਆ। ਉਸ ਦੇ ਮਨ ਅੰਦਰ ਖ਼ਿਆਲ ਉੱਠ ਪਏ ਕਿ ਮਨਾ ! ਕਦੀ ਕਦੀ ਕੋਈ ਅਸੰਭਵ ਗੱਲ ਵੀ ਸੰਭਵ ਹੋ ਜਾਂਦੀ ਹੈ। ਪੜ੍ਹੇ-ਲਿਖੇ ਲੋਕ ਤਾਂ ਸੌ ਨੁਕਤਾਚੀਨੀ ਕਰਦੇ ਹਨ। ਅਨਪੜ੍ਹ ਲੋਕ ਬੇਝਿਜਕ ਸਾਧੂਆਂ ਦੀ ਗੱਲ ਮੰਨਦੇ ਹੋਏ ਕੋਈ ਅਜਿਹਾ ਕੰਮ ਵੀ ਕਰ ਜਾਂਦੇ ਹਨ ਜਿਸ ਦਾ ਕਰਾਮਾਤ ਨਾਲ ਕੋਈ ਤੁਅੱਲਕ ਨਹੀਂ ਹੁੰਦਾ। ਪਰੰਤੂ ਕਰਾਮਾਤ ਜ਼ਰੂਰ ਹੀ ਹੋ ਜਾਂਦੀ ਹੈ। ਇਹ ਕਰਾਮਾਤ ਤਾਂ ਹੀ ਸੰਭਵ ਹੁੰਦੀ ਹੈ। ਜਦੋਂ ਮਨ ਕੋਈ ਸੋਚ-ਵਿਚਾਰ ਹੀ ਨਾ ਕਰ ਰਿਹਾ ਹੋਵੇ।

ਆਪਣੇ ਮਨੋਂ ਸੋਚਾਂ ਸੋਚਦਾ ਉਹ ਆਪਣੇ ਪਿੰਡ ਆਪਣੇ ਹੀ ਘਰ ਪਹੁੰਚ ਗਿਆ। ਉਹ ਆਪਣੇ ਘਰ ਦਸ-ਬਾਰਾਂ ਸਾਲਾਂ ਬਾਅਦ ਆਇਆ ਸੀ ।ਇਨ੍ਹਾਂ

ਦਸਾਂ ਸਾਲਾਂ 'ਚ ਤਾਂ ਘਰ ਦਾ ਪੂਰਾ ਮਾਹੌਲ ਹੀ ਬਦਲਿਆ ਹੋਇਆ ਸੀ। ਉਸ ਦੇ ਭਾਈ ਦਾ ਪਰਿਵਾਰ ਬਣ ਗਿਆ ਸੀ। ਭਗਵੇਂ ਕਪੜਿਆਂ ਨੂੰ ਵੇਖ ਉਸ ਦੇ ਭਾਈ ਦੀ ਵਹੁਟੀ ਖੈਰਾਤ ਪਾਉਣ ਲਈ ਆਟੇ ਦਾ ਬੁੱਕ ਭਰ ਲਿਆਈ।

ਉਹ ਕਹਿਣ ਲੱਗਾ, "ਭਰਜਾਈ ਜੀ, ਮੈਂ ਤੁਹਾਡਾ ਦੇਵਰ ਹਾਂ ਜਿਸ ਬਾਰੇ ਭਾਈ ਸਾਹਿਬ ਨੇ ਤੁਹਾਡੇ ਨਾਲ ਕਦੇ ਨਾ ਕਦੇ ਜ਼ਿਕਰ ਜ਼ਰੂਰ ਕੀਤਾ ਹੋਵੇਗਾ। ਮੈਂ ਆਪਣਾ ਜਨਮ ਸਫਲਾ ਕਰ ਲਿਆ ਹੈ। ਮੈਂ ਹੁਣ ਤਾਂ ਰਿੱਧੀਆਂ-ਸਿੱਧੀਆਂ ਮੇਰੇ ਅਧੀਨ ਹਨ। ਜੋ ਆਪਣੀ ਕੱਚੀ ਨਹਿਰ ਹੈ, ਮੈਂ ਇਹ ਨਹਿਰ ਪਾਣੀ ਦੇ ਉਪਰੋ ਤੁਰ ਕੇ ਪਾਰ ਕੀਤੀ ਹੈ। ਲੈ ਮੈਂ ਤੈਨੂੰ ਆਪਣਾ ਪ੍ਰਮਾਣ ਦਿੰਦਾ ਹਾਂ ਕਿ ਕਿਵੇਂ ਮੇਰੇ ਅਧੀਨ 84 ਸਿੱਧ ਕਿਵੇਂ ਮੇਰੇ ਮੂੰਹੋਂ ਨਿਕਲੇ ਬੋਲਾਂ ਨੂੰ ਸੱਚ ਸਾਬਿਤ ਕਰ ਦਿੰਦੇ ਹਨ।

ਉਸ ਦੀ ਭਰਜਾਈ ਕਹਿਣ ਲੱਗੀ ਕਿ ਹਾਂ ਇਹ ਤਾਂ ਮੰਨਣ ਵਾਲੀ ਗੱਲ ਹੀ ਨਹੀਂ ਹੈ ਕਿ ਪਾਣੀ ਉਤੇ ਵੀ ਤੁਰਿਆ ਜਾ ਸਕਦਾ ਹੈ। ਉਹ ਸੰਨਿਆਸੀ ਕਹਿਣ ਲੱਗਾ ਕਿ ਜਦੋਂ ਮੈਂ ਪਾਣੀ ਦੇ ਉਤੋਂ ਦੀ ਤੁਰ ਸਕਦਾ ਹਾਂ ਤਾਂ ਤੈਨੂੰ ਕੀ ਦਿੱਕਤ ਆ ਸਕਦੀ ਹੈ ? ਐਹ ਲੈ ਮੇਰਾ ਮੰਤਰ ਪੜ੍ਹਿਅ ਹੋਇਆ ਤਵੀਤ। ਉਹ ਪੇਂਡੂ ਅਨਭੋਲ ਆਪਣੇ ਖੇਤਾਂ ਨੂੰ ਚੱਲ ਪਈ। ਉਸ ਦਾ ਪੂਰਾ ਧਿਆਨ ਇਸ ਗੱਲ ਤੇ ਇਕਾਗਰ ਹੋ ਗਿਆ। ਉਸ ਦੇ ਮਨ ਨੇ ਇਹ ਮੰਨ ਲਿਆ ਕਿ ਹਾਂ ਕੋਈ ਨਾ ਕੋਈ ਕਰਾਮਾਤ ਹੋ ਸਕਦੀ ਹੈ।

ਉਸ ਨਹਿਰ ਦਾ ਪਾਣੀ ਤਾਂ ਅਧਿਕਾਰੀਆਂ ਨੇ ਸਫਾਈ ਕਰਨ ਵਾਸਤੇ ਬੰਦ ਹੀ ਕੀਤਾ ਹੋਇਆ ਸੀ। ਸੰਮੋਹਿਕ ਹੋਈ ਪੇਂਡੂ ਔਰਤ ਨੇ ਬਿਨਾਂ ਸੋਚੇ ਬਿਨਾਂ ਵੇਖੇ ਕਿ ਨਹਿਰ 'ਚ ਪਾਣੀ ਹੈ ਵੀ ਹੈ ਕਿ ਨਹੀਂ। ਉਹ ਨਹਿਰ ਤੋਂ ਪਾਰ ਹੋ ਆਪਣੇ ਪਤੀ ਪਾਸ ਪਹੁੰਚ ਗਈ ਅਤੇ ਆਪਣੇ ਪਤੀ ਪਾਸ ਪਹੁੰਚ ਸਾਰੀ ਕਹਾਣੀ ਸੁਣਾ ਦਿੱਤੀ ਕਿ ਤੁਹਾਡਾ ਵਿਛੜਿਆ ਹੋਇਆ ਭਾਈ ਘਰ ਆਇਆ ਹੋਇਆ ਹੈ। ਉਹ ਤੁਹਾਨੂੰ ਮਿਲਣਾ ਚਾਹੁੰਦਾ ਹੈ। ਉਹ ਤਾਂ ਬੜਾ ਕਰਾਮਾਤੀ ਹੈ। ਉਸ ਦੀ ਦਿੱਤੀ ਹੋਈ ਭਬੂਤੀ ਲੈ ਕੇ ਮੈਂ ਪਾਣੀ ਦੇ ਉਪਰੋਂ ਲੰਘ ਆਈ ਹਾਂ।

ਉਸ ਦਾ ਪਤੀ ਮਨੋਂ ਮਨ ਮੁਸਕਰਾਉਣ ਲੱਗ ਪਿਆ। ਕਿਉਂਕਿ ਉਹ ਵੀ ਤਾਂ ਸੁੱਕੀ ਹੋਈ ਨਹਿਰ ਅੰਦਰੋਂ ਹੀ ਨਿਕਲ ਕੇ ਆਇਆ ਸੀ। ਉਹ ਆਪਣੀ ਪਤਨੀ ਨੂੰ ਕਹਿਣ ਲੱਗਾ ਕਿ ਜਿਹੜੀਆਂ ਰਿੱਧੀਆਂ-ਸਿੱਧੀਆਂ ਉਸ ਨੇ ਪ੍ਰਾਪਤ ਕੀਤੀਆਂ ਹਨ ਉਹ ਤਾਂ ਮੈਂ ਪਹਿਲਾਂ ਹੀ ਪ੍ਰਾਪਤ ਕਰ ਚੁੱਕਿਆ ਹਾਂ। ਮੈਂ ਤੈਨੂੰ ਦੱਸਣਾ ਚਾਹੁੰਦਾ ਹਾਂ ਕਿ ਮੈਂ ਤਾਂ ਸੰਸਾਰ ਅੰਦਰ ਰਹਿੰਦੇ ਹੋਇਆਂ ਹੀ ਸੰਸਾਰ ਤੋਂ ਵੈਰਾਗੀ ਹੋਇਆ ਹੋਇਆ ਹਾਂ। ਦਿਨ ਭਰ ਮੇਹਨਤ-ਮਜ਼ਦੂਰੀ ਕਰਦਾ ਹਾਂ। ਇਸ ਤੋਂ ਚੰਗਾ ਕੋਈ ਹੋਰ ਕੰਮ ਤਾਂ ਹੈ ਹੀ ਨਹੀਂ ਹੈ। ਮੈਂ ਆਪਣੇ ਅੰਦਰਲੇ

ਅੰਮ੍ਰਿਤ ਧਾਰਾ 155

ਸਾਖਸ਼ੀ ਦੀ ਮੌਜੂਦਗੀ ਦਾ ਅਹਿਸਾਸ ਕਰਦੇ ਹੋਇਆਂ ਆਪਣੇ ਖੇਤ ਦੀ ਮਿੱਟੀ ਦਿੰਦਾ ਹਾਂ। ਲੈ ਇਸ ਕਮੰਡਲ ਅੰਦਰ ਖੇਤ ਦੀ ਮਿੱਟੀ ਲੈ ਜਾ। ਤੂੰ ਇਸ ਮਿੱਟੀ ਦੀ ਮਹਿਕ ਨਾਲ ਹੀ ਨਹਿਰ ਪਾਰ ਕਰ ਜਾਵੇਂਗੀ।

ਜਾਹ ਮੇਰੇ ਵੇਹਲੜ ਭਾਈ ਨੂੰ ਜਾ ਕੇ ਕਹਿਣਾ ਕਿ ਮੇਰੇ ਪਾਸ ਤਾਂ ਆਪਣੇ ਕੰਮਾਂ ਤੋਂ ਹੀ ਵੇਹਲ ਨਹੀਂ ਹੈ। ਤੂੰ ਤਾਂ ਨਿਕੰਮਾ ਹੈਂ। ਤੇਰੇ ਪਾਸ ਤਾਂ ਵੇਹਲ ਹੀ ਵੇਹਲ ਹੈ। ਤੈਨੂੰ ਕੋਈ ਰਿੱਧੀ-ਸਿੱਧੀ ਪ੍ਰਾਪਤ ਨਹੀਂ ਹੈ। ਉਸ ਨੂੰ ਕਹਿ ਦੇਣਾ ਕਿ ਰਿੱਧੀਆਂ-ਸਿੱਧੀਆਂ ਤਾਂ ਮੇਰੇ ਪਤੀ ਪਾਸ ਵੀ ਮੌਜੂਦ ਹਨ। ਉਸ ਦੇ ਖੇਤ ਦੀ ਮਿੱਟੀ ਨੇ ਮੈਨੂੰ ਨਹਿਰੋਂ ਪਾਰ ਲੰਘਾ ਦਿੱਤਾ ਹੈ। ਬਿਨਾਂ ਸੋਚੇ ਬਿਨਾਂ ਕਿੰਤੂ-ਪਰੰਤੂ ਕੀਤੇ ਉਹ ਆਪਣੇ ਘਰ ਪਹੁੰਚ ਗਈ। ਉਸ ਦੇ ਮਨ ਅੰਦਰ ਇਹ ਖ਼ਿਆਲ ਉੱਠਿਆ ਹੀ ਨ਼ਹੀਂ ਕਿ ਉਸ ਨੇ ਕਿਸ ਤਰ੍ਹਾਂ ਨਹਿਰ ਪਾਰ ਕੀਤੀ ਹੈ। ਉਸ ਨੇ ਆਪਣੇ ਪਤੀ ਦੇ ਕਹੇ ਮੁਤਾਬਿਕ ਸੰਨਿਆਸੀ ਨੂੰ ਆਪਣੇ ਪਤੀ ਦੀ ਕਰਾਮਾਤ ਦੀ ਕਹਾਣੀ ਸੁਣਾ ਦਿੱਤੀ। ਉਹ ਸੰਨਿਆਸੀ ਇਹ ਸੁਣ ਕੇ ਕਿ ਮੇਰਾ ਭਾਈ ਮੈਨੂੰ ਮਿਲਣਾ ਹੀ ਨਹੀਂ ਚਾਹੁੰਦਾ, ਉਹ ਆਪਣੇ ਭਾਈ ਪਾਸ ਪਹੁੰਚ ਗਿਆ। ਦੋਨੋਂ ਭਾਈ ਗਲ੍ਹੇ ਲੱਗ ਕੇ ਮਿਲੇ। ਸੰਨਿਆਸੀ ਭਾਈ ਕਹਿਣ ਲੱਗਾ, ਵੀਰ ਤੂੰ ਮਹਾਨ ਹੈਂ, ਅੱਜ ਤੋਂ ਮੈਂ ਤੇਰਾ ਖੇਤੀ 'ਚ ਹੀ ਹੱਥ ਵਟਾਇਆ ਕਰਾਂਗਾ। ਇਸ ਖੇਤ 'ਚ ਇਸੇ ਮੋਟਰ ਦੇ ਕਮਰੇ ਸੌਂ ਜਾਇਆ ਕਰਾਂਗਾ। ਜਿਸ ਤਰ੍ਹਾਂ ਤੂੰ ਘਰ ਬੈਠੇ ਹੀ ਜੋਗ ਦੀ ਪ੍ਰਾਪਤੀ ਕੀਤੀ ਹੈ, ਮੈਂ ਵੀ ਇਸੇ ਤਰ੍ਹਾਂ ਹੀ ਜੋਗ ਦੀ ਪ੍ਰਾਪਤੀ ਕਰਾਂਗਾ। ਮੈਂ ਤਾਂ ਐਵੇਂ ਹੀ ਭਾਵੁਕਤਾ ਦੇ ਵਹਿਣ 'ਚ ਵਹਿ ਗਿਆ ਸੀ। ਅੱਜ ਤੋਂ ਮੈਂ ਵੀ ਆਪਣੇ ਖੇਤ ਦੀ ਮਿੱਟੀ 'ਚੋਂ ਲਾਲ ਲੱਭਣ ਦੀ ਕੋਸ਼ਿਸ਼ ਕਰਾਂਗਾ। ਆਪਣੇ ਸਰੀਰ ਅੰਦਰੋਂ ਹੀ ਸਰੀਰ 'ਚ ਸਮਾਈ ਹੋਈ ਸ਼ਕਤੀ ਨੂੰ ਅਹਿਸਾਸ ਕਰਨ ਵਾਸਤੇ ਆਪਣਾ ਜੀਵਨ ਦਾਉ ਤੇ ਲਗਾ ਦੇਵਾਂਗਾ।

ਨਾ ਰੱਖੋ ਕਿਸੇ ਨਾਲ ਦੋਸਤੀ

ਨਾ ਰੱਖੋ ਅੰਤਾਂ ਦੀ ਦੋਸਤੀ,
ਨਾ ਹੀ ਅੰਤ ਦਾ ਵੈਰ।
ਇਕੋ ਸਿਰਜਣਹਾਰ ਪਿਤਾ ਹੈ,
ਮੰਗੋ ਸਭ ਦੀ ਖੈਰ।
ਸਮਾਂ ਆਪਣੀ ਚਾਲੇ ਚੱਲਦਾ,
ਸਮੇਂ ਸਮੇਂ ਸਭੇ ਚਲੇ ਜਾਣਗੇ,
ਕੋਈ ਨਹੀਂ ਸਕਦਾ ਠਹਿਰ।
ਅਕ੍ਰਿਤਘਣੀ ਜਦ ਦਗਾ ਕਮਾਵਣ,
ਇਹੋ ਜਿਹਾ ਹੋਰ ਨਾ ਹੁੰਦਾ ਕਹਿਰ।

ਅਕ੍ਰਿਤਘਣੀਆਂ ਦਾ ਭਾਰ ਨਾ ਧਰਤੀ ਝੱਲੇ,
ਅਕ੍ਰਿਤਘਣ ਜਿਹਾ ਨਹੀਂ ਕੋਈ ਜ਼ਹਿਰ।
ਗਿੱਦੜਾਂ ਦੇ ਝੁੰਡ ਭਾਵੇਂ ਹੋਵਣ 'ਕੱਠੇ,
ਸ਼ੇਰਾਂ ਦੀ ਬੜ੍ਹਕ ਦੇ ਅੱਗੇ,
ਇਕ ਵੀ ਨਹੀਂ ਸਕਦਾ ਠਹਿਰ।
ਹੱਸ ਹੱਸ ਕੇ ਗੁਜ਼ਾਰੋ,
ਸੱਜਣੋਂ ਜ਼ਿੰਦਗੀ ਦਾ ਸਮਾਂ,
ਰਹਿੰਦੀ ਪਹਿਰ ਦੋ ਪਹਿਰ।
ਗੁੜ ਖਾ ਕੇ ਦੁਸ਼ਮਣ
ਮਰ ਜਾਵਣ ਗੁੜ ਦੇਣਾ ਹੀ ਚੰਗਾ
ਨਹੀਂ ਦੇਣੀ ਚਾਹੀਦੀ ਜ਼ਹਿਰ।
ਸਭੇ ਮਲਕੀਅਤਾਂ ਛੱਡਣੀਆਂ,
ਪੈਣਗੀਆਂ ਕਹਿੰਦੇ ਫਿਰਦੇ ਹੋ,
ਇਹ ਹੈ ਮੇਰਾ ਪਿੰਡ
'ਦਲਬਾਰੇ' ਇਹ ਹੈ ਮੇਰਾ ਸ਼ਹਿਰ।

ਸਾਡਾ ਆਪਣਾ ਕੀ ਹੈ ? ਸਾਡੇ ਆਪਣੇ ਵੱਸ ਕੀ ਹੈ ? ਸਾਡਾ ਇਹ ਪ੍ਰਤੱਖ ਸਰੀਰ ਪੰਜਾਂ ਤੱਤਾਂ ਦੇ ਮਿਸ਼ਰਣ ਨਾਲ ਹੋਂਦ 'ਚ ਆਇਆ ਹੈ। ਆਪਣੇ ਇਸ ਸਰੀਰ ਤੇ ਮਾਲਕੀ ਕਰਨ ਵਾਲਾ ਸਾਡਾ ਮਨ ਤਾਂ ਇੰਨਾ ਅਗਿਆਨੀ ਹੈ ਕਿ ਮਨ ਨੂੰ ਤਾਂ ਸਰੀਰ ਦੀ ਬਣਤਰ ਦਾ ਵੀ ਕੋਈ ਗਿਆਨ ਨਹੀਂ ਹੈ, ਇਸ ਵਾਸਤੇ ਹੀ ਅਤਿ ਸੂਖਸ਼ਮ ਸ਼ਕਤੀਆਂ ਦੀ ਮੌਜੂਦਗੀ ਤੇ ਸਾਡੇ ਮਨ ਨੂੰ ਵਿਸ਼ਵਾਸ ਵੀ ਨਹੀਂ ਆਉਂਦਾ ਹੈ।

ਪ੍ਰਤੱਖ ਅੰਦਰੋਂ ਅਪ੍ਰਤੱਖ ਨਿਰ-ਆਕਾਰੀ ਸ਼ਕਤੀਆਂ ਦੀ ਮੌਜੂਦਗੀ ਦਾ ਅਹਿਸਾਸ ਤਾਂ ਵਿਰਲਿਆਂ ਨੂੰ ਹੀ ਹੁੰਦਾ ਹੈ। ਖੇਲ੍ਹ ਤਾਂ ਨਿਰ-ਆਕਾਰੀ ਸ਼ਕਤੀਆਂ ਆਪ ਹੀ ਖੇਲ੍ਹ ਰਹੀਆਂ ਹਨ। ਪਰੰਤੂ ਕਰਤਾ ਹੋਣ ਦੀ ਜ਼ੁੰਮੇਦਾਰੀ ਉਹ ਕਿਸੇ ਹੋਰ ਉਤੇ ਹੀ ਥੋਪ ਦਿੰਦੀਆਂ ਹਨ। ਥਾਪੜਾ ਤਾਂ ਮਨ ਨੂੰ ਅਦਿੱਸਦੀਆਂ ਸ਼ਕਤੀਆਂ ਹੀ ਦੇ ਰਹੀਆਂ ਹੁੰਦੀਆਂ ਹਨ। ਮਨ ਐਵੇਂ ਹੀ ਆਕੜਿਆ ਰਹਿੰਦਾ ਹੈ ਜਿਵੇਂ ਕਿ ਅਖਾਣ ਹੈ :

ਮਾਮੇ ਕੰਨੀਂ ਨੱਤੀਆਂ, ਭਾਣਜਾ ਫੁੱਲਿਆ ਫਿਰੇ।

ਅਸੀਂ ਜਾਨਣਾ ਤਾਂ ਇਹ ਹੀ ਚਾਹੁੰਦੇ ਹਾਂ ਕਿ ਪ੍ਰਮਾਤਮਾ ਕਿੱਥੇ ਰਹਿੰਦਾ ਹੈ। ਕਿਸ ਤਰ੍ਹਾਂ ਸੰਸਾਰ ਦੇ ਕਣ ਕਣ ਅੰਦਰ ਮੌਜੂਦ ਹੈ। ਸੰਸਾਰ ਅੰਦਰ ਅਸੀਂ ਕੀ ਵੇਖ ਰਹੇ ਹਾਂ ਕਿ ਗਰੀਬ ਆਦਮੀ ਤਾਂ ਆਪਣੀਆਂ ਰੋਜ਼ਾਨਾ ਦੀਆਂ ਜ਼ਰੂਰਤਾਂ

ਪੂਰੀਆਂ ਕਰਨ ਤੋਂ ਅਸਮਰਥ ਹਨ। ਉਹ ਤਾਂ ਆਪਣੇ ਮਨ ਨੂੰ ਹਲਕਾ ਕਰਨ ਲਈ, ਮਨ ਦੀਆਂ ਚਿੰਤਾਵਾਂ ਨੂੰ ਭੁੱਲਣ ਵਾਸਤੇ ਕਿਸੇ ਨਾ ਕਿਸੇ ਨਸ਼ੇ ਦਾ ਸਹਾਰਾ ਲੈਣ ਲੱਗ ਜਾਂਦੇ ਹਨ ਤਾਂ ਜੋ ਉਹ ਸੌਂ ਸਕਣ। ਦੱਸੋ ਅਜਿਹੇ ਵਿਅਕਤੀ ਨੂੰ ਆਪਣੇ ਸਰੀਰ ਅੰਦਰ ਮੌਜੂਦ ਸੱਚ ਨੂੰ ਜਾਨਣ ਦੀ ਕਿਵੇਂ ਇੱਛਾ ਜਾਗ ਸਕਦੀ ਹੈ। ਅਮੀਰ ਵਿਅਕਤੀ ਆਪਣੇ ਪੈਸੇ-ਧੇਲੇ ਦੀ ਬਦੌਲਤ ਮਾਲਕੀ ਕਰਨ ਵਾਲੇ ਕਿਵੇਂ ਇਹ ਸੋਚ ਸਕਦੇ ਹਨ ਕਿ ਕਿਵੇਂ ਨਿਰ-ਆਕਾਰੀ ਸ਼ਕਤੀਆਂ ਆਪਣਾ ਖੇਲ੍ਹ ਖੇਲ੍ਹ ਰਹੀਆਂ ਹਨ।

ਮੈਂ ਤਾਂ ਇਸ ਨਤੀਜੇ ਤੇ ਹੀ ਪਹੁੰਚਿਆ ਹਾਂ ਕਿ ਬ੍ਰਹਮ-ਗਿਆਨੀ ਤਾਂ ਇਸ ਵਾਸਤੇ ਹੀ ਸਾਨੂੰ ਸਮਝਾਉਂਦੇ ਰਹਿੰਦੇ ਹਨ ਕਿ ਜਿਸ ਪ੍ਰਮਾਤਮਾ ਨੇ ਸਾਨੂੰ ਅਣਮੁੱਲਾ ਬੇਕੀਮਤੀ ਸਰੀਰ ਦਿੱਤਾ ਹੈ, ਉਸ ਨੇ ਸਰੀਰ ਵਾਸਤੇ ਭੋਜਨ ਦਾ ਵੀ ਪ੍ਰਬੰਧ ਕੀਤਾ ਹੋਇਆ ਹੈ।

ਪਹਿਲਾਂ ਪ੍ਰਾਲਬੱਧ ਬਣੀ ਮਗਰੋਂ ਬਣੇ ਸਰੀਰ।

ਬੱਚੇ ਦੇ ਪੈਦਾ ਹੋਣ ਤੋਂ ਪਹਿਲਾਂ ਹੀ ਪ੍ਰਮਾਤਮਾ ਨੇ ਬੱਚੇ ਵਾਸਤੇ ਦੁੱਧ ਦਾ ਵਸੀਲਾ ਤਿਆਰ ਕੀਤਾ ਹੁੰਦਾ ਹੈ। ਫਿਰ ਸਾਹ ਲੈਣ ਵਾਸਤੇ ਹਵਾ ਮੁਕਤ ਪ੍ਰਦਾਨ ਕੀਤੀ ਹੋਈ ਹੈ। ਅਗਰ ਅਸੀਂ ਇਮਾਨਦਾਰੀ ਨਾਲ ਆਪਣੇ ਸਰੀਰ ਵੱਲ ਵੇਖਣ ਲੱਗ ਜਾਈਏ ਤਾਂ ਵੀ ਸਾਨੂੰ ਆਪਣੇ ਅੰਦਰੋਂ ਵੇਖਣ ਵਾਲੀ ਸਮਰੱਥਾ ਦੀ ਮੌਜੂਦਗੀ ਦਾ ਅਹਿਸਾਸ ਹੋ ਸਕਦਾ ਹੈ।

ਇਹ ਗੱਲ ਹੋਰ ਵੀ ਹੈਰਾਨ ਕਰ ਦੇਣ ਵਾਲੀ ਹੈ ਕਿ ਅਸੀਂ ਤਾਂ ਪੂਜਾ-ਪਾਠ ਵੀ ਜ਼ਰੂਰ ਕਰਦੇ ਹਾਂ। ਇਹ ਪੂਜਾ-ਪਾਠ ਕਰ ਰਹੇ ਲੋਕਾਂ ਵੱਲ ਵੇਖ ਸਾਨੂੰ ਤਾਂ ਇਹ ਮੰਨਣਾ ਪਵੇਗਾ ਕਿ ਲੋਕਾਂ ਦੇ ਮਨਾਂ ਅੰਦਰ ਪ੍ਰਮਾਤਮਾ ਦੀ ਯਾਦ ਤਾਂ ਹੈ ਪਰੰਤੂ ਪ੍ਰਮਾਤਮਾ ਦੀ ਮੌਜੂਦਗੀ ਦਾ ਫਿਰ ਵੀ ਕੋਈ ਅਹਿਸਾਸ ਨਹੀਂ ਹੋ ਰਿਹਾ ਹੈ। ਅਸਲ 'ਚ ਸਾਨੂੰ ਹੁਣ ਤੱਕ ਕਿਸੇ ਨੇ ਇਹ ਸਮਝਾਉਣ ਦੀ ਕੋਸ਼ਿਸ਼ ਹੀ ਨਹੀਂ ਕੀਤੀ ਹੈ ਕਿ ਆਪਣੇ ਪੀਰਾਂ ਪੈਗੰਬਰਾਂ ਦੁਆਲੇ ਅਸੀਂ ਆਭਾਮੰਡਲ (ਔਕੇ) ਕਿਉਂ ਬਣਾਉਂਦੇ ਹਾਂ। ਸਾਡੇ ਮਨ ਅੰਦਰ ਇਨ੍ਹਾਂ ਆਭਾਮੰਡਲਾਂ ਦਾ ਮਤਲਬ ਸਾਨੂੰ ਕਿਉਂ ਨਹੀਂ ਸਮਝਾਇਆ ਜਾ ਰਿਹਾ ਹੈ। ਫਿਰ ਅਸੀਂ ਅਜਿਹੇ ਆਭਾਮੰਡਲ ਆਮ ਲੋਕਾਂ ਦੀਆਂ ਮੂਰਤੀਆਂ ਉਤੇ ਕਿਉਂ ਨਹੀਂ ਬਣਾ ਰਹੇ ਹਾਂ।

ਮੈਂ ਇਹ ਗੱਲ ਸਪੱਸ਼ਟ ਕਰਨੀ ਚਾਹੁੰਦਾ ਹਾਂ ਕਿ ਇਹ ਆਭਾਮੰਡਲ ਇਸ ਗੱਲ ਦਾ ਸੂਚਕ ਹਨ ਕਿ ਜਿਉਂ ਜਿਉਂ ਅਸੀਂ ਆਪਣੇ ਮਨ ਦਾ ਮੰਡਲ ਪਾਰ ਕਰਨ ਲੱਗ ਜਾਂਦੇ ਹਾਂ ਤਾਂ ਅਸੀਂ ਸਮੇਂ ਦੇ ਬੰਧਨਾਂ ਤੋਂ ਪਰੇ ਤਕ ਸੋਚਣ ਲੱਗ ਜਾਂਦੇ ਹਾਂ। ਜਦੋਂ ਸਾਡੀ ਆਪਣੀ ਨਿੱਜੀ ਸੋਚ ਇਨ੍ਹਾਂ ਮੰਡਲਾਂ ਨੂੰ ਜਾਨਣ ਵੱਲ ਲੱਗ ਜਾਂਦੀ ਹੈ ਮਨ ਤੋਂ ਪਾਰ ਜਦ ਅਣਮਨੀ ਅਵਸਥਾ ਸ਼ੁਰੂ ਹੋ ਜਾਂਦੀ ਹੈ ਤਾਂ ਫਿਰ

ਦ੍ਰਿਸ਼ਟੀ ਹੀ ਬਦਲਣ ਲੱਗ ਜਾਂਦੀ ਹੈ। ਜਦੋ ਹੀ ਅਸੀਂ ਮਨ ਦੇ ਮੰਡਲ ਨੂੰ ਪਾਰ ਕਰਦੇ ਹਾਂ ਤਾਂ ਫਿਰ ਸਾਨੂੰ ਆਪਣੇ ਆਪ ਹੀ ਅਲੌਕਿਕ ਧੁਨਾਂ ਸੁਣਨ ਲੱਗ ਜਾਂਦੀਆਂ ਹਨ। ਇਸ ਵਾਸਤੇ ਹੀ ਤਾਂ ਬ੍ਰਹਮ-ਗਿਆਨੀ ਸਾਨੂੰ ਸੱਚ ਹੀ ਇਹ ਦੱਸਦੇ ਹਨ ਕਿ ਜਦੋਂ ਸੰਸਾਰ ਦੀ ਰਚਨਾ ਰਚਣੀ ਸ਼ੁਰੂ ਹੋਈ ਹੈ ਤਾਂ ਉਦੋਂ ਇਕ ਸੰਨਾਟਾ ਹੀ ਸੀ। ਜੋ ਹੁਣ ਵੀ ਸਾਡੇ ਮਸਤਕ 'ਚ ਸੁਣਾਈ ਦਿੰਦਾ ਹੈ। ਬੱਸ ਜਦੋਂ ਉਹ ਸੰਨਾਟਾ ਸੁਣਨ ਲੱਗ ਜਾਂਦਾ ਹੈ ਤਾਂ ਫਿਰ ਮਨ ਆਤਮਾ 'ਚ ਲੀਨ ਹੋਣ ਲੱਗ ਜਾਂਦਾ ਹੈ। ਪਿੱਛੇ ਗਿਆਤਾ ਹੀ ਰਹਿ ਜਾਂਦਾ ਹੈ। ਬੱਸ ਇਹ ਇਕ ਗਵਾਹੀ ਉੱਠਣ ਲੱਗ ਜਾਂਦੀ ਹੈ ਕਿ ਹਾਂ ਮੈਂ ਜਾਣ ਰਿਹਾ ਹਾਂ ਕਿ ਹੁਣ ਮਨ ਅੰਦਰ ਸੰਨਾਟਾ ਛਾਇਆ ਹੋਇਆ ਹੈ। ਮਨ ਨਿਰਮਲ ਹੋਇਆ ਹੋਇਆ ਹੈ। ਹੁਣ ਮਨ ਨਿਰ-ਇੱਛਤ ਹੈ।

ਸੁੰਨ ਮਰੇ ਅਜਪਾ ਮਰੇ ਅਨਹਦ ਭੀ ਮਰ ਜਾਏ।

ਆਪਣੇ ਹੀ ਅੰਦਰੋਂ ਆਪਣੇ ਦਸਮ ਦੁਆਰ ਤੇ ਵੱਜ ਰਹੀਆਂ ਅਲੌਕਿਕ ਧੁਨਾਂ ਨੂੰ ਸੁਣਨ ਵਾਲੇ ਆਪਣੇ ਮਨ ਦੀ ਨਿਰਛਲਤਾ ਕਾਰਨ ਲੋਕਾਂ ਨੂੰ ਸਮਝਾਉਣ ਦੀਆਂ ਕੋਸ਼ਿਸ਼ਾਂ ਕਰਨ ਲੱਗ ਜਾਂਦੇ ਹਨ ਕਿ ਸਮਾਂ ਬੀਤ ਰਿਹਾ ਹੈ। ਸਮੇਂ ਦੀ ਰਫਤਾਰ ਨੂੰ ਤੁਸੀਂ ਕਦੇ ਸਮਝ ਹੀ ਨਹੀਂ ਸਕੋਗੇ। ਹਾਂ ਜਿਹੜੀ ਸਮਰੱਥਾ ਸਮੇਂ ਨੂੰ ਬੀਤਣ ਦੀ ਗਵਾਹ ਹੈ ਅਗਰ ਸਾਨੂੰ ਉਸ ਸਮਰੱਥਾ ਦਾ ਧਿਆਨ ਆ ਜਾਵੇਗਾ ਤਾਂ ਫਿਰ ਸਾਨੂੰ ਆਪਣੇ ਸਰੀਰ ਅੰਦਰੋਂ ਉਹ ਹੀਰਾ ਲੱਭ ਪਵੇਗਾ ਜਿਸ ਦੀ ਮੌਜੂਦਗੀ ਤੇ ਸਮਾਂ ਬਤੀਤ ਹੋਣ ਨਾਲ ਕੋਈ ਅਸਰ ਨਹੀਂ ਪਵੇਗਾ। ਇਹ ਹੈ ਸਾਡਾ ਬ੍ਰਹਮ। ਜੋ ਨਾ ਕਦੇ ਬਦਲਿਆ ਹੈ ਤੇ ਨਾ ਕਦੇ ਬਦਲੇਗਾ। ਆਪਣੇ ਸਾਖਸ਼ੀ ਦੇ ਭਾਵ ਦੀ ਮੌਜੂਦਗੀ ਦਾ ਅਹਿਸਾਸ ਸਾਨੂੰ ਸਭ ਬੰਧਨਾਂ ਤੋਂ ਆਜ਼ਾਦ ਕਰ ਦਿੰਦਾ ਹੈ।

ਮੇਰੇ ਮਨ ਦੀ ਭਟਕਣਾ ਮੁੱਕਣੀ ਸੀ,
ਜੇਕਰ ਮੈਂ ਅਪਣੇ ਮਨ ਨੂੰ ਸਮਝਾ ਲਿਆ ਹੁੰਦਾ।

ਗੱਲ ਘੁੰਮ ਘੁਮਾ ਕੇ ਇਥੇ ਪਹੁੰਚ ਜਾਂਦੀ ਹੈ ਕਿ ਕੀ ਸਾਨੂੰ ਆਪਣੇ ਮਨ ਦੀ ਪਹਿਚਾਣ ਹੋ ਗਈ ਹੈ ਕਿ ਨਹੀਂ ? ਇਹ ਛੋਟਾ ਜਿਹਾ ਸਵਾਲ ਹੈ ਕਿ ਕੀ ਅਸੀਂ ਆਪਣੇ ਮਨ ਦੀ ਆਵਾਜ਼ ਨੂੰ ਪਹਿਚਾਣ ਗਏ ਹਾਂ ਕਿ ਨਹੀਂ ? ਅਗਰ ਮਨ ਦੀ ਅਗਵਾਈ ਮਨ ਦੀ ਮੌਜੂਦਗੀ ਨੂੰ ਪਹਿਚਾਨਣ ਦੀ ਇੱਛਾ ਜਾਗ ਜਾਂਦੀ ਹੈ ਤਾਂ ਫਿਰ ਇਕ ਨਾ ਇਕ ਦਿਨ ਸਾਡੀ ਅਚੇਤਨ ਆਤਮਾ ਸਾਡੇ ਚੇਤ ਮਨ ਨੂੰ ਆਪ ਹੀ ਸ਼ਾਂਤ ਕਰ ਦਿੰਦੀ ਹੈ। ਮਨ ਦੀਆਂ ਕੋਸ਼ਿਸ਼ਾਂ ਨਾਲ ਨਹੀਂ, ਮਨ ਦੇ ਖ਼ਿਆਲਾਂ ਵੱਲ ਵੇਖਣ ਤੋਂ ਬਾਅਦ ਹੀ ਮਨ ਸ਼ਾਂਤ ਹੋਣ ਲੱਗਦਾ ਹੈ ਤਾਂ ਹੀ ਸਾਡੇ ਵਲੋਂ ਮਨ ਨਾਲ ਲੜਨ ਦੀਆਂ ਕੋਸ਼ਿਸ਼ਾਂ ਛੁੱਟਦੀਆਂ ਹਨ। ਪਹਿਲਾਂ ਤਾਂ ਅਸੀਂ ਇਹ ਕਹਿਣਾ ਸ਼ੁਰੂ ਕਰਦੇ

ਹਾਂ ਕਿ ਇਹ ਵੀ ਮੇਰਾ ਹੈ। ਇਹ ਕੰਮ ਮੈਂ ਕੀਤਾ ਹੈ। ਇਸ ਤਰ੍ਹਾਂ ਸਾਡੇ ਮਨ ਅੰਦਰ ਹਉਂ ਪੈਦਾ ਹੁੰਦਾ ਹੈ। ਫਿਰ ਜਦੋਂ ਯਾਤਰਾ ਉਲਟਦੀ ਹੈ ਫਿਰ ਅਸੀਂ ਕਹਿਣ ਲੱਗ ਜਾਂਦੇ ਹਾਂ ਕਿ "ਮੇਰਾ ਮੁਝ ਮਹਿ ਕੁਛ ਨਹੀਂ ਜੋ ਕੁਛ ਹੈ ਸੋ ਤੇਰਾ।" ਜਿਵੇਂ ਪਹਿਲੇ ਪਹਿਲ ਅਸੀਂ ਇਹ ਕੋਸ਼ਿਸ਼ਾਂ ਕਰਦੇ ਹਾਂ ਕਿ ਸਭ ਕੁਝ ਮੇਰਾ ਹੈ। ਫਿਰ ਵਿਰਲੇ ਵਿਅਕਤੀ ਕਹਿਣ ਲੱਗ ਜਾਂਦੇ ਹਨ ਕਿ ਸਭ ਕੁਝ ਤੇਰਾ ਹੀ ਹੈ। ਜਦੋਂ ਅਸੀਂ ਮੈਂ ਕਹਿਣ ਦੀ ਦਾਅਵੇਦਾਰੀ ਕਰ ਰਹੇ ਹੁੰਦੇ ਹਾਂ ਤਾਂ ਭਾਵੇਂ ਸਾਨੂੰ ਬਾਹਰੋਂ ਭਾਵੇਂ ਜਿੰਨੀ ਮਰਜ਼ੀ ਪ੍ਰੇਰਣਾ ਮਿਲਦੀ ਰਹੇ ਕਿ ਤੂੰ ਨਾਚੀਜ਼ ਹੈਂ ਪਰ ਮਨ ਆਕੜ ਛੱਡਦਾ ਹੀ ਨਹੀਂ ਹੈ। ਜਦੋਂ ਤੂੰ ਦੀ ਬੋਲੀ ਸ਼ੁਰੂ ਹੋ ਜਾਂਦੀ ਹੈ ਤਾਂ ਫਿਰ ਅਸੀਂ ਕਿਸੇ ਦੀ ਗੱਲ ਨੂੰ ਮੰਨਦੇ ਹੀ ਨਹੀਂ ਕਿ ਪ੍ਰਮਾਤਮਾ ਸਰਬ-ਵਿਆਪਕ ਹੈ। ਅਸੀਂ ਪ੍ਰਮਾਣ ਮੰਗਣ ਲੱਗ ਜਾਂਦੇ ਹਾਂ ਕਿ ਸਿੱਧ ਕਰ ਕੇ ਵਿਖਾਓ ਕਿ ਪ੍ਰਮਾਤਮਾ ਕਿੱਥੇ ਰਹਿੰਦਾ ਹੈ ? ਅਸੀਂ ਸਿੱਧੇ ਸਿੱਧੇ ਪ੍ਰਮਾਤਮਾ ਦੀ ਮੌਜੂਦਗੀ ਦਾ ਅਹਿਸਾਸ ਕਦੇ ਵੀ ਕਰ ਹੀ ਨਹੀਂ ਸਕਾਂਗੇ। ਸਾਨੂੰ ਪਹਿਲਾਂ ਤੇ ਆਪਣੇ ਸਰੀਰ ਅੰਦਰੋਂ ਆਪਣੀ ਬਦੇਹੀ ਆਤਮਾ ਦੀ ਮੌਜੂਦਗੀ ਦਾ ਅਹਿਸਾਸ ਹੁੰਦਾ ਹੈ ਜਦੋਂ ਆਤਮਾ ਪ੍ਰਮਾਤਮਾ 'ਚ ਲੀਨ ਹੋ ਜਾਂਦੀ ਹੈ ਤਾਂ ਕਹਿਣ-ਸੁਣਨ ਦੀ ਕਹਾਣੀ ਹੀ ਸਮਾਪਤ ਹੋ ਜਾਂਦੀ ਹੈ।

ਜਨਮ ਸਮੇਂ ਤੋਂ ਹੀ ਮਾਪੇ ਆਪਣੇ ਬੱਚਿਆਂ ਤੋਂ ਇਹ ਆਸ ਕਰਨ ਲੱਗ ਜਾਂਦੇ ਹਨ ਕਿ ਬੱਚੇ ਸਾਡਾ ਕੰਮ 'ਚ ਹੱਥ ਬਟਾਉਣ ਲੱਗ ਜਾਣਗੇ। ਬੁਢਾਪੇ 'ਚ ਸਾਡੀ ਮਦਦ ਕਰਨਗੇ। ਜਦੋਂ ਆਪਣੇ ਅੰਦਰੋਂ ਆਪਣੇ ਬ੍ਰਹਮ ਦੀ ਮੌਜੂਦਗੀ ਦਾ ਅਹਿਸਾਸ ਹੋਣ ਲੱਗ ਜਾਂਦਾ ਹੈ ਤਾਂ ਫਿਰ ਮਨ ਅੰਦਰ ਬੇਪ੍ਰਵਾਹੀ ਆ ਜਾਂਦੀ ਹੈ।

ਮੇਰੇ ਮਨਾ

ਐ ਮੇਰੇ ਮਨ, ਦੁਨੀਆ ਦੇ ਮਾਲਿਕ,
ਅਕਾਲ ਪੁਰਖ ਨੂੰ ਹੁਣ ਯਾਦ ਕਰ।
ਉਹ ਹੀ ਸਭ ਦੀ ਸੁਣਦਾ ਹੈ,
ਮੇਰੇ ਮਨ ਦੀ ਫਰਿਯਾਦ ਉਸੇ ਕੋਲ ਕਰ।
ਉਹ ਦਿਲ ਦੀਆਂ ਰਮਜ਼ਾਂ ਸਭ ਜਾਣੇ,
ਮਨਾ ਹੋ ਸ਼ਾਂਤ, ਸਾਫ ਦਿਲ ਕਰ।
ਮਨੋਂ ਹੀਰ ਰਾਂਝੇ ਨੂੰ ਚਾਹੁੰਦੀ ਸੀ,
ਉਹ ਭੁੱਲੀ ਸੀ ਦੁਨੀਆਂ ਦਾ ਡਰ।
ਸੋਹਣੀ ਮਹੀਂਵਾਲ ਦਾ ਮਨਾਂ ਪਿਆਰ ਸੱਚਾ,
ਸੋਹਣੀ ਕੱਚੇ ਘੜੇ ਝਨਾਂ ਗਈ ਵੜ।
ਮਹੀਂਵਾਲ ਨੂੰ ਦਿਲੋਂ ਕਰੇ ਪਿਆਰ ਜਿਹੜੀ,

ਡੁੱਬ ਮਰਨੇ ਦਾ ਭੁੱਲੀ ਉਹ ਡਰ।
ਹੱਡ ਚੰਮ ਦਾ ਰਿਸ਼ਤਾ ਦੋ ਦਿਨ ਦਾ,
ਆਪਾ ਪਹਿਚਾਣ ਭਵਸਾਗਰ ਜਾਏਗਾ ਤਰ।
ਗੁੱਝੇ ਭੇਦ ਕੋਈ ਵਿਰਲਾ ਬੁਝਦਾ ਹੈ,
ਦਾਤੇ ਦੇ ਪਿਆਰੇ ਨੂੰ ਕਿਸ ਦਾ ਡਰ।
ਸੰਸਾਰ ਸਰੋਵਰ ਮੋਹ ਚਿੱਕੜ ਨਾਲ ਭਰਿਆ,
'ਦਲਬਾਰੇ' ਲੱਖਾਂ 'ਚੋਂ ਇਕ ਜਾਂਦਾ ਤਰ।
ਤਨ ਮਨ ਨਾ ਜਾਣੇ, ਆਤਮਾ ਅਮਰ,
ਮਨਾਂ ਹੁਣ ਉਲਟ ਭਵ ਸਾਗਰ ਤਰ।
ਉਹ ਸਭ ਦੀਆਂ ਪੁਕਾਰਾਂ ਸੁਣਦਾ ਹੈ,
ਸੱਚੇ ਮਨੋਂ ਤੂੰ ਅਰਜ਼ੋਈਆਂ ਕਰ।

ਗੱਲ ਤਾਂ ਬਹੁਤ ਸਿੱਧੀ ਸਪੱਸ਼ਟ ਹੈ ਕਿ ਜਨਮ ਸਮੇਂ ਤੋਂ ਹੀ ਅਸੀਂ ਸੰਸਾਰ ਨਾਲ ਜੁੜ ਜਾਂਦੇ ਹਾਂ। ਅਦ੍ਰਿਸ਼ ਸ਼ਕਤੀਆਂ ਆਪਣੀ ਕ੍ਰਿਤ ਨੂੰ ਆਪ ਹੀ ਕੋਈ ਆਪਣਾ ਮਨਭਾਉਂਦਾ ਰੋਲ ਸੌਂਪ ਦਿੰਦੀਆਂ ਹਨ। ਇਹ ਰੋਲ ਤਾਂ ਸਾਨੂੰ ਕਰਨਾ ਹੀ ਪੈਂਦਾ ਹੈ। ਜਿਵੇਂ ਕਿ ਅਸੀਂ ਆਮ ਘਰਾਂ ਦੇ ਦਰਵਾਜ਼ਿਆਂ ਨਾਲ ਇੜਲੀ ਲਗਾ ਦਿੰਦੇ ਹਾਂ। ਦਰਵਾਜ਼ਾ ਖੋਲ੍ਹ ਅਸੀਂ ਘਰ ਤੋਂ ਬਾਹਰ ਨਿਕਲ ਜਾਂਦੇ ਹਾਂ। ਇੜਲੀ ਦੇ ਸਪਰਿੰਗ ਦੇ ਕਾਰਣ ਦਰਵਾਜ਼ਾ ਫਿਰ ਬੰਦ ਹੋ ਜਾਂਦਾ ਹੈ। ਮੈਂ ਤਾਂ ਸਪੱਸ਼ਟ ਗੱਲ ਕਰ ਰਿਹਾ ਹਾਂ ਕਿ ਸਰੀਰ ਦੀ ਦੇਖਭਾਲ ਕਰਨ ਵਾਸਤੇ ਤਾਂ ਸਾਡਾ ਮਨ ਹੀ ਕਰਤਾ ਹੋਣ ਦੀ ਦਾਹਵੇਦਾਰੀ ਕਰਨ ਲੱਗ ਜਾਂਦਾ ਹੈ। ਪਰੰਤੂ ਦਰਵਾਜ਼ਾ ਬੰਦ ਹੋਣ ਕਰਕੇ ਇੜਲੀ ਲੱਗੀ ਰਹਿੰਦੀ ਹੈ। ਸਾਫ ਸਪੱਸ਼ਟ ਗੱਲ ਇਸ ਤਰ੍ਹਾਂ ਸਮਝ ਲਓ ਕਿ ਜਿਵੇਂ ਅਸੀਂ ਦਰਵਾਜ਼ੇ ਨੂੰ ਬੰਦ ਕਰ ਲੈਂਦੇ ਹਾਂ। ਦਰਵਾਜ਼ਾ ਉਸੇ ਤਰ੍ਹਾਂ ਖੁੱਲ੍ਹ ਸਕਦਾ ਹੈ। ਅਗਰ ਸਾਨੂੰ ਦਰਵਾਜ਼ਾ ਖੋਲ੍ਹਣ ਦੀ ਜੁਗਤੀ ਪਤਾ ਨਾ ਲੱਗੇ ਤਾਂ ਧੱਕੇਸ਼ਾਹੀ ਨਾਲ ਦਰਵਾਜ਼ਾ ਖੋਲ੍ਹਿਆ ਹੀ ਨਹੀਂ ਜਾ ਸਕੇਗਾ। ਗੱਲ ਨੂੰ ਮੈਂ ਉਲਝਾਉਣਾ ਨਹੀਂ ਚਾਹੁੰਦਾ ਹਾਂ। ਮੈਂ ਤਾਂ ਸਰਲ ਤੋਂ ਸਰਲ ਢੰਗ ਨਾਲ ਇਹ ਕਲੀਅਰ ਕਰ ਰਿਹਾ ਹਾਂ ਕਿ ਪ੍ਰਤੱਖ ਸਰੀਰ ਦੇ ਦਸਮ ਦੁਆਰ ਤੇ ਜੋ ਧੁਨਾਂ ਵੱਜ ਰਹੀਆਂ ਹਨ ਇਹ ਸਾਨੂੰ ਆਸਾਨੀ ਨਾਲ ਸੁਣਦੀਆਂ ਹੀ ਨਹੀਂ ਹਨ। ਅਸੀਂ ਹੋਰਨਾਂ ਚੱਕਰਾਂ 'ਚ ਹੀ ਫਸੇ ਰਹਿ ਜਾਂਦੇ ਹਾਂ।

ਘੁੰਗਰੂ ਵਾਜੇ ਜੇ ਮਨ ਲਾਗੇ।

ਘੁੰਮ-ਘੁਮਾ ਕੇ ਗੱਲ ਮਨ ਤੇ ਹੀ ਆ ਜਾਂਦੀ ਹੈ ਕਿ ਇਹ ਕੀ ਬਲਾ ਹੈ ? ਆਤਮਾ ਕੀ ਬਲਾ ਹੈ ਤਾਂ ਸਾਡੇ ਸਰੀਰ ਅੰਦਰ ਸੁਤੇਸਿਧ ਹੀ ਗੱਲਬਾਤ ਸ਼ੁਰੂ ਹੋ ਜਾਂਦੀ ਹੈ। ਵਾਰਤਾਲਾਪ ਹੋਣ ਲੱਗ ਜਾਂਦਾ ਹੈ। ਇਹ ਸਰੀਰ ਦੇ ਅੰਦਰੋਂ ਦਸਮ

ਦੁਆਰ ਤੇ ਤ੍ਰੈਕੁਟੀ ਦੇ ਸਥਾਨ ਤੇ ਮਨ ਅਤੇ ਆਤਮਾ ਦਰਮਿਆਨ ਹੁੰਦਾ ਹੈ। ਆਤਮਾ ਤਾਂ ਸਾਡੇ ਸਰੀਰ ਅੰਦਰ ਛੁਪੀ ਹੋਈ ਹੈ। ਮਨ ਅੰਦਰ ਆਤਮਾ ਦੀ ਗਹਿਰਾਈ ਨੂੰ ਨਾ ਸਮਝਦੇ ਹੋਏ ਬਾਹਰ ਵੱਲ ਵੇਖਦਾ ਰਹਿੰਦਾ ਹੈ। ਇਸ ਤਰ੍ਹਾਂ ਚੇਤ ਮਨ ਅਤੇ ਅਚੇਤ ਮਨ ਵਿਚਕਾਰ ਦੂਰੀਆਂ ਪੈਦਾ ਹੋ ਜਾਂਦੀਆਂ ਹਨ। ਇਕ ਹੀ ਥਾਂ ਰਹਿੰਦਿਆਂ ਆਪਸ 'ਚ ਗੱਲਬਾਤ ਕਰਨ ਦੇ ਬਾਵਜੂਦ ਵੀ ਦੋਨਾਂ ਦੇ ਮੇਲ ਹੁੰਦਾ ਹੀ ਨਹੀਂ ਹੈ। ਇਸ ਵਾਸਤੇ ਹੀ ਇਸ ਸਚਾਈ ਨੂੰ ਸਮਝਣ ਵਾਲੇ ਆਮ ਲੋਕਾਂ ਨੂੰ ਇਹ ਸਮਝਾਉਣ ਲੱਗ ਜਾਂਦੇ ਹਨ ਕਿ ਮਨ ਆਤਮਾ ਵਿਚਕਾਰ ਜੋ ਵਿੱਥਾਂ ਪਈਆਂ ਹੋਈਆਂ ਹਨ, ਅਸਲ 'ਚ ਇਹ ਵਿੱਥਾਂ ਸਿਰਫ ਖਿਆਲਾਂ ਅੰਦਰ ਹੀ ਪਈਆਂ ਹੋਈਆਂ ਹਨ। ਮਨ ਅੰਦਰ ਤਾਂ ਵਿਚਾਰ ਵੀ ਪ੍ਰਤੱਖ ਬਾਰੇ ਹੀ ਚੱਲਦੇ ਰਹਿੰਦੇ ਹਨ। ਮਨ ਦੇ ਖ਼ਿਆਲਾਂ ਵੱਲ ਤਾਂ ਸਾਡੇ ਸਰੀਰ ਅੰਦਰ ਛੁਪਿਆ ਦ੍ਰਿਸ਼ਟਾ ਹੀ ਵੇਖ ਸਕਦਾ ਹੈ। ਸਾਡਾ ਇਹ ਦ੍ਰਿਸ਼ਟਾ ਸਾਡਾ ਇਹ ਬ੍ਰਹਮ ਤਾਂ ਮਨ ਦੇ ਖ਼ਿਆਲਾਂ ਤੋਂ ਵੀ ਅਤਿ ਸੂਖਸ਼ਮ ਹੈ। ਮਨ ਦੇ ਖ਼ਿਆਲਾਂ ਨੂੰ ਇਹ ਹੀ ਜਾਣਦਾ ਹੈ। ਇਸ ਦੀ ਮੌਜੂਦਗੀ ਦਾ ਸਾਨੂੰ ਅਹਿਸਾਸ ਹੀ ਨਹੀਂ ਹੁੰਦਾ ਹੈ। ਦਰਵਾਜ਼ਾ ਵੀ ਸੂਖਸ਼ਮ ਹੈ। ਵਿਚਾਰਾਂ ਦਾ ਹੀ ਬਣਿਆ ਹੋਇਆ ਹੈ। ਇਸ ਤਰ੍ਹਾਂ ਜੋ ਸੂਖਸ਼ਮ ਸ਼ਕਤੀਆਂ ਦਾ ਖੇਲ੍ਹ ਹੈ। ਉਸ ਨੂੰ ਤਾਂ ਸਾਡਾ ਬ੍ਰਹਮ ਹੀ ਦੇਖ ਸਕਦਾ ਹੈ। ਬ੍ਰਹਮ ਹੀ ਜਾਣਦਾ ਹੈ ਕਿ ਮਨ ਕੀ ਚਿਤਵ ਰਿਹਾ ਹੈ।

ਜਦੋਂ ਮਨ ਦੇ ਖ਼ਿਆਲ ਸਮਾਪਤ ਹੁੰਦੇ ਹਨ ਤਾਂ ਹੀ ਫਿਰ ਸਾਨੂੰ ਆਪਣੇ ਸਰੀਰ ਅੰਦਰੋਂ ਵੱਜ ਰਹੀਆਂ ਧੁਨਾਂ ਸੁਣਨ ਲੱਗਦੀਆਂ ਹਨ। ਇਸ ਵਾਸਤੇ ਹੀ ਇਸ ਨਾਦ ਵੱਲ ਵੇਖ ਸਕਣਾ, ਸੁਣ ਸਕਣਾ ਅਸੰਭਵ ਲੱਗ ਰਿਹਾ ਹੈ। ਹਾਂ ਇਕ ਗੱਲ ਗੌਰ ਨਾਲ ਸਮਝਣ ਵਾਲੀ ਹੈ ਕਿ ਨਾਦ ਤਾਂ ਹਰ ਪਲ ਹੀ ਚੱਲ ਰਿਹਾ ਹੈ। ਪਰੰਤੂ ਇਹ ਹਰ ਇੱਕ ਵਿਅਕਤੀ ਦੇ ਦਸਮ ਦੁਆਰ ਤੇ ਚੱਲ ਰਿਹਾ ਹੈ। ਕਰਾਮਾਤ ਵੀ ਇਹ ਹੀ ਹੈ ਕਿ ਹਰ ਵਿਅਕਤੀ ਇਸ ਨਾਦ ਨੂੰ ਸੁਣ ਨਹੀਂ ਰਿਹਾ ਹੈ। ਪ੍ਰਮਾਤਮਾ ਨੇ ਹੀ ਖ਼ਿਆਲਾਂ ਅੰਦਰ ਇਸ ਨਾਦ ਨੂੰ ਛੁਪਾ ਦਿੱਤਾ ਹੈ।

ਸੰਸਾਰ ਵੀ ਚੱਲਦਾ ਰਹਿੰਦਾ ਹੈ। ਬ੍ਰਹਮ-ਗਿਆਨੀ ਵੀ ਸਮਾਜ ਅੰਦਰ ਮੌਜੂਦ ਰਹਿੰਦੇ ਹਨ। ਗੱਲ ਤਾਂ ਆਪਣੇ ਉਪਰ ਢਾਲਣੀ ਪੈਂਦੀ ਹੈ ਕਿ ਮੈਨੂੰ ਇਹ ਸਰੀਰ ਕਿਸ ਤਰ੍ਹਾਂ ਮਿਲਿਆ ਹੈ। ਮੈਂ ਇਸ ਸਰੀਰ ਤੇ ਆਪਣੀ ਮਾਲਕੀ ਜਤਾਉਣ ਵਾਲਾ ਕੌਣ ਹਾਂ ? ਇਹ ਸਵਾਲ ਹਰ ਵਿਅਕਤੀ ਦੇ ਮਨ ਅੰਦਰੋਂ ਨਹੀਂ ਉੱਠਦਾ ਹੈ। ਇਹ ਖ਼ਿਆਲ ਵੀ ਵਿਰਲੇ ਵਿਅਕਤੀਆਂ ਦੇ ਮਨ ਅੰਦਰੋਂ ਹੀ ਉੱਠਦਾ ਹੈ। 'ਬੁੱਲ੍ਹਾ ਕੀ ਜਾਣੇ ਮੈਂ ਕੌਣ ?' ਆਪਣੇ ਆਪ ਨਾਲ ਜਾਗਰੂਕ ਹੋ ਕੇ ਵਿਰਲੇ ਹੀ ਆਪਣੇ ਮਨ ਤੋਂ ਸਵਾਲ ਪੁੱਛਦੇ ਹਨ ਕਿ ਤੂੰ ਕੌਣ ਹੈਂ ? ਬੱਸ ਇਹ ਸਵਾਲ ਸੁਣਦੇ ਹੀ ਮਨ ਮੌਨ ਹੋਣ ਲੱਗ ਜਾਂਦਾ ਹੈ। ਇਹ ਹੀ ਪਹਿਲਾ ਕਦਮ ਹੁੰਦਾ

ਹੈ। ਜੋ ਬ੍ਰਹਮ ਨੂੰ ਜਾਣਨ ਦੀ ਇੱਛਾ ਕਰਨ ਵਾਲੇ ਵਿਅਕਤੀ ਦੇ ਮਨ ਅੰਦਰੋਂ ਉੱਠਦਾ ਹੈ। ਆਪਣੇ ਸਵਾਲ ਦਾ ਜਵਾਬ ਨਾ ਮਿਲਣ ਕਾਰਨ ਸਾਡਾ ਬ੍ਰਹਮ ਮੌਨ ਹੋਏ ਮਨ ਨੂੰ ਵੇਖਣ ਲੱਗ ਜਾਂਦਾ ਹੈ। ਸਾਡੇ ਅੰਤਕਰਣ, ਸਾਡੇ ਬ੍ਰਹਮ, ਸਾਡੇ ਦ੍ਰਿਸ਼ਟੇ ਸਾਡੇ ਸਾਖਸ਼ੀ ਦੀ ਨਜ਼ਰ ਮਨ ਦੇ ਵਿਚਾਰਾਂ ਤੇ ਪੈਣ ਲੱਗ ਜਾਂਦੀ ਹੈ। ਇਸ ਵਾਸਤੇ ਹੀ ਤਾਂ ਬ੍ਰਹਮ-ਗਿਆਨੀ ਇਹ ਕਹਿੰਦੇ ਹਨ ਕਿ ਆਤਮਾ ਦੀ ਆਵਾਜ਼ ਸੁਣਨ ਵਾਲਾ ਪਹਿਲਾ ਸਰੋਤਾ ਤਾਂ ਸਾਡਾ ਮਨ ਹੀ ਹੁੰਦਾ ਹੈ। ਮਨ ਦੇ ਸ਼ਾਂਤ ਹੁੰਦਿਆਂ ਹੀ ਸਾਡੇ ਦ੍ਰਿਸ਼ਟੇ ਹੀ ਸਾਡੇ ਬ੍ਰਹਮ ਦੀ ਨਜ਼ਰ ਸੰਗੀਤ ਵੱਲ ਲੱਗ ਜਾਂਦੀ ਹੈ ਕਿ ਇਹ ਨਾਦ ਕਿੱਥੋਂ ਵੱਜ ਰਿਹਾ ਹੈ। ਇਸ ਤਰ੍ਹਾਂ ਸਾਡੇ ਅੰਦਰੋਂ ਸਾਡੇ ਸਰੀਰ ਅੰਦਰ ਸਮਾਈ ਹੋਈ ਸ਼ਕਤੀ ਦੇ ਕੁੰਡਲ ਖੁੱਲ੍ਹਣੇ ਸ਼ੁਰੂ ਹੁੰਦੇ ਹਨ। ਇਸ ਤਰ੍ਹਾਂ ਹੀ ਮਨ ਦਾ ਕਰਤਾ ਹੋਣ ਦਾ ਵਹਿਮ ਦੂਰ ਹੁੰਦਾ ਹੈ ਕਿ ਜੋ ਨਾਦ ਸੁਣਨ ਦੀ ਗਵਾਹੀ ਦੇ ਰਿਹਾ ਹੈ। ਹਾਮੀ ਭਰ ਰਿਹਾ ਹੈ। ਇਹ ਤਾਂ ਸਰੀਰ ਅੰਦਰ ਹੀ ਮੌਜੂਦ ਹੈ। ਇਸ ਤਰ੍ਹਾਂ ਅਸੀਂ ਸੁਣਨ ਵਾਲੇ ਨੂੰ ਬ੍ਰਹਮ ਕਹਿੰਦੇ ਹਾਂ ਜੋ ਸੁਣਿਆ ਜਾ ਰਿਹਾ ਹੈ ਉਸ ਨੂੰ ਪਰੇ ਤੋਂ ਪਰੇ ਮੌਜੂਦ ਪ੍ਰਮਾਤਮਾ ਕਹਿਣ ਲੱਗ ਜਾਂਦੇ ਹਾਂ ਕਿ ਸੰਸਾਰ ਦੇ ਸ਼ੁਰੂ 'ਚ ਤਾਂ ਇਕ ਸੰਨਾਟਾ ਹੀ ਸੀ। ਸੰਨਾਟੇ ਅੰਦਰੋਂ ਹੀ ਸੰਸਾਰ ਦੀ ਉਤਪਤੀ ਹੋਈ ਹੈ। ਬੱਸ ਆਪਣੇ ਸਰੀਰ ਅੰਦਰੋਂ ਅਸੀਂ ਇਹ ਸੰਨਾਟਾ ਹੀ ਸੁਣ ਸਕਦੇ ਹਾਂ। ਕਠਿਨਾਈ ਤਾਂ ਇਹ ਹੀ ਹੈ ਕਿ ਸਚਾਈ ਸਾਡੇ ਵਲੋਂ ਅਣਜਾਣੀ ਹੀ ਰਹਿ ਜਾਂਦੀ ਹੈ ਕਿ ਹਰ ਵਿਅਕਤੀ ਇਸ ਨਾਦ ਨੂੰ ਸੁਣ ਨਹੀਂ ਪਾਉਂਦਾ ਹੈ।

ਭਿੰਨੀ ਰਾਤੜੀਏ ਚਮਕਣ ਲਗੇ ਤਾਰੇ॥

ਅਸੀਂ ਆਮ ਲੋਕ ਆਪਣੇ ਅੰਦਰ ਛੁਪੇ ਹੋਏ ਸੱਚ ਨੂੰ ਲੱਭਣ ਦੀ ਬਜਾਏ ਆਪਣੇ ਧਾਰਮਿਕ ਅਦਾਰਿਆਂ ਅੰਦਰ ਪਹੁੰਚ ਅਰਦਾਸ ਕਰਦੇ ਰਹਿੰਦੇ ਹਾਂ। ਹਰ ਸਾਲ ਹਰ ਦਿਨ ਅਸੀਂ ਆਪਣੇ ਪਿਆਰੇ ਨੂੰ ਯਾਦ ਕਰਨ ਦੀਆਂ ਕੋਸ਼ਿਸ਼ਾਂ ਵੀ ਕਰਦੇ ਰਹਿੰਦੇ ਹਾਂ। ਅਸੀਂ ਸਾਰੇ ਹੀ ਨਵੇਂ ਸਾਲ ਦੇ ਜਸ਼ਨ ਮਨਾਉਂਦੇ ਹਾਂ। ਸਭ ਦਾ ਆਪਣਾ ਆਪਣਾ ਅੰਦਾਜ਼ ਹੈ।

ਨਵਾਂ ਸਾਲ

ਨਵਾਂ ਸਾਲ ਮੁਬਾਰਕ ਤੈਨੂੰ,
ਮੇਰੇ ਜਿਗਰੀ ਯਾਰਾ ਵੇ।
ਖੁਸ਼ੀਆਂ ਭਰੇ ਸੁਨੇਹੇ ਘੱਲੀਂ,
ਦਿੰਦਾ ਰਹੀਂ ਸਹਾਰਾ ਵੇ।
ਯਾਰ ਦਿੰਦੇ ਰਹਿਣ ਦਿਲਾਸੇ,
ਲੱਗੀਆਂ ਰਹਿਣ ਬਹਾਰਾਂ ਵੇ।

ਬੀਤ ਗਿਆ ਸੋ ਬੀਤ ਗਿਆ,
ਆਉਣਾ ਨਹੀਂ ਦੁਬਾਰਾ ਵੇ।
ਸਾਨੂੰ ਭੁੱਲ ਨਾ ਜਾਈਂ,
ਭੁੱਲ ਜਾਵੇ ਜੱਗ ਸਾਰਾ ਵੇ।
ਯਾਰ ਹੋ ਜਾਵਣ ਗੁੱਸੇ,
ਸੱਟ ਦਿਲ ਤੇ ਲਗਦੀ,
ਦਿਲਾਂ ਨੂੰ ਪੈਂਦੀਆਂ ਮਾਰਾਂ ਵੇ।
ਯਾਰਾਂ ਦੇ ਯਾਰਾ ਵੇ,
ਖੁਸ਼ੀ ਖੁਸ਼ੀ ਬਤੀਤ ਹੋਏ,
ਨਵਾਂ ਸਾਲ ਪਿਆਰਾ ਵੇ।
ਯਾਰ ਅੱਗੇ ਦਿਲ ਫੋਲੋ,
ਯਾਰ ਜਾਣੇ ਦਿਲ ਦੀਆਂ ਸਾਰਾਂ ਵੇ।
ਯਾਰ ਬਿਨਾਂ ਤੱਕਿਆ ਨਾ,
ਅਸੀਂ ਕੋਈ ਹੋਰ ਸਹਾਰਾ ਵੇ।
ਨਵਾਂ ਸਾਲ ਮੁਬਾਰਕ ਤੈਨੂੰ,
ਅੰਦਰ ਛੁਪੇ ਹੋਏ ਯਾਰਾ ਵੇ।
ਦਿਲਬਰ 'ਦਲਬਾਰੇ' ਦੇ ਯਾਰ ਵੇ।
ਨਵਾਂ ਸਾਲ ਮੁਬਾਰਕ ਤੈਨੂੰ,
ਦਿਲ ਅੰਦਰ ਰਹਿੰਦੇ ਯਾਰਾ ਵੇ।

ਬਜ਼ੁਰਗ ਕਹਿੰਦੇ ਹਨ ਕਿ ਸੰਸਾਰ ਤਾਂ ਮਰਨੇ ਮਿਟਣੇ ਵਾਲਾ ਹੈ। 'ਮਗਰ ਔਰ ਭੀ ਜਹਾਂ ਹੈਂ ਇਸ ਜਹਾਂ ਸੇ ਆਗੇ।' ਇਸ ਵਾਸਤੇ ਹੀ ਓਸ਼ੋ ਰਜਨੀਸ਼ ਨੇ ਆਪਣੇ ਸੇਵਕਾਂ ਨੂੰ ਇਹ ਹਦਾਇਤ ਕੀਤੀ ਸੀ ਕਿ ਸਰੀਰ ਤਾਂ ਇਥੇ ਹੀ ਰਹਿ ਜਾਂਦੇ ਹਨ, ਆਤਮਾ ਅਗਲੇ ਜਹਾਨ ਚਲੇ ਜਾਂਦੀ ਹੈ। ਆਤਮਾ ਮਰਨੇ ਮਿਟਣੇ ਵਾਲੀ ਨਹੀਂ ਹੈ। ਮੈਂ ਆਪਣੀ ਕੋਈ ਯਾਦਗਾਰ ਨਹੀਂ ਬਣਾਉਣੀ ਚਾਹੁੰਦਾ। ਪਰੰਤੂ ਮੈਂ ਇਕ ਸੰਦੇਸ਼ ਦੁਨੀਆਂ 'ਚ ਛੱਡਣਾ ਚਾਹੁੰਦਾ ਹਾਂ ਕਿ ਅਮਰ ਆਤਮਾ ਕਦੇ ਮਿਟਦੀ ਨਹੀਂ ਹੈ। ਇਸ ਤੋਂ ਪ੍ਰਭਾਵਿਤ ਹੋਏ ਉਨ੍ਹਾਂ ਦੇ ਸੇਵਕਾਂ ਨੇ, ਸ਼ਰਧਾਲੂਆਂ ਨੇ ਉਨ੍ਹਾਂ ਦੀ ਸਮਾਧੀ ਵੀ ਬਣਾਈ ਹੈ। ਉਨ੍ਹਾਂ ਦਾ ਸੰਦੇਸ਼ ਵੀ ਸਮਾਧੀ ਤੇ ਲਿਖਵਾ ਦਿੱਤਾ ਹੈ।

Never born Never Died
only sethes earth planet.

ਕਿ ਉਨ੍ਹਾਂ ਨੇ ਇਸ ਧਰਤੀ ਗ੍ਰਹਿ ਨੂੰ ਇੰਨੇ ਤੋਂ ਇੰਨੇ ਸਮੇਂ ਤੱਕ ਵੇਖਿਆ ਹੈ ਉਹ

ਅੰਮ੍ਰਿਤ ਧਾਰਾ

ਸਾਨੂੰ ਇਹ ਵੀ ਸਮਝਾ ਗਏ ਹਨ ਕਿ ਸਾਡੇ ਸਰੀਰ ਅੰਦਰ ਮੌਜੂਦ ਆਤਮਾ ਦੀ ਮੌਜੂਦਗੀ ਦਾ ਅਹਿਸਾਸ ਕਰਨ ਵਾਸਤੇ ਹੀ ਸਾਨੂੰ ਇਹ ਸਰੀਰ ਮਿਲਿਆ ਹੋਇਆ ਹੈ। ਹਰ ਵਿਅਕਤੀ ਆਪਣੇ ਬ੍ਰਹਮ ਦੀ ਆਪ ਹੀ ਪਹਿਚਾਣ ਕਰ ਸਕਦਾ ਹੈ। ਬੱਸ ਇਹ ਹੀ ਗੱਲ ਸਾਡੇ ਆਮ ਲੋਕਾਂ ਦੇ ਮਨ ਅੰਦਰ ਸਮਝ ਨਹੀਂ ਆ ਰਹੀ ਹੈ। ਉਪਰਲੇ ਮਨੋਂ ਤਾਂ ਅਸੀਂ ਵੀ ਮੰਨਦੇ ਹਾਂ ਕਿ ਆਤਮਾ ਅਮਰ ਹੈ। ਪਰੰਤੂ ਅਸੀਂ ਇਹ ਤਾਂ ਜਾਣਦੇ ਹੀ ਨਹੀਂ ਹਾਂ ਕਿ ਆਤਮਾ ਕਿਵੇਂ ਅਮਰ ਹੈ।

ਮੈਂ ਆਪਣੇ ਮਨੋ ਆਤਮਾ ਦੀ ਮੌਜੂਦਗੀ ਦਾ ਅਹਿਸਾਸ ਕਰ ਲੈਣ ਦਾ ਪੂਰਾ ਪੂਰਾ ਪ੍ਰਯਾਸ, ਪੂਰੀ ਪੂਰੀ ਕੋਸ਼ਿਸ਼ ਕਰ ਰਿਹਾ ਹਾਂ। ਇਸ ਕੋਸ਼ਿਸ਼ ਬਾਰੇ ਮੈਨੂੰ ਆਪਣੇ ਅੰਦਰੋਂ ਹੀ ਪ੍ਰੇਰਨਾ ਉੱਠ ਰਹੀ ਹੈ ਕਿ ਜਿਸ ਸ਼ਕਤੀ ਤੇ ਮੈਨੂੰ ਪੱਕਾ ਵਿਸ਼ਵਾਸ ਬਣਿਆ ਹੋਇਆ ਹੈ ਉਹ ਹੀ ਇਕ ਸ਼ਕਤੀ, ਮੇਰਾ ਪ੍ਰੇਰਨਾ ਸ੍ਰੋਤ ਬਣਿਆ ਹੋਇਆ ਹੈ। ਆਤਮਾ ਮੈਨੂੰ ਕਿਸ ਤਰ੍ਹਾਂ ਪ੍ਰੇਰਨਾ ਦੇ ਰਹੀ ਹੈ। ਮੈਂ ਤਾਂ ਇਹ ਵੀ ਸਬੂਤ ਨਹੀਂ ਦੇ ਸਕਦਾ ਹਾਂ। ਬੱਸ ਇਸ ਦਾ ਸਬੂਤ ਤਾਂ ਇਹ ਹੀ ਹੈ ਕਿ ਮੇਰੀ ਕਲਮ, ਸਵੈਚਾਲਕ ਮਸ਼ੀਨ ਵਾਂਗ ਚੱਲ ਹੀ ਪੈਂਦੀ ਹੈ। ਮਨ ਦੇ ਵਿਚਾਰ ਬੰਦ ਹੋ ਜਾਣ ਕਾਰਣ ਹੁਣ ਮੇਰਾ ਮਨ ਲਿਖਣ 'ਚ ਹੀ ਰਚਿਆ ਹੋਇਆ ਹੈ। ਜਿਸ ਤਰ੍ਹਾਂ ਕਿ ਕਪੜਾ ਬੁਣਨ 'ਚ ਹੀ ਮਗਨ ਹੋਏ ਰਹਿੰਦੇ ਸਨ। ਮੈਨੂੰ ਵੀ ਲਿਖਣ ਦਾ ਹੀ ਚਾਅ ਚੜ੍ਹਿਆ ਰਹਿੰਦਾ ਹੈ। ਮੈਂ ਕੀ ਲਿਖ ਰਿਹਾ ਹਾਂ। ਮੈਂ ਇਹ ਲਿਖਣ ਬਾਰੇ ਕੁਝ ਸੋਚ-ਵਿਚਾਰ ਕਰ ਕੇ ਨਹੀਂ ਲਿਖ ਰਿਹਾ ਹਾਂ। ਬੱਸ ਲਿਖਣ 'ਚ ਹੀ ਮੈਨੂੰ ਅਨੰਦ ਮਿਲਦਾ ਰਹਿੰਦਾ ਹੈ। ਕਿਸੇ ਹੋਰ ਕੰਮ 'ਚ ਮੇਰਾ ਮਨ ਲੱਗਦਾ ਹੀ ਨਹੀਂ ਹੈ।

ਕਬੀਰਾ ਮਨ ਨਹੀਂ ਦਸ ਬੀਸ॥

ਪ੍ਰਮਾਤਮਾ ਨੇ ਇਕ ਸਮੇਂ ਇਕ ਹੀ ਕੰਮ ਕਰਨ ਦੀ ਸਮਰੱਥਾ ਦਿੱਤੀ ਹੋਈ ਹੈ। ਉਂਝ ਤਾਂ ਅਸੀਂ ਇਕ ਹੀ ਸਮੇਂ ਬਹੁਤ ਸਾਰੇ ਕੰਮ ਕਰਨ ਦੀਆਂ ਸੋਚਾਂ ਸੋਚਦੇ ਰਹਿੰਦੇ ਹਾਂ। ਪਰ ਮਨੋਂ ਤਾਂ ਅਸੀਂ ਇਕ ਹੀ ਕੰਮ ਕਰ ਸਕਦੇ ਹਾਂ। ਜਿਹੜਾ ਕੰਮ ਅਸੀਂ ਆਪਣੇ ਮਨ ਦੀ ਚਾਹਤ ਨਾਲ ਪੂਰੇ ਮਨੋ-ਰੁਚੀ ਨਾਲ ਕਰਦੇ ਹਾਂ, ਉਹ ਕੰਮ ਨਿਰਾਲਾ ਹੀ ਹੁੰਦਾ ਹੈ। ਜਿਹੜਾ ਕੰਮ ਅਸੀਂ ਆਪਣੇ ਮਨ ਦੀ ਦੋਚਿੱਤੀ ਨਾਲ ਕਰਦੇ ਹਾਂ ਉਹ ਅਧੂਰਾ ਹੀ ਰਹਿ ਜਾਂਦਾ ਹੈ। ਉਸ ਕੰਮ ਅੰਦਰ ਖਾਮੀਆਂ ਨਜ਼ਰ ਆਉਣ ਲੱਗ ਜਾਂਦੀਆਂ ਹਨ। ਅਸੀਂ ਪੂਜਾ-ਪਾਠ ਹਰ ਰੋਜ਼ ਹੀ ਕਰਦੇ ਹਾਂ। ਮੰਦਰ ਮਸਜਿਦ ਗੁਰਦੁਆਰੇ ਹਾਜ਼ਰ ਹੁੰਦੇ ਹੋਏ ਵੀ ਸਾਡੇ ਮਨ ਅੰਦਰ ਕੋਈ ਹੋਰ ਹੀ ਸੋਚ ਚੱਲ ਰਹੀ ਹੁੰਦੀ ਹੈ ਜਿਵੇਂ ਕਿ ਜਦੋਂ ਗੁਰੂ ਨਾਨਕ ਦੇਵ ਜੀ ਨੂੰ ਕਾਜ਼ੀਆਂ ਨੇ ਨਮਾਜ਼ ਪੜ੍ਹਨ ਲਈ ਕਿਹਾ ਤਾਂ ਗੁਰੂ ਨਾਨਕ ਦੇਵ ਜੀ ਬੈਠੇ ਰਹੇ। ਤਾਂ ਫਿਰ

ਗੁਰੂ ਨਾਨਕ ਦੇਵ ਜੀ ਨੂੰ ਕਾਜ਼ੀਆਂ ਨੇ ਪੁੱਛ ਹੀ ਲਿਆ ਕਿ ਤੁਸੀਂ ਨਮਾਜ਼ ਕਿਉਂ ਨਹੀਂ ਪੜ੍ਹੀ ਹੈ ?

ਅੱਗਿਓਂ ਗੁਰੂ ਜੀ ਨੇ ਸਪੱਸ਼ਟ ਕਰ ਦਿੱਤਾ ਕਿ ਮੈਂ ਨਮਾਜ਼ ਕਿਸ ਦੇ ਸਾਹਮਣੇ ਪੜ੍ਹਨੀ ਹੈ, ਇਹ ਤਾਂ ਮੈਨੂੰ ਪਤਾ ਹੀ ਨਹੀਂ ਹੈ। ਤੁਸੀਂ ਮੇਰੇ ਬਾਰੇ ਤਾਂ ਸਿੱਧਾ ਜਿਹਾ ਇਹ ਵੇਖਿਆ ਹੈ ਕਿ ਨਾਨਕ ਬੈਠਾ ਹੋਇਆ ਹੈ। ਜਦੋਂ ਕਿ ਮੈਂ ਤੁਹਾਡੇ ਧਿਆਨ ਬਾਰੇ ਹੀ ਦੇਖ ਰਿਹਾ ਸੀ ਕਿ ਤੁਹਾਡਾ ਧਿਆਨ ਕਿੱਥੇ ਲੱਗਾ ਹੋਇਆ ਹੈ ? ਸਾਡਾ ਧਿਆਨ ਕਿਧਰ ਲੱਗਾ ਹੋਇਆ ਹੈ ਇਹ ਤਾਂ ਅਸੀਂ ਅੰਦਰੋਂ ਹੀ ਵੇਖ ਸਕਦੇ ਹਾਂ। ਜੋ ਵਿਰਲਾ ਵਿਅਕਤੀ ਆਪਣੇ ਮਨ ਅੰਦਰ ਚੱਲ ਰਹੇ ਵਿਚਾਰਾਂ ਨੂੰ ਵੇਖ ਸਕਦਾ ਹੈ। ਜਦੋਂ ਆਪਣੇ ਹੀ ਅੰਦਰੋਂ ਵੇਖਣ ਵਾਲੀ ਸਮਰੱਥਾ ਉੱਭਰ ਆਉਂਦੀ ਹੈ ਤਾਂ ਫਿਰ ਅਸੀਂ ਦੂਸਰਿਆਂ ਦੇ ਮਨ ਅੰਦਰ ਚੱਲ ਰਹੇ ਵਿਚਾਰਾਂ ਨੂੰ ਵੇਖ ਸਕਦੇ ਹਾਂ। ਜਿਸ ਤਰ੍ਹਾਂ ਕਿ ਮੈਂ ਕਾਜ਼ੀ ਸਾਹਿਬ ਨੂੰ ਆਪਣੀ ਘੋੜੀ ਬਾਰੇ ਸੋਚਦੇ ਹੋਏ ਵੇਖਿਆ ਹੈ। ਇਨ੍ਹਾਂ ਦੇ ਘਰ ਘੋੜੀ ਸੂਣ ਵਾਲੀ ਹੈ। ਇਹ ਨਮਾਜ਼ ਪੜ੍ਹਦੇ ਹੋਏ ਇਹ ਹੀ ਸੋਚ ਰਹੇ ਸਨ ਕਿ ਤਬੇਲੇ ਅੰਦਰ ਘੋੜੀ ਸੂਣ ਵਾਲੀ ਹੈ। ਉਸ ਦੀ ਦੇਖਭਾਲ ਕਰਨੀ ਬਹੁਤ ਜ਼ਰੂਰੀ ਹੈ। ਉਹ ਕਾਜ਼ੀ ਗੁਰੂ ਜੀ ਦੇ ਪੈਰੀਂ ਪੈ ਗਿਆ। ਕਿ ਆਪ ਧੰਨ ਹੋ। ਆਪ ਸਰੀਰ ਅੰਦਰ, ਮਨ ਅੰਦਰ ਚੱਲ ਰਹੇ ਵਿਚਾਰਾਂ ਨੂੰ ਪੜ੍ਹਨ ਦੇ ਸਮਰੱਥ ਹੋ।

ਗੁਰੂ ਜੀ ਕਹਿਣ ਲੱਗੇ ਕਿ ਆਪਣੇ ਅੰਦਰੋਂ ਇਕ ਨੂੰ ਜਾਨਣ ਵਾਲਾ ਤਾਂ ਆਪਣੇ ਬ੍ਰਹਮ ਦੀ ਮੌਜੂਦਗੀ ਨੂੰ ਪਹਿਚਾਣ ਲੈਂਦਾ ਹੈ। ਆਪਣੇ ਬ੍ਰਹਮ ਦੀ ਪਹਿਚਾਣ ਕਰ ਲੈਣ ਵਾਲਾ ਅੰਤਰਮੁਖੀ ਹੋਣ ਲੱਗ ਜਾਂਦਾ ਹੈ। ਉਹ ਪਲ ਪਲ ਆਪਣੇ ਸਰੀਰ ਦੀ ਮੌਤ ਹੋ ਜਾਣ ਦਾ ਖ਼ਿਆਲ ਆਪਣੇ ਮਨ ਅੰਦਰ ਰੱਖਣ ਲੱਗ ਜਾਂਦਾ ਹੈ। ਇਹ ਖ਼ਿਆਲ ਹੀ ਸਾਡੇ ਮਨ ਅੰਦਰ ਸੱਚੀ ਪ੍ਰੇਮ ਭਾਵਨਾ ਪੈਦਾ ਕਰ ਦਿੰਦਾ ਹੈ ਕਿ ਓਹ-ਹੋ ਮੈਂ ਤਾਂ ਆਪਣੇ ਪਿਆਰੇ ਵੱਲ ਪਿੱਠ ਕੀਤੀ ਹੋਈ ਹੈ। ਪ੍ਰਮਾਤਮਾ ਦਾ ਸ਼ੁਕਰ ਹੈ ਕਿ ਮੈਨੂੰ ਮੇਰੇ ਸਰੀਰ ਅੰਦਰੋਂ ਅਮਰ ਆਤਮਾ ਦੀ ਯਾਦ ਆਉਣੀ ਸ਼ੁਰੂ ਹੋ ਗਈ ਹੈ। ਕਿਤੇ ਹੁਣ ਸਰੀਰ ਛੁੱਟਣ ਤੋਂ ਪਹਿਲਾਂ ਮੈਨੂੰ ਆਪਣੇ ਸਾਖਸ਼ੀ ਭਾਵ ਦੀ ਮੌਜੂਦਗੀ ਦਾ ਖ਼ਿਆਲ ਭੁੱਲ ਹੀ ਨਾ ਜਾਏ। ਸਿਰਫ ਸਰੀਰ ਦੇ ਛੁੱਟ ਜਾਣ ਦੇ ਸੱਚੇ ਡਰ ਨਾਲ ਹੀ ਸਾਡੇ ਮਨ ਅੰਦਰ ਇਹ ਖ਼ਿਆਲ ਪੱਕ ਜਾਂਦਾ ਹੈ ਕਿ ਜਿਹੜਾ ਸੱਚ ਮੇਰੇ ਸਰੀਰ ਅੰਦਰ ਸਮਾਇਆ ਹੋਇਆ ਹੈ ਇਹ ਹੀ ਸਰੀਰ ਦੀ ਰਚਨਾ 'ਚ ਰਚਣ ਵਾਲਾ ਹੈ। ਸਰੀਰ ਛੁੱਟਣ ਤੋਂ ਪਹਿਲਾਂ ਮੈਨੂੰ ਸਰੀਰ ਅੰਦਰ ਸਮਾਏ ਹੋਏ ਸੱਚ ਦੀ ਮੌਜੂਦਗੀ ਨਜ਼ਰ ਆਉਣ ਲੱਗ ਜਾਏ ਇਸ ਤਰ੍ਹਾਂ ਜਦੋਂ ਸਾਨੂੰ ਅਹਿਸਾਸ ਹੋਣ ਲੱਗ ਜਾਂਦਾ ਹੈ ਕਿ ਅਮਰ ਆਤਮਾ ਨਾਲੋਂ ਮੇਰੇ ਮਨ ਨੇ ਹੀ ਵਿਛੋੜਿਆ ਹੋਇਆ ਹੈ ਤਾਂ ਹੀ ਫਿਰ ਅਸੀਂ ਆਪਣੇ ਸਰੀਰ ਦੀ

ਗਹਿਰਾਈ ਅੰਦਰ ਉਤਰਨ ਲੱਗ ਜਾਂਦੇ ਹਾਂ। ਜਿਥੇ ਸਾਡੀ ਅਚੇਤਨ ਆਤਮਾ ਸਮਾਈ ਹੋਈ ਹੈ। ਇਸ ਤਰ੍ਹਾਂ ਚੇਤ ਅਤੇ ਅਚੇਤ ਮਨ ਅੰਦਰ ਖ਼ਿਆਲਾਂ ਦੀ ਬਣੀ ਹੋਈ ਕੰਧ ਢਹਿ-ਢੇਰੀ ਹੋ ਜਾਂਦੀ ਹੈ। ਉਸ ਇਕ ਨਿਰ-ਆਕਾਰੀ ਸ਼ਕਤੀ ਦੇ ਅਸੀਂ ਆਪ ਹੀ ਆਪਣੇ ਦਾਇਰਿਆਂ ਦੀ ਭਾਸ਼ਾ ਮੁਤਾਬਿਕ ਨਾਮ ਰੱਖੇ ਹੋਏ ਹਨ।

ਦਾਤੀ ਨੂੰ

ਮਾਤਾ ਤੂੰ ਕਿੰਝ ਦੁਨੀਆਂ ਚਲਾਉਂਦੀ ਹੈਂ,
ਰਮਜ਼ ਸਾਨੂੰ ਸਮਝ ਨਾ ਆਉਂਦੀ ਹੈ।
ਜਿਵੇਂ ਚਾਹੁੰਦੀ ਹੈਂ ਤਿਵੇਂ ਚਲਾਉਂਦੀ ਹੈਂ।
ਦੇਖੇ ਕਿਰਤੀ ਇਥੇ ਭੁੱਖੇ ਹੀ ਰਹਿੰਦੇ,
ਸੱਜਣਾ ਵੇਹਲੜਾਂ ਨੂੰ ਤੂੰ ਹੋਰ ਰਜਾਉਂਦੀ ਹੈਂ।
ਅਸਚਰਜ ! ਕਹਿੰਦੇ ਮਾਂ ਅਕਲਾਂ ਤੂੰ ਹੀ,
ਸਭ ਸੱਜਣਾਂ ਨੂੰ ਸਿਖਾਉਂਦੀ ਹੈਂ।
ਕਹਿੰਦੇ ਮਾਂ ਸ਼ੇਰਾਂ ਵਾਲੀ ਬਹੁ ਰੰਗੀ ਹੈ,
ਸਦਾ ਆਪਣੇ ਵੱਖ ਰੰਗ ਵਿਖਾਉਂਦੀ ਹੈ।
ਇਕ ਪਾਸੇ ਸ਼ੇਰ ਤੇ ਚੜ੍ਹ ਬਹਿੰਦੀ,
ਦੂਜੇ ਪਾਸੇ ਗੁਫ਼ਾ 'ਚ ਤਾੜੀ ਲਾਉਂਦੀ ਹੈਂ।
ਸਾਡੇ ਸਮਝਣ ਦੀ ਮਾਤਾ ਗੱਲ ਨਹੀਂ,
ਰਮਜ਼ ਤੇਰੀ ਸਾਨੂੰ ਸਮਝ ਨਾ ਆਉਂਦੀ ਹੈ।
ਹਰ ਇਕ ਜਿਸ ਨੂੰ ਸਮਝ ਲਏ ਮਾਤੇ,
ਉਹ ਖਿਡੌਣਾ ਹੀ ਬਣ ਜਾਂਦਾ ਹੈ,
ਖਿਡੌਣਾ ਹੀ ਬੱਚਿਆਂ ਨੂੰ ਭਾਉਂਦਾ ਹੈ,
ਇਹ ਬੁਝਾਰਤ ਗੁੱਝੀ ਹੈ, ਉਲਝੀ ਹੋਈ ਹੈ,
ਦਾਤੀਏ ਬੰਦੇ ਸਭ ਪੈਦਾ ਕਰਕੇ,
ਵਿਚ ਹਉਮੈਂ ਪੜਦਾ ਕਿਉਂ ਪਾਉਂਦੀ ਹੈਂ।
ਹਉਮੈਂ ਜਿਨ੍ਹਾਂ ਤਿਆਗੀ ਹੈ, 'ਦਲਬਾਰਿਆ'
ਉਨ੍ਹਾਂ ਨੂੰ ਆਪਣੇ ਭੇਦ ਮਾਂ ਆਪ ਸਮਝਾਉਂਦੀ ਹੈ।
ਉਹ ਹੀ ਨੇ ਸਭਨਾਂ ਦੇ ਹਮਦਰਦੀ,
ਜਿਨ੍ਹਾਂ ਨੂੰ ਮਾਂ ਆਪਣੇ ਗਲ੍ਹੇ ਲਗਾਉਂਦੀ ਹੈ।
ਉਹ ਹੀ ਫਿਰ ਤੇਰੇ ਚਰਚੇ ਕਰਦੇ ਨੇ,
ਜਿਨ੍ਹਾਂ ਤੇ ਮਾਤੀਏ ਤੂੰ ਆਪਣੀ ਕਿਰਪਾ ਵਰਸਾਉਂਦੀ ਹੈ।

ਤਬਦੀਲੀ ਕੁਦਰਤ ਦਾ ਨਿਯਮ ਹੈ। ਇਹ ਹੀ ਊਰਜਾ ਦਾ ਨਿਯਮ ਹੈ ਕਿ ਜੋ ਸ਼ਕਤੀ ਹੈ ਅਗਰ ਉਹ ਸੌਂ ਰਹੀ ਤਾਂ ਇਕ ਥਾਂ ਹੀ ਕੁੰਡਲ ਮਾਰ ਕੇ ਬੈਠੀ ਰਹਿੰਦੀ ਹੈ। ਅਗਰ ਇਹ ਸ਼ਕਤੀ ਜਾਗ ਜਾਏ ਤਾਂ ਅਨੰਤ ਬ੍ਰਹਿਮੰਡਾਂ ਤੱਕ ਚੱਕਰ ਲਗਾ ਸਕਦੀ ਹੈ। ਛੋਟੀ ਜਿਹੀ ਉਦਾਹਰਣ ਹੈ ਕਿ ਆਮ ਘਰਾਂ 'ਚ ਬਿਜਲੀ ਵਰਤੀ ਜਾ ਰਹੀ ਹੈ। ਅਗਰ ਸਵਿੱਚ ਆਫ ਕੀਤਾ ਹੋਇਆ ਹੈ ਤਾਂ ਕੋਈ ਗੱਲ ਨਹੀਂ, ਬਲਬ ਜਗੇਗਾ ਹੀ ਨਹੀਂ। ਹਾਂ ਅਗਰ ਅਸੀਂ ਬਲਬ ਜਗਾਉਣਾ ਚਾਹੁੰਦੇ ਹਾਂ ਤਾਂ ਸਵਿੱਚ ਆਨ ਕੀਤਾ ਫੌਰਨ ਬਲਬ ਜਗ ਜਾਂਦਾ ਹੈ।

ਮੈਂ ਗੱਲ ਕਰਨੀ ਚਾਹੁੰਦਾ ਹਾਂ ਆਪਣੇ ਸਾਖਸ਼ੀ ਭਾਵ ਦੀ ਕਿ ਅਗਰ ਅਸੀਂ ਆਪਣੇ ਸਾਖਸ਼ੀ ਭਾਵ ਦੀ ਮੌਜੂਦਗੀ ਬਾਰੇ ਜਾਨਣਾ ਹੀ ਨਹੀਂ ਚਾਹੁੰਦੇ ਤਾਂ ਫਿਰ ਅੰਤ ਸ਼ਕਤੀ ਸਰੀਰ ਨੂੰ ਛੱਡ ਦੂਸਰੇ ਨਵੇਂ ਸਰੀਰ ਅੰਦਰ ਚਲੀ ਜਾਏਗੀ। ਪਰੰਤੂ ਇਸ ਗੱਲ ਦੀ ਤਾਂ ਸਾਨੂੰ ਸਮਝ ਆਉਂਦੀ ਹੀ ਨਹੀਂ ਹੈ। ਸੱਚ ਕੀ ਹੈ ? ਅਸੀਂ ਸੱਚ ਨੂੰ ਕਿਵੇਂ ਜਾਣ ਸਕਦੇ ਹਾਂ ? ਹਰ ਸਾਲ ਪੱਤਝੜ ਦਾ ਮੌਸਮ ਆਉਂਦਾ ਹੈ ਤਾਂ ਦਰਖਤ ਦੇ ਪੱਤੇ ਝੜ ਜਾਂਦੇ ਹਨ।

ਝੜ ਪੱਤਿਆ ਵੇ ਕਿਉਂ ਖੜ ਖੜ ਲਾਈ ਹੈ।
ਚੱਲ ਵੇ ਪੁਰਾਣਿਆਂ ਹੁਣ ਰੁੱਤ ਨਵਿਆਂ ਦੀ ਆਈ ਹੈ।

ਅੱਜ ਦੇ ਜ਼ਮਾਨੇ ਅੰਦਰ ਤਾਂ ਸਾਇੰਸ ਵਾਲਿਆਂ ਨੇ ਆਪਣੀਆਂ ਨਵੀਆਂ ਕਾਢਾਂ ਨਾਲ ਸਾਡੇ ਸਾਹਮਣੇ ਇਹੋ ਜਿਹੀਆਂ ਉਦਾਹਰਣਾਂ ਪੈਦਾ ਕਰ ਦਿੱਤੀਆਂ ਹਨ ਕਿ ਆਪਣੇ ਸਰੀਰ ਅੰਦਰ ਮੌਜੂਦ ਸੂਖਸ਼ਮ ਸ਼ਕਤੀਆਂ ਦੀ ਆਸਾਨੀ ਨਾਲ ਪਹਿਚਾਣ ਕਰ ਸਕਦੇ ਹਾਂ। ਤਬਦੀਲੀ ਤਾਂ ਕੁਦਰਤ ਦਾ ਅਸੂਲ ਹੈ। ਕੁਝ ਵੀ ਥਿਰ ਨਹੀਂ ਹੈ। ਜੋ ਥਿਰ ਹੈ ਉਸ ਦੀ ਸਾਨੂੰ ਪਹਿਚਾਣ ਨਹੀਂ ਹੈ। ਗੱਲ ਆਪਣੇ ਪ੍ਰਤੱਖ ਸਰੀਰ ਤੋਂ ਹੀ ਸ਼ੁਰੂ ਕਰ ਲਓ। ਕਬੀਰ ਸਾਹਿਬ ਸਾਨੂੰ ਬਹੁਤ ਸਰਲਤਾ ਨਾਲ ਸਮਝਾ ਗਏ ਹਨ। ਕਿ ਪ੍ਰਤੱਖ ਸਰੀਰ ਅੰਦਰੋਂ ਆਪਣੇ ਮਨ ਅੰਦਰ ਚੱਲਣ ਵਾਲੇ ਖ਼ਿਆਲਾਂ ਨੂੰ ਅਸੀਂ ਬਦਲ ਸਕਦੇ ਹਾਂ। ਸ਼ਕਤੀ ਤਾਂ ਇਕ ਹੀ ਹੈ ਕਿ ਪਹਿਲਾਂ ਸਾਨੂੰ ਇਹ ਤਾਂ ਸਮਝ ਆ ਜਾਏ ਕਿ ਸਾਡੇ ਮਨ ਅੰਦਰ ਕਿਹੜੇ ਖ਼ਿਆਲ ਚੱਲ ਰਹੇ ਹਨ। ਅਗਰ ਸਾਡੇ ਮਨ ਅੰਦਰ ਚੱਲ ਰਹੇ ਖ਼ਿਆਲਾਂ ਵੱਲ ਅਸੀਂ ਧਿਆਨ ਨਾਲ ਦੇਖਣਾ ਸ਼ੁਰੂ ਕਰ ਦੇਵਾਂਗੇ ਤਾਂ ਇਮਾਨਦਾਰੀ ਨਾਲ ਸਾਡਾ ਮਨ ਇਹ ਮੰਨਣ ਲੱਗ ਪਵੇਗਾ ਕਿ ਇਹ ਤਾਂ ਮੇਰੇ ਵੱਸ ਦੀ ਗੱਲ ਨਹੀਂ ਹੈ :

ਕਬੀਰ ਨਾ ਹਮ ਕੀਆ ਨ ਕਰਹਿਗੇ ਨਾ ਕਰਿ ਸਕੈ ਸਰੀਰ॥
ਕਿਆ ਜਾਨਉ ਕਿਛੁ ਹਰਿ ਕੀਆ ਭਇਓ ਕਬੀਰ ਕਬੀਰ॥
ਨਾਮੁ ਰਤਨ ਤਬ ਪਾਈਐ ਜਬ ਪਹਿਲਾਂ ਤਜੇ ਸਰੀਰ।

ਮੈਂ ਬਹੁਤ ਹੀ ਆਰਥਿਕ ਕਮਜ਼ੋਰੀਆਂ ਝੱਲੀਆਂ ਹਨ। ਹੁਣ ਮੇਰਾ ਮਨ

ਇਹ ਤਾਂ ਮੰਨ ਹੀ ਗਿਆ ਹੈ ਕਿ ਜਦੋਂ ਸਾਡਾ ਧਿਆਨ ਲੋਕਾਂ ਵੱਲ ਹੀ ਲੱਗਾ ਰਹਿੰਦਾ ਹੈ ਤਾਂ ਫਿਰ ਸਾਨੂੰ ਆਪਣੇ ਸਰੀਰ ਅੰਦਰ ਮੌਜੂਦ ਹੀਰੇ ਦੀ ਪਹਿਚਾਣ ਹੁੰਦੀ ਹੀ ਨਹੀਂ ਹੈ। ਮੈਂ ਆਪਣੇ ਨਿੱਜੀ ਅਨੁਭਵ ਨਾਲ ਹੁਣ ਇਹ ਸਮਝਣ ਲੱਗ ਪਿਆ ਹਾਂ ਕਿ ਜਦੋਂ ਸੱਚ ਹੀ ਸਾਡਾ ਮਨ ਇਹ ਸ਼ਵੀਕਾਰ ਕਰਨ ਲੱਗ ਜਾਂਦਾ ਹੈ ਕਿ ਕੁਝ ਹੀ ਸਮੇਂ ਵਾਸਤੇ ਸਾਨੂੰ ਇਹ ਸਰੀਰ ਮਿਲਿਆ ਹੋਇਆ ਹੈ ਤਾਂ ਫਿਰ ਸਾਡੇ ਮਨ ਅੰਦਰ ਚੱਲਣ ਵਾਲੇ ਬੇਅਰਥ ਖ਼ਿਆਲ ਸਿਮਟਣੇ ਸ਼ੁਰੂ ਹੋ ਜਾਂਦੇ ਹਨ, ਮਨ ਅੰਦਰ ਅਣਭੋਲਤਾ ਆਉਣ ਲੱਗ ਜਾਂਦਾ ਹੈ।

ਜਿਵੇਂ ਕਿ ਅਣਭੋਲ ਬੱਚੇ ਦੇ ਹੱਥੋਂ ਕਾਂ ਰੋਟੀ ਦੀ ਬੁਰਕੀ ਖੋਹ ਕੇ ਲੈ ਜਾਂਦਾ ਹੈ। ਇਸ ਤਰ੍ਹਾਂ ਹੀ ਅਗਰ ਸਾਡਾ ਮਨ ਬੱਚਿਆਂ ਵਾਂਗ ਨਿਰਮਲ ਹੋ ਜਾਵੇ ਤਾਂ ਪੰਛੀ ਸਾਡੇ ਸਿਰ ਉਤੇ ਬੈਠਣ ਲੱਗ ਜਾਂਦੇ ਹਨ ਪਰੰਤੂ ਮਨ ਦੀ ਅਣਭੋਲਤਾ ਕਦੇ ਛੁਪੀ ਰਹਿੰਦੀ ਹੀ ਨਹੀਂ ਹੈ। ਮੇਰੇ ਮਨ ਦੀ ਅਣਭੋਲਤਾ ਨੂੰ ਕੁਝ ਵਿਅਕਤੀਆਂ ਨੇ ਪਹਿਚਾਣਿਆ ਵੀ ਹੈ। ਪਰੰਤੂ ਮੈਂ ਆਪਣੇ ਅਨੁਭਵ ਦੇ ਆਧਾਰ ਤੇ ਹੁਣ ਇਹ ਮੰਨ ਰਿਹਾ ਹਾਂ ਕਿ ਜਦੋਂ ਕਬੀਰ ਸਾਹਿਬ ਜੀ ਦੀ ਲੜਕੀ ਕਮਾਲੀ ਦਾ ਵਿਆਹ ਰੱਖਿਆ ਗਿਆ ਤਾਂ ਵਿਆਹ ਵਾਲੇ ਦਿਨ ਕਬੀਰ ਸਾਹਿਬ ਜੀ ਆਪਣਾ ਘਰ ਛੱਡ ਕੇ ਗੰਨਿਆਂ (ਕਮਾਦ) ਦੇ ਖੇਤ ਅੰਦਰ ਛੁਪ ਗਏ ਸਨ। ਉਨ੍ਹਾਂ ਨੇ ਪ੍ਰਮਾਤਮਾ ਨੂੰ ਹਾਜ਼ਰ-ਨਾਜ਼ਰ ਮੰਨਦੇ ਹੋਇਆਂ ਅਰਦਾਸ ਕਰਨੀ ਸ਼ੁਰੂ ਕਰ ਦਿੱਤੀ। ਅਸਲ 'ਚ ਉਹ ਅਰਦਾਸ ਤਾਂ ਆਪਣੇ ਅਚੇਤਨ ਮਨ ਨੂੰ ਮੁਖਾਰਬਿੰਦ ਹੋਏ ਹੀ ਕਰ ਰਹੇ ਸਨ, ਜਿਸ ਨੂੰ ਉਨ੍ਹਾਂ ਦਾ ਅਚੇਤ ਮਨ ਹੀ ਜਾਣ ਰਿਹਾ ਸੀ।

ਜਿਸ ਦਿਨ ਧੰਨੇ ਸੇਠ ਜੀ ਨੂੰ ਮਾਤਾ ਲੋਈ ਜੀ ਨੇ ਵਿਆਹ ਦੀ ਗੱਲ ਸੁਣਾਈ। ਉਸ ਸੇਠ ਨੇ ਕਬੀਰ ਸਾਹਿਬ ਜੀ ਦੇ ਮਨ ਦੀ ਅਣਭੋਲਤਾ ਨੂੰ ਵੇਖ ਵਿਆਹ ਦਾ ਖਰਚਾ ਕਰ ਦਿੱਤਾ। ਅਸਲ ਗੱਲ ਇਹ ਹੈ ਜਿਨ੍ਹਾਂ ਲੋਕਾਂ ਨੇ ਕਮਾਲੀ ਦਾ ਵਿਆਹ ਠਾਠ-ਬਾਠ ਨਾਲ ਹੁੰਦਾ ਵੇਖਿਆ। ਉਨ੍ਹਾਂ ਨੇ ਇਹ ਕਹਿਣਾ ਸ਼ੁਰੂ ਕਰ ਦਿੱਤਾ ਕਿ ਕਬੀਰ ਸਾਹਿਬ ਜੀ ਤਾਂ ਬਹੁਤ ਪਹੁੰਚੇ ਹੋਏ ਸੰਤ ਸਨ। ਕਰਾਮਾਤਾਂ ਕਰਨ ਲੱਗ ਪਏ ਹਨ। ਉਸ ਤੋਂ ਬਾਅਦ ਸਾਰੇ ਹੀ ਲੋਕ ਧੰਨ ਕਬੀਰ ਧੰਨ ਕਬੀਰ ਕਹਿਣ ਲੱਗ ਪਏ। ਲੋਕ ਉਨ੍ਹਾਂ ਪਾਸ ਆਉਣ ਲੱਗ ਪਏ ਸਨ ਪਰ ਕਬੀਰ ਸਾਹਿਬ ਸਪੱਸ਼ਟ ਕਹਿਣ ਲੱਗ ਪਏ ਕਿ ਭਾਈਓ ਮੈਂ ਤਾਂ ਇਕ ਅਤਿ ਸਾਧਾਰਣ ਜਿਹਾ ਆਦਮੀ ਹਾਂ। ਬਸ ਮੈਂ ਤਾਂ ਹਰ ਪਲ ਪ੍ਰਮਾਤਮਾ ਨੂੰ ਯਾਦ ਰੱਖ ਰਿਹਾ ਹਾਂ। ਮੇਰੀ ਕੋਈ ਇੱਛਾ ਨਹੀਂ ਹੈ। ਪ੍ਰਮਾਤਮਾ ਕੀ ਕਰ ਰਿਹਾ ਹੈ ਮੈਨੂੰ ਇਸ ਤੋਂ ਕੁਝ ਲੈਣਾ ਦੇਣਾ ਨਹੀਂ ਹੈ।

ਲੋਗ ਜਿਸਕੋ ਕਹੇਂ ਬੜਾ, ਬੱਸ ਵਹੀ ਬੜਾ ਬਨ ਜਾਤਾ ਹੈ।

ਜਿਸ ਵਿਅਕਤੀ ਦਾ ਨਾਮ ਚਰਚਾ 'ਚ ਆ ਜਾਂਦਾ ਹੈ । ਲੋਕ ਉਸ ਦਾ ਹੀ

ਗੁਣਗਾਨ ਕਰਨ ਲੱਗ ਜਾਂਦੇ ਹਨ। ਉਸ ਦੀ ਨਿੰਦਿਆ ਵੀ ਕਰਨ ਲੱਗ ਜਾਂਦੇ ਹਨ।

"ਨਿੰਦੋ ਨਿੰਦੋ ਮੈਨੂੰ ਲੋਕੋ ਨਿੰਦੋ, ਨਿੰਦਾ ਮੋਹ ਕੋ ਪਿਆਰੀ।"

ਕਬੀਰ ਸਾਹਿਬ ਜੀ ਤਾਂ ਆਪਣੀ ਝੁੱਗੀ 'ਚ ਹਰ ਵੇਲੇ ਮਸਤ ਰਹਿੰਦੇ ਸਨ। ਕਹਾਣੀ ਹੈ ਕਿ ਇਕ ਵਿਅਕਤੀ ਨੇ ਕਬੀਰ ਸਾਹਿਬ ਜੀ ਦਾ ਇਮਤਿਹਾਨ ਲੈਣਾ ਚਾਹਿਆ। ਉਸ ਨੇ ਸੋਨਾ ਇਕ ਕਪੜੇ 'ਚ ਲੁਕਾ ਲਿਆ ਕਿ ਵੇਖਦਾ ਹਾਂ ਕਿ ਕਬੀਰ ਸਾਹਿਬ ਕਿੰਨੇ ਇਮਾਨਦਾਰ ਹਨ ਤੇ ਕਿੰਨੇ ਬੇਈਮਾਨ ਹਨ ? ਉਸ ਨੇ ਉਹ ਕਪੜਾ ਕਬੀਰ ਸਾਹਿਬ ਨੂੰ ਸੰਭਾਲ ਦਿੱਤਾ ਕਿ ਮੇਰਾ ਇਹ ਕਪੜਾ ਸੰਭਾਲ ਕੇ ਰੱਖਣਾ। ਮੈਂ ਕੁਝ ਦਿਨਾਂ ਬਾਅਦ ਇਹ ਕਪੜਾ ਵਾਪਸ ਲੈ ਜਾਵਾਂਗਾ। ਉਸ ਵਿਅਕਤੀ ਦੇ ਮਨ ਅੰਦਰ ਤਾਂ ਇਹ ਹੀ ਖ਼ਿਆਲ ਸੀ ਕਿ ਅਗਰ ਕਬੀਰ ਸਾਹਿਬ ਜੀ ਆਪਣੇ ਮਨ ਦੇ ਅਧੀਨ ਹੋਏ ਤਾਂ ਉਹ ਇਸ ਕਪੜੇ ਨੂੰ ਖੋਲ੍ਹ ਸੋਨਾ ਕੱਢ ਲੈਣਗੇ, ਅਗਰ ਵਿਵੇਕਵਾਨ ਹੋਏ, ਸੱਚੇ ਹੋਏ ਤਾਂ ਅਮਾਨਤ 'ਚ ਖ਼ਿਆਨਤ ਕਰਨ ਦੀ ਸੋਚਣਗੇ ਹੀ ਨਹੀਂ।

ਸਾਂਚ ਨੂੰ ਆਂਚ ਕਦੇ ਨਹੀਂ ਲਗਦੀ। ਉਹ ਵਿਅਕਤੀ ਪੰਦਰ੍ਹਾਂ ਦਿਨਾਂ ਬਾਅਦ ਕਬੀਰ ਸਾਹਿਬ ਪਾਸ ਪਹੁੰਚ ਗਿਆ। ਆਪਣੇ ਕਪੜੇ ਦੀ ਮੰਗ ਕੀਤੀ। ਕਬੀਰ ਸਾਹਿਬ ਕਹਿਣ ਲੱਗੇ, ਭਾਈ ਤੇਰਾ ਉਹ ਕਪੜਾ ਮੈਂ ਸੰਭਾਲ ਕੇ ਉਸ ਥੰਮ੍ਹੀ ਨਾਲ ਹੀ ਬੰਨ੍ਹਿਆ ਹੋਇਆ ਹੈ। ਆਪਣੀ ਅਮਾਨਤ ਸੰਭਾਲ। ਆਪਣੇ ਘਰ ਲੈ ਜਾ। ਉਸ ਸੇਠ ਨੇ ਉਹ ਸਾਰਾ ਹੀ ਸੋਨਾ ਕਬੀਰ ਜੀ ਨੂੰ ਭੇਟਾ ਕਰ ਦਿੱਤਾ। ਕਬੀਰ ਜੀ ਦੇ ਪੈਰੀਂ ਪੈ ਗਿਆ। ਕਹਿਣ ਲੱਗਾ, ਮਹਾਤਮਾ ਜੀ, ਜਿਸ ਤਰ੍ਹਾਂ ਤੁਹਾਡਾ ਮਨ ਅਣਭੋਲ ਹੈ। ਮੇਰੇ ਮਨ ਨੂੰ ਵੀ ਅਜਿਹਾ ਨਿਰਮਲ, ਅਜਿਹਾ ਅਣਭੋਲ ਕਰ ਦਿਓ।

ਕਬੀਰ ਸਾਹਿਬ ਕਹਿਣ ਲੱਗੇ, ਭਗਤਾ ਜੋ ਕੁਝ ਇਥੇ ਹੀ ਰਹਿ ਜਾਣਾ ਹੈ। ਉਸ ਦਾ ਕੀ ਮੋਹ ਕਰਨਾ ਹੈ। ਉਸ ਨੂੰ ਪਹਿਚਾਣੋ ਜੋ ਸਾਡੇ ਜਨਮ-ਜਨਮਾਂਤਰਾਂ ਦਾ ਪੱਕਾ ਸਾਥੀ ਹੈ। ਜਿਸ ਦੀ ਪਹਿਚਾਣ ਅਸੀਂ ਆਪਣੇ ਇਸੇ ਮਨੁੱਖਾ ਸਰੀਰ ਅੰਦਰੋਂ ਹੀ ਕਰ ਸਕਦੇ ਹਾਂ।

ਸਰਵਨ ਕੇ ਪਟ ਖੋਲ ਸਖੀ ਰੀ, ਤੁਝੇ ਪੀਆ ਮਿਲੇਂਗੇ।
ਪੀਆ ਮਿਲੇਂਗੇ ਅਨਮੋਲ, ਸਖੀ ਰੀ ਤੁਝੇ ਪੀਆ ਮਿਲੇਂਗੇ।

ਮੈਂ ਸਹਿਜ ਅਵਸਥਾ 'ਚ ਪਹੁੰਚੇ ਹੋਏ ਵਿਅਕਤੀਆਂ ਨੂੰ ਸਹਿਜ ਜੀਵਨ ਬਤੀਤ ਕਰਦੇ ਹੋਏ ਵੇਖ ਕੇ ਆਪਣਾ ਸਹਿਜ ਜੀਵਨ ਬਤੀਤ ਕਰ ਰਿਹਾ ਹਾਂ। ਭਲਾ ਕੀ ਮੂੰਹੋਂ ਮੈਂ ਕਹਿਣ 'ਚ ਮੈਨੂੰ ਦਿੱਕਤ ਮਹਿਸੂਸ ਹੋ ਰਹੀ ਹੈ। ਪਰੰਤੂ ਹੁਣ ਤਾਂ ਬੁਲ੍ਹੇ ਸ਼ਾਹ ਜੀ ਵਾਂਗ ਮੈਂ ਵੀ ਇਹ ਕਹਿਣ ਨੂੰ ਤਿਆਰ ਹਾਂ ਕਿ ਮੂੰਹ ਆਈ

ਬਾਤ ਨਾ ਰਹਿੰਦੀ ਹੈ। ਕਿ ਹੁਣ ਮੇਰਾ ਮਨ ਤਾਂ ਬਾਂਸ ਦੀ ਪੂੰਗਰੀ ਵਾਂਗ ਹੈ ਕਿ ਇਧਰੋਂ ਫੂਕ ਮਾਰੋ ਸਾਰੀ ਹਵਾ ਬਾਹਰ ਨਿਕਲ ਜਾਂਦੀ ਹੈ।

ਆਪਣੇ ਮਨ ਦੀ ਬਿਰਥਾ ਬਿਆਨ ਕਰਨ ਵਾਸਤੇ ਉਪਰੋਕਤ ਬੋਲ ਲਿਖੇ ਹਨ। ਕਿਉਂਕਿ ਮੈਂ ਹੁਣ ਇਹ ਮੰਨ ਰਿਹਾ ਹਾਂ ਕਿ

ਕਿਤ ਜਾਈਏ ਰੇ ਘਰ ਲਾਗੋ ਰੰਗ।

ਸਹਿਜ ਜੀਵਨ ਕੀ ਹੁੰਦਾ ਹੈ ਇਹ ਤਾਂ ਸਹਿਜ ਜੀਵਨ ਬਤੀਤ ਕਰਦੇ ਹੋਇਆਂ ਹੀ ਸਮਝ ਆਉਂਦਾ ਹੈ :

ਰੁੱਖੀ ਸੁੱਕੀ ਖਾਇ ਕੇ ਠੰਡਾ ਪਾਣੀ ਪੀ।
ਵੇਖ ਪਰਾਈ ਚੋਪੜੀ ਨਾ ਤਰਸਾਇਓ ਜੀਅ।

ਜਦੋਂ ਅੰਤਰ-ਦ੍ਰਿਸ਼ਟੀ ਹੋ ਜਾਂਦੀ ਹੈ, ਅੰਦਰਲੇ ਭੇਤ ਖੁੱਲ੍ਹਣ ਲੱਗ ਜਾਂਦੇ ਹਨ ਤਾਂ ਆਖਿਰ ਉਹ ਕਿਹੜੀ ਸ਼ਕਤੀ ਹੈ ਜਿਸ ਦੀ ਬਦੌਲਤ ਸਾਡਾ ਇਹ ਸਰੀਰ ਜੀਵਤ ਹੈ। ਉਹ ਸ਼ਕਤੀ ਸਾਡੇ ਇਸ ਸਰੀਰ ਅੰਦਰ ਕਿਸ ਤਰ੍ਹਾਂ ਮੌਜੂਦ ਹੈ। ਇਸ ਤਰ੍ਹਾਂ ਜਦੋਂ ਸਾਡੇ ਮਨ ਅੰਦਰ ਆਪਣੀ ਨਿੱਜਤਾ ਨੂੰ ਪਹਿਚਾਨਣ ਦੀ ਇੱਛਾ ਉੱਠ ਖਲੋਂਦੀ ਹੈ ਤਾਂ ਸਾਡੇ ਵਿਹਾਰ ਵਿਚ ਬਦਲਾਓ ਆਉਣ ਲੱਗ ਜਾਂਦਾ ਹੈ। ਸਾਡੀ ਪਹਿਲਾਂ ਵਾਲੀ ਸੋਚ ਬਦਲਣ ਲੱਗ ਜਾਂਦੀ ਹੈ। ਪਹਿਲੇ ਪਹਿਲ ਜਦੋਂ ਮੈਂ ਭਾਵ ਦੀ ਯਾਤਰਾ ਸ਼ੁਰੂ ਹੁੰਦੀ ਹੈ ਤਾਂ ਫਿਰ ਅਸੀਂ ਇਸ ਤਰ੍ਹਾਂ ਕਹਿਣ ਲੱਗ ਜਾਂਦੇ ਹਾਂ ਕਿ ਇਹ ਵੀ ਮੇਰਾ ਹੈ। ਮੇਰਾ ਇਹ ਨਾਮ ਹੈ। ਮੇਰਾ ਇਹ ਪਿੰਡ ਹੈ। ਇਹ ਮੇਰਾ ਸ਼ਹਿਰ ਹੈ। ਸਮਾਜ ਅੰਦਰ ਰਹਿੰਦੇ ਹੋਏ ਇਹ ਮੇਰਾ ਹੈ। ਇਹ ਮੇਰਾ ਹੈ। ਇਸ ਤਰ੍ਹਾਂ ਕਹਿੰਦੇ ਹੋਏ ਹੀ ਢੰਗ ਨਾਲ ਜੀਵਨ ਬਤੀਤ ਕਰਨਾ ਉਚਿਤ ਹੁੰਦਾ ਹੈ। ਜਦੋਂ ਅਸੀਂ ਆਪਣੀ ਨਿੱਜਤਾ ਦੀ ਪਹਿਚਾਣ ਕਰਨ ਲੱਗ ਜਾਂਦੇ ਹਾਂ ਤਾਂ ਬੈਕ ਗੇਅਰ ਲੱਗ ਜਾਂਦਾ ਹੈ। ਪਰਤ ਦਰ ਪਰਤ ਖੁੱਲ੍ਹਦੀ ਜਾਂਦੀ ਹੈ। ਅੰਤ ਨੂੰ ਜਦੋਂ ਸਾਰੀਆਂ ਹੀ ਤੈਹਾਂ ਖੁੱਲ੍ਹ ਜਾਂਦੀਆਂ ਹਨ ਤਾਂ ਮਨ ਮੁਨਕਰ ਹੋਣ ਲੱਗ ਜਾਂਦਾ ਹੈ ਕਿ ਇਹ ਵੀ ਮੇਰਾ ਨਹੀਂ ਹੈ। ਇਹ ਵੀ ਮੇਰਾ ਨਹੀਂ ਹੈ। ਗੱਲ ਸਾਖਸ਼ੀ ਭਾਵ ਦੀ ਮੌਜੂਦਗੀ ਤੇ ਪਹੁੰਚ ਮਨ ਦੀ ਬੋਲਤੀ ਹੀ ਬੰਦ ਹੋ ਜਾਂਦੀ ਹੈ।

ਮੇਰਾ ਮੇਰਾ ਕਹਿ ਬਹਿਲਾਈ,
ਮਰਨ ਹਾਰ ਇਹ ਜੀਅਰਾ ਨਾਹੀਂ॥ (ਗੁਰਬਾਣੀ)

ਫਿਰ ਜਦੋਂ ਬਾਹਰੋਂ ਮਨ ਹੀ ਊਬ ਜਾਂਦਾ ਹੈ ਤਾਂ ਫਿਰ ਸਾਡੇ ਅੰਦਰੋਂ ਇਹ ਨਿਕਲਣ ਲੱਗ ਜਾਂਦਾ ਹੈ ਕਿ ਜਦੋਂ ਮੇਰਾ ਕੁਝ ਵੀ ਨਹੀਂ ਹੈ ਤਾਂ ਫਿਰ ਸਾਡਾ ਇਹ ਸਰੀਰ ਜਿਸ ਤੇ ਸਾਡਾ ਮਨ ਆਪਣੀ ਮਲਕੀਅਤ ਜਤਾਉਂਦਾ ਹੁੰਦਾ ਸੀ। ਉਹ ਮਨ ਕਿੱਥੇ ਅਲੋਪ ਹੋ ਗਿਆ ਹੈ। ਇਸ ਤਰ੍ਹਾਂ ਸਾਡਾ ਮਨ ਇਕ ਤੇ ਹੀ ਕੇਂਦਰਿਤ ਹੋ ਜਾਂਦਾ ਹੈ :

ਤੇਰੀਆਂ ਤੂੰ ਜਾਣੇਂ, ਤੂੰ ਜਾਣੇਂ ਕਰਤਾਰ।
ਸੱਚਾ ਤੂੰ ਕਰਤਾਰ ਹੈ, ਸਭ ਦਾ ਪਾਲਣਹਾਰ ਹੈ।
ਤੇਰਾ ਸਭ ਕੋ ਆਸਰਾ ਸੁਖੋਂ ਕਾ ਭੰਡਾਰ।

ਜਿਨ੍ਹਾਂ ਨੂੰ ਆਪਣੀ ਹੀ ਅਮਰ ਆਤਮਾ ਦਾ ਸਾਖਸ਼ਾਤ ਹੋਣ ਲੱਗ ਜਾਂਦਾ ਹੈ, ਉਨ੍ਹਾਂ ਦਾ ਮਨ ਤੇ ਤਲ ਵਾਲਾ ਸਾਰਾ ਹੀ ਵਿਓਹਾਰ ਹੀ ਬਦਲ ਜਾਂਦਾ ਹੈ। ਉਹ ਤਾਂ ਸਰੀਰ ਅੰਦਰੋਂ ਆਪਣੇ ਦ੍ਰਸ਼ਟੇ ਭਾਵ ਦੀ ਪਹਿਚਾਣ ਕਰ ਲੈਂਦੇ ਹਨ। ਸੰਤੁਸ਼ਟੀ ਦੇ ਭਾਵ ਉੱਠਣ ਲੱਗ ਜਾਂਦੇ ਹਨ।

ਉਂਝ ਮਨ ਦੇ ਤਲ ਤੇ ਮੌਜੂਦ ਰਹਿਣ ਵਾਲੇ ਅਸੰਤੁਸ਼ਟ ਹੀ ਨਜ਼ਰ ਆਉਂਦੇ ਰਹਿੰਦੇ ਹਨ। ਗੁਰੂ ਤੇਗ ਬਹਾਦੁਰ ਸਾਹਿਬ ਜੀ ਸਾਨੂੰ ਸਾਡੇ ਮਨ ਦੀ ਮੌਜੂਦਗੀ ਬਾਰੇ ਸਮਝਾਉਂਦੇ ਹੋਏ ਸਾਨੂੰ ਸੁਚੇਤ ਕਰਦੇ ਹਨ ਕਿ ਪਹਿਲਾਂ ਤਾਂ ਆਪਣੇ ਅਸੰਤੁਸ਼ਟ ਕਹਿਣ ਵਾਲੇ ਮਨ ਨੂੰ ਪਹਿਚਾਣੋ ਤਾਂ ਹੀ ਤੁਸੀਂ ਆਪਣੀ ਅਮਰ ਅਤਾਮਾ ਦੀ ਪਹਿਚਾਣ ਕਰ ਸਕੋਗੇ।

ੴ ਸਤਿਗੁਰ ਪ੍ਰਸਾਦਿ॥
ਰਾਗੁ ਗਉੜੀ ਮਹਲਾ ੯
ਸਾਧੋ ਮਨ ਕਾ ਮਾਨੁ ਤਿਆਗੋ॥
ਕਾਮ ਕਰੋਧ ਸੰਗਤਿ ਦੁਰਜਨਿ ਕੀ
ਤਾ ਤੇ ਅਹਿਨਿਸ ਭਾਗੋ॥੨॥ ਰਹਾਉ॥
ਦੁਖ ਸੁਖ ਦੋਨੋ ਸ੍ਮ ਕਰ ਜਾਨੋ
ਔਰ ਮਾਨੁ ਅਨਮਾਨਾ॥
ਹਰਖ ਸੋਗ ਤੇ ਰਹੇ ਅਤੀਤਾ
ਤਿਨ ਜਗਿ ਤਤਿ ਪਛਾਨਾ॥੨॥
ਉਸਤਤਿ ਨਿੰਦਾ ਦੋਊ ਤਿਆਗੈ
ਖੋਜੈ ਪਦੁ ਨਿਰਬਾਨਾ॥
ਜਨੁ ਨਾਨਕ ਇਹ ਖੇਲ ਕਠਨ ਹੈ
ਕਿਨ ਹੀ ਗੁਰਮੁਖ ਜਾਲਾ॥੨॥੧॥

ਜਿਸ ਤਰ੍ਹਾਂ ਕਿ ਆਪਣੇ ਬਜ਼ੁਰਗ ਇਹ ਹੀ ਕਹਿੰਦੇ ਆਏ ਹਨ ਕਿ ਕੰਡੇ ਨਾਲ ਹੀ ਕੰਡਾ ਕੱਢਿਆ ਜਾਂਦਾ ਹੈ। ਕੰਡਾ ਕੱਢਣਾ ਜ਼ਰੂਰੀ ਹੁੰਦਾ ਹੈ। ਅਗਰ ਕੰਡਾ ਨਾ ਕੱਢਿਆ ਜਾਵੇ ਤਾਂ ਕੰਡੇ ਵਾਲੀ ਥਾਂ ਤੇ ਦੁੱਖ-ਦਰਦ ਜਾਂਦਾ ਹੀ ਨਹੀਂ ਹੈ। ਜਦੋਂ ਸਾਨੂੰ ਇਹ ਗੱਲ ਸਮਝ ਆਉਣ ਲੱਗ ਜਾਂਦੀ ਹੈ ਕਿ ਮਨ ਹੀ ਕਲ੍ਹਾ ਦੀ ਜੜ੍ਹ ਹੈ ਤਾਂ ਫਿਰ ਮਨ ਦੇ ਮੌਨ ਹੋ ਜਾਣ ਮਗਰੋਂ ਹੀ ਸਾਨੂੰ ਆਪਣੇ ਸਰੀਰ ਅੰਦਰ ਸਮਾਏ ਹੋਏ ਸੱਚ ਦੀ ਮੌਜੂਦਗੀ ਦਾ ਅਹਿਸਾਸ ਹੋਣ ਲੱਗ ਜਾਂਦਾ ਹੈ। ਗੁਰੂ ਤੇਗ

ਬਹਾਦਰ ਜੀ ਗੱਲ ਹੀ ਉਨ੍ਹਾਂ ਜਗਿਆਸੂਆਂ ਦੀ ਕਰ ਰਹੇ ਹਨ ਜਿਨ੍ਹਾਂ ਨੇ ਮਨ ਨੂੰ ਕਲਪਨਾਵਾਂ ਕਰਦੇ ਹੋਏ ਵੇਖਣਾ ਸ਼ੁਰੂ ਕਰ ਦਿੱਤਾ ਹੈ। ਅਸੀਂ ਤਾਂ ਆਪ ਹੀ ਆਪਣੀ ਪਹਿਚਾਣ ਕਰਨੀ ਹੁੰਦੀ ਹੈ ਕਿ ਸਾਡੀ ਪੁਜ਼ੀਸ਼ਨ ਕੀ ਹੈ ? ਅਸੀਂ ਕਿੱਥੇ ਖੜੇ ਹਾਂ ? ਕੀ ਅਸੀਂ ਆਪਣੇ ਮਨ ਦੀ ਮੌਜੂਦਗੀ ਨੂੰ ਪਹਿਚਾਨਣਾ ਸ਼ੁਰੂ ਕਰ ਦਿੱਤਾ ਹੈ ? ਗੁਰੂ ਜੀ ਸਾਨੂੰ ਤਾੜਨਾ ਕਰ ਰਹੇ ਹਨ ਕਿ ਇਕ ਗੱਲ ਤਾਂ ਪੱਕੀ ਹੈ ਕਿ ਤੁਸੀਂ ਸੰਸਾਰ ਵਲੋਂ ਵੈਰਾਗੀ ਹੋ ਗਏ ਹੋ। ਤੁਸੀਂ ਆਤਮ-ਨਿਰੀਖਸ਼ਣ ਕਰਨਾ ਸ਼ੁਰੂ ਕਰ ਦਿੱਤਾ ਹੈ। ਤੁਸੀਂ ਹੁਣ ਆਮ ਆਦਮੀ ਨਹੀਂ ਹੋ। ਸਾਧੋ ਕਹਿਣ ਦਾ ਇਕ ਹੀ ਮਤਲਬ ਹੈ ਕਿ ਤੁਸੀਂ ਆਪਣੇ ਅੰਦਰੋਂ ਆਪਣੇ ਆਪੇ ਨੂੰ, ਆਪਣੇ ਅਸਲੇ ਨੂੰ, ਆਪਣੇ ਨਿੱਜ ਸਰੂਪ ਨੂੰ ਪਹਿਚਾਨਣ ਦੀ ਇੱਛਾ ਕਰਨ ਲੱਗ ਪਏ ਹੋ। ਪਰੰਤੂ ਤੁਸੀਂ ਅਜੇ ਵੀ ਝਿਜਕ ਰਹੇ ਹੋ, ਅਜੇ ਵੀ ਡਰ ਰਹੇ ਹੋ ਕਿ ਕਿਤੇ ਸਾਡੇ ਪਾਸੋਂ ਕੋਈ ਗ਼ਲਤੀ ਨਾ ਹੋ ਜਾਵੇ। ਕਿਤੇ ਇਹ ਗੱਲ ਨਾ ਹੋ ਜਾਵੇ ਕਿ ਨਾ ਮਾਇਆ ਮਿਲੀ ਨਾ ਰਾਮ। ਇਹੋ ਜਿਹੀ ਸੋਚ ਵੀ ਤਾਂ ਉਨ੍ਹਾਂ ਵਿਅਕਤੀਆਂ ਅੰਦਰ ਹੀ ਉੱਠਣੀ ਸ਼ੁਰੂ ਹੁੰਦੀ ਹੈ ਜੋ ਲੜਖੜਾਉਣ ਲੱਗ ਜਾਂਦੇ ਹਨ। ਜੋ ਆਪਣੇ ਮਨ ਅਤੇ ਆਤਮਾ ਦੀ ਦੋਚਿੱਤੀ 'ਚ ਫਸੇ ਹੁੰਦੇ ਹਨ। ਜੋ ਇਹ ਸਮਝ ਰਹੇ ਹੁੰਦੇ ਹਨ ਕਿ ਸੰਸਾਰੀ ਲੋਕ ਮੇਰੀ ਵਾਹ-ਵਾਹ ਕਰਦੇ ਰਹਿਣ ਤੇ ਮੈਨੂੰ ਆਪਣੇ ਸਰੀਰ ਅੰਦਰ ਸਮਾਈ ਹੋਈ ਸਚਾਈ ਦਾ ਵੀ ਗਿਆਨ ਹੋ ਜਾਵੇ। ਗੁਰੂ ਜੀ ਅਜਿਹੇ ਵਿਅਕਤੀਆਂ ਨੂੰ ਉਨ੍ਹਾਂ ਦੀ ਦੋਚਿੱਤੀ ਤੋਂ ਬਾਹਰ ਕੱਢਣ ਵਾਸਤੇ ਹੱਲਾਸ਼ੇਰੀ ਦੇ ਰਹੇ ਹਨ ਕਿ ਹਿੰਮਤ ਕਰੋ। ਜਦੋਂ ਤੁਸੀਂ ਸੰਸਾਰ ਦੇ ਸਾਰ ਨੂੰ ਸਮਝ ਹੀ ਲਿਆ ਹੈ ਕਿ ਸਰੀਰ ਅਤੇ ਸੰਸਾਰ ਤਾਂ ਨਾਸ਼ਵਾਨ ਹਨ ਤਾਂ ਫਿਰ ਹਿੰਮਤ ਨਾ ਹਾਰੋ। ਇਸ ਭੁਲੇਖੇ ਤੋਂ ਬਾਹਰ ਨਿਕਲ ਆਓ ਕਿ ਤੁਸੀਂ ਕਰਤੇ ਹੋ। ਤੁਸੀਂ ਕਰਤੇ ਨਹੀਂ ਹੋ। ਤੁਸੀਂ ਸਰੀਰ ਵੀ ਨਹੀਂ ਹੋ। ਤੁਸੀਂ ਤਾਂ ਸਰੀਰ ਤੋਂ ਪਾਰ ਮੌਜੂਦ ਹੋ। ਤੁਸੀਂ ਤਾਂ ਜਾਨਣੇ ਵਾਲੇ ਹੋ। ਤੁਸੀਂ ਤਾਂ ਮਿਟਣੇ ਵਾਲੇ ਨਹੀਂ ਹੋ। ਤੁਸੀਂ ਤਾਂ ਗਵਾਹ ਮਾਤਰ ਹੋ। ਤੁਸੀਂ ਤਾਂ ਜਾਨਣ ਦੇ ਸਮਰੱਥ ਹੋ। ਹੈਰਾਨੀ ਦੀ ਵੀ ਤਾਂ ਇਕ ਹੀ ਗੱਲ ਹੈ ਕਿ ਤੁਹਾਡੇ ਅੰਦਰ ਮੌਜੂਦ ਇਸ ਜਾਨਣ ਵਾਲੀ ਸਮਰੱਥਾ ਦੀ ਯਾਦ ਹੀ ਤੁਹਾਡੇ ਮਨੋਂ ਭੁੱਲੀ ਹੋਈ ਹੈ।

ਪਰਮੇਸ਼ਵਰ ਤੇ ਭੁੱਲਿਆ ਵਿਆਪਨ ਸਭ ਰੋਗ॥

ਮੈਂ ਗੁਰੂ ਜੀ ਦੇ ਇਸ ਸਲੋਕ ਨੂੰ ਇਥੇ ਲਿਖਣ ਵਾਸਤੇ ਹੀ ਚੁਣਿਆ ਹੈ ਕਿ ਜੋ ਸਚਾਈ ਸਾਡੇ ਸਰੀਰ ਅੰਦਰ ਹੀ ਛੁਪੀ ਹੋਈ ਹੈ। ਉਹ ਆਪਣੀ ਮੌਜੂਦਗੀ ਦਾ ਸਾਨੂੰ ਪਲ ਪਲ ਅਹਿਸਾਸ ਕਰਵਾ ਰਹੀ ਹੈ। ਸਰੀਰ ਦੀ ਗਹਿਰਾਈ ਨਾਲੋਂ ਅੰਦਰੋਂ ਜੋ ਧੀਮੀ ਆਵਾਜ਼ ਉਠ ਰਹੀ ਹੈ, ਸਾਡਾ ਮਨ ਹੀ ਇਸ ਸਚਾਈ ਨੂੰ ਛੁਪਾਈ ਬੈਠਾ ਹੈ। ਤੁਸੀਂ ਕੌਣ ਹੋ ? ਸਚਾਈ ਕੀ ਹੈ ? ਕਿਹੜੀ ਸਚਾਈ ਤੁਹਾਡੀ

ਭੁੱਖ-ਪਿਆਸ ਨੂੰ ਵੇਖ ਰਹੀ ਹੈ ? ਉਹ ਕਿਹੜੀ ਸ਼ਕਤੀ ਹੈ ਜੋ ਇਹ ਕਹਿੰਦੀ ਹੈ ਕਿ ਹੁਣ ਮੇਰਾ ਮਨ ਦੁਖੀ ਹੈ, ਹੁਣ ਮੇਰਾ ਮਨ ਸੁਖੀ ਹੈ। ਤੁਹਾਡੇ ਦੁਖ-ਸੁਖ ਬਾਰੇ ਤੁਹਾਨੂੰ ਦੱਸਣ ਵਾਲੀ ਨਿਰ-ਆਕਾਰੀ ਸ਼ਕਤੀ ਤੁਹਾਡੇ ਸਰੀਰ ਅੰਦਰ ਹੀ ਮੌਜੂਦ ਹੈ। ਇਹ ਹੀ ਸਰੀਰ ਦੀ ਵਰਤੋਂ ਕਰ ਰਹੀ ਹੈ।

ਗੱਲੀਂ ਬਾਤੀਂ ਗੁਰੂ ਜੀ ਸਾਨੂੰ ਬਹੁਤ ਹੀ ਸਰਲਤਾ, ਬਹੁਤ ਹੀ ਸਪੱਸ਼ਟ ਢੰਗ ਨਾਲ ਸਾਨੂੰ ਸਚਾਈ ਤੋਂ ਜਾਣੂ ਕਰਵਾ ਰਹੇ ਹਨ ਕਿ ਅਸਲ 'ਚ ਸਚਾਈ ਕੀ ਹੈ ? ਖ਼ਿਆਲਾਂ ਖ਼ਿਆਲਾਂ ਅੰਦਰ ਹੀ ਅਸੀਂ ਆਪਣੇ ਅੰਦਰ ਛੁਪੀ ਸਚਾਈ ਦੀ ਮੌਜੂਦਗੀ ਨੂੰ ਭੁੱਲਦੇ ਹਾਂ, ਮੈਂ ਹੁਣ ਇਹ ਮਹਿਸੂਸ ਕਰ ਰਿਹਾ ਹਾਂ। ਅਹਿਸਾਸ ਕਰ ਰਿਹਾ ਕਿ ਹਰ ਵਿਅਕਤੀ ਆਪਣੇ ਅੰਦਰ ਛੁਪੀ ਹੋਈ ਸਚਾਈ ਦਾ ਅਹਿਸਾਸ ਕਰ ਰਿਹਾ ਹੈ। ਹਰ ਬੱਚੇ ਦੇ ਜਨਮ ਸਮੇਂ ਤੋਂ ਹੀ ਉਸ ਨੂੰ ਸਮਾਜ ਨਾਲ ਜੋੜਨ ਦੀਆਂ ਕੋਸ਼ਿਸ਼ਾਂ ਸ਼ੁਰੂ ਹੋ ਜਾਂਦੀਆਂ ਹਨ।

ਜਦੋਂ ਬੱਚਾ ਪੈਦਾ ਹੁੰਦਾ ਹੈ ਉਸ ਸਮੇਂ ਤੋਂ ਹੀ ਅੰਤਸਕਰਣ ਭਾਵ ਅਮਰ ਆਤਮਾ ਹਾ-ਹੂ ਦਾ ਹੁੰਗਾਰਾ ਭਰਨ ਲੱਗ ਜਾਂਦੀ ਹੈ। ਸਾਨੂੰ ਇਹ ਤਾਂ ਗਿਆਨ ਹੁੰਦਾ ਹੀ ਨਹੀਂ ਹੈ ਕਿ ਨਵ-ਜਾਤ ਬੱਚੇ ਨੂੰ ਤਾਂ ਕੋਈ ਭਾਸ਼ਾ ਬੋਲਣੀ ਆਉਂਦੀ ਹੀ ਨਹੀਂ ਹੈ। ਬੱਸ ਹੈਰਾਨੀ ਵਾਲੀ ਗੱਲ ਹੈ ਕਿ ਕਿਵੇਂ ਬੇਮਾਤਾ ਬੱਚੇ ਨੂੰ ਆਪ ਹੀ ਸੰਭਾਲਦੀ ਹੈ। ਜਦੋਂ ਨਵਜਾਤ ਬੱਚੇ ਨੂੰ ਗੁੜ੍ਹਤੀ ਦਿੱਤੀ ਜਾਂਦੀ ਹੈ। ਭਾਵ ਜਦੋਂ ਨਵਜਾਤ ਬੱਚੇ ਦੇ ਮੂੰਹ ਅੰਦਰ ਕੁਝ ਖਾਣ-ਪੀਣ ਵਾਸਤੇ ਮੂੰਹ 'ਚ ਪਾਇਆ ਜਾਂਦਾ ਹੈ। ਤਾਂ ਫਿਰ ਸਰੀਰ ਨਾਲ ਹੀ ਆਈ ਅਮਰ ਆਤਮਾ ਬੱਚੇ ਨੂੰ ਚੁੰਘਣ ਲਈ ਪਰੇਰਦੀ ਹੈ। ਇਥੋਂ ਹੀ ਅਸੀਂ ਸਮਝਣ ਦੀ ਕੋਸ਼ਿਸ਼ ਕਰਨ ਲੱਗ ਜਾਈਏ ਕਿ ਉਹ ਕਿਹੜੀ ਅਜਨਮੀ ਸ਼ਕਤੀ ਹੈ ਜੋ ਬੱਚੇ ਦੀ ਸੰਭਾਲ ਕਰ ਰਹੀ ਹੈ। ਇਸ ਸ਼ਕਤੀ ਦੀ ਮੌਜੂਦਗੀ ਨੂੰ ਸਮਝਣ ਵਾਸਤੇ ਹੀ ਗੁਰੂ ਤੇਗ ਬਹਾਦਰ ਜੀ ਸਾਨੂੰ ਇਹ ਸਮਝਾਉਂਦੇ ਹਨ ਕਿ ਸਰੀਰ ਨਾਲ ਜੋ ਇਹ ਪੰਜਵਾਂ ਤੱਤ ਚਾਰ ਤੱਤਾਂ ਨਾਲ ਮਿਲ ਕੇ ਆਉਂਦਾ ਹੈ, ਇਹ ਹੀ ਅਮਰ ਤੱਤ ਹੈ। ਇਸ ਅਮਰ ਤੱਤ ਨੂੰ ਸਮਝਣ ਵਾਸਤੇ ਹੀ ਸਾਨੂੰ ਇਹ ਸਰੀਰ ਮਿਲਿਆ ਹੈ। ਇਥੇ ਇਹ ਹੀ ਗੱਲ ਸਮਝਣ ਵਾਲੀ ਹੈ ਕਿ ਸਾਡਾ ਅੰਤਸਕਰਣ ਹੀ ਸਰੀਰ ਦਾ ਮੁੱਢ ਹੈ। ਇਸ ਸਾਖਸ਼ੀ ਭਾਵ ਇਸ ਦ੍ਰਸ਼ਟੇ ਨਾਲ ਇਸ ਆਤਮਾ ਦੀ ਮੌਜੂਦਗੀ ਨੂੰ ਸਮਝਣਾ ਬਹੁਤ ਹੀ ਔਖਾ ਕੰਮ ਹੈ। ਇਹ ਅਮਰ ਆਤਮਾ ਚੁੱਪ ਨਹੀਂ ਰਹਿੰਦੀ ਹੈ। ਇਹ ਆਪਣਾ ਹੁੰਗਾਰਾ ਭਰਦੀ ਹੀ ਰਹਿੰਦੀ ਹੈ। ਇਸ ਦੇ ਆਦਿ-ਅੰਤ ਬਾਰੇ ਅਸੀਂ ਕੁਝ ਜਾਣਦੇ ਹੀ ਨਹੀਂ ਹਾਂ। ਇਸ ਦਾ ਅਕਸ ਭਾਵ ਸਾਡਾ ਮਨ ਧੀਮੀ ਗਤੀ 'ਚ ਉੱਠ ਰਹੀ ਆਵਾਜ਼ ਨੂੰ ਸਮਝਦੇ ਹੋਏ, ਸੁਣਦੇ ਹੋਏ ਇਸ ਆਵਾਜ਼ ਨੂੰ ਦਬਾਉਣ ਲੱਗ ਜਾਂਦਾ ਹੈ। ਗੁਰੂ ਜੀ ਸਾਨੂੰ ਸਾਧੋ ਕਹਿੰਦੇ ਹੋਏ ਸਮਝਾਉਂਦੇ ਹਨ ਕਿ ਹੇ ਭਲਿਓ ਲੋਕੋ !

ਜ਼ਰਾ ਸੋਚੋ ਤੁਹਾਡੇ ਨਾਲ ਕੀ ਹੋ ਰਿਹਾ ਹੈ ? ਤੁਸੀਂ ਕਿਵੇਂ ਆਪਣੀ ਆਤਮਾ ਦੀ ਆਵਾਜ਼ ਨੂੰ ਪਹਿਚਾਣ ਸਕਦੇ ਹੋ। ਰੁਕਾਵਟ ਕੀ ਹੈ ? ਜਿਹੜੀ ਰੁਕਾਵਟ ਪਈ ਹੈ ਉਹ ਹੀ ਇਕ ਰੁਕਾਵਟ ਮਨ ਹੈ। ਅਸੀਂ ਆਪਣੇ ਮਨ ਦੀ ਮੌਜੂਦਗੀ ਦਾ ਕਿਸ ਤਰ੍ਹਾਂ ਅਹਿਸਾਸ ਕਰ ਸਕਦੇ ਹਾਂ। ਜਿਹੜਾ ਹੀਰਾ ਸਾਡੇ ਹੀ ਸਰੀਰ ਅੰਦਰ ਮੌਜੂਦ ਹੈ, ਉਸ ਨੂੰ ਪਹਿਚਾਨਣ ਵਾਸਤੇ ਤਾਂ ਮਨ ਦੀਆਂ ਕਲਪਨਾਵਾਂ ਵੱਲ ਵੇਖਣਾ ਪਵੇਗਾ। ਬੱਸ ਇਹ ਜੋ ਵੇਖਣ ਵਾਲੀ ਸ਼ਕਤੀ ਦੀ ਆਵਾਜ਼ ਦੱਬੀ ਹੋਈ ਹੈ ਇਸ ਆਵਾਜ਼ ਨੂੰ ਪਹਿਚਾਨਣ ਵਾਸਤੇ ਮਨ ਨੂੰ ਸ਼ਾਂਤ ਕਰਨਾ ਪੈਂਦਾ ਹੈ। ਅਤਿ ਸੂਖਸ਼ਮ ਮਨ ਦੀ ਮੌਜੂਦਗੀ ਨੂੰ ਸਮਝਣ ਵਾਸਤੇ ਆਪਣੇ ਮਨ ਦੇ ਖ਼ਿਆਲਾਂ ਵੱਲ ਵੇਖਣਾ ਪੈਂਦਾ ਹੈ। ਮਨ ਦੀਆਂ ਤਰੰਗਾਂ ਨੂੰ ਵੇਖਦੇ ਹੋਇਆਂ ਗੁਰੂ ਜੀ ਸਾਨੂੰ ਸਮਝਾ ਰਹੇ ਹਨ ਕਿ ਤੁਹਾਡੇ ਮਨ ਅੰਦਰ ਜੋ ਕਾਮ ਕ੍ਰੋਧ ਲੋਭ ਮੋਹ ਅਹੰਕਾਰ ਦੀਆਂ ਤਰੰਗਾਂ ਹਨ ਇਨ੍ਹਾਂ ਤਰੰਗਾਂ ਨੂੰ ਹੁਕਮ ਕਰਨ ਵਾਲੇ, ਪ੍ਰੇਰਤ ਕਰਨ ਵਾਲਾ ਰਾਜਾ ਸਾਡਾ ਮਨ ਹੈ। ਅਗਰ ਅਸੀਂ ਆਪਣੇ ਮਨ ਦੀਆਂ ਤਰੰਗਾਂ ਵੱਲ ਸਿਰਫ ਧਿਆਨ ਨਾਲ ਵੇਖਣ ਲੱਗ ਜਾਈਏ ਤਾਂ ਹੀ ਅਸੀਂ ਆਪਣੇ ਹੰਕਾਰੀ ਮਨ ਨੂੰ ਜਿੱਤ ਸਕਾਂਗੇ। ਇਸ ਤਰ੍ਹਾਂ ਜਦੋਂ ਅਸੀਂ ਮਨ ਨੂੰ ਜਿੱਤਣ ਲੱਗ ਜਾਵਾਂਗੇ ਤਾਂ ਇਸ ਮਨ ਤੇ ਸਾਡੇ ਦ੍ਰਿਸ਼ਟੇ ਦੀ ਨਜ਼ਰ ਪੈਣ ਲੱਗ ਜਾਵੇਗੀ ਤਾਂ ਫਿਰ ਸਾਨੂੰ ਉਲਟੇ ਕੰਮ ਸਿਖਾਉਣ ਵਾਲਾ ਮਨ ਸ਼ਾਂਤ ਹੋਣ ਲੱਗ ਜਾਵੇਗਾ। ਜਦੋਂ ਸਾਡੇ ਮਨ ਅੰਦਰ ਚੱਲ ਰਹੇ ਵਿਚਾਰਾਂ ਤੇ ਸਾਡੇ ਦ੍ਰਿਸ਼ਟੇ ਦੀ ਨਜ਼ਰ ਪੈਣ ਲੱਗ ਜਾਵੇਗੀ ਤਾਂ ਫਿਰ ਸਾਡੇ ਮਨ ਦੇ ਵਿਚਾਰ ਤਾਂ ਸ਼ਾਂਤ ਹੋਣ ਲੱਗ ਜਾਣਗੇ। ਕ੍ਰਾਂਤੀ ਇਹ ਹੋ ਜਾਵੇਗੀ ਕਿ ਜਿਸ ਅਮਰ ਸ਼ਕਤੀ ਦੀ ਮੌਜੂਦਗੀ ਨੂੰ ਮਨ ਦਬਾਉਂਦਾ ਰਹਿੰਦਾ ਹੈ ਉਹ ਉਭਰ ਆਏਗੀ। ਦ੍ਰਿਸ਼ਟੇ ਦਾ ਉੱਭਰ ਆਉਣਾ ਹੋਰ ਗੱਲ ਹੈ।

ਸੰਤਾਂ ਮਾਖਣ ਖਾਇਆ ਛਾਛ ਪੀਏ ਸੰਸਾਰ।

ਗੱਲਾਂ ਤਾਂ ਬਹੁਤ ਹੁੰਦੀਆਂ ਹਨ। ਪਰੰਤੂ ਗੱਲਾਂ ਤੇ ਅਮਲ ਕਰਨ ਵਾਲੇ ਬਹੁਤ ਘੱਟ ਹੁੰਦੇ ਹਨ। ਸਾਡੇ ਪਾਸ ਦੁੱਧ 'ਚੋਂ ਮੱਖਣ ਕਿਸ ਤਰ੍ਹਾਂ ਪਹੁੰਚਦਾ ਹੈ। ਪਹਿਲਾਂ ਤਾਂ ਦੁੱਧ ਨੂੰ ਖਾਟ ਲਾਉਣੀ ਪੈਂਦੀ ਹੈ, ਫਿਰ ਦੁੱਧ ਤੋਂ ਦਹੀਂ ਬਣਦਾ ਹੈ ਤਾਂ ਕਿਤੇ ਜਾ ਕੇ ਸਾਨੂੰ ਮੱਖਣ ਮਿਲਦਾ ਹੈ।

ਆਤਮਾ ਪ੍ਰਮਾਤਮਾ ਬਾਰੇ ਗੱਲਾਂ ਤਾਂ ਬਹੁਤ ਹੋ ਰਹੀਆਂ ਹਨ ਪਰੰਤੂ ਸਾਡੇ ਸਰੀਰ ਅੰਦਰ ਸਮਾਈ ਹੋਈ ਸ਼ਕਤੀ ਦਾ ਅਹਿਸਾਸ ਕਰਨ ਵਾਸਤੇ ਕਈ ਜੁਗਤੀਆਂ ਵਰਤਣੀਆਂ ਪੈਂਦੀਆਂ ਹਨ :

ਸਰੀਰ ਸਮੁੰਦ ਫਰੋਲ ਹਮ ਦੇਖਿਆ,
ਇਕ ਵਸਤ ਅਨੂਪ ਸਮਾਈ।

ਆਪਣੇ ਰਿਸ਼ੀਆਂ-ਮੁਨੀਆਂ, ਬ੍ਰਹਮ-ਗਿਆਨੀਆਂ ਨੇ ਸਰੀਰ ਅੰਦਰ ਮੌਜੂਦ

ਪਏ ਹੀਰੇ ਦੀ ਆਪ ਹੀ ਪਹਿਚਾਣ ਕੀਤੀ ਹੈ। ਉਨ੍ਹਾਂ ਨੇ ਆਪਣੇ ਮਨ ਦੀ ਨਿਰਮਲਤਾ ਕਾਰਣ ਹੀ ਸਾਨੂੰ ਇਹ ਨਿਚੋੜ ਦੱਸਿਆ ਹੈ ਕਿ ਇਹ ਤਾਂ ਬਹੁਤ ਆਸਾਨ ਕੰਮ ਹੈ। ਸਰਲ ਹੋਣ ਦੇ ਕਾਰਣ ਹੀ ਸਖਤ ਹੋਇਆ ਹੈ। ਇਥੇ ਗੁਰੂ ਤੇਗ ਬਹਾਦੁਰ ਸਾਹਿਬ ਜੀ ਵੀ ਸਾਨੂੰ ਸਪੱਸ਼ਟ ਕਰ ਕੇ ਇਹ ਹੀ ਸਿੱਖਿਆ ਦੇ ਰਹੇ ਹਨ ਕਿ ਮਨ ਦੀ ਪਹਿਚਾਣ ਵੀ ਅਸੀਂ ਆਪ ਹੀ ਆਪਣੇ ਸਰੀਰ ਅੰਦਰੋਂ ਹੀ ਕਰ ਸਕਦੇ ਹਾਂ। ਜਦੋਂ ਦੁੱਖ ਹੋਵੇ ਭਾਵੇਂ ਸੁੱਖ ਹੋਵੇ। ਵੇਖਣ ਵਾਲਾ ਇਕ ਹੀ ਹੁੰਦਾ ਹੈ। ਜਿਸ ਦਾ ਭਾਵੇਂ ਕੋਈ ਨਾਮ ਰੱਖ ਲਓ। ਨਾਮ ਤਾਂ ਸਾਡੀ ਸਹੂਲਤ ਵਾਸਤੇ ਹੀ ਰੱਖੇ ਹੋਏ ਹਨ ਕਿ ਜਦੋਂ ਤੁਸੀਂ ਆਪ ਹੀ ਆਪਣੇ ਸਰੀਰ ਅੰਦਰ ਮੌਜੂਦ ਦ੍ਰਸ਼ਟੇ ਦੀ ਸ਼ਰਣ 'ਚ ਪਹੁੰਚ ਜਾਓਗੇ ਤਾਂ ਫਿਰ ਤੁਹਾਡਾ ਵਿਓਹਾਰ ਬਦਲਣ ਲੱਗ ਜਾਵੇਗਾ। ਲੋਕਾਂ ਦੀ ਕੋਈ ਗੱਲ ਨਹੀਂ ਹੈ। ਇਹ ਤਾਂ ਆਪਣੇ ਆਪੇ ਦੀ ਪਹਿਚਾਣ ਕਰ ਲੈਣ ਦੀ ਜੁਗਤੀ ਹੈ ਕਿ ਜਦੋਂ ਤੁਸੀਂ ਆਪਣੇ ਸਰੀਰ ਅੰਦਰ ਸਮਾਈ ਹੋਈ ਸ਼ਕਤੀ ਦੀ ਪਹਿਚਾਣ ਕਰ ਲਓਗੇ ਤਾਂ ਫਿਰ ਤੁਸੀਂ ਕੂੜਾ-ਕਰਕਟ ਕਿਸ ਤਰ੍ਹਾਂ ਇਕੱਠਾ ਕਰਦੇ ਰਹੋਗੇ। ਕੂੜੇ-ਕਰਕਟ ਤੋਂ ਮੇਰਾ ਇਹ ਮਤਲਬ ਹੈ ਕਿ ਅਗਰ ਅਸੀਂ ਧਨ-ਦੌਲਤ ਇਕੱਠੀ ਕਰ ਲਵਾਂਗੇ ਤਾਂ ਇਸ ਧਨ ਦੇ ਆਸਰੇ ਸਾਡਾ ਬੁਢਾਪਾ ਆਰਾਮ ਨਾਲ ਨਿਕਲ ਜਾਵੇਗਾ। ਜ਼ਿੰਦਗੀ ਦਾ ਕੀ ਭਰੋਸਾ ਹੈ ਕਿ ਕਦੋਂ ਸਰੀਰ ਦੀ ਮੌਤ ਹੋ ਜਾਣੀ ਹੈ। 'ਆਦਮੀ ਹੈ ਹਮ ਏਕ ਦਮੀਂ ਸਾਹ ਆਇਆ ਨਾ ਆਇਆ।' ਜਦੋਂ ਮਨ ਅੰਦਰ ਇਹ ਵਿਸ਼ਵਾਸ ਬਣਿਆ ਰਹਿਣ ਲੱਗ ਜਾਵੇ ਕਿ ਸਰੀਰ ਦਾ ਕੀ ਭਰੋਸਾ ਹੈ ? ਅਸੀਂ ਕਿਉਂ ਹਾਏ ਹਾਏ ਕਰਦੇ ਰਹੀਏ ? ਅਸੀਂ ਕਿਉਂ ਐਵੇਂ ਹੀ ਧਨ-ਦੌਲਤ ਦੇ ਪਿੱਛੇ ਪਏ ਹੋਏ ਹਾਂ ? ਮਰਨ ਤੱਕ ਵੀ ਅਸੀਂ ਮੇਰਾ ਮੇਰਾ ਕਰਦੇ ਰਹਿੰਦੇ ਹਾਂ। ਇਹ ਵੀ ਮੇਰਾ ਹੈ। ਇਹ ਵੀ ਮੇਰਾ ਹੈ।

ਸਾਮਾਨ ਸੌ ਬਰਸ ਕਾ, ਪਲ ਕੀ ਖਬਰ ਨਹੀਂ ਹੈ।

ਇਸ ਤਰ੍ਹਾਂ ਮੌਤ ਦਾ ਡਰ ਮਨ ਅੰਦਰ ਬਣਾਈ ਰੱਖਣਾ ਹੀ ਬਹੁਤ ਔਖਾ ਕੰਮ ਹੈ। ਇਸ ਕੰਮ ਨੂੰ ਕਰੋੜਾਂ 'ਚੋਂ ਕੋਈ ਇਕ-ਅੱਧ ਵਿਅਕਤੀ ਹੀ ਕਰ ਸਕਦਾ ਹੈ। ਅਗਰ ਕੋਈ ਅਜਿਹਾ ਵਿਅਕਤੀ ਹਰ ਪਲ ਲੋਕਾਂ ਤੋਂ ਉਲਟ ਚੱਲਣ ਦੀ ਹਿੰਮਤ ਕਰਦਾ ਵੀ ਹੈ ਤਾਂ ਉਸ ਦੇ ਸਮਕਾਲੀਨ ਲੋਕ ਉਸ ਦਾ ਜਿਉਣਾ ਮੁਹਾਲ ਕਰ ਦਿੰਦੇ ਹਨ ਕਿ ਕੀ ਤੂੰ ਬਾਬਾ ਨਾਨਕ ਬਣਨਾ ਚਾਹੁੰਦਾ ਹੈ ? ਹੁਣ ਉਹ ਜ਼ਮਾਨੇ ਨਹੀਂ ਹਨ। ਹੁਣ ਤਾਂ ਮਹਿੰਗਾਈ ਨੇ ਹੀ ਇੰਨਾ ਦਮ ਕੱਢਿਆ ਹੋਇਆ ਹੈ ਕਿ ਹਰ ਪਲ ਕੰਮ ਕਰਦੇ ਰਹਿਣਾ ਚਾਹੀਦਾ ਹੈ। ਉਹ ਸਮੇਂ ਲੱਦ ਗਏ ਜਦੋਂ ਘਰ ਦਾ ਇਕ ਮੈਂਬਰ ਕਮਾਉਂਦਾ ਸੀ। ਗੁਜ਼ਾਰਾ ਵੀ ਚੰਗਾ ਚੱਲਦਾ ਰਹਿੰਦਾ ਸੀ। ਮੈਂ ਤਾਂ ਇਕ ਅਤਿ ਹੀ ਸਾਧਾਰਣ ਜਿਹਾ ਵਿਅਕਤੀ ਹਾਂ। ਪਰੰਤੂ ਸਮਾਜ

ਤੋਂ ਭੱਜਿਆ ਹੋਇਆ ਨਹੀਂ ਹਾਂ। ਸਮਾਜ ਦੇ ਅੰਦਰ ਰਹਿੰਦੇ ਹੋਇਆਂ ਵੀ ਮੈਂ ਲੋਕਾਂ ਨੂੰ ਅਜਿਹਾ ਵਿਓਹਾਰ ਕਰਦੇ ਵੇਖਿਆ ਹੈ। ਹਰ ਵਰਗ, ਹਰ ਫਿਰਕੇ ਦੇ ਲੋਕਾਂ ਨਾਲ ਮੇਰਾ ਵਾਸਤਾ ਪੈਂਦਾ ਰਿਹਾ ਹੈ। ਗੁਰੂ ਤੇਗ ਬਹਾਦਰ ਜੀ ਦੀ ਬਾਣੀ ਦਾ ਅਧਿਐਨ ਕਰਦੇ ਹੋਏ ਮੈਨੂੰ ਜੋ ਸਮਝ ਆ ਰਿਹਾ ਹੈ ਉਹ ਤਾਂ ਬਹੁਤ ਹੀ ਸਪੱਸ਼ਟ ਗੱਲ ਹੈ ਕਿ ਸਰੀਰ ਨਾਸ਼ਵਾਨ ਹੈ, ਆਤਮਾ ਅਮਰ ਹੈ। ਮੈਂ ਵਿਹਾਰਕ ਤੌਰ ਤੇ ਆਤਮਾ ਦੀ ਮੌਜੂਦਗੀ ਦਾ ਵਿਸ਼ਵਾਸ ਕਰਦੇ ਹੋਇਆਂ ਆਤਮਾ ਦੀ ਪ੍ਰੇਰਣਾ ਨੂੰ ਸਮਝਣ ਦੀਆਂ ਕੋਸ਼ਿਸ਼ਾਂ ਕਰ ਰਿਹਾ ਹਾਂ। ਗੁਰੂ ਜੀ ਕਿੰਨੀ ਸਰਲਤਾ ਨਾਲ ਸਮਝਾ ਰਹੇ ਹਨ ਕਿ ਸਾਡੇ ਦੁਖਾਂ-ਸੁਖਾਂ ਬਾਰੇ ਜਾਨਣ ਵਾਲੀ ਸ਼ਕਤੀ ਹੀ ਸਾਡਾ ਬ੍ਰਹਮ ਹੈ, ਸਾਡੀ ਆਤਮਾ ਹੈ। ਜਦੋਂ ਸਾਡੀ ਇਹ ਆਤਮਾ ਮਨ ਦੀ ਆਵਾਜ਼ ਨੂੰ ਦਬਾਉਣ ਲੱਗ ਜਾਂਦੀ ਹੈ। ਅਜਿਹੀ ਮਨੋਅਵਸਥਾ ਦੀ ਗੁਰੂ ਦੀ ਪਹਿਚਾਣ ਕਰਵਾ ਰਹੇ ਹਨ ਕਿ ਜਦੋਂ ਤੁਹਾਨੂੰ ਆਪਣਾ ਇਹ ਨਿੱਜੀ ਅਨੁਭਵ ਹੋਣ ਲੱਗ ਜਾਵੇਗਾ ਕਿ ਦ੍ਰਸ਼ਟਾ ਤਾਂ ਮੇਰੇ ਸਰੀਰ ਅੰਦਰ ਮੌਜੂਦ ਹੈ ਇਸ ਵਿਸ਼ਵਾਸ ਦੇ ਸਦਕੇ ਹੀ ਅਸੀਂ ਆਪਣੇ ਸਰੀਰਕ ਮੋਹ ਤੋਂ ਉੱਚੇ ਉੱਠ ਸਕਾਂਗੇ। ਸਾਡੇ ਜੀਵਨ ਦਾ ਤਾਂ ਮਨੋਰਥ ਹੀ ਇਕ ਹੈ ਕਿ ਅਸੀਂ ਆਪਣੇ ਹੀ ਮਨ ਤੋਂ ਮੁਕਤ ਹੋ ਜਾਈਏ। ਮਨ ਦੇ ਬੰਧਨਾਂ ਤੋਂ ਛੁੱਟ ਜਾਣ ਨੂੰ ਹੀ ਬਜ਼ੁਰਗ ਮੁਕਤੀ ਕਹਿੰਦੇ ਸਨ। ਅਖੀਰ ਗੱਲ ਆਪਣੀ ਨਿੱਜਤਾ ਦੀ ਪਹਿਚਾਣ ਕਰ ਲੈਣ ਤੇ ਆ ਜਾਂਦੀ ਹੈ।

ਚੂਆ ਮਹਾ ਰਸ ਭਾਰੀ ਛੂਟ ਗਈ ਸੰਸਾਰੀ।

ਕੀ ਸਾਨੂੰ ਆਪਣੀ ਆਤਮਾ ਦੀ ਮੌਜੂਦਗੀ ਤੇ ਵਿਸ਼ਵਾਸ ਆ ਗਿਆ ਹੈ। ਗੁਰੂ ਜੀ ਬਹੁਤ ਹੀ ਸਰਲਤਾ ਨਾਲ ਸਾਨੂੰ ਸਮਝਾਉਂਦੇ ਹਨ ਕਿ ਜਦੋਂ ਆਪਣੇ ਚਿੱਤ ਰੂਪੀ ਆਕਾਸ਼ 'ਚ ਇਹ ਘਟਨਾ ਘਟ ਜਾਵੇ ਕਿ ਸਾਡੇ ਮਨ ਅੰਦਰ ਪ੍ਰਤੱਖ ਬਾਰੇ ਚੱਲ ਰਹੇ ਵਿਚਾਰ ਸ਼ਾਂਤ ਹੋ ਜਾਣ। ਅਸੀਂ ਮਨ ਦੇ ਵਿਚਾਰਾਂ ਨੂੰ ਜਾਨਣ ਦੇ ਸਮਰੱਥ ਹੋ ਜਾਈਏ ਤਾਂ ਅਸੀਂ ਸਰੀਰਕ ਮੋਹ ਤੋਂ ਤਾਂ ਉਪਰ ਉਠ ਹੀ ਜਾਵਾਂਗੇ। ਆਪਣੀ ਅਨਮਨੀ ਅਵਸਥਾਂ 'ਚ ਪਹੁੰਚ ਅਸੀਂ ਆਪਣੀ ਬਦੇਹੀ ਅਮਰ ਆਤਮਾ ਦੀ ਸ਼ਰਣ 'ਚ ਪਹੁੰਚ ਜਾਵਾਂਗੇ। ਸਾਨੂੰ ਇਹ ਸਮਝ ਆਉਣ ਲੱਗ ਜਾਵੇਗੀ ਕਿ 'ਨਾਂਗੇ ਆਏ ਨਾਂਗੇ ਜਾਣਾ ਨਾ ਕੋਈ ਰਹਿਸੀ ਰਾਜਾ ਰਾਣਾ।' ਫਿਰ ਸਾਡਾ ਪੂਰਾ ਹੀ ਧਿਆਨ ਆਪਣੇ ਦ੍ਰਸ਼ਟੇ ਆਪਣੀ ਆਤਮਾ ਤੇ ਕੇਂਦਰਿਤ ਹੋ ਜਾਵੇਗਾ। ਪਿੱਛੇ ਸਿਰਫ ਗਿਆਤਾ ਹੀ ਬਚੇਗਾ। ਜਾਨਣ ਵਾਲਾ ਹੀ ਬਚੇਗਾ। ਆਪਣੇ ਅੰਦਰੋਂ ਆਪਣੀ ਜਾਨਣ ਵਾਲੀ ਸ਼ਕਤੀ ਦੀ ਪਹਿਚਾਣ ਕਰ ਲੈਣ ਵਾਲੇ ਦਾ ਮਨ ਹੀ ਆਤਮਾ 'ਚ ਸਮਾ ਜਾਂਦਾ ਹੈ। ਇਸ ਤੋਂ ਪਹਿਲਾਂ ਕਿ ਆਤਮਾ ਪ੍ਰਮਾਤਮਾ 'ਚ ਲੀਨ ਹੋ ਜਾਵੇ ਕੁਝ ਵਿਰਲੇ ਬ੍ਰਹਮ-ਗਿਆਨੀ ਤਾਂ ਰਾਮ ਕ੍ਰਿਸ਼ਨ

ਪਰਮਹੰਸ ਜੀ ਵਾਂਗ ਅਨੰਦਤ ਰਹਿਣ ਲੱਗ ਜਾਂਦੇ ਹਨ ਕਿ ਸੰਸਾਰ ਅੰਦਰ ਰਹਿੰਦੇ ਹੋਏ ਆਪਣਾ ਜੀਵਨ ਇਸ ਤਰ੍ਹਾਂ ਬਤੀਤ ਕਰਨ ਲੱਗ ਜਾਂਦੇ ਹਨ। ਕੁਝ ਕੁ ਲੋਕ ਵਿਵੇਕਾਨੰਦ ਜੀ ਵਾਂਗ ਲੋਕਾਂ ਨੂੰ ਸਮਝਾਉਣ ਲੱਗ ਜਾਂਦੇ ਹਨ ਕਿ ਸੰਸਾਰ ਅੰਦਰ ਰਹਿੰਦੇ ਹੋਏ ਆਪਣਾ ਜੀਵਨ ਇਸ ਤਰ੍ਹਾਂ ਬਤੀਤ ਕਰਦੇ ਰਹੋ ਜਿਵੇਂ ਕਿ ਧਰਮਸਾਲਾ 'ਚ ਰਹਿ ਰਹੇ ਲੋਕ ਇਕ ਦੂਜੇ ਨਾਲ ਪਿਆਰ ਭਰਿਆ ਵਿਵਹਾਰ ਕਰਦੇ ਹੁੰਦੇ ਹਨ। ਬੱਸ ਗੱਲਾਂ ਕਰਨ ਦੀ ਨਹੀਂ ਚਰਚਾ ਕਰਨ ਦੀ ਗੱਲ ਨਹੀਂ ਹੈ। ਜੋ ਧੀਮੀ ਆਵਾਜ਼ ਆਪਣੇ ਅੰਦਰੋਂ ਉੱਠ ਰਹੀ ਹੈ, ਉਸ ਵੱਲ ਆਪਣਾ ਧਿਆਨ ਇਕਾਗਰ ਕਰ ਲਓ। ਕਰਤੇਪੁਣੇ ਦਾ ਬੋਝ ਢੋਣ ਦੀ ਬਜਾਏ ਦ੍ਰਸ਼ਟੇ ਬਣ ਜਾਓ। ਪ੍ਰਮਾਤਮਾ ਨੇ ਤੁਹਾਨੂੰ ਅਨਮੁੱਲਾ ਸਰੀਰ ਬਖਸ਼ਿਆ ਹੈ। ਜੀਵਨ ਦਾ ਆਨੰਦ ਮਾਣੋ। ਜੀਵਨ ਬਤੀਤ ਕਰਨ ਨੂੰ ਕੋਈ ਬੋਝ ਨਾ ਸਮਝੋ। ਨਿਰਭਰ ਰਹਿਣ ਵਾਸਤੇ ਕਰਤੇ ਨੂੰ ਹੀ ਕਰਤਾ ਮੰਨਦੇ ਰਹੋ।

ਬੱਸ ਕਰਤੇ ਨੂੰ ਕਰਤਾ ਮੰਨ ਲੈਣ 'ਚ ਹੀ ਦਿੱਕਤ ਹੈ। ਕਰਤੇ ਨੂੰ ਅਗਰ ਅਸੀਂ ਕਰਤਾ ਮੰਨਦੇ ਰਹੀਏ ਤਾਂ ਚਿੰਤਤ ਹੋਣ ਦੀ ਤਾਂ ਕੋਈ ਗੱਲ ਹੀ ਨਹੀਂ ਹੈ। ਅਗਰ ਸਾਡਾ ਮਨ ਹੀ ਇਹ ਮੰਨਣ ਲੱਗ ਜਾਵੇ ਕਿ 'ਮੈਂ ਨਾਹੀ ਸਭ ਤੂੰ' ਫਿਰ ਸਾਨੂੰ ਤੂੰ ਦੀ ਸ਼ਰਣ ਮਿਲੀ ਹੀ ਰਹੇਗੀ।

ਜਾ ਸਿਉ ਉਪਜੈ ਨਾਨਕਾ ਲੀਨ ਤਾਹਿ ਮਾਹਿ ਮਾਨੁ॥

ਭੁੱਖਿਆ ਭੁੱਖ ਨਾ ਉਤਰੇ

ਭੁੱਖਿਆ ਭੁੱਖ ਨਾ ਉਤਰੇ,
ਗੁਰੂ ਨਾਨਕ ਜੀ ਫਰਮਾਉਂਦੇ ਨੇ।
ਰੱਜਣ ਦਾ ਉਹ ਇਕ ਤਰੀਕਾ,
ਸਬਰ ਸੰਤੋਖ ਬਤਾਉਂਦੇ ਨੇ।
ਸਬਰ ਸੰਤੋਖ ਜਿਨ੍ਹਾਂ ਨੂੰ ਨਾਹੀ,
ਉਹ ਦਿਨੇ ਰਾਤ ਕੁਰਲਾਉਂਦੇ ਨੇ।
ਕੁਰਲਾਉਂਦਿਆਂ ਹੀ ਉਮਰ ਬੀਤਦੀ,
ਪੱਲੇ ਕੁਝ ਨਾ ਲੈ ਜਾਂਦੇ ਨੇ।
ਕਰ ਮਜ਼ਦੂਰੀ ਖਾ ਚੂਰੀ,
ਗੁਰੂ ਜੀ ਸਿੱਧੇ ਰਸਤੇ ਪਾਉਂਦੇ ਨੇ।
ਬੰਦਾ ਭਟਕਣ 'ਚ ਨਾ ਫਸ ਜਾਏ,
ਉਹ ਲੜ ਸੱਚੇ ਦੇ ਲਾਉਂਦੇ ਨੇ।
ਪੜ੍ਹ ਪੜ੍ਹ ਗੱਡੇ ਲੱਦੀਏ, ਨਿਹਫਲ ਜਾਵਣ,
ਅਮਲਾਂ ਵਾਲੇ ਤਰ ਜਾਂਦੇ ਨੇ।

ਅੰਮ੍ਰਿਤ ਧਾਰਾ

ਰੋਂਦੇ ਬੰਦੇ ਜੱਗ ਅੰਦਰ ਆਉਂਦੇ,
ਨਾਮ ਬਿਨਾਂ ਰੋਂਦੇ ਚਲੇ ਜਾਂਦੇ ਨੇ।
ਜਿਨ੍ਹਾਂ ਜਿਉਂਦੇ ਜੀਅ ਮਰਨ ਦੀ ਜਾਚ ਸਿੱਖੀ,
ਉਹ ਮਰਨੋਂ ਨਹੀਂ ਘਬਰਾਉਂਦੇ ਨੇ।
ਮਨ ਮੈਦਾਨ ਕਰ, ਟੋਏ ਟਿੱਬੇ ਲਾਹ,
ਵਲ ਵਲੇਸ ਨਾ ਰੱਖੀਂ ਬੰਦਿਆ,
ਫਰੀਦ ਜੀ ਫਰਮਾਉਂਦੇ ਨੇ।
ਵਲ ਵਲੇਸ ਜਿਨ੍ਹਾਂ 'ਚ ਨਾਹੀਂ,
'ਦਲਬਾਰੇ' ਉਹ ਸਿੱਧੇ ਅਖਵਾਉਂਦੇ ਨੇ।
ਸਿੱਧੇ ਸਿੱਧਾ ਰਸਤਾ ਚੱਲ ਕੇ,
ਅੰਤ ਸੱਚੇ ਨੂੰ ਪਾਉਂਦੇ ਨੇ।
ਹਰ ਵੇਲੇ ਉਹ ਚਿੱਤ ਦੇ ਅੰਦਰ,
ਗੁਣ ਸੱਚੇ ਦੇ ਗਾਉਂਦੇ ਨੇ।
ਭੁੱਖ ਉਨ੍ਹਾਂ ਨੂੰ ਕੋਈ ਨਾ ਰਹਿੰਦੀ,
ਜਦ ਦਰਸ਼ਣ ਸੱਚੇ ਦਾ ਪਾਉਂਦੇ ਨੇ।

ਮਾਤਾ ਦੇ ਗਰਭ 'ਚ ਬੱਚੇ ਦਾ ਸਰੀਰ ਕਿਸ ਤਰ੍ਹਾਂ ਪ੍ਰਫੁੱਲਤ ਹੁੰਦਾ ਹੈ। ਇਸ ਬਾਰੇ ਤਾਂ ਸਾਇੰਸ ਵਾਲਿਆਂ ਨੇ ਕਾਫੀ ਕੁਝ ਜਾਣ ਲਿਆ ਹੈ। ਸਰੀਰ ਨੂੰ ਕਿਸ ਤਰ੍ਹਾਂ ਬਦੇਹੀ ਸ਼ਕਤੀ ਆਤਮਾ ਦੇ ਕਨੈਕਸ਼ਨ ਮਿਲਦਾ ਹੈ। ਇਹ ਤਾਂ ਸਾਇੰਸ ਵਾਲੇ ਵੀ ਨਹੀਂ ਜਾਣ ਸਕੇ ਹਨ। ਆਤਮਾ ਦੀ ਅਮਰਤਾ, ਆਤਮਾ ਦੀ ਮੌਜੂਦਗੀ ਬਾਰੇ ਸਾਇੰਸਦਾਨ ਵੀ ਆਪਣੀ ਅਸਮਰੱਥਾ ਹੀ ਜਤਾਉਂਦੇ ਹਨ।

ਹਾਂ ਇਕ ਗੱਲ ਜਿਥੋਂ ਉਲਝਦੀ ਚਲੀ ਜਾਂਦੀ ਹੈ ਅਸੀਂ ਅਜੇ ਵੀ ਸਮਝਣ ਤੋਂ ਅਸਮਰੱਥ ਹਾਂ। ਉਹ ਇਹ ਹੈ ਕਿ ਜਦੋਂ ਬੱਚੇ ਦਾ ਜਨਮ ਹੋ ਜਾਂਦਾ ਹੈ, ਨਵਜਾਤ ਬੱਚਾ ਰੋਣ ਲੱਗ ਜਾਂਦਾ ਹੈ। ਇਹ ਰੋਣਾ ਉਹ ਆਪਣੇ ਪੇਟ ਦੀ ਭੁੱਖ ਬਾਰੇ ਹੀ ਰੋਂਦਾ ਹੈ। ਬੱਸ ਇਥੋਂ ਹੀ ਆਤਮਾ ਦੀ ਮੌਜੂਦਗੀ ਦਾ ਅਹਿਸਾਸ ਹੋਣ ਲੱਗ ਜਾਂਦਾ ਹੈ ਕਿ ਜੋ ਸਰੀਰ ਬਾਰੇ, ਸਰੀਰ ਦੀ ਭੁੱਖ ਬਾਰੇ ਜਾਣ ਰਹੀ ਹੈ ਉਹ ਹੀ ਇਹ ਪ੍ਰੇਰਣਾ ਦੇ ਰਹੀ ਹੈ ਕਿ ਬੱਚੂ ਹੁਣ ਤੱਕ ਤਾਂ ਸਭ ਠੀਕ ਸੀ। ਸਾਰਾ ਕੰਮ ਮੈਂ ਆਪ ਦੇਖ ਰਹੀ ਸੀ। ਮੈਂ ਹੀ ਸਰੀਰ ਦੀ ਸਰੀਰ ਦੇ ਬਣਨ ਦੀ ਗਵਾਹ ਹਾਂ। ਮੇਰੀ ਮੌਜੂਦਗੀ, ਮੇਰੀ ਦੇਖ-ਰੇਖ ਵਿਚ ਹੀ ਇਸ ਸਰੀਰ ਦੀ ਬਣਤਰ ਬਣੀ ਹੈ। ਹੁਣ ਇਸ ਦੀ ਜ਼ੁੰਮੇਵਾਰੀ ਤੇਰੇ ਉਪਰ ਹੀ ਛੱਡ ਰਹੀ ਹਾਂ। ਤੂੰ ਰੋਏਂਗਾ ਤਾਂ ਤੈਨੂੰ ਭੋਜਨ ਤੈਨੂੰ ਖੁਰਾਕ ਮਿਲਣ ਲੱਗ ਜਾਵੇਗੀ। ਕਿਉਂਕਿ ਤੇਰੀ ਖੁਰਾਕ ਮਿਲਣ ਦਾ ਪ੍ਰਬੰਧ ਪਹਿਲੋਂ ਹੀ ਕੀਤਾ ਹੋਇਆ ਹੈ। ਇਸ ਤਰ੍ਹਾਂ ਇਕ ਹੀ ਸ਼ਕਤੀ ਜਿਸ ਨੂੰ

ਅਸੀਂ ਆਤਮਾ ਕਹਿੰਦੇ ਹਾਂ, ਚੁੱਪਚਾਪ ਹੀ ਆਪਣੀ ਗੱਲ ਕਹਿਣ ਵਾਸਤੇ ਆਤਮਾ ਮਨ ਨੂੰ ਆਪਣਾ ਵਾਹਨ ਬਣਾ ਲੈਂਦੀ ਹੈ। ਆਤਮਾ ਤਾਂ ਤ੍ਰੈਕੁਟੀ ਦੇ ਅਸਥਾਨ ਤੇ ਸਥਿਰ ਹੋ ਜਾਂਦੀ ਹੈ। ਮਨ ਕਰਤਾ ਹੋਣ ਦੀ ਪੱਕੀ ਦਾਹਵੇਦਾਰੀ ਕਰਨ ਲੱਗ ਜਾਂਦਾ ਹੈ।

ਮੈਂ ਗੱਲ ਕਰ ਰਿਹਾ ਹਾਂ ਭੁੱਖ ਦੀ। ਕਿ ਭੁੱਖ ਬਾਰੇ ਤਾਂ ਬੱਚੇ ਨੂੰ ਕੋਈ ਦੱਸਦਾ ਹੀ ਨਹੀਂ ਹੈ। ਬੱਸ ਆਤਮਾ ਦੀ ਪ੍ਰੇਰਨਾ ਨਾਲ ਹੀ ਬੱਚਾ ਹੱਥ-ਪੈਰ ਮਾਰਨ ਲੱਗ ਜਾਂਦਾ ਹੈ। ਜਣੇਪਾ ਕਰਵਾਉਣ ਵਾਲੇ ਖੁਸ਼ ਹੋਣ ਲੱਗ ਜਾਂਦੇ ਹਨ ਕਿ ਹਾਂ ਸਰੀਰ ਨਾਲ ਬਦੇਹੀ ਸ਼ਕਤੀ ਮੌਜੂਦ ਹੈ। ਇਸ ਤਰ੍ਹਾਂ ਅਸੀਂ ਇਹ ਸਮਝ ਸਕਦੇ ਹਾਂ ਕਿ ਸਰੀਰ ਨਾਲ ਉਹ ਸ਼ਕਤੀ ਵੀ ਧੁਰੋਂ ਹੀ ਆਈ ਹੈ ਜੋ ਅਜਨਮੀ ਹੈ। ਜਿਸ ਦਾ ਜਨਮ ਨਹੀਂ ਹੋਇਆ ਹੈ। ਉਹ ਸਰੀਰ ਨਾਲ ਸੰਬੰਧਤ ਤਾਂ ਹੈ। ਪਰੰਤੂ ਆਦਿ-ਸ਼ਕਤੀ ਜਿਸ ਦੀ ਮੌਜੂਦਗੀ ਦਾ ਸਿਰਫ ਅਹਿਸਾਸ ਹੀ ਕੀਤਾ ਜਾ ਸਕਦਾ ਹੈ ਜੋ ਸਤਿ ਚਿਤ ਅਨੰਦ ਹੈ। ਜੋ ਕਿਸੀ ਝਮੇਲੇ 'ਚ ਕਦੀ ਪੈਂਦੀ ਹੀ ਨਹੀਂ ਹੈ। ਉਹ ਆਪਣੀ ਮੌਜੂਦਗੀ ਦਰਸਾਉਣ ਵਾਸਤੇ ਕਰਤਾ ਹੋਣ ਦੀ ਦਾਹਵੇਦਾਰੀ ਕਰਨ ਲੱਗ ਜਾਂਦਾ ਹੈ। ਇਸ ਤਰ੍ਹਾਂ ਸਾਡੇ ਮਨ ਅੰਦਰ ਦੋਚਿੱਤੀ ਪੈਦਾ ਹੋ ਜਾਂਦੀ ਹੈ ਇੱਥੇ ਮੈਂ ਚਰਚਾ ਕਰ ਰਿਹਾ ਹਾਂ ਭੁੱਖ ਦੀ। ਹਰ ਵਿਅਕਤੀ ਦੋ ਜੂਨ ਦੀ ਰੋਟੀ ਤਾਂ ਖਾਂਦਾ ਹੀ ਹੈ। ਜਦੋਂ ਪੇਟ ਭਰ ਜਾਂਦਾ ਹੈ ਤਾਂ ਆਤਮਾ ਧੀਮੀ ਆਵਾਜ਼ 'ਚ ਮਨ ਨੂੰ ਟੋਕਦੀ ਹੈ। ਇਸ ਤੋਂ ਜ਼ਿਆਦਾ ਖਾਣਾ ਉਚਿਤ ਨਹੀਂ ਹੈ। ਠੀਕ ਨਹੀਂ ਹੈ। ਇਸ ਤਰ੍ਹਾਂ ਪਹਿਲਾਂ ਪਹਿਲ ਤਾਂ ਆਤਮਾ ਸਾਨੂੰ ਸਿੱਧੀ ਪ੍ਰੇਰਨਾ ਦਿੰਦੀ ਹੈ। ਬੱਚਾ ਆਤਮਾ ਦੀ ਸਿੱਧੀ ਮੌਜੂਦਗੀ ਦਾ ਅਹਿਸਾਸ ਕਰਦਾ ਹੈ। ਬੱਚੇ ਨੂੰ ਆਤਮਾ ਦਾ ਹਾਂ-ਹੂੰ ਦਾ ਹੁੰਗਾਰਾ ਸੁਣਦਾ ਰਹਿੰਦਾ ਹੈ। ਪੇਟ ਦੀ ਭੁੱਖ ਤੱਕ ਦਾ ਹੀ ਮਸਲਾ ਹੁੰਦਾ ਹੈ। ਭੁੱਖ ਲੱਗੇ ਬੱਚਾ ਰੋਇਆ ਤਾਂ ਮਾਂ ਫੌਰਨ ਦੁੱਧ ਪਿਆ ਦਿੰਦੀ ਹੈ। ਜਿਉਂ ਜਿਉਂ ਬੱਚਾ ਵੱਡਾ ਹੋਣ ਲਗਦਾ ਹੈ ਆਤਮਾ ਦਾ ਹੁੰਗਾਰਾ ਦੱਬਣ ਲੱਗ ਜਾਂਦਾ ਹੈ।

ਦੂਜੇ ਤਲ ਦੀ ਮਨ ਦੇ ਤਲ ਦੀ ਭੁੱਖ ਸ਼ੁਰੂ ਹੋ ਜਾਂਦੀ ਹੈ। ਮਨ ਦੇ ਤਲ ਦੀ ਭੁੱਖ ਬਾਰੇ ਗੁਰੂ ਨਾਨਕ ਦੇਵ ਜੀ ਨੇ ਬਹੁਤ ਹੀ ਵਿਸਥਾਰ ਨਾਲ 'ਜਪੁਜੀ' ਸਾਹਿਬ ਅੰਦਰ ਸਾਨੂੰ ਇਹ ਹੀ ਸਮਝਾਇਆ ਹੈ ਕਿ ਮਨ ਅੰਦਰ ਤਾਂ ਵਿਚਾਰ ਹੀ ਵਿਚਾਰ ਚੱਲਣ ਲੱਗ ਜਾਂਦੇ ਹਨ। ਪੇਟ ਦੀ ਭੁੱਖ ਤਾਂ ਪੂਰੀ ਹੋ ਜਾਂਦੀ ਹੈ ਪਰ ਮਨ ਦੇ ਤਲ ਦੀ ਭੁੱਖ ਕਦੇ ਵੀ ਪੂਰੀ ਨਹੀਂ ਹੁੰਦੀ। ਮਨ ਅੰਦਰ ਕਦੇ ਵੀ ਸੰਤੁਸ਼ਟੀ ਦੇ ਭਾਵ ਉੱਠਦੇ ਹੀ ਨਹੀਂ ਹਨ। ਜਿਸ ਕਿਸੇ ਵਿਰਲੇ ਵਿਅਕਤੀ ਨੂੰ ਮਨ ਦੀ ਭੁੱਖ ਦਾ ਅਹਿਸਾਸ ਹੋਣ ਲੱਗ ਜਾਂਦਾ ਹੈ ਉਸ ਦਾ ਮਨ ਸ਼ਾਂਤ ਹੋ ਜਾਂਦਾ ਹੈ। ਮਨ ਦੇ ਸ਼ਾਂਤ ਹੋ ਜਾਣ ਦੀ ਤਾਂ ਇਕ ਹੀ ਨਿਸ਼ਾਨੀ ਹੈ ਕਿ ਭਿਖ ਮੰਗਾ ਮਨ ਸੰਤੁਸ਼ਟੀ ਜ਼ਾਹਿਰ ਕਰਨ ਲੱਗ ਜਾਂਦਾ ਹੈ। ਜਦੋਂ ਮਨ ਅੰਦਰ ਸਬਰ ਸੰਤੋਖ ਦੇ ਭਾਵ ਉੱਭਰਨ ਲੱਗ

ਜਾਂਦੇ ਹਨ ਤਾਂ ਫਿਰ ਸਾਡੀ ਆਤਮਾ ਨਾਲ ਨੇੜਤਾ ਵਧਣ ਲੱਗ ਜਾਂਦੀ ਹੈ। ਦੂਰੀਆਂ ਘਟਣ ਲੱਗ ਜਾਂਦੀਆਂ ਹਨ। ਮਨ ਅੰਦਰ ਅਣਭੋਲਤਾ ਨਜ਼ਰ ਆਉਣ ਲੱਗ ਜਾਂਦੀ ਹੈ। ਮੈਂ ਤਾਂ ਆਤਮਾ ਦੀ ਮੌਜੂਦਗੀ ਦੇ ਅਹਿਸਾਸ ਦੀ ਹੀ ਗੱਲ ਕਰਨਾ ਚਾਹੁੰਦਾ ਹਾਂ ਕਿ ਭੁੱਖ ਨੇ ਹੀ ਸਾਰੇ ਪੁਆੜੇ ਪਾਏ ਹੋਏ ਹਨ। ਸ਼ਮਾਜ ਅੰਦਰ ਗਰੀਬੀ-ਅਮੀਰੀ ਦੇ ਪੁਆੜੇ ਪੁਆਏ ਹੋਏ ਹਨ। ਫਰੀਦ ਸਾਹਿਬ ਜੀ ਵੀ ਸਾਨੂੰ ਇਹ ਹੀ ਸਮਝਾਉਂਦੇ ਹਨ ਕਿ "ਇਕ ਨਾ ਆਟਾ ਅਗਲਾ - ਇਕਨਾ ਹੈ ਨਹੀਂ ਲੂਣ।" ਭੁੱਖ ਦੀ ਫਿਕਰ ਕਰਦੇ ਹੋਏ ਮਨ ਦੇ ਤਲ ਤੋਂ ਇਹ ਹੀ ਖ਼ਿਆਲ ਉੱਠਣ ਲੱਗ ਜਾਂਦੇ ਹਨ ਕਿ ਅੱਜ ਦਾ ਤਾਂ ਕੋਈ ਫਿਕਰ ਹੀ ਨਹੀਂ ਹੈ। ਕੱਲ੍ਹ ਦਾ ਕੀ ਹੋਵੇਗਾ ? ਇਸ ਤਰ੍ਹਾਂ ਭੁੱਖ ਦੇ ਖ਼ਿਆਲਾਂ ਅੰਦਰ ਹੀ ਸਾਡੀ ਆਤਮਾ ਦਾ ਹੁੰਗਾਰਾ ਮੱਧਮ ਹੁੰਦਾ ਚਲ਼ਾ ਜਾਂਦਾ ਹੈ। ਸਾਨੂੰ ਆਤਮਾ ਦੀ ਆਵਾਜ਼ ਸੁਣਦੀ ਹੀ ਨਹੀਂ ਹੈ। ਆਤਮਾ ਦੀ ਪ੍ਰੇਰਣਾ ਦੱਬ ਹੀ ਜਾਂਦੀ ਹੈ। ਮਨ ਅੰਦਰੋਂ ਆਤਮਾ ਦੀ ਮੌਜੂਦਗੀ ਦਾ ਖ਼ਿਆਲ ਭੁੱਲ ਹੀ ਜਾਂਦਾ ਹੈ। ਫਰੀਦ ਸਾਹਿਬ ਜੀ ਨੇ ਤਾਂ ਆਪਣੇ ਅਨੁਭਵ ਦੀ ਗੱਲ ਨੂੰ ਗਾ-ਗਾ ਕੇ ਜ਼ਾਹਿਰ ਕੀਤਾ ਹੈ। ਫਰੀਦ ਸਾਹਿਬ ਜੀ ਨੇ ਤਾਂ ਆਮ ਲੋਕਾਂ ਨੂੰ ਸਮਝਾਉਣ ਵਾਸਤੇ ਕਮਾਲ ਹੀ ਕਰ ਦਿੱਤਾ ਹੈ :

ਬੁੱਲ੍ਹੇ ਨਾਲੋਂ ਚੁੱਲ੍ਹਾ ਚੰਗਾ,
ਜਿਸ ਪਰ ਤਾਮ ਪਕਾਈਦਾ,
ਬੁੱਲ੍ਹਿਆ ਰੱਬ ਨੂੰ ਉਹ ਹੀ ਭਾਵੇ,
ਜਿਹੜਾ ਬੱਕਰਾ ਬਣੇ ਕਸਾਈ ਦਾ।

ਬੁੱਲ੍ਹੇ ਸ਼ਾਹ ਜੀ ਨੇ ਤਾਂ ਕਿਸੀ ਵੀ ਬੰਧਨ ਨੂੰ ਸਵੀਕਾਰਿਆ ਹੀ ਨਹੀਂ ਹੈ। ਆਮ ਭਾਸ਼ਾ ਆਮ ਬੋਲੀ ਦੀ ਵਰਤੋਂ ਕੀਤੀ ਹੈ। ਸਾਧਾਰਣ ਜਿਹੇ ਬਿੰਬਾਂ ਦੀਆਂ ਸਾਨੂੰ ਉਦਾਹਰਣਾਂ ਦਿੱਤੀਆਂ ਹਨ। ਦੱਸੋ ਚੁੱਲ੍ਹੇ ਨੂੰ ਵੀ ਆਪਣੇ ਨਾਲੋਂ ਚੰਗਾ ਕਿਹਾ ਹੈ। ਆਪਣੇ ਆਪ ਨੂੰ ਧੂੜ ਸਮਾਨ ਸਮਝਿਆ ਹੈ। ਆਪਣੇ ਆਪ ਨੂੰ ਨਾਚੀਜ਼ ਦੱਸਿਆ ਹੈ। ਇਹੋ ਜਿਹੀ ਹਲੀਮੀ ਹੀ ਦੈਵੀ ਗੁਣਾਂ ਦਾ ਪ੍ਰਗਟਾਵਾ ਕਰਦੀ ਹੈ। ਇਹ ਇਕ ਆਧਾਰ ਹੀ ਉਹ ਨੀਂਹ ਹੁੰਦੀ ਹੈ ਜੋ ਕਦੇ ਫਿਰ ਡਗਮਗਾਉਂਦੀ ਨਹੀਂ ਹੈ। ਅਸੀਂ ਕੀ ਕਰ ਰਹੇ ਹਾਂ ? ਅਸੀਂ ਤਾਂ ਆਕੜੇ ਹੋਏ ਹਾਂ। ਅਸੀਂ ਤਾਂ ਆਪਣੀ ਆਕੜ ਵਿਖਾਉਂਦੇ ਰਹਿੰਦੇ ਹਾਂ। ਅਸੀਂ ਤਾਂ ਅਜੇ ਮੈਂ ਦੀ ਹੀ ਯਾਤਰਾ ਕਰ ਰਹੇ ਹਾਂ। ਇਹ ਵੀ ਮੇਰਾ ਹੈ। ਵੋਹ ਵੀ ਮੇਰਾ ਹੈ। ਬੱਚਾ ਤੁਰਨ ਲੱਗਦਾ ਹੈ ਤਾਂ ਅਸੀਂ ਤਾੜੀਆਂ ਮਾਰਨ ਲੱਗ ਜਾਂਦੇ ਹਾਂ। ਜਨਮ ਤੋਂ ਹੀ ਮੈਂ ਭਾਵ ਉਮੜਨ ਦੀਆਂ ਕੋਸ਼ਿਸ਼ਾਂ ਹੋਣ ਲੱਗ ਜਾਂਦੀਆਂ ਹਨ। ਇਹ ਵੀ ਸੱਚ ਹੈ ਕਿ ਪਹਿਲਾਂ ਤਾਂ ਆਪਣੇ ਹੀ ਹਉਮੈਂ ਭਾਵ ਨੂੰ ਉਘਾੜਨਾ ਪੈਂਦਾ ਹੈ। ਜਦੋਂ ਮੈਂ ਭਾਵ ਉੱਘੜ ਆਉਂਦਾ ਹੈ ਤਾਂ ਹੀ ਫਿਰ ਤੂੰ ਦੇ ਭਾਵ ਦਾ ਪ੍ਰਗਟਾਵਾ ਹੁੰਦਾ ਹੈ।

ਪ੍ਰੇਮ ਗਲੀ ਅਤਿ ਸੰਕਰੀ ਯਾ ਮਹਿ ਦੋ ਨਾ ਸਮਾਏ।

ਮੈਂ ਦਾ ਰਸਤਾ ਸੰਸਾਰ ਵੱਲ ਹੀ ਜਾਂਦਾ ਹੈ। ਮੈਂ ਭਾਵ ਦੇ ਖ਼ਿਆਲ ਹੀ ਅੰਦਰ ਸਵੈ ਦੀ ਖੋਜ ਕਰਨ ਵਾਸਤੇ ਬੱਜਰ ਕਪਾਟ ਹਨ। ਇਸ ਖ਼ਿਆਲਾਂ ਖ਼ਿਆਲਾਂ ਅੰਦਰ ਬਣੇ ਹੋਏ ਅਤਿ ਸੂਖਸ਼ਮ ਬੱਜਰ ਕਪਾਟ ਨੂੰ ਅਸੀਂ ਮਨ ਦੇ ਖ਼ਿਆਲਾਂ ਨਾਲ ਕਦੇ ਵੀ ਖੋਲ੍ਹ ਹੀ ਨਹੀਂ ਸਕਾਂਗੇ।

ਖ਼ਿਆਲਾਂ ਖ਼ਿਆਲਾਂ ਅੰਦਰ ਹੀ ਸਾਡਾ ਮੈਂ ਭਾਵ ਉਘੜਿਆ ਹੋਇਆ ਹੈ। ਸਾਡੇ ਮਨ ਅੰਦਰ ਜੋ ਖ਼ਿਆਲ ਉੱਠਦੇ ਰਹਿੰਦੇ ਹਨ ਉਹ ਤਾਂ ਦੂਜਿਆਂ ਬਾਰੇ ਹੀ ਉੱਠਦੇ ਹਨ। ਇਸ ਵਾਸਤੇ ਹੀ ਬਜ਼ੁਰਗ ਸੱਚ ਕਹਿੰਦੇ ਹਨ ਕਿ ਅਸੀਂ ਆਪਣੀ ਤੁਲਨਾ ਦੂਜਿਆਂ ਨਾਲ ਹੀ ਕਰਦੇ ਰਹਿੰਦੇ ਹਾਂ। ਫਲਾਣੇ ਪਾਸ ਇੰਨਾ ਧਨ-ਦੌਲਤ ਹੈ। ਮੈਂ ਤਾਂ ਬਹੁਤ ਹੀ ਸਰਲਤਾ ਨਾਲ ਇਹ ਕਹਿਣਾ ਚਾਹੁੰਦਾ ਹਾਂ ਕਿ ਜੋ ਕੁਝ ਮੈਨੂੰ ਸਪੱਸ਼ਟ ਨਜ਼ਰ ਆ ਰਿਹਾ ਹੈ ਮੈਂ ਉਸ ਦੇ ਆਧਾਰ ਤੇ ਹੀ ਲਿਖ ਰਿਹਾ ਹਾਂ। ਮੈਂ ਬਹੁਤ ਸਪੱਸ਼ਟ ਗੱਲ ਕਰ ਰਿਹਾ ਹਾਂ ਕਿ ਅਸੀਂ ਆਪਣਾ ਜੀਵਨ ਬਤੀਤ ਕਰਦੇ ਹੋਏ 'ਤੂੰ ਹੀ ਤੂੰ' ਦੀ ਲੋਕ ਵਿਖਾਵੇ ਵਾਸਤੇ ਰੱਟ ਲਗਾਉਂਦੇ ਰਹਿੰਦੇ ਹਾਂ। ਤੂੰ ਦੇ ਖ਼ਿਆਲ ਤੇ ਅਸੀਂ ਗ਼ੌਰ ਕਰਦੇ ਹੀ ਨਹੀਂ ਹਾਂ। ਸੰਸਾਰ ਦੇ ਅੰਦਰ ਭੁੱਖ ਦੀ ਸੋਚ ਚੱਲ ਰਹੀ ਹੈ। ਕੀ ਕਰੋਗੇ ? ਕੀ ਧਨ ਤੁਸੀਂ ਜੋੜ ਸਕਦੇ ਹੋ ? ਸਾਡੇ ਸਭਨਾਂ ਦੇ ਮਨ ਅੰਦਰ ਤਾਂ ਧਨ ਜੋੜਨ ਦੀ ਹੀ ਸੋਚ ਹਰ ਪਲ ਚੱਲਦੀ ਹੀ ਰਹਿੰਦੀ ਹੈ।

ਲੰਕਾ ਗੜ੍ਹ ਸੋਨੇ ਕਾ ਕੀਆ -
ਮੂਰਖ ਰਾਵਣ ਕਿਆ ਲੈ ਗਿਆ ?

ਕਿਸੀ ਵੀ ਕੰਮ ਦੀ ਅਤੀ ਕਰ ਦੇਣਾ ਉਚਿਤ ਨਹੀਂ ਹੁੰਦਾ। ਜਦੋਂ ਧਨ-ਦੌਲਤ ਕਮਾਉਣ ਦੇ ਖ਼ਿਆਲ ਹੀ ਮਨ ਅੰਦਰ ਬਣੇ ਰਹਿਣ ਤਾਂ ਫਿਰ ਤੂੰ ਬਾਰੇ ਸਾਡੇ ਮਨ ਅੰਦਰ ਖ਼ਿਆਲ ਕਿਸ ਤਰ੍ਹਾਂ ਬਣੇ ਰਹਿ ਸਕਦੇ ਹਨ ? ਇਸ ਤਰਜ਼ 'ਚ ਮੈਂ ਅਤੇ ਤੂੰ ਦੀ ਯਾਤਰਾ ਕਰਦੇ ਹੋਇਆਂ ਯਾ ਤਾਂ ਅਸੀਂ ਮੈਂ ਹੀ ਮੈਂ ਕਹਿੰਦੇ ਹੋਏ ਆਪਣਾ ਜੀਵਨ ਬਤੀਤ ਕਰ ਸਕਦੇ ਹਾਂ। ਯਾ ਫਿਰ ਤੂੰ ਹੀ ਤੂੰ ਕਹਿੰਦੇ ਹੋਏ ਆਪਣਾ ਜੀਵਨ ਬਤੀਤ ਕਰ ਸਕਦੇ ਹਾਂ। ਇਸ ਵਾਸਤੇ ਬ੍ਰਹਮ-ਗਿਆਨੀ ਸਾਨੂੰ ਦੋਵਾਂ ਅੱਤਿਆ ਤੋਂ ਬਚਣ ਦੀ ਸਲਾਹ ਦਿੰਦੇ ਰਹਿੰਦੇ ਹਨ ਕਿ ਤੁਸੀਂ ਇਕ ਅਤੀ ਤੇ ਨਾ ਪਹੁੰਚੋ। ਵਿਚਕਾਰ ਦਾ ਰਸਤਾ ਚੁਣੋ :

ਔਰਤ ਈਮਾਨ, ਪੁੱਤਰ ਨਿਸ਼ਾਨ, ਦੌਲਤ ਗੁਜ਼ਰਾਨ,
ਫੱਕਰ ਨਾ ਹਿੰਦੂ ਨਾ ਮੁਸਲਮਾਨ।

ਕੀ ਕਰੋਗੇ ? ਕਦਮ ਕਦਮ ਤੇ ਦੋਚਿੱਤੀ ਬਣੀ ਰਹਿੰਦੀ ਹੈ। ਦੁਨੀਆਵੀ ਜ਼ੁੰਮੇਵਾਰੀਆਂ ਛਡ ਜਾਣ ਵਾਲੇ ਤਾਂ ਆਪਣਾ ਲੋਕ-ਪ੍ਰਲੋਕ ਸਭ ਕੁਝ ਹੀ ਗੁਆ

ਬੈਠਦੇ ਹਨ। ਸੂਫੀ ਸੰਤ ਆਪਣੇ ਅੰਦਰਲੇ ਸੱਚ ਨਾਲ ਜੁੜ ਕੇ ਸੱਚ ਦਾ ਹੋਕਾ ਦਿੰਦੇ ਰਹਿੰਦੇ ਹਨ।

ਜਿਤ ਦਿਹਾੜੇ ਧਨ ਬਰੀ ਸਾਹੇ ਲਏ ਲਿਖਾਏ,
ਮਲਿਕ ਜੋ ਕੰਨੀ ਸੁਣੀਂਦਾ ਮੂੰਹ ਵਿਖਾਲੇ ਆਏ।

ਗੱਲ ਤਾਂ ਇਕ ਇਹ ਹੀ ਹੈ ਕਿ ਸਾਨੂੰ ਇਸ ਸਰੀਰ ਅੰਦਰ ਰਹਿਣ ਦਾ ਸਮਾਂ ਕੁਦਰਤ ਨੇ ਤਹਿ ਕੀਤਾ ਹੋਇਆ ਹੈ। ਜਿਸ ਤਰ੍ਹਾਂ ਕਿ ਲੜਕੇ ਲੜਕੀ ਦੇ ਵਿਆਹ ਦੀ ਤਰੀਕ ਜਦੋਂ ਤਹਿ ਹੋ ਜਾਂਦੀ ਹੈ ਜਿਸ ਨੂੰ 'ਸਾਹਾ ਬੰਨ੍ਹਣਾ' ਕਹਿੰਦੇ ਹਾਂ। ਉਹ ਵਿਆਹ ਦਾ ਦਿਨ ਆ ਜਾਂਦਾ ਹੈ। ਲੜਕੀ ਆਪਣਾ ਮਾਇਕਾ ਛੱਡ ਸੁਸਰਾਲ ਚਲੀ ਜਾਂਦੀ ਹੈ। ਇਸ ਤਰ੍ਹਾਂ ਜੋ ਆਪਣੇ ਸਰੀਰ ਦੀ ਮੌਤ ਹੋ ਜਾਣ ਵਾਲੀ ਗੱਲ ਨੂੰ ਐਵੇਂ ਹੀ ਮਜ਼ਾਕ ਸਮਝਦੇ ਰਹਿੰਦੇ ਹਨ ਅੰਤ ਉਨ੍ਹਾਂ ਨੂੰ ਪਛਤਾਉਣਾ ਪੈਂਦਾ ਹੈ ਕਿ ਉਹ-ਹੋ ! ਮੈਂ ਤਾਂ ਆਪਣੇ ਸਰੀਰ ਅੰਦਰ ਸਮਾਈ ਹੋਈ ਸ਼ਕਤੀ ਦੀ ਪਹਿਚਾਣ ਨਹੀਂ ਕਰ ਸਕਿਆ ਹਾਂ। ਜੋ ਸਰੀਰਕ ਮੋਹ ਤੋਂ ਉਪਰ ਉੱਠ ਜਾਂਦੇ ਹਨ, ਉਹ ਹਰ ਪਲ ਇਕ ਹੀ ਰੰਗ 'ਚ ਰੰਗੇ ਰਹਿੰਦੇ ਹਨ।

ਜੇ ਜਾਣਾ ਛੁੱਟ ਲੜ ਛੁੱਟਣਾ ਪੀੜੀ ਪਈਏ ਗੰਢ॥

ਮੈਂ ਵਾਰ ਵਾਰ ਖ਼ਿਆਲਾਂ ਦੀ ਹੀ ਗੱਲ ਕਰ ਰਿਹਾ ਹਾਂ ਕਿ ਸਾਡੇ ਮਨ ਅੰਦਰ ਆਤਮਾ ਦੀ ਮੌਜੂਦਗੀ ਦਾ ਖ਼ਿਆਲ ਠਹਿਰਦਾ ਹੀ ਨਹੀਂ। ਉਂਝ ਤਾਂ ਅਸੀਂ ਹਰ ਰੋਜ਼ ਹੀ ਆਪਣੇ ਦਾਇਰਿਆਂ ਦੀ ਸੀਮਤ ਸੋਚ 'ਚ ਕੈਦ ਹੋਏ ਰਹਿੰਦੇ ਹਾਂ। ਗੱਲਾਂ ਅਸੀਂ ਆਤਮਾ ਪ੍ਰਮਾਤਮਾ ਦੀਆਂ ਹੀ ਕਰਦੇ ਰਹਿੰਦੇ ਹਾਂ। ਅਗਰ ਸਾਡੇ ਮਨ ਅੰਦਰ ਸਿਰਫ ਇਕ ਹੀ ਖ਼ਿਆਲ ਪੱਕ ਜਾਵੇ, ਠਹਿਰ ਜਾਵੇ ਕਿ ਸਾਡੇ ਸਰੀਰ ਅੰਦਰ ਹੀ ਸੱਚ ਸਮਾਇਆ ਹੋਇਆ ਹੈ ਤਾਂ ਫਿਰ ਸਾਨੂੰ ਆਪਣੇ ਸਰੀਰ ਅੰਦਰ ਸਮਾਏ ਹੋਏ ਸੱਚ ਦੀ ਧੀਮੀ ਆਵਾਜ਼ ਸੁਣਨ ਲੱਗ ਜਾਂਦੀ ਹੈ। ਜਦੋਂ ਸਾਨੂੰ ਆਪਣੀ ਹੀ ਆਤਮਾ ਦੀ ਧੀਮੀ ਆਵਾਜ਼ ਸੁਣਨ ਲੱਗ ਜਾਂਦੀ ਹੈ ਤਾਂ ਫਿਰ ਇਸ ਆਵਾਜ਼ ਨੂੰ ਸੁਣਨ ਦਾ ਚਸਕਾ ਲੱਗ ਜਾਂਦਾ ਹੈ। ਆਪਣੇ ਹੀ ਅੰਦਰੋਂ ਜਦੋਂ ਸੰਗੀਤ ਦੀਆਂ ਧੁਨਾਂ ਸੁਣਨ ਲੱਗ ਜਾਂਦੀਆਂ ਹਨ ਤਾਂ ਫਿਰ ਮਨ ਅੰਦਰ ਬੇਪਰਵਾਹੀ ਆਉਣ ਲੱਗ ਜਾਦੀ ਹੈ :

ਫਰੀਦਾ ਗਲੀਏ ਚਿੱਕੜੁ ਦੂਰਿ ਘਰੁ ਨਾਲ ਪਿਆਰੇ ਨੇਹੁ॥
ਚਲਾ ਤ ਭਿਜੈ ਕੰਬਲੀ, ਰਹਾਂ ਤਾ ਤੁਟੈ ਨੇਹੁ॥
ਭਿੱਜੇ ਸਿੱਜੇ ਕੰਬਲੀ ਅੱਲਾ ਵਰਸੇ ਮੇਹੁ॥
ਜਾਇ ਮਿਲਾ ਤਿਨਾ ਸਜਣਾ ਤੁਟਉ ਨਾਹੀ ਨੇਹੁ॥

ਜਿਨ੍ਹਾਂ ਪਿਆਰਿਆਂ ਨੇ ਆਪਣੇ ਅੰਦਰੋਂ ਆਪਣੇ ਪਿਆਰੇ ਦੀ ਪਹਿਚਾਣ ਕਰ ਲਈ ਹੁੰਦੀ ਹੈ ਉਹ ਤਾਂ ਅਲੱਗ ਹੀ ਤਰ੍ਹਾਂ ਦਾ ਵਿਓਹਾਰ ਕਰਨ ਲੱਗ ਜਾਂਦੇ

ਹਨ। ਹੀਰ-ਰਾਂਝੇ, ਸੋਹਣੀ-ਮਹੀਂਵਾਲ, ਸੱਸੀ-ਪੁੰਨੂੰ ਦੇ ਕਿੱਸੇ ਤਾਂ ਇਤਿਹਾਸਕ ਬਣ ਗਏ ਹਨ। ਅੱਜ ਦੇ ਜ਼ਮਾਨੇ ਵੀ ਅਖਬਾਰਾਂ 'ਚ ਇਹੋ ਜਿਹੀਆਂ ਗੱਲਾਂ ਸੁਣਨ ਨੂੰ ਮਿਲ ਹੀ ਰਹੀਆਂ ਹਨ ਕਿ ਫਲਾਣੇ ਜੋੜੇ ਨੇ ਇਕ ਦੂਜੇ ਦੇ ਗਲੇ ਵਿਚ ਬਾਹਾਂ ਪਾ ਕੇ ਆਤਮ-ਹੱਤਿਆ ਕਰ ਲਈ ਹੈ। ਇਹ ਤਾਂ ਪ੍ਰਤੱਖ ਉਦਾਹਰਣਾਂ ਹਨ ਕਿ ਇਕ ਦੂਜੇ ਨਾਲ ਪਿਆਰ ਕਰਨ ਵਾਲੀਆਂ ਰੂਹਾਂ ਕਿਵੇਂ ਇਕ ਦੂਜੇ ਤੋਂ ਆਪਾ ਨਿਛਾਵਰ ਕਰ ਦਿੰਦੇ ਹਨ। ਸੋਹਣੀ ਨੂੰ ਜਦੋਂ ਇਹ ਪਤਾ ਲੱਗਾ ਕਿ ਮੇਰੇ ਪਿਆਰ ਅੰਦਰ ਅੰਨ੍ਹੇ ਮਹੀਂਵਾਲ ਨੇ ਸੱਚਮੁੱਚ ਹੀ ਆਪਣੇ ਪੱਟ ਦਾ ਮਾਸ ਕੱਟ ਲਿਆ ਹੈ ਤਾਂ ਉਸ ਨੇ ਕੱਚਾ ਘੜਾ ਲੈ ਫੌਰਨ ਝਨਾਅ 'ਚ ਛਲਾਂਗ ਲਗਾ ਦਿੱਤੀ। ਇਹੋ ਜਿਹੀਆਂ ਕਹਾਣੀਆਂ ਦੇ ਹਿੰਟ ਦੇਣ ਦਾ ਮੇਰਾ ਮਕਸਦ ਤਾਂ ਇਕ ਹੀ ਹੈ ਕਿ ਅਸੀਂ ਵੀ ਆਪਣੇ ਸਰੀਰ ਅੰਦਰ ਸਮਾਏ ਹੋਏ ਸੱਚ ਨਾਲ ਪਿਆਰ ਕਰਨ ਲੱਗ ਜਾਈਏ। ਸਾਡੀ ਵੀ ਅੰਤਰ-ਦ੍ਰਿਸ਼ਟੀ ਹੋ ਜਾਵੇ। ਅਸੀਂ ਵੀ ਆਪਣੇ ਪਿਆਰੇ ਤੋਂ ਸਭ ਕੁਝ ਵਾਰਨ ਵਾਸਤੇ ਤਿਆਰ ਹੋ ਜਾਈਏ। ਸਾਡੇ ਮਨ ਅੰਦਰ ਵੀ ਕੁਰਬਾਨੀ ਦੀ ਭਾਵਨਾ ਪੈਦਾ ਹੋ ਜਾਵੇ।

ਜਦੋਂ ਮੈਂ ਛੋਟਾ ਹੁੰਦਾ ਸਾਂ ਤਾਂ 'ਬੇਗੋ ਨਾਰ' ਦੇ ਕਿੱਸੇ ਗਵੱਈਏ ਗਾਉਂਦੇ ਹੁੰਦੇ ਸਨ। ਬੇਗੋ ਨਾਰ ਦੀ ਕਹਾਣੀ ਸੁਣਾਇਆ ਕਰਦੇ ਸਨ। ਕਿੰਨੇ ਅਣਭੋਲ ਕਿੰਨੇ ਸਰਲ ਸੁਭਾਅ ਦੇ ਵਿਅਕਤੀ ਇਥੇ ਹੋ ਹੋ ਚਲੇ ਗਏ ਹਨ। ਭਾਵੁਕ ਹੋ ਕਿਵੇਂ ਸਭ ਕੁਝ ਕੁਰਬਾਨ ਕਰ ਗਏ ਹਨ।

ਬੇਗੋ ਕਿੰਨੀ ਮਾਸੂਮ ਸੀ। ਕਿੰਨੀ ਅਨਭੋਲ ਸੀ। ਬਜਾਜ ਤੋਂ ਕਪੜੇ ਲੈਣ ਗਈ। ਜਦੋਂ ਬਜਾਜ ਨੇ ਬੇਗੋ ਦੀਆਂ ਅੱਖਾਂ 'ਚ ਅੱਖਾਂ ਪਾਈਆਂ, ਬਜਾਜ ਤਾਂ ਆਪਣਾ ਆਪਾ ਹੀ ਖੋ ਬੈਠਾ। ਉਹ ਤਾਂ ਆਪਣੀ ਦੁਕਾਨਦਾਰੀ ਹੀ ਭੁੱਲ ਬੈਠਾ। ਉਸ ਦਾ ਤਾਂ ਹੋਸ਼ ਹੀ ਖੋ ਗਿਆ। ਭਾਵੁਕ ਹੋ ਉਹ ਆਪਣਾ ਕਪੜਾ ਕੌਡੀਆਂ ਦੇ ਭਾਅ ਵੇਚਣ ਨੂੰ ਤਿਆਰ ਹੋ ਗਿਆ। ਉਸ ਦਾ ਧਿਆਨ ਹੀ ਬੇਗੋ ਉਤੇ ਲੱਗ ਗਿਆ। ਕਿਸੀ ਵੀ ਕਪੜੇ ਤੇ ਬੇਗੋ ਦੀਆਂ ਸਹੇਲੀਆਂ ਹੱਥ ਰੱਖਣ ਉਸ ਦੇ ਕਪੜੇ ਦਾ ਕੋਈ ਭੀ ਭਾਅ ਕਹਿਣ, ਬਜਾਜ ਇਕ ਹੀ ਗੱਲ ਦੁਹਰਾਉਣ ਲੱਗ ਪਿਆ - ਕਹਾ ਦੇਓ ਬੇਗੋ ਤੋਂ। ਬੇਗੋ ਕਹਿ ਦਿੰਦੀ, "ਠੀਕ ਹੈ।" ਦੁਕਾਨ ਦਾ ਮਾਲ ਲੁਟਾ ਬਜਾਜ ਬੇਗੋ ਦੀਆਂ ਹਰਕਤਾਂ ਨੂੰ ਵੇਖਣ ਵਾਸਤੇ ਉਨ੍ਹਾਂ ਦੇ ਪਿੱਛੇ ਪਿੱਛੇ ਚੱਲ ਪਿਆ। ਬੇਗੋ ਦੀਆਂ ਸਹੇਲੀਆਂ ਨੇ ਘੁਸਰ-ਮੁਸਰ ਸ਼ੁਰੂ ਕਰ ਦਿੱਤੀ, ਕਿ ਇਹ ਤਾਂ ਲੋਕਾਂ 'ਚ ਸਾਨੂੰ ਬਦਨਾਮ ਕਰ ਕੇ ਹੀ ਛੱਡੇਗਾ। ਉਨ੍ਹਾਂ 'ਚੋਂ ਇਕ ਸਹੇਲੀ ਨੇ ਕਹਿ ਹੀ ਦਿੱਤਾ, ਕਿ ਸਾਡੇ ਪਿੱਛੇ ਪਿੱਛੇ ਕਿਉਂ ਆ ਰਿਹਾ ਹੈਂ, ਜਾਹ ਨਹਿਰ 'ਚ ਛਲਾਂਗ ਲਗਾ ਕੇ ਡੁੱਬ ਮਰ। ਬਜਾਜ ਨੇ ਫਿਰ ਅਨਭੋਲਤਾ 'ਚ ਹੀ ਕਹਿ ਦਿੱਤਾ, "ਕਹਾ ਦਿਓ ਬੇਗੋ ਤੋਂ।"

ਇਕ ਸਹੇਲੀ ਕਹਿਣ ਲੱਗੀ, "ਅੜੀਏ ਬੇਗੋ ! ਪਿੱਛਾ ਛੁਡਾ ਐਵੇਂ ਸਾਡੇ ਪਿੱਛੇ ਪਿੱਛੇ ਕਿਤੇ ਘਰ ਤਕ ਹੀ ਨਾ ਚਲਾ ਆਵੇ। ਸਾਡੀ ਬਦਨਾਮੀ ਹੀ ਨਾ ਕਰਵਾ ਦੇਵੇ।" ਬੇਗੋ ਨੇ ਬਜਾਜ ਵੱਲ ਵੇਖਣਾ ਸ਼ੁਰੂ ਕਰ ਦਿੱਤਾ। ਮੂੰਹੋਂ ਬੋਲ ਹੀ ਰੁਕ ਗਏ। ਮਨ ਅੰਦਰ ਬਜਾਜ ਪ੍ਰਤੀ ਹਮਦਰਦੀ ਦੇ ਭਾਵ ਉੱਭਰ ਆਏ ਕਿ ਮੇਰੇ ਹਾਂ ਕਹਿਣ ਤੇ ਵਿਚਾਰਾ ਕਿਤੇ ਆਪਣੀ ਜਾਨ ਹੀ ਨਾ ਗਵਾ ਲਏ। ਜਦੋਂ ਭਾਸ਼ਾ ਬੋਲੀ ਅਸਮਰਥ ਹੋ ਜਾਂਦੀ ਹੈ ਤਾਂ ਫਿਰ ਭਾਵਨਾਵਾਂ ਦਾ ਖੇਲ੍ਹ ਸ਼ੁਰੂ ਹੋ ਜਾਂਦਾ ਹੈ। ਕੁਝ ਪਲਾਂ ਵਾਸਤੇ ਦੋਵੇਂ ਇਕ ਦੂਜੇ ਵੱਲ ਵੇਖਣ ਲੱਗ ਪਏ।

ਬਜਾਜ ਕਹਿਣ ਲੱਗਾ, "ਅੱਛਾ ਬੇਗੋ ਤੂੰ ਮੇਰੇ ਜਨਮਾਂ-ਜਨਮਾਂਤਰਾਂ ਦੀ ਪੱਕੀ ਸਾਥਣ ਹੈ। ਆ ਮੇਰੇ ਪਿੱਛੇ ਪਿੱਛੇ ਆ। ਹੁਣ ਕੋਈ ਵੀ ਤਾਕਤ ਸਾਨੂੰ ਮਿਲਣ ਤੋਂ ਰੋਕ ਨਹੀਂ ਸਕੇਗੀ।" ਵਿਚਾਰੇ ਬਜਾਜ ਨੇ ਧੜੰਮ ਕਰ ਕੇ ਨਹਿਰ 'ਚ ਛਲਾਂਗ ਮਾਰ ਦਿੱਤੀ। ਬੇਗੋ ਨੇ ਵੀ ਸਕਿੰਟ 'ਚ ਹੀ ਬਜਾਜ ਦੇ ਨਾਲ ਹੀ ਛਲਾਂਗ ਮਾਰ ਦਿੱਤੀ। ਡੁਬਕੀਆਂ ਖਾਂਦੇ ਹੋਏ ਇਕ ਦੂਜੇ ਨਾਲ ਗਲਵੱਕੜੀ ਪਾ ਪਾਣੀ ਦੇ ਅੰਦਰ ਸਮਾ ਗਏ। ਅੱਗੇ ਤੋਂ ਅੱਗੇ ਲੋਕ ਉਨ੍ਹਾਂ ਦੀ ਚਰਚਾ ਕਰਦੇ ਹੀ ਰਹਿੰਦੇ ਹਨ। ਸਰੀਰ ਤਾਂ ਉਨ੍ਹਾਂ ਦੇ ਪਾਣੀ 'ਚ ਸਮਾ ਗਏ ਸਨ। ਰੂਹਾਨੀ ਤੌਰ ਤੇ ਉਹ ਜ਼ਰੂਰ ਹੀ ਇਕ ਹੋ ਗਏ ਹੋਣਗੇ।

ਰੂਹਾਂ ਤੱਕ ਪਿਆਰ ਕਰਨ ਵਾਲੇ ਤਾਂ ਪਿੱਛੇ ਮੁੜ ਕੇ ਕਦੇ ਵੇਖਦੇ ਹੀ ਨਹੀਂ ਹਨ ਕਿ ਲੋਕ ਉਨ੍ਹਾਂ ਬਾਰੇ ਕੀ ਕਹਿ ਰਹੇ ਹਨ। ਆਪਣੇ ਸਮਾਜ ਅੰਦਰ ਤਾਂ ਆਪਣੇ ਬ੍ਰਹਮ-ਗਿਆਨੀ ਇਹ ਹੀ ਕਹਿੰਦੇ ਹਨ ਕਿ ਭਿੰਨਤਾ ਤਾਂ ਪ੍ਰਤੱਖ ਤੱਕ ਹੀ ਨਜ਼ਰ ਅਉਂਦੀ ਹੈ। ਜਦੋਂ ਆਕਾਰ ਤੋਂ ਨਿਰ-ਆਕਾਰ 'ਚ ਛਲਾਂਗ ਲੱਗ ਜਾਂਦੀ ਹੈ। ਫਿਰ ਤਾਂ ਭਿੰਨਤਾ ਨਜ਼ਰ ਆਉਂਦੀ ਹੀ ਨਹੀਂ ਹੈ। ਫਿਰ ਤਾਂ ਭਿੰਨਤਾ ਵੀ ਇਕ ਹੀ ਡੋਰ ਨਾਲ ਪਰੋਈ ਹੋਈ ਨਜ਼ਰ ਆਉਣ ਲੱਗ ਜਾਂਦੀ ਹੈ। ਜਿਤ ਦੇਖਾ ਤਿਤ ਤੂੰ।

ਜਬ ਤੁਮ ਹੋਤੇ, ਤਬ ਤੂੰ ਨਾਹੀ। ਅਬ ਤੁਮ ਹੋ ਮੈਂ ਨਾਹੀ।

ਕਹਾਣੀਆਂ ਤੇ ਕਹਾਣੀਆਂ ਦੇ ਪਿੱਛੇ ਕੋਈ ਸਚਾਈ ਜ਼ਰੂਰ ਮੌਜੂਦ ਹੁੰਦੀ ਹੈ। ਸਾਰੇ ਹੀ ਸੂਫੀ ਸੰਤ, ਸਾਰੇ ਹੀ ਧਰਮ ਗ੍ਰੰਥ ਇਕ ਰਾਏ ਨਾਲ ਸਾਨੂੰ ਇਕ ਹੀ ਸਿੱਖਿਆ ਦਿੰਦੇ ਹਨ ਕਿ ਸਰੀਰ ਅੰਦਰ ਜੋ ਸਚਾਈ ਛੁਪੀ ਹੋਈ ਹੈ। ਉਸ ਸਚਾਈ ਦਾ ਅਹਿਸਾਸ ਸਾਨੂੰ ਆਪਣੇ ਅੰਦਰੋਂ ਹੀ ਹੁੰਦਾ ਹੈ। ਇਹ ਮਨੁੱਖਾ ਸਰੀਰ ਹੀ ਇਕ ਅਜਿਹਾ ਅਦਭੁਤ ਉਪਕਰਣ ਹੈ ਕਿ ਸਰੀਰ ਦੇ ਜ਼ਰੀਏ ਹੀ ਅਸੀਂ ਆਪਣੇ ਸਰੀਰ ਅੰਦਰ ਮੌਜੂਦ ਅਮਰ ਆਤਮਾ ਦੀ ਮੌਜੂਦਗੀ ਦਾ ਅਹਿਸਾਸ ਕਰ ਸਕਦੇ ਹਾਂ। ਇਸ ਵਾਸਤੇ ਆਪਣੇ ਮਨ ਅੰਦਰ ਇਹ ਖ਼ਿਆਲ ਪੱਕਾ ਕਰ ਲਓ ਕਿ ਅਸੀਂ ਆਪਣੀ ਆਤਮਾ ਦੀ ਮੌਜੂਦਗੀ ਦਾ ਅਹਿਸਾਸ ਕਰਨਾ ਹੀ ਹੈ। ਆਪਣੇ

ਹੀ ਸਰੀਰ ਅੰਦਰੋਂ ਆਪਣੀ ਆਤਮਾ ਦੀ ਮੌਜੂਦਗੀ ਦਾ ਅਹਿਸਾਸ ਕਰ ਲੈਣ ਦਾ ਸੰਕਲਪ ਕਰ ਲਉ ਤਾਂ ਹੀ ਤੁਸੀਂ ਭਵਸਾਗਰ ਪਾਰ ਕਰ ਸਕੋਗੇ। ਜਨਮ-ਮਰਨ ਦੇ ਚੱਕਰ ਤੋਂ ਬਾਹਰ ਨਿਕਲ ਸਕੋਗੇ। ਨਹੀਂ ਤਾਂ ਸਮਾਂ ਹੀ ਨਿਕਲ ਜਾਵੇਗਾ। ਇਹ ਸਰੀਰ ਤੁਹਾਡੇ ਪਾਸੋਂ ਛੁੱਟ ਹੀ ਜਾਵੇਗਾ :

ਬੇੜਾ ਬੰਨ ਨਾ ਸਕਿਓ ਬੰਧਨ ਕੀ ਬੇਲਾ॥
ਭਰ ਸਰਵਰ ਜਬ ਉਛਲੇ ਤਬ ਤਰਣ ਦੁਹੇਲਾ॥

ਜਦੋਂ ਮਨ ਅੰਦਰ ਆਪਣੇ ਸਾਖਸ਼ੀ ਭਾਵ ਦੀ ਮੌਜੂਦਗੀ ਦਾ ਅਹਿਸਾਸ ਕਰ ਲੈਣ ਦੀ ਚਾਹ ਪੈਦਾ ਹੋ ਜਾਂਦੀ ਹੈ ਤਾਂ ਫਿਰ ਅਸੀਂ ਸਰੀਰਕ ਮੋਹ ਤੋਂ ਉੱਚੇ ਉੱਠਣ ਲੱਗਦੇ ਹਾਂ। ਫਿਰ ਅਸੀਂ ਸਾਰੀਆਂ ਔਕੜਾਂ ਤੋਂ ਪਾਰ ਹੋ ਜਾਂਦੇ ਹਾਂ। ਜਦੋਂ ਮਨ ਹੀ ਨਿਰਮਲ ਹੋ ਜਾਵੇ ਤਾਂ ਕਰਤਾ ਆਪ ਹੀ ਸਾਡੇ ਮੂੰਹੋਂ ਬੋਲ ਕਢਵਾਉਣ ਲੱਗ ਜਾਂਦਾ ਹੈ। ਗੁਰੂ ਨਾਨਕ ਦੇਵ ਜੀ ਬਹੁਤ ਸਰਲਤਾ ਨਾਲ ਕਹਿ ਗਏ ਹਨ :

ਏਤੇ ਕੂਕਰ ਹਉ ਬੇਗਾਨਾ ਭਉਕਾ ਇਸ ਤਨ ਤਾਈ॥

ਜਦੋਂ ਸਾਨੂੰ ਆਪਣੇ ਅੰਦਰੋਂ ਇਹ ਸਮਝ ਆਉਣ ਲੱਗ ਜਾਂਦੀ ਹੈ ਕਿ ਦੋ ਬੇੜੀਆਂ 'ਚ ਸਵਾਰ ਹੋ ਡੁੱਬਣ ਦਾ ਖ਼ਤਰਾ ਹੁੰਦਾ ਹੈ ਤਾਂ ਫਿਰ ਇਕ ਬੇੜੀ 'ਚ ਹੀ ਸਵਾਰ ਹੋਣਾ ਚਾਹੀਦਾ ਹੈ। ਮੈਂ ਤਾਂ ਜੋ ਕੁਝ ਠੀਕ ਸਮਝਦਾ ਹਾਂ ਲਿਖਦਾ ਰਹਿੰਦਾ ਹਾਂ। ਲਿਖਣ 'ਚ ਹੀ ਮੇਰਾ ਮਨ ਲੀਨ ਹੋਇਆ ਹੋਇਆ ਹੈ। ਸਾਡਾ ਮਨ ਇਕ ਅਜਿਹਾ ਸੂਖਸ਼ਮ ਯੰਤਰ ਹੈ ਕਿ ਮਨ ਆਪਣੀ ਆਕੜ ਛੱਡਣ ਵਾਸਤੇ ਕੋਈ ਬਾਹਰੀ ਸਹਾਰਾ ਲੱਭਦਾ ਹੈ। ਦੂਜੇ ਜਿਹੜੇ ਵਿਅਕਤੀ ਆਪਣੇ ਮਨ ਨੂੰ ਜਿੱਤ ਲੈਂਦੇ ਹਨ, ਉਹ ਮਨ ਅਧੀਨ ਲੋਕਾਂ ਨੂੰ ਸਮਝਾਉਣ ਦੀਆਂ ਕੋਸ਼ਿਸ਼ਾਂ ਕਰਨ ਲੱਗ ਜਾਂਦੇ ਹਨ। ਇਥੇ ਇਕ ਔਕੜ, ਇਕ ਉਲਝਣ ਹੋਰ ਪੇਸ਼ ਆਉਣ ਲੱਗ ਜਾਂਦੀ ਹੈ। ਬ੍ਰਹਮ-ਗਿਆਨੀ ਤਾਂ ਨਿਸ਼ਕਾਮ ਸੇਵਾ ਕਰਦੇ ਹਨ। ਆਪਣੇ ਮਨ ਦੀ ਹਲੀਮੀ ਨਾਲ ਲੋਕਾਂ ਨੂੰ ਆਤਮਾ ਦੀ ਮੌਜੂਦਗੀ ਬਾਰੇ ਹੀ ਸਮਝਾਉਂਦੇ ਹਨ। ਉਨ੍ਹਾਂ ਦੀ ਰੀਸ ਕਰਨੇ ਵਾਲੇ ਨਕਲੀ ਗੁਰੂ ਆਪਣੇ ਆਪ ਨੂੰ ਗੁਰੂ ਅਖਵਾਉਣ ਦੀ ਚਾਹਤ ਕਰਨ ਵਾਲੇ ਲੋਕਾਂ ਨੂੰ ਗੁਮਰਾਹ ਕਰਨ ਲੱਗ ਜਾਂਦੇ ਹਨ। ਜਿਵੇਂ ਕਿ ਅੱਠਵੇਂ ਗੁਰੂ ਸ੍ਰੀ ਹਰਿਕ੍ਰਿਸ਼ਨ ਜੀ ਨੇ ਜਦੋਂ ਇਹ ਕਹਿ ਦਿੱਤਾ ਕਿ 'ਬਾਬਾ ਬਕਾਲੇ'। ਤਾਂ 22 ਮੰਜੀਆਂ ਭਾਵ 22 ਅਖੌਤੀ ਗੁਰੂ ਆਪਣੇ ਆਪ ਨੂੰ ਗੁਰੂ ਕਹਾਉਣ ਦੀ ਚਾਹਤ ਨਾਲ ਡੇਰੇ ਜਮਾ ਕੇ ਬੈਠ ਗਏ ਸਨ।

ਇਹ ਤਾਂ ਮੱਖਣ ਸ਼ਾਹ ਦੀ ਹੀ ਦੂਰਅੰਦੇਸ਼ੀ ਸੀ ਜਿਨ੍ਹਾਂ ਨੇ ਗੁਰੂ ਤੇਗ ਬਹਾਦੁਰ ਸਾਹਿਬ ਦੀ ਪਹਿਚਾਣ ਕਰ ਲਈ ਸੀ। ਅੱਜ ਇੰਨੇ ਗੁਰੂ ਬਣੇ ਬੈਠੇ ਹਨ। ਅਸਲੀ-ਨਕਲੀ ਦੀ ਪਹਿਚਾਣ ਕਰ ਲੈਣਾ ਹੀ ਟੇਢੀ ਖੀਰ ਬਣਿਆ ਹੋਇਆ ਹੈ।

ਭੇਖ ਵਿਖਾਇਓ ਜਗਤ ਕੋ ਲੋਗਨ ਕੋ ਬਸ ਕੀਨ॥
ਅੰਤ ਕਾਲ ਕਾਤੀ ਕਟੇ ਵਾਸ ਨਰਕ ਮਹਿ ਲੀਨ॥

ਮੈਂ ਤਾਂ ਅਖੀਰ ਇਹ ਹੀ ਕਹਿਣਾ ਚਾਹੁੰਦਾ ਹਾਂ ਕਿ ਲੋਕਾਂ ਵੱਲ ਵੇਖਣ ਦੀ ਗੱਲ ਨਹੀਂ ਹੈ। ਇਹ ਤਾਂ ਮਨ ਅਤੇ ਆਤਮਾ ਦੀਆਂ ਆਵਾਜ਼ਾਂ 'ਚੋਂ ਆਪਣੀ ਹੀ ਆਤਮਾ ਦੀ ਪਹਿਚਾਣ ਕਰ ਲੈਣ ਦੀ ਹੀ ਗੱਲ ਹੈ ਕਿ ਕੀ ਅਸੀਂ ਇੰਨੀ ਕਾਬਲੀਅਤ ਦੇ ਮਾਲਿਕ ਹਾਂ ਕਿ ਨਹੀਂ। ਗੱਲ ਤਾਂ ਦੋਨਾਂ 'ਚੋਂ ਇਕ ਨੂੰ ਚੁਣ ਲੈਣ ਦੀ ਹੀ ਹੈ। ਆਪਾ ਪੜਚੋਲ ਕਰਨ ਦੀ ਗੱਲ ਹੈ। ਜਿਹੜੇ ਵਿਰਲੇ ਦੋਨਾਂ ਦੀ ਮਨ ਅਤੇ ਆਤਮਾ ਦੀਆਂ ਆਵਾਜ਼ਾਂ 'ਚੋਂ ਆਪਣੀ ਹੀ ਆਤਮਾ ਦੀ ਪਹਿਚਾਣ ਕਰ ਲੈਣ ਦੀ ਗੱਲ ਹੈ ਕਿ ਕੀ ਅਸੀਂ ਇੰਨੀ ਕਾਬਲੀਅਤ ਦੇ ਮਾਲਿਕ ਹਾਂ ਕਿ ਨਹੀਂ। ਗੱਲ ਤਾਂ ਦੋਨਾਂ 'ਚੋਂ ਇਕ ਨੂੰ ਚੁਣ ਲੈਣ ਦੀ ਹੀ ਹੈ। ਆਪਾ ਪੜਚੋਲ ਕਰਨ ਦੀ ਗੱਲ ਹੈ। ਜਿਹੜੇ ਵਿਰਲੇ ਦੋਨਾਂ ਦੀ ਮਨ ਅਤੇ ਆਤਮਾ ਦੀਆਂ ਆਵਾਜ਼ਾਂ ਨੂੰ ਸਮਝਣ ਲੱਗ ਜਾਂਦੇ ਹਨ। ਉਹ ਆਪਣੇ ਅੰਦਰੋਂ ਇਕ ਦੀ ਸ਼ਰਣ 'ਚ ਪਹੁੰਚ ਜਾਂਦੇ ਹਨ।

ਖੂਨ ਦਾ ਬਦਲਾ ਖੂਨ ਨਹੀਂ।

ਹਰ ਖੂਨ ਦਾ ਬਦਲਾ ਖੂਨ ਨਹੀਂ, ਕਾਤਿਲ ਵੀ ਆਸਾਨੀ ਨਾਲ ਮਾਰੇ ਜਾਂਦੇ ਨੇ। ਗਰਮਜੋਸ਼ੀ 'ਚ ਗਰਮ ਮਾਹੌਲ ਹੁੰਦਾ – ਠੰਡੇ ਸੁਭਾਅ ਆਖਿਰ ਸਤਿਕਾਰੇ ਜਾਂਦੇ ਨੇ।

ਮੰਦੇ ਕਰਮੀਂ ਨਾਨਕਾ ਮੰਦਾ ਹੀ ਹੋਵੇ
ਮੰਦੇ ਕਰਮ ਸ਼ਦਾ ਫਿਟਕਾਰੇ ਜਾਂਦੇ ਨੇ।
ਭੋਲੇ ਪੰਛੀ ਰਹਿਣ ਕਲੋਲਾਂ ਕਰਦੇ,
ਪੰਛੀਆਂ ਨੂੰ ਅਣਚਿੰਤੇ ਬਾਜ ਪੈ ਜਾਂਦੇ ਨੇ।
ਸ਼ਿਕਾਰੀ ਭਾਵੇਂ ਬਾਜ ਦਾ ਨਿਸ਼ਾਨਾ ਵਿੰਨ੍ਹਣ,
ਸ਼ਿਕਾਰੀਆਂ ਨੂੰ ਸੱਪ ਡੰਗ ਜਾਂਦੇ ਨੇ।
ਉੱਚੇ ਸਿੰਬਲਾਂ ਨੂੰ ਫਲ ਕਿੱਥੇ ਲੱਗਦੇ,
ਨੀਵੇਂ ਰੁੱਖ ਭਲੀ ਭਰ ਜਾਂਦੇ ਨੇ।
ਜ਼ੋਰ ਵਿਖਾਉਣਾ ਸਦਾ ਹੀ ਜ਼ੁਲਮ ਹੈ।
ਖਿਮਾਂ ਵਾਲੇ ਸਦਾ ਤਰ ਜਾਂਦੇ ਨੇ।
ਜਹਾਂ ਖਿਮਾਂ ਤਹਾਂ ਹਾਜ਼ਿਰ ਹੈ ਉਹ ਸੱਜਣ,
ਖਿਮਾਂ ਵਾਲੇ ਅਜਰ ਜਰ ਜਾਂਦੇ ਨੇ।
ਸੱਜਣ ਵਰਗੇ ਰਹਿਣ ਠੱਗੀਆਂ ਮਾਰਦੇ,
ਸੰਤਾਂ ਸੰਗ ਉਹ ਵੀ ਤਰ ਜਾਂਦੇ ਨੇ।

ਜੋ ਗਰੀਬ ਦੀ ਗਰੀਬੀ ਤੇ ਹੱਸਣ,
ਉਹ ਆਹਾਂ ਨਾਲ ਮਰ ਜਾਂਦੇ ਨੇ।
ਬੁਰੀ ਹੁੰਦੀ ਹੈ ਆਹ ਗਰੀਬ ਦੀ,
'ਦਲਬਾਰੇ' ਨੀਵੇਂ ਮਨਾਂ ਵਾਲੇ ਜਿੱਤ ਜਾਂਦੇ ਨੇ।

ਇਹ ਕਹਿਣ ਦੀ ਗੱਲ ਨਹੀਂ ਕਿ ਆਤਮਾ ਕਿਵੇਂ ਅਮਰ ਹੈ। ਆਤਮਾ ਦੀ ਮੌਜੂਦਗੀ ਦਾ ਜਿਨ੍ਹਾਂ ਨੂੰ ਆਪਣਾ ਨਿੱਜੀ ਅਹਿਸਾਸ ਹੋਣ ਲੱਗ ਜਾਂਦਾ ਹੈ, ਉਹ ਭਾਵੇਂ ਆਪਣੀਆਂ ਭਾਵਨਾਵਾਂ ਦੇ ਵੇਗ 'ਚ ਰੁੜ੍ਹਦੇ ਹੋਏ ਵਾਰਤਾ 'ਚ ਕਰਨ। ਬੱਸ ਅਜਰ ਨੂੰ ਜਰਨ ਵਾਲੇ ਆਪਣੇ ਨਿਰਾਲੇ ਸਾਖਸ਼ੀ ਭਾਵ ਦੀ ਮੌਜੂਦਗੀ ਦੇ ਅਹਿਸਾਸ ਨੂੰ ਛੁਪਾ ਨਹੀਂ ਸਕਦੇ। ਉਨ੍ਹਾਂ ਦੇ ਨਿਰਾਲੇ ਵਿਓਹਾਰ ਨੂੰ ਵੇਖਣ ਵਾਲੇ ਉਨ੍ਹਾਂ ਦਾ ਸਤਿਕਾਰ ਕਰਨੋਂ ਹਟਦੇ ਨਹੀਂ ਹਨ। ਜਿਥੇ ਸ਼ਮ੍ਹਾਂ ਜਲ ਪੈਂਦੀ ਹੈ ਉਥੇ ਮਰਜੀਵੜੇ ਆਪਾ ਵਾਰਨ ਵਾਸਤੇ ਆ ਹੀ ਜਾਂਦੇ ਹਨ।

ਇਸ ਤਰ੍ਹਾਂ ਜਿਨ੍ਹਾਂ ਵਿਰਲੇ ਬ੍ਰਹਮ-ਗਿਆਨੀਆਂ ਦੇ ਹਿਰਦੇ ਕੌਲ ਖਿਲ੍ਹ ਜਾਂਦੇ ਹਨ ਉਨ੍ਹਾਂ ਦਾ ਵਿਓਹਾਰ ਹੀ ਨਿਰਾਲਾ ਨਜ਼ਰ ਆਉਣ ਲੱਗ ਜਾਂਦਾ ਹੈ। ਦੂਜੇ ਜੋ ਗੱਲ ਮੈਂ ਸਪੱਸ਼ਟ ਕਰਨੀ ਚਾਹੁੰਦਾ ਹਾਂ ਉਹ ਇਹ ਹੈ ਕਿ ਗੱਲ ਤਾਂ ਬਹੁਤ ਹੀ ਸਪੱਸ਼ਟ ਹੈ ਕਿ ਮਨ ਹੀ ਜਦੋਂ ਪ੍ਰਤੀਕ੍ਰਿਆ ਕਰਨੋਂ ਹਟ ਜਾਂਦਾ ਹੈ। ਮੈਂ ਤਾਂ ਜੋ ਕੁਝ ਸੰਸਾਰ ਵਿਚ ਲੋਕਾਂ ਦਾ ਵਿਓਹਾਰ ਵੇਖਿਆ ਹੈ ਉਸ ਨੂੰ ਬਿਨਾਂ ਝਿਜਕ ਲਿਖ ਰਿਹਾ ਹਾਂ। ਮੈਂ ਤਾਂ ਛੋਟੀਆਂ ਛੋਟੀਆਂ ਗੱਲਾਂ ਦਾ ਗਹਿਰਾਈ ਨਾਲ ਵਿਚਾਰ ਕਰਦਾ ਰਹਿੰਦਾ ਹਾਂ। ਇਕ ਗੱਲ ਮੈਨੂੰ ਬਹੁਤ ਅੱਖਰਦੀ ਹੈ ਕਿ ਜਿਨ੍ਹਾਂ ਲੋਕਾਂ ਪਾਸ ਕਿਸੀ ਵੀ ਕਾਰਨ ਧਨ-ਦੌਲਤ ਆ ਜਾਵੇ ਤਾਂ ਉਹ ਉਪਰੋਂ ਉਪਰੋਂ ਤਾਂ ਹਰ ਪਲ ਵਿਖਾਵਾ ਕਰਦੇ ਹਨ ਕਿ ਉਹ ਹਰ ਪਲ ਪ੍ਰਮਾਤਮਾ ਦਾ ਗੁਣਗਾਨ ਕਰ ਰਹੇ ਹਨ। ਮੈਨੂੰ ਗੱਡੀ ਸਿੱਖਣ ਤੋਂ ਬਾਅਦ ਇਕ ਬਹੁਤ ਹੀ ਗੁਰਸਿੱਖ ਪਾਸ ਡਰਾਇਵਰੀ ਕਰਨੀ ਪਈ ਸੀ। ਉਸ ਨੇ ਆਪਣੀ ਹੌਂਡਾ ਕਾਰ ਦੇ ਪਿਛਲੇ ਸ਼ੀਸ਼ੇ ਤੇ ਮੋਟੇ ਮੋਟੇ ਅੱਖਰਾਂ ਵਿਚ ਲਿਖਵਾਇਆ ਹੋਇਆ ਸੀ :

ਇਹ ਭੀ ਦਾਤ ਤੇਰੀ ਦਾਤਾਰ।

ਮੇਰਾ ਇਥੇ ਇਹ ਬਿਲਕੁਲ ਇਰਾਦਾ ਹੀ ਨਹੀਂ ਹੈ ਕਿ ਮੈਂ ਕਿਸੀ ਦੀ ਨਿੰਦਾ-ਚੁਗਲੀ ਕਰਾਂ। ਮੈਂ ਤਾਂ ਸਿਰਫ ਵਿਓਹਾਰ ਬਾਰੇ ਹੀ ਦੱਸਣਾ ਚਾਹੁੰਦਾ ਹਾਂ ਕਿ ਜਿਨ੍ਹਾਂ ਪਾਸ ਦੌਲਤ ਆ ਜਾਂਦੀ ਹੈ ਉਨ੍ਹਾਂ ਦੇ ਹਿਰਦੇ ਕੋਮਲ ਹੋਣ ਦੀ ਬਜਾਏ ਪੱਥਰ ਦੇ ਬਣ ਜਾਂਦੇ ਹਨ। ਮੈਂ ਜਿਸ ਸੇਠ ਦੇ ਵਿਓਹਾਰ ਬਾਰੇ ਲਿਖ ਰਿਹਾ ਹਾਂ ਉਹ ਗੁਰਸਿੱਖ ਵੇਖਣ ਤੋਂ ਤਾਂ ਇਸ ਤਰ੍ਹਾਂ ਲੱਗਦਾ ਸੀ ਕਿ ਇਹ ਗੁਰਸਿੱਖ ਪਲ ਪਲ ਪ੍ਰਮਾਤਮਾ ਦਾ ਸਿਮਰਨ ਕਰ ਰਿਹਾ ਹੈ। ਅਜੇ ਮੈਨੂੰ ਉਸ ਦੇ ਪਾਸ ਨੌਕਰੀ ਕਰਦੇ ਹੋਏ ਸਿਰਫ ਚਾਰ ਹੀ ਦਿਨ ਹੋਏ ਸਨ ਕਿ ਉਹ ਆਪਣੇ ਮਨ ਦੀ ਆਕੜ

ਵਿਖਾਉਣ ਲੱਗ ਪਿਆ। ਉਸ ਦੀ ਖਰ੍ਹਵੀ ਬੋਲੀ ਉਸ ਦੇ ਮਨ ਦੀ ਆਕੜ ਦਾ ਪ੍ਰਗਟਾਵਾ ਕਰ ਰਹੀ ਸੀ। ਚਾਂਦਨੀ ਚੌਕ ਵੜਦੇ ਸਾਰ ਹੀ ਉਹ ਰਿਕਸ਼ੇ ਵਾਲਿਆਂ ਨੂੰ ਗੰਦੀਆਂ ਗੰਦੀਆਂ ਗਾਲ੍ਹਾਂ ਕੱਢਣ ਲੱਗ ਜਾਂਦਾ ਸੀ। "ਸਾਲੇ ਕਮੀਣ ਭੁੱਖੇ ਮਰਦੇ ਰਿਕਸ਼ਾ ਚਲਾਉਣ ਲੱਗ ਪਏ ਹਨ। ਆਪਣੇ ਆਪ ਨੂੰ ਨਾਢੂ ਖਾਂ ਸਮਝ ਰਹੇ ਹਨ।" ਖੈਰ ਮੈ ਤਾਂ ਮਨ ਦੀ ਹਲੀਮੀ ਅਤੇ ਮਨ ਦੀ ਆਕੜ ਬਾਰੇ ਹੀ ਵੇਖਦਾ ਰਿਹਾ ਹਾਂ ਕਿ ਜਿਨ੍ਹਾਂ ਪਾਸ ਧਨ-ਦੌਲਤ ਹੁੰਦਾ ਹੈ ਉਹ ਕਿਵੇਂ ਆਪਣੇ ਮਨ ਦੀ ਆਕੜ ਨਾਲ ਹੀ ਆਫਰੇ ਰਹਿੰਦੇ ਹਨ। ਅਜਿਹੇ ਲੋਕਾਂ ਦੇ ਮਨ ਅੰਦਰ ਆਪਣੇ ਸਾਖਸ਼ੀ ਭਾਵ ਦੀ ਮੌਜੂਦਗੀ ਦਾ ਕਿਵੇਂ ਖ਼ਿਆਲ ਤਾਜ਼ਾ ਰਹਿ ਸਕਦਾ ਹੈ। ਜਦੋਂ ਮਨ ਅੰਦਰ ਆਪਣੇ ਸਾਖਸ਼ੀ ਭਾਵ ਦੀ ਯਾਦ ਬਣੀ ਰਹਿਣ ਲੱਗ ਜਾਂਦੀ ਹੈ ਤਾਂ ਫਿਰ ਸਾਡਾ ਮਨ ਆਪਣੀ ਪ੍ਰਤੀਕ੍ਰਿਆ ਕਰਨ ਤੋਂ ਹਟ ਸਕਦਾ ਹੈ। "ਅਮਲਾ ਅਗਨੀ ਹੋਤ ਹੈ। ਆਵਤ ਹੋਵਤ ਪਾਣੀ।" ਕਿੰਨੀ ਅਜੀਬ ਗੱਲ ਹੈ ਕਿ ਆਤਮਾ ਪ੍ਰਮਾਤਮਾ ਦੀ ਮੌਜੂਦਗੀ ਦੇ ਆਪਣੇ ਸਮਾਜ ਅੰਦਰ ਢੋਲ ਵਜਾਏ ਜਾ ਰਹੇ ਹਨ। ਫਿਰ ਵੀ ਲੋਕਾਂ ਦੇ ਵਿਓਹਾਰ 'ਚ ਰੱਤੀ ਭਰ ਵੀ ਬਦਲਾਓ ਨਜ਼ਰ ਨਹੀਂ ਆ ਰਿਹਾ ਹੈ।

ਰਿਮਝਿਮ ਬਰਸੇ ਅੰਮ੍ਰਿਤ ਧਾਰਾ।

ਹਰ ਵਿਸ਼ੇ ਤੇ ਸਾਡੀ ਅਮਰ ਆਤਮਾ ਆਪਣੀ ਰਾਏ ਦਿੰਦੀ ਹੈ। ਹਰ ਵਿਅਕਤੀ ਇਹ ਮੰਨਦਾ ਵੀ ਹੈ ਕਿ ਆਤਮਾ ਦੀ ਆਵਾਜ਼ ਸੱਚੀ ਹੁੰਦੀ ਹੈ। ਮੈਂ ਕਾਫੀ ਕੁਝ ਦੁਹਰਾ ਰਿਹਾ ਹਾਂ।

ਬਾਰ ਬਾਰ ਕੇ ਕੂਕਣੇ ਜੇ ਦਰ ਸੁਣੇ ਪੁਕਾਰ।

ਪਹਿਲਾਂ ਪਹਿਲ ਤਾਂ ਅਰਦਾਸ ਵੀ ਇਸੇ ਤਰ੍ਹਾਂ ਕੀਤੀ ਜਾਂਦੀ ਹੈ ਜਿਵੇਂ ਅਸੀਂ ਟੋਭੇ 'ਚ ਡਲ੍ਹਾ ਸੁੱਟ ਰਹੇ ਹੋਈਏ। ਭਾਵ ਅਸੀਂ ਅਰਦਾਸ ਵੀ ਵੇਖਾ ਵੇਖੀ ਕਰਦੇ ਰਹਿੰਦੇ ਹਾਂ। ਮੇਰੇ ਦੇਖੇ ਤਾਂ ਹੋਸ਼ ਨਾਲ ਅਰਦਾਸ ਕਰਨ ਨਾਲ ਮੂੰਹੋਂ ਅਰਦਾਸ ਨਿਕਲਦੀ ਹੀ ਨਹੀਂ ਹੈ। ਜਿਉਂ ਹੀ ਅਸੀਂ ਆਪਣੇ ਮਨ ਦੇ ਵਿਚਾਰਾਂ ਵੱਲ ਵੇਖਣ ਲੱਗ ਜਾਂਦੇ ਹਾਂ, ਮਨ ਹੀ ਮੌਨ ਹੋ ਜਾਂਦਾ ਹੈ। ਜਦੋਂ ਮਨ ਹੀ ਮੌਨ ਹੋ ਜਾਵੇ ਤਾਂ ਫਿਰ ਗਿਆਤਾ ਹੀ ਪਿੱਛੇ ਬਚਦਾ ਹੈ। ਇਹ ਹੀ ਸਾਡਾ ਬ੍ਰਹਮ ਹੁੰਦਾ ਹੈ।

ਜੱਗ ਰਚਨਾ

ਜੱਗ ਰਚਨਾ ਰਚਾਈ ਕਰਤਾਰ ਨੇ,
ਉਹ ਰਚਨਾ ਰਚਾਉਂਦੇ ਹੀ ਰਹਿਣਗੇ।
ਸੱਚੇ ਸੰਤ ਜੱਗ ਸਦਾ ਆਉਂਦੇ,
ਉਹ ਆਉਂਦੇ ਹੀ ਰਹਿਣਗੇ।

ਇਕ ਰਾਜੇ ਇਕ ਭਿਖਾਰੀ ਜੀ,
ਉਹ ਆਪਣੇ ਰੰਗ ਵਿਖਾਉਂਦੇ ਹੀ ਰਹਿਣਗੇ।
ਹਰ ਕਿਰਤ ਦੇ ਪਿੱਛੇ ਕਰਤੇ ਦਾ ਹੱਥ,
ਫੱਕਰ ਫਰੇਬੀ ਆਉਂਦੇ ਜਾਂਦੇ ਰਹਿਣਗੇ।
ਸੱਚੇ ਸੰਤ ਨੇ ਨਾਮ ਜਪਵਾਉਂਦੇ,
ਉਹ ਸਦਾ ਨਾਮ ਜਪਵਾਉਂਦੇ ਰਹਿਣਗੇ।
ਝੂਠੇ ਸੰਤ ਨੇ ਸਦਾ ਫਰੇਬ ਕਰਦੇ,
ਉਹ ਵੀ ਆਪਣਾ ਫਰੇਬ ਚਲਾਉਂਦੇ ਰਹਿਣਗੇ।
ਦੇਵ ਦੈਂਤ ਜੱਛਨ ਉਪਜਾਏ, ਇਕ ਨੇ
ਉਹ ਇਕ ਰਚਨਾ ਦਾ ਮਾਲਿਕ ਹੈ,
ਉਹ ਆਪਣੀ ਰਚਨਾ ਰਚਾਉਂਦੇ ਹੀ ਰਹਿਣਗੇ।
ਕਹਿਣੀ ਕਰਨੀ 'ਚ ਬਹੁਤ ਅੰਤਰ ਹੈ,
ਸੱਚਾ ਉਪਦੇਸ਼ ਨੇ ਬਹੁਤ ਸੁਣਦੇ,
ਅਮਲਾਂ ਵਾਲੇ ਸਦਾ ਤਰਦੇ ਰਹਿਣਗੇ।
ਕਹਿਣੀ ਨਾਲੋਂ ਅਮਲਾਂ ਵਾਲੇ ਤਰਦੇ ਰਹਿਣਗੇ।
ਸੱਚੇ ਅਮਲਾਂ ਬਾਝੋਂ ਹੁੰਦਾ ਨਹੀਂ ਨਬੇੜਾ,
ਸਦਾ ਅਮਲਾਂ ਵਾਲੇ ਤਰਦੇ ਰਿਹਣਗੇ।
'ਦਲਬਾਰੇ' ਉਸ ਨੇ ਕਾਲ ਚੱਕਰ ਹੈ ਚਲਾਇਆ,
ਚੱਕਰ 'ਚ ਸਭ ਆਉਂਦੇ ਜਾਂਦੇ ਰਹਿਣਗੇ।

ਹੁਣ ਤਾਂ ਕੋਈ ਸ਼ੱਕ-ਸੰਦੇਹ ਦੀ ਗੱਲ ਨਹੀਂ ਹੈ। ਸਾਇੰਸਦਾਨਾਂ ਨੇ ਪ੍ਰਮਾਣਿਤ ਕਰ ਦਿੱਤਾ ਹੈ ਕਿ ਧਰਤੀ ਗੋਲ ਹੈ। ਫਿਰ ਵੀ ਅਜਿਹੇ ਬਹੁਤ ਹਨ ਜਿਨ੍ਹਾਂ ਸੱਚਾਈ ਨੂੰ ਬਹੁਤ ਧਿਆਨ ਨਾਲ਼ ਵੇਖਿਆ ਹੈ। ਗੱਲ ਕੁਝ ਵੀ ਨਹੀਂ ਹੁੰਦੀ ਪਰੰਤੂ ਇਕ ਛੋਟੀ ਜਿਹੀ ਗੱਲ ਹੀ ਪੂਰੀ ਦੀ ਪੂਰੀ ਵਿਚਾਰਧਾਰਾ ਨੂੰ ਹੀ ਬਦਲ ਕੇ ਰੱਖ ਦਿੰਦੀ ਹੈ। ਕੋਈ ਗੱਲ ਸਾਡੀ ਸਮਝ 'ਚ ਨਾ ਆ ਰਹੀ ਹੋਵੇ ਤਾਂ ਅਸੀਂ ਮਜ਼ਾਕ 'ਚ ਹੀ ਕਹਿ ਛੱਡਦੇ ਹਾਂ ਕਿ ਇਕ ਸੀ ਰਾਜਾ ਇਕ ਸੀ ਰਾਣੀ ਦੋਨੋਂ ਮਰ ਗੇ ਖਤਮ ਕਹਾਣੀ। ਇਹ ਕਹਾਣੀ ਵੀ ਅਜਿਹੀ ਹੀ ਹੈ ਜਿਸ ਬਾਰੇ ਭਾਵੇਂ ਜਿੰਨੇ ਮਰਜ਼ੀ ਵਿਸਥਾਰ ਨਾਲ ਸਮਝਾਉਣ ਦੀਆਂ ਕੋਸ਼ਿਸ਼ਾਂ ਕਰਦੇ ਰਹੋ ਪਰੰਤੂ ਇਹ ਕਹਾਣੀ ਕਦੇ ਖਤਮ ਹੁੰਦੀ ਹੀ ਨਹੀਂ ਹੈ।

ਉਹ ਕਿਹੜੀ ਕਹਾਣੀ ਹੈ ਜੋ ਕਦੇ ਸਮਾਪਤ ਨਹੀਂ ਹੁੰਦੀ ਹੈ ? ਮੇਰੇ ਮਨ ਅੰਦਰ ਇਕ ਕਹਾਣੀ ਸਮਝ ਆ ਰਹੀ ਹੈ। ਪਰੰਤੂ ਕੋਈ ਵੀ ਗੱਲ ਆਪ ਸਮਝਣੀ ਹੋਵੇ ਤਾਂ ਸਮਝ ਆ ਵੀ ਜਾਂਦੀ ਹੈ। ਜਦੋਂ ਕਹਾਣੀ ਦੂਸਰੇ ਨੂੰ ਸੁਨਾਉਣੀ

ਪੈਂਦੀ ਹੈ ਤਾਂ ਉਹ ਸੁਲਝਣ ਦੀ ਬਜਾਏ ਉਲਝਦੀ ਹੀ ਜਾਂਦੀ ਹੈ। ਪੀੜ੍ਹੀ-ਦਰ-ਪੀੜ੍ਹੀ ਅਸੀਂ ਪ੍ਰਮਾਤਮਾ ਦੀ ਕਣ ਕਣ 'ਚ ਮੌਜੂਦਗੀ ਬਾਰੇ ਸੁਣਦੇ ਆ ਰਹੇ ਹਾਂ ਜਿਸ ਨੂੰ ਇਹ ਕਹਾਣੀ ਸਮਝ ਆ ਜਾਂਦੀ ਹੈ ਉਹ ਤਾਂ ਚੁੱਪ ਹੀ ਕਰ ਜਾਂਦੇ ਹਨ। ਜਿਨ੍ਹਾਂ ਦੇ ਮਨ ਹੀ ਸ਼ਾਂਤ ਨਹੀਂ ਹੁੰਦੇ ਉਹ ਆਪਣੀਆਂ ਮਿਥਾਂ ਮਿਥ ਕੇ ਜੋ ਲੰਬੀਆਂ ਲੰਬੀਆਂ ਕਹਾਣੀਆਂ ਘੜਣ ਲੱਗ ਜਾਂਦੇ ਹਨ। ਬੇਬੂਝ ਪਗਡੰਡੀਆਂ ਪੈਦਾ ਕਰ ਦਿੰਦੀਆਂ ਹਨ। ਆਪਣੇ ਰਿਸ਼ੀ-ਮੁਨੀ, ਬ੍ਰਹਮ-ਗਿਆਨੀ ਸਾਨੂੰ ਇਕ ਹੀ ਰਸਤਾ ਵਿਖਾਉਣ ਦੀਆਂ ਕੋਸ਼ਿਸ਼ਾਂ ਕਰਦੇ ਰਹਿੰਦੇ ਹਨ। ਮੈਨੂੰ ਪਤਾ ਨਹੀਂ ਕਿਉਂ ਕੁਝ ਨਾ ਕੁਝ ਲਿਖਣ ਦੀ ਪ੍ਰੇਰਨਾ ਉਠਦੀ ਹੀ ਰਹਿੰਦੀ ਹੈ। ਮੈਂ ਆਪਣੇ ਮਨ ਦੇ ਵਹਿਣ 'ਚ ਵਹਿੰਦੇ ਹੋਏ ਗੋਤੇ ਲਾਉਂਦਾ ਹੀ ਰਹਿੰਦਾ ਹਾਂ। ਬੱਸ ਮਨ ਅੰਦਰ ਇਹ ਇੱਛਾ ਬਣੀ ਹੀ ਰਹਿੰਦੀ ਹੈ ਕਿ ਪਤਾ ਨਹੀਂ ਕੁਦਰਤ ਮੇਰੇ ਹੱਥੋਂ ਕੀ-ਕੁਝ ਅਜੀਬ ਲਿਖਵਾ ਦੇਵੇ। ਸੋ ਹਰ ਮਨ ਪਿਆਰੇ ਬੋਲ ਸਿੱਧ ਹੋ ਸਕਣ। ਇਸੇ ਆਸ਼ਾ ਨਾਲ ਮੇਰੀ ਕਲਮ ਚਲਦੀ ਹੀ ਰਹਿੰਦੀ ਹੈ ਕਿ ਜੋ ਇਕ ਹੈ ਉਹ ਤਾਂ ਇਕ ਹੀ ਹੈ। ਪਰੰਤੂ ਜੋ ਮਨ ਅੰਦਰ ਅਨੰਤਤਾ ਨੂੰ ਵੇਖਣ ਦੀ ਚਾਹਤ ਹੈ। ਉਹ ਕਦੇ ਕਦੇ ਆਪ ਹੀ ਜ਼ੋਰ ਪਕੜ ਲੈਂਦੀ ਹੈ। ਮੈਂ ਕਿਸੇ ਵੀ ਭਾਵਨਾ ਨੂੰ ਹੁਣ ਦਬਾਉਣ ਦੀ ਕੋਸ਼ਿਸ਼ ਨਹੀਂ ਕਰਦਾ। ਜਿਧਰਲੀ ਹਵਾ ਜ਼ੋਰ ਪਕੜ ਲੈਂਦੀ ਹੈ ਮੈਂ ਉਧਰ ਹੀ ਵਹਿਣ ਲੱਗ ਜਾਂਦਾ ਹਾਂ। ਬੱਸ ਹੁਣ ਮੈਂ ਕਿਸੇ ਇਕ ਬੰਧਨ ਨੂੰ ਮਨਜ਼ੂਰ ਨਹੀਂ ਕਰ ਰਿਹਾ ਹਾਂ। ਕੋਈ ਵੀ ਧਾਰਣਾ ਹੁਣ ਮਨ 'ਚ ਲੁਕਾਈ ਨਹੀਂ ਜਾ ਰਹੀ ਹੈ। ਜੋ ਕੁਝ ਝੜ ਆਉਂਦਾ ਹੈ ਉਹ ਹੀ ਇਕ ਖ਼ਿਆਲ ਮੇਰੇ ਮਨ ਅੰਦਰ ਵੇਗ ਬਣ ਕੇ ਵਹਿਣ ਲੱਗ ਜਾਂਦਾ ਹੈ। ਮੈਂ ਕਿਸੇ ਵੀ ਵਹਿਣ 'ਚ ਰੁੜ੍ਹ ਪੈਂਦਾ ਹਾਂ।

ਖਾਲਸਾ ਪੰਥ

ਖਾਲਸਾ ਪੰਥ ਸਜਾਇਆ ਸੀ,
ਕਲਗੀਆਂ ਵਾਲੇ ਪੰਥ ਦੇ ਬਾਨੀ।
ਸੁੱਤੀ ਹੋਈ ਕੌਮ ਜਗਾਈ ਸੀ,
ਦਾਨੀ ਨੇ, ਦੇ ਕੇ ਸਰਬੰਸ ਕੁਰਬਾਨੀ।
ਗਿੱਦੜੋਂ ਸ਼ੇਰ ਬਣਾਏ ਸਨ, ਪੈਦਾ ਕੀਤੀਆਂ।
ਮਰਦਾਂ ਵਾਲੀ ਅਣਖ ਮਰਦਾਨੀ।
ਸਿੰਘਾਂ ਐਸੇ ਕੰਮ ਕਰ ਵਿਖਾਏ ਸਨ,
ਜੋ ਨਾ ਹੋ ਸਕਦੇ ਸਨ ਆਸਾਨੀ।
ਸਵਾ ਲੱਖ ਨਾਲ ਇਕ ਲੜਦਾ ਸੀ,
ਸਿੰਘ ਹੱਸ ਹੱਸ ਦਿੰਦੇ ਸਨ ਕੁਰਬਾਨੀ।

ਮੱਸੇ ਰੰਘੜ ਦਾ ਸਿਰ ਵੱਢਿਆ ਸੀ,
ਸੁੱਖੇ ਸਿੰਘ ਮਹਿਤਾਬ ਸਿੰਘ ਦੀ,
ਸਦਾ ਹੀ ਯਾਦ ਰਹੇਗੀ ਦਲੇਰੀ ਦਲੇਰਾਨੀ।
ਸਿੰਘ ਸਿਦਕੀ ਮਰਨੋਂ ਡਰਦੇ ਨਾ,
ਮੌਤ ਨੂੰ ਸਮਝਣ ਗਲ਼ੇ ਦੀ ਗਾਨੀ,
ਜੀਵਨ ਸਫਲ ਹੋ ਜਾਏ, ਕਾਰੇ ਲੱਗ ਜਾਵੇ,
ਜਨਮ ਬਾਰੋ ਬਾਰ ਨਹੀਂ ਮਿਲਦਾ ਇਨਸਾਨੀ।
ਸਿੰਘਾਂ ਵਿਚ ਜਜ਼ਬਾ ਕੁੱਟ ਕੁੱਟ ਭਰਿਆ ਹੈ,
ਜੱਗ ਵਿਚ ਕੋਈ ਨਹੀਂ ਹੈ ਸਿੰਘਾਂ ਦਾ ਸਾਨੀ।
ਗ਼ੱਦਾਰ ਫਰਜ ਭੁੱਲ ਗੱਦਾਰੀ ਕਰਦੇ ਨੇ,
ਕੌਮ ਦੀ ਕਰਦੇ ਨੇ ਮਾਨ ਹਾਨੀ।
ਗ਼ੱਦਾਰਾਂ ਨੂੰ ਸੋਧਣ ਵਾਸਤੇ ਸੰਤ ਜਗਾਉਂਦੇ ਨੇ,
ਸੁੱਤੀ ਹੋਈ ਅਣਖ ਮਰਦਾਨੀ।
ਚੜ੍ਹਦੀ ਕਲਾ ਰਹੇ ਹਮੇਸ਼ਾ ਪੰਥ ਦੀ,
ਜੋ ਕਰਦੇ ਨੇ ਧਰਮਾਂ ਦੀ ਨਿਗਰਾਨੀ।
ਸੰਤ ਧਰਮ ਪ੍ਰਚਾਰ ਕਰਦੇ ਨੇ,
ਅੰਤ ਸਤਿਗੁਰ ਜੀ ਕਰਦੇ ਮੇਹਰਬਾਨੀ।
'ਦਲਬਾਰੇ' ਸੱਚੀ ਸਿੱਖਿਆ ਹੈ,
ਸੱਚੇ ਹੱਕਾਂ ਲਈ ਲੜ ਮਰਨਾ,
ਤਨ ਮਨ ਧਨ ਦੀ ਦੇ ਕੁਰਬਾਨੀ।

ਸਾਡੀ ਬ੍ਰਹਿਮੰਡੀ ਚੇਤਨਾ ਭਾਵ ਸਾਡਾ ਅਚੇਤਨ ਮਨ ਕੋਈ ਸੀਮਿਤ ਸ਼ਕਤੀ ਨਹੀਂ ਹੈ। ਜਦੋਂ ਕੋਈ ਪਰੰਪਰਾਵਾਦੀ ਸੋਚ ਫੈਲਣ ਲੱਗ ਜਾਂਦੀ ਹੈ ਉਦੋਂ ਹੀ ਕੋਈ ਅਜਿਹੀ ਸ਼ਖ਼ਸੀਅਤ ਪੈਦਾ ਹੋ ਜਾਂਦੀ ਹੈ। ਜੋ ਕਿਸੀ ਪੁਰਾਣੀ ਸੋਚ ਦੀ ਮੋਹਤਾਜ ਰਹਿੰਦੀ ਹੀ ਨਹੀਂ ਹੈ।

ਸਾਹਿਬ ਮੇਰਾ ਨੀਤ ਨਵਾਂ।

ਜਿਸ ਦਿਨ ਜਿਸ ਕਿਸੇ ਵਿਰਲੇ ਵਿਅਕਤੀ ਦੇ ਮਨ ਅੰਦਰ ਆਪਣੀ ਅਚੇਤਨ ਆਤਮਾ ਦਾ ਖ਼ਿਆਲ ਯਾਦ ਆ ਜਾਂਦਾ ਹੈ ਤਾਂ ਫਿਰ ਉਸ ਦੇ ਮਨ ਅੰਦਰ ਚੱਲ ਰਹੇ ਵਿਚਾਰ ਹੀ ਸ਼ਾਂਤ ਹੋਣ ਲੱਗ ਜਾਂਦੇ ਹਨ। ਮਨ ਦੀ ਪੁਰਾਣੀ ਸੋਚ ਨੂੰ ਰੋਕ ਲੱਗ ਜਾਂਦੀ ਹੈ। ਕਬੀਰ ਸਾਹਿਬ ਜੀ ਨੇ ਸਪੱਸ਼ਟ ਕਹਿ ਦਿੱਤਾ ਸੀ :

ਕਬੀਰਾ ਇਬੁ ਨਾ ਰਹੁ ਇਸ ਗਾਉਂ,
ਘੜੀ ਘੜੀ ਕਾ ਲੇਖਾ ਮਾਗੇ ਕਾਇਰ ਚੇਤੁ ਨਾਉ॥

ਕਿ ਮੈਂ ਕੋਈ ਵੀ ਗੱਲ ਸੋਚਾਂ ਤਾਂ ਮੇਰੇ ਅੰਦਰੋਂ ਇਸ ਨੂੰ ਜੋ ਜਾਣ ਰਿਹਾ ਹੈ ਉਹ ਆਪਣੀ ਸਪੱਸ਼ਟ ਸਲਾਹ ਦਿੰਦਾ ਹੈ ਕਿ ਇਹ ਕੰਮ ਕਰਨਾ ਠੀਕ ਹੈ ਕਿ ਨਹੀਂ ? ਜਦੋਂ ਮਨ ਦੀ ਸੋਚ ਨੂੰ ਕੋਈ ਸੋਚ ਕੱਟਣ ਲੱਗ ਜਾਏ ਤਾਂ ਮਨ ਦੀ ਸੋਚ ਤੇ ਜਿਹੜੀ ਸ਼ਕਤੀ ਰੋਕ ਲਗਾਉਣ ਲੱਗ ਜਾਂਦੀ ਹੈ ਉਹ ਹੀ ਸਾਡਾ ਬ੍ਰਹਮ ਹੁੰਦਾ ਹੈ। ਜਿਸ ਦੀ ਨਿਗਰਾਨੀ 'ਚ ਮਨ ਠਹਿਰ ਜਾਂਦਾ ਹੈ। ਅੱਗੇ ਤਾਂ ਫਿਰ ਮਨ ਦੇ ਵਿਚਾਰ ਤੇ ਵਿਚਾਰਨਾ ਸ਼ੁਰੂ ਹੋ ਜਾਂਦੀ ਹੈ ਕਿ ਜਿਨ੍ਹਾਂ ਨੂੰ ਆਪਣੇ ਬ੍ਰਹਮ ਦੀ ਮੌਜੂਦਗੀ ਦਾ ਅਜੇ ਅਹਿਸਾਸ ਨਹੀਂ ਹੋ ਰਿਹਾ ਹੈ ਉਨ੍ਹਾਂ ਨੂੰ ਸਮਝਾਉਣ ਲੱਗ ਜਾਉ।

> ੧ੴ ਸਤਿਗੁਰ ਪ੍ਰਸਾਦਿ॥
> ਸਲੋਕ ਮਹਲਾ ੯॥
> ਗੁਨ ਗੋਬਿੰਦ ਗਾਇਓ ਨਹੀ ਜਨਮ ਅਕਾਰਥ ਕੀਨ॥
> ਕਹੁ ਨਾਨਕ ਭਜੁ ਹਰਿ ਮਨਾ ਜਿਹ ਬਿਧਿ ਜਲ ਕਉ ਮੀਨ॥੨॥

ਸੰਸਾਰ ਦੀ ਅਨੰਤਤਾ ਦੇ ਮੁਕਾਬਲੇ ਆਪਣਾ ਜੀਵਨ ਤਾਂ ਬਹੁਤ ਛੋਟਾ ਹੈ। ਸੀਮਤ ਸਮੇਂ ਅੰਦਰ ਅਸੀਂ ਅਥਾਹ ਦਾ ਥਾਹ ਪਾ ਲੈਣ ਦੇ ਸੁਪਨੇ ਵੇਖਣ ਲੱਗੇ ਹੋਏ ਹਾਂ। ਇਸ ਵਾਸਤੇ ਹੀ ਆਪਣੇ ਬ੍ਰਹਮ ਗਿਆਨੀ, ਰਿਸ਼ੀ-ਮੁਨੀ, ਪੀਰ-ਪੈਗੰਬਰ, ਔਲੀਏ ਸਾਡੀ ਸਹੂਲਤ ਵਾਸਤੇ ਸਮੁੰਦਰ ਨੂੰ ਕੁੱਜੇ ਵਿਚ ਬੰਦ ਕਰਨ ਦੀਆਂ ਕੋਸ਼ਿਸ਼ਾਂ ਕਰਦੇ ਰਹਿੰਦੇ ਹਨ ਕਿ ਤੁਸੀਂ ਇਕ ਹੀ ਕੰਮ ਕਰੋ। ਅਸੀਂ ਜਿਸ ਨਤੀਜੇ ਤੇ ਪਹੁੰਚੇ ਹਾਂ ਤੁਸੀਂ ਸਾਡੇ ਅਨੁਭਵ ਨੂੰ ਸੱਚ ਮੰਨਦੇ ਹੋਏ ਆਪਣਾ ਜੀਵਨ ਬਤੀਤ ਕਰਨ ਲੱਗ ਜਾਓ। ਤੁਹਾਨੂੰ ਇਹ ਗੱਲ ਤਾਂ ਭੁੱਲੀ ਹੋਈ ਹੈ ਕਿ ਤੁਹਾਡੇ ਸਰੀਰ ਅੰਦਰ ਮੌਜੂਦ ਤੁਹਾਡੀ ਅਜਨਮੀ ਆਤਮਾ ਤੁਹਾਡੀ ਸਾਖਸ਼ੀ ਭਾਵ ਤਾਂ ਇਸ ਗੱਲ ਦੀ ਗਵਾਹ ਹੈ ਕਿ ਮਿਥੇ ਸਮੇਂ ਅੰਦਰ ਤੁਸੀਂ ਕੀ ਕੀਤਾ ਹੈ ? ਇਹ ਤਾਂ ਆਤਮਾ ਪੜਚੋਲ ਕਰਨ ਦੀ ਗੱਲ ਹੈ ਕਿ ਤੁਸੀਂ ਕਿਥੇ ਖੜ੍ਹੇ ਹੋ ? ਤੁਸੀਂ ਆਪਣੇ ਇਸ ਮਨੁੱਖਾ ਜਨਮ 'ਚ ਕੀ ਅਨੁਭਵ ਕੀਤਾ ਹੈ ? ਇਹ ਬਹੁਤ ਹੀ ਨਿੱਜੀ ਅਨੁਭਵ ਦੀ ਗੱਲ ਹੈ। ਗੁਰੂ ਤੇਗ ਬਹਾਦਰ ਸਾਹਿਬ ਜੀ ਸਾਡੇ ਕੰਨ ਖੋਲ੍ਹਣ ਵਾਸਤੇ ਆਪਣਾ ਅਨੁਭਵ ਦੱਸ ਰਹੇ ਹਨ ਕਿ ਜਿਥੇ ਤੱਕ ਮੈਨੂੰ ਮਹਿਸੂਸ ਹੋ ਰਿਹਾ ਹੈ, ਜਿਥੇ ਤਕ ਮੈਨੂੰ ਆਮ ਲੋਕਾਂ ਦਾ ਵਿਓਹਾਰ ਨਜ਼ਰ ਆ ਰਿਹਾ ਹੈ, ਆਮ ਲੋਕਾਂ ਨੇ ਤਾਂ ਆਪਣੇ ਸਰੀਰ ਅੰਦਰ ਮੌਜੂਦ ਆਪਣੇ ਬ੍ਰਹਮ ਦੀ ਮੌਜੂਦਗੀ ਨੂੰ ਪਹਿਚਾਣਿਆ ਹੀ ਨਹੀਂ ਹੈ। ਜ਼ਿਆਦਾਤਰ ਲੋਕ ਤਾਂ ਆਪਣੇ ਸਰੀਰਕ ਮੋਹ ਨੂੰ ਛੱਡ ਹੀ ਨਹੀਂ ਸਕੇ ਹਨ। ਕਿਉਂਕਿ ਆਮ ਲੋਕ ਤਾਂ ਸਮਾਜ ਅੰਦਰ ਸੰਸਾਰ ਅੰਦਰ ਰਮੇ ਹੋਏ ਹਨ। ਅੱਗੇ ਗੁਰੂ ਜੀ ਸਾਨੂੰ ਇਹ ਸੁਝਾਅ ਦੇ ਰਹੇ ਹਨ ਕਿ ਜਿਸ ਤਰ੍ਹਾਂ ਮੱਛੀ ਪਾਣੀ ਬਿਨਾਂ ਜਿਉਂਦੀ ਨਹੀਂ ਰਹਿ ਸਕਦੀ ਇਸੇ ਤਰ੍ਹਾਂ ਤੁਹਾਡੇ ਮਨ ਅੰਦਰ ਵੀ

ਅਜਿਹੀ ਤੜਫ ਪੈਦਾ ਹੋ ਜਾਣੀ ਚਾਹੀਦੀ ਹੈ ਕਿ ਤੁਸੀਂ ਵੀ ਆਪਣੇ ਅਸਲੇ ਦੀ ਪਹਿਚਾਣ ਕਰਨ ਵਾਸਤੇ ਉਤਸੁਕ ਹੋ ਜਾਓ। ਬੱਸ ਇਕ ਖ਼ਿਆਲ ਮਨ ਅੰਦਰ ਘਰ ਕਰ ਜਾਵੇ ਕਿ ਸਰੀਰ ਦਾ ਕੋਈ ਵਿਸਾਹ ਨਹੀਂ ਹੈ ਕਿ ਕਦੋਂ ਇਹ ਜੀਵਨ-ਲੀਲ੍ਹਾ ਸਮਾਪਤ ਹੋ ਜਾਣੀ ਹੈ। ਇਸ ਖ਼ਿਆਲ ਨਾਲ ਹੀ ਅਸੀਂ ਆਪਣੇ ਸਰੀਰਕ ਮੋਹ ਤੋਂ ਉੱਚਾ ਉੱਠ ਸਕਦੇ ਹਾਂ। ਸਾਡੇ ਮਨ ਅੰਦਰ ਆਤਮਾ ਦੀ ਅਮਰਤਾ ਦਾ ਖ਼ਿਆਲ ਬਣਿਆ ਰਹਿ ਸਕਦਾ ਹੈ :

ਬਿਖੀਅਨ ਸਿਉ ਕਾਹੇ ਰਚਿਓ ਨਿਮਖ ਨ ਹੋਹੁ ਉਦਾਸ॥
ਕਹੁ ਨਾਨਕ ਭਜੁ ਹਰਿ ਮਨਾ ਪਰੈ ਨਾ ਜਮ ਕੈ ਫਾਸ॥੨॥

ਅਸੀਂ ਕੀ ਕਰ ਰਹੇ ਹਾਂ ? ਅਸੀਂ ਤਾਂ ਅਸਲ ਨੂੰ ਛੱਡ ਪਰਛਾਈ ਨੂੰ ਪਕੜਨ ਵਾਸਤੇ ਪਰਛਾਈ ਦੇ ਪਿੱਛੇ ਪਏ ਹੋਏ ਹਾਂ। ਸਾਡੇ ਮਨ ਦੇ ਅੰਦਰ ਇਹ ਖ਼ਿਆਲ ਤਾਂ ਠਹਿਰ ਹੀ ਨਹੀਂ ਰਿਹਾ ਕਿ ਸਾਡੇ ਸਰੀਰ ਨਾਲ ਜੋ ਸ਼ਕਤੀ ਧੁਰ ਤੋਂ ਆਈ ਹੈ, ਜੋ ਸ਼ਕਤੀ ਸਰੀਰ ਅੰਦਰ ਸਮਾਈ ਹੋਈ ਹੈ। ਉਹ ਸਰੀਰ ਤੋਂ ਅਲੱਗ ਹੈ। ਇਥੇ ਖ਼ਿਆਲ ਡੂੰਘਾ ਹੈ। ਆਤਮਾ ਮਿਟਣੇ ਵਾਲੀ ਨਹੀਂ ਹੈ। ਗੱਲ ਤਾਂ ਖ਼ਿਆਲਾਂ ਦੀ ਹੀ ਹੈ। ਅਗਰ ਸਾਡੇ ਮਨ ਅੰਦਰ ਇਹ ਇਕ ਖ਼ਿਆਲ ਠਹਿਰਨ ਲੱਗ ਜਾਏ ਕਿ ਜੋ ਸ਼ਕਤੀ ਸਰੀਰ ਅੰਦਰ ਸਮਾਈ ਹੋਈ ਹੈ, ਇਹ ਹੀ ਤਾਂ ਸਰੀਰ ਬਾਰੇ ਜਾਣ ਰਹੀ ਹੈ। ਮਨ ਦੇ ਖ਼ਿਆਲਾਂ ਨੂੰ ਜਾਣ ਰਹੀ ਹੈ। ਇਸ ਜਾਨਣ ਵਾਲੀ ਸਮਰੱਥਾ ਦੀ ਮੌਜੂਦਗੀ ਦਾ ਅਹਿਸਾਸ ਅਸੀਂ ਆਪਣੇ ਇਸੇ ਮਨੁੱਖਾ ਸਰੀਰ ਅੰਦਰੋਂ ਹੀ ਕਰ ਸਕਦੇ ਹਾਂ। ਇਹ ਹੀ ਸੁਨਹਿਰਾ ਸਮਾਂ ਹੈ ਜਿਸ ਦਾ ਫਾਇਦਾ ਉਠਾਉਂਦੇ ਹੋਏ ਅਸੀਂ ਮਨੁੱਖਾ ਸਰੀਰ ਅੰਦਰੋਂ ਹੋ ਸਕਣ ਵਾਲੀ ਵੱਡੀ ਤੋਂ ਵੱਡੀ ਪ੍ਰਾਪਤੀ ਕਰ ਸਕਦੇ ਹਾਂ। ਆਪਣੇ ਹੀ ਸਰੀਰ ਅੰਦਰ ਸੁੱਤੀ ਹੋਈ ਸ਼ਕਤੀ ਨੂੰ ਜਗਾਇਆ ਜਾ ਸਕਦਾ ਹੈ। ਕੁੰਡਲਨੀ ਸ਼ਕਤੀ ਦੇ ਕੁੰਡਲ ਖੁੱਲ੍ਹ ਸਕਦੇ ਹਨ। ਅਸੀਂ ਸਚਾਈ ਦੀ ਪਹਿਚਾਣ ਕਰ ਸਕਦੇ ਹਾਂ।

ਤਰਨਾਪੋ ਇਉ ਹੀ ਗਇਓ ਲੀਓ ਜਰਾ ਤਨੁ ਜੀਤਿ॥
ਕਹੁ ਨਾਨਕ ਭਜੁ ਹਰਿ ਮਨਾ ਅਉਧ ਜਾਤੁ ਹੈ ਬੀਤਿ॥੩॥

ਸਰੀਰ ਤਾਂ ਪਲ ਪਲ ਬਦਲ ਹੀ ਰਿਹਾ ਹੈ। ਜਵਾਨੀ ਬੀਤ ਗਈ ਹੈ, ਬੁੱਢਾਪਾ ਆ ਗਿਆ ਹੈ। ਬੀਤੀ ਵੱਲ ਨਿਗ੍ਹਾ ਮਾਰ। ਬੀਤਦੇ ਨਾ ਪਤਾ ਲੱਗੇ। ਸੌ ਸੌ ਸਾਲ ਬੀਤਣੇ ਨੂੰ ਹੋਣ ਭਾਵੇਂ ਬੀਤ ਜਾਂਦੇ ਝੱਟ ਵੇ।

ਮਨ ਹਰਾਮੀ ਹੁੱਜਤਾਂ ਢੇਰ। ਗੱਲ ਤਾਂ ਆਪਣੇ ਮਨ ਦੇ ਮੰਨ ਜਾਣ ਦੀ ਹੀ ਹੈ। ਮਨ ਦੇ ਝੁਕ ਜਾਣ ਦੀ ਹੀ ਹੈ। ਗੱਲ ਤਾਂ ਇਕ ਹੀ ਹੈ। ਪਰੰਤੂ ਜਦ ਗੁਰੂ ਜੀ ਤਾਂ ਹਰ ਪੱਖ ਤੋਂ ਜੀਵਨ ਦੇ ਸਾਰ-ਆਸਾਰ ਦੀ ਗੱਲ ਸਾਨੂੰ ਸਮਝਾਉਣਾ ਚਾਹੁੰਦੇ ਹਨ ਕਿ ਬੱਸ ਇਕ ਹੀ ਨੁਕਤਾ ਹੈ। ਜਿਸ ਦੀ ਮੌਜੂਦਗੀ ਨੂੰ ਸਮਝਣ ਤੋਂ

ਬਾਅਦ ਸਾਡਾ ਵਿਓਹਾਰ ਬਦਲ ਸਕਦਾ ਹੈ। ਗੱਲ ਤਾਂ ਇਕ ਹੀ ਹੈ ਕਿ ਸਾਡੇ ਅੰਦਰ ਜਿਸ ਤੱਤ ਦੀ ਮੌਜੂਦਗੀ ਤੇ ਸਮੇਂ ਪ੍ਰਭਾਵ ਪੈਂਦਾ ਹੋਇਆ ਨਜ਼ਰ ਨਹੀਂ ਆ ਰਿਹਾ ਹੈ। ਜੋ ਆਪ ਤਾਂ ਬਦਲਦਾ ਹੀ ਨਹੀਂ ਹੈ। ਪਰੰਤੂ ਉਹ ਸਰੀਰ ਦੇ ਬਦਲਣ ਦੀ ਗਵਾਹੀ ਦੇ ਰਿਹਾ ਹੈ। ਕਿ ਹਾਂ ਮੈਂ ਇਹ ਜਾਣ ਰਿਹਾ ਹਾਂ ਕਿ ਸਰੀਰ ਬੱਚਾ ਸੀ, ਸਰੀਰ ਜਵਾਨ ਹੋਇਆ ਹੈ। ਸਰੀਰ ਬੁੱਢਾ ਹੋ ਰਿਹਾ ਹੈ। ਅਗਰ ਤਾਂ ਅਸੀਂ ਅੰਦਰੋਂ ਆਪਣੇ ਅੰਦਰੋਂ ਉਸ ਨੂੰ ਵੇਖਣ ਲੱਗ ਪਏ ਹਾਂ, ਉਸ ਦਾ ਅਹਿਸਾਨ ਕਰਨ ਲੱਗ ਪਏ ਹਾਂ ਜੋ ਅਣ-ਬਦਲਿਆ ਹੈ ਤਾਂ ਫਿਰ ਅਸੀਂ ਆਪਣੀ ਅਜਨਮੀ ਆਤਮਾ ਦੀ ਸ਼ਰਣ 'ਚ ਪਹੁੰਚ ਜਾਵਾਂਗੇ। ਜਿਸ ਨੂੰ ਜਾਨਣ ਤੋਂ ਬਾਅਦ ਸਾਡੇ ਮਨ ਅੰਦਰ ਬੇਪਰਵਾਹੀ ਆ ਜਾਂਦੀ ਹੈ। ਅਜਿਹੇ ਅਨੁਭਵ ਨੂੰ ਹੀ ਜੀਵਤ ਮੁਕਤ ਹੋ ਜਾਣਾ ਕਿਹਾ ਜਾਂਦਾ ਹੈ। "ਦੁਨੀਆਂ ਬੰਧਨ ਪੜ ਗਈ ਸਾਧੂ ਹੈ ਨਿਰਬੰਧ।" ਸਾਡੇ ਸਰੀਰ ਅੰਦਰ ਮੌਜੂਦ ਸਾਡਾ ਬ੍ਰਹਮ ਸਾਰੇ ਬੰਧਨਾਂ ਤੋਂ ਮੁਕਤ ਹੈ। ਇਸ ਤਰ੍ਹਾਂ ਆਪਣੇ ਸਰੀਰ ਅੰਦਰ ਸਮਾਇਆ ਹੋਇਆ ਸੱਚ ਨਾ ਕਦੇ ਬਦਲਿਆ ਹੈ, ਨਾ ਕਦੇ ਬਦਲੇਗਾ।

ਬਿਰਧ ਭਇਓ ਸੂਝੈ ਨਹੀ, ਕਾਲੁ ਪਹੂੰਚਿਓ ਆਨਿ॥
ਕਹੁ ਨਾਨਕ ਨਰ ਬਾਵਰੇ, ਕਿਉਂ ਨਾ ਭਜੈ ਭਗਵਾਨ॥੪॥

ਮਨ ਦੀ ਕੀ ਪਹਿਚਾਣ ਹੈ ? ਮਨ ਆਪਣੀ ਮੌਜੂਦਗੀ ਨੂੰ ਜ਼ਾਹਰ ਕਰਦਾ ਰਹਿੰਦਾ ਹੈ ਕਿ ਹਾਂ ਮੈਂ ਸਭ ਕੁਝ ਕਰਨ ਦੇ ਸਮਰੱਥ ਹਾਂ। ਕਰਾਮਾਤ ਤਾਂ ਕੋਈ ਹੁੰਦੀ ਹੀ ਨਹੀਂ ਹੈ। ਕਰਾਮਾਤ ਨੂੰ ਤਾਂ ਕਹਿਰ ਹੀ ਮੰਨਿਆ ਜਾਂਦਾ ਹੈ। ਸਾਡਾ ਮਨ ਐਵੇਂ ਹੀ ਕਰਾਮਾਤੀ ਹੋਣ ਦਾ ਦਾਹਵਾ ਜ਼ਰੂਰ ਕਰਦਾ ਰਹਿੰਦਾ ਹੈ। ਕੁਝ ਵੀ ਕਹੋ। ਕੋਈ ਵੀ ਗੱਲ ਕਰੋ। ਮਨ ਅਧੀਨ ਵਿਅਕਤੀ ਇਹ ਦਾਅਵਾ ਕਰਨ ਲੱਗ ਜਾਂਦਾ ਹੈ ਕਿ ਹਾਂ ਮੈਂ ਇਹ ਵੀ ਜਾਣਦਾ ਹਾਂ। ਮੈਂ ਉਹ ਵੀ ਜਾਣਦਾ ਹਾਂ। ਗੁਰੂ ਜੀ ਸਾਨੂੰ ਸਾਡੀ ਅੰਦਰਲੀ ਗਹਿਰਾਈ 'ਚ ਪਹੁੰਚਾਉਣਾ ਚਾਹੁੰਦੇ ਹਨ। ਕਿ "ਘਟ ਘਟ ਅੰਦਰ ਬ੍ਰਹਮ ਛੁਪਾਇਆ"। ਮਨ ਭਾਵੇਂ ਕੁਝ ਵੀ ਕਹਿੰਦਾ ਰਹੇ। ਮਨ ਭਾਵੇਂ ਜਿੰਨੀਆਂ ਮਰਜ਼ੀਆਂ ਕਲਪਨਾਵਾਂ ਕਰਦਾ ਰਹੇ ਇਹ ਸੱਚ ਹੈ ਕਿ ਇਨ੍ਹਾਂ ਅਨੰਤ ਮਨ ਦੀਆਂ ਕਲਪਨਾਵਾਂ ਨੂੰ ਵੇਖਣ ਵਾਲਾ ਬ੍ਰਹਮ ਤਾਂ ਸਾਡੇ ਸਰੀਰ ਅੰਦਰ ਹੀ ਮੌਜੂਦ ਹੈ। ਭਾਵ ਮਨ ਦੀਆਂ ਕਲਪਨਾਵਾਂ ਨੂੰ ਜਾਨਣ ਵਾਲਾ ਕਦੇ ਚੰਚਲਤਾ 'ਚ ਆਉਂਦਾ ਹੀ ਨਹੀਂ ਹੈ। ਕਿੰਨੀ ਹੈਰਾਨੀ ਦੀ ਗੱਲ ਹੈ ਕਿ ਜਿਹੜਾ ਸਦੀਵੀ ਸੱਚ ਸਾਡੇ ਸਰੀਰ ਅੰਦਰ ਮੌਜੂਦ ਹੈ। ਉਸ ਦੀ ਸਾਡੇ ਮਨ ਨੂੰ ਪਹਿਚਾਣ ਹੀ ਨਹੀਂ ਹੁੰਦੀ ਹੈ। ਜਾਂ ਇਸ ਤਰ੍ਹਾਂ ਕਹਿ ਲਓ ਕਿ ਜਦੋਂ ਸਾਡੇ ਅੰਦਰੋਂ ਜਾਨਣ ਵਾਲੀ ਸਮਰੱਥਾ ਉੱਭਰ ਆਉਂਦੀ ਹੈ ਤਾਂ ਸਾਡਾ ਮਨ ਹੀ ਮੌਨ ਹੋ ਜਾਂਦਾ ਹੈ। ਇਸ ਵਾਸਤੇ ਮਨ ਦੀ ਅਫੁਰ ਅਵਸਥਾ ਦਾ ਵਰਣਨ ਕਦੇ ਹੁੰਦਾ ਹੀ ਨਹੀਂ ਹੈ।

ਧੰਨੁ ਦਾਰਾ ਸੰਪਤਿ ਸਗਲ ਜਿਨਿ ਅਪੁਨੀ ਕਰਿ ਮਾਨਿ॥
ਇਨ ਮੈ ਕਛੁ ਸੰਗੀ ਨਹੀ ਨਾਨਕ ਸਾਚੀ ਜਾਨਿ॥੫॥

ਅਸੀਂ ਕੀ ਕਰਦੇ ਹਾਂ ? ਸਾਡਾ ਨਿਰ-ਆਕਾਰੀ ਮਨ ਕਿਸ ਤਰ੍ਹਾਂ ਸਰੀਰ ਤੇ ਆਪਣੀ ਦਾਅਵੇਦਾਰੀ ਕਰਨ ਲੱਗ ਜਾਂਦਾ ਹੈ, ਇਹ ਵੀ ਮੇਰਾ ਹੈ, ਉਹ ਵੀ ਮੇਰਾ ਹੈ। ਇਹ ਮੇਰ ਤੇਰ ਦੀ ਚਰਚਾ ਅਸੀਂ ਕਿਉਂ ਕਰਨ ਲੱਗ ਜਾਂਦੇ ਹਾਂ। ਜਦੋਂ ਮਨ ਅੰਦਰ ਇਹ ਗੱਲ ਸਮਝ ਆਉਣ ਲੱਗ ਜਾਂਦੀ ਹੈ ਕਿ ਕੁਝ ਵੀ ਮੇਰਾ ਨਹੀਂ ਹੈ ਤਾਂ ਫਿਰ ਮਨ ਅੰਦਰ ਸਮਰਪਣ ਦੀ ਭਾਵਨਾ ਪੈਦਾ ਹੁੰਦੀ ਹੈ ਕਿ ਉਹ-ਹੋ ! ਮੇਰਾ ਕੀ ਹੈ ? "ਜੋ ਤਨ ਉਪਜਿਓ ਸੰਗ ਹੀ ਸੋ ਭੀ ਸੰਗਿ ਨਾ ਹੋਇਆ" ਜਾਂ "ਬੁੱਲ੍ਹਾ ਕੀ ਜਾਣਾ ਮੈਂ ਕੌਣ ?" ਇਸ ਤਰ੍ਹਾਂ ਦੂਸਰਿਆਂ ਦੀ ਤਾਂ ਗੱਲ ਹੀ ਸਮਾਪਤ ਹੋ ਜਾਂਦੀ ਹੈ। ਜਦੋਂ ਮਨ ਇਹ ਸਵੀਕਾਰ ਕਰਨ ਲੱਗ ਜਾਵੇ ਕਿ "ਮੇਰਾ ਮੁਝ ਮਹਿ ਕੁਛ ਨਹੀਂ, ਜੋ ਕੁਛ ਹੈ ਸੋ ਤੇਰਾ" ਤਾਂ ਫਿਰ ਮੈਂ ਦੀ ਯਾਤਰਾ ਸਮਾਪਤ ਹੋ ਜਾਂਦੀ ਹੈ।

ਜਦ ਆਪਾ ਪਰ ਕਾ ਮਿਟ ਗਿਆ ਜਿਤ ਦੇਖਾ ਤਿਤ ਤੂੰ॥

ਸਾਡੇ ਸਾਖਸ਼ੀ ਭਾਵ ਨੇ ਜੋ ਝੂਠਾ ਮੈਂ ਪੈਦਾ ਕੀਤਾ ਹੋਇਆ ਹੈ ਇਹ ਸਭ ਖ਼ਿਆਲਾਂ ਖ਼ਿਆਲਾਂ ਅੰਦਰ ਹੀ ਪੈਦਾ ਹੋਇਆ ਹੈ। ਕਬੀਰ ਸਾਹਿਬ ਜੀ ਮੈਂ ਦੀ ਯਾਤਰਾ ਸਮਾਪਤ ਹੋ ਜਾਣ ਤੋਂ ਬਾਅਦ ਕਿੰਨੀ ਸਾਦਗੀ ਨਾਲ ਮੰਨ ਗਏ ਸਨ। ਕਹਿਣ ਲੱਗ ਪਏ ਸਨ ਕਿ ਮੇਰੇ ਮੈਂ ਮੈਂ ਕਰਨ ਵਾਲੇ ਵਿਚਾਰ ਹੀ ਬੰਦ ਹੋ ਗਏ ਹਨ। ਇਹ ਘਟਨਾ ਮੇਰੇ ਮਨ ਦੇ ਖ਼ਿਆਲਾਂ ਅੰਦਰ ਹੀ ਘਟੀ ਹੈ। ਗੁਰੂ ਜੀ ਆਮ ਲੋਕਾਂ ਦੇ ਬਾਰੇ ਹੀ ਸਾਨੂੰ ਸਮਝਾ ਰਹੇ ਹਨ ਕਿ ਉਮਰ ਬਤੀਤ ਹੋਈ ਜਾਂਦੀ ਹੈ। ਪਰੰਤੂ ਮਨ ਦੇ ਵਿਚਾਰ ਜਿਉਂ ਦੇ ਤਿਉਂ ਚੱਲਦੇ ਹੀ ਰਹਿੰਦੇ ਹਨ :

ਮਾਇਆ ਮਰੀ ਨਾ ਮਨੁ ਮਰੇ ਮਰ ਮਰ ਗਏ ਸਰੀਰ॥
ਆਸਾ ਤ੍ਰਿਸਨਾ ਨਾ ਮਿਟੇ ਕਹਿ ਗਏ ਭਗਤ ਕਬੀਰ॥

ਕਹਿੰਦੇ ਹਨ ਕਿ ਮਨ ਦੇ ਵਿਚਾਰਾਂ ਕਾਰਨ ਵਿਅਕਤੀ ਆਪਣੇ ਆਪ ਨੂੰ ਕਦੇ ਬੁੱਢਾ ਸਮਝਦਾ ਹੀ ਨਹੀਂ ਹੈ। ਜੋ ਗੱਲ ਸਮਝਣ ਵਾਲੀ ਹੈ, ਉਹ ਸਾਡੀ ਸਮਝ 'ਚ ਆਉਂਦੀ ਹੀ ਨਹੀਂ ਹੈ ਕਿ ਸਾਡਾ ਸਾਖਸ਼ੀ ਭਾਵ ਕਿਸ ਤਰ੍ਹਾਂ ਅਮਰ ਹੈ। ਕਿਸ ਤਰ੍ਹਾਂ ਸਾਰੇ ਬੰਧਨਾਂ ਤੋਂ ਪਾਰ ਹੈ :

ਪਤਿਤ ਉਬਾਰਨ ਤੈ ਹਰਨਿ ਹਰਿ ਅਨਾਥ ਕੋ ਨਾਥ॥
ਕਹੁ ਨਾਨਕੁ ਤਿਹ ਜਾਨੀਐ ਸਦਾ ਬਸਤੁ ਤੁਮ ਸਾਥਿ॥੬॥

ਆਪਣੇ ਆਪਣੇ ਮਨ ਦੇ ਅਧੀਨ ਰਹਿੰਦੇ ਹੋਏ ਤਾਂ ਸਾਨੂੰ ਆਪਣੇ ਸਰੀਰ ਅੰਦਰ ਸਮਾਏ ਹੋਏ ਸੱਚ ਦੀ ਮੌਜੂਦਗੀ ਦਾ ਕਦੇ ਅਹਿਸਾਸ ਹੁੰਦਾ ਹੀ ਨਹੀਂ ਹੈ। ਇਸ ਇਕ ਸਚਾਈ ਨੂੰ ਭੁੱਲ ਜਾਣ ਕਾਰਣ ਹੀ ਸਾਡਾ ਮਨ ਹਰ ਪਲ ਡਰਦਾ ਰਹਿੰਦਾ ਹੈ। ਕਿ ਮੇਰਾ ਇਹ ਨਾ ਖੋ ਜਾਵੇ। ਮੇਰਾ ਨੁਕਸਾਨ ਨਾ ਹੋ ਜਾਵੇ। "ਸਭ

ਕੁਝ ਆਪਣਾ ਇਕ ਰਾਮ ਪਰਾਇਆ।" ਇਹ ਬਹੁਤ ਹੀ ਸੂਖਸ਼ਮ ਭਾਵ ਹੈ ਜਿਸ ਨੇ ਸਾਡੇ ਸਰੀਰ ਨੂੰ ਜੀਵਿਤ ਰੱਖਿਆ ਹੋਇਆ ਹੈ। ਇਸ ਸ਼ਕਤੀ ਦੀ ਯਾਦ ਨੂੰ ਭੁੱਲ ਜਾਣ ਦੇ ਕਾਰਣ ਸਾਡੇ ਜੀਵਨ ਦਾ ਮਨੋਰਥ ਹੀ ਅਧੂਰਾ ਰਹਿ ਜਾਂਦਾ ਹੈ। ਜੋ ਸੰਗੀ ਹੈ, ਜੋ ਮਿਟਣ ਵਾਲਾ ਨਹੀਂ ਹੈ। ਉਸ ਦੀ ਸਾਨੂੰ ਯਾਦ ਆਉਂਦੀ ਹੀ ਨਹੀਂ ਹੈ। ਅਗਰ ਸਾਨੂੰ ਇਕ ਅਮਰ ਸ਼ਕਤੀ ਦੀ ਯਾਦ ਆ ਜਾਵੇ ਤਾਂ ਅਸੀਂ ਕੱਚਾ ਧਨ ਕਿਵੇਂ ਇਕੱਠਾ ਕਰਦੇ ਰਹਿ ਸਕਾਂਗੇ ? ਗੁਰੂ ਜੀ ਤਾਂ ਸਾਡੇ ਮਨ ਦਾ ਹਰ ਭੁਲੇਖਾ ਦੂਰ ਕਰ ਦੇਣਾ ਚਾਹੁੰਦੇ ਹਨ। ਕਿ ਕੀ ਤੁਸੀਂ ਕਦੇ ਆਪਣੇ ਸਰੀਰ ਅੰਦਰੋਂ ਉੱਠ ਰਹੀ ਸੱਚ ਦੀ ਆਵਾਜ਼ ਨੂੰ ਕਦੇ ਸੁਣਨ ਦੀ ਕੋਸ਼ਿਸ਼ ਕੀਤੀ ਹੈ ? ਸਾਡੇ ਮਨ ਅੰਦਰ ਤਾਂ ਅਨੰਤ ਵਿਚਾਰ ਉੱਠਦੇ ਰਹਿੰਦੇ ਹਨ। ਸਾਡਾ ਮਨ ਇੰਨਾ ਅਗਿਆਨੀ ਹੈ ਕਿ ਮਨ ਅੰਦਰ ਕਦੇ ਵੀ ਇਹ ਖ਼ਿਆਲ ਤਾਂ ਠਹਿਰਦਾ ਹੀ ਨਹੀਂ ਹੈ। ਖ਼ਿਆਲਾਂ ਖ਼ਿਆਲਾਂ ਅੰਦਰ ਅਸੀਂ ਇਹ ਗੱਲ ਵੀ ਤਾਂ ਯਾਦ ਰੱਖ ਸਕਦੇ ਹਾਂ ਕਿ ਸਾਡੇ ਮਨ ਅੰਦਰ ਜੋ ਵੀ ਵਿਚਾਰ ਚੱਲ ਰਹੇ ਹਨ। ਇਨ੍ਹਾਂ ਖ਼ਿਆਲਾਂ ਵੱਲ ਕੋਈ ਨਿਰ-ਆਕਾਰੀ ਅਮਰ ਸ਼ਕਤੀ ਵੇਖ ਰਹੀ ਹੈ। ਮਨ ਦੇ ਖ਼ਿਆਲਾਂ ਨੂੰ ਜਾਣ ਰਹੀ ਹੈ। ਜਿਸ ਦਿਨ ਵੀ ਸਾਡੇ ਮਨ ਅੰਦਰ ਚੱਲਣ ਵਾਲੇ ਖ਼ਿਆਲਾਂ ਨੂੰ ਜਾਨਣ ਦੀ ਇੱਛਾ ਉੱਠ ਆਉਂਦੀ ਹੈ ਸਾਡਾ ਮਨ ਨਿਰ-ਵਿਚਾਰ ਰਹਿਣ ਲੱਗ ਜਾਂਦਾ ਹੈ। ਵਿਚਾਰ ਕੀ ਹੁੰਦੇ ਹਨ ? ਆਪਣੇ ਹੀ ਮਨ ਅੰਦਰ ਜੋ ਸੋਚ ਚੱਲਦੀ ਰਹਿੰਦੀ ਹੈ ਉਸ ਨੂੰ ਮਨ ਦੇ ਵਿਚਾਰ ਕਿਹਾ ਜਾਂਦਾ ਹੈ। ਮਨ ਅੰਦਰ ਹਮੇਸ਼ਾ ਹੀ ਨਾਸ਼ਵਾਨ ਵਸਤੂਆਂ ਪ੍ਰਾਪਤ ਕਰ ਲੈਣ ਦੀ ਚਾਹਤ ਹੀ ਉਸ ਦ੍ਰਸ਼ਟੇ ਦੀ ਨਜ਼ਰ ਨੂੰ ਢੱਕ ਲੈਂਦੀ ਹੈ। ਜੋ ਸਪੱਸ਼ਟ ਦੇਖ ਸਕਦਾ ਹੈ। ਗੱਲ ਸਪੱਸ਼ਟ ਵੀ ਹੈ, ਗੱਲ ਉਲਝੀ ਹੋਈ ਵੀ ਹੈ। ਜਿਥੋਂ ਤਕ ਵੇਖਣ ਦੀ ਗੱਲ ਹੈ ਵੇਖਣ 'ਚ ਹੀ ਅੰਤਰ ਪਿਆ ਹੋਇਆ ਹੈ। ਜੋ ਕੁਝ ਅਸੀਂ ਅੱਖਾਂ ਰਾਹੀਂ ਵੇਖਦੇ ਹਾਂ ਇਹ ਵੇਖਣ ਵਾਲਾ ਤਾਂ ਇਕ ਹੀ ਹੈ। ਇਹ ਹੀ ਤਾਂ ਸਾਡੇ ਸਰੀਰ ਅੰਦਰ ਮੌਜੂਦ ਹੈ ਜੋ ਵੇਖਿਆ ਜਾ ਰਿਹਾ ਹੈ। ਉਸ ਨੂੰ ਵੇਖ ਕੇ ਬ੍ਰਹਮ ਤੱਕ ਖਬਰ ਪਹੁੰਚਾਉਣ ਵਾਲਾ ਹੋਰ ਹੈ ਜਿਸ ਦੇ ਕਾਰਣ ਸਾਨੂੰ ਸਫਲ ਦਰਸ਼ਣ ਹੁੰਦੇ ਹੀ ਨਹੀਂ ਹਨ। ਜੋ ਥਿਰ ਹੈ। ਉਹ ਤਾਂ ਸਾਡੇ ਅੰਦਰ ਮੌਜੂਦ ਹੈ। ਹਾਲਾਂਕਿ ਇਹ ਗੱਲ ਹੋਰ ਹੈ ਕਿ ਜੋ ਸੱਚ ਹੈ ਉਹ ਸਰੀਰ ਵਾਂਗ ਬਦਲਣ ਵਾਲਾ ਨਹੀਂ ਹੈ। ਜੋ ਬਦਲਣ ਵਾਲਾ ਨਹੀਂ ਹੈ ਉਸ ਦੀ ਮੌਜੂਦਗੀ ਬਾਰੇ ਸਾਡਾ ਮਨ ਸਮਝ ਹੀ ਨਹੀਂ ਰਿਹਾ ਹੈ। ਬੱਸ ਇਹ ਹੀ ਇਕ ਗੱਲ ਸਮਝਣ ਵਾਲੀ ਹੈ ਕਿ ਉਹ ਕਿਹੜਾ ਸੱਚ ਸਰੀਰ ਦੇ ਨਾਲ ਸੰਬੰਧਤ ਹੈ ਜਿਸ ਦੀ ਸਤਾਹ ਅਣਬਦਲੀ ਹੈ।

ਗਰਬੁ ਕਰਤੁ ਹੈ ਦੇਹ ਕੋ ਬਿਨਸੈ ਛਿਨ ਮੈਂ ਮੀਤ॥
ਜਿਹਿ ਪ੍ਰਾਨੀ ਹਰਿ ਜਸ ਕਹਿਓ ਨਾਨਕ ਤਿਨਿ ਜਗੁ ਜੀਤਿ॥੪੨॥

ਇਕ ਹੁੰਦਾ ਹੈ ਦ੍ਰਿਸ਼ ਜਿਸ ਨੂੰ ਵੇਖਿਆ ਜਾਂਦਾ ਹੈ। ਦੂਜਾ ਹੁੰਦਾ ਹੈ ਵੇਖਣ ਵਾਲਾ ਦ੍ਰਸ਼ਟਾ। ਜੋ ਸਿਰਫ ਵੇਖਦਾ ਹੀ ਹੈ। ਗੁਰੂ ਜੀ ਘੁੰਮ-ਘੁੰਮਾ ਕੇ ਅਸਲ ਮੁੱਦੇ ਤੇ ਆਉਂਦੇ ਹਨ ਕਿ ਤੁਸੀਂ ਕਿਸ ਦੇਹ ਤੇ ਮਾਣ ਕਰਨ ਲੱਗੇ ਹੋਏ ਹੋ ? ਕੀ ਤੁਸੀਂ ਇਹ ਜਾਣ ਗਏ ਹੋ ਕਿ ਮਨੁੱਖਾ ਦੇਹੀ ਤੁਹਾਨੂੰ ਕਿਸ ਤਰ੍ਹਾਂ ਪ੍ਰਾਪਤ ਹੋਈ ਹੈ ? ਤੁਸੀਂ ਕੌਣ ਹੋ ? ਤੁਹਾਡਾ ਨਿੱਜ ਸਰੂਪ ਕੀ ਹੈ ? ਮੈਂ ਮੈਂ ਕਹਿਣ ਵਾਲੇ ਤੁਸੀਂ ਕੌਣ ਹੋ ? ਇਮਾਨਦਾਰੀ ਕਰੋਗੇ, ਸੱਚ ਨੂੰ ਸੱਚ ਕਹਿਣ ਲੱਗ ਜਾਓਗੇ ਤਾਂ ਤੁਸੀਂ ਕੋਈ ਜਵਾਬ ਦੇ ਹੀ ਨਹੀਂ ਸਕੋਗੇ। ਜੋ ਪਲ ਪਲ ਬਦਲ ਰਿਹਾ ਹੈ ਉਹ ਤਾਂ ਪਲ ਭਰ ਤੋਂ ਬਾਅਦ ਮੌਜੂਦ ਰਹੇਗਾ ਹੀ ਨਹੀਂ। ਇਸ ਤਰ੍ਹਾਂ ਸਰੀਰ ਤੇ ਮਾਲਕੀ ਜਤਾਉਣ ਵਾਲਾ ਜਦੋਂ ਮਨ ਹੀ ਕਹਿਣ ਲੱਗ ਜਾਵੇਗਾ ਕਿ ਮੈਂ ਤਾਂ ਅਗਿਆਨੀ ਹਾਂ, ਮੈਂ ਕੁਝ ਜਾਣਦਾ ਹੀ ਨਹੀਂ ਹਾਂ, ਫਿਰ ਹੰਕਾਰ ਕਿਸ ਤਰ੍ਹਾਂ ਬਣਿਆ ਰਹਿ ਸਕਦਾ ਹੈ ? ਇਸ ਵਾਸਤੇ ਜੋ ਭੁਲੇਖਾ ਹੈ ਕਿ 'ਮੈਂ ਸਰੀਰ ਹਾਂ'। ਇਹ ਭੁਲੇਖਾ ਦੂਰ ਹੋ ਜਾਵੇਗਾ। ਮਨ ਦੇ ਸ਼ਾਂਤ ਹੋ ਜਾਣ ਮਗਰੋਂ ਜੋ ਮਨ ਨੂੰ ਸ਼ਾਂਤ ਹੋਇਆ ਵੇਖਣ ਲੱਗ ਜਾਂਦਾ ਹੈ ਉਸ ਨੂੰ ਅਸੀਂ ਦ੍ਰਸ਼ਟਾ ਕਹਿੰਦੇ ਹਾਂ ਜੋ ਸਿਰਫ ਵੇਖਦਾ ਹੀ ਹੈ। ਉਹ ਸੱਚ ਦੀ ਹਾਮੀ ਭਰਦਾ ਹੈ। ਬਿਨਾਂ ਸਮਝੇ ਹੀ ਅਸੀਂ ਮੈਂ ਕਹਿਣ ਲੱਗ ਜਾਂਦੇ ਹਾਂ। ਜਦੋਂ ਮੈਂ ਭਾਵ ਸਮਾਪਤ ਹੋ ਜਾਂਦਾ ਹੈ ਤਾਂ ਫਿਰ ਤੂੰ ਉਤਰ ਆਉਂਦਾ ਹੈ ਜੋ ਮਿਟਣ ਵਾਲਾ ਨਹੀਂ ਹੈ। ਗੁਰੂ ਜੀ ਸਰਲਤਾ ਨਾਲ ਸਾਨੂੰ ਸਮਝਾਉਂਦੇ ਹਨ ਕਿ ਤੁਸੀਂ ਕਿਉਂ ਹੰਕਾਰ ਨਾਲ ਭਰੇ ਹੋਏ ਹੋ। ਤੁਹਾਡੇ ਸਰੀਰ ਦੀ ਬਣਤਰ ਦਾ ਜੋ ਆਧਾਰ ਹੈ ਉਹ ਬਦਲਣ ਵਾਲਾ ਨਹੀਂ ਹੈ। ਬੱਸ ਗਲਤੀ ਇਹ ਹੋ ਰਹੀ ਹੈ ਕਿ ਜੋ ਮਿਟਣ ਵਾਲਾ ਹੈ ਉਸ ਨੂੰ ਅਸੀਂ ਆਪਣਾ ਮੰਨ ਰਹੇ ਹਾਂ। ਜੋ ਹਮੇਸ਼ਾ ਕਾਇਮ ਰਹਿਣ ਵਾਲਾ ਹੈ, ਅਗਰ ਅਸੀਂ ਉਸ ਦੀ ਮੌਜੂਦਗੀ ਨੂੰ ਮੰਨਣ ਲੱਗ ਜਾਵਾਂਗੇ ਤਾਂ ਫਿਰ ਸਾਡੇ ਮਨ ਅੰਦਰ ਹਉਮੈਂ ਦਾ ਭਾਵ ਵੀ ਉੱਠ ਨਹੀਂ ਸਕੇਗਾ। ਇਸ ਤਰਜ਼ 'ਚ ਹੀ ਆਕਾਰ ਅੰਦਰੋਂ ਨਿਰ-ਆਕਾਰੀ ਆਤਮਾ ਦੀ ਮੌਜੂਦਗੀ ਦਾ ਅਹਿਸਾਸ ਕਰ ਲੈਣ ਨੂੰ ਹੀ ਬ੍ਰਹਮ-ਗਿਆਨੀ ਆਕਾਰ ਤੋਂ ਨਿਰ-ਆਕਾਰ 'ਚ ਛਲਾਂਗ ਲੱਗ ਜਾਣਾ ਕਹਿੰਦੇ ਹਨ :

ਜਿਹ ਘਟਿ ਸਿਮਰਨੁ ਰਾਮ ਕੋ ਸੋ ਨਰੁ ਮੁਕਤਾ ਜਾਨੁ॥
ਤਿਹਿ ਨਰ ਹਰਿ ਅੰਤਰੁ ਨਹੀਂ ਨਾਨਕ ਸਾਚੀ ਮਾਨੁ॥੪੩॥

ਗੱਲ ਤਾਂ ਇਕ ਹੀ ਹੈ। ਇਕ ਹੀ ਗੱਲ ਦੇ ਅਸੀਂ ਆਪਣੀ ਮਰਜ਼ੀ ਦੇ ਅਰਥ ਲਗਾ ਲੈਂਦੇ ਹਾਂ। ਮਨ ਦੀ ਮੈਂ ਰਲ ਜਾਣ ਨਾਲ ਹੀ ਸੱਤਿ ਅਸੱਤਿ ਬਣ ਜਾਂਦਾ ਹੈ। ਜਿਸ ਕਿਸੀ ਵਿਰਲੇ ਵਿਅਕਤੀ ਦੇ ਮਨ ਅੰਦਰੋਂ ਇਹ ਭੁਲੇਖਾ ਦੂਰ ਹੋ ਜਾਂਦਾ ਹੈ ਕਿ ਇਕ ਅਮਰ ਸ਼ਕਤੀ ਨੇ ਹੀ ਸਾਡੇ ਸਰੀਰ ਦੀ ਰਚਨਾ ਰਚੀ ਹੈ ਤਾਂ ਫਿਰ ਉਸ ਦੇ ਮਨ ਅੰਦਰ ਇਹ ਖ਼ਿਆਲ ਬਣਿਆ ਰਹਿਣ ਲੱਗ ਜਾਂਦਾ

ਹੈ ਕਿ "ਮੇਰਾ ਮੁਝ ਮਹਿ ਕੁਛ ਨਹੀਂ ਜੋ ਕੁਛ ਹੈ ਸੋ ਤੇਰਾ॥" ਤਾਂ ਫਿਰ ਉਸ ਦੀ ਸੋਚ ਇਕ ਦੁਆਲੇ ਹੀ ਘੁੰਮਣ ਲੱਗ ਜਾਂਦੀ ਹੈ। ਉਸ ਨੂੰ ਆਪਣੇ ਅੰਦਰੋਂ ਇਕ ਦੀ ਸ਼ਰਣ ਮਿਲ ਜਾਂਦੀ ਹੈ। ਉਹ ਰੱਬ ਦਾ ਹੀ ਰੂਪ ਬਣ ਜਾਂਦਾ ਹੈ। ਉਸ ਵਿਅਕਤੀ ਦੇ ਮਨ ਅੰਦਰ ਨਿਮਰਤਾ ਪ੍ਰਗਟ ਹੋ ਜਾਂਦੀ ਹੈ। ਜਿਸ ਨੂੰ ਮਨ ਅੰਦਰ ਪ੍ਰਮਾਤਮਾ ਦੀ ਭਗਵਤਾ ਉਤਰ ਆਉਣਾ ਕਿਹਾ ਜਾਂਦਾ ਹੈ। "ਹਰਿ ਸੇ ਬੜਾ ਹਰਿ ਕਾ ਨਾਮੁ॥" ਜੋ ਪ੍ਰਮਾਤਮਾ ਨਿਰ-ਆਕਾਰੀ ਹੈ ਉਸ ਦੀ ਮੌਜੂਦਗੀ ਦਾ ਅਹਿਸਾਸ ਸਾਨੂੰ ਹਰਿ ਰੂਪ ਬਣੇ ਭਗਤ ਦਾ ਵਿਓਹਾਰ ਵੇਖ ਕੇ ਸੱਚ ਨਜ਼ਰ ਆਉਣ ਲੱਗ ਜਾਂਦਾ ਹੈ। ਕ੍ਰਿਤ ਹੀ ਸਾਨੂੰ ਕਰਤੇ ਦੀ ਮੌਜੂਦਗੀ ਦਾ ਅਹਿਸਾਸ ਕਰਨ ਵਾਸਤੇ ਵੀ ਇਸ ਤਰ੍ਹਾਂ ਕਹਿਣ ਲੱਗ ਜਾਂਦੇ ਹਾਂ ਕਿ ਪ੍ਰਮਾਤਮਾ ਉਹ ਪ੍ਰਮਾਤਮਾ। ਅਸੀਂ ਪ੍ਰਮਾਤਮਾ ਦੀ ਅੰਸ਼ ਬਾਰੇ ਭੁੱਲ ਹੀ ਜਾਂਦੇ ਹਾਂ ਕਿ ਸਾਡਾ ਸਰੀਰ ਵੀ ਤਾਂ ਕਰਤੇ ਦੀ ਹੀ ਕ੍ਰਿਤ ਹੈ। ਕਰਤਾ ਹਰ ਕ੍ਰਿਤ ਅੰਦਰ ਮੌਜੂਦ ਹੀ ਹੈ। ਇਸ ਤਰ੍ਹਾਂ ਸਿੱਧੇ ਹੀ ਨਹੀਂ ਅਸੀਂ ਆਪਣੇ ਸਰੀਰ ਅੰਦਰ ਮੌਜੂਦ ਕਰਤੇ ਦੀ ਅੰਸ਼ ਭਾਵ ਆਪਣੀ ਹੀ ਅੰਤਰ-ਆਤਮਾ ਆਪਣੇ ਹੀ ਅੰਤਹ-ਕਰਣ ਦੇ ਸਨਮੁਖ ਹੋ ਕਰਤੇ ਹੋਣ ਦੀ ਦਾਅਵੇਦਾਰੀ ਹੀ ਛੱਡ ਸਕਦੇ ਹਾਂ। ਕਰਤੇਪੁਣੇ ਦੇ ਬੋਝ ਨੂੰ ਛੱਡ ਨਿਰਭਾਰ ਅਤੇ ਨਿਡਰ ਹੋ ਜਾਵੇ ਤਾਂ ਸਾਨੂੰ ਇਸ ਦੀ ਸ਼ਰਣ ਮਿਲ ਜਾਂਦੀ ਹੈ। ਅਗਰ ਮੈਂ ਕਹਿਣ ਵਾਲਾ ਹੀ ਸ਼ਾਂਤ ਹੋ ਜਾਵੇ ਫਿਰ ਤੂੰ ਦੀ ਸ਼ਰਣ ਦਾ ਮਤਲਬ ਹੀ ਇਹ ਹੋ ਜਾਂਦਾ ਹੈ ਕਿ ਬੱਸ ਮੇਰੀ ਮਰਜ਼ੀ ਸਮਾਪਤ ਹੈ। ਅੱਗੇ ਮਰਜ਼ੀ ਤੇਰੀ ਹੈ। ਇਸ ਵਾਸਤੇ ਹੀ ਗੁਰਬਾਣੀ ਕਹਿੰਦੀ ਹੈ "ਤੇਰੀਆਂ ਤੂੰ ਜਾਣੇ ਕਰਤਾਰ, ਤੇਰੀਆਂ ਤੂੰ ਜਾਣੇ ਕਰਤਾਰ"। ਜਦੋਂ ਆਪਣੇ ਹੀ ਚਿੱਤ ਰੂਪੀ ਆਕਾਸ਼ ਅੰਦਰ ਇਹੋ ਜਿਹੀ ਘਟਨਾ ਘਟ ਜਾਂਦੀ ਹੈ। ਭਾਵ ਜਦੋਂ ਮੈਂ ਤੂੰ ਅੰਦਰ ਲੀਨ ਹੋ ਜਾਂਦਾ ਹੈ ਫਿਰ ਕਦੇ ਮੂੰਹੋਂ ਮੈਂ ਨਿਕਲਦਾ ਹੀ ਨਹੀਂ ਹੈ। ਅਗਰ ਕੁਝ ਮੈਂ ਕਹਿ ਕੇ ਕਹਿਣਾ ਵੀ ਪਵੇ ਤਾਂ ਉਸ ਦਾ ਮਤਲਬ ਹੀ ਇਹ ਨਿਕਲਣ ਲੱਗ ਜਾਂਦਾ ਹੈ ਕਿ ਏਕ ਤੂੰ ਹੀ ਏਕ ਤੂੰ ਹੀ।

ਏਕ ਭਗਤਿ ਭਗਵਾਨ ਜਿਹ ਪ੍ਰਾਨੀ ਕੈ ਨਾਹਿ ਮਨਿ॥
ਜੈਸੇ ਸੂਕਰ ਸੁਆਨ ਨਾਨਕ ਮਾਨੋ ਨਾਹੀ ਤਨੁ॥੪੪॥

ਭਗਤ ਤਾਂ ਸਮੁੰਦਰ ਨੂੰ ਕੁੱਜੇ 'ਚ ਬੰਦ ਕਰ ਦਿੰਦੇ ਹਨ ਜਦੋਂ ਉਸ ਦੀ ਯਾਤਰਾ ਸ਼ੁਰੂ ਹੋ ਜਾਂਦੀ ਹੈ। ਕੁੱਜੇ 'ਚ ਬੰਦ ਸੱਚ ਨੂੰ ਵਿਸਤਾਰ ਦੇਣ ਦੀ ਕੋਸ਼ਿਸ਼ ਸ਼ੁਰੂ ਹੋ ਜਾਂਦੀ ਹੈ ਤਾਂ ਵੀ ਕਈ ਵਾਰ ਬਹੁਤ ਅਨਰਥ ਹੋਣ ਲੱਗ ਜਾਂਦਾ ਹੈ। ਜਦੋਂ ਫੁੱਲ ਹੀ ਖਿੜ ਪੈਂਦਾ ਹੈ ਉਸ ਦੀ ਸੁਗੰਧੀ 'ਚ ਤਾਂ ਕੋਈ ਬਨਾਵਟ ਹੁੰਦੀ ਹੀ ਨਹੀਂ ਹੈ। ਜਿਉਂ ਹੀ ਫੁੱਲ ਦੀ ਮਹਿਕ ਬਾਰੇ ਚਰਚੇ ਸ਼ੁਰੂ ਹੋ ਜਾਂਦੇ ਹਨ, ਇਹ ਚਰਚੇ ਚਰਚੇ ਹੀ ਬਣ ਕੇ ਰਹਿ ਜਾਂਦੇ ਹਨ। ਫਿਰ ਵੀ ਇਹ ਚਰਚੇ ਸਾਨੂੰ

ਸਾਡੇ ਸਰੀਰ ਅੰਦਰ ਦੱਬੇ ਹੋਏ ਬੀਜ ਵੱਲ ਸਿਰਫ ਇਸ਼ਾਰੇ ਕਰਦੇ ਹਨ। ਉਹ ਹੀ ਗੱਲ ਗੁਰੂ ਜੀ ਸਾਨੂੰ ਵਿਸਥਾਰ ਨਾਲ ਸਮਝਾਉਣ ਦੀਆਂ ਕੋਸ਼ਿਸ਼ਾਂ ਕਰਦੇ ਹਨ ਕਿ ਗੱਲ ਤਾਂ ਖ਼ਿਆਲਾਂ ਅੰਦਰ ਮੌਜੂਦ ਸੱਚ ਦੇ ਖ਼ਿਆਲਾਂ ਦੀ ਹੀ ਹੋ ਰਹੀ ਹੈ। ਪਰੰਤੂ ਸੱਚ ਤਾਂ ਤੁਹਾਡੇ ਸਰੀਰ ਅੰਦਰ ਹੀ ਮੌਜੂਦ ਹੈ। ਗੱਲ ਤਾਂ ਸਿਰਫ ਤੁਹਾਡੇ ਸਰੀਰ ਨੂੰ ਜੀਵਤ ਰੱਖ ਰਹੀ ਆਤਮਾ ਦੀ ਹੋ ਰਹੀ ਹੈ। ਤੁਹਾਡੀ ਆਤਮਾ ਦਾ ਹੁੰਗਾਰਾ ਤਾਂ ਤੁਹਾਡੇ ਅੰਦਰੋਂ ਹੀ ਉੱਠ ਰਿਹਾ ਹੈ। ਅਗਰ ਤੁਸੀਂ ਆਪ ਹੀ ਆਪਣੀ ਆਤਮਾ ਦੇ ਹੁੰਗਾਰੇ ਨੂੰ ਨਹੀਂ ਸੁਣਨਾ ਚਾਹੁੰਦੇ ਹੋ ਫਿਰ ਤਾਂ ਤੁਸੀਂ ਅਜੇ ਇਨਸਾਨ ਨਹੀਂ ਬਣੇ ਹੋ। ਤੁਹਾਡੇ ਮਨ ਅੰਦਰ ਅਗਰ ਇਹ ਖ਼ਿਆਲ ਨਹੀਂ ਉੱਠ ਰਿਹਾ ਕਿ ਮੈਂ ਕੌਣ ਹਾਂ ? ਫਿਰ ਤਾਂ ਤੁਸੀਂ ਅਜੇ ਜਾਨਵਰਾਂ ਨਾਲੋਂ ਵੀ ਪਿਛੜੇ ਹੋਏ ਹੋ। ਤੁਹਾਨੂੰ ਇਹ ਸਮਝ ਤਾਂ ਆਉਣੀ ਹੀ ਚਾਹੀਦੀ ਹੈ ਕਿ ਜਿਸ ਨੇ ਮੈਨੂੰ ਇਹ ਅਤਿ ਉੱਤਮ ਸਰੀਰ ਦਿੱਤਾ ਹੈ ਉਹ ਕਿੰਨਾ ਮੇਹਰਬਾਨ ਹੈ। ਅਗਰ ਅਜੇ ਵੀ ਤੁਹਾਡੇ ਅੰਦਰੋਂ ਧੰਨਵਾਦ ਦੇ ਸ਼ਬਦ ਨਹੀਂ ਨਿਕਲ ਰਹੇ ਹਨ ਤਾਂ ਫਿਰ ਤੁਹਾਡੀ ਤੁਲਨਾ ਤਾਂ ਅਜੇ ਵੀ ਸੂਰਾਂ ਕੁੱਤਿਆਂ ਨਾਲ ਹੀ ਕੀਤੀ ਜਾਵੇਗੀ ਕਿ ਤੁਸੀਂ ਅਜੇ ਇਨਸਾਨੀ ਸਰੀਰ ਦੀ ਮਹੱਤਤਾ ਨੂੰ ਸਮਝਿਆ ਹੀ ਨਹੀਂ ਹੈ। ਜਿਹੜੀ ਸਚਾਈ ਤੁਹਾਡੇ ਅੰਦਰ ਛੁਪੀ ਹੋਈ ਹੈ। ਉਸ ਦੀ ਮੌਜੂਦਗੀ ਦਾ ਅਜੇ ਤੁਹਾਡੇ ਸਰੀਰ ਅੰਦਰ ਮੌਜੂਦ ਮਨ ਅੰਦਰ ਇਹ ਖ਼ਿਆਲ ਵੀ ਨਹੀਂ ਉੱਠਿਆ ਹੈ। ਤੁਸੀਂ ਮਨੁੱਖਾ ਜਨਮ ਦੀ ਮਹੱਤਤਾ ਨੂੰ ਪਹਿਚਾਣਿਆ ਹੀ ਨਹੀਂ ਹੈ। ਅਗਰ ਸਾਡੇ ਮਨ ਅੰਦਰ ਇਹ ਖ਼ਿਆਲ ਉੱਠ ਆਇਆ ਕਿ ਮੈਂ ਕੌਣ ਹਾਂ ? ਮੇਰਾ ਅਸਲਾ ਕਿਆ ਹੈ ? ਗੁਰੂ ਜੀ ਬਹੁਤ ਹੀ ਸਾਦਗੀ ਨਾਲ ਸਾਡੇ ਮਨ ਅੰਦਰ ਇਹ ਖ਼ਿਆਲ ਭਰ ਦੇਣਾ ਚਾਹੁੰਦੇ ਹਨ ਕਿ "ਮਾਨੁੱਖ ਜਨਮ ਦੁਰਲੱਭ ਹੈ, ਮਿਲੇ ਨਾ ਬਾਰੰਬਾਰ।" ਕਿ ਅਜੇ ਵੀ ਸਮਾਂ ਹੈ। ਅਜੇ ਵੀ ਤੁਹਾਨੂੰ ਆਪਣੇ ਸਰੀਰ ਅੰਦਰ ਮੌਜੂਦ ਹੀਰੇ ਦੀ ਪਹਿਚਾਣ ਹੋ ਸਕਦੀ ਹੈ। ਬੱਸ ਇਸ ਖ਼ਿਆਲ ਤੇ ਪਹਿਰੇਦਾਰੀ ਕਰਨੀ ਸ਼ੁਰੂ ਕਰ ਦਿਓ ਕਿ ਮੈਂ ਸਰੀਰ ਨਹੀਂ, ਮੈਂ ਬ੍ਰਹਮ ਹਾਂ। ਜੋ ਮਿਟਣੇ ਵਾਲਾ ਨਹੀਂ ਹੈ।

ਸੁਆਮੀ ਕੋ ਗ੍ਰਿਹ ਜਿਉ ਸਦਾ ਸੁਆਨ ਤਜਤ ਨਹੀਂ ਨਿਤ॥
ਨਾਨਕ ਇਹ ਬਿਧਿ ਹਰਿ ਭਜਉ ਇਕ ਮਨਿ ਹੁਇ ਇਕਿ ਚਿਤ॥੪੫॥

ਮਨੁੱਖਾ ਸਰੀਰ ਹੀ ਪ੍ਰਮਾਤਮਾ ਦਾ ਬਣਾਇਆ ਹੋਇਆ ਇਕ ਅਜਿਹਾ ਅਦਭੁਤ ਉਪਕਰਣ ਹੈ ਜੋ ਪ੍ਰਮਾਤਮਾ ਬਾਰੇ ਸੋਚ ਸਕਦਾ ਹੈ ਕਿ ਮੇਰੇ ਇਸ ਸਰੀਰ ਦੀ ਰਚਨਾ ਰਚਣੇ ਵਾਲੀ ਕਿਹੜੀ ਸ਼ਕਤੀ ਹੈ। ਇਸ ਤਰ੍ਹਾਂ ਗੁਰੂ ਜੀ ਸਾਡੇ ਹੀ ਸਰੀਰ ਅੰਦਰ ਸਮਾਏ ਹੋਏ ਸੱਚ ਦੀ ਸਾਨੂੰ ਪਹਿਚਾਣ ਕਰਵਾ ਦੇਣਾ ਚਾਹੁੰਦੇ ਹਨ ਕਿ ਤੁਸੀਂ ਆਮ ਕੁੱਤੇ ਦੇਖੇ ਹੋਏ ਹਨ ਕਿ ਜਿਸ ਘਰ ਕੁੱਤਾ ਰੱਖਿਆ ਹੁੰਦਾ ਹੈ

ਉਹ ਆਪਣੇ ਮਾਲਕ ਨਾਲ਼ ਕਿੰਨੀ ਵਫਾਦਾਰੀ ਕਰਦਾ ਹੈ। ਮਾਲਕ ਕੁੱਤੇ ਨੂੰ ਝਿੜਕਦਾ ਵੀ ਹੈ, ਮਾਰਦਾ ਵੀ ਹੈ, ਪਰੰਤੂ ਕੁੱਤਾ ਹਮੇਸ਼ਾ ਹੀ ਆਪਣੇ ਮਾਲਕ ਦੀ ਵਫਾਦਾਰੀ ਕਰਦਾ ਹੈ। ਜਿਵੇਂ ਇਹ ਗੱਲ ਵੀ ਸੱਚੀ ਹੀ ਦੱਸੀ ਜਾਂਦੀ ਹੈ ਕਿ ਧਰਮਰਾਜ ਯੁਧਿਸ਼ਟਰ ਨੇ ਵੀ ਜਿਹੜਾ ਕੁੱਤਾ ਰੱਖਿਆ ਹੋਇਆ ਸੀ, ਉਹ ਮੁਕਤ ਦੁਆਰ ਤੱਕ ਆਪਣੇ ਮਾਲਿਕ ਯੁਧਿਸ਼ਟਰ ਨਾਲ ਗਿਆ ਸੀ। ਖੈਰ ਗੁਰੂ ਜੀ ਤਾਂ ਸਾਨੂੰ ਕੁੱਤੇ ਦੇ ਕੁਦਰਤੀ ਸੁਭਾਓ ਬਾਰੇ ਦੱਸਦੇ ਹਨ ਕਿ ਕੁੱਤਾ ਬਹੁਤ ਵੱਡਾ ਵਫਾਦਾਰ ਹੁੰਦਾ ਹੈ। ਉਹ ਆਪਣੇ ਮਾਲਕ ਦਾ ਘਰ ਕਦੇ ਵੀ ਛੱਡ ਕੇ ਨਹੀਂ ਜਾਂਦਾ ਹੈ।

ਬੁੱਲਿਆ ਕੁੱਤੇ ਤੈਥੋਂ ਉੱਚੇ,
ਮਾਲਿਕ ਦਾ ਦਰ ਮੂਲ ਨਾ ਛੱਡਦੇ,
ਭਾਵੇਂ ਸੌ ਸੌ ਬੁੜਕਣ ਜੁੱਤੇ। ਤੈਥੋਂ ਉੱਚੇ।

ਗੁਰੂ ਜੀ ਉਦਾਹਰਣਾਂ ਦਿੰਦੇ ਹੋਏ ਸਮਝਾ ਰਹੇ ਹਨ, ਤਾੜਨਾ ਕਰ ਰਹੇ ਹਨ ਕਿ ਅਜੇ ਸਮਾਂ ਹੈ, ਅਜੇ ਤਾਂ ਸਰੀਰ ਤੁਹਾਡੇ ਪਾਸ ਹੈ। ਅਜੇ ਵੀ ਤੁਸੀਂ ਸਮਝ ਸਕਦੇ ਹੋ ਕਿ ਸਰੀਰ ਅਲੱਗ ਹੈ। ਬ੍ਰਹਮ ਅਲੱਗ ਹੈ। ਸਰੀਰ ਮਰਨੇ-ਮਿਟਣੇ ਵਾਲਾ ਹੈ। ਬ੍ਰਹਮ ਮਿਟਣੇ ਵਾਲਾ ਨਹੀਂ ਹੈ। ਤੁਸੀਂ ਆਪਣੇ ਸਰੀਰ ਅੰਦਰੋਂ ਸਰੀਰ ਅੰਦਰ ਸਮਾਏ ਸੱਚ ਦੀ ਅਜੇ ਵੀ ਪਹਿਚਾਣ ਕਰ ਸਕਦੇ ਹੋ।

ਤੀਰਥ ਬਰਤ ਅਰੁ ਦਾਨ ਕਰਿ ਮਨ ਮੈ ਧਰੈ ਗੁਮਾਨੁ॥
ਨਾਨਕ ਨਿਹਫਲ ਜਾਤ ਤਿਹ ਜਿਉ ਕੁੰਚਰ ਇਸਨਾਨੁ॥੪੬॥

ਪੰਜਾਬੀ ਦੀ ਇਕ ਕਹਾਵਤ ਹੈ "ਕੁੱਛੜ ਕੁੜੀ ਸ਼ਹਿਰ ਢੰਡੋਰਾ"। ਗੱਲ ਤਾਂ ਇਕ ਹੀ ਹੈ ਕਿ ਜਿਸ ਨਿਰ-ਆਕਾਰੀ ਸ਼ਕਤੀ ਨੇ ਸਾਡੇ ਇਸ ਸਰੀਰ ਦੀ ਰਚਨਾ ਰਚੀ ਹੈ। ਉਹ ਅਤਿ ਸੂਖਸ਼ਮ ਰੂਪ 'ਚ ਸਾਡੇ ਹੀ ਸਰੀਰ ਅੰਦਰ ਸਮਾਈ ਹੋਈ ਹੈ। ਅੱਗੇ ਉਲਝਣ ਗੁੰਝਲ ਭਾਵੇਂ ਨਾਮ ਕੁਝ ਵੀ ਕਹਿ ਲਓ। ਕਹਿਣ ਦਾ ਭਾਵ ਇਹ ਹੀ ਹੈ ਕਿ ਸਰੀਰ ਅੰਦਰ ਕਿਹੜੀ ਸ਼ਕਤੀ ਸਮਾਈ ਹੋਈ ਹੈ। ਇਹ ਖੋਜ ਤਾਂ ਸਾਨੂੰ ਆਪਣੇ ਸਰੀਰ ਅੰਦਰੋਂ ਹੀ ਕਰਨੀ ਪੈਂਦੀ ਹੈ। ਜਿਵੇਂ ਸਾਡੇ ਪਾਸ ਦੁੱਧ ਪਿਆ ਹੋਵੇਗਾ ਤਾਂ ਮੱਖਣ ਪ੍ਰਾਪਤ ਕਰਨ ਵਾਸਤੇ ਸਾਨੂੰ ਕਈ ਪਾਪੜ ਵੇਲਣੇ ਪੈਂਦੇ ਹਨ। ਜ਼ਿਆਦਾ ਵਿਸਥਾਰ 'ਚ ਮੈਂ ਜਾਣਾ ਨਹੀਂ ਚਾਹੁੰਦਾ ਹਾਂ। ਸਾਰੇ ਹੀ ਸੱਜਣ ਇਹ ਜਾਣਦੇ ਹਨ ਕਿ ਕਿਵੇਂ ਦੁੱਧ 'ਚ ਮੱਖਣ ਮੌਜੂਦ ਹੁੰਦਾ ਹੈ। ਕਿਵੇਂ ਲੱਕੜ ਅੰਦਰੋਂ ਅੱਗ ਕੱਢੀ ਜਾਂਦੀ ਹੈ। ਆਪਣੇ ਪੁਰਖਿਆਂ, ਆਪਣੇ ਬ੍ਰਹਮ-ਗਿਆਨੀਆਂ ਨੇ ਬਹੁਤ ਹੀ ਸਰਲ ਤੋਂ ਸਰਲ ਉਦਾਹਰਣਾਂ ਸਾਡੇ ਸਾਹਮਣੇ ਪੇਸ਼ ਕੀਤੀਆਂ ਹਨ ਕਿ ਇਸ ਸਰੀਰ ਅੰਦਰ ਜੋ ਬ੍ਰਹਮ ਸਮਾਇਆ ਹੋਇਆ ਹੈ ਉਹ ਨਿਰਜੀਵ ਨਹੀਂ ਹੈ। ਇਹ ਚੁੱਪ ਨਹੀਂ ਹੈ। ਉਹ ਮੌਨ ਨਹੀਂ ਹੈ। ਮੁਸ਼ਕਲ ਸਿਰਫ ਇਕ ਹੀ ਹੈ

ਕਿ ਆਪਣੇ ਹੀ ਬ੍ਰਹਮ ਦੀ ਆਵਾਜ਼ ਨੂੰ ਸਾਡੇ ਮਨ ਦੀਆਂ ਕਲਪਨਾਵਾਂ ਨੇ ਢੱਕਿਆ ਹੋਇਆ ਹੈ। ਸਾਨੂੰ ਇਹ ਹੀ ਇਕ ਗੱਲ ਦਾ ਵਿਸ਼ਵਾਸ ਕਰਵਾਉਣ ਵਾਸਤੇ ਬਾਹਰੀ ਮਿੱਥਾਂ ਦੱਸੀਆਂ ਹੋਈਆਂ ਹਨ ਕਿ ਕਿਵੇਂ ਸਾਡੇ ਸਰੀਰ ਨਾਲ ਸੰਬੰਧਤ ਮਨ ਆਤਮਾ ਪ੍ਰਮਾਤਮਾ ਦਾ ਸੰਬੰਧ ਹੈ। ਤੁਸੀਂ ਇਨ੍ਹਾਂ ਬਾਹਰੀ ਮਿਥਾਂ ਨੂੰ ਵੇਖ ਇਹ ਸਮਝ ਸਕਦੇ ਹੋ ਕਿ ਇਸ ਤਰ੍ਹਾਂ ਸਾਡੇ ਸਰੀਰ ਅੰਦਰ ਜੋ ਸੱਚ ਮੌਜੂਦ ਹੈ ਉਸ ਨੂੰ ਜਾਣਿਆ ਜਾ ਸਕਦਾ ਹੈ। ਪਰੰਤੂ ਉਲਝਣ ਤਾਂ ਇਕ ਹੀ ਹੈ ਕਿ ਬਾਹਰੀ ਮਿਥਾਂ ਤੋਂ ਸਾਨੂੰ ਆਪ ਹੀ ਇਹ ਸਮਝਣਾ ਪਵੇਗਾ ਕਿ ਕਿਸ ਤਰ੍ਹਾਂ ਸਾਡਾ ਬ੍ਰਹਮ ਸਾਡੇ ਸਰੀਰ ਅੰਦਰ ਸਮਾਇਆ ਹੋਇਆ ਹੈ। ਇਸ ਗੱਲ ਨੂੰ ਨਾ ਸਮਝਣ ਦੇ ਕਾਰਣ ਅਸੀਂ ਬਾਹਰੀ ਤੀਰਥਾਂ ਤੇ ਜਾਂਦੇ ਹਾਂ। ਉਲਟੀ ਗੱਲ ਇਹ ਹੋ ਜਾਂਦੀ ਹੈ ਕਿ ਸਾਡੇ ਮਨ ਅੰਦਰ ਉਲਟਾ ਹੋਰ ਹੀ ਅਹੰਕਾਰ ਪੈਦਾ ਹੋ ਜਾਂਦਾ ਹੈ ਕਿ ਮੈਂ ਇੰਨਾ ਵੱਡਾ ਭਗਤ ਹਾਂ। ਮੈਂ ਇੰਨੀ ਵਾਰ ਹੱਜ ਕਰ ਆਇਆ ਹਾਂ। ਹਰਿਦੁਆਰ ਜਾ ਆਇਆ। ਹਰਿਮੰਦਰ ਸਾਹਿਬ ਹੋ ਆਇਆ ਹਾਂ। ਇਹੋ ਜਿਹੀਆਂ ਦਾਅਵੇਦਾਰੀਆਂ ਸਾਡੇ ਹਉ ਭਾਵ ਨੂੰ ਪ੍ਰਬਲ ਕਰ ਦਿੰਦੀਆਂ ਹਨ। ਇਸ ਤਰ੍ਹਾਂ ਸਰੀਰ ਅੰਦਰ ਸਮਾਏ ਸੱਚ ਨੂੰ ਅਸੀਂ ਜਾਣਦੇ ਹੀ ਨਹੀਂ ਹਾਂ। ਸਰੀਰ ਅੰਦਰ ਮੌਜੂਦ ਸੱਚ ਤੋਂ ਅਸੀਂ ਅਣਜਾਣੇ ਹੀ ਰਹਿ ਜਾਂਦੇ ਹਾਂ। ਤੀਰਥਾਂ ਤੇ ਜਾਣ ਨੂੰ ਗੁਰੂ ਜੀ ਇਸ ਤਰ੍ਹਾਂ ਕਹਿ ਰਹੇ ਹਨ ਕਿ ਜਦੋਂ ਮੈਂ ਨੂੰ ਆਪਣੀ ਦਾਅਵੇਦਾਰੀ ਕਰਨ ਦਾ ਮੌਕਾ ਮਿਲ ਜਾਂਦਾ ਹੈ ਤਾਂ ਫਿਰ ਤੂੰ ਅਣ-ਜਾਣਿਆ ਹੀ ਰਹਿ ਜਾਂਦਾ ਹੈ। ਸਾਡੀ ਤੀਰਥ ਯਾਤਰਾ ਜਦੋਂ ਸਾਡੇ ਮਨ ਅੰਦਰ ਅਹੰਕਾਰ ਭਰ ਦਿੰਦੀ ਹੈ ਤਾਂ ਫਿਰ ਇਹ ਇਸ ਤਰ੍ਹਾਂ ਹੀ ਨਿਸਫਲ ਹੋ ਜਾਂਦਾ ਹੈ ਜਿਵੇਂ ਕਿ ਹਾਥੀ ਨਦੀ 'ਚ ਇਸ਼ਨਾਨ ਕਰਨ ਤੋਂ ਬਾਅਦ ਚਿੱਕੜ 'ਚ ਲਿਟਣ ਲੱਗ ਜਾਂਦਾ ਹੈ।

> ਸਿਰੁ ਕੰਪਿਓ ਪਗ ਡਗਮਗੇ ਨੈਨ ਜੋਤਿ ਤੇ ਹੀਨ॥
> ਕਹੁ ਨਾਨਕ ਇਹ ਬਿਧਿ ਭਈ ਤਉ ਨ ਹਰਿ ਰਸਿ ਲੀਨ॥੪੭॥

ਵਧ ਰਹੀ ਉਮਰ ਭਾਵ ਬੁਢੇਪੇ ਦਾ ਅਹਿਸਾਸ ਕਰਵਾਉਂਦੇ ਹੋਏ ਗੁਰੂ ਜੀ ਸਾਨੂੰ ਚੌਕਸ ਕਰ ਰਹੇ ਹਨ ਕਿ ਸਰੀਰ ਤਾਂ ਪਲ ਪਲ ਬਦਲਦਾ ਜਾ ਰਿਹਾ ਹੈ। ਪਰੰਤੂ ਜੋ ਸ਼ਕਤੀ ਅਣ-ਬਦਲੀ ਹੈ। ਜਿਸ ਨੂੰ ਇਹ ਪਤਾ ਹੈ ਕਿ ਹੁਣ ਤਕ ਮੈਂ ਨੇ ਕੀ ਕੀ ਕਰਮ-ਕੁਕਰਮ ਕੀਤੇ ਹਨ। ਉਸ ਦੀ ਤੁਹਾਨੂੰ ਯਾਦ ਭੁੱਲੀ ਹੋਈ ਹੈ। ਬੇਸ਼ੱਕ ਸਰੀਰ ਬੁੱਢਾ ਹੋ ਗਿਆ ਹੈ। ਨਜ਼ਰ ਘਟ ਗਈ ਹੈ। ਪਰ ਅਜੇ ਵੀ ਤੁਸੀਂ ਆਪਣੇ ਸਰੀਰ ਅੰਦਰ ਸਮਾਏ ਹੋਏ ਸੱਚ ਦਾ ਅਹਿਸਾਸ ਕਰ ਸਕਦੇ ਹੋ। ਨਿਰਾਸ਼ ਹੋਣ ਦੀ ਜ਼ਰੂਰਤ ਨਹੀਂ ਹੈ। ਬੱਸ ਆਪਣੇ ਹੀ ਖ਼ਿਆਲਾਂ ਅੰਦਰ ਉਸ ਇਕ ਦਾ ਖ਼ਿਆਲ ਲੈ ਆਉਣ ਦੀ ਹੀ ਦੇਰ ਹੈ। ਅਜੇ ਵੀ ਕੁਝ ਵਿਗੜਿਆ ਨਹੀਂ ਹੈ। ਤੁਸੀਂ ਆਪਣੇ ਮਨ ਦੇ ਘੇਰੇ ਤੋਂ ਬਾਹਰ ਨਿਕਲ ਸਕਦੇ ਹੋ। ਖ਼ਿਆਲਾਂ ਅੰਦਰ

ਹੀ ਅਸੀਂ ਜਿਸ ਤੋਂ ਵਿਛੜੇ ਹੋਏ ਹਾਂ। ਖ਼ਿਆਲਾਂ ਖ਼ਿਆਲਾਂ ਅੰਦਰ ਹੀ ਅਸੀਂ ਉਸ ਨਾਲ ਮਿਲ ਸਕਦੇ ਹਾਂ :

ਨਿਜ ਕਰਿ ਦੇਖਿਓ ਜਗਤ ਮੈ ਕੋ ਕਾਹੂ ਕੋ ਨਾਹਿ॥
ਨਾਨਕ ਥਿਰੁ ਹਰਿ ਭਗਤਿ ਹੈ ਤਿਹ ਰਾਖੋ ਮਨ ਮਾਹਿ॥੪੮॥

ਕਿੰਨੀ ਸਰਲਤਾ ਨਾਲ ਗੁਰੂ ਜੀ ਆਪਣੇ ਨਿੱਜ ਦੀ ਗੱਲ ਕਰ ਰਹੇ ਹਨ ਕਿ ਮੈਂ ਜਗਤ 'ਚ ਇਕ ਹੀ ਗੱਲ ਮਹਿਸੂਸ ਕੀਤੀ ਹੈ ਕਿ ਹਰ ਵਿਅਕਤੀ ਸਵਾਰਥੀ ਹੈ। ਕੋਈ ਵੀ ਸਾਡਾ ਆਪਣਾ ਨਹੀਂ ਹੈ। ਹਰ ਵਿਅਕਤੀ ਆਪਣੇ ਆਪਣੇ ਮਤਲਬ ਵਾਸਤੇ ਹੀ ਸਾਨੂੰ ਆਪਣਾ ਕਹਿ ਰਹੇ ਹਨ। ਇਸ ਤੋਂ ਅੱਗੇ ਦੀ ਗੱਲ ਗੁਰੂ ਜੀ ਕਰ ਰਹੇ ਹਨ ਕਿ ਸਰੀਰ ਨਾਸ਼ਵਾਨ ਹੈ। ਜਿਹੜਾ ਧਨ-ਦੌਲਤ ਲੋਕ ਜੋੜਦੇ ਹਨ ਉਹ ਵੀ ਇਥੇ ਹੀ ਰਹਿ ਜਾਂਦਾ ਹੈ। ਮੈਨੂੰ ਜੋ ਸਮਝ ਆਈ ਹੈ, ਜਿਹੜਾ ਸੱਚ ਥਿਰ ਹੈ। ਜੋ ਨਾ ਕਦੇ ਬਦਲਿਆ ਹੈ, ਨਾ ਹੀ ਬਦਲੇਗਾ। ਉਸ ਨੂੰ ਭਾਵੇਂ ਬ੍ਰਹਮ ਕਹਿ ਲਓ। ਨਾਮ ਤਾਂ ਸਾਨੂੰ ਆਪਣੀ ਬੋਲੀ ਮੁਤਾਬਿਕ ਹੀ ਕਹਿਣੇ ਪੈਂਦੇ ਹਨ। ਮੈਂ ਸਿੱਧਾ ਸਪੱਸ਼ਟ ਇਹ ਕਹਿਣਾ ਚਾਹੁੰਦਾ ਹਾਂ ਕਿ ਜਿਹੜੀ ਬਦੇਹੀ ਸ਼ਕਤੀ ਸਾਡੇ ਸਾਹ ਨੂੰ ਸਰੀਰ ਅੰਦਰ ਆਉਂਦੇ-ਜਾਂਦੇ ਵੇਖਦੀ ਹੈ, ਜੋ ਇਹ ਗਵਾਹੀ ਦੇ ਰਹੀ ਹੈ ਕਿ ਹਾਂ ਸਰੀਰ ਪਲ ਪਲ ਬਦਲ ਰਿਹਾ ਹੈ। ਇਸ ਸਰੀਰ ਦੀ ਮੌਤ ਹੋ ਜਾਣੀ ਸੁਭਾਵਿਕ ਹੀ ਹੈ। ਜੋ ਗੱਲ ਸਮਝਣ-ਸਮਝਾਉਣ ਵਾਲੀ ਹੈ। ਗੁਰੂ ਜੀ ਤਾਂ ਸਾਨੂੰ ਉਸ ਦੀ ਮੌਜੂਦਗੀ ਦਾ ਅਹਿਸਾਸ ਹੀ ਕਰਵਾਉਣਾ ਚਾਹੁੰਦੇ ਹਨ ਕਿ ਆਕਾਰ ਅੰਦਰੋਂ ਸਰੀਰ ਅੰਦਰ ਸਮਾਈ ਹੋਈ ਸ਼ਕਤੀ ਦੀ ਮੌਜੂਦਗੀ ਦਾ ਖ਼ਿਆਲ ਹੀ ਸਾਨੂੰ ਉਸ ਸ਼ਕਤੀ ਦੀ ਮੌਜੂਦਗੀ ਅਹਿਸਾਸ ਕਰਵਾ ਸਕਦਾ ਹੈ। ਬੱਸ ਇਹ ਇਕ ਖ਼ਿਆਲ ਮਨ ਅੰਦਰ ਟਿਕ ਜਾਣ ਤੋਂ ਬਾਅਦ ਹੀ ਅਸਲੀ ਆਕਾਰ ਅੰਦਰੋਂ ਨਿਰ-ਆਕਾਰੀ ਸ਼ਕਤੀ ਦੀ ਸਾਨੂੰ ਪਹਿਚਾਣ ਕਰਵਾ ਸਕਦਾ ਹੈ। ਬੱਸ ਇਹ ਇਕ ਗੱਲ ਮਨ ਅੰਦਰੋਂ ਭੁੱਲਣੀ ਨਹੀਂ ਚਾਹੀਦੀ। ਇਹ ਇਕ ਖ਼ਿਆਲ ਜਦੋਂ ਸਾਡੇ ਮਨ ਅੰਦਰ ਟਿਕ ਜਾਂਦਾ ਹੈ ਤਾਂ ਫਿਰ ਅੰਦਰੋਂ ਇਹ ਗਵਾਹੀ ਦੇਣ ਵਾਲਾ ਕਿ ਹਾਂ ਮੈਂ ਇਹ ਜਾਣ ਰਿਹਾ ਹਾਂ ਕਿ ਮਨ ਨਿਰ-ਵਿਚਾਰ ਹੈ। ਇਹ ਹੀ ਸਾਡਾ ਬ੍ਰਹਮ ਹੁੰਦਾ ਹੈ। ਜਿਸ ਦੀ ਮੌਜੂਦਗੀ ਦਾ ਸਿਰਫ ਅਹਿਸਾਸ ਹੀ ਹੋ ਸਕਦਾ ਹੈ। ਲੋਗ-ਬਾਗ ਇਹ ਕਹਿੰਦੇ ਹਨ ਕਿ ਪ੍ਰਮਾਣ ਦਿਓ, ਸਬੂਤ ਦਿਓ ਕਿ ਸਾਡਾ ਬ੍ਰਹਮ ਕਿਸ ਤਰ੍ਹਾਂ ਅਮਰ ਹੁੰਦਾ ਹੈ। ਭਲਿਓ ਮਾਣਸੋ ! ਪਹਿਲਾਂ ਆਪਣੇ ਬ੍ਰਹਮ ਦੀ ਮੌਜੂਦਗੀ ਨੂੰ ਵਿਸ਼ਵਾਸ ਕਰ ਕੇ ਯਾਦ ਤਾਂ ਰੱਖਣ ਲੱਗ ਜਾਓ। ਇਹ ਹੀ ਤਾਂ ਰਾਹ ਦਾ ਰੋੜਾ ਹੈ। ਜੋ ਕਿੰਤੂ-ਪਰੰਤੂ ਕਰ ਰਿਹਾ ਹੈ। ਇਹ ਹੀ ਤਾਂ ਸਾਡਾ ਮਨ ਹੈ ਜੋ ਸਾਨੂੰ ਕਿੰਤੂ-ਪਰੰਤੂ ਕਰਦੇ ਹੋਇਆਂ ਵੇਖ ਰਿਹਾ ਹੈ। ਇਹ ਹੀ ਸਾਡਾ ਬ੍ਰਹਮ ਹੈ। ਜਦੋਂ ਸਾਡਾ ਮਨ ਹੀ ਆਪਣੇ ਬ੍ਰਹਮ ਦੀ ਸ਼ਰਣ 'ਚ ਆ ਜਾਵੇਗਾ ਤਾਂ

ਫਿਰ ਇਕ ਹੀ ਬਾਕੀ ਰਹਿ ਜਾਵੇਗਾ। ਇਕ ਦੀ ਸ਼ਰਣ 'ਚ ਪਹੁੰਚਣਾ ਹੀ ਤਾਂ ਮੁਸ਼ਕਲ ਹੈ। ਜਦੋਂ ਅਸੀਂ ਆਪ ਹੀ ਆਪਣੇ ਅੰਦਰੋਂ ਬ੍ਰਹਮ ਦੀ ਸ਼ਰਣ 'ਚ ਪਹੁੰਚਾਂਗੇ ਤਾਂ ਫਿਰ ਬ੍ਰਹਮ ਦੀ ਸੁਗੰਧੀ ਹੀ ਮਨ ਨੂੰ ਇੰਨਾ ਮੋਹਿਤ ਕਰ ਦਿੰਦੀ ਹੈ ਕਿ ਮਨ ਹੀ ਮੈਂ ਮੈਂ ਕਰਨ ਤੋਂ ਹਟ ਜਾਂਦਾ ਹੈ। ਜਦੋਂ ਤੁਹਾਡਾ ਆਪਣਾ ਹੀ ਮਨ ਆਪਣੇ ਸਾਖਸ਼ੀ ਭਾਵ 'ਚ ਲੀਨ ਹੋ ਜਾਵੇਗਾ ਤਾਂ ਫਿਰ ਤੁਹਾਡੇ ਮੂੰਹੋਂ ਨਿਕਲ ਰਹੇ ਬੋਲ ਹੀ ਸਾਬਤ ਕਰ ਦੇਣਗੇ ਕਿ ਹਾਂ ਇਹ ਬੋਲ ਅਨੂਠੇ ਹਨ। ਫਿਰ ਤਾਂ ਇਹ ਸੱਚ ਨਜ਼ਰ ਆਉਣ ਲੱਗ ਜਾਵੇਗਾ। ਕਿ

— ਸੋਈ ਅਚਿੰਤਾ ਜਗੇ ਅਚਿੰਤਾ।
ਤਿਸ ਅਚਿੰਤੇ ਕੋ ਕਾਹੇ ਕੀ ਚਿੰਤਾ।
— ਜਗ ਰਚਨਾ ਸਭ ਝੂਠ ਹੈ ਜਾਨਿ ਲੇਹੁ ਰੇ ਮੀਤ॥
ਕਹਿ ਨਾਨਕ ਥਿਰੁ ਰਹੈ ਜਿਉ ਬਾਲੂ ਕੀ ਭੀਤਿ॥

ਗੁਰੂ ਜੀ ਤਾਂ ਲਾਗ-ਲਪੇਟ ਵਾਲੀ ਗੱਲ ਕਰਦੇ ਹੀ ਨਹੀਂ। ਇੰਨੀ ਸਪੱਸ਼ਟ ਗੱਲ ਤਾਂ ਆਪਣੀ ਅਨਮਨੀ ਅਵਸਥਾ 'ਚ ਪਹੁੰਚਣ ਤੋਂ ਬਾਅਦ ਹੀ ਸਮਝ ਆਉਂਦੀ ਹੈ। ਇਸ ਵਾਸਤੇ ਗੁਰੂ ਜੀ ਗੱਲ ਹੀ ਆਪਣੇ ਸਰੀਰ ਤੋਂ ਸ਼ੁਰੂ ਕਰ ਰਹੇ ਹਨ। ਕਿ ਦੁਨੀਆਂ ਦੀ ਗੱਲ ਨਹੀਂ ਹੈ, ਸੰਸਾਰ ਦੀ ਗੱਲ ਨਹੀਂ ਹੈ। ਇਹ ਗੱਲ ਹੈ ਤੁਹਾਡੇ ਸਰੀਰ ਦੀ। ਕਿ ਗੱਲ ਸਮਝਣ ਵਾਲੀ, ਜਾਨਣ ਵਾਲੀ ਇਕ ਹੀ ਹੈ ਕਿ ਸਰੀਰ ਤੁਹਾਨੂੰ ਕੁਦਰਤ ਦੀ ਮੇਹਰਬਾਨੀ ਨਾਲ ਮਿਲਿਆ ਹੈ। ਕੁਦਰਤ ਦਾ ਇਹ ਖੇਲ੍ਹ ਹੈ। ਕੁਦਰਤ ਦੀ ਇਹ ਕਿਰਤ ਹੈ। ਇਥੇ ਪਹੁੰਚ ਕੇ ਦੋ ਗੱਲਾਂ ਸਮਝਣ ਵਾਲੀਆਂ ਹਨ, ਨੰਬਰ ਇਕ, ਇਹ ਸਰੀਰ ਮਿਟਣ ਵਾਲਾ ਹੈ ਜਿਸ ਨੇ ਸਰੀਰ ਦੀ ਬਣਤਰ ਬਣਾਈ ਹੈ, ਜੋ ਸਰੀਰ ਅੰਦਰ ਮੌਜੂਦ ਹੈ ਉਹ ਮਿਟਣ ਵਾਲਾ ਨਹੀਂ ਹੈ। ਇਸ ਵਾਸਤੇ ਜੇ ਤੁਹਾਡਾ ਮਨ ਇਹ ਦਾਅਵਾ ਕਰ ਰਿਹਾ ਹੈ ਕਿ ਇਹ ਸਰੀਰ ਮੇਰਾ ਹੈ, ਤੁਹਾਡਾ ਇਹ ਦਾਅਵੇਦਾਰੀ ਕਰਨ ਵਾਲਾ ਮਨ ਵੀ ਝੂਠਾ ਹੈ। ਝੂਠ ਦਾ ਪੁਲੰਦਾ ਹੈ। ਸਰੀਰ ਵੀ ਨਹੀਂ ਰਹੇਗਾ, ਮਨ ਵੀ ਨਹੀਂ ਰਹੇਗਾ ਕਿਉਂਕਿ ਮਨ ਤਾਂ ਆਤਮਾ ਦਾ ਅਕਸ ਹੈ। ਆਤਮਾ ਮਿਟਣੇ ਵਾਲੀ ਨਹੀਂ ਹੈ। ਸਰੀਰ ਤਾਂ ਕੁਦਰਤ ਦੇ ਹੱਥ ਦੀ ਕਠਪੁਤਲੀ ਹੈ। ਸਰੀਰ ਤਾਂ ਇਸ ਤਰ੍ਹਾਂ ਹੀ ਹੈ ਜਿਵੇਂ ਪਾਣੀ 'ਚ ਬੁਲਬੁਲਾ ਉੱਠ ਆਉਂਦਾ ਹੈ।

ਪਾਣੀ ਦਿਆ ਬੁਲਬੁਲਿਆ ਕੀ ਮਰਿਆਦਾ ਤੇਰੀਆਂ।

ਸੱਚਾਈ ਨੂੰ ਮੰਨਦੇ ਹੋਏ, ਜੀਵਨ ਬਤੀਤ ਕਰਦੇ ਹੋਏ ਮੈਂ ਭਾਵ ਤਾਂ ਪੈਦਾ ਹੁੰਦਾ ਹੀ ਨਹੀਂ ਹੈ। ਇਸ ਤਰ੍ਹਾਂ ਮਨ ਮੌਨ ਹੋ ਜਾਂਦਾ ਹੈ।

ਰਾਮ ਗਇਓ ਰਾਵਣ ਗਇਓ ਜਾ ਕਉ ਬਹੁ ਪਰਵਾਰ॥
ਕਹੁ ਨਾਨਕ ਥਿਰੁ ਕਛੁ ਨਹੀ ਸੁਪਨੇ ਜਿਉ ਸੰਸਾਰੁ॥੫੦॥

ਗੁਰੂ ਜੀ ਸਾਡੇ ਮਨ ਨੂੰ ਸਮਝਾਉਣ ਵਾਸਤੇ ਸਮਾਜ ਅੰਦਰ ਚਰਚਿਤ ਰਾਮ ਰਾਵਣ ਦੀ ਉਦਾਹਰਣ ਦੇ ਰਹੇ ਹਨ ਕਿ ਜੋ ਹਰ ਪੱਖੋਂ ਤਾਕਤਵਰ ਸਨ। ਜਿਨ੍ਹਾਂ ਪਾਸ ਕਿਸੀ ਵੀ ਪ੍ਰਕਾਰ ਦੀ ਕੋਈ ਕਮੀ ਨਹੀਂ ਸੀ। ਉਨ੍ਹਾਂ ਨੂੰ ਵੀ ਇਸ ਮਾਤਲੋਕ ਤੋਂ ਜਾਣਾ ਪਿਆ ਹੈ। ਇਸ ਵਾਸਤੇ ਇਹ ਇਕ ਗੱਲ ਪੱਲੇ ਬੰਨ੍ਹ ਲਓ ਕਿ ਸਰੀਰ ਦੀ ਮੌਤ ਕਿਸੇ ਵੀ ਪਲ ਸੰਭਵ ਹੈ।

ਜੋਰ ਨਾ ਜੀਵਣ ਮਰਨ ਨਾ ਜੋਰ॥ (ਜਪੁਜੀ ਸਾਹਿਬ)

ਕਿ ਸਰੀਰ ਤਾਂ ਨਾਸ਼ਵਾਨ ਹੈ ਇਹ ਹੀ ਇਕ ਖ਼ਿਆਲ ਤੁਹਾਨੂੰ ਆਪਣੀ ਆਤਮਾ ਦੀ ਅਮਰਤਾ ਦਾ ਅਹਿਸਾਸ ਕਰਵਾ ਸਕਦਾ ਹੈ। ਅਗਰ ਤੁਸੀਂ ਸਰੀਰ ਦੀ ਮੌਤ ਬਾਰੇ ਭੁੱਲੇ ਹੀ ਰਹੋਗੇ ਤਾਂ ਫਿਰ ਤੁਹਾਡਾ ਮਨ ਇਹ ਸੋਚਦੇ ਹੋਏ ਕਿ ਮੈਂ ਹੀ ਕਰਤਾ ਹਾਂ। ਮੇਰੀ ਮਰਜ਼ੀ ਹੈ ਕਿ ਮੈਂ ਆਪਣਾ ਜੀਵਨ ਕਿਸ ਢੰਗ ਨਾਲ ਬਤੀਤ ਕਰਨਾ ਹੈ ਤਾਂ ਸੰਸਾਰ ਅੰਦਰ ਆਪਣੇ ਆਪ ਨੂੰ ਅਕਲਮੰਦ ਸਾਬਤ ਕਰਨ ਵਾਸਤੇ ਮਾਇਆਵੀ ਦੌੜ 'ਚ ਦੌੜਨਾ ਪਵੇਗਾ। ਦੁਖੀ ਰਹਿਣਾ ਪਵੇਗਾ।

ਨਾਨਕ ਦੁਖੀਆ ਸਭ ਸੰਸਾਰੁ॥
ਸੋ ਸੁਖੀਆ ਜਿਸ ਨਾਮ ਆਧਾਰੁ॥

ਲੋਕਾਂ ਤੋਂ ਅੱਗੇ ਚੱਲੋਗੇ ਤਾਂ ਰਾਮ ਮਿਲੇਗਾ। ਦੁਨੀਆਂ ਨਾਲ ਮਿਲ ਕੇ ਚੱਲੋਗੇ ਤਾਂ ਬੇਆਰਾਮੀ, ਦਲਿੱਦਰਤਾ ਸਹਿਣ ਕਰਨੀ ਪਵੇਗੀ। ਫੈਸਲਾ ਗੁਰੂ ਜੀ ਸਾਡੇ ਉਪਰ ਹੀ ਛੱਡ ਰਹੇ ਹਨ ਕਿ ਦੋ ਹੀ ਰਸਤੇ ਹਨ। ਮਰਜ਼ੀ ਤੁਹਾਡੀ ਹੈ। ਤੁਹਾਨੂੰ ਖੁੱਲ੍ਹ ਹੈ। ਕੋਈ ਵੀ ਰਸਤਾ ਚੁਣ ਲਓ, ਇਕ ਇਹ ਰਸਤਾ ਬਦਲੇਗਾ ਨਹੀਂ। ਬਦਲ ਤਾਂ ਸਕਦਾ ਹੈ ਘੁੰਮ-ਘੁਮਾ ਕੇ ਆਪਣੇ ਅਨੁਭਵ ਨਾਲ ਜਦੋਂ ਤੁਸੀਂ ਇਹ ਸਮਝ ਜਾਓਗੇ ਕਿ ਖੇਲ੍ਹ ਤਾਂ ਪ੍ਰਮਾਤਮਾ ਦਾ ਹੀ ਹੈ। ਅਸੀਂ ਕਿਉਂ ਵਿਚ ਰੋੜਾ ਬਣੀਏ। ਫਿਰ ਤੁਹਾਡਾ ਇਹ ਹੀ ਜੀਵਨ ਉਤਸਵ ਬਣ ਜਾਵੇਗਾ। ਤੁਸੀਂ ਆਨੰਦਤ ਰਹਿਣ ਲੱਗ ਜਾਓਗੇ। ਤੁਹਾਡੇ ਮੂੰਹੋਂ ਸਹਿਜੇ ਹੀ ਨਿਕਲਣ ਲੱਗ ਜਾਵੇਗਾ ਕਿ ਪ੍ਰਮਾਤਮਾ ਤਾਂ ਦਿਆਲੂ ਹੈ ਜਿਸ ਨੇ ਕਿਰਪਾ ਕਰ ਕੇ ਮੈਨੂੰ ਇਹ ਅਣਮੁੱਲਾ ਬੇਸ਼-ਕੀਮਤੀ ਸਰੀਰ ਬਖਸ਼ਿਆ ਹੈ। ਮੈਂ ਤਾਂ ਕੁਝ ਵੀ ਨਹੀਂ ਹਾਂ। ਮੈਂ ਤਾਂ ਪ੍ਰਮਾਤਮਾ ਦਾ ਧੰਨਵਾਦ ਕਰਨ ਦੇ ਵੀ ਯੋਗ ਨਹੀਂ ਹਾਂ।

ਚਿੰਤਾ ਤਾ ਕੀ ਕੀਜੀਐ ਜੋ ਅਨਹੋਣੀ ਹੋਇ॥
ਇਹੁ ਮਾਰਗੁ ਸੰਸਾਰ ਕੋ ਨਾਨਕ ਥਿਰੁ ਨਹੀ ਕੋਇ॥੫੨॥

ਅਸੀਂ ਕੀ ਕਰ ਰਹੇ ਹਾਂ ? ਅਸੀਂ ਤਾਂ ਹਰ ਪਲ ਹੀ ਚਿੰਤਾ 'ਚ ਪਏ ਰਹਿੰਦੇ ਹਾਂ। ਅਗਰ ਅਸੀਂ ਇਹ ਸਮਝ ਲਈਏ ਕਿ ਮਰਜ਼ੀ ਤਾਂ ਪ੍ਰਮਾਤਮਾ ਦੀ ਹੀ ਹੈ। ਅਸੀਂ ਤਾਂ ਪ੍ਰਮਾਤਮਾ ਦੇ ਹੱਥਾਂ ਦੇ ਖਿਲੌਣੇ ਹਾਂ। ਫਿਰ ਤਾਂ ਆਪਣੀ ਮਨਮਰਜ਼ੀ ਕਰਨ ਦੀ ਕੋਸ਼ਿਸ਼ ਵੀ ਨਹੀਂ ਕਰਾਂਗੇ। ਫਿਰ ਤਾਂ ਜਿਧਰ ਦੀ ਲਹਿਰ ਆਏਗੀ

ਅਸੀਂ ਉਧਰ ਹੀ ਵਹਿਣ ਲੱਗ ਜਾਵਾਂਗੇ। ਦੋ ਹੀ ਰਸਤੇ ਹਨ। ਇਕ ਤਾਂ ਆਮ ਰਸਤਾ ਹੈ ਕਿ ਲੜੋ ਮਰੋ। ਕੋਸ਼ਿਸ਼ਾਂ ਕਰਦੇ ਰਹੋ ਤਾਂ ਹੀ ਤੁਸੀਂ ਆਪਣੀ ਮੰਜ਼ਿਲ ਤੇ ਪਹੁੰਚ ਸਕਦੇ ਹੋ। ਹਾਂ ਦੂਜਾ ਢੰਗ ਹੈ ਸਮਰਪਣ ਕਰ ਦੇਣ ਦਾ। ਸੁੱਕੇ ਪੱਤੇ ਵਾਂਗ ਹੋ ਜਾਓ ਕਿ ਇਹ ਸੰਸਾਰ ਤਾਂ ਕਿਸੀ ਅਪ੍ਰਤੱਖ ਸ਼ਕਤੀ ਦੇ ਅਧੀਨ ਹੀ ਚੱਲ ਰਿਹਾ ਹੈ। ਜਨਮ ਹੋਇਆ ਹੈ ਤਾਂ ਮੌਤ ਹੋਣੀ ਤਹਿ ਹੈ। ਹਾਂ ਇਕ ਗੱਲ ਹੋਰ ਵੀ ਅਸੀਂ ਜਾਣ ਸਕਦੇ ਹਾਂ। ਪਰੰਤੂ ਇਹ ਕੰਮ ਇੰਨਾ ਆਸਾਨ ਹੈ। ਇਹ ਹੈ ਆਪਣੇ ਸਰੀਰ ਅੰਦਰੋਂ ਆਪਣੀ ਅਣ-ਬਦਲੀ, ਹਮੇਸ਼ਾ ਕਾਇਮ ਰਹਿਣ ਵਾਲੇ ਆਪਣੇ ਸਾਖਸ਼ੀ ਭਾਵ ਦੀ ਮੌਜੂਦਗੀ ਦਾ ਅਹਿਸਾਸ ਕਰ ਲੈਣਾ। ਇਸ ਗੱਲ ਬਾਰੇ ਗੁਰੂ ਜੀ ਸਪੱਸ਼ਟ ਕਰਦੇ ਹਨ ਕਿ ਇਕ ਕੰਮ ਤਾਂ ਆਮ ਹੈ। ਗਾਡੀਰਾਹ ਹੈ। ਇਸ ਰਸਤੇ ਚਲਦੇ ਰਹੋ। ਇਹ ਆਸਾਨ ਵੀ ਹੈ। ਜਾਣਿਆ-ਪਹਿਚਾਣਿਆ ਵੀ ਹੈ ਕਿ ਰਹੋ ਸੰਸਾਰ ਅੰਦਰ ਪਰ ਯਾਦ ਪ੍ਰਮਾਤਮਾ ਦੀ ਬਣਾਈ ਰੱਖੋ ਕਿ ਜਿਸ ਨੇ ਜੀਵਨ ਦਿੱਤਾ ਹੈ ਉਸ ਦੀ ਉਹ ਜਾਣੇ। ਜਿਸ ਦੀ ਮਰਜ਼ੀ ਹੈ ਉਹ ਤਾਂ ਹੋਣਾ ਹੀ ਹੈ। ਚਿੰਤਾ ਕਰਨ ਦੀ ਕੋਈ ਲੋੜ ਹੀ ਨਹੀਂ ਹੈ।

ਜੋ ਉਪਜਿਓ ਸੋ ਬਿਨਸੁ ਹੈ ਪਰਿਓ ਆਜ ਕੈ ਕਾਲਿ॥
ਨਾਨਕ ਹਰਿ ਗੁਨ ਗਾਇ ਲੈ ਛੋਡਿ ਸਗਲ ਜੰਜਾਲਿ॥

ਗੁਰੂ ਜੀ ਜਿਸ ਤਰ੍ਹਾਂ ਸਾਧਾਰਣ ਢੰਗ ਨਾਲ ਇਕ ਇਕ ਸ਼ਬਦ ਵਰਤਦੇ ਹੋਏ ਸਾਨੂੰ ਸੱਚ ਤੋਂ ਜਾਣੂ ਕਰਵਾ ਰਹੇ ਹਨ ਇਸ ਤੋਂ ਸੌਖਾ ਢੰਗ ਤਾਂ ਕੋਈ ਹੋ ਹੀ ਨਹੀਂ ਸਕੇਗਾ ਕਿ ਜਿਸ ਦਾ ਜਨਮ ਹੋਇਆ ਹੈ ਉਸ ਦੀ ਮੌਤ ਹੋਣੀ ਤਾਂ ਸੁਭਾਵਿਕ ਹੀ ਹੈ। ਜਿਸ ਦਾ ਕਦੇ ਜਨਮ ਹੋਇਆ ਹੀ ਨਹੀਂ ਹੈ, ਜੋ ਸ਼ਕਤੀ ਅਜਨਮੀ ਹੈ ਉਸ ਦੀ ਮੌਤ ਕਦੇ ਹੋ ਹੀ ਨਹੀਂ ਸਕੇਗੀ। ਜਿਸ ਤਰ੍ਹਾਂ ਆਮ ਕਿਹਾ ਜਾਂਦਾ ਹੈ ਕਿ ਸਾਰੀ ਰਾਮਾਇਣ ਸੁਣਨ ਤੋਂ ਬਾਅਦ ਅਗਰ ਕੋਈ ਇਹ ਪੁੱਛਣ ਲੱਗ ਜਾਵੇ ਕਿ ਰਾਮ ਕੌਣ ਸੀ ? ਸੀਤਾ ਕੌਣ ਸੀ ? ਅਜਿਹੇ ਵਿਅਕਤੀ ਬਾਰੇ ਤਾਂ ਸਿਰਫ ਇੰਨਾ ਹੀ ਕਿਹਾ ਜਾ ਸਕਦਾ ਹੈ ਕਿ ਇਹ ਤਾਂ ਮੂਰਖ ਹੈ। ਅਗਿਆਨੀ ਹੈ। ਇਸ ਤਰਜ਼ 'ਚ ਗੁਰੂ ਜੀ ਸਾਨੂੰ ਸਾਡੇ ਸਰੀਰ ਅੰਦਰ ਮੌਜੂਦ ਸਾਡੇ ਸਾਖਸ਼ੀ ਭਾਵ ਦੀ ਮੌਜੂਦਗੀ ਦਾ ਅਹਿਸਾਸ ਕਰਵਾ ਰਹੇ ਹਨ ਕਿ ਸਰੀਰ ਦਾ ਜਨਮ ਹੁੰਦਾ ਹੈ, ਸਰੀਰ ਦੀ ਮੌਤ ਹੁੰਦੀ ਹੈ। ਜੋ ਅਜਨਮਿਆਂ ਹੈ ਉਹ ਹੀ ਸਾਡਾ ਬ੍ਰਹਮ ਹੈ। ਬ੍ਰਹਮ ਨੂੰ ਪਹਿਚਾਨਣ ਵਾਲਾ ਹੀ ਬ੍ਰਹਮ-ਗਿਆਨੀ ਹੁੰਦਾ ਹੈ। ਬ੍ਰਹਮ-ਗਿਆਨੀ ਇੰਨੀ ਸਰਲਤਾ ਨਾਲ ਸਹਿਜ ਬੋਲ ਬੋਲਣ ਲੱਗ ਜਾਂਦੇ ਹਨ ਕਿ ਆਮ ਜਿਹੀ ਦਿੱਖ 'ਚ ਸਾਧਾਰਣ ਜਿਹੇ ਨਜ਼ਰ ਆਉਣ ਵਾਲਿਆਂ ਦਾ ਸੰਬੰਧ ਆਪਣੇ ਬ੍ਰਹਮ ਨਾਲ ਜੁੜਿਆ ਹੁੰਦਾ ਹੈ। ਜੋ ਬ੍ਰਹਮ ਨੂੰ ਪਹਿਚਾਣ ਰਹੇ ਹੁੰਦੇ ਹਨ। ਉਨ੍ਹਾਂ ਦੀ ਸਰਲਤਾ ਕਹਿਣ-ਸੁਣਨ 'ਚ ਨਹੀਂ, ਉਨ੍ਹਾਂ ਦੇ ਮਨ ਦੀ

ਸਰਲਤਾ ਉਨ੍ਹਾਂ ਦੇ ਵਿਓਹਾਰ 'ਚੋਂ ਝਲਕਾਰੇ ਮਾਰਦੀ ਹੋਈ ਨਜ਼ਰ ਆਉਣ ਲੱਗ ਜਾਂਦੀ ਹੈ। ਦੇਹ ਨਾਲ ਤਾਂ ਉਹ ਨਾ-ਮਾਤਰ ਹੀ ਲਗਾਓ ਰੱਖਦੇ ਹਨ, ਉਨ੍ਹਾਂ ਦੀ ਚੇਤਨਾ ਤਾਂ ਅਨੰਤ ਬ੍ਰਹਿਮੰਡਾਂ ਤੱਕ ਉਡਾਰੀਆਂ ਭਰ ਰਹੀ ਹੁੰਦੀ ਹੈ। ਉਨ੍ਹਾਂ ਵਾਸਤੇ ਚੇਤਨ ਅਚੇਤਨ ਇਕ ਹੀ ਬਣ ਜਾਂਦੇ ਹਨ।

ਨਾਨਕ ਪੂਰਾ ਪਾਇਆ ਪੂਰੇ ਕੇ ਗੁਣ ਗਾਇ॥

(ਸੁਖਮਨੀ ਸਾਹਿਬ)

ਜੋ ਉਸ ਪੂਰੇ ਦਾ ਗੁਣ-ਗਾਨ ਕਰ ਰਹੇ ਹਨ ਉਨ੍ਹਾਂ ਦਾ ਵਿਓਹਾਰ ਹੀ ਆਮ ਲੋਕਾਂ ਵਾਸਤੇ ਮਾਰਗ-ਦਰਸ਼ਕ ਬਣ ਜਾਂਦਾ ਹੈ।

◆

PILLGWENLLY
21-06-17